எப்போதும் நான்
நன்றி பெறுவதில்
கவலைப்படுவதே இல்லை.
மனித ஜீவனிடம்
நன்றி எதிர்பார்ப்பது
அறிவில்லாத தன்மையே யாகும்.

—தந்தை பெரியார்
விடுதலை: *29.3.1967*

ஆதிக்க சாதிகளுக்கு மட்டுமே அவர் பெரியாரா?

ப. திருமாவேலன்

நற்றிணை பதிப்பகம்

ஆதிக்க சாதிகளுக்கு மட்டுமே அவர் பெரியாரா? * ப. திருமாவேலன் * ©ப. திருமாவேலன் * முதல் பதிப்பு : ஜூலை 2018 * இரண்டாம் பதிப்பு: செப்டம்பர் 2018 * மூன்றாம் பதிப்பு: ஜூலை 2019 * நான்காம் (குறும்) பதிப்பு : நவம்பர் 2022 * வெளியீடு: நற்றிணை பதிப்பகம் (பி) லிமிடெட் * எண். 136, தரைத்தளம், சோழன் தெரு, ஆழ்வார்திருநகர், சென்னை–600 087.

* மின்னஞ்சல் : natrinaipathippagam@gmail.com
* கைப்பேசி : 94861 77208
* தொலைபேசி : 044 – 4273 2141
* அச்சாக்கம் : துர்கா பிரிண்டர்ஸ், சென்னை–600 005

ப.திருமாவேலன்

விருதுநகர் மாவட்டம் வாழவந்தாள்புரம் கிராமத்தில் பிறந்த ப.திருமாவேலன், கோயில்பட்டி இலக்குமி ஆலை மேனிலைப்பள்ளி, வ.உ.சி. அரசு மேனிலைப்பள்ளிகளில் பள்ளிப்படிப்பையும், சென்னை டாக்டர் அம்பேத்கர் அரசு சட்டக்கல்லூரியில் சட்டக்கல்வியும் பெற்றவர்.

விடுதலைக்குயில்கள், இனி, போர்வாள், குங்குமம், விகடன் பேப்பர், தமிழ்முரசு, தினகரன், ஆனந்த விகடன், ஜூனியர் விகடன் ஆகிய இதழ்களில் பணியாற்றியவர். பத்திரிகையாளர், ஊடகவியலாளர்.

இதுவரை வெளியான இவரது நூல்கள்:

1. இன்றைய ஆட்சி ஏன் ஒழிய வேண்டும்?
2. காந்தி ராமசாமியும் பெரியார் ராமசாமியும்
3. காந்தியார் சாந்தியடைய..
4. அரசியல்: நல்லகண்ணு – அ.மார்க்ஸ் விவாதம்
5. தேர்தல் – 2009
6. கோட்டையின் கதை
7. மனிதம் கொன்று மனம் தின்று ஈழம் இன்று
8. குற்றவாளிக் கூண்டில் ராஜபக்ஷே
9. நீங்கள் எந்தப் பக்கம்? மார்க்சிஸ்ட்டுகள் சிந்தனைக்கு
10. நடக்கட்டும் நாக்கு வியாபாரம்
11. சுதேசி தேசம் சுரண்டப்பட்ட வரலாறு
12. ஊழலுக்கு ஒன்பது வாசல்
13. பெரியோர்களே தாய்மார்களே
14. யாரைத்தான் எதிர்க்கவில்லை?

'அய்யா'வின் அணிந்துரை

உதை கொடுக்கும் இடத்தில் தீண்டாமை நீங்குகிறது.
– குடி அரசு 17.2.1929

திராவிடர், ஆதி திராவிடர், திராவிட நாட்டிலுள்ள முஸ்லிம்கள், கிறிஸ்தவர்கள் ஆகிய நான்கு கூட்டத்தினரும் ஒரே இனத்தைச் சேர்ந்தவர்கள்.
– குடி அரசு 8.9.1940

ஆதி திராவிடன் – திராவிடன் என்ற பிரிவையே நாங்கள் ஒப்புக்கொள்ள முடியாது.
– விடுதலை 8.7.1947

ஆதி திராவிடன் பார்த்த எந்த உத்தியோகம் கெட்டுவிட்டது?
– விடுதலை 12.10.1957

பறையன் இந்த நாட்டை ஆண்டிருக்கிறான்.
– விடுதலை 5.10.1958

கிராமங்களில் சாதி ஒழிய வேண்டுமானால், கணக்குப் பிள்ளை வேலையைப் பறையனுக்குக் கொடுக்கணும். மணியம் வேலையை சக்கிலிக்கும் குறவனுக்கும் கொடுக்க வேண்டும்.
– விடுதலை 12.4.1964

கோவில் பூசாரி வேலையைக் கூட பறையனுக்கே கொடுக்க வேண்டும்.
– விடுதலை 16.4.1964

போலீஸ் சப்-இன்ஸ்பெக்டர் வேலையையும் ஆதி திராவிடர்களுக்குப் பெருமளவு அளிக்க வேண்டும். – விடுதலை 28.4.1964

இரண்டே சாதிகள் தான் உண்டு. பார்ப்பான் ஒரு சாதி. மற்றவர்கள் கீழ்த்தர சாதி. — விடுதலை 4.1.1960

பறையர் பட்டம் போகாமல் உங்களுடைய சூத்திரப்பட்டம் போய்விடும் என்று கருதுவீர்களேயானால் நீங்கள் வடிகட்டிய முட்டாள்களேயாவீர்கள். — *குடி அரசு. 11.10.1931*

நாங்கள் ஆதி திராவிடர்களைப் பற்றிப் பேசும்போது பார்ப்பனர்கள் மனவருத்தம் அடைவதில் அர்த்தம் உண்டு. ஆனால் பார்ப்பன ரல்லாதார் மனவருத்தமடைவதில் சிறிதும் அர்த்தமில்லை. அது வெறும் முட்டாள்தனமும் மானமற்ற தன்மையுமேயாகும்.
— *குடி அரசு 11.10.1931*

தீண்டாதாரின் முன்னேற்றந்தான் பிராமணரல்லாதார்களின் முன்னேற்றமாகும். தீண்டாதார்களின் துன்பந்தான் பிராமணரல்லா தாரின் துன்பமாகும். — *குடி அரசு. 15.11.1925*

எனக்கு பெண் பிள்ளை இருந்தால் சிவராஜ் மகனுக்கோ சத்திய வாணிமுத்து மகனுக்கோ கொடுத்திருப்பேன்.
— விடுதலை 11.12.1968

உயர்ந்த ஜாதி என்று எவன் திமிரோடு உங்கள் முன் வருகிறானோ அவனைக் குறுக்கே வரும் பாம்பைப் போலக் கருதி துரத்தி அடிக்க வேண்டும். அதுதான் ஜாதி ஒழிப்புக்கான சரியான மருந்து.
— விடுதலை 27.2.1948

பொருளடக்கத்தின் உள்ளடக்கம்

1. ஜாக்கெட்டும் ஜாதியும்: 17 – 26

பெரியாரின் வரலாற்றைப் படிக்காமல், அவர் எழுத்தை பேச்சை உள்வாங்கிக் கொள்ளாமல் செய்யப்படும் அவதூறு விமர்சனங்களுக்கான தேவை எதில் இருந்து வருகிறது? 'பறையர் இனப்பெண்கள் ரவிக்கை கட்ட ஆரம்பித்ததால் துணிவிலை அதிகமானது' என்று சொன்னாரா பெரியார்?

2. ஏன் இந்த வேண்டாத வேலை? 27 – 42

பெரியார் குறித்து தலித் சிந்தனையாளர்கள், எழுத்தாளர்கள் இதுவரை சொல்லி வரும் விமர்சனங்கள், குற்றச்சாட்டுகள், அவதூறுகளின் சாராம்சம்.

3. நான் யார்? 43 – 50

பெரியாரைப் பற்றி யாரும் புதிதாக எழுதத் தேவையில்லை. அவரே அவரைப் பற்றி எல்லா நிறைகுறைகளையும் சொல்லி இருக்கிறார். அதாவது, தன்னைப் பற்றி அவர் சொன்னதன் தொகுப்பு

4. பட்டியல் இனமும் தீண்டாமையும் 51 – 71

பிற்படுத்தப்பட்டவர்களுக்காக மட்டுமே அவர் பேசினார் என்றால் இவை எல்லாம் யாருக்காகப் பேசியது?

5. சாதி இந்துக்களைச் சாடியது. 72 – 90

சாதி இந்துக்களைப் பெரியார் சாடியதே இல்லை என்பவர்கள் கண்ணுக்கு இதெல்லாம் தெரியாமல் போனது ஏன்?

6. பிற்படுத்தப்பட்டவர்களுக்கு மட்டுமே பேசினாரா? 91 – 114

பெரியாரின் உரைகள் அனைத்திலும் ஆதி திராவிடர், பறையர், பள்ளர், தாழ்த்தப்பட்டோர், ஐந்தாம் சாதிகள் என்ற சொற்கள் நிச்சயம் இருந்துள்ளன.

7. பெரியாரின் முயற்சியும் எம்.சி. ராஜா செலுத்திய நன்றியும் 115 – 130

நீதிக்கட்சி அமைச்சரவையில் பட்டியல் இனத்தவரை அமைச்சராக்க பெரியார் எடுத்த முயற்சிகள் குறித்து எம்.சி. ராஜா அளித்த நேரடி வாக்குமூலம் என்ன தெரியுமா?

8. தீர்மானங்கள் போடவே இல்லையா?   131 – 149

1929 செங்கல்பட்டு மாநாட்டில் தீண்டாமைக்கு எதிராகத் தீர்மானம் போட்ட பிறகு அதைத் தொடரவில்லை என்கிறார்கள். ஒவ்வொரு மாநாட்டிலும் என்னென்ன தீர்மானங்கள் பட்டியலின மக்களுக்கு ஆதரவான குரலாக ஒலித்தது என்பதன் தொகுப்பு.

9. அயோத்திதாசர் புகழை மறைத்தாரா?   150 – 184

அயோத்திதாசர் மீது பொறாமைப்பட்டார் பெரியார், அவரது புத்தகங்களை காப்பி அடித்தார், அவர் புகழை மறைத்தார் என்பது குற்றச்சாட்டு. தனக்கு வழிகாட்டி என்று அயோத்திதாசரைத்தான் பெரியார் சொன்னார். மதம் அற்ற பெரியார் புத்த மதக்கூறுகள், வழிபாடுகள், பண்டிகைகளை ஏற்றுக்கொண்ட அயோத்திதாசரை முழுமையாக எப்படி ஏற்க முடியும்?

10. பெரியாரின் தலைவர் பி.ஆர். அம்பேத்கர்   185 – 213

தமிழகத்தினுள் அம்பேத்கரைக் கொண்டு வந்து சேர்த்த பெரியார், அவரைத்தான் தனது தலைவர் என்றார். தான் வாழ்ந்த காலத்தில் பெரியார் ஏற்றுக்கொண்ட ஒரே மனிதர் அம்பேத்கர் மட்டும் தான்.

11. தமிழக தலித் தலைவர்களை இருட்டிப்பு செய்தாரா?   214 – 245

எம்.சி. ராஜா, இரட்டைமலை சீனிவாசன், என்.சிவராஜ், சகஜானந்தா குறித்து பெரியார் பெருமையாக சொன்னது என்ன?

12. வைக்கம் போராட்டம் யாருக்கானது?
அத்தோடு முடிஞ்தாரா பெரியார்?   246 – 276

அம்பேத்கருக்கு தூண்டுதலாக இருந்த வைக்கம் போராட்டம், தீண்டாதார் அனைவருக்குமான வாசலை திருவிதாங்கூரில் திறந்தது. வைக்கம், சுசீந்திரம் மட்டுமல்ல தமிழகத்தின் பல்வேறு கிராமங்களில் நடந்த தீண்டாமை வன்கொடுமைகளில் யார் பக்கம் நின்றார் பெரியார்?

13. பட்டியல் இனத்தவருக்கு காட்டிய பாதை   277 – 287

பார்ப்பனர் இடத்தில் பார்ப்பனர் அல்லாதாரை கொண்டு வந்து உட்கார வைக்கவே உழைத்தவர் என்று குற்றம் சாட்டுபவர்கள் இதை வாசிக்க வேண்டும். குறிப்பிட்ட சாதிகள், தங்களது சாதி ரீதியான வேலைகளைப் பார்க்கக் கூடாது என்றும் அதிகாரம் பொருந்திய என்னென்ன வேலைகள் அவர்களுக்குத் தர வேண்டும் என்றும் பெரியார் சொன்னதன் தொகுப்பு

14. கீழ்வெண்மணியும் விவசாயத் தொழிலாளர் கழகமும் 288 – 336

இந்த நாட்டு சட்டத்தால், நீதிமன்றத்தால் கீழ்வெண்மணி போன்ற வன்முறைகளைத் தடுக்க முடியாது என்றவர் பெரியார். அது கோபாலகிருஷ்ண நாயுடு கொலையில் முடிந்தது வரையிலான நிகழ்வுகள்.

15. முதுகுளத்தூர் கலவரமும் கடைசியாய் வாங்கிய கல்லடியும் 337 – 359

முதுகுளத்தூர் கலவரத்தை மற்றவர்கள் அனைவரும் அரசியலாக பார்த்தபோது சாதி வன்கொடுமையாக பார்த்த ஒரே தலைவர் பெரியார். அந்தக் காலகட்டத்து பதிவுகள் அனைத்தையும் பார்த்தால் இது புரியும். இறுதிக்காலத்தில் மதுரையில் அவர் மீது விழுந்த கல், சாதி இந்துக்கள் வீசியதுதான்.

16. யாருக்கான பெரியார்? 360 – 376

என்னைச் சூத்திரன் என்று சொல்வதை விட பஞ்சமன் என்று சொல்வதையே பெருமையாக நினைக்கிறேன் என்று சொன்னவர் பெரியார், பஞ்சம மனோபாவத்தில் தான் பேசினார். எழுதினார். செயல்பட்டார். வாழ்ந்தார்.

இவர்கள் இல்லாமல் இந்தப் புத்தகம் இல்லை!

பெரியாரைச் 'சும்மா' படித்துக் கொண்டிருந்தவன் நான். அதைப் 'பொருளோடு' படிக்கத் தூண்டியவர்கள் பெரியாரியத்தின் எதிரிகளல்ல. பெரியாரியத்தின் நட்பு சக்திகளாக இருந்திருக்க வேண்டிய தலித்திய ஆய்வாளர்கள், எழுத்தாளர்கள், சிந்தனை யாளர்கள்.

தி.பெ.கமலநாதன், அன்பு பொன்னோவியம், ரவிகுமார், சிவகாமி, ஸ்டாலின் ராஜாங்கம், மா.வேலுசாமி, பூவிழியன், கௌதம சன்னா, அ.ஜெகநாதன் உள்ளிட்டோர் பெரியார் குறித்து எதிர்மறையாய் எழுதாமல் போயிருந்தால் பெரியாரை 'சும்மா' படித்துக் கொண்டு நானும் இருந்திருக்கலாம். இவர்களின் எழுத்துக்களைப் படித்த பிறகு, அதற்குப் பதில்தேடி பெரியாரியத்துக்குள் போன போதுதான் உண்மையான பெரியாரை உணர முடிந்தது. இவர்கள் எழுதியிருக்காவிட்டால் இந்தப் புத்தகம் எழுதப்பட்டிருக்காது.

இவர்களது கட்டுரைகள், புத்தகங்கள் வெளியானதும் அதற்கான பதில் தேடுதல் தொடங்கியது. பெரியார் திடல் நூலகமே அனைத்துக் கேள்விகளுக்கும் விடை தரும் கருவூலமாக அமைந்தது. பெரியார் தனது மொத்த அறிவையும் கட்டுரைகளாக, வெளியீடுகளாக, புத்தகங்களாகத் தந்து சென்றார். அவை மொத்தமும் பெரியார் திடலில் பாதுகாக்கப்பட்டு வருகிறது. பெரியாருக்குப் பின் இயக்கத்தை மட்டுமல்ல, இந்த அறிவுக்கருவூலத்தையும் காத்து வரும்

திராவிடர் கழகத் தலைவர் ஆசிரியர் கி.வீரமணி, துணைத்தலைவர் கவிஞர் கலி.பூங்குன்றன், பொதுச்செயலாளர் வீ. அன்புராஜ், நூலகர் கோவிந்தன் ஆகியோருக்கு நன்றிகள். எங்களை எல்லாம் கவலையில் ஆழ்த்திவிட்டுப் பிரிந்து சென்ற என் நண்பன் பெரியார் சாக்ரடீஸ்க்கு என்ன சொல்வது? இந்தப் புத்தகம் தான் அஞ்சலியாக அமைய முடியும். நினைவில் வாழும் சின்னக்குத்தூசியும், சோலையும், 'தாயகம்' விருத்தாசலம் செ. ராசுவும், வீர. சந்தானமும் வணங்கத் தக்கவர்கள்.

பெரியார் திடல் நூலகம் போலவே அண்ணா அறிவாலயம் நூலகமும் தரவுகளின் மையமாக இருந்தது. நூலகராக இருந்த சுந்தர்ராஜன், இப்போதைய நூலகர் பத்மநாபன் ஆகியோர் செய்த உதவிகள் மறக்க முடியாதது. ஒரு புத்தகம், ஒரு பக்கம் எங்கேயோ இருப்பதைத் தேடி எடுத்துக் கொண்டுவந்து கொடுத்த, என்னால் தொடர்ந்து கடந்த பல ஆண்டுகளாகத் துன்புறுத்தப்பட்ட மனித உயிர்கள் ஏராளம்.

தமிழ் உணர்வையும் உணர்ச்சியையும் என்னுள் ஊட்டிய பெற்றோர் பெரும்புலவர் மு.படிக்கராமு - முத்துலக்குமி இணையர்க்கும், என் எழுத்துப் பணிக்கு ஆக்கமாகவும் ஊக்கமாகவும் வாழ்க்கையை அமைத்துத்தந்த என் மனைவி ரேணுகா, இரண்டு மகள்களுக்கும் அன்பு. இவர்கள் எனது கொடை.

பள்ளிக் காலம் முதல் என்னோடு பயணிக்கும் இரா.விஜய வேலவன், கா.திருமாவளவன், முனியசாமி, கல்லூரிக் காலம் முதல் தோள்கொடுத்த சு.குமாரதேவன், சி.தங்கவேல், மதுரை விஜயகுமார் ஆகியோரும்.

எனக்கு தங்களது இரு கரங்களையும் பல ஆண்டுகளாக தாரை வார்த்துவிட்ட உடன்பிறப்புகள் சின்னி கிருஷ்ணன், பூச்சி முருகன், அந்தியூர் சிவா, காஞ்சிபுரம் இளங்கோ, பொ.தங்கப்பாண்டியன் ஆகியோரும் இந்த இடத்தில் குறிப்பிடத்தக்கவர்கள்.

அண்ணன் இராவணன், வழக்கறிஞர் அ. அருள்மொழி, ஓவியர் மருது, கவிதாபாரதி, அறிவுமதி, பழநிபாரதி, சௌந்தர் அண்ணன், தமிழ்மண் இளவழகனார், தாமிரா, பதி.அரசு, விகடன் ஆசிரியர் ரா. கண்ணன், க. திருநாவுக்கரசு, அ. மார்க்ஸ், சுப. வீரபாண்டியன், பேராசிரியர்கள் க. நெடுஞ்செழியன் – சக்குபாய், பெல். ராஜன், வரதராஜன், 'தலித் முரசு' புனிதப்பாண்டியன், தி.இரா.வேங்கடாசலபதி, பழ. அதியமான், திருநீலகண்டன், சுகுணா திவாகர், வே. மதிமாறன், திண்டுக்கல் மதி, உடுமலை பிரகாஷ், கருப்புபிரதி நீலகண்டன், பிரின்ஸ், இரா. வினோத், எவிடென்ஸ் கதிர், ந. வினோத்குமார்,

அன்பழகன், சையது ஆசாத், கதிரவன், தமிழ்க்கனல், முத்துகிருஷ்ணன், பெரியார் திடல் சரவணன், 'திடல்' கலை, ஜோ. ஸ்டாலின், அபுதாஹிர், பூ.கொ. சரவணன், பிரகாஷ், ந.பா. சேதுராமன் ஆகியோரையும் நினைவு கூர விரும்புகிறேன்.

ஒரு படைப்பாளி, பதிப்பாளராக இருக்க வேண்டும். அத்தகைய படைப்புப் பதிப்பாளர் யுகன். அழகியலாய் எழுதுவதும் அழகியலாய் அச்சிடுவதும் அவருக்குக் கைவந்த கலை. அவரைப் பதிப்புத் துறைக்குள் போகவேண்டாம் என்று தடுத்தவன் நான். எனது புத்தகத்தையே இன்று அவர் வெளியிடுகிறார். பதிப்பை வெறுப்பாய் இல்லாமல் விருப்பாய், நேர்த்தியாய் செய்து காட்டியதன் மூலம் பல பத்து ஆண்டுகள் கண்ட இத்தொழிலில் குறிப்பிடத்தக்க முகங்களில் ஒன்றாய் சில ஆண்டுகளிலேயே நற்றிணையைக் கொண்டுவந்து நிறுத்தி இருக்கும் யுகனுக்கும் அவரது வாழ்க்கை இணையருக்கும் நன்றி. வெங்கடேசன் உள்ளிட்ட நற்றிணை நண்பர்கள் அனைவர்க்கும் நன்றி. 'வீர விரலோன்' ஹாசிப் கான், 'ஓவிய காவியன்' பிரேம் டாவின்சிக்கும் கலைவணக்கம்!

'நன்றி என்பது பலன் பெற்றவர் காட்ட வேண்டிய குணம். செயல் செய்தவர் எதிர்பார்க்கக் கூடாது' என்றார் அறிவாசான் பெரியார். இவர்கள் எதிர்பார்ப்பவர் அல்லர். ஆனால் நான் நன்றி மறவாதவன்.

- ப.திருமாவேலன்

05.07.2018

இந்நூல்.....

"இம்மேடையில்
தோழர் ஈ.வெ.இராமசாமிப் பெரியார்
இருப்பதைக் கண்டு பெருமகிழ்ச்சியடைகிறேன்"
– என்ற பெருந்தலைவர் எம்.சி.ராஜா

அவர்களுக்கும்....

"திரு. இராமசாமியார் அவர்கள் கூறிய
மொழிகளை கடவுள் வாக்காக நினைத்து
நாமெல்லோரும் நடக்க வேண்டும்...
நாம் முன்னேற வேண்டுமானால்
திரு.ஈ.வெ. இராமசாமிப் பெரியார்
சொற்படி நடக்க வேண்டும்."

– என்ற பெருந்தலைவர் எல்.சி. குருசாமி

அவர்களுக்கும்....

1. ஜாக்கெட்டும் சாதியும்

பெரியாரைக் கொச்சைப்படுத்துவதிலும், அவரைத் தலித் விரோதியாய்க் காட்டுவதிலும் அலாதியான இன்பம் தலித் எழுத்தாளர்கள், சிந்தனையாளர்கள், ஆய்வாளர்களுக்கு இருக்கிறது. இதில் விதிவிலக்குகள் இருக்கலாம். ஆனால் பொதுவிதியாய் சொல்லத்தக்க வகையில்தான் நிலைமை இருக்கிறது. இதைத் தொடங்கி வைத்த புண்ணியவாளன் யாராக வேண்டுமானாலும் இருக்கட்டும். ஆனால் தொட்டுத்தொடர்பவர்கள் சிலர். அவர்களுக்கு பெரியாரை விமர்சிப்பது பொழுதுபோக்காகவும் ஆகிவிட்டது. இவர்கள் திரும்பத்திரும்ப ஒரே குற்றச்சாட்டை வைக்கிறார்கள். அதற்கு பதில் சொல்லப்பட்டாலும் அதே குற்றச்சாட்டையே மீண்டும் மீண்டும் வைக்கிறார்கள் புதிதாகக் கண்டுபிடித்தது போல.

1. பெரியார் – பிற்படுத்தப்பட்ட மக்களின் தலைவரே தவிர தாழ்த்தப்பட்ட மக்களின் தலைவர் அல்ல.

2. பெரியார் – தலித் மக்களுக்கான எந்தப் போராட்டத்தையும் நடத்தியவர் அல்ல.

3. பெரியார் – இறுதிவரை பிற்படுத்தப்பட்ட மக்களின் குரலாகத்தான் இருந்தார்.

4. பெரியார் – சாதி ஒழிப்பு வீரரே அல்ல.

5. பெரியார் – ஒரு அரசியல்வாதியே.

6. பெரியார் – பல்வேறு காலகட்டங்களில் தலித் விரோதியாக இருந்தார்.

7. பெரியார் – தமிழ்நாட்டு தலித் தலைவர்களை மதிக்கவில்லை.

8. பெரியார் – ஆளும் அரசாங்கத்தை எப்போதும் ஆதரித்தார்.

9. பெரியார் – ஆதிக்க சாதிகளை எந்தக் காலத்திலும் எதிர்த்தது இல்லை.

10. பெரியார் – பார்ப்பனர்களை எதிரியாகக் காட்டி மற்ற இடைநிலை சாதிகளின் சாதி வெறியைக் கண்டிக்கத் தவறினார்.

– இவை திரும்பத் திரும்பச் சொல்லப்படும் பொதுவான குற்றச் சாட்டுகள்.

1. பெரியார் – தலித் பெண்கள் ரவிக்கை அணிந்ததைக் கிண்டல் செய்தார்.

2. பெரியார் – அன்றைய காங்கிரஸ் ஆட்சியை ஆதரித்ததால், முதுகுளத்தூர் கலவரத்தில் முத்துராமலிங்கத் தேவருக்கு எதிரான நிலைப்பாடு எடுத்தார்.

3. பெரியார் – கீழ்வெண்மணி கொடுமையைக் கண்டிக்கவில்லை.

4. பெரியார் – தாழ்த்தப்பட்ட மக்களை கொச்சையாகவே பேசினார்.

5. பெரியார் – பார்ப்பனரின் இடத்தில் பிற்படுத்தப்பட்டோரை கொண்டுவந்து நிறுத்தவே பாடுபட்டார்.

இப்படிப்பட்ட குற்றச்சாட்டுகள், குறிப்பாகச் சொல்லப்படும். இவை அனைத்துமே அபத்தமானவை. பெரியாரை இவர்கள் ஒழுங்காகப் படிக்காததன் விளைவே இது.

பெரியார் எப்போதும் ஒடுக்கப்பட்டோர் குரலில்தான் பேசினார்.

> மாடு தின்பது முதலியவைகளால் எப்படித் தீண்டாதவனாய் விடுவான்? ஐரோப்பியர், முகமதியர் முதலானோர் தின்ப தில்லையா? அவர்களை நாம் தீண்டாதோர் என்று சொல்லக்கூடுமா? அப்படியே சொல்வதனாலும் மாடு தின்பது என்ன ஆடு கோழி என்பதைவிட அவ்வளவு பாவமா? ஆடு, கோழி, பன்றி தின்பவர்களை நாம் தீண்டாதார் என்று நினைப்பதில்லை. கோழியும், பன்றியும் தின்னாத மலத்தையா மாடு தின்கின்றது?
>
> செத்த மாடு தின்பது, உயிருள்ள ஜந்துவை உயிருடன் வதைத்துக் கொலை செய்து சாப்பிடுவதைவிட உயிரற்ற செத்துப்போன பிராணியின் மாமிசத்தை மண்ணில் புதைப்பதை வயிற்றுக்கில்லாத கொடுமையால் சாப்பிடுவது எப்படி அதிக பாவம் ஆகும்? மாடு அறுப்பது பாவமென்றால் ஆடு, கோழி அறுப்பதும் பாவம்தான். மனிதப் பிணத்தையும் கூட வைத்திய சாலைகளில் அறுக்கிறார்கள். அவரை நாம் தீண்டாதார் என்று சொல்லுகிறோமா?
>
> கள் இறக்குவது குற்றம் என்றும் அது பாவமென்றும் அதனால் அவர்களைத் தொடக்கூடாது, தெருவில் நடக்கக்கூடாது என்று சொல்வதும் எவ்வளவு முட்டாள்தனமாகும். அந்தக் கள்ளைக் குடிப்பவனும் அதற்காக மரம் விடுபவனும் அந்த வியாபாரம் செய்பவனும் அதைக் கையில் வைத்துக் கொண்டிருக்கிறவனும்

தொடக்கூடியவன் தெருவில் நடக்கக் கூடியவன் என்றால், அதை ஜீவனத்தின் காரணமாய் இறக்குவது மாத்திரம் எப்படிக் குற்றமாகும்? உற்பத்தி செய்வது குற்றமென்றால் சாராயம், கஞ்சா, அபின், பிராந்தி இவைகளை உற்பத்தி செய்கிறவர்கள் எப்படித் தொடக்கூடியவர் ஆவார்கள்? இதில் பணம் சம்பாதிக்கும் நமது அரசாங்கத்தை இன்னும் சம்பாதிக்க விட்டுக் கொண்டிருக்கிறோம். அந்த உத்தியோகத்திற்கு நாம் தொங்குகிறோம். இந்தப் பணத்தில் ஏற்படுத்தப்பட்டிருக்கும் கல்வியை நாம் கற்கிறோம். இவ்வளவு செய்பவர்கள் யோக்கியர்கள். ஆனால் மேல் சொன்னவர்கள் மாத்திரம் தீண்டவும் பார்க்கவும் தகாதவர்கள் என்றால் இது என்ன கொடுமை? இந்த ஜனங்களுக்கு சுயராஜ்யம் எப்படி வரும்? கடவுள் ஒருவர் இருப்பது உண்மையானால் இப்படிக் கொடுமைப்படுத்தும் சமூகத்தை ஆதரிப்பாரா? இவர்களுக்கு விடுதலை அளிப்பாரா? அல்லது இவர்களை அடியுடன் தொலைத்து அடிமைப்படுத்துவாரா என்பதை நினையுங்கள்.

(கு.அ. 21.6.1925)

– பெரியார் யாருடைய குரலில் பேசினார் என்பதை இதன் மூலம் உணரலாம். இப்படிப் பேசுவதை வைத்து தன்னைப் பட்டியலின மக்களுக்காகப் போராடுபவன் என்று பெரியார் பட்டம் கட்டிக் கொள்ளவில்லை.

நீங்கள் எனக்களித்த வரவேற்புப் பத்திரத்தில் உங்களுக் காக நான் அதிக வேலை செய்திருப்பதாகச் சொல்லி புகழ்ந்திருக்கிறீர்கள். அது கொஞ்சமும் உண்மையில்லை. உங்களை உத்தேசித்து நான் ஒரு காரியமும் செய்யவே யில்லை. ஆதி திராவிடர் முன்னேற்றத்திற்கு உழைப்பதாய் நினைத்துக் கொள்வதும் ஆதி திராவிடர்களுக்கு உழைப்பதாய் சொல்லுவதும் வேஷத்திற்காகத்தான் உழைக்கிறவர்களும் பேசு கிறவர்களுமாய் இருப்பார்களென்பது எனது அபிப்பிராயம். அதாவது இந்தியாவின் நன்மைக்காக ஐரோப்பியர்கள் இந்தியாவை ஆளுகிறார்கள் என்பது போலத்தான் ஆகுமேயல்லாமல் வேறல்ல. நான் அப்படி நினைக்கவே இல்லை. 'பறையர்' என்கிற ஒரு ஜாதிப் பெயர் நம் நாட்டிலிருப்பதால் தான் 'சூத்திரர்' என்கிற ஒரு ஜாதிப் பெயர் நம் நாட்டிலிருக்கிறது. 'பறையர்' என்கிற ஜாதிப் பெயரை விட 'சூத்திரர்' என்கிற ஜாதிப் பெயர் மிக்க இழிவானது. இந்து சாஸ்திரப்படி பறைய ஸ்திரீகள் பதிவிரதைகளுக்கும் சரியான ஒரே தாய்க்கும், தகப்பனுக்கும் பிறந்தவர்களுமாயிருக்கலாம். சூத்திரர்களில் அப்படி இருக்க இடமேயில்லை. ஏனென்றால் அப்படி சூத்திரச்சி என்றால்

தாசி, வேசி என்றுதான் பொருள். இதை ஒப்புக் கொள்ளாதவன் இந்து ஆக மாட்டான் என்பது சாஸ்திர சம்மதம். ஆகையால், என் போன்ற சூத்திரன் என்று சொல்லப்படுபவன் பறையர்கள் என்று சொல்லப்படுவோர்களுக்கு உழைப்பதாகச் சொல்லுவதெல்லாம் சூத்திரர்கள் என்று தம்மை யாரும் கருதக்கூடாது என்பதற்காகத் தானேயில்லாமல் வேறல்ல. ஆகையால் எனக்காக நான் பாடுபடுவதென்பது உங்கள் கண்ணுக்கு உங்களுக்குப் பாடுபடுவதாய்த் தோன்றுகிறது.

7.4.1926 அன்று சிராவயல் காந்தி வாசக சாலை 'காந்தி கிணறு திறப்பு விழா'வில் பேசியது. (கு.அ. 25.4.1926)

– மிகவும் வெள்ளந்தியாகத்தான் இந்தக் கருத்துக்களை பெரியார் சொல்லி வந்தார். தாழ்த்தப்பட்டவர், பிற்படுத்தப்பட்டவர், மிகவும் பிற்படுத்தப்பட்டவர் என்ற பேதம் இல்லாமல்தான் பேசினார், எழுதினார், செயல்பட்டார். தொடக்கம் முதல் இறுதிவரை இப்படித் தான் இருந்துள்ளார்.

'பறையர் இனப் பெண்கள் ஜாக்கெட் போட ஆரம்பித்ததால்தான் துணி விலை ஏறிவிட்டது' என்று சொன்னவர் பெரியார் என்பது இவர்களது அவதூறுகளில் ஒன்று. இப்படி எப்போது சொன்னார் என்ற 'கண்டுபிடிப்பு' இவர்களிடம் இருக்காது. யாரோ சொல்லிவிட்டார்கள். உடனே எல்லோரும் இதை அப்படியே சொல்லி வருகிறார்கள். 1960களில் காங்கிரஸ் கட்சியை ஆதரித்த பெரியாருக்கு எதிராக 'முரசொலி'யில் வெளியிடப்பட்ட கருத்துப் படத்தில்தான் இந்த அவதூறான கருத்து முதன்முதலில் வந்தது என்று கொளத்தூர் மணி (பெரியாருக்கு எதிரான முனை மங்கும் வாதங்கள் – திராவிடர் விடுதலைக் கழகம் வெளியீடு) மறுத்த பிறகும் அதையே சொல்கிறார்கள்.

1962 'முரசொலி' பொங்கல் மலரில் இரண்டு கருத்துப் படங்கள் உள்ளன. 'வேலையில்லாத் திண்டாட்டம் ஏன்?' என்ற தலைப்புள்ள கருத்துப்படத்தில் பெரியார் சொல்வதாக, 'பள்ளு பறையனுங்க படிக்க ஆரம்பிச்சுட்டானுங்க! அதனாலேதான்' என்று எழுதப்பட்டுள்ளது.

'துணிவிலை உயர்ந்தது ஏன்?' என்ற தலைப்புள்ள கருத்துப்படத்தில் பெரியார் சொல்வதாக, 'புலைச்சி எல்லாம் ஜம்பர் போட ஆரம்பிச்சுட்டா! அதனாலேதான்' என்று எழுதப்பட்டுள்ளது.

1962 தேர்தல் என்பது காங்கிரசும் தி.மு.க.வும் நேருக்கு நேராக கூர் தீட்டி நின்ற காலகட்டம். காங்கிரஸ் கட்சியை தனது சொந்தக் கட்சியைப் போல பெரியார் நினைத்த காலகட்டம். 1957 தேர்தலில் 15 உறுப்பினர்கள் சட்டமன்றத்துக்குள் போய்விட்ட துடிப்போடு இருந்தது தி.மு.க. அப்போதுதான் இந்த 'ஜாக்கெட்'

அவதூறும். இதற்கு அப்போதே பெரியாரும், கி. வீரமணியும் பதில் தந்துவிட்டார்கள்.

பெரியாரவர்கள் பழங்குடி மக்களைப் பற்றித் தவறாகப் பேசியதாக இவர்கள் கயிறு திரித்துக் கொண்டிருக்கின்றனர். சென்னையில் பழங்குடி மக்களின் ஓட்டுக்களைப் பெற முடியாதென்ற அச்சத்தினால் தான் இந்தப் புதிய புரளியில் இவர்கள் இறங்கி இருக்க வேண்டும். அந்தோ! பரிதாபம்!...

சுயமரியாதை இயக்க ஆரம்ப காலத்தில் இயக்கத்தை எதிர்த்த 'சாதி இந்துக்கள்' அனைவரும் இந்த இயக்கத்தை 'பறையன் கட்சி' என்றே அழைத்து வந்தனர். இயக்கத்தில் ஈடுபட்டிருந்த திராவிடர்களை அவரவர் வீட்டில் அடுப்பங் கரையில் நுழைய விடாமலிருந்ததும் நமக்குத் தெரியும். சுயமரியாதைக் கூட்டம் என்றாலே பெரும்பாலும் சேரிகளில் தான் நடக்கும். சுயமரியாதைத் திருமணங்களும் ஏறக்குறைய அனைத்துமே சேரியில்தான் நடைபெறும். சுயமரியாதைக் கூட்டம் நடந்து முடிகின்ற வரையில் அந்த ஊரிலுள்ள கோயில்கள் பூட்டப்பட்டிருப்பது வழக்கம். ஏனெனில் சு.ம. காரர்கள் ஆதி திராவிடர்களை அழைத்துக் கொண்டு கோயிலுக்குள் நுழைந்துவிடுவார்கள் என்ற அச்சம்!

முதன் முதலில் தமிழ்நாட்டில் சேரி மக்கள் வீட்டில் உண வருந்திய பொதுநலத் தொண்டர்கள் சு.ம. காரர்களேயாவர். அப்போதெல்லாம் கோயில் நுழைவையும் உடன் உண்ணலை யும் (சமபந்தி போஜனம்) காந்தியாரே எதிர்த்து வந்த காலம். அக்காலத்து 'யங் இந்தியா' ஏடுகளைப் படித்துப் பார்த்தால் இன்றும் விளங்கும்.

மதக்குறியீடு அணிந்த எவரும் கோயிலுக்குள் சென்று வழிபாடு செய்யலாம் என்ற தீர்மானத்தைத் தந்திரமாக நிறை வேற்றி வைத்துவிட்டு பனகல் அரசர் மரணத்தை முன்னிட்டுத் திடீரென்று சென்னைக்குச் சென்றுவிட்டார் பெரியார்.

மறுநாளே ஈரோடு 'குடி அரசு' பணிமனையில் வேலை செய்து கொண்டிருந்த இரண்டு ஆதி திராவிடர்களை அழைத்துக் கொண்டு திருவாளர்கள் சா.குருசாமி, அ.பொன்னம்பலனார், மாயூரம் சி.நடராஜன், ஈரோடு ஈஸ்வரன் ஆகியோர் ஈரோடு பெரிய கோயிலில் புகுந்து விட்டனர். உடனே கோபுரத்தின் கதவைப் பூட்டிவிட்டார்கள் கோயில் அதிகாரிகள். இரவு முழுவதும் வெளியிலிருந்து வந்து விழுந்த கல், குச்சி, பழத்தோல், எலும்புத் துண்டு முதலியவற்றின் அர்ச்சனைக்குள்ளானார்கள் உள்ளே இருந்த தோழர்கள்.

மறுநாள் காலையில் திரும்பி வந்த பெரியார் அவர்கள் கதவைத் திறக்கச் செய்து அவர்களை விடுவித்தார். பிறகு வழக்கு நடத்தி கீழ்கோர்ட்டில் ஈஸ்வரனும், ஆதி திராவிடத் தோழர்களும் தண்டிக்கப்பட்டு, உயர்நீதிமன்றத்திலும் அத்தண்டனை உறுதி செய்யப்பட்டது.

நீதிக்கட்சியாரும் திருவண்ணாமலை, திருச்சி, மதுரை போன்ற ஊர்களில் (காலஞ்சென்ற ஜெ.என். இராமநாதன் தலைமையில்) ஆதி திராவிடர்களை அழைத்துக் கொண்டு கோயில் நுழைவுக் கிளர்ச்சி செய்து தண்டனை பெற்றனர்.

1929 செங்கல்பட்டு மாநாட்டின்போதுதான் தமிழ்நாட்டில் முதன்முதலில் நாடார்கள் சமைத்து மற்ற சாதிக்காரர்கள் அந்த உணவைச் சாப்பிட்ட நிகழ்ச்சி நடைபெற்றது. அன்றுகூடத் திடீரென்று பலர் இலையை மூடிவிட்டுச் சாப்பிடாமல் எழுந்து சென்றதை நாமே கண்ணாரக் கண்டோம், கண்டவர் பலர் இன்றுமிருக்கிறார்கள்.

ஆதி திராவிடர் சமுதாயம் படிப்பிலும் உத்யோகத்திலும் உண்டியிலும் உடையிலும் இன்று முன்னேறியிருப்பதற்கு அடிப்படையான காரணம் பெரியாரவர்களின் இடைவிடாத சாதி ஒழிப்புப் பிரச்சாரந்தான்.

இன்று வோட்டுப் பிச்சைக்காக யாரோ சிலர் பெரியார் பேச்சைத் திரித்துக் கூறியும் புது வியாக்யானம் செய்தும் மனம் போன படி கயிறுதிரித்தும் விஷமப் பிரச்சாரம் செய்வதனால் பெரியாரவர்களின் நாற்பதாண்டு சாதி ஒழிப்புத் தொண்டு மறைந்துவிடப் போவதில்லை.

(விடுதலை 7.12.61)

11.12.68 அன்று வேலூர் நாராயணனுக்கு நடந்த பாராட்டு விழாவில் பேசிய பெரியார், "எந்தச் சூழ்நிலையில் எந்தப் பொருளில் இது சொல்லப்பட்டது" என்று விளக்கம் அளித்தார்.

'ராமசாமி நாயக்கர் பறைச்சி எல்லாம் ரவிக்கைப் போட்டுக் கொண்டார்கள்' என்று தாழ்த்தப்பட்ட பெண் களைக் கேவலமாகச் சொன்னார் என்று விளம்பர நோட்டீஸ் களெல்லாம் போட்டு தாழ்த்தப்பட்ட மக்களே அவர் ஆதரிக்கிற கட்சிக்கு ஓட்டுப் போடாதீர்கள் என்று வால் போஸ்டர்கள் ஒட்டி இருக்கின்றார்கள். அதைக் கண்டு சிலர் என்னிடம் வந்து இப்படி எப்படிச் சொல்லலாம் என்று கேட்டார்கள். நான் சொன்னது உண்மைதான். 'நான் தாழ்த்தப்பட்ட பெண்கள் இதற்கு முன் ரவிக்கைப் போடக் கூடாது. போட்டால் துணியே போடக் கூடாது. அப்படி இருந்த

சமுதாயம் கால மாறுபாட்டால் எப்படி ஆகி இருக்கின்றது. இன்றைக்கு ரவிக்கையில்லாமல் பார்க்க முடியவில்லை' என்று சொன்னேன். இதைக் கொண்டு அந்த இனமக்களை எனக்கு விரோதமாகத் தூண்டவும் நான் ஆதரிக்கின்ற கட்சிக்கு ஓட்டுப் போடாமல் செய்வதற்காகக் கிளப்பி விடப்பட்டதே ஆகும் என்பதை விளக்கியதும் அவர்கள் புரிந்து கொண்டனர்.

(வி: 15.12.1968)

தகவல் தொழில்நுட்ப வளர்ச்சியின் அடையாளமாக இன்றைக்கு கிராமத்தில் கூட செல்போன் இல்லாதவர் இல்லை என்று சொன்னால், இன்றைக்கு கிராமத்தான்கூட செல்போன் வாங்க ஆரம்பித்ததால் செல்போன் விலை அதிகமாகிவிட்டது என்று சொல்வதற்கும் வித்தியாசம் இல்லையா?

ரவிக்கையை உதாரணம் காட்டி பலமுறை பேசி இருக்கிறார் பெரியார்.

பழமைகளில் எது மாற்றமடையாமல் இருந்து வருகிறது! பண்டைக் காலத்தில் நமது பெண்களுக்கு எங்காவது ரவிக்கை உண்டா?

அவர்கள் மாருக்குச் சீலையாவது போட்டு மூடிக்கொள்ள முடியுமா? அப்படி மூடினால் தண்டிக்கப்பட்ட காலம் இன்று அப்படியேவா இருக்கு? (வி. 27.2.48)

50 வருடத்துக்கு முன்பாக யார் ரவிக்கை போட்டார்கள்?... (வி. 5.9.56)

இன்று 100க்கு 90 பேர்கள் சட்டை அணிந்திருக்கிறீர்கள். இந்தப் பெரிய கூட்டத்தில் சட்டை இல்லாதவர்கள் 10 பேர்களைக் கூடப் பார்க்க முடியவில்லை. உங்கள் பெண்கள் எல்லாம் இடுப்பில் துண்டும் மேலே ஒரு துண்டும்தான் உடுத்த வேண்டும். இப்படித்தான் இருந்தது. இன்று அவைகள் எல்லாம் எங்கே? (வி. 19.4.1960)

அதாவது இழிவு துடைக்கப்பட்டு வளர்ந்துள்ளோம் என்பதற்கு உதாரணமாக பெரியார் பேச்சில் எப்போதும் இடம்பெறும் உதாரணம் இது. அதனால் துணி விலை கூடிவிட்டது என்பது மட்டமான ரசனை.

தனது சொல்லுக்கும் செயலுக்கும் எந்த வித்தியாசமும் இல்லாமல் வாழ நினைத்தவர் பெரியார். வாழ்ந்து காட்டியவர். வைக்கம் தொடங்கி மதுரையில் அவர் மீது இறுதியாகக் கல் வீசப்பட்டது வரை தனது மனசாட்சிக்கு உண்மையாக இருந்தவர் பெரியார். அவரது மனசாட்சி என்பது தாழ்த்தப்பட்டோர், பிற்படுத்தப்பட்டோர், பெண்கள், சிறுபான்மையினர் உள்ளடக்கிய தமிழர் நலனே தவிர வேறல்ல.

காஞ்சிபுரம் மாநாட்டில் காங்கிரஸில் இருந்து வெளியேறுவதற்கு காரணமானது அரசியல் அல்ல. பெரியார் தனக்கு பதவி கேட்டு அது கிடைக்காமல் வெளியேறவில்லை. தான் பெரியவரா, திரு.வி.க. பெரியவரா அல்லது மற்றவர்கள் பெரியவர்களா என்ற ஈகோ யுத்தத்தில் காங்கிரஸில் இருந்து வெளியேறவில்லை. தீண்டாமை ஒழிப்புக்காகத்தான் வெளியேறினார்.

காஞ்சிபுரம் மாநாட்டை ஒட்டி பெரியார் வெளியிட்ட (15.11.1925) அறிக்கையை படித்துப் பார்த்து விட்டு, தீண்டாதாருக்கு பெரியார் என்ன செய்தார் என்று கேளுங்கள்.

15.11.1925 தேதியிட்ட 'குடி அரசு' இதழில் வெளியான அறிக்கையில்

தீண்டாமையை ஒழிக்க வேண்டியது பிராமணரல்லாதாருக்கு மிகவும் முக்கியமானதொரு கடனாகும். ஏனெனில், தீண்டாதார்களின் முன்னேற்றந்தான் பிராமணரல்லாதார்களின் முன்னேற்றமாகும். தீண்டாதார்களின் துன்பந்தான் பிராமணரல்லாதாரின் துன்பமாகும். தீண்டாமை ஒழிவதன் மூலமாய்த்தான் பிராமணரல்லாதார் கடைத்தேற முடியும். தீண்டாமை ஒழிவதன் மூலமாய்த்தான் நாடு சுயராஜ்யமடையும். அதனால், தீண்டாமை விலக்கில் கவலையுள்ளவர்களும், தீண்டாதாரென்று சொல்லப்படுபவரும் அவசியம் காஞ்சிபுரத்திற்கு வந்து அதற்கென்றுஓர் மகாநாடு கூட்டி காரியத்தில் பலன் தரத்தக்க திட்டங்களைக் காணவேண்டுமாயும் கேட்டுக் கொள்ளுகிறேன்.

– தீண்டாதாரின் முன்னேற்றம்தான் பிராமணரல்லாதாரின் முன்னேற்றமாகும் என்ற ஒரு வரி போதும். பெரியார் யாருடைய தலைவர் என்பதைச் சொல்லிவிடும்.

'பறையர் பட்டம் போகாமல் சூத்திரர் பட்டம் போகாது' என்று திருநெல்வேலியில் பேசியது ஒன்று போதும் பெரியார் யாருடைய தலைவர் என்பதைச் சொல்லிவிடும்.

பெரியாரின் கடவுள் மறுப்பு, சாஸ்திர மறுப்பு, வேத மறுப்பு, கோவில் மறுப்பு, பூஜை மறுப்பு, பார்ப்பன எதிர்ப்பு அனைத்துக்கும் அடிப்படை சாதிய எதிர்ப்பே. சாதி என்ற ஒன்று இருக்கக்கூடாது. அப்படி இருந்தால் அது ஒழிய வேண்டும், கடவுளால் உருவாக்கப்பட்டதாக சாதி இருக்க முடியாது, அப்படி சாதியை கடவுள் உருவாக்கினார் என்றால் அவர் கடவுளாக இருக்க முடியாது, தலையில் தோளில் தொடையில் காலில் மனிதன் பிறக்க முடியாது, பிராமணன் உயர்ந்தவன் என்பதை ஒப்புக் கொள்ள முடியாது, பிறப்பால் ஒருவன் உயர்ந்தவனாக இருக்க முடியாது என்பதே பெரியாரியம். அதாவது அனைத்து நிலைப்பாடுகளுக்கும் காரணம் சாதி பேத ஒழிப்பு. இதில் எங்காவது பெரியார் நழுவிச் சென்றுள்ளாரா?

1. இந்தி எதிர்ப்பு
2. இந்திய அரசு எதிர்ப்பு
3. வடநாட்டுச் சுரண்டல் எதிர்ப்பு
4. காங்கிரஸ் ஆதரவு
5. தி.மு.க. எதிர்ப்பு

– ஆகிய அரசியல் ரீதியான ஐந்து நிலைப்பாடுகளை எடுத்துப் பிரசாரம் செய்து வந்த காலகட்டத்திலும் சாதி பேத எதிர்ப்புக் கருத்துக்களை பெரியார் விடவில்லை. பேச மறுத்தது இல்லை. பேச மறந்தது இல்லை. காங்கிரஸ் ஆதரவு மேடையிலும் சாதி எதிர்ப்பு இருந்தது. தி.மு.க. எதிர்ப்பு மேடையிலும் சாதி எதிர்ப்பு இருந்தது. தேர்தல் பிரசார மேடைகளிலும் தனது சமூக சீர்திருத்தக் கருத்துக்களை பேச பெரியார் மறந்தது இல்லை. இப்படிப்பட்ட பெரியாரை விட பட்டியலின மக்களுக்கு நெருக்கமான சக்தி வேறு யார் இருக்க முடியும்? பெரியாரின் வெற்றி என்பது சாதி, தீண்டாமையை எதிர்த்துப் பேசியது மட்டுமல்ல. ஆதிக்க சாதியை சமரசம் இல்லாமல் எதிர்த்தது. பெரியாரியல் செயற்பாட்டாளர் வே. மதிமாறன் ஒரு கூட்டத்தில் சொன்னார்: "பெரியாரின் துணிச்சல் என்பது ஆதிக்க சாதியினர் மத்தியில் ஆதிக்க சாதியை விமர்சித்தது" என்றார். இவரைவிட பட்டியலின மக்களுக்கு நெருக்கமான சக்தியாக வேறு யார் இருக்க முடியும்?

யாரை நட்பு ரீதியாக கொள்வது, யாரை எதிர் சக்தியாக பார்ப்பது என்று புரியாததன் விளைவே தலித் எழுத்தாளர்களின் பெரியார் பற்றிய பார்வை. யார் எதிரி, யார் நண்பன் என்று அறியாத தன்மையே இதற்குக் காரணம். பெரியார் குறித்த பதிவுகளை முழுமையாக உள்வாங்கிக் கொள்ளாததே இதற்குக் காரணம். யாரோ எழுதிப் போட்ட மேற்கோள்களை அப்படியே எடுத்துப் போடுவதே இதற்குக் காரணம்.

ஜாக்கெட் அவதூறு போன்றதுதான் தமிழக தலித் தலைவர்களைப் பெரியார் மறைத்தார் என்பதும். பெரியாரைச் சிறுமைப்படுத்துவதாக நினைத்து, டாக்டர் அம்பேத்கரை இவர்கள் சிறுமைப்படுத்துகிறார்கள். 'தமிழக தலித் தலைவர்களை மறைப்பதற்காகத்தான் டாக்டர் அம்பேத்கரை பெரியார் தூக்கிப்பிடித்தார்' என்கிறார்கள். ஏன், அம்பேத்கருக்கு அந்தத் தகுதி இல்லையா? பெரியாரை விமர்சிக்கும் சிலர் சந்தடிசாக்கில் அம்பேத்கரை விமர்சிப்பதையும் பார்க்க முடிகிறது.

அம்பேத்கரை எவ்வளவு உயர்வாக பெரியார் பேசினாரோ அதைப் போலவே தமிழகத் தலைவர்களையும் பேசியிருக்கிறார். பாராட்டி எழுதி இருக்கிறார்.

தமிழகத் தலைவர்களையும் புகழ்ந்தே இருக்கிறார் பெரியார். இவர்கள் அதைத் தேடவில்லை என்பதற்காக இல்லை என்று ஆகிவிடுமா?

‘அயோத்திதாசர் மீது பொறாமைப்பட்டுத்தான் புத்தமதத்தில் பெரியார் சேரவில்லை’ என்று ‘எலெக்‌ஷன் பாலிடிக்ஸ்’ கிசுகிசுகளுக்கு எல்லாம் என்ன பதில் சொல்வது? பதில் சொல்லாமல் இருப்பதே சரியானது. புத்தமதத்தில் சேரச் சொன்ன டாக்டர் அம்பேத்கரிடம், மறுத்த பெரியார், ‘இங்கே இருந்தால் தான் வெளிப்படையாக விமர்சிக்க முடியும்’ என்று யதார்த்தமான பதிலைச் சொன்னார். அதற்காக அவர் ‘இந்துவாகவே’ வாழ்ந்தார் என்று குற்றம் சாட்டுகிறார்கள். அவரை இந்துவாக எந்த இந்துவும் ஏற்கமாட்டார் என்பது இருக்கட்டும். குற்றம் சாட்டுபவர்கள் அனைவருமே புத்தமதத்தில் சேர்ந்து விட்டார்களா? பெரியார் மீது வைக்கப்படும் ‘இந்து அளவுகோல்’ மற்ற தலைவர்களுக்குப் பொருந்தாதா? ‘இந்துவாகச் சாகமாட்டேன்’ என்று டாக்டர் அம்பேத்கர் சொன்னபோது, ‘இந்துவாகத்தான் சாவேன்’ என்றவர் எம்.சி.ராஜா. இதில் இவர்கள் யார் பக்கம்?

எல்லா நேரங்களிலும், விவகாரங்களிலும் பெரியாருக்கு எதிர்ப் பக்கம் என்பது எப்படி பகுத்தறிவின் பாற்பட்டதாக இருக்க முடியும்?

இது மாதிரியான விமர்சனங்களைப் படித்துப் பார்த்து குடி அரசு, விடுதலை இதழ்களில் பதில் தேடும் போது எனக்குக் கிடைத்ததன் தொகுப்பே இந்தப் புத்தகம்.

சுமார் 900 பக்கங்களாக இருந்த இப்புத்தகம் 380 பக்கங்களாக சுருக்கப்பட்டுள்ளது. நீதிக்கட்சி மீதான விமர்சனங்கள் குறித்த மூன்று கட்டுரைகள் மொத்தமாக நீக்கப்பட்டுள்ளது. ‘நீதிக்கட்சியா? அநீதிக்கட்சியா?’ என்ற தொகுப்பாக அது பின்னர் வெளியாகலாம்.

அநேகமாக இந்தப் புத்தகப் பணியை எப்போது தொடங்கி இருப்பேன் என்று தெரியவில்லை. சுமார் பத்து ஆண்டுகளுக்கு முன்பு இருக்கலாம். பெரியார் குறித்து தோழர் ரவிகுமார் எழுதிய கட்டுரையே இதன் தொடக்கம், பெரியவர் அன்பு பொன்னோவியத்தின் புத்தகமே இதன் தொடர்ச்சி. தோழர் ஸ்டாலின் ராஜாங்கத்தின் எழுத்துக்களே, இதை முடிக்கச் சொல்லி விரட்டியது. அந்த நெருப்புதான் இப்போது மூட்டப்பட்டுள்ளது.

இதைப் படித்துப் பார்க்கும் சிலர் தீயை இன்னும் கூட்டுவார்கள். மொத்தமாக அணைக்க முயற்சிக்கும் தோழர்களையே நான் வரவேற்கின்றேன்.

எனது வழக்கமான பாணியை விட்டுவிட்டு, அதாவது ‘நகத்தை வெட்டிவிட்டு’ இந்த நூலை எழுதி இருக்கிறேன். காரணம், எதிர் விமர்சகர்கள் அனைவரையும் நட்பு சக்தியாக நினைப்பதால் தான்!

அவர்களுக்குச் சொல்ல நினைத்து எழுதுகிறேனே தவிர வெல்ல நினைத்து இதை எழுதவில்லை!

2. ஏன் இந்த வேண்டாத வேலை?

தந்தை பெரியாரை, தந்தை பெரியாராகப் பார்க்காமல் 'தலித்' பெரியாராக நிறுவ வேண்டிய அவசியம் ஏற்பட்டது தமிழ்ச் சமூகத்தின் தீயூழ். அம்பேத்கரை தலித் தலைவராக மட்டுமே சுருக்குவதும் இத்தகைய தீயூழ் தான்.

2004ம் ஆண்டு காலச்சுவடு இதழ் பெரியார் பிறந்த நாளை கொண்டாடியது. சிலர் கொண்டாடுவதே திட்டுவதற்குத்தானே. இதில் ரவிகுமார், பெரியாரை ரணகளமாக்கினார். திராவிடர் கழகம் மட்டுமல்லாது தமிழ்நாடு முற்போக்கு எழுத்தாளர் சங்கம், கலை இலக்கியப் பெருமன்றம், விடியல் பதிப்பகம், தமிழர் கொற்றம், பகுத்தறிவு இலக்கிய அணி (தி.க.), இலக்கியத் தளம் போன்ற அமைப்புகளும் எதிர்கொண்டன. மாற்றுக்குரல்கள் நீலகண்டனின் பணி மகத்தானது. அ. மார்க்ஸ், விடுதலை ராஜேந்திரன், கவிஞர் வெண்ணிலா, சி. மகேந்திரன், மயிலை பாலு, இன்குலாப், பா. செயப்பிரகாசம், பேராசிரியர் சுப. வீரபாண்டியன், கு.வெ.கி. ஆசான், சுகுணா திவாகர், அ. அருள்மொழி, பரிதி இளம்வழுதி, 'மக்கள் களம்' ஜேம்ஸ், பேராசிரியர் இறையன், கோபண்ணா, பேராசிரியர் ஷாஜஹான் கனி, க. திருநாவுக்கரசு, கவிஞர் கலி. பூங்குன்றன், கவிதா சரண், புனிதப் பாண்டியன் (பெயர்கள் சில விடுபட்டு இருக்கலாம்) ஆகியோர் பெரியாரைத் தாங்கி நின்றார்கள்.

தாய்மண், கோடாங்கி ஆகிய இதழ்கள் பெரியார் குறித்த அவதூறுகளைத் தொடர்ந்தன. பேச்சுக்களாக, கட்டுரைகளாக, துண்டு பிரசுரங்கள், குறு நூல்களாக இக்குற்றச்சாட்டுகள் மறுக்கப்பட்டாலும் திரும்பத்திரும்ப அவையே சொல்லப்படுகின்றன. 2007ல் வெளியான அன்பு பொன்னோவியம் எழுதிய நூல் இதன் உச்சம். எனவே தான் இவற்றுக்கு பதில் தரும் விதமாக முழுமையான ஒரு தொகுப்பு கொண்டுவர விரும்பினேன். இது பதில் தரும் நூல். அதற்காக கேள்விகளை மறைக்கக் கூடாது அல்லவா? பெரியாரிடம் இருந்த அறிவு நாணயத்துடன் அவர்களது குற்றச்சாட்டுகள் இங்கே வரிசைப்படுத்தப்படுகிறது....

1. 1920களிலேயே காந்தியும் இந்திய தேசிய காங்கிரசும் தாழ்த்தப் பட்டோர் நலனில் அக்கறை கொண்டது என்று எழுதுவதும், அதே சாயலில் ஈ.வெ.ரா.வும் நீதிக்கட்சியும் தாழ்த்தப்பட்டவர்களுக்காக

உழைத்தது என்று கூறுவதும் தாழ்த்தப்பட்ட மக்களை ஏமாறச் செய்திருக்கிறது என்ற 80 ஆண்டுகால வரலாற்றை இன்றாவது தாழ்த்தப்பட்டவர்கள் தெரிந்து கொள்வது நலமாகும்.

(அன்பு பொன்னோவியம் பக் 11-12)

2. 1885முதல் முதுபெரும் தலைவர் இரட்டைமலை சீனிவாசனார் காலத்திலிருந்து பேராசிரியர் என்.சிவராஜ் காலம் 1964 வரை சுமார் 80 ஆண்டுகள் தாழ்த்தப்பட்டோர்கள் பிறரை தங்கள் சமுதாய, சமய, அரசியல் தலைவர்களாக ஏற்றுக் கொள்ளாததன் நோக்கம் என்ன? வந்தோர்களை வரவேற்று கூட இருந்தோர்களைப் பலி கொண்டவர்கள் இந்த பிராமணரல்லாத திராவிட பிராமணியர்கள். இந்த உண்மையைத் தலைவர்கள் அறிந்து அதைத் தவிர்க்க எண்ணியதுதான் அவர்களது நோக்கமாகும். (பக் 12)

3. தீண்டாமை, அடிமை, கொடுமை போன்றவைகள் பிராமணர்களால்தான் புகுத்தப்பட்டது என்று பிராமணரல்லாதார் வெட்கப்படாமல் சொல்லிக் கொண்டிருக்கிறார்கள். இதை இன்னும் எவ்வளவு காலம் தாழ்த்தப்பட்டோர்கள் நம்பிக் கொண்டிருப்பார்கள் என்று அவர்கள் சிந்திக்காதது கேலிக்குரியதாகும். (பக் 12)

4. மகாத்மா காந்தியும், பெரியார் ஈ.வெ.ரா.வும் தாழ்த்தப் பட்டோருக்கு ஏதும் செய்யாததும் அவர்களால் செய்யவும் முடியாது என்பதற்கும் அவர்களது வாழ்க்கை வரலாறுகளே சான்றாகும். அவர்கள் ஏராளமாக பேசினார்கள், நிறைய எழுதினார்கள் – ஆனால், செய்தார்கள் என்பதற்கு வரலாறு இல்லை என்பது ஒருபுறமிருக்கட்டும், தாழ்த்தப்பட்டோருக்காகப் போராட அவர்களிடம் மனமும், பணமும் திட்டமும் இருந்திருந்தால் செய்திருப்பார்களா என்பதும் சிந்தனைக்குரியதாகும். (பக் 13)

5. பெரியார் ஈ.வெ.ரா. அவர்களைக் காங்கிரஸ்காரராகவும் நீதிக்கட்சியினராகவும் சிறப்பிப்பார்கள். அவர் 1919ல் இந்திய தேசியக் காங்கிரசில் சேர்ந்து 1924ல் வெளியேறி சுயமரியாதை பிரச்சாரத்தில் ஈடுபாடு கொண்டார். காங்கிரசில் இருந்த ஐந்தாண்டுகளில் அவர் தாழ்த்தப்பட்டோருக்குச் செய்தது என்று கூற ஒன்றுமில்லை.

(பக் 15)

6. 1929 வரை ஒரு தனித்தலைவர் இல்லாதிருந்த நீதிக் கட்சியை ஆதரித்த காலம் ஐந்தாண்டுகளிலும் அவரது தாழ்த்தப் பட்டோருக்கான பணிகளைத் தெரிந்து கொள்ள முடியவில்லை.

(பக் 15)

7. பார்ப்பனர்களுக்கு ஆதரவாயிருந்து பார்ப்பனரல்லாதார் தேர்தலை எதிர்த்த பெரியார் 1938ல் நீதிக்கட்சியில் பொறுப்பேற்று 1944ல் திராவிட கழகமாக மாறிய ஆறாண்டுகால வரலாற்றிலும்

தாழ்த்தப்பட்டோருக்காகப் பேசினாரா, போராடினாரா என்று சொல்வதற்குச் சிறப்பாக ஒன்றுமில்லை. (பக் 15)

8. 1924ல் அவர் வைக்கம் போராட்டத்தில் கலந்து கொண்டதைத் தாழ்த்தப்பட்டோருக்காகப் போராடினார் என்று மிகைப்படுத்துவது அதிகப்படியான கருத்தாகும். தமிழ்நாட்டில் அத் தகைய போராட்டத்தைப் பெரியார் ஏன் நடத்தவில்லை என்ற கேள்வியைத்தான் அது தோற்றுவித்தது. (பக் 15)

9. 1944லிருந்து 1973 வரை சுமார் 30 ஆண்டுகள் பெரியார் ஈ.வெ.ரா. பிராமணர்களுக்கு ஈடுகொடுத்து அயராது தொண்டாற்றி யதன் மூலம் பிராமணரல்லாத சாதி இந்துக்களின் உரிமைகளை வலியுறுத்தி தாழ்த்தப்பட்டோருக்கு மேலாக இரண்டாம் வகுப்பு பிராமணர்களாக சாதி இந்துக்களை ஆக்கிவைக்க அவரால் முடிந்தது. (பக் 15)

10. சேரன்மாதேவி குருகுல விடுதியில் பிராமணர்களுக்கும் பிராமணரல்லாதாருக்கும் இருந்த தீண்டாமையில் தீவிரம் காட்டிய பெரியார், பிராமணரல்லாதார் தாழ்த்தப்பட்டோருக்குள் இருந்த தீண்டாமைகளாலும் பிற கொடுமைகளாலும் நலிந்து கொண்டிருக்கும் மக்களுக்காக அவர் ஏதும் செய்யவில்லை. ஏராளமாக பேசினார், எழுதினார், மாநாடுகளில் தீர்மானம் நிறைவேற்றினார் என்று சொல்லிக் கொண்டிருப்பது ஒரு தீர்வாகாது. இதுபோன்ற கோரிக்கைகளைத் தாழ்த்தப்பட்டோர் ஏற்கனவே சுமார் 200 ஆண்டுகளாகவே செய்தவைகளே என்று இன்றைய தாழ்த்தப்பட்டவர்களைச் சிந்திக்க வைத்திருக்கிறது. (பக் 16)

11. 1926ல் பெரியார் காங்கிரசிலிருந்து வெளியேறியவுடன் சுயமரியாதை இயக்கத்தைத் தொடங்கி தன்மானம், சமத்துவம், சாதி, ஏற்றத்தாழ்வு தீண்டாமையைப் பற்றியெல்லாம் பிரசாரம் செய்தார். இது பெரும்பாலும் தாழ்த்தப்பட்டோர் – பிராமணர் ஆகியோரை இணைத்தது எண்ணும்படியாக இருக்கும். தாழ்த்தப்பட்டோர் – சாதி இந்துக்கள் பற்றியதாகத் தோன்றாதவாறு புதிய நடைமுறையாக இருக்கும். (பக் 16)

12. நீதிக்கட்சியிலும் சுயமரியாதை இயக்கத்திலும் சாதி வேற்றுமை மலிந்திருந்த நிலை 1938ல் பெரியார் நீதிக்கட்சியைத் தன்பொறுப்பில் ஏற்றுக்கொண்ட காலத்திலும் தொடர்ந்தது. (பக் 16)

13. பெரியார் ஈ.வெ.ரா.வின் வைக்கம் போராட்டம் பொறுத்த மட்டில் தாழ்த்தப்பட்டோருக்கும், அப்போராட்டத்திற்கும் சம்பந்த மில்லை. ஆரம்பத்திலிருந்தே அது ஈழவர் – சாணார் – தீயர் – புலையர் என்போர்களின் பிரச்னையே தவிர, தாழ்த்தப்பட்டோர் பிரச்சினையல்ல. எது எப்படியிருந்தாலும் – நம் முன்னே இருக்கும்

ஒரே கேள்வி – தமிழகக் கடைக்கோடியிலுள்ள சுசீந்திரத்தில் இருந்த தீண்டாமைக்காக – பள்ளு – பறை – சாணார் போன்ற தீண்டாதவர்களுக்காக – ஒரு வைக்கம் போன்ற போராட்டத்தை ஏன் பெரியார் நடத்தவில்லை என்பதுதான். (பக் 26)

14. ..... தீண்டாமை ஒழிவதன் மூலமாகத்தான் பிராமணரல்லாதார் கடைத்தேற முடியும். தீண்டாமை ஒழிவதன் மூலமாகத்தான் நாடு சுயராஜ்யமடையும் (குடி அரசு 15-11-1925) – என்பது 1944வது ஆண்டுவரை பெரியாரின் சிந்தனையாக இருந்தது என்று நம்புகிறோம். இந்த உயர்ந்த கருத்தாக்கத்தின் பால் வயப்பட்டு பத்திரிகை ஆரம்பிக்கப்பட்டது பாராட்டத்தக்கதாகும். இந்த அற்புதமான கொள்கை அடிப்படையில் அவர் தொண்டாற்றியிருந்தால் நலமாயிருந்திருக்கக்கூடும். (பக் 30)

15. 1926 முதல் 1956வரை சுயமரியாதை, சமத்துவம், பகுத்தறிவு, திராவிட மரபைப் பற்றி அதிகமாகப் பேசிய காலம் அது. 1930களில் தாழ்த்தப்பட்டோருக்கு என்று சில எழுதாச் சட்டம் போட்டு கொடுமைகள் நடைமுறையில் இருந்த காலமும் கூட. 1957ல் முதுகுளத்தூர், அதற்கு முன்பு கீழ்வெண்மணி. இதுபோன்ற சிறிதும் பெரிதுமான நிகழ்ச்சிகளில் சாதியின் பெயரால் பெரியார் தாழ்த்தப்பட்டோர்களை கொடுமைப்படுத்தியவர்களைத் தடுத்தாரா? கொடுமைக்குள்ளானவர்களுக்கு ஆதரவு தந்தாரா? என்பதை இன்று வரை புரிந்துகொள்ள முடியவில்லை. (பக் 32)

16. அவர் (பெரியார்) ஒன்றை மட்டும் புரிய வைத்தார். பிராமணரல்லாதாரும் தாழ்த்தப்பட்டோர்களும் வேறு வேறானவர் – இணைய முடியாதவர் – இணையக் கூடாதவர் – என்பதை மட்டும் அடிக்கடி நினைவுபடுத்தி தாழ்த்தப்பட்டோர்களில் அறிவுள்ளோர்களை உணர வைத்தார். (பக் 32)

17. பெரியார் பல சமயங்களில் ஆதி திராவிட மக்களைச் சாடி பழித்துப் பேசியிருக்கிறார். அவை சில சமயங்களில் நேரிடையாகவும் சூசகமாகவும் இருக்கும். காரணம் எதுவாக இருந்தாலும் பெரியார் போன்ற தலைவர் நிலையிலிருப்பவருக்கு அது அழகல்ல, நல்லதல்ல. (பக் 32)

18. பெரியாரின் பேச்சு எழுத்துக்களின் பயனை சிலர் எதிர்பார்த்தனர். பலர் நம்பினார்கள். வேறு பலர் நம்பாமலிருந்தார்கள். ஏனென்றால் அவரது சொல்லும் செயலும் வேறு வேறாக இருந்ததை தாழ்த்தப்பட்டவர்கள் வேறு கோணத்தில் புரிந்து கொண்டிருந்தார்கள். (பக் 32)

19. பெரியாரின் இந்தப் போக்கு தாழ்த்தப்பட்ட அப்பாவி மக்களை தடுமாறச் செய்தது. சிலரை அதிர்ச்சியடைய வைத்தது. இருப்பினும்

பலரை நம்பவும் வைத்தது. ஏனெனில் சமத்துவத்தைப் பற்றி இடைவிடாமல் பேசுகிறாரே, என்றாவது ஒரு நாள் சமத்துவத்திற்காக செயலில் இறங்க மாட்டாரோ என்று எண்ணியதுதான் அதற்குக் காரணம். *(பக் 33)*

20. உண்மையை வெளிப்படையாகப் பேசுவதில் வீரம் மிக்கவரான ஈ.வெ.ரா. அவர்கள் தென்னகத் தாழ்த்தப்பட்டோரை நோக்கி, 'உங்களுக்கெனத் தொண்டாற்ற வந்துள்ள ஒப்பற்ற தலைவர் அம்பேத்கரே!' என்று குறிப்பறிந்து சுட்டிக்காட்டினார். 'உங்கள் தலைவர்' எனப் பெரியார் தாழ்த்தப்பட்டவர்களை இனம் பிரித்துக் காட்டியது சேரிவாழ் தமிழனுக்கு ஐயத்தை உண்டாக்கியது. *(பக் 33)*

21. வட ஆற்காடு பசுமந்தூரில் 1948ம் ஆண்டு ஜூன் மாதத்தில் நடைபெற்ற திராவிடர் கழக கூட்டமொன்றில் பெரியார் பேசிய போது கூட்டத்திலிருந்து ஒருவர், 'ஆதி திராவிடர், திராவிடர் கழகத்தில் சேருவதால் என்ன நன்மை' என்று கேட்ட கேள்விக்கு, 'ஆதி திராவிடர்கள் திராவிடர் கழகத்தில் சேருவதால் திராவிடர் கழகத்துக்குத்தான் என்ன நன்மை?' என்று மறுகேள்வியில் அளித்த பதில் தென்னகமெங்கிலுமிருந்த தாழ்த்தப்பட்டோரிடையே பெரும் அதிர்ச்சியை ஏற்படுத்தியது. *(பக் 33)*

22. "சேரிப் பெண்களெல்லாம் ஜாக்கெட் போட ஆரம்பித்திருக்கும் போது துணி விலை ஏன் ஏறாது?" என்று பெரியாருக்கே உரித்தான நேர்மைமிக்க பேச்சுக்கள் மூலம் திராவிடர் வேறு, ஆதி திராவிடர் வேறு என்பதை வரையறுத்துக் கூறியதையடுத்து... *(பக் 33)*

23. பெரியார் ஈ.வெ.ரா. அவர்களை ஒருசில சமயங்களில் தவிர விமர்சிப்பது என்பது 1940லிருந்தே ஆரம்பிக்கப்பட்டு விட்ட ஒன்றாகும். *(பக் 33)*

24. பெரியார் ஈ.வெ.ரா. ஒரு இந்து. அவர் இறுதிவரையில் இந்துவாகவே இருந்தார். இந்துக்களுக்காகவே பேசினார். இதைப் புரிந்துகொள்ளாத தாழ்த்தப்பட்டோர் அவரை நம்பினார்கள்.

(பக் 34)

25. தேசிய காங்கிரஸ், சுயமரியாதை இயக்கம், நீதிக்கட்சி, திராவிடர் கழகம் போன்ற அமைப்புகளில் மிகச் செல்வாக்குப் பெற்றவர் என்று கூறப்படுகிற பெரியாரால் தாழ்த்தப்பட்டோருக்கு ஏன் சிறந்த வகையில் தொண்டாற்ற முடியாமல் போய்விட்டது? *(பக் 35 – அன்பு பொன்னோவியம்: காந்தி – பெரியார் – ஆதி திராவிடம்.)*

26. ஒரு நூற்றாண்டுக்கு முன்னர் தமிழ்ச்சமூகத்தில் சமத்துவத்தையும் முற்போக்குக் கருத்துக்களையும் பரப்பிய பண்டிதர் (அயோத்தி தாசர்) மறைக்கப்பட்டது ஏன்? இது விடைகாண வேண்டிய கேள்வி. அவரது கருத்துக்களைப் பின்பற்றிய திராவிட இயக்கங்கள் கூட

அவரை மறைத்துவிட்டன. பண்டிதரின் கருத்துகளிலிருந்து தம்மை வளமாக்கிக் கொண்ட ஈ.வெ.ரா. கூட அவரைக் குறிப்பிடவில்லை. ஏன் இப்படி நடந்தது என்பதை வாசகர் அனுமானத்திற்கு விட்டுவிடுகிறேன் (பக் 8) (க.அயோத்திதாச பண்டிதர் – கௌதம சன்னா, சாகித்திய அகாதெமி சென்னை, 2012)

27. திராவிட அரசியல் என்பது பிராமணிய அரசியலேயாகும். இது பிராமணரல்லாதாரால் நடத்தப்படுவது. (பக் 164) (பகுத்தறிவு பேசிய பழங்குடி மங்கை – அன்பு பொன்னோவியம் – சித்தார்த்தா பதிப்பகம், சென்னை; 2014)

28. பெரியார் ஈ.வெ.ரா. 1925 வரையிலும் இந்திய தேசிய காங்கிரஸில்தான் இருந்தார். 1892ஆம் ஆண்டிலேயே தேசியக் காங்கிரஸ் கட்சியைப் பிராமணர்களின் சங்கம் என்று சென்னையைச் சேர்ந்த தலித் தலைவர் பண்டிதர் அயோத்திதாசர் கண்டித்தார் என்பது குறிப்பிடத்தக்கது. (தி.பெ.கமலநாதன், பக் 34)

29. 1944ல் சேலம் மாநாட்டில் அது 'திராவிடர் கழகம்' எனும் பெயரைப் பெற்றது. துரதிர்ஷ்டவசமாக அக்கழகத்தின் பெரும் பான்மையினர் தமது சுயமரியாதையைக் கைவிட்டுவிட்டு இந்து வருணாசிரமத்தை நோக்கி அடியெடுத்து வைக்கின்றனர். ஏனைய பிற்படுத்தப்பட்ட வகுப்பினர் ஒருபோதும் போராடும் கொள்கையில் உறுதியாக இருக்கமாட்டார்கள் அல்லது பிராமணியம் அல்லது இந்து மதத்திற்கெதிராகப் போராட மாட்டார்கள் என்பதையே இச் செயல் தெளிவுபடுத்தியது. (பக் 34–35)

30. தற்காலத் தலித்துகளில் பெரும்பாலானோரும் மற்றவர்களும் 20 நவம்பர் 1920ல் நடைபெற்ற பொதுத்தேர்தல் மூலம் நீதிக்கட்சி ஆட்சிக்கு வந்த பின்னரே தலித் மக்களிடையே முன்னேற்றம் ஏற்படத் தொடங்கியது என்னும் தவறான கருத்தினைக் கொண்டுள்ளார்கள். (பக் 65)

31. சென்னையைச் சேர்ந்த பெரும் தலித் தலைவராக வி.பி.எஸ். மணியர் என்பவரின் மருமகனாகிய ஓய்வுபெற்ற காவல்துறை ஆய்வாளர் திரு.கே.என்.கணேசன் பின் வருமாறு நினைவு கூருகிறார்: "சமூக சீர்திருத்தவாதியானப் பெரியார் ஈ.வெ.ரா., திரு எம். ஜெயராம் எனும் தலித் பிரமுகரின் 'சுயமரியாதைத்' திருமணத்திற்கு தலைமை தாங்குவதற்காக கோலார் தங்க வயலுக்கு 14 நவம்பர் 1934ல் முதன்முறையாக வருகை தந்தபோது கோலார் தங்கவயலில் இருந்த சித்தார்த்தா வெளியீட்டாளரிடமிருந்து பண்டித க.அயோத்திதாசரின் விலைமதிப்புள்ள நூல்களை ரூ.125க்கு வாங்கினார். அயோத்திதாசரின் பக்தரான திரு.வி.க. அவர்களை நினைவு கூர திரு. கி.வீரமணி ஒருபோதுமே மறப்பதில்லை. அவர் ஒரு தலித் அல்லாதவர் என்பதே அதற்குக் காரணம். (பக் 80)

32. திராவிட கழக மாநாடுகளில் தமிழ்நாட்டுக்கு வெளியே இருந்து தலித் தலைவர்கள் வந்து பங்கேற்பது பற்றி தமிழ்நாட்டிலுள்ள தலித்துகளுக்கோ அல்லது தலித் தலைவர்களுக்கோ எவ்வித பொறாமையும் இல்லை. ஆனால் திரு.கி.வீரமணியின் செயல் பாடு தமிழ்நாட்டில் தகுதிவாய்ந்த தலித் தலைவர் எவருமே இல்லையென்னும் எண்ணத்தைப் பிரதிபலிக்கிறது.

இந்தியாவெங்கிலும் உள்ள தலித்துகளிடையே பிராமணியத் தையும் இந்து சமயத்தையும் எதிர்த்து முதல் முதலில் கொடி பிடித்தவர்கள் தமிழ்நாட்டுத் தலித்துகளே. அதன்பிறகுதான் மாபெரும் தலைவர் டாக்டர் பி.ஆர்.அம்பேத்கர் தோன்றிய மஹாராஷ்டிரமும், மாபெரும் தலைவர் பசவலிங்கப்பா தோன்றிய கர்நாடகமும் வரும். இத்தகு புகழ்பெற்ற தமிழர்களைச் சொந்தம் கொண்டாடாமல் அவமதிக்கிறார்கள். (பக் 100–101)

33. சாதிப்பிரிவு மற்றும் மேல்சாதி உணர்வு எனும் நோய்க்கிருமி திராவிடர் கழக உறுப்பினர்கள் உள்ளிட்ட ஏனைய பிற்படுத்தப்பட்ட சாதியினரின் மனங்களில் உள்ளது. சாதி அடிப்படையிலான சங்கங்களுடன் தங்களுக்கு எவ்விதத் தொடர்பும் திராவிடர் கழக உறுப்பினர்களுக்கு இல்லை என்றோ சாதி அடிப்படையில் நடத்தப்படும் விழாக்களில் அவர்கள் பங்கு பெறுவதில்லையென்றோ திரு.கி.வீரமணி அவர்கள் உறுதியாகக் கூறமுடியுமா? (பக் 107)

34. மாபெரும் தலைவராகிய டாக்டர் பி.ஆர்.அம்பேத்கர் எட்டுமாதக் குழந்தையாக இருந்தபோதே அதாவது, பெரியார் ஈ.வெ.ரா. இந்து சந்நியாசியாகக் காசிக்குப் பயணம் செய்தபோதே தமிழ்நாட்டு தலித் அறிவுஜீவிகள் தங்களது முதல் மாநாட்டை 1 டிசம்பர் 1891இல் நடத்தி பத்து தீர்மானங்களை நிறைவேற்றினார்கள். (பக் 115)

35. எங்களுடைய வரலாற்றுக்கு அவுங்க (பெரியார், நீதிக்கட்சி, திராவிடர் கழகம்) காரணமல்ல, நாங்கதான் முன்னேத்திக்கிட்டோம். பெரியார்தான் எங்களைப் பயன்படுத்திக்கிட்டாருன்னு சொல்லி ஒரு பத்தொன்பது பக்கம் டைப் பண்ணி அனுப்பிச்சேன். (பக் 204)

36. மெயில் முனுசாமின்னு ஒருத்தர் இருந்தார், சேத்பட்ல. இறந்துவிட்டார். விடுதலைப் பத்திரிகைகள் எல்லாம் வச்சிருந்தார். பெரியார் நிகழ்ச்சியில் பேசும்போது, 'இப்ப துணி விலை எல்லாம் ஏறினது பறச்சிங்கல்லாம் ரவிக்கைப் போட்டுக்கிட்டதால தான்' அப்படின்னு பேசினாரு. அதை வச்சி எதிர்ப்பு தெரிவிச்சிருக்காங்க. அதுல மெயில் முனுசாமியும் ஒரு ஆளு. (பக் 205)

37. பெரும்பான்மையான மக்கள் என்ன நினைக்கிறார்கள் என்றால் பெரியாரால்தான் முன்னுக்கு வந்தோமென்று. ஆனால்

அவர் தன்னைத்தான் முன்னிலைப்படுத்திக் கொண்டாரே ஒழிய இன்னின்னாரால் மீண்டு வந்தார்கள் என்று அவர் சொல்லவில்லை. அயோத்திதாச பண்டிதர் போன்றவர்களையெல்லாம் அவர் குறிப்பிடவில்லை. எந்தத் தலைவரைப் பற்றியும் சொல்லவில்லை. அதில் பெரும்பான்மையானவர்கள் எம்.சி.ராஜாவை துரோகி என்று சொல்கிறார்கள். *(பக் 206)*

(தலித் விடுதலையும் திராவிடர் இயக்கமும் – தி.பெ.கமலநாதன், தமிழில் ஆ.சுந்தரம் – எழுத்து மதுரை – 2009)

38. அயோத்திதாச பண்டிதர், இரட்டைமலை சீனிவாசன், எம்.சி.ராஜா, என்.சிவராஜ், மீனாம்பாள் சிவராஜ், சத்தியவாணி முத்து ஆகியோர் தமிழ்மண்ணில் தொல்குடிகளின் பிரதி நிதிகளாக திராவிட இயக்கங்களில் பங்கேற்றும், பதவியேற்றும் அது அவர்களுக்கான இயக்கமல்ல என்று வெளியேறி தலித்துகளுக்கான இயக்கத்தின் அவசியத்தையே உணர்த்திச் சென்றுள்ளனர்.

(மா. வேலுசாமி பக் 4)

39. பெரியார் என்றழைக்கப்படும் ஈ.வெ.ராமசாமி அவர்களே நவீன பிராமணரல்லாதார் ஒருங்கிணைப்பை சிறப்பாகச் செய்து, பிராமணரல்லாதார் ஆட்சி வல்லமையை தமிழ் மண்ணில் மீட்டுருவாக்கம் செய்ததில் முக்கிய பங்காற்றியுள்ளார். உதாரண மாக தமிழ்தேசிய சிந்தனைகளையும், மொழி உணர்வு கொண்ட பிராமணரல்லாதார்களையும் மத உணர்வுகளைக் கொண்டிருந்த பிராமணரல்லாதார்களையும் மழுங்கடித்து, 'திராவிடம் – திராவிடர்' என்ற குழப்பவாதக் கோட்பாட்டினை உருவாக்கி கடவுள் எதிர்ப்பு, இந்து மத வேரறுப்பு, சாதி ஒழிப்பு, பகுத்தறிவுவாதம் என்ற அரசியல் தந்திர கோட்பாடுகளை உருவாக்கினார். *(பக் 5)*

40. தலித்துகளின் வரலாற்றில் இந்து கடவுள்கள் எதிர்ப்பு, பௌத்த மத வரவேற்பு என்பது இயற்கையாகவே இருந்து வந்துள்ளது. மேலும் பகுத்தறிவு என்பதை இந்திய மண்ணுக்கு விதைத்த முன்னோடிகளுள் ஒருவராக அயோத்திதாச பண்டிதர் இருந்திருக்கிறார். ஆனால் ஈரோட்டு ஜமீன் ராமசாமி நாயக்கர் அவர்கள் சொன்ன பிறகே மற்ற ஜமீன்களின் காதுகளும், கண்களும் புரிந்து கொண்டன. எனவே ஈ.வெ.ராமசாமி பெரியாராக்கப்பட்டார். *(பக் 5)*

41. பிராமணரல்லாதார்களில் தலித்துகளை இணைத்து, திராவிட அரசியல்வாதிகள் தலித்துகளை நம்ப வைத்தது பெரியார் தலித்துகளுக்கு செய்த வன்கொடுமையே. *(பக் 11)*

42. நீதிக்கட்சியின் தோற்றத்திற்கு முன்பே தமிழகத்தில் தலித் எழுச்சி இருந்தது என்பதை அறியமுடிகிறது. எனவே நீதிக்கட்சியும் பெரியாரும் இல்லையென்றால் தலித்துகள் தலையெடுத்திருக்க

முடியாது என்ற ஆசிரியரின் கூற்று அப்பட்டமான புளுகு என்பது நிரூபணமாகிறது. (பக் 15)

43. தலைவர்களில் அயோத்திதாசப் பண்டிதர் பகுத்தறிவை தமிழகத்தில் உருவாக்கி இருந்து மதத்தை வேரறுக்க பௌத்தத்தை ஏற்றுக் கொண்டு அம்பேத்கருக்கு முன்பே பௌத்த சங்கத்தை உருவாக்கியவர். ஆனால் தலித் என்ற காரணத்தினாலேயே இருட்டடிப்பு செய்த இவர்கள் நாயக்கரை மட்டும் தலையில் தூக்கிக் கொண்டு ஆடுவதன் நோக்கமென்ன? (பக் 18)

44. அயோத்திதாசர் தனது தமிழன் பத்திரிக்கையில் தொடர்ந்து பௌத்த நெறிகளின் மேன்மையையும் இந்து மதத்தின் குளறுபடி களையும் கட்டுடைத்து வந்த உண்மையைப் பெரியார் பதிவு செய்யத் தவறியது ஏன்? (பக் 41)

45. பௌத்தத்திற்கு மதம் மாறுவது பற்றி எங்கும் எவ்வித கருத்தும் கூறாத பெரியார், பௌத்தம் மதம் என்பதையே முற்றிலும் நிராகரிக்கிறார். தலித்துகள் பௌத்தம் மாற ஏறக்குறைய இது ஒரு முட்டுக்கட்டையாக இருந்தது. (பக் 43)

46. ஈ.வெ.ராமசாமி அவர்களால் உருவாக்கப்படுகிற இயக்கங் களில் தங்களது சமூக மற்றும் பண்பாட்டு இழிவுநிலை முற்றிலும் அகன்று விடப் போகிறது என்றெண்ணி புற்றீசலாய் புறப்பட்டுச் சென்று இவ்வியக்கங்களை வலுப்படுத்தினர் தலித்துகள் என்பதை மறுக்கவியலாத போது அரசியல் தளத்தில் ஏற்படுத்திட்ட புரட்சிகரமாற்றங்கள் – சமூக – பண்பாட்டு இழிவுகளை மாற்றும் தளத்தில் ஏற்படாத நிலை தலித்துகளின் எதிர்காலத்தை மீண்டும் ஒருமுறை சிக்கலாக்கியது. எனவே தலித்துகள் உயிர்த்தியாகம் செய்து வளர்த்த இவ்வியக்கங்களே தலித்துகளை சரிநிகராக வளர்க்க முனையாமல் இருந்த நிலையே தலித் எழுச்சியை சிக்கலாக்கிய இரண்டாவது மாயவலை ஆகும். (பக் 48–49)

47. யார் பிராமணரல்லாதார் என்ற கேள்வியிலேயே மாபெரும் சிக்கல். (பக் 49)

48. திராவிடம் என்பது பிராமணியத்தை வீழ்த்த பிராமண ரல்லாதார்களால் உருவாக்கப்பட்ட ஒரு எதிர்க்கருத்து நிலையே ஆகும். ஆனால் அப்போதைய தமிழக தலித் தலைவர்கள் எதிர் பார்த்தது போல சாதியத்தை வேரறுக்கவோ, பிராமணர்களால் படி நிலைப்படுத்தப்பட்ட சமூக அமைப்பை தகர்க்கவோ 'திராவிடம்' தோன்றவில்லை. (பக் 51)

49. சமூகநீதியை வேண்டி பெரியாருக்கு முன் எழுந்த தலித் தலைவர்களின் குரல் பெரியாரின் அழுத்தத்தால் புறக்கணிக்கப்பட்டு மறைக்கப்பட்டுள்ளது என்பது மறுக்க முடியாத வரலாறு. (பக் 55)

50. பிராமணரல்லாதாரின் மேலாண்மையைத் திராவிட அரசியலுக் குள் புகுத்தக் காரணமாயிருந்த பெரியாரைப் போல தலித்துகளின் மேலாண்மையைப் புகுத்த ஒரு பெரியார் தலித்துகளுக்கு இல்லாத காரணத்தால் திராவிட அரசியலாரின் நிர்ப்பந்த மாய வலைக்குள் தலித்துகளின் உணர்வுகள், உரிமைகள் சிக்கித் தவிக்கின்றன.
(பக் 63)

51. தற்போதைய சூழலில் தமிழ்நாட்டு தலித் இளைஞர்கள் தங்களது வரலாற்றைத் தேடும்போது அண்ணல் அம்பேத்கரை தெரிந்தளவிற்கு, அவர்களுக்கான தமிழ் இனத்தைச் சேர்ந்த தலித் தலைவர்களைத் தெரியாததில்தான் திராவிட இயக்கத்தின் சூழ்ச்சி வெற்றியடைந்துள்ளது. டாக்டர் அம்பேத்கரை தமிழகத்தில் அறிமுகப் படுத்த வேண்டிய அவசியம் திராவிட இயக்கத்திற்கு வந்ததன் நோக்கம் என்னவெனில் இங்குள்ள தமிழக தலித் எழுச்சியை மழுங் கடிப்பதற்காகவே.
(பக் 63-64)

52. தலித்துகள் தங்களது எதிரிகளைக் கண்டுணர்ந்து தங்களுக்கான உரிமைகளை தாங்களாகவே மீட்டெடுப்பது அவசியம். இதற்கு இந்தக் கட்டுரை மூலம் தலித்துகளின் பொது எதிரிகளையும் (பார்ப்பனீயம்) மறைமுக எதிரிகளையும் (பெரியாரியம்) அடையாளப்படுத்துவதுடன் இருவருக்குமுள்ள ஒற்றுமைகளையும் வெளிப்படுத்துகிறது. (பக் 71)

53. பார்ப்பனீயமும் பெரியாரியமும் சொல்மட்டுமே வேறு – செயல்பாட்டளவில் இரண்டுமே ஒரே மாதிரியாகவே உள்ளதெண்ணி மனம் வெதும்பி குமுறுவதை...
(பக் 71)

54. அரசியல் சுயலாபத்திற்காக வேடமிட்டு திராவிடம், பெரியாரியம் பேசி சாதிவெறி பிடித்து திரியும் வெறிபிடித்தவர்கள் மத்தியில் வாழ்ந்து, சிதைந்து கொண்டிருக்கும்போதும் தலித்துகளின் நிலை உணராமல் கட்டாயம் தலித்துகளுக்கு பெரியாரும், பெரியாரிய மும் ஒரு தீர்வு எனில் வாயில் 'பீ' இருந்தும் 'வாழ்க பெரியார்' என்றும் சொல்ல தலித்துகள் என்றும் மானங்கெட்டவர்கள் இல்லை முன்போல!
(பக் 74)

55. பிராமணர்களைத் தாக்குதலுக்கு உட்படுத்திய பெரியாரும் அவரது இயக்கங்களும் மதத்தின் துணை அமைப்பான சாதி அமைப்பை மட்டும் கண்டு கொள்ளாதது ஏன் என்பது மட்டுமே புதிர்.
(பக் 80)

56. கடவுள் வழிபாட்டையும், கடவுளையும் எதிர்த்த பெரியார் ஏன் சாதி வழிபாட்டையும், அதன் தீண்டாமைக் கொடுமையையும் அதே வலிமையுடன் எதிர்க்கவில்லை?
(பக் 81)

57. சாதி அமைப்பு இந்தியாவின் சமூகத்தில் ஏற்றுக் கொண்ட படிமநிலை அமைப்பு. அதைத் தகர்க்க நினைத்தால் சாதி ஒழிக்கவே

வாழ்நாளெல்லாம் செலவிட வேண்டும். ஆனால் அது பெரியாரது நோக்கமல்ல. அவர் அவரை பிராமணரின் அதிகாரத்தை வென்று பிராமணரல்லாதார் அதிகாரம் கிடைக்கவே அர்ப்பணித்தார். *(பக் 81)*

58. பெரியார், பிராமணரல்லாதாரின் ஒரு சாதி வெறிச் செயலை யாவது வன்மையாகக் கண்டித்துள்ளாரா? இல்லை. ஆங்காங்கே தற்பெருமைக்காக செல்லமாய் சாதி இந்துக்களை கடிந்துள்ளார் என்பதே பொருத்தம். *(பக் 84)*

59. தலித் மக்களுக்கு பெரியார் என்றைக்கும் பெரியாரில்லை. ஏனெனில் வடநாட்டு பெரியார் என அம்பேத்கரை ஏற்றுக் கொள்ளும் சாதி இந்துக்கள் தென்னாட்டில் மட்டும் சவுகரியமாக ஏன் ஒரு நாயக்கரை தலைமையாக ஏற்றுக் கொள்ள வேண்டும். இங்கே இருக்கும் பறையத் தலைவர்களோ, பள்ளர் தலைவர்களோ, அருந்ததிய தலைவர்களோ இல்லாத காரணமா? அல்லது அவர்களுக்கு தலைவர் ஆகத் தகுதி இல்லாதது காரணமா? தெரியவில்லை. *(பக் 84)*

60. இந்த ஆண்டை (உயர் சாதியினர்) வகுப்பார் இன்றளவும் பெரியாரை கடவுளாகவே போற்றி வருகின்றனர். பெரியாரை ஆண்டைகள் கடவுளாக வழிபடுவதில் தலித்துகளுக்கு எந்தவொரு பிரச்னையும் இல்லை. ஆனால் கடவுள் என்பவர் அனைவருக்கும் சமமானவராக இருக்க வேண்டும் என்ற நம்பிக்கையாவது இருக்க வேண்டும். *(பக் 111)*

61. கூலி உயர்வு கோரியதற்காக 42 தலித் விவசாயிகளை கொன்று எரிக்கும்போது எங்கே போயிருந்தது – பெரியாரியம்? *(பக் 119)*

62. பெரியாருக்கு கோவில் கட்டி வழிபடுவது மட்டுமே உங்களது நோக்கமெனில் அந்தக் கோவிலின் கருவறை செல்ல தலித்துகளை உங்களது பெரியார் கடவுள் அனுமதிப்பாரா? *(பக் 120)*

63. வேறு எந்தச் சமூகத்தை விட தலித்துகளுக்கு மட்டுமே பெரியார் மற்றும் திராவிட கருத்தியலை விமர்சனத்திற்குள்ளாக்கும் பொறுப்புள்ளது. *(பக் 121)*

64. என்றாவது ஒரு நாள் இந்த பிராமணரல்லாதார் தலித்து களுக்கு எதிராகச் செயலாற்றுவதைக் கண்டித்திருக்கின்றாரா எனில் இல்லை என்பதே பதில். *(பக் 122)*

(தலித்துகள் – பெரியார் – திராவிட அரசியல். மா.வேலுசாமி, அடைவு பதிப்பகம், புதுச்சேரி. நவம்பர் 2007)

65. பெரியார் காலத்தில் பேசப்பட்ட அம்பேத்கர் பற்றிய பேச்சுக்களும் கூடப் பிராமண எதிர்ப்புத் தளத்தில் மட்டுமே

வைத்து விளக்கப்பட்டன. தலித்துகளின் தனித்துவம், போராட்டக் களங்கள், அமைப்பாக்க முயற்சிகள் சார்ந்து பெரியாரின் ஆதரவு வெளிப்பட்டதில்லை.

66. நாமறிந்த தகவல்களின் அடிப்படையில் தமிழில் வெளிவந்த அம்பேத்கரின் முதல்நூல் சாதி ஒழிப்பு ஆகும். சாதி ஒழிப்பு நூலுக்கு பிறகு அத்தகு முயற்சிகளை பெரியார் இயக்கமும் தொடரவில்லை.
(பக் 167)

67. இயக்கமாகிவிட்ட பின்பு சுயமரியாதை இயக்கமாய் இருந்த போது பேசப்பட்ட பல்வேறு கருத்துக்களும் நடைமுறைக்குக் கொணரப்படவில்லை. சில கருத்துகள் தொடர்ச்சியாக பேசப்படக் கூட இல்லை. இயக்கத்தில் பங்குபெற்றிருக்கும் குழுவினருக்கான நலனை பிரதிபலிப்பதோடு அது நிறுத்திக் கொண்டது. மேலும் அது தன்னை பிராமணர் எதிர்ப்பு + இடஒதுக்கீடு ஆதரவு என்னும் முழக்கங்களில் உறுதியாக்கிக் கொண்டு அதற்கான ஆதரவு எதிர்ப்பு என்றே நிறுத்திக் கொள்ளவும் செய்தது. இவ்வாறு அவர்களிடம் காணாமல் போய்விட்ட அம்சங்களில் ஒன்றுதான் தாழ்த்தப்பட்டோரை பத்திரமாகக் கொண்ட சாதி ஒழிப்பு சார்ந்த விளக்கங்கள்.
(பக் 167 – 168)

68. முன்பு பெரியாரோடு தொடர்பு கொண்டிருந்த தலித் தலைவர்களில் சிலரும் கூட அம்பேத்கர் தொடங்கிய அமைப்புகளை நோக்கிப் பயணித்தனர். அம்பேத்கரை பலமுறை நேர்மறையாக பெரியார் பேசியிருப்பினும் கூட இச்சூழல் சார்ந்து அம்பேத்கர் மீது அதிருப்தியையும் அவர் இயக்கத்தாரோடு இடைவெளியையும் அவர் கையாண்டு வந்தார்.
(பக் 168)

69. பெரியாரின் 'குடி அரசு' இதழ் வெளிவந்து கொண்டிருந்த சம காலத்திலேயே தங்கவயல் ஜி.அப்பாதுரையாரின் தமிழன் இதழ் (09-07-1926 முதல் 27-06-34 வரை) வெளியானது. குடியரசு இதழைப் போலவே தமிழன் இதழிலும் அம்பேத்கர் பற்றி எழுதப்பட்டிருக்கக்கூடும் என்று யூகிப்பதை யாரும் தவறென்று கூறமுடியாது. பூனா ஒப்பந்தத்தை எதிர்த்தும் அம்பேத்கரை ஆதரித்தும் தங்கவயல் பௌத்த சங்கங்கள் தீர்மானம் நிறைவேற்றி யிருப்பதை இங்கு கவனப்படுத்தி பார்க்கவேண்டும். ஆனால் இன்றைக்கு தமிழன் இதழ் ஒன்று கூட கிடைக்கவில்லை. அதனால் அம்பேத்கரை தமிழில் அறிமுகப்படுத்திய பெருமை குடியரசுக்கே உண்டு என்று சொல்வதை 'ஒத்துக்' கொள்ளவே வேண்டும்.
(பக் 168-169)

70. சுயமரியாதை இயக்கம் அம்பேத்கரை தமிழில் அறிமுகப் படுத்தியதை ஒப்புக்கொள்ளும் அதே நேரத்தில் அது அவரை எவ்வாறு

அறிமுகப்படுத்தியது? என்று காண்பதும் அவசியம். அவர்கள் அம்பேத்கரை பிராமண எதிர்ப்பு, இடஒதுக்கீடு ஆதரவாளர் என்னும் தளத்தில் அறிமுகப்படுத்தி விளக்கி வருகின்றனர். அம்பேத்கரின் வேறு பரிமாணங்கள் இதனால் பேசப்படுவதில்லை என்பதையும் கவனிக்க வேண்டியிருக்கிறது. (பக் 169)

71. இந்தியாவின் பிற மாநிலங்களைக் காட்டிலும் தமிழகத்தில் மட்டுமே தலித் அரசியல் தமிழ், திராவிடம் போன்ற மாநில அடையாளங்களோடு தங்களை இணைத்துக் கொள்வதும், அதையே தலித் அரசியலாகவும் எண்ணி இயங்குகிறது. இம் 'மயக்கத்திற்கு' முக்கிய காரணங்களில் ஒன்றாகத் திராவிட இயக்கம், அம்பேத்கர் பற்றியும் சாதி ஒழிப்பு பற்றியும் தந்துள்ள அறிமுகங்களைக் கூறமுடியும். (பக் 169-170)

(தீராத் தியாகம் – ஸ்டாலின் ராஜாங்கம். கயல்கவின் வெளியீடு, சென்னை, 2010)

72. 1840களில் எழுதப்பட்ட அத்திப்பாக்கம் அ.வெங்கடாசல நாயக்கர் முதலியோரின் இந்துமத ஆபாச தர்ஷினி போன்ற நூல்கள் குடியரசு அச்சுக்கூடத்தில் வெளியானது. ஆனால் நேரடியாக பார்த்தும், வாசித்தும் இருந்த தலித்துகளின் பகுத்தறிவு நூல்கள் இவர்களால் குறிப்பிடப்பட்டதுமில்லை, பதிப்பிக்கப்பட்டதுமில்லை. (பக் 18-19)

73. 1940களில் 'திராவிடஸ்தான் போல எங்களுக்கும் ஆதி திராவிடஸ்தான் வேண்டும்' என்று முனுசாமிப்பிள்ளை அறிக்கை ஒன்றை வெளியிட்டபோது, அதற்கு மறுப்பாக, "திராவிடர், திராவிடம் என்பதை சரித்திரச் சான்றுகளைக் கொண்ட சொற்கள். ஆதி திராவிடன் என்ற சொல்லுக்கு சரித்திர ஆதாரமில்லை" என்று 'விடுதலை' தலையங்கம் சொன்னது. திராவிடம் என்னும் கருத்தாக்கத்தை உறுதிப்பட கட்டியெழுப்பிய கால்டுவெல்லின் விளக்கமே இந்த மண்ணின் பூர்வகுடிகள் ஒடுக்கப்பட்டவர்களே என்பதுதான். தலித்துகள் தங்கள் கருத்துக்கு ஆதரவாக இருக்கும்வரை அவர்களை ஆதரவாளர்களாகச் சொல்லுவதும், தனித்துவமாக எழுதவோ செயற்படவோ முனையும்போது அவர்களின் இருப்பையே காலிசெய்யும் அளவுக்குத் துணிவதையுமே இப்போக்குகள் காட்டுகின்றன. (பக் 95-96)

74. பிராமணரல்லாதார் இயக்கம் சாதியை மட்டுமே முக்கிய பேசு பொருளாக்கி எழுச்சி பெற்றது. இந்நிலையில் பிராமணரல்லாதார் என்னும் அடையாளத்திற்குள் தீண்டப்படாதவர்கள் சேர்வார்களா? இல்லையா? என்னும் வாதம்கூட தொடக்கத்தில் எழவில்லை. 1916ல் 'தென்னிந்திய நல உரிமைச்சங்கம்' என்ற அரசியல் அமைப்பு

சார்பில் வெளியிடப்பட்ட 'பிராமணரல்லாதார் அறிக்கையும்' தீண்டப்படாதவர்களை பிராமணரல்லாதார் அடையாளத்தினுள் நிறுத்தவில்லை. பிறகே தீண்டப்படாதவர்களை சேர்ப்பதா இல்லையா என்ற வாதம் எழுந்தது. (பக் 50-51)

75. பிராமணரல்லாத சாதிகளின் எழுச்சியைப் பெரியார் உற்சாகப்படுத்தினார். ஏனெனில் சாதி என்றால் அது பிராமணர் சாதியோடு மட்டுமே தொடர்புடையது என்று பெரியார் விளங்கிக் கொண்டார். எனவே வட்டார சாதிகள் மறு கட்டுமானத்திற்குச் செல்வதை விமர்சிக்காமல் அல்லது உறுதியாக மறுத்தொதுக்காமல் சாதிச்சங்கங்களின் மாநாடுகளில் பெரியார் கலந்துகொண்டார். அதனால்தான் பெரியார் 'பார்ப்பான்' எனும் சொல்லை தீட்டுக்குரிய ஒன்றாகத் திருப்பிவிட்டார். சாதியின் தோற்றத்தையும் தீண்டாமை யின் துவக்கத்தையும் பிராமணர்களின் தலையில் மட்டுமே அவரின் உரைகள் சுமத்தின. இதன் வாயிலாக பிராமணரல்லாத சாதிகளை பிராமணச் சாதியின் எதிரியாகத் திருப்பிவிடும் செயல் தந்திரம் பெரியாரின் செயல்பாடுகளில் வெளியிடப்பட்டது. (பக் 55)

76. சுதந்திரத்திற்கு முன்னால் உருவான பிராமணரல்லாதார் இயக்கமும் (1916) அதைத் தொட்டு உருவான சுயமரியாதை இயக்கமும் தங்களை இந்துக்கள் இல்லை என்று தீர்மானகரமாக அறிவிக்கவில்லை. (பக் 55)

77. நவீன முதலாளியம் குறித்தான எத்தகைய விவாதமும் இல்லாமல் பெரியார் முதலாளியதளத்தில் பிராமணரல்லாதவர்களை நிரப்ப விரும்பினார். ஏனெனில் அன்றைய நிலையில் பிராமண ரல்லாதவர்கள் நவீன வசதிகளை பெற்று முதலாளிகளாக உருமாறிக் கொண்டிருந்தனர். அதனாலேயே நில உடைமைக்கும் சாதிக்குமான தொடர்பு குறித்து பேசுவதற்குப் பெரியார் மறுத்தார். (பக் 55-56)

78. சாதி ஒழிப்பு என்பதான செயல் திட்டமோ அல்லது தெளிவான கோட்பாட்டு வரையறையோ பெரியாரிடம் உருவாக வில்லை. (பக் 56)

79. பிராமணரல்லாதார் இயக்கமும் சுயமரியாதை இயக்கமும் பிராமணரல்லாத சாதிகளின் நவீன அரசியல் அதிகாரத்திற்கு வழி அமைத்துச் சென்றிருப்பதைத் தாண்டி வேறு ஒன்றும் நடைபெற்று விடவில்லை. (பக் 56)

(சாதி இன்று – சி. லக்ஷ்மணன், ஸ்டாலின் ராஜாங்கம், ஜெ.பாலசுப்பிரமணியம், அ.ஜெகநாதன், அன்பு செல்வம் – தலித் செயல்பாட்டிற்கான சிந்தனையாளர் வட்டம், தமிழ்நாடு – புதுச்சேரி. 2013)

80. ஈ.வெ.ரா. பற்றாளர்களின் செயல்கள் எப்போதுமே பிற்

படுத்தப்பட்டவர்களை மய்யப்படுத்தி, தலித்துகளைக் கீழ்நிலையில் வைத்திருப்பதுதான் என்பதைத் தொடர்ந்து தெளிவுபடுத்தி வருகிறார்கள். அவர்களுடைய விமர்சனத்தை தலித் படைப்பாளிகள் பொருட்படுத்துவதில்லையெனினும்....

—சிவகாமி ஐ.ஏ.எஸ். (வரலாற்றை நேர் செய்வோம் – பக் 73
– தலித் முரசு பேட்டிகள் – 2)

81. ஈ.வெ.ரா. சூத்திரர் விடுதலைக்காகப் பாடுபட்டவர். பிற்பட்டவர்கள் ஆட்சியைப் பிடிக்கும் சாத்தியப்பாட்டிற்கு ஈ.வெ.ரா.வின் பங்களிப்பு முக்கியமானது. எனினும், சாதி ஒழிப்பு என்பது அதன் தொடக்க நிலையிலேயே தேக்கம் கண்டுவிட்டது என்றளவிலும், சூத்திரர் ஆட்சியைப் பிடிக்க வேண்டும் என்ற அவரது ஆசை நிறைவேறிய பின்னும், தலித்துகள் மீது தொடர்ந்து வன்முறை நிகழ்த்தப்படுகிறது என்றளவிலும், ஈ.வெ.ரா.வின் சூத்திர மையம் என்பது எந்தளவிற்கு சாதி ஒழிப்பிற்குத் துணை நிற்கிறது என்பதற்காக ஈ.வெ.ரா.வை கட்டுடைக்கும் அவசியம் உண்டானது. எனினும் அவரது பார்ப்பன எதிர்ப்புச் செயல்பாடுகள் குறைத்து மதிப்பிடத்தக்கவையல்ல.

—சிவகாமி ஐ.ஏ.எஸ். (வரலாற்றை நேர் செய்வோம் – பக் 79
– தலித் முரசு பேட்டிகள் – 2)

82. ..... தமிழ்நாட்டு சாதி எதிர்ப்பு வரலாற்றின் பிரதான செயற்பாட்டாளர் என்ற இடத்தை எந்தவிதச் சலுகையும் இல்லாமல் பெற்றுவிடும் பெரியாரை மறுதளத்தில் விமர்சனம் அற்றவராகக் காட்டும் எத்தனங்களே இத்தருணங்களில் வெளிப்படுகின்றன.

—ஸ்டாலின் ராஜாங்கம் (விகடன் தடம் டிசம்பர் 2017)

83. தீண்டாதாருக்கு தாமே ரட்சகன் என்பதான தோற்றத்தை ஏற்படுத்துவதே பெரியாருக்கும் அவரது இயக்கத்தாருக்கும் நோக்கமாயிருந்தது. —ரவிகுமார்

84. இந்து மதத்தில் எத்தனையோ சீர்திருத்தவாதிகள் தோன்றியிருக்கிறார்கள். அப்படியான சீர்திருத்தவாதிகளில் ஒருவராகவே பெரியாரை எண்ணத் தோன்றுகிறது. காந்தியின் சீர்திருத்தத் திட்டம் எப்படி மோசமானது என்பதை அம்பேத்கர் தனது காலத்திலேயே காந்தி இருக்கும்போதே அம்பலப்படுத்திக் காட்டிவிட்டார். அதை முன்னுதாரணமாகக் கொண்டு இங்கு பெரியாரும் விமர்சிக்கப் பட்டிருக்க வேண்டும்.

(ரவிகுமார் – தாய்மண் இதழ் – 2002)

85. பெரியாரால் சகித்துக் கொள்ள முடியாததால்தான் அயோத்தி தாசரையும் அவரது சிந்தனைகளையும் இருட்டடிப்பு செய்யும்படி ஆனதா? —ரவிகுமார்

86. தாழ்த்தப்பட்டோருக்காக பெரியாரின் முன்முயற்சியில் ஒரு போராட்டமும் நடத்தப்பட்டதில்லை. அவர்கள் துன்புறுவது கண்டு அவர் மனம் பதைத்ததுமில்லை. செங்கல்பட்டு மாநாட்டுத் தீர்மானங்களைப் போல அதே வடிவத்திலோ வேறு வடிவத்திலோ பின்னர் பெரியாரால் தொடரப்படவில்லை. தீண்டாதார் குறித்த பெரியாரின் அணுகுமுறை அரசியல் தந்திர வகைப்பட்டதாக இருந்ததால்தான் அவர் தன்னையறியாமல் பல இடங்களில் தனது மனதின் ஆழத்திலிருந்த வெறுப்பை கக்க வேண்டியதாயிற்று.

– ரவிகுமார்

90. பெரியார் ஒரு சமூக சீர்திருத்தவாதியாக இருக்க முயற்சித்தவர் என்று சொல்லலாம். அவரை ஒரு வழிபாட்டுப் பொருளாக ஆக்குவதில் நமக்கு உடன்பாடில்லை. அவரை ஒரு மாமனிதர் எனச் சொல்வதிலும் நமக்கு தயக்கம் இருக்கிறது. – ரவிகுமார்

கடந்த 15 ஆண்டுகளாகச் சொல்லப்படும் குற்றச்சாட்டுகளின் தொகுப்பு இது. இதற்கான பதில்களையே இனி பார்க்க இருக்கிறீர்கள். இதில் சில விமர்சனங்கள். சில பொய்கள். சில ஆதங்கங்கள். ஆனால் பலதும் அவதூறுகள். இட்டுக்கட்டிச் சொல்லப்படுபவை. பெரியார் குறித்த புரிதல் இல்லாமலும், ஏன் பெரியாரையே படிக்காமலும், பெரியாரைத் தெரிந்துகொள்ள முயலாமலும், பெரியாரைத் தெரிந்து கொள்ள விரும்பாமலும் எழுதப்பட்டவை. இதற்கான பதில்களைத் தேடுவோம்.

அதற்கு முன்னதாக 'பெரியார்' யார் என்பதைப் புரிந்து கொள்வோம்!

3. நான் யார்?

என்ன சொல்கிறார்கள் இவர்கள்?

பெரியார் சமூக சீர்திருத்தவாதி இல்லையாம், சமூக சீர்திருத்தவாதியாக ஆக முயற்சித்தவராம். அவரை மாமனிதராக ஏற்கமாட்டாராம் ஒருவர். மனிதராகவே ஏற்கமாட்டாராம் இன்னொருவர். பொறாமை கொண்டவர் என்கிறார் மற்றொருவர். அடுத்தவர் அறிவைத் திருடியவர் என்றும் சொல்கிறார்கள். அவரிடம் சாதிப்புத்தி தான் இருந்தது என்றும், அதுவே அவரிடம் எல்லா சூழலிலும் வெளிப்பட்டது என்றும் எழுதுகிறார்கள். ஒரு ஜமீன்தார், சாதி செல்வாக்கால் 'பெரியார்' ஆக்கப்பட்டார் என்கிறார்கள். உண்மையில் 'பெரியார்' யார்?

இதோ அவரது வாக்குமூலங்கள்...

1. ஈ.வெ.ராமசாமி என்கின்ற நான் திராவிட சமுதாயத்தைத் திருத்தி உலகில் உள்ள மற்ற சமுதாயத்தினரைப் போல் மானமும் அறிவும் உள்ள சமுதாயமாக ஆக்கும் தொண்டை மேற்போட்டுக் கொண்டு அதே பணியாய் இருப்பவன். அந்தத் தொண்டு செய்ய எனக்கு 'யோக்கியதை' இருக்கிறதோ இல்லையோ, இந்த நாட்டில் அந்தப்பணி செய்ய யாரும் வராததினால், நான் அதை மேற்போட்டுக் கொண்டு தொண்டாற்றி வருகிறேன்.

இதைத்தவிர வேறு பற்று ஒன்றும் எனக்கு இல்லாததாலும், பகுத்தறிவையே அடிப்படையாய்க் கொண்டு கொள்கைகளையும் திட்டங்களையும் வகுப்பதாலும் நான் அத்தொண்டுக்குத் தகுதி உடையவன் என்றே கருதுகிறேன்.

சமுதாயத் தொண்டு செய்பவனுக்கு இதுபோதும் என்றே கருதுகிறேன்.

2. மக்களின் மூடநம்பிக்கைகளை ஒழிக்க வேண்டுமென்பதிலும் மக்களைப் பகுத்தறிவுவாதிகளாக ஆக்க வேண்டுமென்பதிலும் எனக்கு 1925-ம் ஆண்டு முதல் உறுதியான எண்ணமும் ஆசையும் உண்டு. இதற்குக் காரணம், ஆத்திகத்தினால் (கடவுள், மதநம்பிக்கை ஆதிக்கத்தால்) தான் இந்த நாட்டில் சாதி (பார்ப்பான் 'பிராமணனாய்'

வாழ்வதும்) அரசியல், மத ஆதிக்கத்தில் பார்ப்பான் இருந்து கொண்டு சமுதாய வளர்ச்சியையும், அறிவு (விஞ்ஞான) வளர்ச்சியையும் தடை செய்து கொண்டு இருக்கிறான் என்பதும் எனது உறுதியான எண்ணம். நான் எந்த ஸ்தாபனம் வைத்திருந்தாலும் எந்தக் கட்சியை ஆதரித்தாலும் யாரோடு சேர்ந்தாலும் யாரை விரோதித்தாலும் அவற்றிற்கெல்லாம் இதுவே காரணம். *(17-9-1967)*

3. நான் சமுதாய சமத்துவத்திற்குப் பாடுபடுகின்ற ஒரு தொண்டனாவேன். அதாவது, சாதி அமைப்பை அடியோடு ஒழிக்கப் பாடுபடுபவன். சாதி அமைப்பு என்பது 'கடவுள், மதம்' மற்றும் அவைகள் சம்பந்தமான எதையும் ஒழித்தாகவேண்டும் என்று கருதி அவைகளை ஒழிக்கப் பாடுபடுகிறவன். *(17-9-1971)*

4. உண்மையில் எனது தொண்டு சாதி ஒழிப்புத் தொண்டுதான் என்றாலும், அது நமது நாட்டைப் பொறுத்தவரையில் கடவுள், மதம், சாஸ்திரம், பார்ப்பனர் ஒழிப்புப் பிரச்சாரமாகத்தான் முடியும். இந்த நான்கும் ஒழிந்த இடம்தான் சாதி ஒழிந்த இடமாகும். இவற்றில் எது மீதி இருந்தாலும் சாதி உண்மையிலேயே ஒழிந்ததாக ஆகாது. ஏன் எனில், சாதி என்பது இந்த நான்கில் இருந்தும் ஆக்கப்பட்டதே ஆகும். *(17-9-1971)*

5. நான் எந்த மதத்திற்கும் விரோதிதான். மதங்கள் இந்த நாட்டிலிருந்து விரட்டப்படவேண்டும். அவைகள் ஒழிக்கப்படவேண்டும் என்கிற கருத்துடையவன். இதை நான் 1926-ல் சொல்லியிருக்கிறேன். 'குடி அரசில்' எழுதியிருக்கிறேன். 1926-ல் 'நான் இந்துவாய் இறக்கப் போவதில்லை' என்று கூட்டத்தில் சபதம் செய்துமிருக்கிறேன். 1922-ல் நான் இந்துமத சாஸ்திரங்களைக் கொளுத்தவேண்டும் என்று காங்கிரஸ் மேடையிலேயே பேசினேன். 1927-ல் மனுதர்மம் முதலிய சாஸ்திரங்களைக் கொளுத்தினேன். *(31-5-1936)*

6. .... இப்படிப் பார்ப்பனர்களும் பார்ப்பனர்களின் கூலிகளும், காலிகளும் கல்லெறிவதோ காலித்தனம் செய்வதோ என் பொது வாழ்வில் புதிதல்லவே! இங்கு கூட்டத்தில் ஓர் மூலையில் கல் போட்டான். தோழர்களே! நான் கல்லடி வாங்கி இருக்கிறேன்! அழுகிய முட்டையால் அடிப்பார்கள்! மலத்தை வாரி அடிப்பார்கள்! இதுகள் என்ன... செருப்படியே வாங்கியிருக்கிறேன். *(1-2-1973)*

7. எனது குடும்பம் ஒரு வைதீகக் குடும்பமாகும். கோயில் கட்டுதல், சத்திரம் கட்டுதல், அன்னதானம் செய்தல் முதலிய பல காரியங்கள் செய்திருப்பதோடு இந்தத் தர்மங்களுக்குச் சொத்துக்களும் எழுதி வைத்திருக்கிறார்கள் என்ற போதிலும் அப்படிப்பட்ட குடும்பத்தில் பிறந்த நான் இன்று பல மக்களால் ஒரு புரட்சிக்காரனென்றும் தீவிரக் கிளர்ச்சி செய்கிறவன் என்றும் சொல்லப்படுகிறேன். காரணம்,

என்னவென்றால், நம்முடைய கீழ்மை நிலைமைக்குக் காரணமாய் இருக்கும் அடிப்படையிலேயே நான் கை வைப்பதனால்தான்.

(31–12–1949)

8. நான் செய்துவந்த தொண்டும் செய்து வருகின்ற தொண்டும் நீங்கள் அறிந்ததேயாகும். அத்தொண்டு யாருக்காக என்பதும் அதனால் நான் ஏதாவது நன்மை, சுயநலம், அடைந்தேனா என்பதும் உங்களுக்குத் தெரியும். எனது நலத்தை, செல்வத்தை, செல்வாக்கை, பொதுநலத் தொண்டுக்குக் கொடுத்தேனா அல்லது எனது பொதுநலத் தொண்டால் எனது நலத்தை, செல்வாக்கைக் பெருக்கிக் கொண்டேனா என்பதும் உங்களுக்குத் தெரியும்.

(19–7–1972)

9. இராஜாஜி அவர்களும், இரு கவர்னர்களும், இரு கவர்னர் ஜெனரல்களும் வேண்டியும் கேட்டுக் கொண்டும் மந்திரிப் பதவியை வெறுத்தவன் நான். தவிர, எந்தப் பதவியையும் நான் விரும்பியவன் அல்லன்.

10. ஜஸ்டிஸ் கட்சியை நான் ஆதரிப்பதைக் கண்டு நீங்கள் வயிற்றெரிச்சல் படுவதில் பயனொன்றுமில்லை. அது தைரியமாய் வகுப்பு நியாயத்தையும், வகுப்பு உத்தியோகங்களையும், உயர்வு தாழ்வுகளையும் ஒழிக்கச் சட்டம் செய்வதையும், வகுப்புவாரிப் பிரதிநிதித்துவத்தை அமல்படுத்துவதையும் கொள்கையாய்க் கொண்டு வேலை செய்து வருகின்றது. அதன் பயனாய் இன்று இந்த நாட்டில் எல்லாச் சாதியினரும் உத்தியோகம் அனுபவிக்கிறார்கள்.

(பகுத்தறிவு: 21–10–1934)

11. மனித சமூகத்தில் சுயமரியாதை உணர்ச்சியும், சகோதரத்துவமும் தோன்ற வேண்டும். ஒருவன் உயர்ந்தவன், ஒருவன் தாழ்ந்தவன் என்ற எண்ணம் அகலவேண்டும். உலகுயிர் அனைத்தும் ஒன்றெனும் எண்ணம் உதிக்கவேண்டும். வகுப்புச் சண்டைகள் மறைய வேண்டும். மேற்சொன்ன கொள்கைகளைப் பரவச் செய்வதற்காக நாம் உழைக்கும் காலத்தில் நம்மைத் தாக்குபவர்களுடைய வார்த்தைகளையாவது செய்கைகளையாவது நாம் சிறிதளவும் பயமின்றி, சிநேகிதர் – விரோதி என்கிற வித்தியாசமில்லாமல் யாவரையும் கண்டிக்க நாம் பயப்படப் போவதில்லை. *(கு.அ. 9–4–1933)*

12. நமக்கு இரத்தத்தைப் பற்றித்தான் கவலை. வேற்றுமையில்லாத மனித சமுதாயம் வேண்டுமென்பதுதான் நமது குறிக்கோளே ஒழிய, வேற்றுமை பாராட்டி யாரையேனும் ஒதுக்கி வைக்க வேண்டு மென்பதல்ல நமது குறிக்கோள். *(வி. 5–10–1948)*

13. திராவிடர் கழகம் என்னுடைய தலைமைக்கு வந்தபிறகு நான் துணிவாகவே மூன்று கொள்கைகளைச் சொல்லிக்கொண்டு வந்து

இருக்கின்றேன்.

முதலாவது கொள்கை, இந்த நாட்டிலே இருக்கிற மனித சமுதாயத்திலே உள்ள உயர்வு தாழ்வு, அதற்கு ஆதாரமான வருணாசிரம தர்மம், அதை ஆதரிக்கின்ற மதம், சாஸ்திரம், புராணங்கள், இவைகளினால் கற்பிக்கப்பட்ட கடவுள்கள் ஆகியவை ஒழிய வேண்டும் என்பது முதல் கொள்கையாகும்.

இரண்டாவது கொள்கை, எங்களுடைய நாடு விடுதலை அடைய வேண்டும் என்பதுதான்.

மூன்றாவதாக, இந்த இரண்டு காரியமும் ஆகிறவரையில் நம்முடைய சமுதாயத்திலே வருணாசிரம முறைப்படி வகுத்துள்ள வகுப்புமக்கள் (பார்ப்பனர், சூத்திரர், பஞ்சமர்) விகிதப்படி வகுப்பு உரிமை தரப்படவேண்டும். நாம் இப்பொழுது சர்க்கார் கணக்குப்படி இந்துக்கள் என்ற கூட்டத்திலே மூன்று வகுப்புகளாகப் பிரிக்கப்பட்டு இருக்கிறோம்.

இந்த மூன்றையும் வைத்துக் கொண்டாலும் சரி, பார்ப்பனர் அல்லாதார் யாவரும் ஒன்றே என்று வைத்துக் கொண்டாலும் சரி, அவரவர்களுடைய விகிதாச்சாரப்படி அவர்களுக்கு இடம் அளிக்க வேண்டும். பார்ப்பனர்கள் அவர்கள் எண்ணிக்கைப்படி 100க்கு இரண்டே முக்கால் எடுத்துக் கொள்ளட்டும். எங்களுக்கு மீதி விகிதாச்சாரப்படி – கிட்டத்தட்ட 75, 80 சதவிகிதம் கொடுத்துவிட வேண்டும். பஞ்சமர்கள் என்று சொல்லப்படுகிறவர்கள் சுமார் 15 விகிதம் இருக்கிறார்கள். அவர்களுக்குப் பிரித்து, அந்த விகிதப்படிக்கே கொடுத்துவிட வேண்டும். அந்தந்த சாதியை எடுத்துக் கொண்டாலும் நாம் ஒன்றும் பயப்படவேண்டியதில்லை. அந்தப்படியான நிலைமை நமக்கு ஏற்படவேண்டும்.

நமக்கு ஆகவேண்டியது எல்லாம் இந்த மூன்று கொள்கைகள் வெற்றியடைய வேண்டுமென்பதேயாம். (வி: 1-3-1951)

14. சாதி ஒழிப்புக்காக நமது கழகம் ஏன் அகில இந்திய ரீதியில் பாடுபடக்கூடாது என்று கேட்கப்படுகிறது. அகில இந்திய ரீதியில் சாதி ஒழிப்பு என்பது சுலபத்தில் சாத்தியமாயிராது. ஏனெனில் நம்மவர்களைப் போல் பெரும்பாலோருக்குள்ள மான உணர்ச்சி வடநாட்டவருக்கு இல்லை. அவர்கள் யாரும் சூத்திரன் என்பதற்காகவோ, பஞ்சமன் என்பதற்காகவோ, தாசிமகன் என்பதற்காகவோ வெட்கப்படுவது இல்லை. இந்துமதத்தை அவர்கள் நம்மைப்போல் வெறுத்து ஒதுக்குவதும் இல்லை. மாறாக அதைப் பெருமையாகவே கொண்டிருக்கிறார்கள்.

ஆனால் இந்நாட்டு மக்களோ ஆதிகாலந்தொட்டே சாதி பேதங்களை – வருணாசிரம தர்மத்தை எதிர்த்திருக்கிறார்கள்.

எனவே சாதி ஒழிப்பு நம் நாட்டில் சாத்தியமாயிருப்பது போல் வடநாட்டில் சாத்தியமாயிராது. எந்தச் சீர்திருத்தக் கருத்தும் வடநாட்டவருக்குச் சுலபத்தில் புரியவும் புரியாது. எனவேதான், தோழர் அம்பேத்கர் அவர்களால் கொண்டு வரப்படும் 'இந்துச் சட்ட மசோதா' அங்கு பலமான எதிர்ப்புக்குள்ளாக வேண்டி இருக்கிறது. இதை எல்லாம் உணர்ந்துதான், நாம் நம் கழக முயற்சியை நம் திராவிட நாட்டோடு நிறுத்திக் கொண்டிருக்கிறோம்.

(வி. 22–2–1950)

15. எனது கவலை, இலட்சியம் யாதெனில் அன்னியன் என்றால் வெள்ளையன், பனியா, மூல்தானி, மார்வாடி, காஷ்மீரி, குஜராத்தி ஆகிய இவர்கள் ஆதிக்கத்திலிருந்து அதாவது ஆரிய ஆதிக்கத்திலிருந்து விலகுவதும், பிரிட்டிஷ்காரன், அமெரிக்கன், ரஷ்யன் மேற்கண்ட மார்வாடி, பனியா, பார்ப்பனன், மேல்லோகத்தான் என்பவன் எவனும் நம்மைச் சுரண்டக்கூடாது என்பதும் ஆகும்.

16. பாபாசாகிப் டாக்டர் அம்பேத்கர் அவர்களும் நானும் நெடு நாட்களாக நண்பர்கள் என்பது மாத்திரமல்ல, பல விஷயங்களில் எனது கருத்தும் அவரது கருத்தும் ஒரே மாதிரியாகத்தான் இருக்கும்.

(வி. 22–2–1959)

17. என்னைப் பொறுத்தவரையில் என்னைப்பற்றி யார் என்ன நினைத்துக் கொண்டிருந்தபோதிலும் எனது முடிவான இலட்சியம் – அதாவது எனது எண்ணம் ஈடேறுமானால் அது உச்ச ஸ்தானம் பெற்ற உயரிய கூட்டுறவு வாழ்க்கை முறையாகத்தானிருக்கும்.

(கு.அ. 12–11–1933)

18. நான் ஒரு உண்மைச் சமதர்மவாதியென்றே நினைத்துக் கொண்டிருக்கிறேன். *(வி. 15–12–1969)*

19. என் வாழ்நாளில் தமிழர்களுக்கு நீண்டநாட்களாக இருந்து வருகிற காட்டுமிராண்டித்தனமான 'கடவுள் – சமய'ப் பற்றும் பெரும் அளவுக்கு இருந்துவரும் 'இழிநிலை'யும் ஆகியவைகளில் கடுகளவாவது குறைந்தாலும் நான் வெற்றி பெற்றவனாவேன்.

(வி. 30–7–1956)

20. என் 'பொதுநலக் கிளர்ச்சி வியாபாரம்' எல்லாம் 'குறைந்த செலவில்' (தியாகத்தில்) பொது இலாபம் (வெற்றி) என்ற கொள்கையைக் கொண்டது. *(வி. 2–8–1956)*

21. எனது சமுதாயத் தொண்டின் முதலானதும் முக்கியமானதுமான சாதி ஒழிப்பை எடுத்துக் கொண்டால் இராமனின் முதல் செய்கையும் கடைசிச் செய்கையும் சாதியைக் காப்பாற்றப் பிறந்து, சாதியைக் காப்பாற்றிவிட்டுச் செத்ததேயாகும். *(வி: 4–8–1956)*

22. என் பிறவி காரணமாக என் இன இழிவுக்குக் காரணமாக

இருக்கும் சாதியை ஒழிப்பதும் என் இனமக்களாகிய தமிழர்களுடையவும், என்னுடைய தாய்நாடான தமிழ் நாட்டைப் பனியா – பார்ப்பனர்களின் அடிமைத் தளைகளிலிருந்தும் சுரண்டலிலிருந்தும் மீட்டுச் சுதந்திரமாக வாழவைக்க வழி செய்வதுமான தனித்தமிழ்நாடு பெறுவதும் என் உயிரினும் இனிய கொள்கைகளாகும். (வி: 15-12-1957)

23. ஓய்வு ஒழிச்சல் இன்றி, சோம்பல் கழிப்பிணித்தனமின்றி உழைத்தேன். திருட்டு, புரட்டு, மோசடி இன்றி வெள்ளையாய் நடந்து கொண்டேன். என் நடத்தையில் பல தவறுதல்கள், தகாத காரியங்கள் ஏற்பட்டு இருக்கலாம். என்னையே நீதிபதியாகக் கொண்டு எனக்குச் சரி என்று பட்டதையும் தேவை என்று பட்டதையும் செய்தேன். அதுவும் ஒளிவுமறைவு இல்லாமல் செய்துவந்தேன். வாழ்வில், செயலில் பல ஏமாற்றம் அடைந்து இருக்கலாம். ஆனாலும் அதையே ஒரு படிப்பினையாகக் கொண்டு முயற்சியில் சளைக்காமல் நடந்துகொண்டுதான் வருகிறேன். நான் ஒரு அநாமதேய வாழ்வு வாழவில்லை என்பதும், அநாவசியமான மனிதனாய் இருந்துவரவில்லை என்பதும் எனக்கு ஒரு ஆறுதல் தரத்தக்க விஷயமாய் இருந்து வருகிறது.
(பிறந்தநாள் மலர்: 17-9-1964)

24. எனக்கேதாவது குறை, கவலை இருக்குமானால் அது மக்களிடையில் காணப்படும் கவலையற்ற தன்மையும் எதிரிகளின் சூழ்ச்சிக்கு ஆளாகும் தன்மையும் பற்றித்தான்.
(பிறந்தநாள் மலர்: 17-9-1966)

25. என் அபிப்பிராயத்தை மறுக்க உங்களுக்கு உரிமையுண்டு; ஆனால் என் அபிப்பிராயத்தை வெளியிட எனக்கு உரிமை உண்டு.
(தமிழர் தலைவர்: பக் 21)

26. திராவிடர்களிடையே எனக்குக் கெட்டபேர் வளர்கிறது என்று கூடச் சிலர் சொன்னார்கள். உணர்ச்சிக்கு இடமில்லாத, மானத்தைப் பற்றிக் கவலைப்படாத, திராவிட மக்களிடையில் நல்ல பெயர் வாங்க வேண்டுமென்ற கவலை எனக்குச் சிறிதுமில்லை. அப்படிப் போலி நல்லபெயரின் மீது என் வாழ்வு ஏற்பட்டிருக்கவில்லை. திராவிட மக்களுக்கு ஏதாவது தொண்டாற்ற வேண்டும்; அதில் முதன்மையாய் இழிவு நீங்க வேண்டும் என்கிற ஆசையும் கவலையும் தவிர, வேறு ஒன்றுமே எனக்குக் கவலையாக இல்லை. எனக்கு வேறு அடைய வேண்டிய சாதனமும் இல்லை. இன்று திராவிடனுக்கு உள்ள இழிவு என்னவென்றால் அவன் சூத்திரனாயிருக்க வேண்டியிருக்கும். 'இந்து'வாக இருப்பதைத் தவிர வேறில்லை.
(தமிழர் தலைவர்: பக் 22)

27. இந்தக்காலத்து இளைஞர்கள் மனம் என்மீது வெறுப்புக்

கொள்ளாது; வெறுப்புக் கொண்டு விடுமானாலும் கூட, நான் அதற்கு அஞ்சவில்லை. இனி வருங்கால இளைஞர்கள் பாராட்டுவார்கள். பாராட்டாவிட்டாலும் இன்று நான் சொன்னதைப் பின்பற்றி வீரத்தோடு, மானவாழ்வு வாழும் வழியில் இருப்பார்கள். சரியாகவோ, தப்பாகவோ, நான் அதில் உறுதி கொண்டிருப்பதால், எனக்கு எக்கேடு வருவதானாலும் மனக்குறையின்றி, நிறைமனதுடன் அனுபவிப்பேன் - சாவேன் என்பதை உண்மையாய் வெளியிடுகிறேன்.

(தமிழர் தலைவர்: பக் 22)

28. சூத்திரன் என்கிற பட்டம் இழிவு என்று கருதுகிறவர்களுக்குத்தான் நான் இந்த யோசனை சொல்கிறேனே ஒழிய, சூத்திரப் பட்டத்தைப் பற்றிக் கவலையில்லை என்பவர்களுக்கு இதைச் சொல்லவில்லை.

(தமிழர் தலைவர்: பக் 26)

29. வைத்தியத்திலேயே இரண்டு முறை சொல்லுவார்கள்; 1.Physician's cure, 2. Surgeon's cure. அதாவது, மருந்து கொடுத்து வியாதியைக் குணப்படுத்துவது ஒருமுறை. கத்தியைப் போட்டு அறுத்து ஆபரேஷன் செய்து, நோயாளியைப் பிழைக்க வைப்பது இன்னொரு முறை.

என்னைப் பொறுத்தவரையில் நான், நோயாளி செத்துப் போனாலும் பரவாயில்லை, நோய்க்குக் கஷ்டமில்லாமல் மருந்து மட்டுமே கொடுத்து சொஸ்தப்படுத்தலாம் என்று கருதுபவன் அல்ல.

நோயாளிக்குக் கஷ்டம் ஏற்பட்டாலும் பரவாயில்லை, அவன் சாகக்கூடாது என்று கருதி, அறுத்து ஆபரேஷன் செய்யும் இரண்டாவது முறையில் நம்பிக்கை உள்ளவன். எனது இலட்சியமெல்லாம் கஷ்டமாக இருந்தாலும் ஆள்பிழைக்க வேண்டும் என்பதுதான்.

நம்முடைய தோல் அப்படி லேசான தோல் அல்ல, 2000, 3000 வருஷங்களாக தடித்துப்போன கெட்டியான தோல். அதில் உறைக்க வேண்டும் என்றால் சிறிது கடினமாகத்தான் சொல்லியாக வேண்டும்.

(தமிழர் தலைவர்: பக் 26)

30. நான் ஏன் எவனையும் மனுசனாகக் கருதுவதில்லை என்னைத் தவிர? எவன் நமக்காகப் பாடுபட்டான்? எவன் நான் சூத்திரனாக, தேவடியாள் மகனாக இருக்கிறேன், நாலாஞ்சாதியாக இருக்கிறேன்னு எவன் வெட்கப்பட்டான்? சொல்லுங்க.

(17-9-1968 - பெரியார் சிந்தனைத் திரட்டு -2, பக் 34)

31. எனக்கு என்னுடைய நாட்டை எவன் ஆண்டாளும் சரி, நான் எழுதினேனே, பாகிஸ்தான் நம்மை ஆண்டாளும் சரி வரவேற்கிறேன்னு. ஆனா ஜாதி ஒழியணும். நான் மனுஷனாகணும். அவ்வளவு தான்.

(1-12-1968 - பெரியார் சிந்தனைத் திரட்டு -2, பக் 93)

ப. திருமாவேலன் | 49

32. எதிரியை அடக்கணும், அவனை ஒழிக்கணும் என்றால் நாம் அவனை வெறுக்கணும். கூண்டோடு நம்மை அவன் ஒழித்தாலும் சரியென்று துணிந்து இறங்கினால்தானே அவன் பயப்படுவான்.
(வி: 27-1-1954)

33. இந்த இயக்கமானது இன்றைய தினம் பார்ப்பனரையும், மதத்தையும், சாமியையும், பண்டிதர்களையும் எடுத்துக்காட்டிக் கொண்டு மக்களைப் பரிகாசம் செய்து கொண்டிருப்பது போலவே என்றைக்கும் இருக்குமென்றோ, அல்லது இவைகள் ஒழிந்தவுடன் இவ்வியக்கத்திற்கு வேலையில்லாமல் போயிடுமென்றோ யாரும் கருதிவிடக்கூடாது.

மேற்சொன்னவைகளின் ஆதிக்கங்கள் ஒழிவதோடு, ஒருவன் உழைப்பில் ஒருவன் நோகாமல் சாப்பிடுகிறது என்கிற தன்மை இருக்கும் வரையிலும், ஒருவன் தினம் ஒருவேளைக் கஞ்சிக்கு வழியின்றிப் பட்டினி கிடந்து சாவதும், மற்றொருவன் தினம் 5 வேளை சாப்பிட்டுவிட்டு வயிற்றைத் தடவிக் கொண்டு சாய் மான நாற்காலியில் சாய்ந்து கொண்டிருக்கிறதுமான தன்மை இருக்கின்ற வரையிலும், ஒருவன் இடுப்புக்கு வேட்டி இல்லாமல் திண்டாடுவதும் மற்றொருவன் வேட்டி போட்டுக் கொண்டு உல்லாசமாகத் திரிவதான தன்மை இருக்கின்ற வரையிலும், பணக் காரர்கள் எல்லாம் தங்கள் செல்வம் முழுவதையும் தங்களது சுயவாழ்வுக்கே என்று எண்ணிக் கொண்டிருக்கிற வரையிலும் சுயமரியாதை இயக்கம் இருந்தே தீரும். மேற்கண்ட தன்மைகள் ஒழியும் வரை இவ்வியக்கத்தையும் ஒழிக்க யாராலும் முடியாது.
(கு.அ. 9-1-1927)

33. நான் பிறக்கிறதற்கு முன்னேயே தேவடியாள் மக்கள் நீங்கள்; நான் பிறக்கிறதற்கு முன்னேயே சூத்திரர்கள் நீங்கள் – நான்காவது சாதி நீங்கள். இப்போது நாளைக்குச் சாகப்போகிறேன் – சூத்திரனாய் விட்டுவிட்டுத்தானே சாகிறேன்? அப்புறம் என்ன என்னுடைய தொண்டு? சிந்திக்கணும் நீங்கள்? கொஞ்சம் கவலையோடு சிந்திக் கணும்! நானும் போய்விட்டேன் (என்றால்) அப்புறம் இதைப்பற்றி பேசுவதற்கு ஆள் எங்கே? யார் வருவார்? வந்தால் இவ்வளவுக்குக் கூட விட்டுக் கொண்டிருக்க மாட்டானே, அரசாங்கம் இவ்வளவு பேசவிடமாட்டானே. நானாக இருக்கிறதினாலே கொஞ்சம் சும்மா இருக்கிறான். இன்னொருவன் பேச ஆரம்பித்தால் ஒழித்துப் போடுகிறான்.
(4-11-1973)

4. பட்டியல் இனமும் தீண்டாமையும்!

என்ன சொல்கிறார்கள் அவர்கள்?

ஈ.வெ.ரா.வும் நீதிக்கட்சியும் தாழ்த்தப்பட்டவர்களுக்காக உழைத்தார்கள் என்று கூறுவது தாழ்த்தப்பட்டவர்களை ஏமாறச் செய்திருக்கிறது. ஈ.வெ.ரா. தாழ்த்தப்பட்டோருக்கு ஏதும் செய்யவில்லை. செய்யவும் முடியாது. தாழ்த்தப்பட்டோருக்காக ஈ.வெ.ரா. செய்தது என்று கூற ஒன்றுமில்லை. தாழ்த்தப்பட்டோருக்காகப் பேசினாரா என்று சொல்வதற்குச் சிறப்பாக ஒன்றுமில்லை. தாழ்த்தப்பட்டோர் அனுபவித்த தீண்டாமை மற்றும் பிற கொடுமைகள் குறித்து எதுவும் செய்யவில்லை. என்றாவது சமத்துவத்துக்கான செயலில் ஈ.வெ.ரா. இறங்கமாட்டாரா என்று தாழ்த்தப்பட்டோர் எண்ணி அவரை நம்பினார்கள். ஈ.வெ.ரா. ஒரு இந்து. இந்துக்களுக்காக மட்டுமே பேசினார். பிராமணரல்லாதாரில் தலித்துகளை இணைத்தது தலித்துகளுக்கு அவர் செய்த வன்கொடுமை. தலித்துகளின் பொது எதிரி பார்ப்பனீயம். மறைமுக எதிரி பெரியாரியம். சொல் மட்டுமே வேறு. செயல்பாடு ஒன்றே.

தலித்துகளுக்கு பெரியாரும் பெரியாரியமும் ஒரு தீர்வு எனில் வாயில் பீ இருந்தும் வாழ்க பெரியார் என்று சொல்ல தலித்துகள் ஒன்றும் மானங்கெட்டவர்கள் இல்லை. பெரியார் யாருக்கு பெரியாராக இருந்தார்? தலித்துகளுக்கு மட்டுமே பெரியாரை விமர்சனத்துக்குள்ளாக்கும் பொறுப்புள்ளது. பெரியாருக்கு கோவில் கட்டி வழிபட்டால் அந்தக் கோவில் கருவறைக்குள் தலித்துகள் செல்ல உங்களது பெரியார் கடவுள் அனுமதிப்பாரா?

இந்த அவதூறுகளுக்கு பெரியாரின் குரலே பதிலாக அமையும்.

1. நமது தேசத்தில் நமது இந்து மதத்தில் மாத்திரம் தான் தீண்டாமை அனுஷ்டிப்பதாக நாம் காண்கிறோம். மனிதனுக்கு மனிதன் பார்ப்பது, பேசுவது, பக்கத்தில் வருவது, தொடுவது முதலானவைகள் தீண்டாமையின் தத்துவங்களாக விளங்குகின்றன. இவற்றிற்கு ஆதாரம் என்னவென்றால் வேதமென்று சொல்லுவதும், சிலர் சாஸ்திரம் என்று சொல்வதும், சிலர் ஸ்மிருதி என்று சொல்வதும், சிலர் புராணங்கள் என்று சொல்வதும் சிலர் பழக்கவழக்கங்கள்

ப. திருமாவேலன் | 51

என்று சொல்வதும் இப்படிப் பலவிதமாக ஆதாரங்கள் கற்பிக்கப் படுகின்றன. பழக்கத்தில் தீண்டாமையானது வருணாசிரம தர்மத்தில் பட்டதென்றும், வரிசைக்கிரமத்தில் ஒருவருக்கொருவர் தாழ்ந்தவரென்றும், வருணாசிரமமானது பிராமணன், க்ஷத்திரியன், வைசியன், சூத்திரன், பஞ்சமன் என ஐந்து வகைச் சாதியாய்ப் பிரிக்கப்பட்டிருக்கின்றனவென்றும் இவற்றிற்கு ஆதாரம் மநு ஸ்மிருதி என்றும் சொல்லப்படுகிறது. தமிழர்களாகிய நம்மை இவை எதுவும் சார்ந்ததாகத் தோன்றவில்லை. ஏனெனில், வருணாசிரமம் என்பதும், சாதி என்பதும், பிராமணன், சத்திரியன், வைசியன், சூத்திரன் பஞ்சமன் என்பதும், மநுதர்ம சாஸ்திரமோ, மநுஸ்மிருதியோ என்பதும் ஆகிய வார்த்தைகள் தமிழ் வார்த்தைகளல்ல. தமிழ்நாட்டினர்க்கோ, தமிழர்க்கோ இவ்வந்நிய பாஷைப் பெயர்கள் பொருந்துவதற்கே நியாயமில்லை. தவிர, இந்தச் சாதிகளுக்கே ஏற்பட்டிருக்கிற குணமும், தமிழர்க்குப் பொருந்தியது என்று சொல்லுவதற்கும் இடமில்லை.

உதாரணமாக, நம்மில் பெரும்பான்மையோர் சூத்திரர்கள் என்று அழைக்கப்படுகின்றனர். நாமும் நம்மை அநேகமாய் சூத்திரர்கள் என்றே சொல்லிக்கொள்ளுகிறோம். ஏன் அப்படிச் சொல்லிக்கொள்ளுகிறோ மென்பதைப் பற்றி இப்பொழுது ஆராயத் தேவையில்லை. சூத்திரர் என்பது என்ன! நாம் சூத்திரர்களா என்பதைக் கவனிப்போம். சூத்திரன் என்றால் 'மநுஸ்மிருதி'யில் விலைக்கு வாங்கப்பட்ட அடிமை, யுத்தத்தில் ஜெயித்து அடிமையாக்கப்பட்டவன், அடிமைத் தொழிலுக்காக ஒருவனால் மற்றொருவனுக்குக் கொடுக்கப்பட்டவன், வைப்பாட்டியின் மகன் முதலிய ஏழுவித மக்களுக்குச் சூத்திரர்கள் என மநுதர்ம சாஸ்திரத்தில் பெயரிடப்பட்டிருக்கிறது. அப்பெயரை நாம் ஏற்றுக்கொண்டு நம்மை நாமே சூத்திரர்கள் என்றுதான் சொல்லிக்கொள்ளுகிறோம்.

அடுத்தாற்போல் பஞ்சமர்களெனச் சொல்லப்படுவது யாரை என்பதே நமக்குச் சரியாய் ஆதாரத்தின் மூலமாய் தெரிந்துகொள்ளக் கூடவில்லை. வழக்கில் சக்கிலி, பறையன், வண்ணான், நாவிதன், பள்ளன், குடும்பன், சாம்பன், வள்ளுவன், சிற்சில இடங்களில் தீயர், ஈழவர், நாடாரையுமே சேர்த்து மேலே சொல்லப்பட்ட பிராமண, க்ஷத்திரிய, வைசிய, சூத்திர ஆகிய நான்கு வருணத்தாரும், மேலேகண்ட முறைப்படி கொடுமையாக நடத்தப்படுவதைப் பார்க்கிறோம். இவர்களையே பஞ்சமர்களென்று சொல்வதையும் கேட்கிறோம். அநேகமாய் நாம் கூட அவர்களை அதேமாதிரியாக நடத்துகிறோம். அப்படி நடத்தின போதிலும் சூத்திரர்கள் என்று சொல்லப்படுகிற நாம் தாழ்ந்தவர்களா! பஞ்சமர் என்று சொல்லப்படுகிற அவர்கள் தாழ்ந்தவர்களா! என்பதை யோசித்துப் பார்த்தால், பஞ்சமர்களைவிடச் சூத்திரர்களே தாழ்ந்தவர்கள்

என்பது தெரியவரும். மேலே கூறப்பட்டபடி "சூத்திரர்" என்பதற்கு ஆதாரப்படி தாசி மகன் என்பது தான் பொருள். தத்துவமாய்ப் பார்த்தால், பறையன் சக்கிலியைவிடத் தாசி மகன் தாழ்ந்தவன் என்பதுதான் எனது தாத்பரியம். என்னை ஒருவன் சூத்திரன் என்று அழைப்பதைப் பார்க்கிலும் பஞ்சமன் என்று அழைப்பதில்தான் நான் சந்தோஷப்படுவேன்.

இவ்விதக் கெடுதியான பெயர் நமக்கு இருப்பதைப் பற்றி நாம் கொஞ்சமும் கவனியாமல் நிரபராதிகளாய் இருக்கும் நமது சகோதரர்களைக் காண, அருகில் வர, தொட, பேச, பார்க்க முடியாதபடி கொடுமையாய் நடத்தி ஊரிற்கு வெளியில் குடியிருக்கும் படியும், ஸ்நானம் செய்வதற்கோ, வேஷ்டி துவைத்துக் கொள்வதற்கோ, வீதியில் நடப்பதற்கோ, சில இடங்களில் தாகத்திற்குக் கூடத் தண்ணீர் இல்லாமல் அவஸ்தைப்படும்படி நடத்துகிறோம். மேற்கண்ட கொடுமையான குணங்கள் அவர் களோடு மாத்திரம் இல்லாமல் அநேக சமயங்களில் நாமும் நமக்கு மேல் வருணத்தார் என்று சொல்லுகிறவர்களும் கூட அனுபவிப்பதைப் பார்க்கிறோம். உதாரணமாக, சூத்திரர்களை அதற்கு மேற்பட்ட மூன்று வருணத்தார்களும் தொடுவதில்லை என்பதையும் இவர்கள் முன்னிலையில் அவர்கள் ஆகாரம் எடுத்துக் கொள்வதில்லையென்பதையும், சிற்சில சமயங்களில் இவர்களோடு பேசுவதும் பாவம் என்பதையும் அனுபவிக்கிறோம். அதே மாதிரி வைசியர்களிடத்திலும் க்ஷத்திரியர்கள், பிராமணர்கள் நடந்து கொள்ளுவதையும், அதே மாதிரி க்ஷத்திரியர்களிடத்திலும் பிராமணர் நடந்து கொள்வதையும், பிராமணர்களுக்குள்ளேயும் ஒருவருக்கொருவர் தாழ்மையாக நடத்தப்படுவதையும் பார்க்கிறோம். உதாரணமாக, திருச்செந்தூர், மலையாளம் முதலிய இடங்களில் உள்ள பிராமணர்கள் தாங்கள் உயர்ந்தவர்களென்றும், மற்றப் பிராமணர்கள் தாழ்ந்தவர்களென்றும் கருதித் தங்களுக்கு அனுமதியுள்ள இடத்தில் மற்றொருவர் பிரவேசிப்பது தோஷமெனக் கருதுகிறார்கள். நம் நாட்டிலேயும் முறைப்படி நடக்கின்ற பிராமணர்கள் என்று சொல்லுவோர்கள் க்ஷத்திரியனிடத்திலேயோ, வைசியனிடத்திலேயோ, சூத்திரனிடத்திலேயோ பேசுகின்ற காலத்தில் ஜலமலபாதிக்குப் போகும் போது எப்படிப் பூணூலைக் காதில் சுற்றிக் கொண்டு போகிறார்களோ, அது போல பெரிய தீட்டெனநினைத்துப் பூணூலைக் காதில் சுற்றிக் கொண்டு பேசுகிறார்கள்.

இப்படி நமது நாட்டில் தீண்டாமை, பார்க்காமை, பேசாமை, கிட்ட வராமை ஆகிய இவை, ஒருவரையாவது விட்டவை அல்ல. ஒருவர் தனக்குக் கீழ் இருப்பவரைத் தீண்டாதவர், பார்க்கத்தகாதவர் என்று சொல்லுவதும், அதே நபர் தனக்கு மேல் உள்ளவருக்குத்

தான் தீண்டாதவராகவும் பார்க்கக்கூடாதவராகவும் இருப்பது வழக்கமாயிருப்பது மாத்திரம் அல்லாமல் இவர்கள் இத்தனை பேரும் சேர்ந்து நம்மை ஆளுகிற சாதியாயிருக்கிற ஐரோப்பியருக்குத் தீண்டாதவராகவும், கிட்ட வரக்கூடாதவராகவும் இன்னும் தாழ்மையாகவும் இருந்து வருவதையும் நாம் காண்கிறோம். இந்த முறையில் தீண்டாமை என்பதை ஒழிப்பது என்று சொல்வது, கேவலம் பஞ்சமர்களை மாத்திரம் முன்னேற்ற வேண்டுமென்பதல்லாமல் அவர்களுக்கு இருக்கும் கொடுமைகளை மாத்திரம் விலக்க வேண்டுமென்பதல்லாமல், நம் ஒவ்வொருவருக்குள் இருக்கும் இழிவையும், கொடுமையையும் நீக்க வேண்டும் என்பதுதான் தீண்டாமையின் தத்துவம். இதைச் சொல்லுகிற போது ஆ! தீண்டாமை விலக்க பஞ்சமரையா தெருவில் விடுவது? அவர்களையா தொடுவது? அவர்களையா பார்ப்பதென்று ஆச்சரியப்பட்டு விடுகிறார்கள். நம்மில் ஒரு கூட்டாத்தாராகிய சூத்திரர் என்று சொல்லிக் கொள்ளும் நாம், நம்மில் ஒருவன் சூத்திரர் என்று அழைக்கும் பொழுது ஆ! நம்மையா, சர் பட்டம் பெற்ற நம்மையா, ஜமீன்தாராகிய நம்மையா, லட்சாதிகாரியாகிய நம்மையா, சத்திரம் சாவடி கட்டிய நம்மையா, தூய வேளாளனாகிய நம்மையா, பரிசுத்தனாகிய நம்மையா, உத்தமனான நம்மையா, மடாதிபதியான நம்மையா இன்னும் எத்தனையோ உயர் குணங்களும் எவ்வித இழிவுமற்ற நம்மையா தேவடியாள் மகன், வைப்பாட்டி மகன், அடிமையென்று அர்த்தம் கொண்ட சூத்திரன் என்று சொல்லுவதென ஒருவரும் வெட்கப்படுவதேயில்லை.

2. தீண்டாமையென்பது, நமது நாட்டில் இந்து மதத்தில் மாத்திரம் மனிதனுக்கு மனிதன் பிறவியிலேயே உயர்ந்தவன் தாழ்ந்தவன் என்றும், மனிதனுக்கு மனிதன் பார்த்தால், கிட்டவந்தால், பேசினால், தெருவில் நடந்தால், தொட்டால், கோவிலுக்குள் நுழைந்தால், சாமியைப் பார்த்தால், மத தத்துவமென்னும் வேதத்தைப் படித்தால் பாவம் என்னும் முறைகளில் அனுஷ்டிக்கப்பட்டு வருகிறது. இதன் பலனாய் 33 கோடி ஜன சமூகத்தில் 60, 70 இலட்சம் ஜனங்கள் உயர்ந்தவர்களென்றும், பிராமணர்கள் என்றும் தங்களைச் சொல்லிக் கொண்டு மற்றவர்களைச் சூத்திரர்களென்றும், பஞ்சமர்களென்றும், மிலேச்சர்களென்றும் அழைப்பதோடு, மிருகங்களுக்கும், பட்சிகளுக்கும், பூச்சிபுழுக்களுக்கும் உள்ள சுதந்திரங்கூடக் கொடுப்பதற்கில்லாமல் கொடுமைப்படுத்தி வைத்திருப்பதை நாம் பார்த்து வருகிறோம்.

ஒற்றுமையினாலும் அரசாங்கத்தாருக்கு நல்ல பிள்ளைகளாய் நடந்துகொள்ளுவதினாலும் கிருஸ்துவர்களும் முகமதியர்களும் பிராமணர்களாலும் அவர்களது தர்மமான சாஸ்திரங்களாலும் மிலேச்சர்களென்று அழைக்கப்பட்டாலும் தெருவில் நடத்தல் முதலிய

சில உரிமைகளைப் பெற்றிருக்கிறார்கள். இதைப் பொறுத்தவரையிலும் கிருஸ்தவர்களும் முகம்மதியர்களும் நமது அரசாங்கத்தாருக்கு நன்றி செலுத்தக் கடமைப்பட்டவர்களென்பதை நாம் மறுக்கமாட்டோம். அரசாங்கத்தாருக்கு நல்ல பிள்ளைகளாய் நடக்காததாலும் அரசாங்க மதமாகிய கிறிஸ்தவ மதத்தைத் தழுவாத "பாவத்தினாலும்" 60, 70 இலட்சம் பிராமணர்களால் 7 கோடி இந்தியச் சகோதரர்கள் பஞ்சமர்களென்றும் சண்டாளர்களென்றும் கருதி, தீண்டல், தெருவில் நடத்தல் முதலிய மேற்கண்ட உரிமைகள் அற்று உழலுவதைப் பார்க்கிறோம். இதல்லாமல் சுமார் 16 கோடி இந்தியர் மேற்படி 60, 70 இலட்சம் பிராமணர்களால் (யுத்தத்தில் ஜெயித்து அடிமையாக்கப் பட்டவன்) தன் தேவடியாள் மகன் குலவழியாக பிராமணருக்குத் தொண்டு செய்பவன். அடிமை வேலைக்கு வாங்கினவன் என்னும் பொருள் அடங்கிய (மனு. 8ஆம் அத்.415ஆவது சுலோகம்) சூத்திரர் என்று கருதப்படுகிறார்கள். பிராமணன் சம்பளம் கொடுத்தேனும், கொடாமலேனும் சூத்திரனிடத்தில் வேலை வாங்கலாம், ஏனெனில், சூத்திரன் பிராமணர்களுக்கு வேலை செய்வதற்காகவே கடவுளால் சிருஷ்டிக்கப்பட்டிருக்கிறான்.

(மனு சாஸ்திரம் 8ஆவது அத். 413ஆவது சுலோகம்.)

அதோடு மாத்திரமில்லாமல் இவ்வுயர்வு தாழ்வு என்னும் தொத்து வியாதி பிராமணர்களிடம் இருந்து உண்டாயிருந்தாலும், அவர் ஒழிந்த மற்ற வகுப்புகளுக்குள்ளும் அது பரவி அநேகமாய் ஒவ்வொரு வகுப்பும் மற்ற வகுப்பைத் தாழ்ந்தவர்கள் என்றும், தீண்டக்கூடாதவர்கள் என்றும் கருதிக் கொண்டு வருவதையும் பார்க்கிறோம்.

(குடி அரசு, 22–11–1925)

3. இந்தியாவில், இந்து முஸ்லீம் ஒற்றுமையைவிட சுயராஜ்யத்தை விட பூரண சுயேச்சையை விட காந்தி இர்வின் ஒப்பந்தத்தை விட, தீண்டாமை ஒழிக்கப்பட வேண்டியது முக்கியமானது என்கின்ற விஷயம் கடுகளவு அறிவும் மனிதத் தன்மையும் உடையவர்களாகிய எவரும் ஒப்புக்கொள்ளக் கூடியதாகும்.

4. சுமார் 20 வருஷத்திற்கு முன்பு லக்னோவில் முஸ்லீம்களுக்குச் சில உரிமையும், சீர்திருத்தத் திட்டத்தில் தனி வகுப்புவாரிப் பிரதி நிதித்துவ உரிமையும் கொடுத்தது போல், தீண்டப்படாதவர்கள் என்பவர்களுக்கும் ஏதாவது வழி செய்து இருந்தால் இன்று அந்தச் சமூகத்தில் 100க்கு இத்தனைப் பேர்கள் என்பதாகப் படிப்பிலும், உத்தியோகத்திலும், சமூக வாழ்க்கையிலும், ஸ்தானங்கள் பெற்று இருந்து இந்தச் சமயத்தில் அவர்களும் மனிதர்கள் என்று மதிக்கப்பட்டு, இந்தப் பூரண விடுதலைக்குத் திட்டம் வகுக்கும் போது அவர்களையும் கலந்து ஆலோசிக்க வேண்டிய காரியம் முக்கியமானதாக திரு. காந்தி அவர்களும் அவர்களையும் ஒரு சமூகமாக மதிப்பதாகக் காட்டிக்

கொண்டாவது இருக்க முடிந்திருக்கும். அப்படிக்கு இல்லாததாலேயே "தீண்டப்படாதார் விஷயம் சுயராஜ்யம் வந்த பின்பு சரியாய்விடும்" என்கின்ற ஒரே பேச்சில் முடிவடையவும் முடிந்துவிட்டது.

புதிய சுயராஜ்யத்தில், சாதி, வகுப்புக் கொடுமைகள் சட்டத்தின் மீதே தாண்டவமாடும். ஆனால், சுயராஜ்யமில்லாத அந்நிய இராஜ்யத்தில் அதாவது, இப்போதைய இராஜ்யத்தில் அநேக விஷயங்களில் சாதி, வகுப்பு வித்தியாசக் கொடுமைகள், பழக்கம், வழக்கம் மாமூல் என்பவைகளையே பிரதானமாய்க் கொண்டு ஒருவிதத்தில் தாண்டவமாடி வந்தது. ஏதோ ஒரு விதத்தில் இப்போது தீண்டாமையும், சாதி வித்தியாசமும் அடியோடு ஒழிக்கப்பட வேண்டும் என்கின்ற எண்ணமும், உணர்ச்சியும் பொது மக்களுக்குத் தானாகவே ஏற்பட்டு, அவை அழிபடக்கூடிய நிலைமை ஏற்படுகின்ற காலத்தில் பூரண சுயேச்சையின் பேரால் மறுபடியும் சாதி, வகுப்பு, பேர்களும், ஆதாரங்களும் ஒரு மனிதன் மனசாட்சியை உத்தேசித்துச் சட்டத்தின் மூலம் நிலைநிறுத்தும் படியாக ஆகியிருப்பது மிகுதியும் கண்டிக்கத்தக்கதேயாகும். *(கு. 19.4.1931)*

5. சாதி வகுப்பு என்கின்ற பிரிவினைகள் ஏற்படுவதற்கு இட மில்லாதபடி வாழ்க்கைத் திட்டங்களையும், ஆதாரங்களையும் ஏற்படுத்த வேண்டும். எந்த ஆதாரங்களிலும் சாதிக்குக் களமே இருக்கக்கூடாது. வருணாசிரமப் பட்டங்களும் பெயர்களுக்குப் பின் சாதிப் பட்டமோ, வகுப்புப் பட்டமோ இருக்கக் கூடாது. சிவில் கிரிமினல் சட்டங்களில் சாதிப் பிரிவுகளுக்கும், வகுப்புப் பிரிவுகளுக்கும் இடமே இருக்கக்கூடாது என்பது போன்ற இன்னும் பல நிபந்தனைகளை வற்புறுத்தி, இந்தச் சீர்திருத்தம் முதற்கொண்டாவது சாதி வகுப்புக்கொடுமையை அழித்துவிடும்படிப் பார்த்துக் கொள்ள வேண்டும். இந்தக் காரியத்தில் வெற்றி பெற்றுத் திரும்பி வந்தார்களேயானால், இந்தியாவைப் பல வகைகளிலும் பிடித்த எலும்புருக்கி வியாதியானது அடியோடு ஒழிந்துபோகும் என்று உறுதியாய்ச் சொல்லுவோம். *(கு. அ. 19–4–1931)*

6. தீண்டாமை ஒழிய வேண்டும் என்கின்ற விஷயத்தில் நாம் தீண்டாதார்களைத் தூக்கி நிறுத்திவிடப்போவதாக எண்ணிக் கொண்டு பேசுவதாகவும், அவர்களுக்கு நாம் வக்காலத்துப் பேசி வருவதாகவும் யாவரும் நினைத்துக் கொள்ள வேண்டியதில்லை என்பதாகத் தெரி வித்துக் கொள்ளுகிறோம். மற்றெதற்காக நாம் பாடுபடுகின்றோம் என்றால், அநேக விஷயங்களில் நாமும் அதாவது, தீண்டாதார் அல்லாதார்கள் என்று கருதிக் கொண்டிருக்கின்ற பார்ப்பனரல்லாதார்களும், தீண்டாதாராகவும் கிட்ட நெருங்காதாராகவும் பாவிக்கப்பட்டு வருகின்றோமே என்கின்ற சுயமரியாதை உணர்ச்சியினால்தான் என்றே தெரிவித்துக் கொள்ளுகின்றோம். *(கு. அ. 24–5–1931)*

7. இவ்வாரம் நடைபெற்ற சென்னை சட்டசபைக்கு ஸ்ரீமான் வீரய்யன் அவர்கள் முனிசிபல் சட்டத்திற்கு ஒரு திருத்த மசோதா அனுப்பியிருந்தார், அதாவது "பொதுத் தெருவை எவரேனும் உபயோகிக்க முடியாமல் தடுப்பவருக்கு 100 ரூபாய் வரையில் அபராதம் விதிக்கலாம்" என்று ஒரு பிரிவை அதில் சேர்க்க வேண்டும் என்று அனுப்பியிருந்தார். அது பிரேரேபனைக்கு வரும் போது சில பார்ப்பனர்கள் தங்கள் சாதிப்புத்தியின் படி அதைக்கொல்ல சட்ட சம்பந்தமான ஆட்சேபனைகளை எழுப்பி விட்டார்கள். தாங்கள் பார்ப்பனர் சந்ததியார்கள் என்று சொல்லிக் கொள்வதால் பெருமைப்படும் சில பார்ப்பனரல்லாதாரும் இரகசிய வருணாசிரம தர்மிகளும் அதற்கு உடந்தையாயிருந்து, இந்தச் சபையில் அதை நிறைவேறாமல் செய்து விட்டார்கள். பொதுத் தெருவைப் பொது மக்கள் உபயோகப்படுத்திக் கொள்வதைத் தடுத்தவர்களுக்கு அபராதம் போடலாம் என்றால், அதை ஆட்சேபிப்பதற்கு நமது நாட்டில் ஜனங்கள் இருக்கும் போதும், அப்பேர்ப்பட்டவர்களைச் சட்ட சபைக்குத் தெரிந்தெடுக்கக் கூடிய பைத்தியக்கார ஓட்டர்கள் நமது நாட்டில் மலிந்திருக்கும் போதும், வெள்ளைக்காரரைப் பார்த்து "நாங்கள் சுயராஜ்யத்திற்குத் தயாராகி விட்டோம். எங்களிடம் இராஜ்யத்தை ஒப்புவித்துவிட்டு நீங்கள் போய் விடுங்கள்" என்று சொல்வது எவ்வளவு மடத்தனம் என்பதை வாசகர்கள் தான் உணர வேண்டும்.

8. இந்து மதத்தில் தீண்டாமையானது பலமான இடம் பெற்றிருக்கிறது என்பதை எந்த இந்துவும் இதுவரை மறுக்கவே இல்லை. அப்படி மறுப்பவர்கள் தாங்கள் யோக்கியமான இந்துவா, இந்து சாஸ்திரங்களை, புராணங்களை, வேத சாஸ்திரங்கள் என்பவைகளை, அப்படியே ஒப்புக்கொள்ளுபவர்களா அல்லது தங்களுக்கு இஷ்டமானபடி சமயத்துக்கு மக்களை ஏய்ப்பதற்காகப் பேசுபவர்களா என்பதை முதலில் நாணயமாய் முடிவு செய்து கொள்ள வேண்டும்.

9. தீண்டாதார் என்று இழிவாய் கருதப்படும் மக்கள் சாதிபேதத்தையும் தீண்டாமையையும் முக்கியத் தத்துவமாய்க் கொண்ட இந்து மதத்தை விட்டு அதில்லாத மதத்துக்குப் போவதால் என்ன கெடுதி என்று கேட்கின்றோம்?

முஸ்லீம் மதத்திற்குப் போனால் உயர்ந்த முஸ்லீம் பெண் கொடுப்பானா என்று ஒரு தலைவர் கேட்கிறார். ஆனால், இந்து மதத்தில் இருந்தால், மாத்திரம் இவர் தன் பெண்ணைக் கொடுக்கக்கூடுமா என்று நாம் கேட்டால், அது அதிகப்பிரசங்கித்தனமாய் விடும் என்று அஞ்சுகிறோம். *(குடி அரசு, துணைத் தலையங்கம், 9–8–1936).*

10. தென் ஆப்பிரிக்காவில் இந்தியர்களைத் தாழ்வாய் நடத்துவதைப்

பற்றியும், இந்தியர்களை அந்நாட்டைவிட்டு ஓழிப்பதற்கென ஏற்படுத்திய சட்டத்தைப் பற்றியும் சென்ற 11ஆம் தேதி (11–10–1925) இந்தியாவெங்கும் பொதுத் தினமாகக் கொண்டாடி, தேசமெங்கும் கண்டனத் தீர்மானங்கள் நடைபெற்றன. அக்கண்டன விஷயத்தில் நாமும் கலந்து கொள்ளுகிறோம். ஆனால், நமது நாட்டில் கோடிக் கணக்கான சகோதரர்களைத் தீண்டாதாரென்றும், பார்க்கக் கூடாதாரென்றும், தங்களுடைய வேதங்களையே படிக்கக் கூடாதா ரென்றும், தங்களுடைய தெய்வங்களையே கண்டு வணங்கக் கூடாதா ரென்றும் கொடுமை செய்திருக்கிற ஒரு நாட்டார், இக்கண்டனத் தீர்மானம் செய்வதில் ஏதாவது பலன் உண்டாகுமா? இதை அறிந்த தென் ஆப்பிரிக்கா வெள்ளையர்கள் இக்கண்டனத் தீர்மானங்களை மதிப்பார்களா? அல்லது குப்பைத் தொட்டியில் போடுவார்களா? என்பதை வாசகர்களே கவனித்துப் பார்த்தால், வீணாக ஒரு நாளை இப்போலிக் கண்டனத் தீர்மானங்களுக்காகப் பாழாக்கினோமே என்ற முடிவுக்குத்தான் வருவார்கள்.

(குடி அரசு தலையங்கம், 18–10–1925)

11. ஆதி திராவிடர்களுக்கென்று தனிக்கிணறுகள் வெட்டுவது அக்கிரமமென்பதே எனது அபிப்பிராயம். இவ்வாறு தனிக் கிணறுகள் வெட்டுவது, ஆதி திராவிடர்கள் நம்மைவிடத் தாழ்ந்தவர்கள், அவர்கள் நம்முடன் கலக்கத்தக்கவர்களல்ல என்று ஒரு நிரந்தரமான வேலியும் ஞாபகக் குறிப்பும் ஏற்படுத்துவதாகத்தான் அர்த்தமாகும்.

12. வருணாசிரம தர்மத்தின் மூலமாகத்தான் நமது நாட்டில் தீண்டாமைக் கொள்கை அமலில் இருந்துவருகிறதே ஒழிய, வருணாசிரமம் இல்லாவிட்டால் தீண்டாமைக் கொள்கை பரவ மார்க்கமே கிடையாது. வருணாசிரம தர்மம் என்கிற ஓர் உடல் இல்லாவிட்டால், தீண்டாமை என்கிற உயிருக்கு ஆட்டம் இல்லை.

13. தொழிலின் மூலமாகக் கூட மக்களைப் பிரிக்கக்கூடாது; பிரிக்க முடியாது; பிரிப்பது உலக இயற்கைக்கும் மனிதத் தன்மைக்கும் சரியல்லவென்று வாதாடுகிற நாம், ‘பிறவியில் சாதி உண்டு; தொழில் உண்டு; இது பெரியோர்களால் ஏற்படுத்தப்பட்டது; கடவுளால் ஏற்படுத்தப்பட்டது, ரிஷிகளால் ஏற்படுத்தப்பட்டது’ என்றால் எப்படி ஒப்புக்கொள்ள முடியும்?

14. உங்களைத் தெருவில் நடக்கவிடாததைப் பற்றியும், உங்கள் பிள்ளைகளைப் பள்ளிக்கூடத்தில் சேர்க்கவிடாமல் தடுத்துக் கலகம் செய்ததைப் பற்றியும், உங்கள் பிள்ளைகள் படிப்பதனால் இந்த ஊர் உயர்ந்த சாதியார்கள் என்பவர்கள் தங்கள் பிள்ளைகளை நிறுத்திக் கொண்டதைப் பற்றியும், மற்றும் இராமநாதபுரம் ஜில்லாவில் ஆதி திராவிட சமூகத்தை மற்ற சமூகத்தார் செய்யும் கொடுமைகளைப் பற்றியும் இங்கு பேசியவர்கள் எடுத்துச் சொன்னதைக் கேட்க

எனக்கு மிகமிக ஆத்திரமாய் இருக்கின்றது. ஆனால் இதற்கு யார் ஜவாப்புதாரிகள் என்பதைப் பற்றி யோசித்துப் பார்க்கையில் உங்களை இக்கொடுமை செய்பவர்கள் ஜவாப்தாரியல்லவென்றும் நீங்களும் இக்கொடுமை அனுபவத்தில் உங்கள் சமூகத்தை உத்தேசித்துப் பரிதாபப்பட நியாயமில்லை என்றும் எனக்குத் தோன்றுகிறது. ஏனெனில் அவர்கள் தங்களது நம்பிக்கையின்பேரில், தங்களது பழக்கவழக்கங்களின்பேரில் தங்களது மத உணர்ச்சி, மத ஆசாரம் ஆகியவைகளில் உள்ள பற்றுதலின்பேரில் அவர்கள் நம்பும் – வணங்கும் கடவுளின் கட்டளை, செய்கை என்ற உறுதியின் பேரில் தங்கள் முன் ஜென்மத்தின் கர்மம் – பூர்வ புண்ணியம் – தலைவிதி என்கின்ற சுதந்திரத்தின்பேரில் ஒரு உரிமை பாராட்டி அம்மாதிரி செய்கின்றார்களே ஒழிய வேறில்லை. அதுபோலவே நீங்களும் பிறர் உங்களை நடத்துகின்ற அந்த மாதிரியான கொடுமைகளை நினைத்த மாத்திரம், அதுவும் அந்தச் சமயத்தில் மாத்திரம் சிறிது அக்கிரமமாகவும் கொடுமையாகவும் இருப்பதாகக் கருதுகின்றீர்களே ஒழிய, இதற்குக் காரணமென்ன – இப்படிப்பட்ட ஒரு கொடுமையானதும், அக்கிரமமானதுமான காரியம் ஏன் நடக்கின்றது? என்கிற விஷயத்திலும் இதை எப்படி அடியோடு ஒழிப்பது? இதற்காக என்ன செய்ய வேண்டியது? என்கின்ற விஷயங்களை நீங்கள் நினைப்பதுமில்லை. அப்படிப்பட்டவைகளை வேறு யாராவது எடுத்துச்சொன்னாலும் அவைகளை ஒப்புக்கொண்டு நடவடிக்கையில் நடப்பதற்குத் துணிவதுமில்லை.

15. மனிதன் மனித சுதந்திரம் அதாவது, தெருவில் நடப்பது குளத்தில் தண்ணீர் மொள்ளுவது, மனிதனுக்கு மனிதன் தொடுவது முதலிய சுதந்திரங்கள் கூட கொடுப்பதற்குத் தனது நாட்டினனாலேயே தன் இனத்தாலேயே தடைப்படுத்தப்பட்டிருக்கும்போது – அதுவும் மதத்தின்பேராலும் கடவுள் பேராலும் நடக்கும்போது வேறு நாட்டானிடம் அரசாட்சி சுதந்திரம் என்று கேட்கப்படுவதைப் பார்த்தால் இதை எதற்கு ஒப்பிடுவது? என்பது எனக்குப் புலப்பட வில்லை. ஒன்று உங்களுக்கு மனித சுதந்திரம் கிடைக்க வேண்டும். அல்லது நீங்கள் இந்த நாட்டிலாவது இந்த மதத்திலாவது இந்தச் சமூகத்திலாவது இல்லாமல் இருக்க வேண்டும். இந்த முடிவைத் தவிர, எப்படியோ உயிர் வாழ்ந்தால் போதும் என்று நினைத்துக் கொண்டு இப்படியே இருப்பது மிகவும் மானங்கெட்டத்தனமாகும். இவ்விஷயத்தில் பொறுத்துப் பொறுத்துப் பார்க்கலாம் என்பதும் பேடியின் கொள்கையேயாகும். எவ்வளவு நாள் பொறுப்பது?

16. இன்றைய சாதி வித்தியாசத்திற்கு ஆதாரமாயுள்ள ரோடு, கிணறு, பள்ளிக்கூடம், சாவடி முதலியவைகள் எல்லாம் ஒருவிதமாக மாற்றப்பட்டு வந்து கொண்டிருப்பதாலும், இந்தக் கோயில்கள்தான்

சிறிதும் மாற்றுவதற்கு இடம் தராமல் சாதி வித்தியாசத்தை நிலைநிறுத்த உபயோகப்பட்டு வருகின்றது. ஆதலால்தான், நான் தீண்டாத மக்கள் என்போர் கண்டிப்பாய்க் கோயிலுக்குள் போய்த்தீரவேண்டும் என்று கூறுகின்றேனே ஒழிய – பக்திக்காகவோ மோட்சத்திற்காகவோ, பாவமன்னிப்புக்காகவோ அல்லவே அல்ல. கோயிலில் சமத்துவமடைந்துவிட்டால் மற்ற காரியங்களில் வித்தியாசம் இருக்க முடியவே முடியாது. கோயிலில் பிரவேசித்து நாம் செய்யும் ஒவ்வொரு முயற்சியும் சாதி வித்தியாசத்தை ஒழிக்கச் செய்யும் முயற்சியே ஒழிய வேறில்லை.

17. இந்த நாட்டில் 100க்கு 90பேர் கொஞ்சங்கூடப் படிக்காதவர்கள். அப்படியானால், அவர்களெல்லாம் நாயிலும் பன்றியிலும் கடையாய் இருக்கின்றார்களா என்று கேட்கிறேன். இன்றைய தினம் உங்களைத் தெருவில் நடக்கவேண்டாம் என்று தடுத்துவிட்டு நடக்கும் மற்றவர்களெல்லாம் படித்தவர்களா? அன்றியும், உங்களைத் தவிர – நடக்கும் நாய், பன்றி ஆகியவைகள் படித்தவைகளா என்று கேட்கிறேன். தவிர, உங்களில் 'ரிக்ஷா' வண்டி இழுப்பவர்கள் முதல் மலம் எடுத்து ஜீவிக்கின்றவர்கள்வரை – எந்தக் காலத்திற்குப் படித்து முடிவது? நீங்கள் எந்தக் காலத்தில் தெருவில் நடப்பது? கோயிலுக்குள் போவது? எந்தக் காலத்திற்கு இழிவை விலக்கிக் கொள்வது? என்பது எனக்குச் சிறிதும் விளங்கவில்லை. தவிரவும், ஒருவன் படிப்பதினாலேயே யோக்கியனாய் விடுவானா? மேல்சாதியாய் விடுவானா என்றே கேட்கிறேன்.

18. அமெரிக்காவில் நீக்ரோவர் துயரத்திற்கு, எந்த 'நிற இறுமாப்பு' காரணமோ, அதே 'நிற இறுமாப்பு'தான் நமது நாட்டுத் தீண்டாமைக்குக் காரணமாயிருக்கிறது. இது ஆரியர் ஆதிகாலத்தில் நமது நாட்டில் குடியேறியபோது, பழங்குடி மக்களை அசுரர், இராட்சதர், மிலேச்சர், பஞ்சமர், சூத்திரர் என்று இழிவுபடுத்தக் காரணமாய் இருந்தது.

19. உலகிலுள்ள கொடுமைகள் எல்லாவற்றையும்விட, இந்தியாவில் மக்களை தீண்டாமை என்கின்ற இழிவு சம்பந்தமாகச் செய்துவரும் கொடுமையே மிகப்பெரிய கொடுமை என்றும், அதற்குச் சமமாக வேறு எந்தக் கொடுமையும் கூறமுடியாதென்றும் எல்லா மக்களாலும் அரசியல் சமூக இயல்வாதிகளாலும் சொல்லப்பட்டு பொதுமக்களால் ஒப்புக் கொள்ளப்பட்ட விஷயமாகும். ஆனால், அதுவிஷயத்தில் மாத்திரம் பயன்படத்தக்க வழியில் ஏதாவதொரு முயற்சியை இதுவரை யாரும் எடுத்துக் கொள்ளாமல் – வெறும் வாய்ப்பந்தல் போடுவதனாலேயே, மக்களை ஏமாற்றிக் கொண்டு காலங் கழிந்து வருவதும் பிரத்யட்சத்தில் தெரிந்த காரியமாகும்.

('குடி அரசு' – 24–5–1931)

20. தாழ்த்தப்பட்ட மக்களை, அவர்களுக்கு மற்றவர்கள் இழைத்துவரும் கொடுமையிலிருந்து விடுதலை செய்ய வேண்டும் என்பதை உண்மையான கருத்துடன் பார்த்தால், அது ஒரு புரட்சி வேலையேயாகும். ஏனெனில், தாழ்த்தப்பட்ட மக்களின் நிலை ஒரு பெரிய அஸ்திவாரத்தின் மீதே கட்டப்பட்டிருக்கின்றது.

எப்படி என்றால், தாழ்த்தப்பட்ட மக்கள் கீழ்ச்சாதி மக்கள், தீண்டப்படாதவர்கள் என்பவர்களெல்லாம் பிறவியிலேயே கீழ்மைத் தன்மை அடைந்தவர்கள் என்றும், அவர்கள் கடவுளாலேயே அந்தப்படி பிறப்புவிக்கப்பட்டவர்கள் என்றும், கடவுள் செயலையோ மதவிதிகளையோ யாரும் மாற்றக்கூடாது என்றும், அவை மாற்றுதலுக்குக் கட்டுப்பட்டவை அல்லவென்றும் சொல்லக்கூடிய ஒரு பலமான அஸ்திவாரத்தின் மீது கட்டப்பட்டிருக்கிறது.

தாழ்த்தப்பட்ட மக்கள் சமத்துவம் பெறுவதும் தீண்டாமைத் தத்துவம் மனித சமூகத்திலிருந்து விலக்கப்படுவதும், வெறும் வார்த்தையாலோ, பிரச்சாரத்தினாலோ, மேல்சாதிக்காரர்களைக் கேட்டுக் கொள்வதினாலோ ஆகக்கூடிய காரியம் என்று யாராவது நினைத்தால், அவர்களது வாழ்வு வீண் வாழ்வு என்றுதான் சொல்லுவேன்.

தாழ்த்தப்பட்டவர்கள், தீண்டப்படாதவர்கள் என்பவர்களில் சிலர் தாங்கள் ஏதோ குளித்து முழுகிவிட்டு விபூதிப்பூச்சோ, பட்டை நாமமோ விதிப்படி அணிந்து, வைதிகர்கள் போல் வேடம் போட்டுக் கொண்டு, மது மாமிசம் சாப்பிடுவதில்லை என்று சொல்லிக் கொண்டு, சுவாமி என்று பெயர் வைத்துக் கொண்டு திரிந்தால் – தங்கள் நிலை உயர்ந்துவிடும் என்றும், தீண்டாமை ஒழிந்து விடும் என்றும் கருதியிருக்கிறார்கள். இது மற்றவர்களை ஏமாற்ற நினைத்துத் தங்களையே ஏமாற்றிக் கொள்ளும் பைத்தியக்காரத்தனமேயாகும்.

இந்தப்படி வெகுபேர் – தாழ்த்தப்பட்ட மக்களில், ஆதி திராவிடர் களில் – வெகு காலமாகவே வேடம் போட்டுப் பார்த்தாகிவிட்டது. அதற்குப் பல புராண சரித்திர ஆதாரங்கள் உண்டு.

ஆயிரக்கணக்கான வருடங்களுக்கு முன்பிருந்து நாளது வரை, தீண்டாமை விலக்கு விஷயத்தில் ஒரு காரியமும் முடிந்ததில்லை என்று தைரியமாய்ச் சொல்லலாம்.

ஏதோ சில பாஷாண்டிகள் செய்த காரியங்களைத் தங்கள் சுயநலத்திற்குப் பயன்படுத்திக் கொள்ளத்தான் முடிந்ததே ஒழிய, அப்படிப்பட்ட வேடத்தாலும் பக்தியாலும் காரியத்தில் ஏதும் ஆகி இருக்காது.

ஆகவே, கடவுளும் மதமும்: அதற்கு ஆதாரமான கீதையும், மநுதர்ம சாஸ்திரமும் காப்பாற்றப்படுவதாயிருந்தால், சூத்திரத் தன்மையும்

கீழ்ச்சாதித்தன்மையும் தீண்டப்படாமையும் எப்படி மாற்றப்பட முடியும் என்று யோசித்துப் பாருங்கள்.

21. இதுவரையில் தீண்டப்படாதவர்களாய் இருந்து, மனித சமூகத்தில் தீண்டக்கூடியவர்களாக ஆன எவரும் – தீண்டப்படாதவர்களாய் இருந்தபோது அவர்கள் மீது சுமத்தப்பட்டிருந்த மதத்தை உதறித் தள்ளிவிட்ட பின்புதான் – 'தீண்டத் தக்கவர்கள்' ஆகியிருக்கிறார்கள்.

ஆதலால், மதத்தைக் காப்பாற்றிக் கொண்டு தீண்டாமையை விலக்கிவிடலாம் என்று நினைத்து ஏமாற்றமடையாதீர்கள்.

('குடி அரசு'28–7–1935)

22. நம் நாட்டில் திராவிட மக்களுக்குள்ளாகவே திராவிடர் — ஆதி திராவிடர் என்கின்ற ஒரு பிரிவு இருக்கிறது என்பதோடு, ஆதித்திராவிட சமூகம் மிகப்பெரும் எண்ணிக்கை கொண்ட சமூகமாக இருந்து வருகிறது. திராவிட நாட்டில் எப்படி வெளியிலிருந்து வந்த ஆரியர்களுக்குத் திராவிட மக்கள் தீண்டப்படாதவர்களாக இருக்கிறார்களோ, அப்படி திராவிடர்களுக்கு ஆதி திராவிடர்கள் — அதைவிட மேம்பட்ட தீண்டப்படாதவர்களாய் — இருக்கிறார்கள். இந்த நிலைமை திராவிடச் சமுதாயத்துக்கே ஒரு பெரும் மானக்கேடான நிலைமையாகும் என்பதோடு, திராவிடர்களை ஆரியர்கள் தீண்டப்படாத மக்களென்று வகுத்திருப்பதையும், நடத்துவதையும் அரண் செய்கிறது. ஆகையால், ஆதித் திராவிடர் என்கின்ற பெயரே மாற்றப்பட்டு, இருவரும் திராவிடர்கள் அல்லது தமிழர்கள் என்கின்ற பெயராலேயே வழங்கப்படவேண்டும் என்பதும், திராவிடருக்கும் ஆதி திராவிடருக்கும் சமுதாயத் துறையிலுள்ள எல்லா வித்தியாசங்களும் பேதங்களும் ஒழிந்து, ஒரே சமூகமாக ஆக வேண்டும் என்பதும் எனது ஆசை. இந்த இரு நோக்கங்களும் ஜஸ்டிஸ் கட்சியின் நோக்கங்களில் பட்டதென்பது எனது அபிப்பிராயமாவதால் கட்சியின் பேரால் இவைகளைச் சொல்லுகிறேன்.

உத்தியோகம், கல்வி முதலிய விஷயங்களில் ஆதி திராவிடர் என்பவர்களுக்குத் தனிச்சலுகை காட்டி, சீக்கிரத்தில் நம்மோடு சரி சமத்துவம் அடையும்படியான நிலைமை ஏற்படுத்த வேண்டியது நம் கட்சியின் தனிப்பட்ட கடமைகளில் ஒன்று.

(குடி அரசு 25–8–1940)

23. ஆதி திராவிடர்கள் 69 பேர் முகம்மதியர்களாகி விட்டதால் அவர்களுடைய பாவங்களெல்லாம் மன்னிக்கப்பட்டுவிட்டதென்றோ, அவர்களுக்கு 'மோட்ச லோகம்' கூப்பிடும் தூரத்திற்கு வந்து விட்டதென்றோ, 'கடவுளோடு கலந்துவிட்டார்கள்' என்றோ கருதி, நான் மகிழ்ச்சி அடையவில்லை. இவைகளை நான் ஏற்றுக் கொள்ளுவதும் இல்லை; மற்றவர்களை நம்பும்படிச் சொல்வதும் இல்லை. அன்றியும், ஒரு மனிதன் மதம் மாறுவதால் அவனுடைய செய்கைக்கும், எண்ணத்திற்கும் தகுந்த பலன் அடைவதில் வித்தியாசம் உண்டென்பதை நான் ஒப்புக் கொள்வதில்லை. எந்த மதக்காரனா யிருந்தாலும் தனது செய்கைக்குத் தகுந்த பலன் ஒன்றாகவேதான்

இருக்கும். இந்துவாயிருந்து பசுவைக் கொன்றால் பாவம் என்றும், முகம்மதியனாயிருந்து பசுவைக் கொன்று தின்றால் பாவமில்லை என்றும், மதத்தின் காரணமாகக் கருதுவது மூடநம்பிக்கையே ஒழிய, இரண்டுவித அபிப்பிராயத்திலும் அர்த்தமே இல்லை. உலகத்தில் உள்ள சகல மதங்களும் மூடநம்பிக்கையின்மீதே கட்டப் பட்டிருக்கின்றது. ஆகையால், பாவ புண்ணியத்தையும், மோட்ச நரகத்தையும் ஆதாரமாய் வைத்தும் நான் மகிழ்ச்சியடையவில்லை. மற்றென்னவென்று கேட்பீர்களேயானால், இந்துமதம் என்பதிலிருந்து மதம் மாறினதாகச் சொல்லப்படும் 69 ஆதித்திராவிடர்களும் பிறவியின் காரணமாக அவர்களுக்குள்ள இழிவிலிருந்து விடுதலை அடைந்ததோடு, பாமரத் தன்மையும் காட்டுமிராண்டித்தனமுமாக மிருகப் பிராயத்திலிருந்தும், அறியாமையிலிருந்தும் சிறிது விடுதலை அடைந்தவர்களானார்கள் என்பதற்காக மகிழ்ச்சியடைகின்றேன்.

அதாவது, மேற்கண்ட 69 பேர்களுக்கும் தீண்டாமை என்பது போய்விட்டது. இனி ஒருவன் அவர்களைப் பறையன், சக்கிலி, சண்டாளன் என்று இழிவாய்க் கூறமுடியாது. அவர்களும் மற்றவர்களை, சாமி! சாமி! புத்தி! என்று கூப்பிட்டுக் கொண்டு தூர எட்டி நிற்கவேண்டியதில்லை. மற்ற மனிதர்களின் காலில் விழுந்து கும்பிடவேண்டியதில்லை. ஊரைவிட்டு வெளியில் குடியிருக்க வேண்டியதில்லை. குளிக்கத் தண்ணீரில்லாமல், குடிக்கத் தண்ணீரில்லாமல் திண்டாட வேண்டியதில்லை. வண்ணான், நாவிதன் இல்லாமல், அழுக்குத் துணியுடனும், கரடிபோல் மயிர் வளர்த்துக் கொண்டும் பார்ப்பவர்களுக்கு அசிங்கமாகத் தோன்றும்படி வாழவேண்டியதில்லை. இனி, எந்தப் பொதுத் தெருவிலும் நடக்கலாம். எந்த வேலைக்கும் போகலாம். யாருடனும் போட்டி போடலாம். அரசியலில் சமபங்கு பெறலாம். மத சம்பந்தமாகவும் இனி, அவர்கள் தங்கள் கோயிலுக்குள் போகத் தாராள உரிமை உண்டு. வேதம் படிக்க உரிமையுண்டு. *('குடி அரசு', 20-10-1929)*

24. ஆதி திராவிடர்கள் என்பவர்கள் யார்?

இந்திய அரசியலில் தொழிலாளிகளுக்குப் பிரதிநிதித்துவம் எங்கே?

தேர்தல் சம்பந்தப்பட்ட காரியங்களில் ஆதி திராவிடர்கள் என்பவர்களுக்கு ஸ்தானங்கள் ஒதுக்கி வைக்கப்பட்டிருப்பதில், ஆதி திராவிடர்கள் என்பதாக எந்தெந்த வகுப்பார்களை ஒதுக்கி வைக்கப்பட்டிருக்கின்றது என்பது, இப்போது பொது ஜனங்களுக்குள் ஒரு பிரச்சனையாக இருந்து வருகின்றது.

லோக்கல் போர்ட் சட்டப்படியும், முனிசிபல் சட்டப்படியும் ஆதி திராவிடர்கள் என்பதற்கு வியாக்கியானம் சொல்லி இருப்பதில், "இந்து மதத்தைத் தழுவிக் கொண்டிருக்கும் பறையர், பள்ளர்,

வள்ளுவர், சக்கிலியர், தோட்டிகள், மாலா (தெலுங்கு பாஷையில் பறையர்), மாதிகா (தெலுங்கு, கன்னட பாஷையில் சக்கிலி), ஹொலையர் (கன்னட பாஷையில் பறையர்), செருமர்கள் (மலையாள பாஷையில் பறையர்) ஆகிய இந்த வகுப்பார்கள் மாத்திரமே ஆதி திராவிடர்கள் என்கின்ற வகுப்பில் அடங்கி இருக்கின்றார்கள்" என்று சொல்லப்பட்டிருக்கின்றது.

இந்திய அரசியல் பிரதிநிதித்துவத்திலோ, அல்லது ஸ்தல ஸ்தாபனப் பிரதிநிதித்துவத்திலோ மேற்கண்ட வகுப்பார்களாகிய பள்ளர், பறையர், சக்கிலியர் ஆகிய மூன்று வகுப்பாருக்கு மாத்திரமே பிரதிநிதித்துவத்திற்கு ஏற்பாடு செய்யப்பட்டிருக்கின்றது. ஆகவே, இதனால் இந்தியாவில் தீண்டாதார் என்கின்ற வகுப்பில் நடைமுறையில் சேர்க்கப்பட்டிருக்கின்ற வகுப்பார்களில் அரைவாசிப் பேர்களுக்குக்கூடப் பிரதிநிதித்துவம் கிடைத்திருப்பதாய் நினைப்பதற்கில்லை. ஏனெனில், மேற்கண்ட வகுப்பார்களைத் தவிர, இன்னமும் எத்தனையோ வகுப்பார்களைப் பொதுவாகத் தீண்டாதார்களாகவே கருதி வருவது யாவரும் அறிந்ததாகும்.

உதாரணமாக, மலையாளத்தில் தீயர்கள், ஈழவர்கள் முதலிய பல வகுப்பார்களையும் தீண்டாதவர்களாகவும், நெருங்காதவர்களாகவும், தெருவில் நடக்காதவர்களாகவும் கருதப்பட்டு வருகின்றது.

தமிழ்நாட்டிலும் குறவர், நாவிதர், வண்ணார், செம்படவர் என்பன போன்ற பல வகுப்பார்கள் சில இடங்களில் தீண்டாதவர்களாகவே கருதப்படுகின்றார்கள். மற்றும் சில இடங்களில் நாடார் முதலிய சில சமூகங்களையும் பொதுக்கோவில், குளம், சத்திரம், சாவடி, தெரு முதலியவைகளில் பிரவேசிக்க உரிமை மறுக்கப்பட்டிருப்பதும், யாவரும் அறிந்ததேயாகும்.

இந்தப்படியாக அநேக சமூகங்கள், 'பொது மனித உரிமை' வழங்கப்படாமல் இருக்கின்றபோது, சட்டத்தின் மூலமாக இந்தச் சமூகங்களுக்கும் சம உரிமையை வழங்காமலும், பிரதிநிதி ஸ்தாபனங்களில் ஸ்தானம் ஒதுக்காமலும் இருந்தால் எப்படி இவர்களுக்கு நியாயம் வழங்கப்பட்டதாகச் சொல்லக்கூடும்? எங்கோ சிற்சில இடங்களில் வேண்டுமானால் இக்கூட்டத்தார்களில் யாரோ இரண்டொருவர் தங்கள் சொந்தச் செல்வ நிலையினாலும், வேறு வியாபாரம் முதலிய துறைகளில் உள்ள செல்வாக்கினாலும், சற்றுப் பொதுவாழ்வில் விளம்பரப்படுத்தப் பட்டிருக்கின்றார்கள் என்பதும், பிரதிநிதித்துவம் பெற்றிருக்கின்றார்கள் என்பதும் அல்லாமல் – மற்றபடி வேறு வகையில் அச்சமூகங்கள் எந்த வழியிலும் பிரதி நிதித்துவம் அடைவதற்கு மார்க்கமில்லாமலேயே இருக்கின்றன.

இவை ஒருபுறமிருக்க, பொதுவாக இப்போது அளிக்கப்பட்டிருக்கும்

இந்தவிதமான பிரதிநிதித்துவமானது, 'தாழ்த்தப்பட்ட வகுப்பு', 'ஒடுக்கப்பட்ட வகுப்பு', 'கொடுமை செய்யப்பட்ட வகுப்பு' ஆகியவற்றிற்கு பிரதிநிதித்துவம் இல்லை என்பதோடு மாத்திரமல்லாமல் – ஏழைகளாகவும், தொழிலாளிகளாகவும் இருப்பவர்களும் சமய – சமூக – சமுதாயக் கொடுமைகளால் முற்போக்கடையவே முடியாதபடி தடுத்து வைக்கப்பட்டிருக்கின்ற பல வகுப்பாருக்கும் பிரதிநிதித்துவம் இருக்க வழியில்லாமலேயே, இப்போதைய பிரதிநிதித்துவமுறை இருந்து வருகின்றது. செல்வவான்களைப் பொறுத்தவரை தாராளமாகத் தனிப்பிரதிநிதித்துவங்கள் கொடுக்கப்பட்டிருக்கின்றன.

உதாரணமாக, கொஞ்சம் பூமி உள்ள குடியானவனுக்கு என்று ஒரு தொகுதியும், அதிக பூமி உள்ள நிலச்சுவான்தாரருக்கு என்று ஒரு தொகுதியும், தோட்டக்காரனுக்கு என்று ஒரு தொகுதியும், வியாபாரிக்கு என்று ஒரு தொகுதியும், லேவாதேவிக்காரனுக்கு என்று ஒரு தொகுதியும், மற்றும் ஆங்கிலம் படித்தவனுக்கு என்று ஒரு தொகுதியும் ஆக இந்தப்படி – செல்வவான்களுக்கும், ஜமீன்தாரர்களுக்கும், முதலாளிகளுக்கும் தனித்தனிப் பிரதிநிதித்துவம் கிடைக்கும்படியாகச் செய்துவிட்டு – எந்த வகையிலும் ஏழைகளும், தாழ்த்தப்பட்டவர்களும், ஒதுக்கப்பட்டவர்களும் வருவதற்கு மார்க்கமில்லாமல் செய்யப்பட்டிருக்கின்றன.

ஆகவே, இந்தத் தத்துவங்களைப் பார்க்கின்றபோது இந்த அரசியல் அமைப்பும், ஆட்சி அமைப்பும் செல்வவான்களுக்கே சொந்தமாக்கி, அவர்களது நன்மைக்கே அனுகூலமானதாக அமைக்கப்பட்டிருக்கின்றதே ஒழிய, பொதுஜன நன்மைக்கு ஏற்றதான பொதுஜனப் பிரதிநிதித்துவத்திற்கு இலாயக்காக அமைக்கப்படவில்லை என்பது நன்றாய் விளங்கும்.

குறிப்பாக, தொழிலாளிகள் விஷயம் சிறிதுகூடக் கவனிக்கப்பட வில்லை என்பதும், அவர்களது நன்மைகளையும், முன்னேற்றங்களையும் வேண்டுமென்றே வெகு ஜாக்கிரதையுடன் புறக்கணிக்கப்பட்டு, அழுத்தி வைக்கப்பட்டிருக்கின்றது என்பதும் நாம் சொல்லாமலே விளங்கும்.

இப்போது அரசாங்கத் தத்துவப்படி ஆதி திராவிடர் என்கின்ற தலைப்பில் சேர்க்கப்பட்டுள்ள தீண்டாத வகுப்பார்கள் என்பவர் களுக்கும்கூட, சரியானபடி பிரதிநிதித்துவம் அளிக்கப்பட்டதாகவும் சொல்வதற்கில்லை

எப்படியெனில், 'ஆதி திராவிட வகுப்பு' என்று சொல்லப்பட்ட, மேல்கண்ட மூன்று வகுப்பார்களிலும் இன்றைய தினம் கிட்டத்தட்ட மூன்றில் ஒருபங்கு சுமாருள்ள மக்கள் கிறிஸ்துவ மதத்தைத் தழுவி இருக்கின்றார்கள். அந்தப்படி அவர்கள் கிறிஸ்துவ மதத்தைத்

தழுவி இருந்தபோதிலும், தீண்டாமையானது கிறிஸ்துவ மதத்திலும் இருந்துகொண்டு, அங்கு வருகின்றவர்களையும் விலக்கி வைத்து இருக்கின்றது. உதாரணமாக, 'கிறிஸ்துவப் பறையர்கள்' என்றும், 'கிறிஸ்துவ சக்கிலிகள்' என்றும் மற்றும் இம்மாதிரியாகவே சொல்லப்படுவதுடன், அவர்கள் ஊரைவிட்டும் மற்றும் பல பொது உரிமைகளை விட்டும் விலக்கியே வைக்கப்பட்டிருக்கின்றார்கள், கிறிஸ்துவர்கள் கோவிலிலுங்கூட, மேல்கண்ட ஆதி திராவிட கிறிஸ்துவர்கள் அனுமதிக்கப்படாமல் இருக்கின்றார்கள்.

ஆகவே, இதிலிருந்து தாழ்த்தப்பட்டவர்களுக்கும், ஏழைகளுக்கும், தொழிலாளிகளுக்கும் மற்றும் தொழில் காரணமாகத் தாழ்த்தப் பட்டவர்களுக்கும் அரசியலிலும், ஆட்சியிலும் பிரதிநிதித்துவம் இல்லை என்பது உறுதியாகின்றது. ('குடி அரசு' 29-3-1931)

25. இந்தியாவில் இன்று இரண்டு வகுப்பார்கள் மிகவும் தாழ்ந்த நிலையில் இருக்கிறார்கள் என்பதில் சிறிதுகூட விவகாரமே இருக்காது என்று கருதுகிறோம்.

அதாவது ஒன்று: பெண்மக்கள்.

இரண்டு: தீண்டப்படாத மக்கள் என்பவர்கள்.

இவ்விரு கூட்டத்தாரும் கல்வியில் 100க்கு ஒருவர், இருவர்கூடப் படித்தவர்கள் இருக்கமாட்டார்கள் என்று சொல்லத்தக்கதாகத்தான் இருக்கிறார்கள். செல்வத்திலோ பெண்களுக்குச் சொத்துரிமையே கிடையாது. ஏனெனில், சட்டப்படியே பெண்களது வாழ்க்கை என்பது ஆண்களுக்கு அடிமை என்பதை யாரும் மறுக்கமாட்டார்கள். பெண்கள் கற்றிருப்பதும், சொத்து வைத்திருப்பதும் மிக அருமை யாகத்தான் இருக்கும்.

அதுபோலவே, தீண்டப்படாதவர்கள் என்கின்றவர்கள் நிலையும் சமுதாய ஒழுங்குப்படியே மனிதத்தன்மை அற்றவர்கள் ஆவார்கள். அவர்கள் பிறவித் தொழிலாளிகள்; செல்வம் சேர்க்கச் சந்தர்ப்பமும், சமசுதந்திரமும் இல்லாதவர்கள். சட்ட நிர்ப்பந்தத்தினாலல்லாது படிக்கவோ, அரசியல் ஸ்தானம் பெறவோ முடியாதவர்கள். இப்படிப் பட்ட இருசமூகத்தாரையும் பற்றி அரசாங்கம் கவனித்ததல்லாமல், இதுவரை எந்த ஜனத் தலைவர்களும், பொது நல ஸ்தாபனங்களும் கவனிக்கவே இல்லை.

சமூகப்புரட்சி ஸ்தாபனமாகிய ஜஸ்டிஸ் கட்சி - அதாவது பார்ப்பனரல்லாதார் இயக்கம் ஒன்று தோன்றி, அதன் கிளர்ச்சியின் பயனாகவும் அது பார்ப்பனர்களுக்கும் காங்கிரசுக்கும் எதிராக அரசியலிலும் சமூக இயலிலும் சிறிது ஆதிக்கம் பெற்றதின் பயனாகவுமே, இந்த இரு கூட்டத்தார்க்கும் இப்போது சிறிதுகாலமாய்ப் பல நன்மைகள் ஏற்பட வசதி ஏற்பட்டிருக்கிறது.

அதாவது, பெண்கள் அரசியலில் பங்கு பெறவும், ஓட்டர்களாகவும் ஸ்தானம் பெறவும் நிர்ப்பந்தமாய்ச் சில இடங்களில் படிக்கவும் சவுகரியம் ஏற்பட்டிருக்கிறது.

தீண்டப்படாதவர்கள் என்பவர்களும் அரசியலில் கலந்து கொள்ளவும், ஓட்டர்களாகவும் கண்டிப்பாகச் சிலராவது உத்தியோகம் பெறவும், தெருவில் நடக்கவும், கிணறு, குளம், சாவடி ஆகியவைகளைப் பயன்படுத்திக் கொள்ளவும், பள்ளியில் சேர்ந்து படிக்கவுமான முதலிய சவுகரியங்களைச் சட்டப்பூர்வமாய் அனுமதிக்கப்பட்டிருக்கிறார்கள்.

இவை பெரிதும் சென்னை மாகாணத்தில் மாத்திரமே; அதுவும் ஜஸ்டிஸ் கட்சி ஆதிக்கத்திலிருந்த காரணத்தினாலேயே என்று சொல்வோம். இந்தச் சவுகரியங்களும் மற்ற மாகாணங்களில் சரியாக இல்லை என்பதோடு, இனியும் அநேக சவுகரியங்கள் அவர்களுக்காகச் செய்ய வேண்டியிருக்கிறது.

இந்த நிலையில், ஏதோ ஒரு சிறு அளவுக்குப் பெண்கள் விஷயமாயும், தீண்டப்படாதார்கள் என்பவர்கள் விஷயமாயும் சில சவுகரியங்களுக்கு மாத்திரம் – அதாவது பெண்களுக்குச் சொத்துரிமை இருக்கவும், தீண்டப்படாதவர்கள் என்பவர்களுக்குச் சமூக வாழ்க்கையில் சம சுதந்திரத்துக்கு இடையூறு இருக்கக்கூடாது என்பதற்காகவும் இரு சட்டங்கள் செய்ய முறையே தோழர்கள் தசமுக் அவர்களாலும், எம்.சி.ராஜா அவர்களாலும் இந்திய சட்டசபைக்கு இருமசோதாக்கள் கொண்டுவரப் பட்டிருக்கின்றன. அரசாங்கத்தார் இவற்றைப்பற்றிப் பொதுஜன அபிப்பிராயம் கேட்டுவிட்டு இருக்கிறார்கள்.

இப்படிக்கேட்டு இருப்பதை நாம் தவறு என்றே சொல்லுவோம். ஏனெனில் ஒரு பிரஜையினுடைய சுதந்திரத்துக்காக மற்றொரு பிரஜையின் – அதுவும் அப்பிரஜையினுடைய பிறவி எதிரிகளின் சம்மதம் கேட்பதானது, 'போகாத ஊருக்குத் தடம் கேட்பது போலவேயாகும். ஒருவருடைய செல்வத்தில் மற்றவர்களுக்குச் சுதந்திரம் உண்டாக்கிக் கொடுக்க வேண்டுமானால், அப்பொழுது மற்றவர்களைக் கேட்கலாம். அப்படிக்கில்லாமல் ஒரு மனிதனுக்கு மனிதத்தன்மை அளிப்பதைப்பற்றி மற்ற மனிதனை அனுமதி கேட்பது நல்ல எண்ணமென்றோ, நல்ல அரசாட்சியின் தன்மை என்றோ நாம் ஒருநாளும் சொல்லமாட்டோம். தனி உடைமை உலகில் மக்கள் யாரும் ஆணானாலும், பெண்ணானாலும் செல்வம், சொத்து வைத்திருக்கவும், பெறவும் அருகதையுடைவர்களேயாவார்கள். இது இன்றைய உலகில் எல்லா நாட்டிலும் இருந்துவரும் முறையேயாகும். அப்படி இருக்க, இந்தியாவில் மாத்திரம் இப்பொழுதுதான் இந்த விதி கவனிக்கப்படுகிறது. இந்தக் காலதாமதத்துக்குப் பார்ப்பனியமே காரணமாகும் என்பதை நாம் சொல்ல வேண்டியதில்லை.

தீண்டப்படாதார் என்பவர்களின் குறைகளும், 1000 வருஷத்துக்கு முன்பே அதாவது இந்து ஆட்சி - மநுதர்ம ஆட்சி ஒழிக்கப்பட்டு, முஸ்லீம் ஆட்சி இந்த நாட்டுக்கு வந்த உடனே தீர்ந்திருக்கவேண்டிய விஷயமாகும். அப்படி இருந்தும் முஸ்லீம் ஆட்சியில் தங்கள் மதத்தைப் பெருக்கப் பாடுபட்டார்களே ஒழிய, மனிதத் தன்மை இல்லாத மக்களுக்கு மனிதத்தன்மை - சுதந்திரம் அளிக்க அவர்கள் சரியானபடி முயற்சித்திருப்பதாகச் சொல்லுவதற்கில்லை. ஆனால், தங்கள் மதத்தைப் பெருக்கும் விஷயத்தில் கவலை எடுத்ததின் மூலமாவது ஓர் அளவுக்குப் பல கோடிக்கணக்கான மக்களின் இழிவும் அசவுகரியமும் ஒழிக்கப்பட்டது பற்றிப் பாராட்டாமல் இருக்க முடியவில்லை.

அதன்பின், இங்கிலீஸ் ஆட்சி வந்து 200 வருஷங்கள் ஆகியும் இதுவரையும் அவர்கள் இவ்விஷயத்தில் கவலை இல்லாமல் இருந்ததையும் - நாம் அலட்சியப்புத்தியால் என்றோ, நல்ல எண்ணத்தால் என்றோ ஒருநாளும் சொல்ல முடியாது. மதத்தைப் பெருக்கும் விஷயத்திலும் சரியானபடி நடந்து கொண்டார்கள் என்றும் சொல்லமுடியாது. ஏனெனில், 200 வருஷ காலத்துக்கு 50, 60 இலட்சம் மக்களே இந்தியாவில் கிறிஸ்தவர்களாகி இருக்கிறார்கள். அதிலும் தாழ்த்தப்பட்டவர்கள் இருக்கிறார்கள். ஆதலால் பிரிட்டிஷ் ஆட்சி, தீண்டாமை ஒழிப்பதில் மதவிஷயத்திலோ மனிதத்தன்மை விஷயத்திலோ இந்தியாவுக்குச் செய்த நன்மை மிக மிகக் குறைவு என்றுதான் சொல்ல வேண்டும்.

இப்படிப்பட்ட நிலையில் மேற்கண்ட இரு தோழர்களும் கொண்டு வந்திருக்கும் மசோதாக்கள் இரண்டும், இந்திய மக்களால் பொன்னைப்போல் போற்றி ஆதரிக்கவேண்டியது ஒவ்வொரு இந்தியனுடைய கடமையாகும். அப்படி இருக்க, வழக்கம்போல் பார்ப்பனர்கள் இவ்விஷயத்தில் தங்கள் சாதிப்புத்தியைக் காட்ட முன்வந்துவிட்டார்கள். அதாவது, ஊர்கள்தோறும் கூட்டம் கூட்டி, எல்லாப் பார்ப்பனர்களும் ஒன்று சேர்ந்து, இவ்விரு மசோதாக்களையும் கண்டித்துத் தீர்மானங்கள் செய்து அரசாங்கத்துக்கு அனுப்புகிறார்கள். இது நியாயமா என்று கேட்கின்றோம்?

பார்ப்பனர்கள் தாங்கள்தான் இந்தியாவுக்குத் தர்மகர்த்தாக்கள் என்றும், பார்ப்பனர்கள் எல்லோருமே காங்கிரசுக்காரர்கள் - தேச பக்தர்கள் என்றும், பார்ப்பனர்கள் தான் மனித சுதந்திரத்துக்கும் தேச விடுதலைக்கும் அந்நிய ஆட்சி ஒழிப்புக்கும் பாடுபடுபவர்கள் என்றும், வகுப்பு உணர்ச்சி இல்லாதவர்கள் என்றும்; பார்ப்பனரல்லாத மக்கள் தேசத்துரோகிகள் - வகுப்புவாதிகள் என்றும்; தாழ்த்தப்பட்ட மக்களுக்கும் ஏழை மக்களுக்கும் பார்ப்பனரல்லாதார்களே விரோதிகள் என்றும் இதுவரை சொல்லிக்கொண்டு வந்த பார்ப்பனர்கள்,

இப்பொழுது வெட்கமில்லாமல் – தைரியமாய் இம்மாதிரி, தோழர்கள் தசமுக்(கின்) பெண்கள் சொத்துரிமை மசோதாவையும்; எம்.சி.ராஜாவின் தீண்டாமை விலக்கு மசோதாவையும் எதிர்த்துக் கண்டிக்கிறார்கள் என்றால், இதைக்கவனிக்கும்படி பொதுஜனங்களை வேண்டுகிறோம்.

இந்த மசோதாக்களை ஆதரித்தோ, பார்ப்பனர்களின் இவ்விஷமங் களைக் கண்டித்தோ இதுவரை ஒரு தேசியப் பத்திரிகையாவது – ஒரு காங்கிரஸ்வாதியாவது பேச்சு மூச்சுக்கூடக் காட்டவில்லை.

இந்தச் சிறிய சீர்திருத்தத்துக்கு உடன்படாமல் எதிர்க்கும் இப்பார்ப்பனர்களும், மறைமுகமாய் இவர்களை ஆதரிக்கும் தேசியப் பத்திரிகைகளும், காங்கிரசுக்காரர்களும் நாளை இந்தியாவுக்குப் 'பூரண சுயேச்சை'யோ, இராமராஜ்யமோ வந்துவிட்டால் – எப்படி நடந்து கொள்ளுவார்கள் என்பதை யோசித்துப் பார்க்க விரும்புகிறோம்.

இத்தனைப் பார்ப்பனர்கள் மீட்டிங்கு கூடி, அந்த மசோதாக்களைக் கண்டிப்பதைக் காங்கிரசுக்காரர்கள் பார்த்துக்கொண்டு இருந்தும், சிறிதாவது வாய் திறக்கிறார்களா என்பதை நினைக்கும்போது, காங்கிரஸ் பார்ப்பனர்களின் ஆயுதம் என்பதும் – காங்கிரசிலுள்ள பார்ப்பனரல்லாதார் அப்பார்ப்பனர்களின் குலாம்கள் என்பதும் கல்லின்மேல் எழுத்துப்போல் விளங்கவில்லையா என்று கேட்கிறோம்.

ஆகவே, சுயநல வகுப்பார்களும், வகுப்புவாதிகளும் யார் என்று காங்கிரசில் இருக்கும் பார்ப்பனரல்லாதாரைக் கேட்கின்றோம்.

('குடி அரசு', 26–7–1936)

26. ஆதி திராவிடர் மகாநாடென்று ஒரு மகாநாடு அவசியமா? என்று பல தேச பக்தர்கள் கேள்வி கேட்கிறார்கள். அவர்களை நான் ஒன்று கேட்கிறேன். அதாவது, ஆதி திராவிடர் என்று ஒரு மனித சமூகம் இருக்கவேண்டியது அவசியமா என்று கேட்கிறேன்.

ஆதி திராவிட மகாநாடு வேண்டியதில்லை என்று சொல்லும் இந்த யோக்கியர்கள், 'ஆதி திராவிடர் என்ற ஒரு சமூகம் இருப்ப தாகக் கதைகளில் கூட யாரும் குறிப்பிடக்கூடாது' என்று எங்காவது சட்டம் செய்தார்களா? எந்தக் கூட்டத்திலாவது தீர்மானம் கொண்டு வந்தார்களா? எந்த ஸ்தாபனத்திலாவது இதைக் கொள்கையாகப் புகுத்தினார்களா என்று கேட்கின்றேன்.

அன்றியும், இப்படிக்கேட்கும் இந்தத் 'தேசபக்தர்களே' பார்ப்பன மகாநாடு, ஆரியர் மகாநாடு, வருணாசிரமதர்ம மகாநாடு, பிராமண சம்மேளனம் என்றெல்லாம் கூட்டுகிறார்களா இல்லையா? மற்றும் இதுபோன்ற பல சாதி, மத வகுப்பு மகாநாடுகள் நடப்பதில் கலந்து கொள்ளுகிறார்களா இல்லையா? அப்படி இருக்க ஆதி திராவிட மகாநாடு மாத்திரம் எப்படி அவசியமற்றதாக ஆகிவிடும்?

ஆதி திராவிட மகாநாடு என்று சொல்வதாலேயே வகுப்புப் பிரிவினையும், வகுப்பு உணர்ச்சியும் ஏற்படுகின்றது என்று சிலர் சொல்லுகிறார்கள். இந்த யோக்கியர்களுக்கு, 'பிராமணாள் காப்பி கிளப்பு, 'பிராமணாள் ஓட்டல்', 'பிராமணர்களுக்கு – பிராமணர்கள் அல்லாதாருக்கு', 'இதுவரை பிராமணர் போகலாம், இதுவரை யில்தான் மற்றவர்கள் போகலாம்' என்றெல்லாம் விளக்கி – பெரிய பெரிய கொட்டை எழுத்தில் கோவிலிலும் தெருவிலும் கிணற்றிலும் எழுதித் தொங்கவிட்டு இருப்பதைப் பார்க்கும்போது, அதில் வகுப்புப் பிரிவும், வகுப்பு உணர்ச்சியுமுண்டாவதில்லையா என்று கேட்கின்றேன். வேறு பல மகாநாடுகூடிச் சாதி பேதமும், உயர்வு தாழ்வும் இருக்கவேண்டும் என்று போர்டு போட்டு, கீழ்சாதி, மேல்சாதிக்கென்று பிரித்துக்காட்டியும் நடத்தப்படுகிற கூட்டங்கள், செய்கைகள் ஆகியவைகளை விட – சாதி பேதம் ஒழியவேண்டும், சாதி உயர்வு தாழ்வு பாராட்டக்கூடாதென்று பேசுவதற்கும் தீர்மானிப் பதற்கும் ஒரு மகாநாடு கூட்டினால், அதனால் எந்தத் தேசியமும் கெட்டுப்போகாது என்று அவர்களுக்கு உறுதிகூறுகிறேன்.

சாதி பேதம் ஒழிவதாலும், மேல்சாதி, கீழ்சாதி ஒழிவதாலும் ஒழிய வேண்டும் என்று கேட்பதாலும் ஒரு தேசியம் கெட்டுப்போகுமானால் – சுயராஜ்யம் வருவது தடைப்பட்டுப் போகுமானால் – அப்படிப்பட்ட தேசியமும் சுயராஜ்யமும் ஒழிந்து நாசமாய்ப் போவது மேல் என்று சொல்லுவேன்.

அன்றியும் யாருக்கு வகுப்பு மகாநாடு இருந்தாலும் இல்லா விட்டாலும் – ஆதி திராவிடர்கள் என்கின்ற உங்களுக்கு ஒரு வகுப்பு மகாநாடு மிக மிக அவசியமாகும். ஏனெனில், நீங்கள்தான் இன்று இந்தியாவில் அதிகமான தீண்டக்கூடாத சாதியாய் இருக்கிறீர்கள். உங்களைத் தீண்டக்கூடாது என்றும், நீங்கள் கீழ்சாதி என்றும் சொல்லி நிலை நிறுத்தக் கூட்டப்படும் மகாநாடுகள் நடக்கும்போது, நீங்கள் அவசியம் இம்மாதிரி ஆதி திராவிட சமூக மகாநாடுகள் தினம் தினம் கிராமந்தோறும் வீதிதோறும் கூட்டி ஆகவேண்டும்.

இன்று இந்தியாவில் – நம்நாட்டில் ஏதாவது கடுகளவு முற்போக்கா வது எந்தத் துறையிலாவது ஏற்பட்டிருக்குமானால், அது இப்படிப்பட்ட சமூக மகாநாடுகள் கூட்டித் தங்கள் தங்கள் சமூகக் குறைகளைச் சொல்லிப் பேசி, அவைகளுக்குப் பரிகாரமார்க்கம் தேடியதினாலேயே ஏற்பட்ட முற்போக்காகும்.

ஆகையால், இதை யாரும் வகுப்பு வாதம் என்று சொல்லமுடியாது. முற்போக்கு வாதம் என்றுதான் யோக்கியர்கள் சொல்லுவார்கள். இந்தியாவில் மதமும் அரசியலும் பொருளாதாரமும் சமூக வாழ்வும் வகுப்புப் பேதத்தை அடிப்படையாகக் கொண்டே இருந்து வருகிறது.

அதனாலேயேதான் சமூகத்தில் சிலர் மேலாகவும், பலர் கீழாகவும் வாழவேண்டியிருப்பதுடன் மக்களுக்கு இவ்விஷயத்தில் சுயமரியாதை உணர்ச்சியே இல்லாமல் போய்விட்டது. வகுப்புப்பேதமேதான், இந்த நாட்டில் அந்நியர்கள் என்பவர்களுக்கு அரசும் ஆக்கமும் கொடுத்ததே அல்லாமல் இந்த நாட்டுப் பழங்குடி மக்களுக்குப் பலமில்லாததால் அல்ல என்று நான் உறுதியாகச் சொல்லுவேன்.

நாம் ஏதோ ஒரு குறிப்பிட்ட சாதியைக் குறை கூறுவதற்கு ஆக இம்மகாநாடு கூட்டினதாகவும், யாரையோ குறை கூறுவதாகவும் சிலர் பிதற்றுவார்கள். நாம் யாரையும் குறைகூறவில்லை. நம்மைக் குறை கூறுகிறவர்களை வன்மையாய்க் கண்டித்துப் புத்தி கற்பிப்பதற்கு ஆகவே கூடி இருக்கின்றோம். "பல நாளாய் இருந்துவரும் கொடுமை நிதானமாகத்தான் போகும். அவசரப்படலாமா?" என்று சிலர் பேசுகிறார்கள். பலநாளாய் இருந்துவரும் கொடுமையைப் பல நாளாகவே நம் முன்னோர்கள் ஒழிக்கப் பாடுபட்டு இருக்கிறார்கள். அவர்கள் மொண்ணைக் கத்தியின் மூலம் இந்தக் கொடுமை விருட்சத்தை வெட்ட முயற்சி செய்ததால், அம்மரம் இதுவரை வீழ்த்தப்படவில்லை. அது பலநாளாக வளர்ந்து நன்றாகச் சேகு ஏறி நட்டத்தில் நிற்பதால் நல்ல சொணை உள்ள – பதம் உள்ள பாரமான கோடாலியால் வெட்டித்தள்ளவேண்டிய அவசியத்துக்கு வந்துவிட்டோம். சிறு சிரங்காய் இருந்தால் ஏதாவது ஒரு களிம்பு துடைத்துவிடலாம். பெரிய சிலந்தி புற்றுமாதிரி எழுந்து உடல் சதையை அழுகச் செய்து இரத்தத்தைச் சீழ் ஆக்குகிறது. ஆதலால் நன்றாய் அறுத்துக் கரண்டுபோட்டுச் சீவி காரமுள்ள மருந்து போட்டுக் கட்டவேண்டியதாகிறது. இதைக் குற்றம் என்றோ, அவசரம் என்றோ யாராவது சொன்னால் நம்மால் ஒப்புக் கொள்ளமுடியாது.

(ஆம்பூரில் 4–7–1937ல் நடைபெற்ற ஆர்க்காடு மாவட்ட முதலாவது ஆதி திராவிடர் மாநாட்டில் உரை, 'குடி அரசு' 18–7–1937)

5. சாதி இந்துக்களைச் சாடியது!

என்ன சொல்கிறார்கள் அவர்கள்?

பிராமணரல்லாதாரின் சாதி வெறிச்செயலை ஈ.வெ.ரா. கண்டித்துள்ளாரா? பெரியார் யாருக்கு பெரியாராக இருந்தார்? தலித் மக்களுக்கு பெரியார் என்றைக்கும் பெரியாரில்லை. ஆண்டை உயர்சாதி வகுப்பினர் இன்றளவும் பெரியாரை கடவுளாக போற்றி வருகின்றனர். ஆண்டைகள் வழிபடுவதில் தலித்துகளுக்கு எந்தவொரு பிரச்னையும் இல்லை. சாதி இந்துக்கள் எனும் விஷச் செடிகளுக்கு பெரியார் என்ற தலைவர், தலித்துகளை எருவாக்கியது ஏன்? கடவுள் வழிபாட்டை எதிர்த்த பெரியார், சாதி வழிபாட்டையும் தீண்டாமைக் கொடுமையையும் அதே வலிமையுடன் ஏன் எதிர்க்கவில்லை? ஈ.வெ.ராவை தூக்கிக் கொண்டாடுவதே சாதிப்புத்தி தான். பிராமணரல்லாதாரில் உயர் சாதிகளின் தலைவர் அவர்.

இந்த அவதூறுகளுக்கு பெரியாரின் குரலே பதிலாக அமையும்.

1. இன்று நமது நாட்டில் பார்ப்பான் ஒருவனைத் தவிர மற்றவர்கள் தாழ்ந்த சாதியர்கள் – அதாவது பார்ப்பனரால் தொடவும், சமபந்தி போஜனம் பண்ணவும் மற்றும் சில பொது உரிமைகள் பெறவும் கூடாத சாதியார்கள் என்பதும், அவனுக்கு அடிமையாய் இருக்கவும் 'விபச்சாரம்' 'கீழ்மேல்சாதி கலப்பு' என்று சொல்லும்படியான இழிவுத் தன்மையில் பிறந்தவர்கள் என்பதும் இன்றைய சாதித் தத்துவமாக இருக்கிறது. (கு.அ. 30-11-1930)

2. தாழ்த்தப்பட்ட மக்களை, அவர்களுக்கு மற்றவர்கள் இழைத்து வரும் கொடுமையிலிருந்து விடுதலை செய்ய வேண்டும் என்பதை உண்மையான கருத்துடன் பார்த்தால் அது புரட்சி வேலையே ஆகும். ஏனெனில், தாழ்த்தப்பட்ட மக்களின் நிலை ஒரு பெரிய அஸ்திவாரத்தின் மீதே கட்டப்பட்டிருக்கிறது. (கு.அ. 28-7-1935)

3. ஒரு சாதியின் பெயரைக் கொண்டு அழைத்துக் கொள்கிறவரையில் உயர்வு, தாழ்வு வித்தியாச உணர்ச்சி போகவே போகாது.
(திராவிடன் 5-10-1929)

4. பிறர் உங்களைப் பள்ளர், பறையர் என்று சொல்லி நீங்கள் கேவலமானவர்கள் என்று கருதப்பட்டால், அவர்கள் அதைவிடக் கேவலமானவர்கள் என்றே சொல்லுவேன். அவ்வாறு உங்களைக் கேவலமாகக் கருதுகிறவர்களுக்குள்ள பெயரைவிட உங்கள் பெயர் கேவலமானதல்ல. யாரேனும் என்னைப் பள்ளன், பறையன் என்று அழைப்பது மேலா, சூத்திரன் என்று அழைப்பது மேலா என்று கேட்டால் சூத்திரன் என்று அழைக்கவே கூடாது, பள்ளர், பறையர் என்று அழைப்பதுதான் மேல் என்று சொல்லுவேன். ஏனென்றால், சூத்திரன் என்னும் பெயர் அந்தப் பெயர்களை விட மிகமிக இழிந்ததாகும். ஜனத்தொகை எடுக்கும்போது நான் பள்ளர், பறையர் என்றுதான் சொல்லுவேன். *(திராவிடன் 5-10-1935)*

5. சத்திரியர் என்றும் வைசியர் என்றும் வேளாளர் என்றும் அழைத்துக் கொள்ள ஆசைப்படுவதும், பூணூல் முதலியன போட்டுக் கொள்ள ஆசைப்படுவதும் தன் சாதியைத் தவிர தனக்கு மேல் பெரிய சாதி இருக்கிறது என்று ஒப்புக் கொண்டு, தாங்கள் அந்தச் சாதிக்கு கீழ்ப்பட்டவர்கள் என்பதையும் ஒப்புக் கொண்டவர்களாகிறார்கள்.

எல்லோருக்கும் உயர்ந்த சாதியான் என்று கூறிக் கொள்ளுகிறவன், சத்திரியரை வைசியனுக்கு மேல் உயர்ந்தவனென்றும், வைசியனைச் சூத்திரனுக்கு மேலானவனென்றும் பாகுபடுத்திக் கூறினாலும் அவன் இந்த இரண்டு பேரையுமே ஒரே கண்ணுடன் பார்த்து, ஒரே முறையில் நடத்துகிறான். ஆகவே, இந்த மூன்று பேர்வழிகளுக்குள் அவனுக்கு யாதொரு வித்தியாசமுமில்லை. இரயில்வே முதலிய சிற்றுண்டிச் சாலைகளுக்கும், சாப்பாட்டு விடுதிகளுக்கும் சென்று பார்ப்போர் இதை உணருவதில்லையா? அங்கே சாப்பிடுவதற்கு இரண்டு பாகங்கள்தான் இருக்கின்றன. ஒன்றில் பார்ப்பான் சாப்பிடுவதற்கும், மற்றொன்றில் சத்திரியன், வைசியன், சூத்திரன் ஆகிய எல்லோரும் சாப்பிடுவதற்குமே இருக்கின்றன. ஆகவே இதில் என்ன வித்தியாசத்தைக் காண்கிறீர்கள்? உண்மையில் அவன் மட்டும் உயர்ந்தவனாகவும், மற்ற மூன்று பேரும் அவனுக்கு ஒரேமுறையில் தாழ்ந்திருப்பதாக தானே அவ்வறைகள் உணர்த்துகின்றன.

பிறகு எதற்காக நீங்கள் நான் சத்திரியன், நான் வைசியன், நான் வேளாளன் என்று உயர்வு தாழ்வு பேசுகிறீர்கள்? இதெல்லாம் உங்களை ஒற்றுமையில்லாதிருக்கச் செய்யும் சூழ்ச்சிமுறை என்பதை நீங்கள் உணருகிறீர்களில்லையா? *(திராவிடன்: 5-10-1935)*

6. படையாச்சி, பிள்ளை, கவுண்டர், நாயுடு, பறையன், சக்கிலி என்பவர்கள் எல்லாம் ஒரே சாதிதான் – அதாவது சூத்திரர்கள் தாம். சிலர் தங்களைச் சத்திரியர்கள் என்று கூறிக் கொள்வதெல்லாம், சூத்திரன் என்று கூற வெட்கப்பட்டுக் கொண்டு கூறுவதாகுமே தவிர மற்றபடி அனைவரும் சூத்திரர்கள் தாம்.

ப. திருமாவேலன் | 73

இரண்டே சாதிகள் உண்டு; பார்ப்பான் ஒரு சாதி – மற்றவர்கள் கீழ்த்தர சாதி. இந்த இரு சாதிகள்தாம் உண்டு. கடவுள், மதம், சாஸ்திரம், அரசாங்க சட்டம் இவற்றில் எல்லாம் இந்த இரு சாதிகளும் – அதாவது பார்ப்பனர் சாதியும், சூத்திர சாதியும் கலப்பதுதான் கலப்பு மணம் என்பது ஆகும். *(வி: 4–1–1960)*

7. இந்த தேசத்தில் தீண்டாமை என்னும் கொடுமை விளைவதற்குப் பிராமண – பிராமணரல்லாத சாதி இந்துக்கள் அனைவருமே காரணமாவர். *(கு.அ. 16–11–1924)*

8. நம்நாட்டில் உள்ள எல்லாப் பார்ப்பனராலும் வெறுக்கப் பட்டிருக்கிறேன். மேல் சாதியார் என்று பார்ப்பனர்களைப் போல் தங்களைக் கருதிக் கொண்டிருக்கும் எல்லா சைவர்கள் என்பவர் களாலும் பெரிதும் வெறுக்கப்படுகிறேன். இவை மாத்திரமா, 100க்கு 90 கிறிஸ்தவர்களாலும் வெறுக்கப்படுகிறேன். இஸ்லாமியர்களால் வெளிப்படையாய் வெறுக்கப்படவில்லை என்றுதான் நினைக்கிறேன்.

9. இதுவரை நாம் பார்ப்பனர் தொல்லைக்குப் பரிகாரம் தேடும் பணியில் முனைந்து இருந்தோம். இப்போது நாம் பார்ப்பனர் மாத்திரமல்லாமல் முஸ்லிம்களுடையவும், கிறிஸ்தவர்களுடையவும் தொல்லையைச் சமாளிக்கப் பரிகாரம் தேட வேண்டியவர்களாக இருக்கிறோம். இத்தொல்லையைச் சுலபமான தொல்லை என்று கருதிவிட முடியாது. *(மலர் 85: 17–9–1963)*

10. சமுதாயத்தில் ஒவ்வொரு சாதிக்காரனும் தமக்குள்ள சாதி இழிதன்மையினைப் பற்றிச் சிந்திக்காமல், ஒழிக்கப் பரிகாரம் காணாமல் அவனவன் தாங்கள் மற்றவனை விட உயர்ந்த சாதி, மேலான சாதி என்று கூறிக்கொள்ள முற்படுகின்றானே ஒழிய, ஆதி இழிவை ஒழிக்க, சாதி முறையையே ஒழிக்க எண்ணமாட்டேன் என்கிறார்களே!

ஆதி திராவிடர்களை எடுத்துக் கொண்டால் பள்ளர்கள் தாங்கள் தேவேந்திர குலம் என்கிறார்கள். கம்மாளர் தாங்கள் விஸ்வப் பிராமணர் என்கிறார்கள். சிலர் தேவாங்கப் பிராமணர் என்கிறார்கள். கோமுட்டிகள் தங்கள் ஆரிய வைசியர்கள் என்கின்றார்கள். நாட்டுக் கோட்டைச் செட்டிகள் தன வைசியர் என்று கூறிக் கொள்ளுகிறார்கள். படையாச்சிகள் தங்களை வன்னியகுல சத்திரியர் என்று கூறிப் பூணூலை உருவுகிறார்கள். நாடார்கள் தங்களை சத்திரியர் என்று கூறிக் கொண்டு பூணூலும் போட்டுக் கொண்டு, சில இடங்களில் சந்தியா வந்தனமும் கூடச் செய்கின்றார்கள். இராஜுக்கள் என்ற கூட்டம் தாங்கள் தாம் அசல் சத்திரியர் என்று கூறிப் பூணூல் போட்டுக் கொண்டு திரிகின்றனர்.

இப்படியாக ஒவ்வொருவனும் தங்கள் தங்கள் சாதிதான்

உயர்வு என்று கூறிக்கொள்ளப் போலியான கட்டுக்களை ஏற்படுத்திக் கொண்டு, பெருமை பாராட்டுகிறார்கள். பொதுவாக எல்லோரையும் பார்ப்பான் இழிமகன், சூத்திரன், பஞ்சமன், பறையன் என்றுதானே கூறுகிறான். சாத்திரத்தில் ஆதாரங்களில் எழுதி வைத்து இருக்கின்றானே – என்பதுபற்றி எவனுக்காவது எண்ணமே இல்லை! *(வி: 16-11-1971)*

11. 50 வருஷத்துக்கு முன்பு வைணவன் – வீர வைணவன் என்று கூறிக் கொண்டு சைவனைக் கண்ணால் கூட பார்க்கக்கூசுவார்கள். சைவனும் வீர சைவன் என்று கூறிக்கொண்டு வைணவனைப் பார்க்க மாட்டான். பேசமாட்டான். இப்படிப்பட்டவர்கள் எல்லாம் இன்று நமது இயக்கத்தின் காரணமாக ஏற்படும் மாறுதலைக் கண்டு பயந்து ஒன்று சேர்ந்து விட்டார்களே. *(வி: 14-11-1972)*

12. மனித சமுதாயத்தில் நாம் சூத்திரர் – நாலாம் சாதி – இழிமக்கள் என்கின்ற பட்டியலில் இருக்கின்றோம். இவை மாத்திரமா? பார்ப்பனனின் தாசிமகனாகவும், இந்து மத சாஸ்திரங்களின்படி மாத்திரமல்லாமல், 'இந்து லா' என்கிற சட்டத்தின்படியும் நமக்கு இருந்து வருகிறது. இது மாத்திரமா? வாழ்நாள் நடப்பிலும் நாம் அயோக்கியர்களாகவோ இருக்கிறோம். அக்கிரமங்கள் செய்வதிலும் நாம் பயப்படுவதில்லை. *(வி:3-9-1973)*

13. சாதிவகுப்பு வித்தியாசத்தைக் காட்டும் பட்டங்களையும் சமய வித்தியாசத்தைக் காட்டும் குறிகளையும் விட்டுவிட வேண்டும் என்று செய்த தீர்மானம் நாட்டின் ஒற்றுமைக்கு மிகுதியும் அத்தியாவசியமானது என்பதைப் பற்றி முன் தலையங்கத்தில் குறிப்பிட்டிருந்தோம்.

இத்தீர்மானத்தில் பொறாமை கொண்ட சில விஷமக்காரர்கள், 'வகுப்பு பட்டம் நீங்க வேண்டும் என்கிறவர்கள் வகுப்பு மாநாடுகளில் கலந்து கொள்ளலாமா?' என்கின்ற ஒரு பிரச்னையைக் கிளப்பி விட்டிருக்கின்றனர். இதற்கு நாம் சொல்லும் சமாதானம் என்னவென்றால், ஒவ்வொரு வகுப்பாரும் தங்கள் தங்கள் வகுப்பு மாநாடுகள் கூட்டி, அவற்றில் அத்தீர்மானங்களைக் கொண்டுவந்து நிறைவேற்றி, அவற்றை முதலில் தங்கள் தங்கள் வகுப்புகள் என்பவைகளுக்குள் அமலுக்குக் கொண்டு வருவதன் மூலம் வகுப்பு வித்தியாசங்களை ஒழியுங்கள் என்றுதான் கேட்கின்றோம். அதற்காகத்தான் வகுப்பு மாநாடுகள் கூட்டுங்கள் என்கிறோமேயொழிய வேறில்லை.

உதாரணமாக ஒரு வாணிய வைசிய மாநாட்டில் நாம் பேசும்போது அவர்களுடைய பூணூலை எடுத்துவிடும்படியும், தங்களை வைசியர்கள் என்று சொல்லிக் கொள்ள வேண்டாம் என்றும் கேட்டுக் கொண்டோம். அதுபோலவே நாடார் சத்திரிய வகுப்பார் கூட்டத்தில் பேசும்போது தங்களை சத்திரியர்கள் என்று சொல்லிக் கொள்ள

வேண்டாம் என்றும், பூணூலை எடுத்துவிடும்படியும் பேசினோம். அதுபோலவே, நாயுடுமார்கள் மாநாட்டில் பேசும்போது தங்களை சத்திரியர்கள் என்று சொல்லிக் கொள்வதை விட்டுவிடும்படியும் கேட்டுக் கொண்டோம். இம்மாதிரி சிறிதாவது விட்டுவிடவும் செய்தோம்.

ஆதலால் வகுப்புப் பிரிவுகள் எத்தனை உண்டோ அத்தனை வகுப்பும் மாநாடுகள் கூட்டி, வித்தியாசங்களை ஒழிக்கத் தீர்மானங்கள் செய்து கொள்ளாவிட்டால் எப்படி இந்தக் கொள்கைகள் ஒவ்வொரு வகுப்புக்குள்ளும் போய்ப் புகுந்து வகுப்பு நோயைத் தீர்க்கமுடியும் என்பது நமக்கு விளங்காது. மற்றும் இப்போது ஆதி திராவிட மாநாடுகள் கூடுவதால் எவ்வளவு தூரம் அச்சமூகத்திற்கு உணர்ச்சி வந்து அவைகள் முன்னேற இடமேற்பட்டிருக்கின்றது என்பதைக் கவனித்தால் வகுப்பு மாநாட்டின் அவசியம் விளங்கும்.

ஒரு பெரும் சமூகம் ஒற்றுமையும், சீர்திருத்தமும் பெற வேண்டு மானால் அதிலுள்ள பிரிவுகளான ஒவ்வொரு சமூகமும் தங்களுக்குள் முதலில் ஒற்றுமையையும் சீர்திருத்தத்தையும் பெற்றாக வேண்டியது மிகவும் அவசியமாகும். இந்த உண்மை, உலகத்திலுள்ள எந்த யோக்கியனுக்கும் விளங்கியே தீரும். *(கு.அ: 3–3–1929)*

14. திரு.வேதாசலம் அவர்களது ஆராய்ச்சியும், திரு.சுப்பிரமணிப் பிள்ளை அவர்களது ஆராய்ச்சியும் மேல்நாட்டு முறையை ஒட்டிச் செய்து கொண்டு போனதின் பலனாய் சைவர்கள் கண்ணுக்கு மற்ற மனிதர்களைப் பார்த்தால் அவர்களும் மனிதர்கள்தான் என்று எண்ண முடிந்தது. *(கு.அ.: 7–4–1929)*

15. சைவ மத சைவப் பெரியார் மகாநாடு தீண்டாதவர்களுக்குத் தனிக்கோவில் கட்டிக் கொண்டிருப்பதின் மூலம் தீண்டாமையை நிலை நிறுத்தப் பாடுபடுகிறது. *(கு.அ: 14–4–1929)*

16. வகுப்புவாரிப் பிரதிநிதித்துவம் என்பது ஒரு தேசத்தின், ஆட்சியின் பொது உரிமையும் அந்நாட்டின் குடிமக்களின் உரிமை சகலமும் எல்லா வகுப்பாரும் ஏற்றத் தாழ்வின்றி சமமாய் அடையவேண்டியதென்பதுதான். *(கு.அ: 22–11–1925)*

17. தமிழனுக்கு ஒரு பெரும் கேடு என்னவென்றால், தமிழர்களிலேயே பாடுபடாத ஒரு வகுப்பு, 'நாங்கள் மாமிசம் சாப்பிடமாட்டோம். மண்வெட்டி தொடமாட்டோம், ஆனால் நாங்கள் சைவர்கள், பார்ப்பனருக்கு அடுத்தவர்கள், நாங்கள் சமுதாயத்தில் 100க்கு 1/2 (நூற்றுக்கு அரை) பேராக இருந்தாலும் எங்களுக்கும் பார்ப்பனர் போல் அதிகப்பங்கு இருக்க வேண்டும்' என்று உரிமை கொண்டாடி பார்ப்பனருக்கு அடுத்தபடியாக பதவி, உத்தியோகம் பெற்றிருப்பதாகும். இந்தக்காரணத்தால்தான் இந்தக் கூட்டம் இன உணர்ச்சி அற்று

இருப்பதுடன் இவர்களுக்கு வாய்ப்பு வந்தால் பார்ப்பனர், கிறிஸ்தவர் கிடைக்காவிட்டால் மலையாளிகள் ஆகியவர்களுக்குப் பதவி வழங்கி உழைப்பாளித் தமிழனை அழுத்தி வைப்பதாகும். *(வி: 5–3–1969).*

18. சமீபகாலத்தில் புத்தர், சமணர் முதலியோர்களும் பார்ப்பனர்களின் கொடுமையை ஒழித்து மக்கள் எல்லோரும் சமம் என்றும், அன்பும் சமரச உணர்ச்சியுந்தான் கடவுள் என்றும் உலகத்திற்கு உணர்த்த வந்ததை, பார்ப்பனர்கள் சகிக்காமல் இவர்கள் பிரயத்தனத்தையெல்லாம் ஒழித்துவிட்டார்கள். பார்ப்பனர்கள் தங்களை உயர்ந்த சாதியினர் என்று சொல்லிக் கொண்ட காலத்தில் பலவான்களாக இருந்தவர்கள், அதை ஒப்புக் கொள்ளாமல் பலாத்காரத்தை உபயோகப்படுத்தி வந்த சமயத்தில் – தந்திரமாய், ‘நீங்கள் சத்திரியர்களாக இருந்து அரசாட்சி செய்யுங்கள்; நாங்கள் உங்களுக்கு மந்திரிகளாக இருந்து யோசனை சொல்லுகிறோம்’ என்று சொல்லி அவர்களை ஏமாற்றிக் கைக்குள் போட்டுக் கொண்டார்கள்.

கையில் செல்வமும் செல்வாக்குள்ள மற்றொரு கூட்டத்தார், ‘நீங்கள் எப்படி உயர்ந்த சாதியாகலாம்?’ என்று விவாதிக்கையில், ‘நீங்கள் வைசியர்களாக இருங்கள்; உங்களுக்குக் கீழ் அனேகர்கள் இருக்கிறார்கள்’ என்று சொல்லியும், ‘உங்களுக்கும் எங்களைப் போல் பூணூல் போடுகிறோம்’ என்று சொல்லியும் அவர்களையும் ஏமாற்றிக் கைக்குள் போட்டுக் கொண்டார்கள்.

பிறகு பெரும்பான்மையாக இருந்த விவசாயக்காரர்களையும், கைத்தொழில்காரர்களையும் பார்ப்பனர்களுக்கும் முதல் மூன்று வகைப் பிரிவுக்காரர்களுக்கும் வேலை செய்கிறவர்கள் என்று ஏற்படுத்தி விட்டார்கள். அவர்களில் பலர், இதை ஒப்புக் கொள்ளாமல் வாதாடவே, ‘உங்களுக்கும் கீழாக ஒரு பிரிவினரை வைத்திருக்கிறோம். அவர்களுக்கு நீங்கள்தான் எஜமானர்கள், உங்கள் இஷ்டம்போல் அவர்களை நடத்திக் கொள்ளலாம் என்று சொல்லி, சாந்தமே உருவாகவும், சூதுவாது தெரியாத சாது ஜனங்களாகவும் இருந்தவர்களைப், ‘பஞ்சமர்கள்’ என்று பெயர் வைத்து, அவர்களை மேற்படி சூத்திரர் என்பவர்களுக்குக் காட்டிக் கொடுத்து, அவர்களையும் ஏமாற்றி விட்டார்கள். கடைசியாக வாயில்லாப் பூச்சிகளாகிய ஒரு வகுப்பார்– தீண்டாதவர்களாகித் துன்பப்பட்டுக் கொண்டிருக்கிறர்கள். *(கு.அ.15–8–1926)*

19. நம்நாட்டில் கோடிக்கணக்கான சகோதரர்களைத் தீண்டாதாரென்றும், பார்க்கக் கூடாதாரென்றும், தங்களுடைய வேதங்களையே படிக்கக் கூடாதாரென்றும், தங்களுடைய தெய்வங்களையே கண்டு வணங்கக் கூடாதாரென்றும் கொடுமை செய்திருக்கின்ற ஒரு நாட்டார், இக்கண்டனத் தீர்மானம் செய்வதில் ஏதாவது பலன் உண்டாகுமா? *(கு.அ. 18–10–1925)*

20. பறையர் என்கிற ஒரு சாதிப்பெயர் நம் நாட்டிலிருப்பதால்தான் சூத்திரர் என்கிற ஒரு சாதிப்பெயர் நம் நாட்டில் இருக்கிறது.

(கு.அ. 25–4–1926)

21. ஆதி திராவிட சமூகத்தாருக்கு, மற்ற சமூகத்தார்கள் செய்யும் கொடுமைகளைப் பற்றிக் கேட்க எனக்கு ஆத்திரமாய் இருக்கின்றது. (கு.அ: 11–1–1931)

22. எங்கள் பெண்களை பறையனுக்குக் கொடுப்போமா என்று கேட்கப்படுகின்றது. இது ஒரு அறிவீனமான கேள்வி; அல்லது அயோக்கியத்தனமான கேள்வி என்றே சொல்லுவேன். ஏனெனில், எங்கள் பெண்களை நாங்கள் அவர்களுக்கு இஷ்டப்பட்டவர்களுடன் கூடி வாழச் செய்யப் போகின்றோமேயொழிய, எங்களுக்கு இஷ்டமானவர்களுக்குக் கொடுக்கும் உரிமையைக் கொண்டாடுகிறவர்கள் அல்லர். (கு.அ. 11–10–1931)

23. நாங்கள் ஆதி திராவிடர்களைப் பற்றிப் பேசும்போது, பார்ப்பனர்கள் மனவருத்தம் அடைவதில் அர்த்தம் உண்டு. ஆனால் பார்ப்பனரல்லாதார் மனவருத்தமடைவதில் சிறிதும் அர்த்தமில்லை. அது வெறும் முட்டாள்தனமும், மானமற்ற தன்மையுமேயாகும்.

(கு.அ. 11–10–1931)

24. நமது சமூகத்தில் பார்ப்பனர் என்கின்ற கூட்டத்தாராகிய 100க்கு 3வீதமுள்ள ஜனத்தொகை நீங்கி, மற்ற ஜனங்களுக்கு இந்த நாட்டில் சூத்திரன் (அடிமை), ஆதி திராவிடன் என்கின்ற பட்டமில்லாமல் வேறு எந்தப் பட்டத்தோடாவது யாராவது இருக்க முடியுமா? இருக்கின்றார்களா என்று கருதியும், அனுபவத்தையும் கொண்டு பாருங்கள். சூத்திரன் என்கின்ற 'கலத்தில்' நீங்கள் பதியப்பட்டிருப்பதில் உங்களுக்குச் சிறிதாவது மானம் இருந்தால், பறையன் என்கின்ற பட்டம் போகவேண்டுமென்பதில் கடுகளவாவது வருத்தமிருக்குமா? (கு.அ. 11–10–1931)

25. பறையன் பட்டம் போகாமல் உங்களுடைய சூத்திரப் பட்டம் போய்விடும் என்று கருதுகிறீர்களேயானால், நீங்கள் வடிகட்டின முட்டாள்களேயாவீர்கள்.

(கு.அ. 11–10–1931)

26. ஆதி திராவிடர் நன்மையைக் கோரிப் பேசப்படும் பேச்சுகளும் செய்யப்படும் முயற்சிகளும் ஆதி திராவிடரல்லாத மக்களில் பார்ப்பனரல்லாத எல்லோருடைய நன்மைக்கும் என்பதாக உணருங்கள்.

(கு.அ. 11–10–1031)

27. அமெரிக்காவில் நீக்ரோவர் துயரத்திற்கு எந்த நிற இறுமாப்பு காரணமோ, அதே நிற இறுமாப்புதான் நமது நாட்டுத் தீண்டாமைக்குக் காரணமாயிருக்கிறது. (கு.அ. 12–4–1931)

28. உத்தியோகம், கல்வி முதலிய விஷயங்களில் ஆதி திராவிடர்

என்பவர்களுக்குத் தனிச்சலுகை காட்டி, சீக்கிரத்தில் நம்மோடு சரி சமத்துவம் அடையும்படியான நிலைமை ஏற்படுத்த வேண்டியது நம் கட்சியின் தனிப்பட்ட கடமைகளில் ஒன்று. *(கு.அ. 25-8-1940)*

29. எவனெவன் தன்னை மேல்சாதிக்காரன் என்று சொல்லிக் கொள்ளுகிறானோ, அவனெல்லாம் சரீரத்தால் வேலை செய்யாமல் மற்றவர்கள் உழைப்பில் வாழுகின்றவன் – வாழ ஆசைப்படுகின்றவன் என்றுதானே அர்த்தம்? *(கு.அ.5-3-1933)*

30. இனி பார்ப்பனர்கள் நம்மிடம் வித்தியாசம் காட்டுவதுடன், பார்ப்பனரல்லாதாருக்குள்ளும் பற்பல சாதியார் ஒருவருக்கொருவர் வித்தியாசம் பாராட்டுகின்றனர். மேல் சாதியார்களை நீங்கள் உங்களுக்குச் சமமாக இருக்க வேண்டுமென்று விரும்புவீர்களானால், உங்களுக்குக் கீழேயுள்ள சாதியார்களுக்கும் நீங்கள் சமத்துவம் அளிக்க வேண்டும்.

நம்மிடமிருக்கும் கொடுமை, பார்ப்பனர்கள் காட்டும் கொடுமைகளை விட சற்று அதிகம் என்றே சொல்ல வேண்டும். ஆனால் நாம் பார்ப்பனர்களை ஏன் அதிகமாகச் சொல்லுகிறோமென்றால், அவர்கள் வைத்த தீ தான் நம்முடைய வீடுகளிலும் பிடித்துக் கொண்டது. நாம் மேல்சாதி என்பாரோடு சண்டை செய்து, வகுப்புவாரிப் பிரதி நிதித்துவப்படி உத்தியோகம் கொடுக்க வேண்டுமென்ற கொள்கையில் வெற்றிபெற்றால், கீழ் சாதியார்களெனச் சொல்லப்படுகிறவர்களுக்கும் அவர்களுக்குரிய பங்கை நாம் கொடுக்க வேண்டும். சர்வக் கட்சி மாநாட்டுத் திட்டத்தில் எல்லா வகுப்பாருக்கும் சமத்துவம் கொடுக்க வேண்டுமென்ற விஷயமே காணப்படவில்லை. பார்ப்பனர்களுக்குப் பயந்தே எல்லோரும் அதில் கையெழுத்துப் போட்டுவிடுகிறார்கள். முதலில் எல்லா வகுப்பாருக்கும் சமத்துவம் கொடுப்பதை விட வேறு என்ன சீர்திருத்தம் வேண்டும் என நினைக்கிறீர்கள்?

(கு.அ. 9-12-1928)

31. இம்மாதிரியான உதவி ஆதி திராவிடப் பிள்ளைகளுக்கு அளிக்கப்படுமானால், அவர்களில் வயிற்றுப் பிழைப்பிற்கு வழியின்றிச் சிறுவயதிலேயே கூலிக்குச் செல்லும் எத்தனையோ பிள்ளைகள் பள்ளிக்கூடம் சென்று படித்து மந்திரி வேலைக்குத் தயாராக இருப்பார்களென்பதை நினைத்துப் பாருங்கள்.

(கு.அ. 9-12-1928)

32. உங்களுக்குள் இருக்கும் பல குருட்டு நம்பிக்கைகள் ஒழிய வேண்டும். இதற்கு முதலாவது, பிறவி காரணமாய் உங்களை விட உயர்ந்த மக்கள் இருக்கிறார்கள் என்பதனையும், உங்களை விடத் தாழ்ந்த மக்கள் இருக்கிறார்கள் என்பதனையும் உங்கள் மனத்தைவிட்டு அறவே வெளியேற்ற வேண்டும்...

நமக்குத் தாழ்ந்தவர்கள் இருக்கிறார்கள் என்கிற மனப்பான்மை உள்ளவர்கள் இந்தப் பிரச்சாரத்திற்குக் கொஞ்சமும் உதவ மாட்டார்கள்... (கு.அ. 12–9–1926)

33. சத்திரியர்கள் என்பதில் அனேக தகராறுகள் ஏற்படுகின்றன. யார் யாரை சத்திரியர்களென்று கூப்பிடுவது? சத்திரியன் என்ற பெயர் யாருக்கு உரிமை உண்டென்று சொல்ல முடியும்? சத்திரியனென்றால் நாட்டை ஆளுபவன், போர்வீரன், காப்பாளன், கத்தி வாளுடன் போர்க்களத்தில் போர் புரிபவன் என்பதாகப் பொருள் சொல்லப்பட்டிருக்கிறது. அந்த முறைப்படி எல்லோரும் சத்திரியர்கள்தாம். ஏதாவது ஒரு காலத்திலாவது நாட்டை ஆளாதார் யாரிருக்கிறார்கள்? பட்டாளத்தில் போர்வீரனாயில்லாதார் யார் இருக்கிறார்கள்? (கு.அ. 30–10–1927).

34. 'வேளாளருக்குள்ளும் மற்றும் பல வகுப்பாருக்குள்ளும் இம்மாதிரியான ஒருவரை ஒருவர் தொடக்கூடாதென்றும், உண்ணக் கூடாதென்றும் கலியாணம் செய்யக்கூடாதென்றும் சொல்லுகிறார்கள், அதை முதலில் ஒழியுங்கள். கீழிருந்து ஒழித்துக் கொண்டு வந்த பிறகு மேலுள்ளவர்களை ஒழிக்க முயலுங்கள்' என்று சொல்லக்கூடும்.

கீழே காணப்படும் பிரிவினைகள் உண்மையானவையல்ல, இது பார்ப்பனர்களைப் பார்த்து, அவன்போல் நடக்க வேண்டுமென்று ஆசைப்பட்டு, அறியாமையால் நடித்துவருகிற வினையின்றிச் சூழ்ச்சிக்காக வேண்டுமென்றே ஏற்படுத்திக் கொண்டதல்ல.
(கு.அ. 30–10–1927)

35. இந்நாட்டில் வாழும் ஆரியர் தவிர்த்த மற்ற எல்லா மக்களும் முஸ்லிம்களும் கிறிஸ்தவர்களும் உட்பட எல்லோரும் திராவிடர்கள்தாம். ஆரியர் தவிர்த்த என்றால் பார்ப்பனர் தவிர்த்து என்றுதான் அர்த்தம் கொள்ள வேண்டும். (வி: 5–10–1948)

36. பஞ்சமர்களெனச் சொல்லப்படுவது யாரென்பதே நமக்குச் சரியாய் ஆதாரத்தின் மூலமாய்த் தெரிந்து கொள்ளக்கூடவில்லை. வழக்கில் சக்கிலி, பறையன், வண்ணான், நாவிதன், குடும்பன், சாம்பன், வள்ளுவன், சிற்சில இடங்களில் தீயார், ஈழவர், நாடாரையுமே சேர்த்து மேலே சொல்லப்பட்ட பிராமண, சத்திரிய, வைசிய, சூத்திர ஆகிய நான்கு வருணத்தாரும் மேலே கண்ட முறைப்படி கொடுமையாக நடத்துவதைப் பார்க்கிறோம். இவர்களையே பஞ்சமர்கள் என்று சொல்வதையும் கேட்கிறோம். அநேகமாய் நாம்கூட அவர்களை அதே மாதிரியாக நடத்துகிறோம். (கு.அ. 21–6–1925)

37. இந்த இழிவு சூத்திரர்கள் என்பவரை எப்படிக் கட்டிக் கொண்டது என்பதைப் பார்ப்போமாகில், தங்களுக்குக் கீழ் ஒருவர் இருப்பதாக நினைத்துக் கொண்டு அவர்களைத் தாழ்மைப்படுத்திய

பாவமானது இவர்களைத் தேவடியாள் மகன் என்று இன்னொருவர் கூப்பிடும்படியாகக் கடவுள் வைத்துவிட்டார். *(கு.அ.21-6-1925)*

38. சாதிக் கர்வமும், மூட நம்பிக்கையும் இந்தியர்களில் பிராமண சகோதரர்களிடம் மாத்திரம் இருப்பதாக எண்ணுவது பிசகு. பிராமணரல்லாத சில வகுப்பாரிடமும் பஞ்சமரென்போரில் சில வகுப்பாரிடத்திலும் இருக்கிறது. ஆனால், இவர்கள் படிப்படியாய் மேல் சாதியார் என்போரிடத்திலிருந்துதான் கற்றுக் கொண்டவர்கள்.
(கு.அ. 2-8-1925)

39. இந்தியாவில் சாதி அகம்பாவம் இருக்கிற வரையில் இந்தியர்கள் தங்களுடைய யோக்கியதையினாலோ, ஒற்றுமையினாலோ, சாமர்த்தியத்தினாலோ அந்நிய ஆட்சியிலிருந்து விலக முடியவே முடியாது. *(கு.அ. 2-8-1925)*

40. பிராமணரல்லாத இந்துக்களுடைய வகுப்புவாரிப் பிரதி நிதித்துவத்தை விட தீண்டாத சமூகத்தின் வகுப்புவாரி பிரதி நிதித்துவம் மிகவும் முக்கியமானதென்பதை நாம் கோபுரத்தின் மீதிருந்து சொல்லுவோம். ஏனெனில், அவர்கள் சமூகப் பெருக்கத்திற்குத் தகுந்தபடி கல்வியிலோ, உத்தியோகத்திலோ மற்றும் பல பொது வாழ்க்கையிலேயோ அவர்கள் முன்னேறவேயில்லை. இதன் காரணத்தினால் தேசத்தில் மூன்றில் ஒரு பாகம் ஜனங்கள் தேச நலத்தை மறந்து சர்க்காரின் தயவை நாடி அன்னிய மதத்தில் போய் விழுந்து நமக்கு எதிரிகளாய் முளைத்துக் கொண்டு வருகிறார்கள். சுய காரியப் புலிகளுக்கு இதைப்பற்றிக் கவலையிராதுதான். பொறுப்புள்ள பொதுமக்கள் இதைக் கவனியாமல் விடுவது தேசத்துரோகமென்று மாத்திரம் சொல்லுவதற்கில்லை; இன்னும் எவ்வளவோ பெரிய பாவிகளென்றுதான் சொல்ல வேண்டும். *(கு.அ. 8-11-1925)*

41. தீண்டாமையை ஒழிக்க வேண்டியது பிராமணரல்லாதாருக்கு மிகவும் முக்கியமானதொரு கடனாகும். ஏனெனில், தீண்டாதார்களின் முன்னேற்றந்தான் பிராமணரல்லாதார்களின் முன்னேற்றமாகும். தீண்டாதார்களின் துன்பந்தான் பிராமணரல்லாதாரின் துன்பமாகும். தீண்டாமை ஒழிவதன் மூலமாய்த்தான் பிராமணரல்லாதார் கடைதேற முடியும். தீண்டாமை ஒழிவதன் மூலமாகத்தான் நாடு சுயராஜ்யமடையும். *(கு.அ. 15-11-1925)*

42. நம் நாட்டிலுள்ள தீண்டாதாரென்று சொல்லப்படுவோரை நாம் எப்படி வைத்திருக்கிறோம்? பிரிட்டிஷ் அரசாங்கம் ஏற்பட்டு இன்றைக்கு 200 வருடங்களாகியும் ஒரு தீண்டாதாராவது தேர்தல்களில் நின்று இந்தியனுடன் போட்டி போட்டு ஜெயம் பெற சக்தியுண்டாக்கியிருக்கிறானா? எந்த ஒரு தீண்டாதாரல்லாத இந்தியனாவது தீண்டாதவனும் நமது சமூகத்தில் மூன்றிலொரு

பங்கு எண்ணிக்கையுள்ளவன்தானே? அவனை நிறுத்தி அவனுக்கு நம்முடைய ஓட்டைக் கொடுத்து, நமது அரசியல் – சமூகவியல் இவைகளில் அவனுக்குள்ள பங்கைக் கொடுக்க வேண்டுமென்று, ஸ்ரீமான்கள் மாளவியா, லஜபதிராய் போன்ற யாராவது அனுபவத்தில் காட்டியிருக்கிறார்களா? (கு.அ. 13–12–1925)

43. பூணூல் போட்டுக் கொண்டிருக்கிற பிராமணரல்லாதார் எல்லோருக்கும் பிராமணர்களுக்குள்ள சமத்துவம் இருக்கிறதா? இப்பொழுது நமது தேசத்தில் இங்கு ராவு, செட்டியார், ஆசாரியார், குயவர், வன்னியர், சௌராஷ்டிரா, தேவாங்கர், கோமுட்டி, செட்டியார், ராஜு, வாணியர், பண்டாரம், நாயக்கரில் சில பிரிவார், இன்னும் பஞ்சமரென்று சொல்லப்படுவோரிலும் வள்ளுவர் என்னும் வகுப்பார் ஆகிய இவ்வளவு பெயர்கள் சொல்லப்படும் பிராமணரல்லாத சகோதரர்கள் பூணூல் போட்டுக் கொண்டுதானிருக்கிறார்கள். பிராமணர்களுக்குச் சமமான இடம் இவர்களுக்கும் கொடுக்கப்பட்டிருக்கிறதா? (கு.அ. 27–12–1925)

44. மதுரையில் சில பாகம், திருநெல்வேலி, இராமநாதபுரம் ஆகிய ஜில்லாக்களிலும் ஜாதிக் கர்வமும் ஜாதிக் கொடுமையும் தலைசிறந்து விளங்குவது யாவரும் அறிந்த ஒன்றாகும்.

...சாதாரணமாக சென்னை மாகாணத்தில் வேறு எங்குமே இல்லாத கொடுமைகள் பல மேல்கண்ட ஜில்லாக்களில் தாண்டவமாடிக் கொண்டு வருகின்றன. (கு.அ. 16–9–1928)

45. நம்மைப் பொறுத்தமட்டில் நமக்குக் கீழாகக் கருதப்படும் மக்களை நாம் கொடுமைப்படுத்துகிறோம். இதற்கு நாம் வெட்கப் படவேண்டும். (கு.அ. 17–02–1929)

46. பார்ப்பனரல்லாதவர்களோ – முக்கால்வாசிப் பேர் – பார்ப்பனர்களைப் பின்பற்றுபவர்களாகவும், பார்ப்பானுக்குத் தாசிமகனாக இருந்தாலும் சரி, நாம் பறையனுக்கு மேலே இருந்தால் போதும் – என்று முட்டாள்தனமாய்க் கருதிக் கொண்டிருக்கிறவர்கள் என்றாலும் நம்மால் கூடியதைச் செய்துதான் வருகின்றோம்.
(கு.அ. 27–10–1929)

47. காங்கிரஸ் கான்பரன்ஸ் முதலிய எந்தக் கூட்டங்களிலும் பார்ப்பனர்களைக் கொண்டுதான் சமையல் செய்கிறார்களே ஒழிய மற்ற ஜாதிக்காரர்களைச் சமையல் வீட்டில் நுழைய விட்டிருக்கிறார்களா?

சுயமரியாதை மகாநாடுகளையோ, கூட்டங்களையோ எடுத்துக் கொள்ளுங்கள். நாடார், நாயுடு, முஸ்லிம், தீண்டப்படாதார் என்கின்றவர்கள் எல்லோரும் கலந்து சமையல் செய்தார்கள். இவர்கள் எல்லோருமே கலந்து பரிமாறுகிறவர்கள், சைவர் முதல் எல்லா

82 | ஆதிக்க சாதிகளுக்கு மட்டுமே அவர் பெரியாரா?

பெரிய ஜாதிக்காரர்கள் என்பவர்களும் ஒன்றாய் உட்கார்ந்துதான் சாப்பிடுகிறார்கள். *(கு.அ. 19-1-1936)*

48. மேல் ஜாதியாருக்குத் தந்திரமும் சூழ்ச்சியும் இயற்கையாகவே உண்டு. அதனால்தான் அவர்கள் மேல் ஜாதிக்காரர்களாய் இருக்கிறார்கள். அதில்லாததினால்தான் நீங்கள் கீழ்ஜாதி என்பதில் சேர்க்கப்பட்டு அதற்குண்டான பயனை அனுபவித்து வருகிறீர்கள். *(கு.அ. 10-1-1937)*

49. அன்னிய நாடுகளில் நம்மவர்களை அன்னிய நாட்டார் மரியாதையுடன் நடத்த வேண்டுமானால், முதலில் நம் நாட்டில் நம்மவர்களை இழிவுபடுத்தும், கொடுமைப்படுத்தும் தாழ்வுபடுத்தும் முறையொழிக்கப்பட வேண்டும். *(கு.அ.4-2-1940)*

50. தமிழனுக்குள் இருந்துவரும் ஜாதி உயர்வு தாழ்வு, வகுப்பு உயர்வு தாழ்வு, ஆகியவைகள் தமிழனுக்கு என்றும் இன உணர்ச்சி ஏற்படாமல் இருந்துவரும்படி செய்கிறது. அப்படிப்பட்ட உயர்வு தாழ்வால் தமிழனுக்குத் தன்மானம் ஏற்பட இடமில்லாமல் போய்விடுகிறது.

பார்ப்பான் உயர்ந்த ஜாதி என்பதில், தமிழர்கள் எவருக்கும் ஆட்சேபனை இல்லை. அதற்கு அடுத்த ஜாதி யார் என்பதில்தான் இன்று தகராறு, அபிப்பிராய பேதம் இருக்கிறதே தவிர, பார்ப்பானைப் பற்றி அவன் உயர்வைப் பற்றி எவ்வித தகராறோ அபிப்பிராய பேதமோ இல்லை. நமக்குள் இவ்வளவு கேலிக்கூத்து இருப்பதால் பார்ப்பான் நம்மை சூத்திரன் என்கிறான். இதற்குக் காரணம் என்ன? இனப்பற்று, இனமானம் இல்லாததேயாகும். *(வி.13-9-1941)*

51. நாம் இப்போது செய்கிற இந்தக்காரியம் நம்முடைய சொந்தத்துக் காகவா? அல்லது நம்முடைய சொந்த, சுயநல, சுயவாழ்வு, சுய லாபத்துக்காகவா செய்கிறோம்? எல்லாத் திராவிட மக்களுக்கும் சூத்திரர்களுக்கும் தாசி மக்களுக்கும் பறையர் சக்கிலிகளுக்கும் சேர்த்துத் தானே செய்கிறோம்? *(வி. 17-11-1953)*

52. ஏதோ நம்மவர்களில் சிலபேர் பூணூல் போட்டுக் கொள்வ தாலோ, நாமம் போட்டுக் கொள்வதாலோ கோவில் கட்டுவதாலோ உயர்ந்தவர்கள் பெரிய ஜாதி என்று கருதிக் கொள்ளாதீர்கள். இவை களை எல்லாம் செய்வதால்தான் சின்ன ஜாதி என்பதை நாமாக ஒப்புக் கொள்வதாகும். *(வி. 26-2-1954)*

53. பார்ப்பான், 'பாரடா உன்னைப் பறையன் என்கிறான்' என்று படையாச்சி மேல் உசுப்பி விடுவான். படையாச்சியை உசுப்பி பறையன் மேல் விடுவான். இவர்கள் இருவரும் குடுமியைப் பிடித்துக் கொண்டு புரளும்போது அவன் சுகமாக நகத்தில் அழுக்குப் படாமல் காலந்தள்ளுகிறான். *(வி. 16-10-1957)*

54. தென்னாட்டில் பொதுவாக இக்கூட்டத்தாரை நீக்கிய பொது ஜனங்களுக்கு பிராமணரல்லாதார் என்ற பெயர் வழங்கப்பட்டு வருகிறது. முக்கியமாக இதில் கிறித்துவர்கள், முகமதியர்கள், ஆங்கிலோ இந்தியர் முதலிய இந்துக்கள் அல்லாதவர்களும் பிராமணரல்லாதவர்களே. இந்துக்களுக்குள்ளும் பிராமணர் நீக்கிய மற்றவர்கள் பிராமணர்களால் ஏற்படுத்தப்பட்ட பல ஜாதிப் பெயர்கள் சொல்லிக் கொள்ளப்பட்டாலும் அவர்களும் பிராமணரல்லாத வர்களே. அல்லாமல் தீண்டாரெனக் கூறித் தொடக்கூடாதவர்கள், பார்க்கக்கூடாதவர்கள் என்று தள்ளி வைத்திருக்கும் ஒரு பெரும் கூட்டமும் பிராமணரல்லாதவர்களே.

இவர்கள் யாரும் நாம் மேற்சொன்ன பிராமணர்களின் மாயவலை யினின்றும் தப்பி சுயமரியாதையுடன் வாழ வேண்டுமானால் தங்களுக்குள் ஏற்பட்டிருக்கும் சிறுசிறு வகுப்பு வித்தியாசங்களையும் பொருளற்ற ராஜிய அபிப்பிராய வித்தியாசத்தையும் மறந்து விடுவ தோடு தங்கள் சுயநன்மைக்காக பிராமணர்களுக்கு ஒற்றர்களாகவும் காட்டிக் கொடுப்பவர்களாகவும் இருக்கும் சிறுமைக் குணங்களை விட்டு எல்லோரும் முன்னுக்கு வரவேண்டுமென்ற எண்ணத்துடன் சூழ்ச்சியின்றியும் துவேஷமின்றியும் மனப்பூர்வமாக ஒன்றுபட்டு பாடுபட முன்வரவேண்டும். *(கு.அ – 8–11–1925)*

55. சக்கிலியைக் கண்டாக்க குளிக்கிறான் தீட்டுன்னு. அவன் எதிரே வந்தால் தள்ளிப்போறான். சக்கிலி கலெக்ட்டரா வர்றான். அவனை எஜமானேன்னு போயி கும்பிடறோம் நாம். பறையன் கலெக்டராக வர்றான். பள்ளன் மந்திரியாக வர்றான். நாம அவுகளை எல்லாம் கும்பிடறோம். 'சாஸ்திரத்தை' எல்லாம் மறந்திட்டோம். *(வி 21–6–1969)*

56. பறையனுக்கும் சக்கிலிக்கும் நமக்கும் பேதமில்லாமல் போச்சி. கடவுளுக்குச் சமமான பார்ப்பானுக்கும் நமக்கும் பேதமில்லேங் கிறோம். *(வி 21–6–1969)*

57. நாம் மைனாரிட்டி (சிறுபான்மை) என்று சொன்னவுடன் பார்ப்பன காங்கிரஸ்காரர்கள், "நாங்கள் 100க்கு மூன்றுபேர்கள் தாமே; நீங்கள் 97 பேர் இருக்கிறீர்கள். நாங்கள் தாம் மைனாரிட்டிகள்" என்பார்கள். இந்த இரகசியம் உங்களுக்குத் தெரியாது. நாம் பேருக்கு வேண்டுமானால் 97 ஆவோம். ஆனால் நம்மை பல வகுப்புகளாகப் பிரித்திருக்கின்றனர். உடையார், செட்டியார், ரெட்டியார், பிள்ளை, நாயுடு, முதலியார், கவுண்டர், கள்ளர், மறவர், அகமுடையார், அம்பட்டர், வாணியர், ஆர்சுத்தியார், புற்றிலே கழித்தார், பொரபொரத்தார் என்று முழுவதும் சொல்லலாம். அவ்வளவு எண்ணற்ற பிரிவுகள்! இங்கே ஒருவனுடைய கவலையை மற்றவன் எடுத்துக் கொள்வதில்லை. அப்படி எடுத்துக் கொண்டாலும் அதுவும் பார்ப்பனர்களுக்குத்தான் அனுகூலம். ஒரு 'பிள்ளையை' அடித்தால்,

மற்றொரு 'முதலி' பார்த்துக் கொண்டு சந்தோஷப்படுவதல்லாமல், 'வெள்ளாளப் பயனுக்கு நல்லா வேண்டும்' என்று காலாட்டிக் கொண்டிருக்கிறான். அதுமாதிரியே ஒரு சாதியான் அடிபட்டால், மற்றச் சாதியான் கவலைப்படுவதில்லை. *(1947)*

58. உங்கள் கிராமமாகிய இத்திருமங்கலத்திலுள்ள அக்கிரஹாரம் வீதியில் (பார்ப்பனர் - சேரி) தாழ்த்தப்பட்டோர் போக உரிமை கிடையாது என்றிருப்பதாகக் கேள்விப்பட்டேன். இந்த 1947ம் ஆண்டிலும் அதுவும் அரசியலார் இவைகளை ஒழிக்கும் முறையில் சட்டம் செய்திருந்தும் இந்த ஊர் ஆரியர்கள் பகிரங்கமாக இவ்வளவு மனிதத் தன்மையற்று நடந்து வருகிறார்களென்றால், இந்த ஜாதி ஆணவத்தை எதற்கு ஒப்பிடுவது?

சுயமரியாதை - திராவிடர் இயக்கம் கிளர்ச்சியால் ரெயில்வே ஸ்டேஷன்களிலுள்ள ஜாதி வித்தியாசத் தடைகளும், ஓட்டல்களிலுள்ள ஜாதி வித்தியாசத் தடைகளும், ஓட்டல்களிலுள்ள ஜாதி வேறுபாடு முறை வழக்கங்களும் அறவே ஒழிந்துவிட்டன. ஆனால் இம்மாதிரியான கிராமங்களில் ஆரியர் - உயர் ஜாதிக்காரர்கள் என்று கூறப்படுவோர்; தாழ்த்தப்பட்டோருக்குச் செய்யும் வஞ்சகத்தை உடனடியாக ஒழித்துத்தீர வேண்டுவது நாட்டின் நலன் கருதுவோர் அனைவரின் கடமையாகும்.

இவ்விதக் கொடுமைகளை எல்லாம் இனி எங்கிருந்தாலும் திராவிடர் இயக்கத்திற்குத் தெரிவியுங்கள். இவைகளை எல்லாம் முதலில் ஓர் மாநாட்டின் மூலம் அரசியலாருக்கு எடுத்துக் கூறுவோம் ஆவன செய்ய வேண்டி. அதற்கும் இன்றைய அரசியலாரின் அலட்சியமே நமக்குப் பதிவாயிருக்குமானால் அரசியலாரின் 144 தடைகளையும் வேண்டுமானால் இந்த விஷயத்தில் மீறியாவது மனித உரிமையைப் பெறுவோம்.

சுருங்கக் கூறுகிறேன். 'தாழ்த்தப்பட்டோரை யார் அடிமைப் படுத்தினாலும் அதைத் திராவிடர் இயக்கம் எதிர்த்துப் போராடும்' என்று. இம்மாதிரியான காரியங்களில் ஒவ்வொரு ஊரிலும் உள்ள பஞ்சாயத்தாரும் மற்றவர்களும் அக்கறை எடுத்து எங்களுக்கு ஆதரவு தரவேண்டும். *(வி:5-7-1947)*

59. ஆதி திராவிடன் - திராவிடன் என்ற பிரிவையே நாங்கள் ஒப்புக் கொள்ள முடியாது. எல்லோரும் திராவிடர்கள் என்பதே எங்களது திட்டமாகும். திராவிடர்களில் ஜாதி ஆணவம் படைத்த உயர் ஜாதிக்காரர்களும் இல்லாமலில்லை. இனி அவர்களை எப்படி வழிக்குக் கொண்டுவருவது என்பதும் எனக்குத் தெரியும். ஆகவே, ஒரு இனத்தைச் சார்ந்த நாம் நமக்குள் பிரிவுகளாக சொல்லளவிலும் இருக்கக்கூடாதென்பதே எனது தீவிர எண்ணமாகும். *(வி:8-7-1947)*

60. எந்த ஒரு சமூகத்தில் தாழ்த்தப்பட்டவர்கள், தீண்டாதவர்கள் இருக்கிறார்களோ அந்தச் சமூகத்தை முற்போக்கான ஒரு சமூகம் என்று பலரும் கருதமாட்டார்கள். ஒரு சமூகத்தின் பெரும்பகுதி தாழ்த்தப்பட்டிருப்பது உண்மையிலேயே அந்தச் சமூகத்திற்கு ஒரு பெரிய கேடுதான். *(வி: 23-12-1947)*

61. உயர்ந்த ஜாதி என்று எவனெவன் திமிரோடு உங்கள் முன் வருகிறானோ, அவனைக் குறுக்கே வரும் பாம்பைப் போல் கருதி துரத்தி அடிக்க வேண்டும். அதுதான் ஜாதி ஒழிப்புக்குச் சரியான மருந்து. அது இன்ஜெக்ஷன் (ஊசி மருந்து) மாதிரி உடனே வேலை செய்ய ஆரம்பித்துவிடும். *(வி: 27-2-1948)*

62. ஒரு பறையன், ஒரு பார்ப்பான், ஒரு செட்டி, ஒரு பிள்ளை, ஒரு முதலி இப்படி *5* பேரையும் வரிசையாகக் கோவணம் கட்டி நிறுத்தி, ஒருவனை விட்டு எந்தச் சாதி இன்ன இன்னார் என்று கேட்டால் காட்டமுடியுமா? *(வி: 22-7-1960)*

63. நீ மனிதனாக, அறிவு உள்ளவனாக ஆக முஸ்லிமையும், கிறிஸ்தவனையும் பார்த்துத் திருத்திக் கொள் என்பதுதான். முஸ்லிமில் பார்ப்பார முஸ்லிம், பறைய முஸ்லிம் உண்டா? கிறிஸ்தவனில் பார்ப்பார கிறிஸ்தவன், பறைய கிறிஸ்தவன் உண்டா? நம்மால் மட்டும் ஏன் பார்ப்பான் – பறையன் – நாடார் – பிள்ளை – செட்டியார் – நாயக்கன் – படையாச்சி என்று இத்தனை ஆயிரம் சாதிப் பிரிவுகள் இருக்க வேண்டும்? மற்ற நாட்டில் இந்தச் சாதி இல்லையே? மனிதன் தானே வாழுகின்றான். *(வி: 14-10-1960)*

64. பெரும்பாலும் இன்று பதவியில் கீழ்சாதிக்காரர்களான சூத்திரர்களே இருக்கின்றார்கள். இவர்களுக்கு எல்லாம் மேல் சாதிக்காரர்களின் கொடுமைகளும் சாதியின் இழிவும் நன்கு தெரியும் என்ற போதிலும் இவர்கள் தைரியமாக இவற்றை ஒழிக்க முன்வரமாட்டார்கள். காரணம், அவன் அவனுக்குப் பொண்டாட்டி பிள்ளை குட்டி சொத்து சேர்க்க வேண்டும், வாழ வேண்டும் என்ற ஆசை இருக்கின்றது. இதன் காரணமாகத் தங்கள் பதவிக்கு எங்கு ஆபத்து வந்துவிடுமோ அல்லது எங்கு தங்களை மேல்சாதிக்காரன் தவறாக எண்ணி விடுவானோ என்று எவரும் முன்வரமாட்டார்கள். *(வி: 6-11-1961)*

65. கிராமங்களில் சாதி ஒழிய வேண்டுமானால், கணக்குப்பிள்ளை வேலையைப் பறையனுக்குக் கொடுக்கணும். மணியம் வேலையைச் சக்கிலிக்கும் குறவனுக்கும் கொடுக்க வேண்டும். வண்ணார், நாவிதர் என்று நாம் யாரைக் குறைவாகப் பேசுகிறோமோ அவர்களுக்கு உயர் பதவிகள் ஒதுக்கிவிடவேண்டும். போலீஸ் கான்ஸ்டபிள், ஏட்டு, இன்ஸ்பெக்டர் பதவிகளைப் பறையனுக்கு ஒதுக்கியாகணும்.

சமுதாயத்தில் சாதி பற்றிய கவுரவம், இழிவு மறைய வேண்டும். அவர்கள் எல்லாம் உயர் பதவி வகிக்கத் திறமையற்றவர்களா? கலெக்டர் வேலை கொடுக்கவில்லையா? ஜில்லா சூப்பிரண்ட் வேலை கொடுக்கவில்லையா? அவர்கள் பார்த்தார்களே! எதில் ஓட்டை? என்ன தப்பு? ஆகவே சாதி ஒழிப்புக்கு நாம் தூண்ட வேண்டும். கிளர்ச்சிகள் பண்ண வேண்டும். பரிகாரம் தேட வேண்டும்.
(வி: 12-4-1964)

66. கிராமங்களில் சாதி ஒழிய வேண்டுமென்றால், கணக்குப் பிள்ளை வேலையைப் பறையனுக்குக் கொடுக்க வேண்டும். மணியம் வேலையைப் பள்ளர்; சக்கிலி ஆகியவர்களுக்குக் கொடுக்க வேண்டும். கணக்குப் பிள்ளையாகப் பார்ப்பானும், மணியமாக பிள்ளையும் கவுண்டனும் இருப்பதால்தான் அங்கே இருந்து சாதி உரிமை தோன்றுகிறது.
(வி: 16-4-1964)

67. கோவில் - பூசாரி வேலையைக் கூட பறையனுக்கே கொடுக்க வேண்டும். எவனாவது சாமி கும்பிட மாட்டேன் என்றால், கும்பிடாமல் போகட்டும்.
(வி: 16-4-1964)

68. ஊராட்சி மன்றம் என்பது ரோடு போடுதல், விளக்குப் போடுதல், வீதி கூட்டுதல் போன்ற காரியங்களைச் செய்ய ஏற்பட்டதென்றால், அதை இதன் நிருவாகியே செய்துவிட்டுப் போகலாமே. அதற்கு மக்கள் பிரதிநிதிகள் தேவையில்லையே. பின் ஏன் என்றால் சமுதாயத்தில் மக்களிடையே நிலவும் ஏற்றத்தாழ்வுகளை அகற்றவும் பொது அறிவைப் பெருக்கவும் மூட நம்பிக்கைகளான பழக்கவழக்கங்களை ஒழிக்கவுமேயாகும்.
(வி: 31-10-1964)

69. நாங்கள் சாதியை எல்லாம் ஒழித்து ஒன்றுபண்ண வேண்டும் என்கின்றோம். அப்படி என்றால் எல்லாச் சாதிக்காரர்களையும் கொண்டு நெருப்பு வைத்துவிட்டு, சாம்பலை எடுத்து கரைத்து வேறு மனித உருவத்தை வார்க்கவேண்டும் என்பதல்ல. சாதி ஏற்றத்தாழ்வு என்பது தானாக ஏற்படுத்திக் கொண்ட வேஷம் ஆகும். இதனைக் களைந்து எறிய வேண்டும் என்பதாகும்.
(வி: 10-6-1965)

70. .... சூத்திரன்களிலும் வேளாளன், படையாச்சி, நாயக்கன், செட்டி, ஆசாரி, நாடான், வண்ணான், நாவிதன், குயவன், செம்படவன், பள்ளன், பறையன், சக்கிலி என்று சொல்லப்படும் பிரிவுகளும் மற்றும் முதலியார், பிள்ளை, கவுண்டர், தேவர், கள்ளர், மறவர், உடையார், அகமுடையர், தேவாங்கர், செங்குந்தர் முதலிய பிரிவுகளும் வட்டங்களும் எல்லாம், 'சூத்திர' ஜாதியின் உட்பிரிவுகளே தவிர, பிறவி ஜாதிகளில் சேர்ந்தவை அல்ல.
(வி: 13-12-1960)

71. தாழ்த்தப்பட்டவர்களுக்கு அரசாங்கம் வீடு கட்டிக் கொடுப்பதை ஒதுக்குப்புறத்தில் கட்டிக் கொடுக்காமல், கடைவீதியிலும் அக்கிர ஹாரத்திலும் சாதி இந்துக்கள் வாழும் வீதிகளிலும் கட்டிக் கொடுக்க வேண்டும். ஊருக்கு ஒதுக்குப்புறத்தில் 10வீடுகள் கட்டிக் கொடுப்பதை விட, ஊருக்கு நடுவில் 5 வீடுகளாவது கட்டிக் கொடுத்தால் அதுவே மேல் என்பேன். பறையன், சக்கிலிகள், ஊருக்கு ஒதுக்குப்புறத்தில் வாழ்வதை விட ஊருக்கு மத்தியில் குடியிருந்தால் மற்றவர்களுடன் கலந்து பழக வாய்ப்பு ஏற்படும். *(வி:21-7-1961)*

72. சாதி வெறியினால், சாதி உணர்ச்சியினால், சாதிப் புரட்சி யினால்தான், சமுதாயத்தில் பாதாளத்தில் இருந்த பஞ்சமர்கள் என்னும் தீண்டப்படாத மக்களாக இருந்தவர்கள் இன்று அவர்கள் மக்கள் எண்ணிக்கைக்கு ஏற்ற அளவு அரசியல் - பதவி இயல் பெறும்படியான வாய்ப்புக் கிடைத்தது என்பது மாத்திரமல்லாமல், சர்க்காரும் கொடுத்துத் தீரவேண்டிய அவசியத்திற்கு (கட்டாயத்துக்கு) ஆளாக வேண்டி வந்தது. அந்தப் பஞ்சம சமுதாயம் 100க்கு 16 சதவீதம் உரிமை சட்டப்படிப் பெற்றிருந்தாலும் அந்தப் பஞ்சமர் என்பவர் களில் வாயில்லாப் பூச்சிகளான சக்கிலியர்கள் என்பவர்கள் பெரிதும் அடியோடு ஏமாற்றப்பட்டு விட்டார்கள். இவர்கள் எண்ணிக்கையில் பறையர்கள் என்பவர்களைவிடத் தாழ்ந்தவர்கள் அல்லர்.
(வி: 19-8-1961)

73. சாதிவெறியைக் கண்டிக்க, சட்ட விரோதமாக்க முன்வருபவர்கள் கீழ்சாதி மக்கள் உரிமையைக் காக்கச் சட்டம் கொண்டு வந்தால்தான் யோக்கியமானவர்கள் என்று கருதப்படுவார்கள். *(வி: 19-8-1961)*

74. நம்மை நால்வகைச் சாதியாகப் பிரித்திருக்கிறான் பார்ப்பான். அதோடு இந்த நான்கு சாதிகளுக்குக் கீழே மற்றொரு மக்கள் கூட்டமும் உண்டாக்கப்பட்டுள்ளது. அவர்கள் பஞ்சமர்கள் என்பவர்கள். சாதி இந்துக்கள் என்பவர்களில் எப்படிப் பிரிவுகள் இருக்கின்றனவோ, அதே போல இந்தப் பஞ்சமர்களிலும் உட்பிரிவுகள் இதுவும் பார்ப்பான் செய்த சூழ்ச்சியே. நம்முடைய மக்கள் தங்களையடக்கிய பார்ப் பனர்களை எதிர்த்துப் போராடிய போராட்டத்தைக் குறைப்பதற்காக, இந்தப் பஞ்சமர்களை உண்டாக்கி அவர்களையும் பலவகையாகப் பிரித்துக் கீழ்சாதிக்காரர்களுக்கு அடிமையாக்கி வைத்தான். இந்தப் பஞ்சமர்கள் பாவம் வாயில்லாப் பூச்சிகள். தங்களைக் காப்பாற்றிக் கொள்ள சக்தியற்ற நிலையிலிருப்பவர்கள். *(வி: 3-11-1957)*

75. பார்ப்பான், நாயுடு, முதலி, ரெட்டி, கவுண்டன், செட்டி, பறையன் என்று சொல்லப்படும் சாதிக்காரர்களை அழைத்து ஒரு இடத்தில் நிர்வாணமாக (அம்மணமாக) நிற்க வைத்து, நம் நாட்டான் வேண்டாம், வெளிநாட்டான் ஒருவனை அழைத்து வந்து இவன் இன்ன சாதி என்று கண்டுபிடித்துச் சொல் என்றால் எப்படிச்

சொல்வான்? இவன் பார்ப்பான், இவன் செட்டி, இவன் பறையன் என்று. ஆகவே சாதி என்ற பேய் நம் மக்களை மடையர்களாக ஆக்கி வைத்துவிட்டது. *(வி: 16-8-1958)*

76. பார்ப்பனரல்லாதவர்கள் சிலர் பத்திரிகை நடத்துகிறார்களே, அவர்களும் கூட யோக்கியமாக இல்லை. அவர்களது சுயநலம் சொந்தத்திற்குப் பணம் திரட்டல்தான் அவர்களுடைய குறிக்கோளாக இருக்கிறது. பார்ப்பனருக்கு உள்ள இன உணர்ச்சியில் 1000இல் ஒரு பங்கு கூட நம்மவர்களுக்குக் கிடையாது. எனது நீண்ட நாளைய ஆசை நம் திராவிடர்களும் பத்திரிகை உலகில் நுழைய வேண்டும் என்று! ஆனால் என்ன ஆயிற்று? *(வி: 19-10-1958)*

77. அநேக தாழ்த்தப்பட்ட மக்கள் தவறாக நினைக்கிறார்கள், பார்ப்பனரல்லாத மக்கள்தான் தங்கள் எதிரிகள் என்றும் பார்ப்பனர்கள் கூட அல்லவென்றும்! இது மிகவும் தவறான எண்ணமாகும். இதற்குக் காரணம் பார்ப்பன ஆட்சியில் பல அதிகாரங்களும், பண விநியோகமும் இருப்பதால் பார்ப்பானுக்கு நல்ல பிள்ளையாகவும் அவனது விஷமப் பிரச்சாரத்தை நம்புவதும் ஆகும். நாங்கள் வேறு என்றும் நீங்கள் வேறு என்றும் எண்ணக்கூடாது. சூத்திரர்கள் ஒரு இனமாக இருந்தால் தங்களுக்கு ஆபத்து என்று கருதி பல இனம் ஆக ஆக்கிவிட்டார்கள். *(வி: 22-2-1959)*

78. பார்ப்பான் எதை எதைச் செய்கிறானோ அவற்றையெல்லாம் இவன் (பார்ப்பான் அல்லாதவன் - சூத்திரன்) அவனைப் பார்த்து அதே போல் செய்கிறானே தவிர வேறில்லை. ஆகவே, அவன் (பார்ப்பான்) செய்யவில்லை என்றால் மற்றவர்கள் அதைச் செய்ய மாட்டார்கள். *(வி: 22-2-1959)*

79. வட இந்தியாவிலுள்ள தீண்டப்படாதவர்களுக்கும் தென்னிந்தியாவில் உள்ள சூத்திரர்களுக்கும் எந்த வித்தியாசமும் இல்லை. சமுதாயத்தில் தங்களுடைய நிலைமையை உயர்த்துவதற்கும் மானத்தை மேம்படுத்துவதற்கும் கூடி உழைக்க வேண்டும். *(வி: 23-2-1959)*

80. செட்டியார், நாயக்கர், பிள்ளை, கவுண்டர், பள்ளர், பறையர் முதலியவர்களுக்குள் வேற்றுமையில்லை. *(வி: 6-3-1959)*

81. 'வன்னியன் ஓட்டு அந்நியர்க்கில்லை' என்று கூறிக் கொண்டு தன்னை உயர்த்திக் கொண்டு அவன் சூத்திரன், பறையன், வண்ணான் தாழ்ந்த நிலையில் இருக்கிறான் என்று கருதி சும்மா இருந்து விடக்கூடாது. *(வி: 12-4-1959)*

82. இன்று காமராசர் முதல் மந்திரியாக இருக்கிறார். இந்த வேலை போய்விட்டால் அவர் யார்? நாடார் தானே? நம்முடைய நாட்டு மொழிப்படி சொல்ல வேண்டுமானால் 'சாணார்' பட்டம்.

கக்கன் இன்று மந்திரி. நாளை 'பறை' கக்கன்தானே? இவர் ஷெட்யூல்டு வகுப்பு கக்கன் என்றால் அவர் பிறப்பட்ட வகுப்பு நாடார் தானே? இந்த இழிசொல் நீங்க வேண்டாமா? *(வி: 27–5–1959)*

83. பார்ப்பனரல்லாதார்களோ – முக்கால்வாசிப்பேர் – பார்ப்பனர் களைப் பின்பற்றுபவர்களாகவும், பார்ப்பானுக்குத் தாசிமகனாய் இருந்தாலும் சரி, நாம் பறையனுக்கும் மேலே இருந்தால் போதும் என்று முட்டாள்தனமாய்க் கருதிக் கொண்டிருக்கிறார்கள்.

(கு.அ. 24–5–1931)

84. ஒரு தாழ்ந்த ஜாதியானுடம்பில் இருப்பதும் இரத்தந்தான். நம் நண்பர் தாலுகா போர்டு தலைவர் ஸ்ரீமான் இராஜுக் கவுண்டர் அவர்கள் உடம்பிலிருப்பதும் இரத்தந்தான். ஸ்ரீமான் வெங்கிட்ட ரமணய்யங்கார் உடம்பிலிருப்பதும் இரத்தந்தான். மூன்று இரத்தத்தி லும் என்ன வித்தியாசம்? *(கு.அ. 27.6.1926)*

85. தான் உயர்ந்த ஜாதி, மற்றவன் தாழ்ந்த ஜாதி என்று பார்ப்பான் மட்டுமல்ல, வேற எவன் நினைத்தாலும் அவர்கள் பார்ப்பனீய வெறி பிடித்த நாசக்காரர்கள், கொடுமைக்காரர்கள் என்றே மதித்தல் வேண்டும். அப்பேர்ப்பட்டவர்கள் யாராகயிருப்பினும் அவர்களைச் சமுதாயத் துவேசிகளாக பார்த்தல் வேண்டும்.

(வி: 23.11.1948)

6. பிற்படுத்தப்பட்டவர்களுக்கு 'மட்டுமே' பேசினாரா?

என்ன சொல்கிறார்கள் அவர்கள்?

தலித்துகளின் எழுச்சியை கொன்றொழித்தார். ஆரியம், திராவிடம் இரண்டையும் ஒன்றாகவே வைக்க வேண்டும். சாதி இந்துக்களையும் சாதி உயர்வுக் கொள்கையையும் கண்டித்து போராட்டம் நடத்தவில்லை. அவர், அவரது சாதிக்காகத்தான் பேசினார். பிராமணர்கள் இடத்தில் பிற்படுத்தப்பட்டவர்களை கொண்டு போய் நிறுத்தவே பேசினார். பிற்படுத்தப்பட்டோர், தாழ்த்தப்பட்டோர் மோதலில் மௌனமாக இருந்தார். ஆதி திராவிடர்களுக்காகப் பேசவே இல்லை.

இந்த அவதூறுகளுக்கு பெரியாரின் குரலே பதிலாக அமையும்.

1. தீண்டாமை என்பது என்ன? தீண்டாமை காங்கிரசில் ஒரு திட்டமாய் வருவானேன்? இவ்விரண்டு விஷயங்களையும் நாம் அறிந்து கொள்ள வேண்டியது அவசியமாகும். (கு.அ. 21-6-1925)

2. அடுத்தாற்போல் பஞ்சமர்களெனச் சொல்லப்படுவது யாரென்பதே... (கு.அ. 21-6-1925)

3. என்னை ஒருவன் சூத்திரன் என்று அழைப்பதைப் பார்க்கிலும் பஞ்சமன் என்று அழைப்பதில் சந்தோஷப்படுவேன்.
(கு.அ. 21-6-1925)

4. தீண்டாமை என்பதை ஒழிப்பது என்று சொல்வது பஞ்சமர்களை மாத்திரம் முன்னேற்ற வேண்டுமென்பது அல்லாமல் அவர்களுக்கு இருக்கும் கொடுமைகளை மாத்திரம் விலக்க வேண்டுமென்பது அல்லாமல்... (கு.அ. 21-6-1925)

5. பறையன், சக்கிலி முதலியோரை நாம் ஏன் தொடக்கூடாது பார்க்கக்கூடாது என்பதைச் சற்றுக் கவனித்தால்...
(கு.அ. 5-7-1925)

6. மனிதப் பிணத்தையும் கூட வைத்திய சாலைகளில் அறுக்கிறார்கள். அவரை நாம் பஞ்சமரென்று சொல்லுகிறோமா? (கு.அ. 5-7-1925)

7. ... நமது நாட்டில் கோடிக்கணக்கானச் சகோதரர்களைத் தீண்டத் தகாதாரென்றும், பார்க்கக் கூடாதாரென்றும்... (கு.அ. 18-10-1925)

8. பிராமணரல்லாத இந்துக்களுடைய வகுப்புவாரிப் பிரதி நிதித்துவத்தை விட தீண்டாதசமூகத்தின் வகுப்புவாரிப் பிரதிநிதித்துவம் மிகவும் முக்கியமானதென்பதை நாம் கோபுரத்தின் மீதிருந்து சொல்லுவோம். (கு.அ. 8-11-1925)

9. தீண்டாமையை ஒழிக்க வேண்டியது பிராமணரல்லாதாருக்கு மிகவும் முக்கியக் கடமையாகும். (கு.அ. 15-11-1925)

10. நம் நாட்டிலுள்ள தீண்டாதாரென்று சொல்லப்படுவோரை நாம் எப்படி வைத்திருக்கிறோம்? (கு.அ. 13-12-1925)

11. பறையர்என்கிற ஒரு ஜாதிப்பெயர் நம் நாட்டிலிருப்பதால் தான் சூத்திரர் என்கிற ஒரு ஜாதிப்பெயர் நம் நாட்டிலிருக்கிறது. (கு.அ. 25-4-1926)

12. மாடு சாப்பிடுகிறவர்களையெல்லாம் தொடாதே, தெருவில் நடக்காதே, குளத்தில் தண்ணீர் சாப்பிடாதே. ஊருக்குள் குடியிருக்காதே என்று சொல்லுகிறார்களே? (கு.அ. 25-4-1926)

13. சூது வாது தெரியாத சாது ஜனங்களாகவும் இருந்தவர்களைப் பஞ்சமர்கள் என்று பெயர் வைத்து... (கு.அ. 15-8-1926)

14. தீண்டாமை இன்னது என்பது மகாத்மாவுக்கு இன்னமும் சரியாய்ப் புலப்படவில்லை. (கு.அ. 7-8-1927)

15. வருணாசிரம தர்மத்தின் மூலமாகத்தான் நமது நாட்டில் தீண்டாமைக் கொள்கை அமலில் இருந்து வருகிறதே ஒழிய... (கு.அ. 7-8-1927)

16. கொடுமைப்படுத்தப்பட்டவர்களும், தாழ்த்தப்பட்டவர்களும் விடுதலை பெற்று சமத்துவமடைய வேண்டுமானால்... (கு.அ. 16-9-1928)

17. ... இவ்வித உதவி ஆதி திராவிட பிள்ளைகளுக்கு அளிக்கப் படுமானால்... (கு.அ. 1928 டிசம்பர்)

18. உதை கொடுக்குமிடத்தில் தீண்டாமை நீங்குகிறது. (கு.அ. 17-2-1929)

19. நம்மைப் பொறுத்தமட்டில் நமக்குக் கீழாகக் கருதப்படும் மக்களை நாம் கொடுமைப்படுத்துகிறோம். (கு.அ. 17-2-1929)

20. தீண்டாதார் எனப்படுவோருக்கு சர்க்காரில் காலியாகும் உத்தியோகங்களில் முதல் உரிமை கொடுக்க வேண்டுமென்றால்... (கு.அ. 24-2-1929)

21. .... உயர்ந்த சாதி என்பவர்களுக்கொரு சட்டம், தாழ்ந்த சாதி (தீண்டப்படாதவர்கள் கொடுமைப்படுத்தப்பட்டவர்கள்) என்பவர்களுக்கு ஒரு சட்டம்... (கு.அ. 24-2-1929)

22. இப்போது ஆதி திராவிட மாநாடுகள் கூடுவதால் எவ்வளவு தூரம் அச்சமூகத்திற்கு உணர்ச்சி வந்து அவைகள் முன்னேற இடமேற்பட்டிருக்கின்றது என்பதைக் கவனித்தால் வகுப்பு மாநாட்டின் அவசியம் விளங்கும். (கு.அ. 3-3-1929)

23. ஜாதி வித்தியாசம், தீண்டாமை ஆகியவற்றை விலக்க வேண்டும் என்கின்ற உணர்ச்சி நமது நாட்டில் ஏற்பட்ட காலம் முதல்...
(கு.அ. 7-4-1929)

24. தீண்டாதவர்களுக்குத் தனிக் கோவில் கட்டிக் கொடுப்பதன் மூலம் தீண்டாமையை நிலைநிறுத்தப் பாடுபடுகின்றது. (கு.அ. 14-4-1929)

25. உங்களைப் பறையர் என்றும் பள்ளர் என்றும் சொல்லுகிறார்கள். ஆனாலும் பறையர், பள்ளர் என்கின்ற வார்த்தை தொழிலையும் வசிப்பு இடத்தையும் பொறுத்து ஏற்படுத்தப்பட்டது....
(கு.அ. 16-6-1929)

26. நீங்கள் சமூகத்தில் மனிதர்களால் கீழ்மக்களாய்க் கருதப்பட்டு தீண்டத்தகாதவர்களால் ஒதுக்கப்பட்டிருக்கிறீர்கள். (கு.அ. 21-7-1929)

27. தீண்டப்படாதவர்களுக்கு அவர்களது தீண்டாமை ஒழிய முகமதிய மதத்தை சிபாரிசு செய்வதற்கு அதுவே ஒரு நல்ல காரணம்.
(கு.அ. 21-7-1929)

28. இப்போது பன்றி, நாய், கழுதை, மலவண்டி போகும் வீதியில் ஆதி திராவிடர் நடக்கக்கூடாது என்பதற்கும்... (21-7-1929)

29. இவ்வளவு கொடுமையுள்ள ஒரு கட்டுப்பாட்டிலிருந்து விலகிக் கொள்ள ஆதிதிராவிடர் ஆகிய நீங்கள் ஆசைப்படுவது மிகவும் நியாயமும் அவசியமுமாகும். (கு.அ. 21-7-1929)

30. தீண்டாமை ஒழிய வேண்டுமானால் மதத்தை விட்டுவிடுங்கள்.
(கு.அ. 27-10-1929)

31. ஆதிதிராவிடர் ஆகிய நீங்கள் வேட்டி துவைக்காமலும் குளிக்காமலும் இருப்பதற்கு யார் ஜவாப்தாரி? (கு.அ. 27-10-1929)

32. இன்றைய தினம் நமது நாட்டில் தாழ்த்தப்பட்ட மக்கள் தங்களது கேவலமான நிலையை உணர்ந்து தாங்கள் தீண்டத்தகாதவர்களாகவும் பழகக்கூடாதவர்களாகவும் தொடக்கூடாதவர்களாகவும் இந்திய மக்களில் அடக்கி வைக்கப்பட்டும் கொடுமைப்படுத்தப்பட்டு விடுவதிலிருந்தும் தங்களை மீட்டுக் கொள்ள வேண்டும் என்ற ஆசையினால் கிளர்ச்சி செய்ய ஆரம்பித்திருக்கிறார்கள். (கு.அ. 22-12-1929)

33. தீண்டாமைக் கொடுமையை உடனே தாமதம் இல்லாமல் ஒழிப்பதற்குப் பொது ஜனங்கள் எவ்வளவு கடமைப்பட்டிருக்கின்றார்கள் என்பதை அறிவுறுத்தும் பொருட்டே இதை எழுதினோம்.

(கு.அ. 22–12–1929)

34. காந்தியின் ஒத்துழையாமையிலிருந்த தீண்டாமை விலக்குத் திட்டத்திற்கும் சுயமரியாதை இயக்கத்திலிருக்கும் தீண்டாமை விலக்குத் திட்டத்திற்கும் உள்ள வித்தியாசத்தை... *(கு.அ. 15–6–1930)*

35. ஒரு மனிதனைப் பறையனாக இருக்க ஒரு மதம் சொன்னால் அந்த மதம் வேண்டுமா? *(கு.அ. 15–6–1930)*

36. நாம் அதிகமாக மகிழ்ச்சி அடைவது எதுபற்றி என்றால் தீண்டப்படாதார் கல்வி அபிவிருத்திக்கு உபகாரத் தொகையைத் தாராளமாகக் கொடுத்து உதவியதைப் பற்றியேயாகும்.

(கு.அ. 7–9–1930)

37. தீண்டாதார் என்பவர்கள் நிலைமையை உயர்த்துவதைப் பொறுத்த எல்லாக் காரியமும் சர்க்காரிடமே இருக்க வேண்டுமென்பதும்...

(கு.அ. 7–9–1930)

38. தீண்டாமை ஒழியாமல் பூரண சுயேச்சை யாருக்கு?

(கு.அ. 21–9–1930)

39. தீண்டாமை என்பது ஏணி மரப்படிபோல், இந்த நாட்டு மக்கள் ஒவ்வொருவரையும் பீடித்திருக்கின்றது. *(கு.அ. 12–4–1931)*

40. உலகத்திலுள்ள கொடுமைகள் எல்லாவற்றையும் விட இந்தியாவில் மக்களை மக்கள் தீண்டாமை என்கின்ற இழிவு சம்பந்தமாகச் செய்துவரும் கொடுமையே... *(கு.அ. 24–05–1931)*

41. எப்படி இருந்தாலும் இந்த சமயமானது இந்தக் காரியத்திற்கு அதாவது தீண்டாமை ஒழிப்பது என்பதற்கு மிக்க அனுகூலமான சமயம் என்று சொல்லலாம். *(கு.அ. 24–5–1931)*

42. மேல்நாட்டில் சக்கிலி மகன் பிரதம மந்திரியாகிறான். ஆனால் நமது நாட்டில் சக்கிலிகள் வீதிகளிலும் நடக்கக்கூடாது. பறையன் சுடுகாட்டிலிருந்து கொண்டு, பிணங்களுக்குக் கட்டிய துணியைக் கிழித்துக் கட்டிக் கொள்ள வேண்டுமென்றும் பிணங்களுக்கு வாயில் போடும் வாக்கரிசியைப் பொறுக்கியெடுத்துக் கஞ்சி காய்ச்சிக் கொடுக்க வேண்டுமென்றும்.. *(கு.அ. 5–7–1931)*

43. இன்று தீண்டாமை அனுசரிக்கும் ஜனங்களுக்கு சர்வ அதிகாரம் வந்தால் தீண்டாமையைப் பலப்படுத்துவார்களா? தளர்த்துவார்களா? எந்த அரசாங்கத்தில் தீண்டாமை இருந்தாலும் தீண்டாமையை அனுசரிக்கின்றவர்கள் இன்று சுயராஜ்யம் கேட்கும் இந்துக்களே யொழிய வேறில்லை. *(கு.அ.9–8–1931)*

44. பறையன், சக்கிலி என்பதற்கு இன்னார்தான் உரிமையென்றும் அது கீழ் ஜாதியென்பதற்கு இன்னது ஆதாரமென்றும் சொல்லுவதற்கு ஒன்றுமே இல்லை. கை பலமேயொழிய, தந்திரமேயொழிய வேறில்லை. *(கு.அ. 11–10–1931)*

45. ஆதி திராவிடர் நன்மையைக் கோரி பேசப்படும் பேச்சுகளும் செய்யப்படும் முயற்சிகளும் ஆதி திராவிடரல்லாத மக்களின் பார்ப்பனரல்லாத எல்லோருடைய நன்மைக்கும் என்பதாக உணருங்கள். *(கு.அ. 11–10–1931)*

46. தீண்டாமை ஒழிவதன் மூலந்தான் நாட்டில் ஒற்றுமையும், சகோதரத்துவமும் நிலவமுடியுமென்பதையும்...

47. இந்து மதத்தைச் சாராதவர்களும் இந்து மதத்திற்கு எதிரானவர்களும், இந்து மதப்பற்றுடைய மக்களால் அந்நியர்கள், மிலேச்சர்கள் என்று இழித்துக் கூறக் கூடியவர்களுமாகிய வேற்று மதத்தினர்கள் உயர்சாதி இந்துக்களுடன் தீண்டாமையென்ற வேறுபாடின்றி நெருங்கிப் பழகிக் கொண்டிருக்கின்றனர். ஆனால் நீண்டகாலமாக இந்துக்கள் என்றே மதிக்கப்பட்டு வருகின்ற தாழ்த்தப்பட்ட மக்களோ உயர்சாதி இந்துக்களுடன் நெருங்கிப் பழக முடியாதவர்களாகவும் சண்டாளர்கள் என்றும் பலவாறு இகழ்ந்து ஒதுக்கப்பட்டு வருகின்றனர். *(கு.அ. 8–5–1932)*

48. நான் காங்கிரசிலிருக்கும் போதும் தீண்டாதார் விஷயத்தைப் பற்றியே அதிகம் உழைத்திருக்கிறேன். வைக்கம் சத்தியாக்கிரகம் என்பதும் தீண்டாமை விலக்குக்காகத்தான் ஏற்பட்டதே தவிர வேறில்லை. 3 வருடத்திற்கு முன் நடந்த ஈரோடு கோவில் பிரவேசம் என்பதும் அது சம்பந்தமான வழக்கும் தீண்டாமை விலக்கு சம்பந்தமாக ஏற்பட்டதே தவிர வேறில்லை. *(கு.அ. 4–12–1932)*

49. உலகம் ஒரு பெரும் புரட்சிக்குத் தயாராகிக் கொண்டு வருகின்றது. அப்புரட்சி வெற்றி பெற்றாலும் தோல்வியடைந்தாலும் தீண்டாமையும் தாழ்த்தப்பட்ட தன்மையும் சமீபத்தில் அழிந்துதான் தீரும். *(கு.அ. 4–12–1932)*

50. தீண்டாமை விலக்கு என்றால் ஒருவனைத் தொட்டு விடுவதாலும், கோவிலுக்குள் போகவிட்டு விடுவதாலும்... *(கு.அ. 29–1–1933)*

51. ஒரு மனிதனை ஒரு மனிதன் தீண்டக்கூடாது என்பதற்கு என்ன காரணம்? *(கு.அ. 5–2–1933)*

52. கொடுமைப்படுத்தப்பட்ட மக்களாகிய உழைப்பாளிகளான தீண்டாத வகுப்பார் என்பவர்கள் எப்படியோ முன்னுக்கு வருவதான ஒரு வழியை அடைந்தவுடன் அவர்களையும் என்றென்றும் உழைப்பாளி களாகவே ஊராருக்காக கஷ்டப்படும் மக்களாகவே இருக்கும்படியான

மாதிரிக்கு அவர்களை ஹரிஜனங்கள் என்னும் பேரால் ஒரு நிரந்தர ஜாதியாராக்கி வைக்க வேண்டிய ஏற்பாடுகளும் நடக்கின்றன.
(கு.அ. 19-2-1933)

53. இந்து மதத்திலுள்ள எந்த சாஸ்திரங்களும், சரீரத்தால் பாடுபட்டுழைக்கும் மக்களைத் தீண்டக்கூடாத ஜாதி என்றே சொல்லுகிறது... (கு.அ. 26-3-1933)

54. ...... சும்மா பறையர் பட்டம் போனால் போதும், கிராதியை எடுத்துவிட்டால் போதும், கோயிலுக்குள் நுழைய விட்டால் போதும் என்றெல்லாம் கருதுவதில் பிரயோஜனமில்லை... (கு.அ. 7-5-1933)

55. பறையன், சக்கிலி, பள்ளன் முதலிய சூத்திரர்கள் அல்லாத ஜாதியார் என்பவர்கள் எதிலிருந்து பிறந்தார்கள் என்பதும்....
(கு.அ. 2-8-1933)

56. .... சென்னை சட்டசபைக்கு ஒரு ஆதி திராவிடரைக் கூட காங்கிரஸ் நிறுத்தவே இல்லை என்பதையும் தானாக எந்தக் கட்சியையும் சேராமல் நிற்கிறவர்களையும் ஆதரிக்காமல், எதிர்த்து தோற்கடித்தார்கள் என்பதையும் முன்னமே எழுதி இருக்கிறோம். ஆகவே காங்கிரசுக்காரர்களை ஒன்று கேட்கிறோம். அதாவது சட்டசபைக்கு நின்ற ஆதி திராவிடரைக் காங்கிரஸ் திட்டத்தில் கையொப்பமிடும்படியாக யாராவது கேட்டு அவர் மறுத்தாரா? அல்லது அவர் மறுத்திருந்தாலும் வேறு ஆதி திராவிடர் கிடைக்க வில்லையா? (கு.அ. 3-2-1935)

57. ... சென்றவாரத்தில் காலஞ்சென்ற மல்லையா அவர்கள் ஸ்தானத்தில் ஒரு ஆதி திராவிடரை நிறுத்துவார்களா என்று கேட் கிறேன். (கு.அ. 10-2-1935)

58. ஒரு பெருங்கூட்ட மக்கள் இன்று சமூக வாழ்வில் தீண்டப்படாதவ ர்களாகவும் மற்றொரு பெருங்கூட்ட மக்கள் சமூக வாழ்வில் சூத்திரர்கள், அடிமைகள், கூலிகள், தாசிமக்கள், இழிமக்கள் என்ற பெயருடன் இருந்து வருகிறார்கள் என்றால் இது மாறுவதற்கு அருகதை இல்லாத சுயராஜ்யம் யாருக்கு வேண்டும்? (கு.அ. 23-6-1935)

59. தாழ்த்தப்பட்ட மக்களை அவர்களுக்கு மற்றவர்கள் இழைத்துவரும் கொடுமையிலிருந்து... (கு.அ. 28-7-1935)

60. மதத்தைக் காப்பாற்றிக் கொண்டு தீண்டாமையை விலக்கி விடலாம் என்று நினைத்து ஏமாற்றமடையாதீர்கள்.
(கு.அ. 28-7-1935)

61. தீண்டாமை விலக்கு என்பது தீண்டாதவர்கள் என்பவர்கள் இந்து மதத்தை விட்டு விலகினால் ஒழிய தீண்டாமை விலகாது என்கின்ற நிலைமைக்கு வந்துவிட்டது. (கு.அ. 14-6-1936)

62. பறையன், சக்கிலி, பிராமணன், சூத்திரன் என்கின்றவர்கள் உள்ள ஊரில் பொருளாதார சமதர்மம், மார்க்சியம், லெனினிசம் என்று பேசுவது வெறும் வேஷமும் நேரக்கேடுமேயாகும் என்று கூறுவோம். *(கு.அ. 29-11-1936)*

63. இன்று நமக்கு திராவிடர் என்கின்ற பெயரே இல்லை. தமிழர் என்கின்ற பெயரே இல்லை. சூத்திரர், தீண்டப்படாதவர், நாலாம் ஜாதி – ஐந்தாம் ஜாதி என்கின்ற பெயர்கள்தான் இருக்கின்றன.

(கு.அ. 28-7-1940)

64. ஆதிதிராவிடர்களுக்குத் தனித் தொகுதி வேண்டும்.

(கு.அ. 8-9-1940)

65. திராவிடர் – ஆதிதிராவிடர், திராவிட நாட்டிலுள்ள முஸ்லிம்கள், கிறிஸ்தவர்கள் ஆகிய 4 கூட்டத்தினரும் ஒரே இனத்தைச் சேர்ந்தவர்கள். ஆதலால் இந்நால்வரும் ஒற்றுமையாய் இருந்து ஆரியத்தை எதிர்த்து நிற்க வேண்டும். *(கு.அ. 8-9-1940)*

66. திராவிட நாட்டில் திராவிடப் பெருங்குடி மக்கள் அறிவிலும் ஆண்மையிலும் வீரத்திலும் தலைசிறந்து இருந்த மக்கள் இன்று சமுதாயத்தில் நான்காம் ஜாதி, பஞ்சமர் என்றும் ஐந்தாம் ஜாதி என்றும் அதாவது சூத்திரர், அல்லது பிறவி அடிமை ஜாதி என்றும், சண்டாளர் அல்லது ஈகை ஜாதி என்றும் அழைக்கப்படுவதோடல்லாமல், அந்தப்படியே நடத்தப்படுகிற மக்களாகவும் இருந்து வருகிறோம்.

(கு.அ. 12-4-1941)

67. நாமும், ஜின்னாவும், ஆதி திராவிடரும் ஒன்றுபட்டுழைக்க வேண்டும் என்கிறோம். *(வி: 15-5-1941)*

68. சமுதாயத்தில் ஒரு திராவிடன் (பறையன்) முஸ்லிமாகிவிட்டால் அவருக்குக் கொடுக்கும் உரிமை திராவிடனுக்கு ஆரிய சமயத்தைச் சேர்ந்தவன் என்று சொல்லப்படுகிறபோது கிடையாது. *(வி: 22-05-1941)*

69. தாழ்த்தப்பட்டோர்க்குத் தனித் தொகுதித் தேர்தல் முறை கொடுத்தது தோழர் காந்தியாருக்கும் பொறுக்கவில்லை. *(வி: 16-9-1941)*

70. மதுரைக் கோவிலில் பறையர் முதலியவர்கள் செல்ல சட்டம் அனுமதிக்கப்படுகிறது. அக்கோயிலில் பறையர்களுக்குப் பள்ளிக் கூடம் வைத்தார்களா? பறையரை மேளக்காரராக, பூக்கட்டுபவர்களாக வெளித்துறை சிப்பந்திகளாக நியமித்தார்களா? அனுமதித்த கோவில்களுக்கெல்லாம் பறையர்களை டிரஸ்டியாகப் போட்டார்களா? *(வி: 29-6-1943)*

71. சுதந்திரம் கிடைத்தாலும், பார்ப்பனரல்லாதார் சூத்திரர்கள், வேசி மக்கள், அடிமைகள், தீண்டப்படாதவர்கள், தொடப்படாதவர்கள் என்று தானே கருதப்பட்டும், சாஸ்திரங்களிலும், சட்டதிட்டங்களிலும் இருந்து வரும். *(கு.அ. 11-12-1943)*

72. ஒரே சாதிதான், சுவரத்தொழிலை நடத்துகிறது. நடத்த வேண்டும் என்ற நிலை ஒழிய வேண்டும். *(கு.அ. 27–5–1944)*

73. கிராமம் என்ற வார்த்தையே இன்று மனித சமுதாயத்தில் எப்படி பிராமணன், சத்திரியன், வைசியன், சூத்திரன், பஞ்சமன் என்கின்ற வர்ணாசிரம தர்ம முறையில் பஞ்சமன் இருக்கிறானோ அதுபோல் தான் ஊர் தன்மையில் அல்லது ஊர் வரிசையில் பஞ்சமன் நிலையில் கிராமம் இருக்கிறது.

74. ஆதி திராவிட மக்களாகிய நீங்களும் மனிதர்களேயாயினும் சமூக வாழ்க்கையில் மிருகங்களைவிடக் கேவலமாகத்தான் நடத்தப்படுகின்றீர்கள்... *(கு.அ. 6–1–1945)*

75. தீண்டப்படாதார், தாழ்ந்தவர்கள் என்று கொடுமையாக ஒதுக்கி ஒடுக்கப்பட்டுத் துன்புறும் மக்களுக்கும், உயர்ந்த ஜாதியார், கடவுள் முகத்தில் பிறந்தவர்களென்று சொல்லிக் கொள்பவர்களுக்கும் குணத்தினாலும் உருவத்தினாலும் அறிவினாலும் ஏதாவது வித்தியாசமிருக்கின்றதா என்று கேட்கிறேன். *(கு.அ. 6–1–1945)*

76. "மாந்தலேயில் 12வது எல்லைப்படையென்ற ஒன்றிருக்கிறது. இதில் முருகன் என்ற சென்னைத் தோட்டி ஒருவர் இருக்கிறார். சீக்கியர்களுக்கு வேண்டிய வெடி மருந்துகளைக் கொண்டு போய்க் கொடுப்பதில் இவர் பேருதவி செய்து வருகிறார். இவர் வைத்திருக்கும் தண்ணீரை மற்ற போர்வீரர்கள் மலர்ந்த முகத்துடன் வாங்கி அருந்துகின்றனர். இப்படைக்கு தலைவராக இருப்பவர் ஒரு பஞ்சாபி. இப்படையிலிருக்கும் சீக்கியர், முஸ்லிம்கள், பட்டாணிகள், ஹிந்துக்கள் ஆகிய எல்லோரும் ஜாதி, மத வேற்றுமை பாராட்டாமல் உடன் பிறந்த சகோதரர்கள் போல் தங்கள் கடமைகளைச் செய்து வருகின்றனர்" – இந்தச் செய்தி உற்சாகத்தைக் கொடுக்கிறது பாருங்கள்... ஒரு போர்வீரனுக்கு உயிர் நாடியாயிருப்பது வீரம்! வீரம் உள்ள இடத்தில் வேற்றுமைகளுக்கு இடமேது? அய்க்கியம் என்ற பெருந்தீ உள்ள இடத்தில் வேற்றுமையுணர்ச்சி என்னும் சிறு துரும்பின் கதி என்னவாகும்? *(வி: 12–4–1945)*

77. இந்தியாவைப் பீடித்திருக்கும் பெருநோய்களில் முதன்மையானது, தீண்டாமையென்பதைச் சகலரும் ஒப்புக் கொள்கின்றனர். இதை ஒழிப்பதென்றால், ஷெட்யூல் வகுப்பினரின் பொருளாதார நிலை உயரவேண்டும். அவர்கள் யாவருக்கும் கல்வி வசதியளிக்க வேண்டும். எல்லாத் துறைகளிலும் விசேஷ உரிமையும் பாதுகாப்பும் அளிக்கப்பட வேண்டும். இவைகள் இல்லாத எந்த ஒரு அரசியல் திட்டமும் சர்க்காரின் அங்கீகாரத்தைப் பெற முடியாது. *(வி: 25–4–1945)*

78. ஜனநாயகம் என்னும் பேரால் நடக்கும் பொதுமக்களின் பொதுத்தேர்தல் என்பதில் பிற்பட்ட, தாழ்த்தப்பட்ட மக்கள் எப்படித் தங்களுக்கு ஏற்ப பிரதிநிதித்துவம் அடைய முடியும்?
(கு.அ. 30-3-1946)

79. காங்கிரஸ் பதவி ஏற்றதும் மேல்ஜாதி, கீழ்ஜாதி என்கின்ற ஜாதி, ஆணவம், கொடுமை ஒழிக்கப்படவேண்டும். பிராமணன் ஓட்டல், பிராமணன் சாப்பிடும், பிரவேசிக்கும் இடம் என்பவைகள் ஒழிக்கப்படவேண்டும். பிராமணன், சத்திரியன், வைசியன், சூத்திரன், பஞ்சமன், ஜாதி இந்து, ஜாதி குறைவான இந்து என்பன சாதியவைகள் அரசாங்க ஆதாரங்களில் நடைமுறைகளில் இருக்க இடம் வைக்கக்கூடாது. (கு.அ. 6-4-1946)

80. எந்த ஒரு மதம் ஒரு மனிதனை, பிராமணனாகவும் ஒரு மனிதனைச் சூத்திரனாகவும் அதாவது தொழிலாளியாகவும், பாட்டாளியாகவும் பறையனாகவும் உண்டு பண்ணிற்றோ அந்த மதம் ஒழிய வேண்டும் என்று சொல்லுகிறேன். (கு.அ. 6-7-1946)

81. ஆகையால் இந்தத் தூற்றுதலுக்கெல்லாம் தாழ்த்தப்பட்ட மக்கள் அஞ்ச வேண்டியதேயில்லை. (வி: 27-7-1946)

82. தீண்டாமை ஒழிந்துவிட்டால் இந்துமதத்தைக் காப்பாற்ற வேண்டிய அவசியம் எவருக்குமே இருக்காது. (கு.அ. 24-8-1946)

83. தீண்டாமை பழக்கத்தைக் கிரிமினல் குற்றமாகக் கூடிய சட்டத்தை நிறைவேற்றினாலொழிய அதை ஒழிக்க முடியாது என்பது உறுதி.
(வி: 12-9-1946)

84. பார்ப்பான் என்று ஒரு ஜாதியும், பறையன் என்று ஒரு ஜாதியும் இருப்பதும், ஹோட்டலுக்குள் ஒரு ஜாதிக்காரன் போகக்கூடாது என்பதையும் பார்த்து வெள்ளைக்காரன் சிரிக்க மாட்டானா?
(கு.அ. 9-10-1946)

85. மனித வர்க்கத்திலே பறையனோ சூத்திரனோ சக்கிலியோ, பிராமணனோ, இழிஜாதியானோ இருக்கக்கூடாது.
(கு.அ. 12-10-1946)

86. நீயும், நானும், காமராஜரும், முத்துரங்கமும், பக்தவச்சலமும், பண்டார சன்னதிகளும், ராஜா சர்ரும், மகாராஜா சர்ரும், சர். ராமசாமி முதலியாரும், சர். சண்முகமும், கல்யாண சுந்தரமும் சூத்திரர்கள்தானே? இந்து லா சூத்திரர்கள் தானே? ஆகம சூத்திரர்கள் தானே? தோழர்கள் அம்பேத்கர், சிவஷண்முகம், முனுசாமி பிள்ளை, கூர்மையா, சிவராஜ் முதலியோர் யாவரும் பறையர், சக்கிலிகள், பஞ்சமர்கள் கடைசாதி மக்கள் தானே? இவை மாற்றப்படாத எந்த சுயராஜ்யமோ எந்தக் கலவரமோ குழப்பமோ கொலையோ ஏன்? எதற்காக? (வி: 23-11-1946)

ப. திருமாவேலன் | 99

87. எவனோ பறையன் – சக்கிலியாக உதைவாங்கிக் கொண்டு கக்கூஸ் (மலம்) எடுத்துக் கொண்டு தீண்டத்தகாதவனாக இருக்கும்போது எவனோ ஒருவன் வந்து நீ முஸ்லிமாகாதே, கிறிஸ்தவனாகாதே என்று உபதேசம் செய்வது, கொஞ்சமும் கூட தகுதியும் யோக்கியமுமான காரியமாகாது. (வி: 23-11-1946)

88. ஆதிதிராவிடர்களுக்கு 100க்கு 12 1/2 (பன்னிரெண்டரை) வீதம் பதவிகள், உத்தியோகங்கள் கொடுக்க வேண்டுமென்று டாக்டர் அம்பேத்கர் அனுமதி வாங்கி சென்னை சர்க்காருக்கு கட்டளையிடச் செய்துவிட்டார் என்றால் அதைப் பெற்றுக் கொண்டு 'தகுதியான ஆள்கள் கிடைப்பதில்லை' என்று அந்த உத்தரவைக் குப்பையில் போட்டுவிட்டார்கள்.

89. ...இம்மாதிரியான கிராமங்களில் ஆரியர், உயர் ஜாதிக்காரர்கள் என்று கூறப்படுவோர் தாழ்த்தப்பட்டோருக்குச் செய்யும் வஞ்சகத்தை உடனடியாக ஒழித்துத் தீரவேண்டுவது நாட்டின் நலன் கருதுவோர் அனைவரின் கடமையாகும். (வி: 5-7-1947)

90. ஆதிதிராவிடன் – திராவிடன் என்ற பிரிவையே நாங்கள் ஒப்புக் கொள்ள முடியாது. (வி: 8-7-1947)

91. திராவிடர் கழகத்தில் தாழ்த்தப்பட்டோர் சேர்ந்தாலும் சேராவிட்டாலும் அதன் உழைப்பின் பலனைத் தாழ்த்தப்பட்ட தோழர்களுக்கு அனுபவிக்க உரிமையுண்டு. (வி: 8-7-1947)

92. திராவிடர் இயக்கம் தனது கடைசி மூச்சிருக்கும் வரையில் இந்த நாட்டில் பள்ளன், பறையன் என்ற இழி ஜாதிகளை ஒழித்து அவர்களை முன்னேற்றவே உழைக்கும் என்ற உறுதியைத் தருகிறேன். (வி: 8-7-1947)

93. இக்கழகத்தின் கடமைகளில் திராவிட மக்களுக்குப் பிறவியின் காரணமாக இருந்துவரும் சூத்திரன், பஞ்சமன் என்ற இழிநிலையைப் போக்கி மற்ற மக்களுக்குச் சரிசமமான உயர்நிலையை அளிப்பதே முக்கியமானதாகும். (வி: 20-8-1947)

94. பிராமணன் என்பவன் இல்லாவிட்டால் சூத்திரன் ஏது? பஞ்சமன் ஏது? (வி:22-8-1947)

95. பாடுபட்டுக் கொடுத்துவிட்டு சூத்திரர், பஞ்சமர் என்று கேவலப்படுவதோடு நாம் பட்டினியும் கிடக்கவேண்டும். (வி: 22-8-1947)

96. முஸ்லிம்களையும், கிறிஸ்தவர்களையும் ஷெடியூல் வகுப்பார்களையும் தோழர்களாக்கிக் கொள்ளுங்கள். (வி: 5-9-1947)

97. எந்த ஒரு சமூகத்தில் தாழ்த்தப்பட்டவர்கள், தீண்டாதவர்கள் இருக்கிறார்களோ, அந்த சமூகத்தை முற்போக்கான ஒரு சமூகம் என்று யாரும் கருதமாட்டார்கள். (வி: 23-12-1947)

98. என் வண்ணாரத் தோழனும் என் சக்கிலித் தோழனும் கூட இன்று தந்தி கொடுக்கலாம், தொலைபேசியில் பேசலாம். அவர்களும்கூட ஆகாயக் கப்பலேறி உங்கள் தலை மீதும் உங்கள் சாமி மீதும் உங்க சாமி கோயில் கோபுரங்களுக்கும் மேலே கூட பறக்கலாமே? (வி: 23-12-1947)

99. திராவிடர் கழகம் ஆதி திராவிடர்களுக்கும் சேர்த்து பாடுபட்டு வருவதால்தான் திராவிடர் கழகக் கூட்டங்களில் மற்ற ஜாதி யினரைக் காட்டிலும் ஆதி திராவிடர்களே அதிகப்படியாகக் காணப் படுகிறார்கள். (வி: 12-1-1948)

100. தாங்கள் சம்பாதித்த பொருளைக் கடவுள் பேராலும் மதத்தின் பேராலும் பார்ப்பானுக்குக் கொடுத்து அழுதுவிட்டு இவர்கள் சூத்திரர்கள், பஞ்சமர்கள், சண்டாளர்கள் என்கிற இழி பட்டத்தைத் தவிர வேறு ஏதாவது நன்மை கண்டதுண்டா? (வி: 27-1-1948)

101. பறையனும், பள்ளனும் பார்க்கக்கூடாத சாமி இருந்தென்ன போயென்ன? (வி: 27-2-1948)

102. இன்றுள்ள நிலைமையில் எவ்வளவு மடையனான, திருடனான, கொலை பாதகனான பார்ப்பானும், தான் பிராமணன் என்ற எண்ணத்தால் ஒரு மகா புத்திசாலியான, மகா ஒழுக்கசீலனான, ஒரு ஆதிதிராவிடத்தோழனை அவன் பஞ்சமன் என்று கருதி, 'ஏண்டா பறப்பயலே!' என்று சொல்லலாம். அதைச் சட்டம் அனுமதிக்கும். சம்பிரதாயமும் அனுமதிக்கும். அது மான நஷ்டமாகாது... (வி: 28-3-1948)

103. நீ தொடக்கூடாத கடவுளை நீ உடனே அழிப்பாயாக! உன்னைச் சூத்திரனாக ஆக்கி வைத்திருக்கும் மதத்தை உன்னைப் பஞ்சமனாக ஆக்கி வைத்திருக்கும் மதத்தை நீ உடனே ஒழிப்பாயாக! (வி: 4-2-1950)

104. தீண்டாமை ஒழிக்கப்பட்டு விட்டதாகக் கூறப்படுகிறது. ஆனால் தீண்டாமை என்ற தொற்றுநோய் தோன்றக் காரணமாயிருந்த சாதிப் பாகுபாடு இன்னும் இருக்க அனுமதியளிக்கப்பட்டிருக்கிறது. (வி: 4-2-1950)

105. இன்றும் நம்மவரில் பழங்குடி மக்களாக இருப்பவர்களை, பஞ்சமர்கள் என்றும் தீண்டத்தகாதவர்கள் என்றும் கருதி ஒதுக்கி வைத்து இருக்கிறார்கள். இந்த நிலை நம்மவர்கட்கு மாற வேண்டும். (வி: 15-3-1950)

106. இந்தியாவைத் தவிர வேறு எங்கும் பார்ப்பான், பறையன் என்று இல்லை. (வி: 5-4-1950)

107. திராவிடர் கழகத்தின் முக்கியக் கொள்கை என்னவென்றால் இந்த நாட்டின் பழங்குடி மக்கள் இந்த மண்ணின் சொந்தக்காரர்கள் இன்று ஏன் சூத்திரராய், பஞ்சமர்களாய் இருக்க வேண்டும் என்பதுதான். (வி: 9-5-1950)

108. இந்த நாட்டில் யார் யார் இன்று சூத்திரர்கள், பஞ்சமர்கள் என்று அழைக்கப்படுகிறார்களோ, அவர்களெல்லாம்தான் திராவிடர்கள். (வி: 30–5–1950)

109. இந்த நாட்டில் பிராமணப் பூண்டு மருந்துக்காகக் கூட இருக்கக்கூடாது. சூத்திரப் பூண்டும், பஞ்சமப் பூண்டும் மருந்துக்காகக் கூட இந்த நாட்டில் இருக்கக்கூடாது... (வி:7–11–1950)

110. நீ ஏன் பார்ப்பான், நான் ஏன் பறையன் என்று நான்தான் கேட்கிறேன். திராவிடர் கழகத்தைத் தவிர இதை வேறு யார் கேட்பார்கள். கேட்கிறார்கள்?

111. பார்ப்பனரையும் பறையரையும் படைத்ததாக ஒரு கடவுள் இருந்தால், அந்தக் குழவிக்கல்லை உடைத்து ரோட்டுக்கு ஜல்லியாகப் போடுங்கள். (வி: 8–11–1950)

112. கடவுள் என்று சொன்னால் அது மனிதர்களுக்காக இருக்க வேண்டும். பார்ப்பனர்களுக்காக இருக்கக்கூடாது. பறையனுக்காக இருக்கக்கூடாது. (வி: 11–11–1950)

113. மற்ற நாட்டாரைப் போல பணக்காரன் – ஏழை என்ற தொல்லையை ஒழிப்பதற்குப் பாடுபடுவதோடு முயற்சி செய்வதோடு இந்தப் பார்ப்பான் – பறையன் என்ற தொல்லையையும் ஒழிக்க வேண்டிய நிலைமையிலே நாம் இருக்கிறோம். (வி: 1–5–1953)

114. எந்தச் சமுதாய அமைப்பு தங்களைச் சூத்திரர்களாக, பஞ்சமர்களாக ஆக்கியதோ அந்தச் சமுதாய அமைப்பை ஒழித்துக் கட்ட வேண்டாமா? (வி: 6–5–1953)

115. எல்லாத் திராவிட மக்களுக்கும் சூத்திரர்களுக்கும், தாசி மக்களுக்கும் பறையர், சக்கிலிகளுக்கும் சேர்த்துத்தானே செய்கிறோம். (வி: 17–11–1953)

116. நாம் கீழ் சாதியாகவும், சூத்திரனாகவும், பஞ்சமனாகவும் வாழ வேண்டிய நிலையை, உடையவர்களாக இருந்து கொண்டு வந்திருக்கிறோம். (வி: 10–10–1954)

117. இன்று மந்திரியாக இருக்கிற பறையர், மந்திரியாக இருப்பதால் அவருடைய பறையர் என்ற பட்டம் போகாது. (வி: 20–4–1945)

118. கோவிலுக்குள் பறையன், சக்கிலி முதலியோர் நுழைய வேண்டுமென்று யார் சொன்னது? இந்த ராமசாமி சொன்ன பிறகுதானே? (வி: 18–7–1956)

119. பறையரில் சிலர் நெற்றியில் விபூதியும் நாமமும் அடித்துக் கொண்டால் பறையன் தன்மை போய்விடுமா? (வி: 3–9–1956)

120. இந்த நாட்டில் பறையனோ, பஞ்சமனோ, சூத்திரனோ இருக்கக்கூடாது என்று சட்டத்தின் மூலம் வரட்டுமே பார்ப்போம்.

வருமா? அப்படி வந்தால் எங்களுக்கும் எங்கள் கழகத்திற்கும் என்ன வேலையிருக்கிறது? (வி: 5-10-1956)

121. நமக்கிருக்கும் இழிநிலை மாறி, சூத்திரர்கள், பஞ்சமர்கள், நான்காம் சாதி என்ற பேதம் ஒழிந்து எல்லோரும் ஓர் இன மக்கள் என்ற நிலைமைக்குக் கொண்டு வந்தால்தான்... (வி: 5-5-1957)

122. இரண்டு பேர் போகிறோம். அப்போது ஒருவர் நம்மில் ஒருவரைக் காண்பித்து இவர் பிராமணாள் என்றால் மற்றவர் யார்? சூத்திரர் – பஞ்சமர் – தாழ்ந்தசாதி என்றுதானே அர்த்தம். (வி: 30-6-1957)

123. ஆதி திராவிடரைச் சேர்க்காத பள்ளிக்கு கிரான்ட் (உதவித் தொகை) இல்லை என்று சொன்னோமே. அதற்குப் பின்புதானே சேர்த்தார்கள்? (வி: 30-7-1957)

124. இப்போது ஆதி திராவிடருக்கு 15 விழுக்காடு கொடுக்க வேண்டும் என்று தகுதி பாராமல் தந்தால், ஆதிதிராவிடன் பார்த்த எந்த உத்தியோகம் கெட்டுவிட்டது? (வி: 12-10-1957)

125. முதலில் இதற்கு அரசமைப்புச் சட்டத்திற்கு நெருப்பு வைக்க வேண்டும். இந்தச் சட்டப்படி உலகம் உள்ள அளவும் பறையன் இருப்பான். ஆனால் பறையன் என்ற பெயரால் இருக்கமாட்டான். அரிசன் என்ற பெயரில் இருப்பான். விளக்குமாறு என்றால் என்ன? துடைப்பக்கட்டை என்றால் என்ன? உலகம் உள்ள அளவும் பார்ப்பானும் சூத்திரனும் பறையனும் இருக்க வசதி செய்யப்பட்டுள்ளது அரசமைப்புச் சட்டத்தில். (வி: 13-10-1957)

126. நம்மை நால்வகைச் சாதியாகப் பிரித்திருக்கிறான் பார்ப்பான். அதோடு இந்த நான்கு சாதிகளுக்குக் கீழே மற்றொரு மக்கள்கூட்டமும் உண்டாக்கப்பட்டுள்ளது. அவர்கள் பஞ்சமர்கள் என்பவர்கள். (வி: 3-11-1957)

127. ... இந்தப் பஞ்சமர்கள் பாவம் வாயில்லாப் பூச்சிகள். தங்களைக் காப்பாற்றிக் கொள்ள சக்தியற்ற நிலையிலிருப்பார்கள். (வி: 3-11-1957)

128. இந்தப் புராண சாத்திரங்களை ஒப்புக்கொண்டு இன்னும் எவ்வளவு காலம் நாம் சூத்திரர்களாகப் பஞ்சமர்களாக இருப்பது? (வி: 3-11-1957)

129. அடக்கப்பட்டு, ஒடுக்கப்பட்டு பறையன், பஞ்சமனாக இருக்கிற ஒரு நேஷன், இந்த இழிவு கூடாது என்றால் வடவர்கள் நேஷனுக்கு அவமானம் என்கிறார்களே. இது என்ன நியாயம். (வி: 1-12-1957)

130. இந்த 10 வருடத்தில் அரிசன் தீண்டாமை ஒழியும் என்று

சொல்லிவிட்டாய் காரியத்தில் நடப்பதென்ன? எந்த சேரி ஒழிந்தது? 10 வருடத்தில் எந்தப் பார்ப்பான் சேரியில் குடியிருக்கிறான்? இன்றும் பார்ப்பான் பாடுபடாமல் நெய்யும் சோறும் சாப்பிடுகிறான். இன்றும் பறையன் பாடுபட்டும் கஞ்சிக்கு வழியில்லாமல் தவிக்கிறான். இன்றும் 100க்கு 100 பார்ப்பான் படித்தவன். இன்றும் பறையன் படிக்காதவன்... *(வி: 12-12-1957)*

131. சாதி ஒழிய வேண்டும் என்றால் பார்ப்பான் ஒழிய வேண்டும்; பறையன் ஒழிய வேண்டும் என்று அர்த்தம். மனிதன்தான் இருக்க வேண்டும். *(வி: 27-6-1958)*

132. சேரி என்று ஒன்று இருக்கிறது. அங்குள்ள மக்கள் கீழான நிலையில் வாழ்கிறார்கள். ஏதோ அந்த இனத்தில் முன்னேற்றுகிறோம் என்று சொல்லி 'அரிசனம்' என்று பெயர் வைத்து ஏதோ 2 பேருக்கு உத்தியோகம் தந்துவிட்டு மற்றப்படி அந்தச் சாதித்தன்மை, கீழ் நிலைமை அப்படியே வைக்கத்தான் முயற்சி செய்கிறார்கள். *(வி: 4-7-1958)*

133. .... மற்றமக்கள் அதாவது பறையன், சக்கிலி என்கின்ற மக்களை இந்த 10 ஆண்டுகளில் என்ன கைதூக்கி விட்டிருக்கிறீர்கள்?... *(வி: 5-7-1958)*

134. அவர்கள் பிராமணர்கள், நாமெல்லாம் சூத்திரர்கள், பஞ்சமர்கள் என்றிருப்பது அப்படியே காப்பாற்றப்பட வேண்டியது என்ற முடிவாகிவிட்டது. *(வி: 25-8-1958)*

135. ... நாளைக்கு 'இன்னின்ன சாதி என்று அடையாளம்' கண்டுபிடிக்க முடியவில்லை' என்று இன்ன சாதி இப்படித்தான் சேலை கட்டவேண்டும் என்று உத்தரவு போட்டுவிடுவான். நேற்றுவரை எங்கள் பக்கத்தில் இருந்ததே, பறையன் வாய் உடைந்த சட்டியில் தான் பிச்சை எடுத்து சாப்பிட வேண்டும் என்று. எவனாவது ஒரு முழுச்சட்டை எடுத்துக் கொண்டு வந்தால் கவுண்டன் உதைப்பானே? பறையன் முழங்காலுக்குக் கீழ் வேட்டி கட்டக்கூடாது என்று வைத்திருந்தானே?... *(வி: 9-9-1958)*

136. 1958லும் சூத்திரன், பஞ்சமன், பறையன் என்றால் நாம் முன்னேறுவது எப்போது? கொள்ளை அரசாங்கத்திற்கும் இதற்கும் என்ன வித்தியாசம்? யோக்கியதை உள்ளவர்கள் போகலாமா? *(வி: 19-9-1958)*

137. சூத்திரர், பஞ்சமர் என்பதை மாற்றாமல் மானமுள்ளவனாக இருந்தால் கலப்பு இரத்தமில்லாதவனாக இருந்தால் இதை ஒழிக்கப் பாடுபட வேண்டாமா? *(வி: 19-9-1958)*

138. முஸ்லிம்களுக்கு ஒரே கடவுள். அவனுக்குக் கட்டுப்பாடு உண்டு. அதுபோலவே கிறிஸ்தவனுக்கும் உண்டு. அவனுடைய

மதத்தில் பஞ்சமன் இல்லை. சூத்திரன் என்று எவரையும் தனியாகப் பிரித்து வைத்திருக்கவில்லை. (வி: 29-9-1958)

139. இந்த நாட்டில் 100க்கு 3 பேராக இருப்பவன் மேலான சாதி! என்ன மேலான சாதி? பார்ப்பன சாதி! ஆனால் இரவு பகல் என்று பாராமல் உடலால் உழைத்துக் கஷ்டப்படும் மக்கள் நாலாவது சாதியாம்! என்ன சாதி? சூத்திரச்சாதி! பஞ்சமசாதி! (வி: 29-9-1958)

140. இந்த நாட்டை ஆண்ட இனத்தினர் நாங்கள். பறையன் இந்த நாட்டை ஆண்டிருக்கிறான். பார்ப்பான் எப்போது ஆண்டிருக்கிறான்? (வி: 5-10-1958)

141. பறையன் பறையனாகவே இருக்க வேண்டும் என்று கருதித்தான் ஹரிஜனம் என்று புதுப்பெயர் கொடுத்து அந்தக் கீழ்நிலையிலேயே இருக்கப்பாடுபட்டார் காந்தி. (வி: 9-10-1958)

142. நம் தமிழ்நாடு நமக்கானால் பார்ப்பான் இருக்கமாட்டான். பறையன், சக்கிலியிருக்க மாட்டான். மனிதன் மனிதனாகவே இருப்பான். (வி: 14-10-1958)

143. திராவிடர் கழகத்தின் முதலாவது கொள்கை மனிதன் மனிதனாக வாழவேண்டும் என்பதே. அதாவது, எந்த மனிதனும் எனக்குக் கீழானவல்லன். அதுபோலவே எவனும் எனக்கு மேலானவனும் அல்லன். ஒவ்வொரு மனிதனும் சுதந்திரமாகவும் சமத்துவமாகவும் இருக்க வேண்டும் என்பதே. 100க்கு 97 பேராக உள்ள மக்கள் பறையன், சூத்திரன் என்று வீட்டில் இன்று உள்ளார்கள். இங்குப் பறையனும் இருக்கக்கூடாது. இப்படிச் சொன்னால் இங்குப் பார்ப்பாரைப் பூண்டும் இருக்கக்கூடாது என்று தான் அர்த்தம். சித்திரத்தில் வரைவதற்குக் கூட ஒரு பார்ப்பான் இருக்கக்கூடாது. பொம்மை பிடித்து வைக்கக்கூட ஒரு பறையன் இருக்கக்கூடாது. மனிதன்தான் இருக்க வேண்டும். (வி: 26-10-1958)

144. திறமை இல்லையா பறையனிலே வரும் கலெக்டர் உத்தியோகத்தனுக்கு? (வி: 26-10-1958)

145. நாம் ஏன் 4வது 5வது சாதி? ஏன் பறையனென்றால் கடவுளையும் மதத்தையும் நம்புகிறேன். இதை நம்புபவனெல்லாம் சாதியில் பறையன். (வி: 7-1-1959)

146. 'மாநாட்டில் இதைப் பற்றி ஒரு தீர்மானம் கொண்டு வா' என்று திரு.வி.க. என்னிடம் கூறினார். உடனே நான், ராமநாதன், தண்டபாணி முதலியோர் விகிதாசாரப்படி கணக்குப் பார்த்து ஆதி திராவிடர் முகமதிய, தமிழர், பார்ப்பனர் அவர்கள் இருக்கிற பிரிவுப்படி நிற்க வைக்க வேண்டும் என்பதாக தீர்மானம் கொண்டு போனோம். (வி:22-1-1959)

ப. திருமாவேலன் | 105

147. இன்று பிற்படுத்தப்பட்ட மக்கள் என்பவர்களான சூத்திரர், பஞ்சமர் என்பவர்களின் இழிதன்மை ஒழிய ஆரியர்களால் ஏற்படுத்தப்பட்ட சாதி, மதம், சாஸ்திரம், கடவுள் இவற்றை ஒழித்தாக வேண்டும், இவற்றை வைத்துக் கொண்டு ஒருபோதும் சாதியை ஒழித்துவிடமுடியாது. (வி: 21–2–1959)

148. அரிஜனங்களைக் (ஆதி திராவிடரை) கோவிலுக்குள் பிரவேசிக்க விடாவிட்டால் அவர்களே இந்துக்களின் எல்லாக் கோவில்களையும் மதச்சடங்குகளையும் பகிஷ்கரிக்கச் செய்ய வேண்டும். (வி: 23–2–1959)

149. நாம் சூத்திரர்களாக, பஞ்சமர்களாக வாழ்ந்தாலும் நம் பிள்ளைகள் சூத்திரர்களாகவோ வைப்பாட்டி மக்களாகவோ கூடாது. (வி: 8–4–1959)

150. இவ்வளவு வேலையை வாங்கிக் கொண்டு நம்மை சண்டாளன், சூத்திரன், பஞ்சமன், பறையன் என்கிறான். (வி: 10–4–1959)

151. 100க்கு 97பேராக உள்ள நாம் ஏன் சமுதாயத்தில் பள்ளன், பறையன், சக்கிலி சூத்திரன்களாக இழிமக்களாக உள்ளோம்? அதே நேரத்தில் உழைக்காத 100க்கு 3 பேராக உள்ள பார்ப்பான் ஏன் மேலானவன், உயர்ந்த சாதியானாக இருக்க வேண்டும்? என்று எந்த அரசியல் கட்சிக்காரனும் கேட்கமாட்டான். (வி: 28–6–1959)

152. நான் காங்கிரசை விட்டு வெளியில் வந்தவன். ‘குடி அரசு’ பத்திரிகை ஆரம்பித்து ஆதி திராவிடர்கள் பற்றி அடிக்கடி எழுதி வந்தேன். (வி: 27–10–1959)

153. மேல்சாதிக்காரர்கள் சில சமயம் தாழ்த்தப்பட்டவர்களை வேலை காரணமாக வீட்டிற்குப் பின்னால் அழைத்துச் செல்ல நேரிடும்போது சந்து வழியாக அழைத்துச் செல்வது வழக்கம். சந்து இல்லாதபோது வீட்டிற்குள் தான் அழைத்துச் செல்ல வேண்டும். அவன் வீட்டிற்குள் நுழையக்கூடாது. அதற்காக அவனைக் கழுத்தில் சிலுவை மாட்டச் செய்து எந்த இடத்தில் நுழையக்கூடாது என்கிறார்களோ அந்த வழியாக அழைத்துச் செல்வார்கள். அவன் சிலுவை மாட்டிக் கொண்டதால் பறையன் இல்லையாம். கிறிஸ்தவனாக ஆகி விடுவானாம். வேலை முடிந்து வெளியில் வந்ததும் சிலுவையைக் கழற்றி வாங்கி விடுவார்கள். இது எனக்கு ஆதாரமாக இருந்தது. நாம் இந்துவாக இருக்கும் வரை ஒத்துக் கொள்ள மாட்டான். எனவே நாம் மதத்தை விட்டு மாறிவிட வேண்டும் என்று கூறினேன். (வி: 27–10–1959)

154. இப்போது பார்ப்பானுக்குப் பெரிய கேடு வந்துவிட்டது. நாமெல்லாம் படிக்க ஆரம்பித்துவிட்டோம். நாம் ஒதுக்கி வைத்த பறையன், சக்கிலி கூடப் படிக்க ஆரம்பித்துவிட்டார்கள். (வி: 8–2–1960)

155. பறையன் கருப்பாகவும், பார்ப்பான் சிவப்பாகவும் இருப்பான் என்று கூறுவார். சிவப்புப் பறையனையும், கருப்புப் பார்ப்பானையும் நிறுத்தி வைத்தால் நீ கண்டு கொள்ள முடியுமா? *(வி: 22-7-1960)*

156. தீண்டப்படாதவர்களுக்குத் தனிக்கோயில், பள்ளி ஏற்படுத்தி இது பறையன் கோவில், இது பறையன் கிணறு, இது பறையன் பள்ளிக்கூடம் என்று அழைப்பதைவிட அவர்களுக்குக் கோவிலோ குளமோ பள்ளியோ இல்லாவிட்டாலும் பரவாயில்லை என்று மறுத்துவிட்டேன். *(வி: 1-10-1960)*

157. கீழ் சாதியாக, சூத்திரனாக, பஞ்சமனாக ஆக்கிய கடவுளின் படங்களை மாட்டி வைத்து இருக்கின்றார்களே? *(வி: 6-10-1960)*

158. ஒருவன் பறையன் – ஒருவன் சக்கிலி – ஒருவன் பார்ப்பான் என்று இப்படி பேதம் உள்ளதே! இவற்றை ஒழிக்க நான்கு வார்த்தை சொல்லுகின்றார்களா? *(வி: 16-10-1960)*

159. மக்கள் ஜாதி வேண்டும் என்கிறார்களா? (திராவிடத் தாழ்த்தப்பட்ட, பிற்படுத்தப்பட்ட) மக்கள் எங்களுக்கு விகித உரிமை வேண்டாம் என்கிறார்களா? மக்கள் உரிமைக்கு சட்டப்படி வேண்டிய தகுதி இல்லையா? *(வி: 12-11-1960)*

160. நாம் ஏன் இழி சாதி? நாம் ஏன் சூத்திரர்கள் – நாலாம் சாதி, அய்ந்தாம் சாதி மக்கள்? *(வி: 5-1-1961)*

161. இந்த நாட்டில் நாம் திராவிட இன ஜாதியைச் சேர்ந்தவர்கள், இந்தப் பார்ப்பனர்களால், 'நம் ஜாதியை விடக் கீழான 5வது ஜாதி' என்று கூறப்பட்டும் பார்க்கக் கூடாதவர்கள், தொடக்கூடாதவர்கள், 100க்கு 5 பேர்கள் கூட படித்தவர்களாக, ஆக்கப்படக்கூடாதவர்களாகவும் நடத்தப்பட்டு வந்தவர்கள், கடை மிருகங்களின் உரிமை கூட அளிக்கப்படாமல் காட்டுமிராண்டிகளாக இருத்தப்பட்டு வந்தவர்கள் ஆவார்கள். *(வி: 13-1-1961)*

162. வெளிநாடுகளில் – பார்ப்பான் – பறையன் சாதி இழிவுகள் இல்லை என்றால் அங்கு பார்ப்பான் இல்லாததுதான் காரணம். *(வி:17-2-1961)*

163. இந்த நாட்டில் மட்டும் சாதி ஏன்? பார்ப்பான் – பறையன் ஏன்? உலகில் எங்கும் முட்டாள்கள், காட்டு மிராண்டிகள் இல்லை. *(வி: 20-2-1961)*

164. நேரு மனத்தில் சாதி ஒழியணும் என்று கருதுகிறார். வெளிநாட்டில் அவர் போகும்போது உங்கள் நாட்டில் பறையர் – பிராமணர் என்று சாதிப்பிரிவுகள் இருக்கிறதாமே என்று கேட்டால் இவர் வெட்கித் தலைகுனிவது தவிர என்ன பேசமுடியும்? *(வி: 6-3-1961)*

ப. திருமாவேலன் | 107

165. தாழ்த்தப்பட்ட மக்களுடைய நலனுக்கு ஆக ஆச்சாரியார் ஆட்சியில் ரூபாய் 69 லட்சம்தான் ஒதுக்கப்பட்டு இருந்தது. அதுவும் தமிழ்நாடு, கன்னட நாடு, மலையாளம் (கேரளம்) ஆந்திரம் ஆகிய நான்கு நாடுகளும், ஒன்றாக இருந்த சென்னை மாகாணத்துக்கு ஆகும். ஆனால் இன்றைய காமராசர் ஆட்சியில் தெலுங்கு, கன்னடம், மலையாளம் (கேரளம்) ஆகிய நாடுகள் பிரிந்துபோய்விட்ட நிலையிலும் சுமார் (ஏறத்தாழ) மூன்றரைக் கோடி ரூபாய் செலவு செய்கிறார். ஆதி திராவிடர்களுக்கு ஓட்டு வில்லை வீடுகள் ஊருக்கு ஊர் கட்டிக் கொடுக்கச் செய்துள்ளார் காமராசர். *(வி: 10–6–1961)*

166. தொழிலின் பேரால் மாநாடுகள் நடத்தத்தான் வேண்டும். இது மீனவர்கள் மாநாடு. இந்தத் தொழிலையே விட்டுவிட நீங்கள் தீர்மானம் போடவேண்டும். நீங்களாவது பரவாயில்லை. கக்கூஸ்காரனாக (மலம் எடுப்பவர்) எல்லாம் கூடி மாநாடு கூட்டினால் உலகம் உள்ளவரையில் தங்கள் இனமே கக்கூஸ் எடுத்துக் கொண்டு இருக்க வேண்டும் என்று பேசமுடியுமா? நீங்கள் வசதிகள் கேட்பது ஒரு புறம் இருந்தாலும் உங்கள் பிள்ளைகளை எல்லாம் உங்கள் தொழிலிலேயே படிக்காமல் நன்றாகப் படிக்க வைக்க வேண்டும். வேறு தொழிலுக்கு எல்லாம் அனுப்ப வேண்டும். *(வி: 11–6–1961)*

167. கோயில்களிலும் வீதிகளிலும் பறையன், சக்கிலிகளை விட்டாகி விட்டது. இப்படி இருந்தும் கோயிலில் பார்ப்பான்தான் மணி அடிக்க வேண்டும், பறையன், சக்கிலி அடிக்கக்கூடாது என்று தடுத்தால் என்ன நியாயம்? *(வி: 21–9–1961)*

168. அந்தப் பஞ்சமர் என்பவர்களில் வாயில்லாப் பூச்சிகளான சக்கிலியர்கள் என்பவர்கள் பெரிதும் அடியோடு ஏமாற்றப்பட்டு விட்டார்கள். *(வி: 19–8–1961)*

169. இன்றைய தினம் பறையனுக்கு வீடு கட்டிக் கொடுப்பது – பறையனை சட்டசபை மெம்பர் ஆக்குவது – என்பதன் மூலம் சாதி இழிவு ஒழிந்துவிடும் என்று கருதுகிறார்கள். இது நோய்க்குப் பரிகாரமே ஒழிய – நோயே வராமல் தடுக்க, நோய்க்கு ஆதாரமானது என்னவோ அதை ஒழிக்கப் பாடுபடுவதே இல்லை. *(வி: 4–11–1961)*

170. இந்தத் தமிழ்நாட்டில் பார்ப்பானும் இருக்கக்கூடாது. பறையனும் இருக்கக்கூடாது. மனிதன் இருக்க வேண்டும் என்று பாடுபடுகிறோம். *(வி: 26–11–1961)*

171. .... தாழ்த்தப்பட்ட மக்கள் நெய் சாப்பிட்டதன் காரணமாக ஆத்திரம் கொண்டு மண்டையை உடைத்து இருக்கிறார்கள். *(வி: 18–12–1961)*

172. பாடுபட்டு உழைக்கும் தாழ்த்தப்பட்ட மக்களுக்கு வீடு எப்படிப் பட்டது? 100க்கு 95பேர்கள் கூரை வீட்டில்தான் இருக்கின்றார் கள். *(வி:18–12–1961)*

108 | ஆதிக்க சாதிகளுக்கு மட்டுமே அவர் பெரியாரா?

173. தோட்டி மகனையோ மக்களையோ 10ம் வகுப்பு வரை படிக்க வைத்துவிட்டால் அவர்கள் மலம் எடுக்க ஒப்புவார்களா? வண்ணார், நாவிதர் வீட்டுப் பையனை 10ம் வகுப்பு வரை படிக்க வைத்து விட்டால் சிரைக்கவோ வெளுக்கவோ போவார்களா? இம்மாதிரி தொழில் செய்வதன் காரணமாகத்தானே இவர்கள் இழி சாதியராக மதிக்கப்படுகிறார்கள். *(வி: 18–12–1961)*

174. நமக்கு இருக்கும் பறையன், பள்ளன், சூத்திரன் என்ற இழிவுத் தன்மையை நீக்க ஒழிக்க இந்தப் பயணம் பயன்படவில்லையே – நம்மிடையே உள்ள மூட நம்பிக்கைகளை வளர்க்கத்தானே பயன்படுகிறது? *(வி: 30–5–1962)*

175. முதலாவதாக மனித சமுதாயத்தில் உள்ள சாதிகளை – சாதிப்பிரிவுகளை ஒழிக்க வேண்டும். பஞ்சமன், சூத்திரன், பார்ப்பான் இருக்கக்கூடாது. *(வி: 19–6–1962)*

176. நாம் ஒன்றும் கீழ் சாதி இல்லை. நம்ம (சூத்திரனை) விடக் கீழானவன் பறையன், பஞ்சமன் இருக்கிறான் என்று ஏன் கருத வேண்டும்? எல்லோரும் மனிதர்கள் – எல்லோரும் சமம் என்று கருத வேண்டும். *(வி: 19–6– 1962)*

177. தீண்டப்படாதவன் என்பவர்களோடு உட்கார்ந்து சாப்பிடுவதாலோ, அவர்கள் வீட்டுக்கு இவர்கள் போய் நலம் விசாரிப்பதாலோ திருமணக் காலத்தில் கலந்து கொள்வதாலோ சாதி ஒழிந்துவிடுமா? *(வி: 9–8–1962)*

178. எந்த ஆதிதிராவிடர், எந்த உத்தியோகம் தகுதி, திறமை பார்க்காமல் கொடுத்து அவன் பார்த்ததில் என்ன ஓட்டை ஏற்பட்டு விட்டது? *(வி: 7–11–1962)*

179. ஏண்டா நீ பறையன், தீண்டப்படாதவன் படிக்கக்கூடாது? என்றால் போன ஜென்ம பலன் அப்படித்தான் இருக்கு என்று கூறிவிடுகிறான். *(வி: 15–3–1963)*

180. முஸ்லிம்களில் பறையன், சக்கிலி, வண்ணான், நாவிதன் உண்டா? *(வி: 5–5–1963)*

181. தாழ்த்தப்பட்ட மக்களுக்கு இன்று உயர் பதவி கொடுப்பதன் மூலம் அவர்களின் இன இழிவு ஒழிக்கப்படுகின்றது. *(வி:25–5–1963)*

182. காமராசர் பச்சையாகக் கூறுகிறார். "யாரடா அவன் தலையில் எழுதினான்? கொண்டு வாடா? நான் மாற்றி எழுதுகின்றேன்? நீ யார் பறையனா? உன்னைத் தீண்டாதவன் என்று தானே தள்ளி வைத்தார்கள். நான் உன்னை கலெக்டராக, போலீஸ் சூப்பிரண்டாக, முனிசீப்பாக, ஜட்ஜாக ஆக்குகின்றேன். நீ யார் நாவிதனா? நீ சிரைக்க வேண்டும் என்றுதானே எழுதியுள்ளது என்கின்றார்கள். உன்னை

நான் எஞ்சினியர் ஆக்குகின்றேன். நீ யார் வண்ணானா? வெளுக்க வேண்டியவன் என்றுதானே தள்ளி வைத்தார்கள். உன்னை எல்லாம் டாக்டர்களாக ஆக்குகின்றேன்" என்று கூறி மளமளவென்று படிப்புக் கொடுக்கின்றார். (வி: 26-6-1963)

183. அரிசனங்களுக்கு வீடு கட்டிக் கொடுப்பதோ, ஏழை மக்களுக்கு அரை ஏக்கர் நிலம் வாங்கிக் கொடுப்பதோ போதுமா? (வி: 28-1-1963)

184. உயர்சாதிக்காரன் என்பதால் பார்ப்பன இன்ஸ்பெக்டர், தாழ்த்தப்பட்ட ஜில்லா சூப்பிரண்டை பறைய சூப்பிரண்டே என்றா கூப்பிடுகிறான்? பறைய சூப்பிரண்டு, பார்ப்பான் சப் இன்ஸ்பெக்டரை, சப் இன்ஸ்பெக்டர் சுவாமிகளே என்றா கூப்பிடுவான்? பறைய சூப்பிரண்டைக் கண்டால் தொடை தட்டி, பார்ப்பான் சலாம் போட்டுத்தானே தீர வேண்டும். மேலும், தாழ்த்தப்பட்டவர்களுக்கு கலெக்டர் வேலை கொடுக்க இருக்கிறார். சேலத்தில் இன்று தாழ்த்தப் பட்டவர்தான் கலெக்டர். இப்படிப்பட்ட காரியங்களால் தான் சாதியை ஒழிக்க முடியுமே ஒழிய, ஒரு ஏக்கர் அரை ஏக்கர் நிலம் வாங்கிக் கொடுப்பதாலோ வீடு கட்டிக் கொடுத்து விடுவதாலோ சாதி ஒழிந்து விட ஏதுவாகாது. (வி: 28-1-1964)

185. கிராமங்களில் சாதி ஒழிய வேண்டுமானால் கணக்குப் பிள்ளை வேலையைப் பறையனுக்குக் கொடுக்கணும். மணியம் வேலையைச் சக்கிலிக்கும் குறவனுக்கும் கொடுக்கவேண்டும். (வி: 12-4-1964)

186. வண்ணார், நாவிதர் என்று நாம் யாரைக் குறைவாகப் பேசுகிறோமோ அவர்களுக்கு உயர்பதவிகள் ஒதுக்கிவிடவேண்டும். (வி:12-4-1964)

187. கோவில் பூசாரி வேலையைக் கூட பறையனுக்கே கொடுக்க வேண்டும். எவனாவது சாமி கும்பிடமாட்டேன் என்றால் கும்பிடாமல் போகட்டுமே. (வி: 16-4-1964)

188. போலீஸ் சப் இன்ஸ்பெக்டர் வேலைகளையும் ஆதிதிராவிடர்களுக்கு பெருமளவு அளிக்க வேண்டும். (வி: 28-4-1964)

189. கடை சாதிக்காரர்கள் என்று கற்பிக்கப்பட்டுள்ள மக்களிடத் திலிருந்து வரும் பண்பாடுகள் கூட மேல்சாதிக்காரர்களிடத்தில் இல்லையே. பின் எதற்காக இன்னும் மேல் சாதி, கீழ் சாதி, சூத்திரன், பஞ்சமன் என்பது? (வி: 17-5-1964)

190. நம் நாட்டு மீனவர்கள் மீனவராக இருந்து கொண்டே முன்னுக்கு வரவேண்டுமானாலும் முதலில் சாதித் தொழிலை விட வேண்டும். (வி: 19-8-1965)

191. எந்தத் தாழ்த்தப்பட்ட எஞ்சினியர் கட்டிய பாலம் இடிந்து விழுந்து விட்டது? எந்தத் தாழ்த்தப்பட்ட வகுப்பு டாக்டர் ஊசி போட்டதில்

யார் இறந்து விட்டார்கள்? காமராஜரே கேட்கிறாரே இப்படி. என்ன தகுதி, திறமை, வெங்காயம்? (வி: 3-9-1965)

192. தீண்டப்படாத, தாழ்த்தப்பட்ட மக்கள் என்பவர்களுக்கு ஏதாவது விடுதலை வேண்டுமானால் அரசாங்கத்தைக் கொண்டு தான் செய்து கொள்ள முடியும். (வி: 27-2-1966)

193. பள்ளிகளில் பிள்ளைகளைச் சேர்க்கும் விஷயத்திற்குத்தான், 'ஷெட்யூல்டு வகுப்பாருக்கு ஒதுக்கி வைத்த எண்ணிக்கையையும் சேர்த்து மொத்தத்தில் 100க்கு 50க்கு மேல் ஒதுக்கக்கூடாது' என்று பார்ப்பன ஆதிக்க நீதிமன்றம் தீர்ப்பளித்துவிட்டது. அதை மாற்ற எவரும் பார்லிமெண்டிலும் முயற்சிக்கவில்லை. (வி: 27-4-1967)

194. இன்றைய 20ம் நூற்றாண்டிலும் இந்திய தேசம் என்னும் காட்டுமிராண்டி சமுதாயம் நிறைந்துள்ள நாட்டில் மனிதனில் பிறவியின் பேரால் மேல் ஜாதி, கீழ் ஜாதி, பிராமணன், சூத்திரன், பறையன், முதலாம் ஜாதி, நாலாம் ஜாதி, அய்ந்தாம் ஜாதி என்கின்ற பாகுபாடும் நடப்பும் நடத்தப்படுவதும் ஆன அநீதியும், அயோக்கியத் தனங்களும் சாமி பேராலும் சாஸ்திரங்களின் பேராலும், சட்டத்தின் பேராலும் நீதியின் பேராலும் அமலில் இருந்து வருகிறது.
(வி: 20-11-1967)

195. எந்தக் காரணத்தை முன்னிட்டும் இந்தச் சலவைத் தொழில் இவர்களோடு போகட்டும். இவர்கள் குழந்தைகள் இந்தத் தொழிலை மேற்கொள்ளாமலிருக்க வேண்டும். (2-1-1968)

196. ஜாதியால், தாழ்த்தப்பட்டவர்கள், பிற்படுத்தப்பட்டவர்கள் என்கின்றவர்களுக்குத் தகுதி – திறமை பார்க்காமல் அளித்துவரும் பதவிகளில், அப்பதவி பெற்றவர்களால் என்ன குறை காணப்பட்டது என்று யாராவது கவனிக்கிறீர்களா? கவனித்து ஏதாவது குறை கண்டுபிடித்தார்களா? என்றால் அடியோடு இல்லை என்றுதான் சொல்ல வேண்டும். (23-1-1968)

197. தாழ்த்தப்பட்ட வகுப்பையோ பிற்படுத்தப்பட்ட வகுப்பையோ சேர்ந்த நீதிபதி கூட இன்று அய்க்கோர்ட்டில் இல்லை. (16-3-1968)

198. இந்து என்றால் பார்ப்பான், பறையன், பள்ளன், சூத்திரன், ஒருத்தனுக்கு ஒருத்தன் தீண்டக்கூடாது. பார்க்கக் கூடாது. நிழலே படக்கூடாது என்கிறான். இன்னும் எத்தனையோ கொடுமை. வயிறு எரிந்து பேசுகிறேன். (வி: 29-07-1968)

199. நம் நாட்டிலிருக்கிற ஆதி திராவிடர் மக்கள் நாம் ஏன் ஆதி திராவிடர்கள் என்பது பற்றிக் கவலைப்படுவது இல்லை.
(7-7-1968)

200. ஆதி திராவிடன் கலெக்டர் ஆனதால் இழிவு நீங்கி விடாது. மந்திரியானாலும் நீங்காது. (7-7-1968)

ப. திருமாவேலன் | 111

201. பறையன் என்று சொல்லக்கூடாது என்று ஆரம்பித்தவன் நான். *(வி: 15–12–1968)*

202. தீண்டாமை என்பதை சாஸ்திரம், மதம், கோயில், கடவுள் இவை சம்பந்தமான கூட்டம் அனுமதிக்கிறது என்பதை யாராவது மறுக்க முடியுமா? *(வி:1–4–1969)*

203. சேரியிலே இருக்கிற தீண்டப்படாத மக்களை மற்ற மக்கள் வாழும் இடங்களில் வாழ அனுமதிக்க வேண்டும். *(வி: 5–4–1969)*

204. உனக்கு உண்மையிலேயே தீண்டாமை மேல் வெறுப்பிருந்தால் நீ என்ன செய்ய வேண்டும். 10 பேர்களைக் கூட்டிக் கொண்டு போய் கோயிலுக்குள் பார்ப்பான் உன்னை வரக்கூடாது என்று தடுக்கிறானோ அங்கல்லவா போய் நுழைய வேண்டும். *(வி: 20–4–1969)*

205. இந்நாட்டில் உள்ள தாழ்த்தப்பட்ட பிற்படுத்தப்பட்ட மக்களுக்கு இன்றைய இந்திய ஆட்சி என்பதை ஒழித்து... *(வி: 21–4–1969)*

206. இந்த 20 ஆண்டு காலத்தில் பறையன், சக்கிலி, 'அரிசன்' ஆனான். சூத்திரன், முதலியார், கவுண்டன் படையாச்சி, செட்டி, நாயக்கன், 'நான் பிராமின்' ஆனான் என்பதைத் தவிர வேறு மாறுதல் இல்லை. *(வி: 24–4–1969)*

207. நம் நாட்டிலிருக்கிற போலீஸ் வேலை அத்தனையையும் சப் இன்ஸ்பெக்டர் வரை ஆதி திராவிடர்களுக்கே கொடுக்க வேண்டும். *(வி: 8–5–1969)*

208. தீண்டாமை என்பது ஜாதி காரணமாக ஏற்பட்டதே தவிர, அதற்கு வேறு காரணமோ ஆதாரமோ இல்லை. *(வி: 12–5–1969)*

209. தாழ்த்தப்பட்டவர்கள், சில ஜாதிக்காரர்கள் கோயிலுக்குள்ளே நுழையக்கூடாது என்றிருந்தது. நாம் ரகளை செய்ததால் எல்லா இடத்தையும் திறந்துவிட்டு விட்டார்கள். *(வி: 27–10–1969)*

210. எனக்கு உள்ள பெரும் குறை தாழ்த்தப்பட்ட இனத்தைச் சேர்ந்தவர் அய்க்கோர்ட் நீதிபதியாக இதுவரை ஒருவர் கூட நியமிக்கப் படவில்லை என்றாலும் இனியாவது வரவேண்டும். கண்டிப்பாக வரவேண்டும். *(வி: 3–8–1970)*

211. உத்தியோகத்துறையில் தாழ்ந்த (தாழ்த்தப்பட்ட) ஜாதியாரும், உயர்ந்த ஜாதி என்று கருதப்பட்டவர்களும் தங்களுக்குள் திருமணம் செய்து கொண்டவர்களுக்குத்தாம் முதல் உரிமை கொடுக்கப்படவேண்டும். *(உண்மை 14–9–1970)*

212. தாழ்த்தப்பட்ட மிகப்பிற்படுத்தப்பட்ட வகுப்புப் பெண்களுக்கும் ஆண்களுக்கும் 100க்கு 100 பேருக்கு (எல்லோருக்கும்) கல்வி (சலுகை)யுடன் கல்லூரிச் சலுகையும் கொடுத்துப் பட்டதாரிகளாக ஆக்கிவிடவேண்டும். அவர்களுக்கு உத்தியோகங்களில் முதல் உரிமை

கொடுக்க வேண்டும். *(உண்மை 14-9-1970)*

213. ஆண்களில் மேல் ஜாதியார் என்பவர்களிலும் கல்வித்தகுதி சிறிது குறைவாய் இருந்தாலும் தாழ்த்தப்பட்ட சமுதாயத்தில் மணம் செய்து கொண்டவர்களுக்கு முதல் உரிமை என்று வைத்துவிட வேண்டும். *(உண்மை 14-9-1970)*

214. யார் மிகப் பெரும்பாலானோராக இருந்தும் கீழ்ச் சாதி ஆகியுள்ளோமோ அந்தப் பள்ளன், பறையன், சக்கிலி, சூத்திரன் இவர்களைக் கேட்டால், ஆம் நாங்கள் எல்லாம் இழி சாதிதான். அது ஆண்டவன் படைத்தது என்கிறான். *(வி: 12-11-1970)*

215. நீங்கள் கேட்கலாம், 'நீங்கள் கடவுள் இல்லை என்று சொல்லுகிறாயே, உனக்கு ஏன் அந்தக் கவலை?' என்று. நான் எதற்காகக் கேட்கிறேன். பறையன் மோட்சத்துக்குப் போக வேண்டும், நாம் புண்ணியம் பெற வேண்டும் என்பதற்கா? *(வி: 13-11-1970)*

216. ஆதிதிராவிடர் மக்களும் மனிதர்களே. ஆயினும் சமூக வாழ்க்கையில் மிருகங்களை விடக் கேவலமாகத்தான் நடத்தப்படுகிறீர்கள்... *(வி: 29-11-1970)*

217. நேற்றைக்கு சட்டம் செய்திருக்கிறார்களே, கோவில்களில் பார்ப்பானைத் தவிர மற்ற சாதிக்காரர்களும் பறையன், பள்ளன் உள்பட யார் வேண்டுமானாலும் பூசை செய்யலாம் என்று. *(வி: 11.1.1971)*

218. நமக்கு உண்மையில் தீண்டாமை என்னும் ஜாதிக்கேடும் இழிவும் நீங்க வேண்டுமானால் இந்து மதத்தை விட்டு நீங்கியாக வேண்டும். *(வி: 4-5-1971)*

219. இனி தாழ்த்தப்பட்ட மக்கள் எல்லாம் ஒன்றுபட வேண்டும். கடவுள், மத, சாஸ்திர நம்பிக்கைகளை விட்டுவிட வேண்டும்.... *(வி: 27-7-1971)*

220. ஒரு சிறிதளவு அறிவும், மானமும் உணர்ச்சியுள்ள மனிதன் தன்னைச் சூத்திரனாக்கி, பள்ளன், பறையனாக்கி, இழி மகனாக்கி வைத்திருக்கின்ற கடவுளை ஒழிக்க வேண்டுமா? இல்லையா? *(வி: 8-10-1971)*

221. இந்து என்கிறான், இந்து என்று சொன்னால் பார்ப்பான், பறையன் என்று இருப்பதை ஒப்புக் கொண்டாக வேண்டுமே. *(வி: 22-3-1972)*

222. அரசாங்கம் தாழ்த்தப்பட்ட மக்களுக்கு வீட்டுவசதி செய்து கொடுக்க வேண்டும். மற்ற மக்களோடு கலந்து வாழச் செய்ய வேண்டும். *(வி: 3-7-1972)*

223. சுதந்திரம், முழு சுதந்திரம் வந்து 25 ஆண்டுகள் ஆன பின்பும் இந்த நாட்டில் பறையன், சக்கிலி (அரிஜன்), வண்ணான், நாவிதன்,

குயவன், குறவன், வலையன், செம்படவன், வேடன் என்பவர்களான கீழ்சாதிகள் இருக்கச் செய்யப்பட்டு வருகிறார்கள். இவர்களுக்கு மற்ற மனிதர்களுக்கு உள்ள உரிமை – மரியாதை இல்லை. *(வி: 16-1-1973)*

224. மனிதனுக்கு பகுத்தறிவு இருந்தாலும் சில விஷயங்களை மட்டும் சிந்திக்காமல் இருக்கிறார்கள். மற்ற விஷயங்களைச் சிந்திப்பது போலக் கடவுள், மதம், சாஸ்திரம், முன்னோர் நட்பு ஆகிய சில விஷயங்களையும் சிந்திக்கத் தூண்டவே பகுத்தறிவுக் கழகத்தினை வைத்துள்ளோம். மேலே சொன்ன சங்கதிகளைச் சிந்திக்காத காரணத்தாலேயே இழிசாதியாக, சூத்திரர், பஞ்சமர், பறையர்களாக ஆக்கப்பட்டு விட்டோம். *(வி: 1-6-1973)*

225. இந்த நாகரிக காலத்திலே மனிதனைத் தொட்டாலே தீட்டு என்று கருதக்கூடிய ஒரு ஜீவன் இருக்கலாமா? 200 வருடமாக வெள்ளைக்காரன் நம்மை ஆண்டான். அவன் எவ்வளவு பெரிய கவர்னர், வைசிராயாக இருந்தாலும் அவன் பறையன் கையாலேதான் சோறு வாங்கித் தின்றான். *(வி: 23-9-1973)*

226. 1000 இராமசாமி, 1000 வருஷத்துக்குப் பாடுபட்டாலும் இதை ஒழிக்க முடியாது. இப்போது அந்தக் கொடுமையினை மாற்ற வேண்டும். மாற்ற முடிகிறதோ இல்லையோ சாவதற்கு முன்பு ஏதாவது சொல்லிவிட்டுப் போகலாம். மனம் ஒத்து நான் சாகும்போது இத்தனை பேரையும் தாசி மக்களாக விட்டுவிட்டுச் செல்ல எனக்கு மனம் இல்லை. இத்தனை பேரையும் நாலாவது சாதியாக, அய்ந்தாவது சாதியாக விட்டுச் செல்ல எனக்கு மனசு இல்லை. *(வி: 23-10-1973).*

– 1925 முதல் 1973 வரை 48 ஆண்டு காலம் தனது எழுத்தில், பேச்சில், செயலில் பார்ப்பனர் நீங்கலாக, அனைத்து மக்களுக் காகவும் தான் இயங்கினார். பிற்படுத்தப்பட்டோர் மட்டுமல்ல தாழ்த்தப்பட்டோரையும் இணைத்தே இயங்கினார். எந்த இடத்திலும் தீண்டாதாரைக் கைவிடவில்லை!

7. பெரியாரின் முயற்சியும் எம்.சி. ராஜா செலுத்திய நன்றியும்

"நீங்கள் உலகறிந்த மனிதராய்த் திகழ்வதால் தங்களைப் பற்றி அதிகமாகக் கூற வேண்டிய அவசியம் எனக்கு ஏற்படவில்லை"
– 1922 டிசம்பர் 15ம் தேதி ராவ் பகதூர் பட்டத்துக்கான சான்றிதழை எம்.சி.ராஜாவுக்குக் கொடுத்துவிட்டு சென்னை மாவட்ட ஆட்சியர் சொன்னது இது!

இந்த நூற்றாண்டின் தொடக்கத்தில் ஒடுக்கப்பட்ட மக்களின் ஓங்கிய குரலாக ஒலித்தவர் எம்.சி.ராஜா. டாக்டர் அம்பேத்கருக்கும் முன்னோடி இவர்.

மயிலாப்பூர் சின்னத்தம்பி பிள்ளை ராஜா என்பதன் சுருக்கமே எம்.சி.ராஜா. 1916களில் சென்னை ஆதி திராவிட மகாஜன சபாவை அமைப்பதில் கவனம் செலுத்தினார். அதன் கௌரவச் செயலாளராக இருந்தார். சென்னை ஆளுநர் வில்லிங்டன், 1919ல் இவரை சென்னை மாநிலச் சட்டமன்றத்துக்கு நியமித்தார். ஒடுக்கப்பட்ட சமூகத்தில் இருந்து சட்டமன்றத்துக்குள் நுழைந்த முதல் மனிதர் இவர். 1922 டிசம்பர் 15ம் நாள் பச்சையப்பன் மண்டபத்தில் வைத்து இவருக்கு 'ராவ் பகதூர்' பட்டம் வழங்கப்பட்டது.

1917ல் மாண்டேகு, 1919ல் செம்ஸ்போர்டு, 1923ல் வில்லிங்டன், 1923ல் ரீடிங், 1925ல் கோஷன், 1929ல் இர்வின் ஆகியோரைச் சந்தித்து ஒடுக்கப்பட்ட மக்களின் வேண்டுகோள்களை அவர்களிடம் முன்வைத்தவர் எம்.சி.ராஜா.

1921, 1925, 1926 ஆகிய ஆண்டுகளில் சென்னை சட்டமன்ற மேலவைக்கு உறுப்பினராக ராஜா நியமிக்கப்பட்டார். 1927ல் டெல்லி சட்டமன்ற உறுப்பினராக நியமிக்கப்பட்டார். அவருடைய புகழ்பெற்ற புத்தகமான 'ஒடுக்கப்பட்ட இந்துக்கள்' இந்த ஆண்டுதான் வெளியானது.

1931 மே 22ம் நாள் இராமநாதபுரத்தில் கூடிய ஜில்லா ஆதி திராவிடர் மாநாட்டுக்கு தலைமை வகித்துப் பேசிய எம்.சி.ராஜா தனது கோரிக்கையாக...

"நம்மவர்களுக்கு தனித்தொகுதி வேண்டுமா அல்லது கூட்டுத்தேர்தல் தொகுதி வேண்டுமா என்பது மற்றொரு முக்கியக் கேள்வியாகும். நமது சமூகத்தாரிடம் நம்பிக்கையும் அவர்கள் நம்மவர்களிடம் நீதியாக நடந்துகொள்வார்கள் என்ற நம்பிக்கையும் இருந்தால் கூட்டுத் தொகுதி நலம். ஆனால், நமக்கு இதர வகுப்பினரிடம் நம்பிக்கை இல்லை. நமக்கு நம்பிக்கையைக் கொடுக்கக்கூடிய விதத்திலும் அவர்கள் நடந்துகொள்ளவில்லை. நமது நன்மைக்காக இதர வகுப்பினர் இதுவரையில் உழைத்தார்கள் என்பதற்கு எந்தவிதமான ஆதாரமும் கிடையாது. அன்றி மலபாரில் ஏற்பட்டிருப்பதுபோல இதர வகுப்பினர் குடியிருக்கும் வீதிகளில் போகக் கூடாத நாம் எவ்வாறு அங்கே சென்று ஓட்டு பெற முடியும்? ஆதலால் நமக்குத் தனித்தொகுதியே அத்தியாவசியமாகும். இந்த விஷயத்தில் இந்தியாவில் உள்ள சகல தாழ்த்தப்பட்ட வகுப்பினரும் ஒரே கொள்கையுடையவர்களாக இருப்பதை அறிய சந்தோஷிக்கிறேன்" என்று பேசினார்.

(ஜே.அலெக்ஸ் தொகுப்பு பக். 200)

இந்தக் கருத்தைத்தான் 1930ல் நடந்த வட்டமேசை மாநாட்டில் டாக்டர் அம்பேத்கர் எதிரொலித்தார். பிரிட்டிஷார் இந்தியாவுக்கு வருவதற்கு முன்பும், அவர்கள் ஆட்சிக்காலமான இப்போதும் தீண்டாதார் வாழ்க்கையில் எந்த முன்னேற்றமும் இல்லை என்று குறிப்பிட்ட அம்பேத்கர், அரசியல் அதிகாரம் எங்கள் கைக்கு வராத வரையில் அவற்றை எங்களால் அகற்றிவிட முடியாது என்றும் புதிய அரசியல் சட்டத்தை உருவாக்க வேண்டும் என்றும் கோரிக்கை வைத்தார். இது காந்திக்கு உடன்பாடாக இல்லை. 'அரசியல் சதியாக, இந்துக்களிடமிருந்து தீண்டப்படாதவர்களைத் தனியாகப் பிரிப்பதை நான் எதிர்க்கிறேன்' என்று அம்பேத்கரிடம் நேரடியாகவே காந்தி கூறினார். 1931ல் நடந்த இரண்டாவது வட்டமேசை மாநாட்டில் காந்தியும் கலந்துகொண்டார். வகுப்புச் சிக்கலைத் தீர்ப்பதற்காக சிறுபான்மையினர் குழு அமைக்கப்பட்டது. 'தீண்டப்படாதவர்களை இந்தியாவின் எதிர்கால அரசியல் சட்டத்தில் அங்கீகரித்து ஏற்காவிடில் அந்தக் குழுவில் நான் சேரமாட்டேன்' என்று அம்பேத்கர் தெளிவுபடுத்தினார். காந்தி அதற்கு உடன்படவில்லை. தீண்டாதார் பிரச்னையில் காந்தியும் அம்பேத்கரும் முரண்படுகிறார்கள் என்பது வெளிச்சத்துக்கு வந்தது. கர்கோனில் எம்.சி.ராஜா தலைமையில் கூடிய அனைத்திந்திய தீண்டப்படாதார் மாநாடு, காந்தியைக் கண்டித்தது.

தீண்டப்படாதாருக்காக காங்கிரஸ் போராடிவருவதாக காந்தி சொல்வது தவறு என்று எம்.சி.ராஜா கூறினார். 'தீண்டப்படாதவர்களுக்கு என தனியான வாக்காளர் தொகுதி முறை இடம்பெறாத எந்த ஒரு அரசியல் சட்டத்தையும் தீண்டப்படாத வகுப்பு மக்கள் ஏற்கமாட்டார்கள்' என்று இந்த மாநாடு அறிவித்தது. இதைத் தந்தியாகவே லண்டனுக்கு அனுப்பினார்கள். இந்தியாவின் பல்வேறு ஊர்களில் இருந்தும் இதுபோன்ற தந்திகள் லண்டனுக்கு அனுப்பிவைக்கப்பட்டன. தீண்டாதாரின் பிரதிநிதி அம்பேத்கர் தான் என்பது இதன் மூலம் நிரூபணம் ஆனது. இந்தியப் பத்திரிகைகள் அதன் பிறகுதான் அம்பேத்கரை கடுமையாக விமர்சித்து எழுத ஆரம்பித்தன.

இந்த மாநாட்டில்தான் வரலாற்று முக்கியத்துவம் வாய்ந்த ஒரு கருத்து உருவானது. 'பிறப்பிடம், மதம், சாதி, அல்லது சமயம் ஆகியவற்றின் காரணமாக அரசு பதவிகளில் சேருவதற்கோ அதிகாரம் அல்லது மதிப்பு தரும் பதவியில் அமர்வதற்கோ குடியுரிமைகளை அனுபவிப்பதற்கோ எந்த ஒரு தொழிலையும் செய்வதற்கோ எவருக்கு எத்தகைய பாகுபாடும் காட்டக்கூடாது' என்று சிறுபான்மையினர் கூட்டறிக்கையில் கோரிக்கை வைக்கப்பட்டது. இந்த அறிக்கையுடன் டாக்டர் அம்பேத்கர்–இரட்டைமலை சீனிவாசனும் ஒரு துணை அறிக்கையைத் தயாரித்தனர். 'இந்தியாவில் எல்லா மாகாணச் சட்டசபைகளிலும் மத்தியச் சட்டசபைகளிலும் தீண்டப்படாதவர்களுக்கு தனிப்பிரதி நிதித்துவம் அவர்களின் மக்கள்தொகைக்கு ஏற்ப அளிக்கப்பட வேண்டும்' என்றது அந்தக் கோரிக்கை. அதாவது, தனிவாக்காளர் தொகுதி கேட்டிருந்தனர். டாக்டர் அம்பேத்கர், எம்.சி.ராஜா, இரட்டை மலை சீனிவாசன், என்.சிவராஜ் உள்பட அனைத்து தலைவர்களின் கோரிக்கையாகவும் தனித்தொகுதி இருந்தது. இதை பெரியார் ஈ.வெ.ரா முழுமையாக ஆதரித்துப் பேசினார், எழுதினார். தனித் தொகுதியை எதிர்த்த காந்தியை கடுமையாக பெரியார் ஈ.வெ.ரா எதிர்த்துப் பேசினார். எழுதினார். (இவை முழுமையாக அம்பேத்கர் பற்றிய பகுதியில் உள்ளன.)

இவை அனைத்தும் 1931 டிசம்பர் - 1932 ஜனவரி மாதத்து நிலைமை. அதுவரை தனித்தொகுதியைக் கோரிவந்த எம்.சி.ராஜா, தனி ஒதுக்கீடுடன் கூடிய கூட்டு வாக்காளர் தொகுதியே போதுமானது என்ற முடிவுக்கு பின்னர் வந்தார். இந்து மகாசபைத் தலைவர் டாக்டர் மூஞ்சேயுடன் எம்.சி.ராஜா ஓர் ஒப்பந்தம் செய்துகொண்டார். இந்த ஒப்பந்த விவரங்கள் பிரிட்டிஷ் பிரதமருக்கு அனுப்பிவைக்கப்பட்டது. அதுவரை தீண்டப்படாத தலைவர்களின் ஒருமித்த கோரிக்கையாக இருந்த 'தனித்தொகுதி' தீண்டப்படாத தலைவர்களில் ஏற்கப்படாத கோரிக்கையாகவும் பிரிட்டிஷ் அரசால் சொல்லப்பட மூஞ்சே - எம்.சி.ராஜா ஒப்பந்தம் உதவியாகிப்போனது.

இவ்வாறாக பூனா ஒப்பந்தக் காட்சிகள் நடந்து முடிந்தன. இதில் காந்தியின் கோரிக்கைகளுக்கு அம்பேத்கர் உடன்பட்டதை பெரியார் ஏற்கவில்லை. எம்.சி.ராஜாவின் நிலைப்பாட்டையும் ஏற்கவில்லை. அதே நேரத்தில் எம்.சி.ராஜாவை வன்மையாக இல்லாமல் மென்மையாகவே விமர்சனங்கள் செய்தார் பெரியார் ஈ.வெ.ரா. இந்தக் காலகட்டத்து குடி அரசுவை படித்தால் எம்.சி.ராஜா பற்றிய ஏராளமான பதிவுகள் ஆதரித்தும் விமர்சித்தும் உள்ளன.

முன்பு காந்தியையும் காங்கிரஸையும் விமர்சித்து எம்.சி.ராஜா பேசியபோது வழிமொழிந்து எழுதியவர்தான் பெரியார் ஈ.வெ.ரா. சேலம் ஆதி திராவிடர் மாநாட்டுக்குத் தலைமை வகித்து ராவ்பகதூர் எம்.சி.ராஜா பேசிய பேச்சை முழுமையாக வழிமொழிந்து 'குடி அரசு' தலையங்கம் தீண்டியது.

"உலகத்திலுள்ள கொடுமைகள் எல்லாவற்றையும்விட இந்தியாவில் மக்களை தீண்டாமை என்கின்ற இழிவு சம்பந்தமாகச் செய்துவரும் கொடுமையே மிகப் பெரியதாகிய கொடுமை என்றும், அதற்குச் சமமான வேறு எந்தக் கொடுமையையும் கூற முடியாது என்றும் எல்லா மக்களாலும் அரசியல் சமூகவியல் வாதிகளாலும் சொல்லப்பட்டு பொதுமக்களால் ஒப்புக்கொள்ளப்பட்ட விஷயமாகும். ஆனால், அது விஷயத்தில் மாத்திரம் பயன்படத்தக்க வழியில் ஏதாவதொரு முயற்சியை இதுவரையில் யாரும் எடுத்துக்கொள்ளாமலேயே வெறும் வாய்ப்பந்தல் போடுவதனாலேயே மக்களை ஏமாற்றிக்கொண்டு காலங்கழித்து வருவதும் பிரத்தியட்சத்தில் தெரிந்த காரியமாகும். சமீப காலத்தில் இந்தியாவில் ஏற்பட்ட ஒரு சட்டமறுப்புக் கிளர்ச்சியில் உப்புக் காய்ச்சுவது, வனத்தில் பிரவேசிப்பது, கள்ளுக்கடை, மறியல் செய்வது, ஜவுளிக்கடை மறியல் செய்வது என்பவை போன்ற சில சாதாரணமானதும் வெறும் விளம்பரத்துக்கே ஆனதுமான காரியங்கள் செய்யப்பட்டு 40 ஆயிரம் வரையில் ஜெயிலுக்குப் போய் அடிபட்டும் உதைபட்டும் கஷ்டமும் பட்டதாகப் பெருமை பாராட்டிக்கொள்ளப்பட்டதே தவிர, இந்த மிகக் கொடுமையான தீண்டாமையெனும் விஷயத்தைப் பற்றி எந்தவிதமான கவலையும் யாரும் எடுத்துக் கொண்டதாகத் தெரியவில்லை...... என்ற எம்.சி. ராஜா உரையை குடி அரசு முழுமையாக வெளியிட்டது.

இப்படிப்பட்ட எம்.சி.ராஜா, காந்தியிடம் உடன்பட்டுப்போனாரே என்ற வருத்தம்தான் ஈ.வெ.ராவுக்கு.

இந்திய தீண்டாதார் மகாநாடு 10-7-32 அன்று ராவ் பகதூர் எம்.சி.ராஜா தலைமையில் கூடியது. இது பற்றி விரிவாக 'குடி அரசு'

செய்திகளை வெளியிட்டுள்ளது. இந்தியாவின் பல பாகங்களிலிருந்தும் பிரதிநிதிகள் வந்திருந்தனர். இதில் அம்பேத்கர் ஆட்களுக்கும் ராஜா ஆட்களுக்கும் ஏற்பட்ட மோதலை குடி அரசு செய்தி ஆக்கி உள்ளது. இதில் கூட்டுத் தொகுதியை ஆதரித்தும் வேறு சில தீர்மானங்களும் நிறைவேற்றப்பட்டவுடன் கூட்டம் கலைந்ததாகவும் தெரிகிறது என்கிறது குடி அரசு.

தாழ்த்தப்பட்ட மக்கள் சமத்துவம் பெறக்கூடிய சந்தர்ப்பம் பெற்றுவிட்டால் இது வரையிலும் அவர்களைக் கொடுமைப் படுத்தி அடக்கியாண்டு வந்த உயர்ந்த சமூக இந்துக்களின் சுயநலத்துக்குப் பாதகம் உண்டாக்காமல் போகாது. இந்த கருத்துக்களைக் கொண்டுதான் 'காங்கிரஸ்' பிரதிநிதி என்ற பெயரோடு 'வருணாசிரமதருமத்'தின் பிரதிநிதியாகச் சென்ற திரு.காந்தியவர்களும் மற்ற இந்து மகா சபையைச் சேர்ந்தவர்களுமான வட்ட மேசை மகாநாட்டுப் பிரதிநிதிகள், தாழ்த்தப்பட்டவர்களுக்குத் தனித்தொகுதி ஏற்படுத்துவதை ஒரேயடியாக எதிர்த்தார்கள் என்பதில் எள்ளளவும் ஐயமில்லை.

ஆனால், இந்தச் சூழ்ச்சியை அறிந்த தாழ்த்தப்பட்ட மக்கள், தங்களுக்குத் தனித்தொகுதியே வேண்டும் என்று விரும்புகின்றனர். அந்தச் சமூகத்தினரின் தலைவர்களாகிய திருவாளர்கள் டாக்டர் அம்பேத்கர், ஆர்.சீனிவாசன், எம்.சி.ராஜா, வி.ஐ.முனுசாமி பிள்ளை போன்ற தலைவர்களெல்லாம் தங்களுடைய சமூகத்துக்குத் தனித்தொகுதியே வேண்டுமென்று கிளர்ச்சி செய்தனர். இவர்களில் திரு.எம்.சி.ராஜா அவர்களைத் தவிர மற்றவர்கள் இன்றும் தனித்தொகுதி வேண்டுமென்பதிலேயே உறுதியாக இருக்கின்றனர்.

திரு.எம்.சி.ராஜா மட்டிலும் எந்தவித சூழ்ச்சியினாலோ ஏமாற்றப்பட்டு இந்து மகா சபையைச் சேர்ந்த திரு. மூஞ்சே அவர்களுடன் ஒப்பந்தம் செய்துகொண்டு தனித்தொகுதியை எதிர்த்தும் கூட்டுத் தொகுதியை ஆதரித்தும் பிரசாரம் பண்ணிக்கொண்டு வருகிறார். உண்மையில் இப்பிரசாரத்துக்குக் காரணம் இந்துக்களின் சூழ்ச்சி என்பதில் சிறிதும் ஐயமில்லை. இந்துக்களின் வலையில் சிக்கியிருக்கும், திரு. எம்.சி.ராஜா அவர்களைப்போல் அவர்களுடைய வலையில் சிக்கிய வெகு சிலரே ராஜாவின் பேச்சை ஆதரிக்கின்றார்கள்.

ஆனால், திரு.ராஜா அவர்களின் அபிப்பிராயம்தான் தாழ்த்தப்பட்டவர்களின் அபிப்பிராயம் என்று நினைக்குமாறு, இந்துக்களின் ஆதிக்கத்தில் இருக்கும் தேசியப் பத்திரிகைகள் எனப் பெயர் வைத்துக்கொண்டிருப்பவை, திரு. ராஜாவை ஆதரித்து விளம்பரம் பண்ணிக்கொண்டு வருகின்றன.

உண்மையில் தாழ்த்தப்பட்ட சமூகம் சமத்துவம் பெற வேண்டுமானால், அவர்கள் இந்துக்களினுன்றும் பிரிந்து தங்கள் கால் பலத்தில் நின்றுகொண்டே கிளர்ச்சி செய்தால்தான் முடியும் என்பதை நாம் அடிக்கடி எடுத்துக்காட்டியிருக்கிறோம். ஆகவே, டாக்டர் அம்பேத்கர், சீனிவாசன், வி.ஐ.முனுசாமி பிள்ளை ஆகியோர் விரும்புகிறபடி அரசியல் சீர்திருத்தத்தில் தனித் தொகுதி பெற்றால்தான் தாழ்த்தப்பட்ட மக்கள் விடுதலை பெற முடியும். இவர்கள் கூறுவது தான் தாழ்த்தப்பட்ட சமூகத்தாரின் அபிப்பிராயம் என்பதையும், திரு.எம்.சி.ராஜாவின் அபிப்பிராயம் இந்துக்களின் அபிப்பிராயமே தவிர தாழ்த்தப்பட்ட சமூகத்தாரின் அபிப்பிராயம் அல்ல என்பதையும் சென்ற 5-5-32-ல் கம்டியில், திரு.வி.ஐ.முனுசாமி பிள்ளை அவர்கள் தலைமையின் கீழ் கூடிய அகில இந்திய தாழ்த்தப்பட்டோர் காங்கிரஸ் தீர்மானத்தைக் கொண்டும், சென்ற 10-7-32ல் பம்பாயில் திரு.எம்.சி.ராஜா அவர்கள் தலைமையில் கூடிய தாழ்த்தப்பட்டார் மகாநாட்டைக் கொண்டும் அறியலாம். டாக்டர் அம்பேத்கர் கட்சியை ஆதரிப்போரால் கூட்டப்பட்ட கம்டி காங்கிரஸுக்கு, பல மாகாணங்களிலிருந்தும் இரண்டாயிரத்துக்கு மேற்பட்ட பிரதிநி திகள் வந்திருந்தனர். தனித்தொகுதியை எதிர்க்கும் கட்சியினரும் வந்திருந்தனர். அவர்கள் மிகச் சிலராக இருந்த காரணத்தால் மகாநாட்டைவிட்டு வெளியேறிவிட்டனர். ஆகவே தனித் தொகுதியை ஆதரிப்பதாகவும், இரண்டாவது வட்ட மேசை மகாநாட்டின்போது இங்கிலாந்தில் செய்துகொள்ளப்பட்ட சிறுபான்மையோர் ஒப்பந்தத்தை ஆதரிப்பதாகவும் தீர்மானங்கள் நிறைவேற்றப்பட்டன. இந்த மகா நாட்டுக்கு இந்துக்களின் எதிர்ப்பு இருந்ததே தவிர ஆதரிப்பு சிறிதும் இல்லை. ஆகவே, இந்த மாநாட்டுத் தீர்மானங்கள் தாழ்த்தப்பட்ட சமூகத்தாரின் உண்மையான அபிப்பிராயம் என்று கூறுவதற்கு என்ன தடை உண்டு?

பம்பாயில் திரு.எம்.சி.ராஜா கட்சியினரால் கூட்டப்பட்ட மாநாட்டுக்கு சுமார் 200 பிரதிநிதிகளே வந்திருந்தனர். மகாநாட்டுக்கு எதிராகத் தனித்தொகுதியை ஆதரிக்கும் கட்சியைச் சேர்ந்தவர்கள் 250 பேர் மகாநாட்டுக் கொட்டகைக் குள் விடப்படாமல் தடுக்கப்பட்டிருக்கின்றனர். 250 என்னும் எண்ணிக்கை பொதுத் தொகுதியை ஆதரிக்கும் தேசியப் பத்திரிகைகளில் காணப்படுகின்றதாதலால் இது உண்மையாக இருக்க முடியாது. 250க்கு மேல் அதிகமாகத்தான் இருக்க வேண்டும். அன்றியும் இந்த மகாநாடு இந்துக்களின் ஆதரவின் மேல்தான் கூட்டப்பட்டதாகும். ஆகவே, இந்த மகாநாட்டில்

நிறைவேற்றப்பட்டிருக்கும் தீர்மானங்கள் இந்துக்களின் அபிப்பிராயத்தை சேர்ந்தனவேயொழிய தாழ்த்தப்பட்ட சமூகத் தாரின் அபிப்பிராயத்தைச் சேர்ந்தவையென்று கூற முடியாது என்பது நிச்சயம். இம்மகா நாட்டில்தான் கூட்டுத் தொகுதியை ஆதரிப்பதாகவும், "ராஜா மூஞ்சே ஒப்பந்தத்தை" ஆதரிப்பதாகவும், வட்டமேசை மகாநாட்டில் செய்யப்பட்ட "சிறுபான்மையோர் ஒப்பந்த"த்தை எதிர்ப்பதாகவும் தீர்மானித்திருக்கிறார்கள்.

இந்து மகாசபைக்காரர்களின் தூண்டுதலால் நடத்தப்பட்ட இந்த மகாநாட்டில் தலைமை வகித்த திரு.எம்.சி.ராஜா அவர்கள் பேச்சில் காணப்படும் வாதங்களிலும் ஒரு புதுமையும் தோன்றவில்லை. வழக்கம்போல் இந்துக்களை ஆதரித்தால்தான் தாழ்த்தப்பட்ட சமூகத்தாருக்கு அரசாங்கத்தில் மந்திரி முதலிய உத்தியோகப் பதவி கிடைக்குமென்றும், இந்துக்களின் துணையோ, உதவியோ இல்லாமல் தாழ்த்தப்பட்ட சமூகத்தார் சமத்துவமோ, சுதந்திரமே பெற முடியாதென்றும் கூறியிருக்கிறார்.

அடிக்கடி இவர் மந்திரி பதவியை கூட்டுத்தொகுதிக்கு உதாரணமாக கூறிவருவதைக்கொண்டு, மந்திரிப் பதவி மோகத்தினாலேயே இந்து மகாசபைக்காரரின் பாட்டுக்குத் தாளம் போடுகிறார் என்று கூறுகிறார்கள். அது எப்படியாவது இருக்கட்டும். இந்து சமூகத்தினரின் உதவியோ, துணையோ இல்லாமல் தாழ்த்தப்பட்டார் சமத்துவம் பெற முடியாது என்னும் வாதத்தை மாத்திரம் கவனிப்போம்.

இதுவரையிலும் பல ஆயிரக்கணக்கான வருசங்களாக இந்துக்களின் தயவை எதிர்பார்த்து வாழ்ந்து வந்த தாழ்த்தப் பட்ட சமூகத்துக்கு அவர்கள் செய்த நன்மை என்ன? தாழ்த்தப் பட்டவர்களைக் கல்வி கற்க அனுமதிக்காமலும், தெருவில் நடக்க அனுமதிக்காமலும், நல்ல உடை உடுத்த அனுமதிக்காமலும் கிணறு குளங்களில் தண்ணீர் எடுக்க அனுமதிக்காமலும் செய்ததுதான் கிடைத்த பலன். பிரிட்டிஷ் அரசாங்கம் இருக்கின்ற இக்காலத்தில்கூட தாழ்த்தப்பட்டவர்களுக்குப் பொது இடங்களில் சமத்துவம் கொடுக்க மறுக்கிறார்கள் என்றால் பிரிட்டிஷ் அரசாங்கம் இல்லாமல் தங்கள் கையிலேயே எல்லா அதிகாரமும் இருக்குமானால் என்னதான் செய்ய மாட்டார்கள் என்று கேட்கிறோம். இதைப் பற்றி நாம் அதிகமாக விவரித்துக்கூற வேண்டியதில்லை. "இந்துக்களின் தயவை எதிர்பார்த்துக்கொண்டும், தங்களை இந்துக்கள் என்று நினைத்துக்கொண்டிருக்கும் வரையிலும் தாழ்த்தப்பட்ட மக்களுக்கு விமோசனமே உண்டாகப்போவதில்லை" என்று கோபுரத்தின் மேல் நின்று கூறுவோம்.

ஆகையால், இந்து மகாசபைக்காரர்களின் வலையில் சிக்குண்டு கிடக்கும் திரு.எம்.சி.ராஜா கூட்டத்தாரின் பேச்சைக் கேட்டு ஏமாறக் கூடாது என்று தாழ்த்தப்பட்ட மக்களுக்கு எச்சரிக்கை செய்கிறோம்.

கொடுமைப்படுத்தப்பட்டு, நசுக்கப்பட்டு, அடிமையாக்கப் பட்டுக் கிடக்கும் சமூகத்தின் சமத்துவத்துக்கும், முன்னேற்றத்துக் கும் உண்மையாகப் பாடுபடுகிறவர்கள் யார் என்பதை வெகு சுலபமாகத் தெரிந்துகொள்ள ஒரு வழி உண்டு, அந்த வழியாவது...

தாழ்த்தப்பட்ட சமூகத்தினரின் விடுதலைக்கு உண்மையாகப் பாடுபடுபவர் அந்தச் சமூகத்தைத் தாழ்த்தி வைத்திருக்கும் கூட்டத்தினரால் கட்டாயமாக எதிர்க்கப்படுவார்கள், தூஷிக்கப்படுவார்கள், பலவிதமான பழிகளுக்கு ஆளாக்கப் படுவார்கள் என்பது நிச்சயம். ஆதலால் தாழ்த்தப்பட்ட சமூகத்தினரின் பரம்பரை விரோதிகளாகிய உயர்ந்த சமூகத்தினரால் 'தேசத்துரோகி' என்றும், 'சமூகத்துரோகி', 'தேசாபிமானமில்லாதவர்' என்றும் தூற்றப்படுகின்றவர்கள் யாரோ, அவர்களே அந்தச் சமூகத்தின் உண்மையான சமத்து வத்துக்கும் சுதந்திரத்துக்கும் பாடுபடுகின்றவர்கள் என்பதை உணரலாம்.

இப்படியல்லாமல் தாழ்த்தப்பட்ட சமூகத்தினரின் விரோதிகளாகிய உயர்ந்த சமூகத்தினரால் தாழ்த்தப்பட்ட சமூகத் தலைவர்கள் என்றும், விடுதலைக்குப் பாடுபடுகிறவர்கள் என்றும், 'தேசாபிமானிகள்' என்றும், இவர்கள் பேச்சைக் கேட்டால்தான் தாழ்த்தப்பட்ட சமூகத்துக்கு விடுதலை உண்டு என்றும், பிரசாரம் செய்யப்படுபவர்களால் அச்சமூகத்துக்கு உண்மையான விடுதலை ஏற்பட முடியாது என்பது நிச்சயம். ஆகையால், எவர் தங்கள் சமூகத்தின் உண்மையான விடுதலைக்குப் பாடுபடுகின்றவர் என்பதை அறிந்து அவர்களைப் பின்பற்றுமாறு தாழ்த்தப்பட்ட சமூகத்தினருக்கு எச்சரிக்கிறோம். இந்து மகா சபைக்காரர்களின் சூழ்ச்சி வலையில் சிக்கியும், தேசாபிமான வேஷக்காரர்களின் பசப்பு வார்த்தைகளுக்கும், தட்டிக்கொடுத்தலுக்கும் ஏமாற்றமடைந்தும், தங்கள் சமூக நன்மையை இதுவரையிலும் விரோதிகளாகவே இருந்துவரும் சமூகத்தார் கையிலேயே ஒப்படைக்க வேலை செய்யும் ஏமாந்தவர்களின் பேச்சைக் கேட்டு மோசம் போகாமலிருத்தலே தாழ்த்தப்பட்டோர் கடமையாகும். (கு.அ.)

தீண்டாமை ஒழிய வேண்டுமானால் இந்து மதத்தைவிட்டு வெளியேறுவதைத் தவிர வேறு வழியில்லை என்பது டாக்டர் அம்பேத்கர், பெரியார் ஈ.வெ.ரா. ஆகிய இருவரின் ஒன்றுபட்ட

கருத்து, இந்தக் காலகட்டத்தில் தான் எழுகிறது. ஆனால் எம்.சி.ராஜா 1935களில் 'இந்துவாகவே மரணத்தைத் தழுவுவோம்' என்று பேச ஆரம்பித்தார். அனைத்திந்திய ஆதி திராவிட மகாஜன சபா சார்பில் சென்னையில் நடந்த கூட்டத்தில் இதை எம்.சி.ராஜா வெளிப்படுத்தினார்.

எம்.சி.ராஜா தமது உரையில், "சமயம்சார்ந்த காரியங்கள் எல்லாம் பொதுக்கூட்டங்களில் தெளிவாக விவாதிக்கப்படவியலாது. தன்னைப் பொறுத்தவரையிலும் இந்து சமயத்தின்பால் முழு நம்பிக்கை தமக்கு இருப்பதாகவும் இந்துவாகவே உயிர்விடத் தயாராக இருப்பதாகவும் குறிப்பிட்டார்" (கைதட்டல்...) (தாழ்த்தப்பட்ட) சமுதாயம் இந்துக்களுடன்தான் சேர்ந்திருக்க வேண்டும் என்றும் மக்கள் தங்கள் உரிமைகளை மீண்டும் பெற்றிடப் போராட வேண்டுமென்றும் திருராஜா குறிப்பிட்டார். ஒருகாலத்தில் ஆலயங்கள் அவர்களுடையதாய் இருந்ததையும் அவற்றை மீண்டும் பெற்றிடப் போராட வேண்டும் என்றும் அவர் கூறினார். சமயம் என்பது திட நம்பிக்கையின் அடிப்படையில் அமைந்த ஒன்று. எவரேனும் வேறொரு சமயத்தின் பால் அதிக நம்பிக்கையுடையவராய் இருந்தால் அதுபற்றி வேண்டாத பரபரப்பு எதுவுமின்றி அவர் அந்த சமயத்தைத் தழுவிக்கொள்ள வேண்டும் என்று திரு. ராஜா உறுதிபடக் கூறினார்.

(11-11-1935 தி இந்து: வே.அலெக்ஸ் தொகுப்பு பக். 219-221)

இது எந்தச் சூழ்நிலையில் சொல்லப்பட்டது என்றால், 'இந்துவாகப் பிறந்த நான், இந்துவாக இறக்க மாட்டேன்' என்று அம்பேத்கர் அறிவித்த நிலையில் எம்.சி.ராஜா இப்படிக் கூறினார். இந்து மதத்துக்குள் இருந்துகொண்டேதான் தீண்டாமையை ஒழிக்க முடியும் என்று கூறினார். 1920களிலிருந்த நிலைமையைவிட 1925களில் சூழ்நிலை மாறிவருவதாக எம்.சி.ராஜா நினைத்தார். படித்தவர்கள் தீண்டாமையை கண்டிக்க ஆரம்பித்திருப்பதை நல்ல மாற்றமாக நினைத்தார். ஆலயப் பிரவேச சட்ட முன் வடிவு தீண்டாமை ஒழிப்புச் சட்ட முன் வரைவு ஆகியவை பெரிய பலம் தரும் என்று நம்பினார். இது எந்த அளவுக்குப் போனது என்றால், காந்தியையும் காங்கிரஸையும் இந்து மகா சபையையும் நம்பும் அளவுக்குப் போனது. மகாத்மா காந்தியின் தூண்டுதலின் பேரில் காங்கிரஸ் கட்சியும் தீண்டாமை ஒழிப்பை மனமார ஏற்றுக்கொண்டுள்ளது. இந்து மகாசபாவும் காங்கிரஸின் கொள்கைகளை பின்பற்றத் தொடங்கியுள்ளது. அவர்களுடைய முயற்சிக்கு நாம் ஆதரவாக இருக்க வேண்டுமேயல்லாமல் அவர்கள் செல்லும் பாதையில் தடைக்கற்களை நாம் போடக் கூடாது (வே.அலெக்ஸ் தொகுப்பு நூல் பக்.224) என்று கேட்டுக்கொண்ட எம்.சி.ராஜா, "இந்து சமயம் நமது சமயம். அது நமக்குப் புனிதமானது. அதைப் பாதுகாத்து தூய்மைப்படுத்துவது நமது கடமை. இந்து ஐக்கியத்

திலிருந்து பிரிந்து செல்ல நாம் விரும்பவில்லை. நாம் விரும்புவதெல்லாம் மேலானதொரு அங்கீகாரமே, சாதிய இந்துக்களுடன் சம அந்தஸ்து பெற்றவர்கள் நாம் என்ற அங்கீகாரமே. தீண்டாமை ஒழிப்பே நமது லட்சியம். நமது நோக்கம் யாதெனில், நாமும் இந்து சமூகத்தின் பிரிக்கப்படாததும் ஒடுக்கப்படாததுமான தங்கமாக மாறுவதேயாகும்" என்று பேசினார். *(1935 நவம்பர் 12).*

மதமாற்றம் என்பது அகில இந்திய அளவில் மாபெரும் விவாதத்தைக் கிளப்பியது. வேறொரு மதத்துக்குத் தாவுவதால் தனது சமூகத்தவருக்கு ஏற்படும் நன்மைகளை டாக்டர் அம்பேத்கர் பட்டியலிட்டார். இஸ்லாம், கிறிஸ்துவ மதங்களுக்கு இவர்கள் சென்றுவிடும்போது இந்து மகாசபைக்கு அது கடுப்பாக இருந்தது. அப்படிச் செல்ல வேண்டுமானால் சீக்கிய மதத்துக்கு செல்லுங்கள் என்று ஆலோசனை சொன்னது. மூஞ்சேவுக்கு எழுதிய கடிதத்தில் அம்பேத்கரும் இதை ஏற்றுக்கொண்டார். அம்பேத்கரின் கடிதத்தை எம்.சி.ராஜாவுக்கு மூஞ்சே அனுப்பிவைத்தார். இருவரது நிலைப்பாட்டையும் எம்.சி.ராஜா ஏற்க மறுத்தார்.

'ஒடுக்கப்பட்டவரை சமய ரீதியில் சீக்கியருடன் இணைத்து அரசியல் ரீதியாக இந்துக்களாகவே வைத்திருப்பதன் மூலம் அவர்களைத் தாங்கள் துண்டாடுகிறீர்கள்' என்று எம்.சி.ராஜா குற்றம் சாட்டினார். ஒடுக்கப்பட்டவர் நலன் இதில் இல்லை, மதச் சிந்தனை மட்டுமே இருக்கிறது என்றும் எம்.சி.ராஜா நினைத்தார்.

> பல்வேறு சமுதாயங்களின் தலைவர்களிடையே நடைபெறும் பேரத்தின் விளைவாக ஒரு அரசியல் கூடாரத்திலிருந்து மற்றொரு அரசியல் கூடாரத்துக்கு விரட்டிவிடப்படும் ஆடுமாடுகள் அல்ல நாங்கள். வெற்றிக்கு வழிகாட்டும் பாதையில் எங்களுடைய மனசாட்சியின்படியே நடைபோடும் உறுதியான சமுதாயமாகவே இருந்திட நாங்கள் விழைகிறோம். இந்துக்களாக எங்களுக்குரிய பிறப்புரிமைகளைத் தூக்கி எறிந்திடாமல் இந்து மதத்திலேயே நிலைத்திருந்துகொண்டே அதை வாழ்வதற்கேற்றதொரு மதமாக எங்களது சமுதாயத்துக்கே மட்டுமல்லாமல் எங்களைப் போலவே துன்பங்களை அனுபவித்துக்கொண்டிருக்கின்ற ஏனைய சமுதாயங்களுக்கு அனுகூலமானதொரு மதமாக மாற்றியமைக்கப் பாடுபடுகிறோம். இந்து மதத்தைப் பலவீனப்படுத்துவது எங்கள் நோக்கமன்று. மாறாக அதிலேயே நிலைத்திருந்து அதைச் சீர்த்திருத்துவதன் மூலமாக இந்து மதத்தைப் பயன்படுத்துவதே எங்கள் நோக்கம். சமுதாயக் கலகம் மற்றும் போட்டிகள் நடைபெறும் விளையாட்டில் இடம்பெறும் பகடைக் காய்களாக நாங்கள் இருந்திட விரும்பவில்லை.
>
> *(வே.அலெக்ஸ் தொகுப்பு பக் 240)*

அம்பேத்கரின் மதமாற்ற கருத்துக்கு எதிராக எம்.சி.ராஜா இருப்பதை காந்தி மனப்பூர்வமாக ஆதரித்தார். கிட்டத்தட்ட "என்னுடைய நிலைப்பாடு இது" என்றார் காந்தி. "உங்கள் கட்சியுடன் உடன்படுகிறேன்" என்றார் பண்டித மதன் மோகன் மாளவியா. ராஜாஜியும் எம்.சி.ராஜாவை ஆதரித்தார். "மூஞ்சேவுக்கும் தனக்குமான கடிதத்தை எம்.சி.ராஜா இப்படி பகிரங்கப்படுத்தியது தவறு" என்று டாக்டர் அம்பேத்கர் கோபம்கொண்டார்.

இந்தப் பிரச்னை ஏதேனும் ஒரு வகையில் முடிவுக்குக் கொண்டு வரப்படும் நாள் வரையிலும் இந்தக் கடிதங்கள் ரகசியமாகவே வைக்கப்பட வேண்டும் என்று டாக்டர் மூஞ்சே நம்பியிருந்த போதிலும் அவரது அனுமதியின்றியே அந்தக் கடிதங்களை வெளியிட்ட திரு.ராஜாவின் செயலுக்கான பலத்த எதிர்ப்பை அந்த அறிக்கையில் தெரிவித்திருந்தார். 'ஒடுக்கப்பட்ட இனத்தவர் மத்தியில் திரு.ராஜாவுக்கு எந்தவித செல்வாக்குமில்லை' என்று கூறிய டாக்டர் அம்பேத்கர், திரு.ராஜாவின் கருத்துகளுக்கு தாம் எந்தவித முக்கியத்துவமும் அளிக்கவில்லை என்று அதில் குறிப்பிட்டிருந்தார். தொடர்ந்து தமது அறிக்கையில், திரு.ராஜா தமக்கு காட்டிவரும் எதிர்ப்பு வட்டமேசை மாநாட்டில் தாம் இடம்பெற வேண்டுமென்று முன்வைத்த கோரிக்கை. புறக்கணிக்கப்பட்டதால் ஏற்பட்டது என்கிறார். (வே.அலெக்ஸ் தொகுப்பு பக் 246) இப்படி இது அம்பேத்கர் – எம்.சி.ராஜா மோதலாகவே மாறி வளர்ந்தது.

இது பற்றிய தனது நிலைப்பாட்டை பெரியார் ஈ.வெ.ரா தொடர்ந்து குடி அரசு, விடுதலை இதழ்களில் பதிவுசெய்து வந்தார்.

1) தோழர் எம்.சி.ராஜாவைப் பிடித்து இந்து மதத்தின் புனித தன்மையைப் பிரசாரம் செய்தார்கள். இப்படிப்பட்ட ஆட்கள் இத்தன்மையில் இருப்பதைக் கண்டே டாக்டர் அம்பேத்கர் இந்துமதத்தைத் தன்னால் காக்க முடியாது என்று கருதியும், இந்து மதத்தில் இருந்து கொண்டு தீண்டாமையை ஒழித்துக்கொள்ள முடியாதென்று கருதியும் இந்து மதத்தைக் கைவிட்டு தாம் விலகிக்கொள்வதாக முடிவு செய்துகொண்டார். (கு.அ.19-1-1936)

2) தோழர் எம்.சி.ராஜாவால் கொண்டுவரப்பட்டு ஏகமனதாய் நிறைவேறிய சமுதாய இழிவு நீக்கச் சட்டம் ஒன்றுக்கும் பயன் இல்லாமல் போய்விட்டது. தோழர் ராஜகோபாலாச்சாரியார், கோயில் நுழைவு சட்டமும் அப்படித்தான். ஆதலால் நாம் நடத்தப் போகும் சமுதாய இழிவு நீக்கக் கிளர்ச்சிக்கு நாங்கள் யாவரும் உதவி செய்ய வேண்டும். (வி.15-5-1941)

3) நான் சொல்வதை நீங்கள் தப்பாக வெறுப்பாகக் கருதாதீர்கள். உங்கள் பேரால் ஒருசிலர் உத்தியோகம் சம்பாதித்துக்கொள்ளலாமே

தவிர, உங்களுக்கு கடுகளவு நன்மையும் ஏற்பட உழைக்க ஆளில்லை. ஆள் இருந்தாலும் அவர்கள் வேலை பயன்படப் பார்ப்பனர் இடம் கொடுக்க மாட்டார்கள். உதாரணம், சொல்கிறேன். திவான் பகதூர் எம்.சி.ராஜா அவர்கள் தீண்டப்படாதவர்களுக்கு இருக்கும் சமுதாயக் குறி நீங்க வேண்டும் என்று ஒரு மசோதா கொண்டு வந்து வெற்றி பெற்றார். அந்த மசோதாவுக்கு அர்த்தம் என்ன? என்று நான் சர்க்காரைக் கேட்டேன்.

‘எல்லா ஹோட்டல், காபிக்கடை ஆகிய எதிலும் எந்த ஆதி திராவிடரும் வேலை செய்யலாம். ஆனால், எந்த ஹோட்டல்காரனும் எந்த காபிக்கடைக்காரனும் எவனை வேண்டுமானாலும் உள்ளே வராதே எனத் தடுக்கலாம் என்று அர்த்தம் சொன்னார்கள். இதோ அந்த சர்க்கார் விளக்கக் கடிதம். இது வெளியான உடன் நீங்கள் தீவிரக் கிளர்ச்சி செய்திருக்க வேண்டும். செய்தால் ஜெயிலுக்குப் போக நேரிடுமே என்கிற பயம் உங்களுக்கு.”

– இத்தகைய முரண்பாடுகள் இருந்தாலும் எம்.சி. ராஜாவுக்கும் பெரியாருடன் நட்பு தொடர்ந்தது.

தென் ஆற்காடு ஜில்லா ஆதி திராவிட முதல் மகாநாடு 1937ம் ஆண்டு ஆகஸ்ட் 4ந் தேதி ஆம்பூரில் கூடியது. திருப்பத்தூர் வக்கீல் தோழர் ஜி.சுவாமி நாயுடு தலைமை வகித்தார். சென்னை சர்க்கார் அபிவிருத்தி இலாகா மந்திரி கனம் பகதூர் எம்.சி.ராஜா அவர்கள் மகாநாட்டைத் திறந்து வைத்து பேசிய பேச்சை ‘குடி அரசு’ வெளியிட்டு உள்ளது.

> நமது வகுப்பினரை ஜாதி இந்துக்கள் கொடுமையாக நடத்தி வருகிறார்கள். அதை நாம் உணர்ந்து வருந்துகிறோம். என்றாலும் நமது நிலைமை இப்போது அபிவிருத்தியடைந்து வருகிறது. சுமார் 20 வருஷங்களுக்கு முன்பிருந்த கேவல நிலை இப்போது மாறிக்கொண்டு வந்திருக்கிறது. நமது வகுப்பினர் விழித்துக்கொண்டனர். முன்னேற்றத்தில் சிரத்தை கொண்டு விட்டோம். இத்தகைய முன்னேற்றத்துக்கு காரணம் மாண்டேகு செம்ஸ் போர்டு சீர்திருத்தம்தான். அது ஏற்பட்ட காலத்தில் நமது தேசத்தினரில் சிலர் அதைப் பகிஷ்கரித்தனர். ஆனால், நமது வகுப்பினர் இந்தியாவெங்கும் அதை வரவேற்றனர்”.
>
> “அரசியலில் ஒரு கட்சியின் வெறும் கொள்கையோ திட்டமோ மட்டும் மக்களுக்கு நன்மை செய்துவிட முடியாது. அக்கொள்கைகளையுடைய தலைவர்களிடம் அவற்றை நிறைவேற்றுவதற்கான ஆர்வமோ சிரத்தையோ இல்லா விட்டால் நல்ல பலன் ஏற்பட முடியாது. ஜஸ்டிஸ் கட்சித் தலைவர் காலஞ்சென்ற டி.எம்.நாயர் ஒரு ஜனநாயகக் கொள்கை யினர். தேசியவாதியும்கூட. இப்போதிருந்தால் ஜனநாயகக்

கொள்கையைக் காப்பாற்றியிருப்பார் என்பது நிச்சயம். ஜஸ்டிஸ் கட்சி கொள்கைகள் யாவும் அனுபவ சித்தியாயிருக்கும். ஜஸ்டிஸ் கட்சி கொள்கைகள் தேசிய மயமாயிருக்கும்.

திருவாங்கூர் மகாராஜா நம்மவர்களுக்கு சமஸ்தான கோயில் களைத் திறந்துவைத்துவிட்டது பெரிதும் பாராட்டத்தக்க விஷயம். அதிலிருந்து நமக்கு ஒரு புதிய மதிப்பும் நம்பிக்கையும் ஏற்பட்டிருக்கின்றன.

சர்க்காரால் ஆரம்பிக்கப்பட்ட லேபர் இலாகாவில் நமக்கு அதிகமான நன்மை ஏற்பட்டிருக்கிறது. அதனால் பள்ளிக்கூடங்கள், குடிதண்ணீர், கிணறுகள், வீடுகள், நிலங்கள் ஆகிய புதியவசதிகள் ஏற்பட்டிருக்கின்றன.

காங்கிரஸ் 1921ல் செய்த தீண்டாமை ஒழிப்பு தீர்மானத்தால் நமக்கு எந்தவித நன்மையும் ஏற்படவில்லை. தீண்டாமையை ஒழிக்க காங்கிரஸுக்கு சிரத்தையே கிடையாது. 1932ல் புனா ஒப்பந்தம் ஏற்பட்டது.

புனா ஒப்பந்தம் காங்கிரஸால் நடத்திவைக்கப்பட்டதாக சில சமயங்களில் சொல்லிக்கொள்ளுகிறார்கள். ஆனால், உண்மை அதுவல்ல. காந்தியார் பட்டினிகிடந்ததை நிறுத்தச் செய்வதற்கு நாம் உதவி செய்தோம். அதற்காக தேர்தலில் கூட்டுத் தொகுதியை ஏற்று சட்டசபையில் ஒதுக்கப்பட்ட தனிஸ்தானம் பெற இசைந்தோம். இதனால் புனா ஒப்பந்தமே தங்களால்தான் வந்தது என்று காங்கிரஸ்காரர் வீண் பெருமை பேசிக்கொள்கிறார்கள். புனா ஒப்பந்தப்படி நாம் நம் வகுப்புக்குள்ளேயே முதலில் ஆரம்பத் தேர்தல் நடத்திக்கொண்டு அதில் இறுதியாகத் தேறுகிறவர்களையே பொதுத்தேர்தலில் தனித்தொகுதிக்கு நிற்கச் சொல்கிறோம். இப்படி செய்வதால் நமக்குச் சுதந்திரம் ஏற்படுகிறது. அதன் பிறகு ஜாதி இந்துக்களோடு சேர்ந்து ஒத்துழைக்கிறோம்.

காங்கிரஸின் அழிவு வேலை நமக்கு ஆகாது. காங்கிரஸில் நம்மவர்கள் சேர்ந்திருப்பதுகூட சபைக்குள் இடம் பெறவேயல்லாமல் அரசியலை உடைப்பதற்காக அல்ல. புனா ஒப்பந்தக் காலத்திலேயே காங்கிரஸ்காரர்கள் இதைப் பற்றி அறிந்திருக்கிறார்கள். சர்க்காரோடு காங்கிரஸ் ஒத்துழைக்க மறுத்தாலும், நாம் சர்க்காரோடு ஒத்துழைப்பதை காங்கிரஸ் தடை செய்யாது என்று அந்தக் காலத்தில் காங்கிரஸ்காரர்களே நம்மிடம் சொன்னார்கள். காங்கிரஸ் கொள்கைப்படியிருந்தாலும் நாம் நம் நிலைமையை அபிவிருத்தி செய்துகொள்ள நம்மாலான வழியையும் பின்பற்றலாம் என்று கூறினார்கள்.

இப்போது காங்கிரஸ்காரர்கள் அந்த வார்த்தைகளை யெல்லாம் மறந்துவிட்டார்கள். ஆதி திராவிடர்கள் தங்கள் வகுப்பு மந்திரியைக் கூட நேரில் கண்டு பேசுவதற்கு இல்லை. காங்கிரஸ் தலைவர்கள் மட்டும் கவர்னர்களுடன் தனித்துப் பேசி இன்புறுகிறார்கள்.

காங்கிரஸ்காரர்கள் நமக்குள் பிளவேற்படுத்துவது புனா ஒப்பந்தத்துக்கு விரோதம். நம்மை அவர்கள் பிரித்தாள முயற்சித்தல் தீது. ஒத்துழையாமை இயக்கத்தில் நம்மவர்களைச் சேர்த்துக்கொண்டு நமக்கும் ஒத்துழையாமைக் கொள்கைதான் இருக்கிறது என்று உலகத்தை காங்கிரஸ்காரர்கள் நம்பும்படி செய்ய முயற்சிக்கிறார்கள். அது கூடாது. சுயேச்சையும் ஒத்துழைப்பும்தான் நமது கொள்கை. ஒன்று சேர்ந்தால் நாம் நிற்போம். பிரிந்தால் வீழ்வோம். நாம் காங்கிரஸ் மந்திரிகளோடு ஒத்துழைக்கத் தயாராகயிருக்கிறோம். எங்கள் இடைக்கால மந்திரி ஸ்தானங்களை ஏற்றுக்கொள்ளாதிருந்தால் அப்பதவிகளுக்குரிய வாயில் அடைபட்டுபோயிருக்கும். நாங்கள் மந்திரிகளா யிருப்பதால் காங்கிரஸ்காரர் அப்பதவிகளை எப்போது வேண்டு மானாலும் ஏற்றுக்கொள்ளலாம்".

"இப்போது இம்மேடையில் தோழர் ஈ.வெ.ராமசாமிப் பெரியார் இருப்பதைக் கண்டு பெருமகிழ்ச்சியடைகிறேன். ஒரு ஆதி திராவிட மந்திரி நியமிக்கப்பட வேண்டுமென அவர் சென்ற 6, 7 வருஷ காலமாகக் கிளர்ச்சி செய்து வந்திருக்கிறார். அவர் தமது பத்திரிகைகள் மூலமாகவும், அதிகாரிகளிடம் நேரில் சொல்லிக்கொள்வதன் மூலமாகவும் அவர் நமக்காகப் பெருமுயற்சி செய்து வந்திருக்கிறார். ஆதி திராவிடர்களுக்குரிய இன்றைய மந்திரி ஸ்தானத்துக்கு அப்பெரியாருடைய முயற்சியே பிரதான காரணம் என்பது பொய்யல்ல. இந்த மகாநாட்டை அவர் நம்முடனிருந்து நடத்திக்கொடுக்க உதவினமைக்கு என் நன்றியையும் சந்தோஷத்தையும் அவருக்குத் தெரிவித்துக்கொள்ளுகிறேன்" என்று முடித்தார்.

எம்.சி.ராஜா ஏன் இப்படி பேசினார் என்றால்...

சென்னை அரசாங்க நிர்வாக சபையில் உறுப்பினர் பொறுப்பில் அதுவரை இருந்த சர் மகமது உஸ்மானின் பதவிக்காலம் 1930ல் முடிவடைந்தது. அந்த செல்வாக்கான பதவியை அடைய நீதிக்கட்சித் தலைவர்கள் போட்டியிட்டனர். அதை தாழ்த்தப்பட்ட சமூகத்துக்குத் தர வேண்டும், குறிப்பாக எம்.சி.ராஜாவுக்குத் தர வேண்டும் என்று பெரியார் எழுதினார். மிக நீளமான அந்த தலையங்கத்தில்...

...... இந்த நிர்வாக சபை மெம்பர் பதவியை தாழ்த்தப்பட்ட வகுப்பார் என்பவர்களுக்கே கொடுக்க வேண்டியது நியாயமும் யோக்கியமும் ஆன காரியம் என்பதே நமது

அபிப்பிராயம்..... தாழ்த்தப்பட்டு கொடுமை செய்யப்பட்ட மக்களை விடுதலை செய்ய வேண்டுமானால் அவர்களுக்கு அதிகாரங்களில் உயர் பதவி கொடுப்பதன் மூலமே தான் சீக்கிரத்தில் செய்யக்கூடும்..... நாமாகவே உயர்திரு ராவ்பகதூர் எம்.சி.ராஜா எம்.எல்.ஏ. அவர்கள் பெயரையும் ஞாபகமூட்டுகிறோம். (கு.அ. 9.3.1930)

ஆதி திராவிடர்களுக்கு அவர்களது எண்ணிக்கைக்கு ஏற்றபடி தகுந்த பதவிகள் அளிக்கப்படவில்லை என்று வி.ஐ.முனுசாமி பிள்ளை பேசியதும், அதற்கு அரசு தரப்பு விளக்கம் அளித்ததும் மார்ச் மாதம் சட்டசபையில் நடந்தது. அது குறித்த துணைத் தலையங்கத்தில்...

.... இது மனப்பூர்வமாய் சொல்லப்பட்ட பதிலானால் இதிலிருந்து இப்போது எல்லா விதத்திலும் தகுதியுடன் இருந்து முன்வந்திருக்கும் திரு.ராவ்பகதூர் எம்.சி.ராஜா அவர்களுக்கு சமீபத்தில் காலியாகும் நிர்வாக சபை மெம்பர் பதவி கிடைக்கக்கூடும் என்று எதிர்பார்ப்பது ஏமாற்றமாகாது என்று நினைக்கின்றோம். (கு.அ. 23.3.1930)

இதையெல்லாம் மனதில் வைத்துத்தான் கடந்த 6, 7 ஆண்டுகளாக பெரியார் முயற்சிகள் மேற்கொண்டார் என்று 'நன்றியுணர்வுடன்' சொன்னார் எம்.சி.ராஜா.

இதனை அந்த மேடையிலேயே பெரியார் ஏற்கவில்லை என்பதில் தான் அவருடைய பெருமை அடங்கி உள்ளது.

.... இந்த வரவேற்புப் பத்திரத்தில் என்னை அதிகமாகப் புகழ்ந்து கூறியிருக்கிறீர்கள். மாநாட்டை திறந்து வைத்த கனம் மந்திரியார் எம்.சி.ராஜா அவர்களும் மகாநாட்டுக்குத் தலைமை வகித்த தோழர் வக்கீல் சாமிநாயுடு அவர்களும் மிகவும் புகழ்ந்து பேசிவிட்டார்கள். உண்மையில் இப்புகழ்ச்சிகளுக்கு நான் அருகனல்ல என்பதை மனப்பூர்வமாகவே தெரிவித்துக் கொள்கிறேன். உங்கள் எல்லோருக்குமே என்பால் உள்ள அன்பே அவ்வளவு மெய்மறந்து கண்மூடித்தனமாக புகழச் செய்துவிட்டது. ஆனபோதிலும் அதற்கேற்றாற்போல் உங்கள் அன்புக்கும் நம்பிக்கைக்கும் பாத்திரமாக நடந்து கொள்ள ஆசைப்படுகிறேன் (கு.அ.18.7.1937) என்றார் பெரியார்.

எம்.சி.ராஜா அமைச்சராக இருந்த ஆட்சி சில மாதங்களில் கவிழ்ந்தபோது அதுகுறித்து எழுதிய பெரியார், 'இவர் ஆட்சியில் இருக்கும் சூழ்நிலை 15 வருடங்கள் தொடர்ந்து இருந்தால் அடுத்த பதினைந்து ஆண்டுகளில் மக்கள் அரசியல் மலர்ந்துவிடும் என்றும் சொன்னார். (கு.அ. 8.8.1937)

இப்படிப்பட்ட பெரியாரையா சந்தேகப்படுகிறீர்கள். கொச்சைப்படுத்துகிறீர்கள்?

எம்.சி. ராஜாவின் மறைவு 'திராவிட நாட்டுக்கே ஒரு பெரிய நஷ்டம்' என்று எழுதி இருக்கிறது விடுதலை. இதை எல்லாம் தெரியாமல், தமிழக தலித் தலைவர்களை அழிப்பதற்காக அம்பேத்கரை பெரியார் தூக்கிப்பிடித்தார் என்றார்கள்.

'குடி அரசு' இதழைத் திருப்பிக் கொண்டிருக்கும்போது ஒரு தகவல் கண்ணில் பட்டது. எம்.சி.ராஜா இறந்து இரண்டு ஆண்டுகள் கழித்து கோவில்பட்டியில் பிறந்த ஒரு குழந்தைக்கு 'எம்.சி. ராஜா' என்றே பெயர் வைக்கப்பட்டுள்ளது. இந்த செய்தியை 'குடி அரசு' வெளியிட்டுள்ளது. அதற்கு 'குடி அரசு' வைத்த தலைப்பு: "எம்.சி. ராஜா பிறந்தார்" என்பதாகும்.

'குடி அரசு' இதழின் பல்வேறு பக்கங்களில் எம்.சி. ராஜா வாழ்ந்து கொண்டு இருக்கிறார்!

8. தீர்மானங்கள் போடவே இல்லையா?

என்ன சொல்கிறார்கள் அவர்கள்...

1929 செங்கல்பட்டு மாநாட்டுக்குப் பிறகு தீண்டாமைக்கு எதிரான தீர்மானங்களோ, பட்டியலின மக்கள் ஆதரவு தீர்மானங்களோ இல்லை...

1925 முதல் பெரியார் மறைவு வரை நடந்த மாநாட்டு தீர்மானங்களைப் பாருங்கள்...

1. தமிழர் நிர்வாகக் கூட்டம் 8.6.1925

காணாடுகாத்தான் வயிசு. சண்முகம் வீட்டில் 8.6.1925 அன்று தமிழர் நிர்வாகக் கூட்டம் கூடியது. இதில் பெரியார் ஈ.வெ.ரா., மு.காசி.விசுவநாதன், எஸ்.ராமநாதன் உள்ளிட்டோர் கலந்து கொண்டனர். தீர்மானம்:

பிறவியினால் உயர்வு தாழ்வு இல்லை என்பதைப் பிரசுரங்கள், துண்டுப்பிரசுரங்கள் மூலமாகத் தேசமெல்லாம் பிரசாரம் நடத்தித் தமிழ்நாட்டில் சமத்துவம், சகோதரத்துவம், சுதந்திரம் போன்ற அரிய உணர்வுகளை வளர்க்க வேண்டுமென்றும் இந்தச் சமத்துவப் பிரசாரத்துக்காக ரூ.5000 செலவிட வேண்டுமென்றும் தீர்மானிக்கப்பட்டது. *(கு.அ.5.7.1925)*

2. காஞ்சிபுரத்தில் 21வது ராஜிய மகாநாடு நவம்பர் 21, 22ம் தேதி திரு.வி.கல்யாண சுந்தரனார் தலைமையில் கூட இருந்தது. அது தொடர்பாக 15.11.1925ம் நாளன்று பெரியார் ஈ.வெ.ரா. ஒரு அறிக்கை வெளியிட்டார். மாநாட்டுக்கு முன்னதாக சர்வ கட்சியினர் அடங்கிய பிராமணரல்லாதார் மாநாடு கூடும் என்றும், அதில் ஒரு திட்டம் கொண்டுவர வேண்டும் என்றும் பெரியார் கேட்டுக் கொண்டார்.

அதன் விபரம்:

பிராமணரல்லாதார் முன்னேற்றத்தில் கரிசனமுள்ள தமிழ்நாட்டுப் பிராமணரல்லாதார் அனைவரும் வந்திருந்து, தங்களது முன்னேற்றத்திற்கான ஒரு திட்டத்தைக் காணவும், அதைச் சரிவர

அமலுக்குக் கொண்டு வரவும் ஏற்பாடு செய்ய வேண்டுமாய்க் கேட்டுக் கொள்ளுகிறேன். இது விஷயத்தில் ஒவ்வொருவரும் தங்கள் ராஜீய அபிப்பிராய பேதங் காரணமாகவாவது, சொந்த அசவுகரியங்கள் காரணமாகவாவது அலட்சியமாய் இருந்துவிடாமல் கண்டிப்பாய் வரவேண்டுமாய் மறுபடியும் வினயத்துடன் கேட்டுக் கொள்ளுகிறேன். தீண்டாமையை ஒழிக்க வேண்டியது பிராமணரல்லாதாருக்கு மிகவும் முக்கியமானதொரு கடனாகும். ஏனெனில் தீண்டாதார்களின் முன்னேற்றந்தான் பிராமணரல்லாதார்களின் முன்னேற்றமாகும். தீண்டாதார்களின் துன்பந்தான் பிராமணரல்லாதாரின் துன்பமாகும். தீண்டாமை ஒழிவதன் மூலமாய்த்தான் பிராமணரல்லாதார் கடைத்தேற முடியும். தீண்டாமை ஒழிவதன் மூலமாய்த்தான் நாடு சுயராஜ்யமடையும். ஆதலால் தீண்டாமை விலக்கில் கவலையுள்ளவர்களும், தீண்டாதாரென்று சொல்லப்படுபவரும் அவசியம் காஞ்சிபுரத்திற்கு வந்து அதற்கென்று ஓர் மாநாடு கூட்டி காரியத்தில் பலன் தரத்தக்க திட்டங்களைக் காண வேண்டுமாயும் கேட்டுக் கொள்ளுகிறேன்."

3. காஞ்சிபுரத்தில் கூடிய 21வது ராஜிய மாநாட்டின் 2ம் நாள் நிகழ்ச்சியாக 22.11.1925 அன்று பெரியார் ஈ.வெ.ரா. முன்மொழிந்து, எஸ்.ராமநாதன் வழிமொழிந்த தீர்மானம்:

தேசிய முன்னேற்றத்திற்கு இந்து சமூகத்தாருக்குள் பற்பல ஜாதியாருக்குள்ளும் பரஸ்பர நம்பிக்கையும் துவேஷமின்மையும் ஏற்பட வேண்டுமாகையால் ராஜிய சபைகளிலும் பொது ஸ்தாபனங்களிலும் பிராமணர், பிராமணரல்லாதார், தீண்டாதார் எனக் கருதப்படும் இம்மூன்று பிரிவினருக்கும் தனித்தனியாக ஜனத்தொகை விழுக்காடு தங்கள் தங்கள் சமூகத்தில் இருந்து பிரதிநிதிகள் தேர்ந்தெடுத்துக் கொள்ள உரிமை ஏற்படுத்த வேண்டும் என்று இம்மகாநாடு தீர்மானிக்கிறது. (கு.அ. 29.11.1925)

(இத்தீர்மானத்தை நிறைவேற்ற விடவில்லை!)

4. காஞ்சிபுரம் பிராமணரல்லாதார் மகாநாட்டில் பெரியார் ஈ.வெ.ரா. கொண்டு வந்த தீர்மானம்:

"தேசத்தின் முன்னேற்றத்தை உத்தேசித்தும், தேசிய ஒற்றுமையை உத்தேசித்தும் அரசியல் சம்பந்தமான சகல பதவிகளிலும் இந்து சமூகத்தில் பிராமணர் - பிராமணரல்லாதார், தீண்டாதார் என்போர் ஆகிய இந்த மூன்று சமூகத்தாருக்கும் அவரவர் ஜனத்தொகையை அனுசரித்து பிரதிநிதிஸ்தானம் கிடைக்கும்படி ஏற்பாடு செய்ய வேண்டுமாய் மாகாண மாநாட்டை கேட்டுக் கொள்வதோடு இத்தீர்மானத்தை மாகாண மகாநாடு மூலமாய் காங்கிரசையும் வலியுறுத்தும்படி தீர்மானிக்கிறது." (கு.அ. 29.11.1925)

*5. 1929*ம் ஆண்டு செங்கல்பட்டு சுயமரியாதை மாகாண மாநாடு:

மக்கள் பிறவியினால் உயர்வு தாழ்வு உண்டென்ற கொள்கையை இம்மாநாடு அடியோடு மறுப்பதுடன், அதை ஆதரிக்கும் மதம், வேதம், சாஸ்திரம், புராணங்களையெல்லாம் பொது ஜனங்கள் பின்பற்றக் கூடாதென்றும்...

வருணாசிரமமென்ற கொடுமையான கட்டுப்பாட்டையும், சமுதாய முறையில் காணப்படும், பிராமணர், ஷத்திரியர், சூத்திரர், பஞ்சமர் முதலிய ஆட்சேபகரமான பிரிவுகளையும் ஏற்றுக்கொள்ளக் கூடாதென்றும்,

மனித நாகரிகத்திற்கும் தேச முன்னேற்றத்திற்கும் தடையான தீண்டாமை என்பதை ஒழித்து, எல்லாம் பொது ரஸ்தாக்கள், குளங்கள், கிணறுகள், பாடசாலைகள், சத்திரங்கள், தண்ணீர்ப் பந்தல்கள் முதலிய பொது ஸ்தாபனங்களைத் தட்டுத் தடங்கலின்றி அனுபவிக்கச் சகல ஜனங்களுக்கும் சம உரிமை கொடுக்க வேண்டுமென்றும் தீர்மானிக்கிறது.

மக்கள் தங்கள் பெயர்களோடு ஜாதி அல்லது வகுப்பைக் காட்டு வதற்காகச் சேர்க்கப்படும் பட்டங்களை விட்டுவிட வேண்டுமென்றும் ஜாதி அல்லது சமயப் பிரிவுகளைக் காட்டும் குறிகளை யாரும் அணிந்து கொள்ளக் கூடாதென்றும் கேட்டுக் கொள்கிறது.

மற்ற வகுப்புப் பிள்ளைகள் சமமாகக் கல்வி அடைகிற வரையிலும் தீண்டாதவர்கள் என்று சொல்லப்படுகிற வகுப்பினரின் பிள்ளைகளுக்குப் பள்ளிக் கூடங்களில் புத்தகம், உண்டி, உடை முதலியவற்றை இலவசமாக அளிக்க வேண்டுமென்றும் இம்மாநாடு தீர்மானிக்கிறது.

இனிமேல் சர்க்கார் தர்க்காஸ்து நிலம் கொடுப்பதெல்லாம் தாழ்த்தப்பட்டவர்கள் என்பவர்களுக்கும், மற்றும் நிலமில்லாதவர் களுக்கும் கொடுக்கப்பட வேண்டுமென்றும் அதிலும் இப்போது தீண்டாதார் எனப்படுவோருக்கு விசேட சலுகை காட்டி நிலங்களைப் பண்படுத்திப் பயிர் செய்யப் பண உதவி செய்ய வேண்டுமென்றும்,

தீண்டாதார் எனப்படுவோருக்குச் சர்க்காரில் காலியாகும் உத்தியோகங்களில் முதல் உரிமை கொடுக்க வேண்டுமென்றும்,

மற்ற வகுப்புச் சிறுவர் சிறுமிகளின் அந்தஸ்தைப் பெறும் வரைக்கும் தீண்டப்படாதார் என்று சொல்லப்படுபவர்களின் சிறுவர் சிறுமிகளுக்குப் பள்ளிக்கூடங்களில் புத்தகம், உடை, உண்டி முதலியவற்றை இலவசமாய் அளிக்க வேண்டுமென்றும் இம்மாநாடு கேட்டுக் கொள்கிறது.

வகுப்புப் பேதம் காண்பிக்கப்படுகிற எல்லா ஹோட்டல்களையும் காப்பிக் கிளப்புகளையும் இம் மாநாடு கண்டிப்பதுடன், இவ்வித

விஷமத்தனமான பேதங்களுள்ள ஹோட்டல்களுக்கும் காப்பி கிளப்புகளுக்கும் அவ்விடத்திலுள்ள அதிகாரிகள் லைசென்ஸ் கொடுக்கக் கூடாதென்றும் கேட்டுக் கொள்கிறது.

ரயில்வே அதிகாரிகள் தங்கள் வசத்திலும் மேற்பார்வையிலும் உள்ள சாப்பாட்டு சாலைகளிலும் சிற்றுண்டிச் சாலைகளிலும் சாதி, மதம், வகுப்பு, நிறம் முதலியவற்றைப் பொறுத்து எவ்வகையிலும் வேற்றுமையாகப் பிரயாணிகளைப் பாராட்டாமலிருப்பதற்குரிய நடவடிக்கைகளை உடனே கைக்கொள்ளுமாறும் இவ்விழிவான வேற்றுமையை ஒழிக்க ரயில்வே ஆலோசனைக் கமிட்டியினர்களும் இந்திய சட்டசபை மெம்பர்களும் ஏற்பாடுகள் செய்யுமாறும் இம்மாநாடு கேட்டுக் கொள்கிறது.

6. மும்பை எம்.ஆர். ஜெயகர் தலைமையில் 10.5.1930 அன்று ஈரோட்டில் நடந்த இரண்டாவது சுயமரியாதை மாநாடு.

பட்டப் பெயர்கள் ஜாதி குலங்களைக் குறிப்பதாலும் அவற்றின் மூலம் சமூகப் பிரிவுகளை வளர்த்துக் கொண்டு போவதால் பட்டப் பெயர்களை விட்டுவிட வேண்டுமென்றும் மதத்தையும் ஜாதியையும் குறிக்கும் சின்னங்களைத் தேகத்தின் எப்பாகத்திலும் தரிக்கக் கூடாதென்றும் இம்மாநாடு தீர்மானிக்கிறது.

தீண்டாமை என்னும் கொடுமை மனித தர்மத்திற்கு விரோதமென்று இம்மாநாடு கருதுவதுடன் ஜன சமூகத்தில் எந்த வகுப்பாருக்கும் பொது உரிமைகளை மறுக்கும் பழக்கவழக்கங்களை உடனே ஒழிக்க வேண்டுமென்றும், பொது ரஸ்தாக்கள், குளங்கள், கிணறுகள், தண்ணீர்ப் பந்தல்கள், கோயில்கள், சத்திரங்கள் முதலிய இடங்களில் சகலருக்கும் சம உரிமை வழங்க வேண்டுமென்றும் இம்மாநாடு தீர்மானிக்கிறது.

ஜாதி வகுப்பு வித்தியாசங்களின்றி ஒருவருக்கொருவர் விவாகம் செய்து கொள்ள அனுமதிக்கத்தக்க சிவில் விவாகச் சட்டமொன்று இயற்றப்பட வேண்டுமென்று இம்மாநாடு கேட்டுக் கொள்கிறது.

நம்மவர்களின் தினசரி வாழ்க்கைக்கு அத்தியாவசியமான ரஸ்தா, குளம், கிணறு, கோயில் முதலியவைகளில் நாம் சம உரிமை அடைவதற்கு முடியாதபடிச் சில சுயநலக்காரர்கள் தடையாகவிருப்பதால், அவ்வுரிமைகளை நிலைநாட்டவும் மற்றும் சுயமரியாதைக்கு விரோதமாக உள்ள இடங்களிலெல்லாம் சுயமரியாதையை நிலைநாட்டவும் சாத்வீக முறையில் சத்தியாக்கிரகம் செய்ய வேண்டுமென்றும் இக்கூட்டம் தீர்மானிப்பதோடு பல முக்கியஸ்தர்களடங்கிய கமிட்டியையும் நியமிக்கிறது.

6. ஆர்.கே. சண்முகம் தலைமையில் 1931 ஆகஸ்ட் மாதம் நடந்த விருதுநகர் சுயமரியாதை மாநாட்டில் நிறைவேற்றிய தீர்மானங்கள்:

தீண்டாமை என்பது இந்து சமூகத்திலுள்ள சகல சாதிகளையும் பிடித்த நோயென்றும், தீண்டாமை ஒழிய வேண்டுமானால் பிராமணியம் ஒழிய வேண்டுமென்றும் இம்மாநாடு தீர்மானிக்கிறது.

ரயில்வே, முன்சிபாலிட்டி முதலிய எல்லைகளில் லைசென்ஸ் பெற்று ஜாதிவித்தியாசத்தைக் காண்பிக்கக் கூடியவாறு மக்களுக்குள் பார்ப்பனருக்கு என்றும் பார்ப்பனரல்லாதாருக்கு என்றும் தனித்தனி இடம் ஒதுக்கப்பட்டிருக்கும் சாப்பாடு, காபி கிளப்புகளுக்கு இனிமேல் ரயில்வே போர்டாரும், முனிசிபாலிடியாரும் லைசென்ஸ் கொடுக்காமல் இருக்க வேண்டுமென்று கேட்டுக் கொள்வதுடன், இதற்கு வேண்டிய சட்டத்தை இயற்றச் சட்டசபை அங்கத்தினர்கள் ஊக்கமுடன் சட்டமாக்கி அமலுக்குக் கொண்டு வரக் கேட்டுக் கொள்ளப்படுகிறது.

இராமநாதபுரம் ஜில்லா தேவகோட்டை டிவிசனில் உள்ள ஆதி திராவிடர்களின் துயரங்கள் சம்பந்தமாய்ச் சென்னைச் சட்டசபையில் 4.8.1931ல் நிறைவேற்றியிருக்கும் தீர்மானப்படி விசாரணைக் கமிட்டி ஒன்று சீக்கிரம் நியமிக்கும்படிச் சென்னை கவர்மெண்டாரை இந்த மாநாடு கேட்டுக் கொள்கிறது.

7. 1931 ஆகஸ்டில் நடந்த விருதுநகர் இரண்டாவது சுயமரியாதை பெண்கள் மாநாடு:

வர்ணம் அல்லது ஜாதி ஹாஸ்டல்கள் இருந்து வரும் வழக்கத்தை ஆட்சேபிப்பதுடன் அத்தகையவைகள் உள்ள பள்ளிக் கூடங்களுக்கு மான்யம் முதலியவைகள் கொடுப்பதை மறுக்க வேண்டுமென்று கல்வி அதிகாரிகளைக் கேட்டுக் கொள்கிறது.

8. 1931 ஆகஸ்டில் நடந்த விருதுநகர் 3வது சுயமரியாதை வாலிபர் மாநாடு:

ஸ்தல ஸ்தாபனங்களிலும் பொதுக்குளம், பொதுப்பள்ளி, பொது வழி முதலியவைகளிலும் சுயமரியாதை உணர்ச்சியுடைய இளைஞர்கள் அடைய வேண்டிய உரிமைக்காகக் கூடிய விரைவில் திருச்சி பெரம்பலூரில் தாழ்த்தப்பட்ட மக்களால் ஆரம்பிக்கப் போகும் சத்தியாக்கிரக இயக்கத்திற்கு அதில் நம்பிக்கையுள்ளவர்கள் வேண்டிய ஆதரவு கொடுக்க வேண்டுமாய் இம்மாநாடு கேட்டுக் கொள்கிறது.

9. 4.8.1940ல் திருவாரூரில் நடந்த தென்னிந்திய நல உரிமைச் சங்க 15வது மாகாண மாநாடு.

ஆதி திராவிடர் சமுதாயத்திற்குச் சர்க்காரால் அளிக்கப்பட்ட தனித் தொகுதி காப்பு முறை பூனா ஒப்பந்தத்தால் அழிக்கப்பட்டு அச்சமுதாயத்திற்கு சரியான பிரதிநிதி வராமல் செய்யப்பட்டு

விட்டதால் இனிவரும் தேர்தல்கள் யாவற்றிற்கும் தனித்தொகுதி முறையையே ஏற்படுத்த வேண்டுமென்று சர்க்காரைக் கேட்டுக் கொள்கிறது.

திராவிட நாட்டு ஆதி திராவிட மக்கள் அரிஜனங்கள் என்ற பெயரால் அழைக்கப்படுவதை மாற்றி ஆதி திராவிடர்கள் என்ற பெயராலேயே அழைக்கப்பட வேண்டுமென்று சர்க்காரையும் பொது ஜனங்களையும் வேண்டிக்கொள்கிறது.

ஆதி திராவிட மக்களுக்கு, உரிமைகள் அளிக்கும் விஷயத்திலும் மற்றும் உள்ள குறைகள் நீங்கும் விஷயத்திலும் அவர்களுக்குத் தக்க சலுகை காட்ட வேண்டுமென்று இம்மாநாடு சர்க்காரைக் கேட்டுக் கொள்கிறது.

சென்னை மாகாணத்தில் சர்க்கார் உத்தியோகங்களுக்காக ஏற்படுத்தியிருக்கும் வகுப்புவாரிப் பிரதிநிதித்துவம் என்பது சர்க்கார் உத்தரவாக மாத்திரம் இல்லாமல், சர்க்கார் சட்டத்திலேயே ஒரு விதியாகக் குறிக்கப்பட வேண்டுமென்று இந்த மாநாடு தீர்மானிக்கிறது.

தற்போதுள்ள வகுப்புவாரிப் பிரதிநிதித்துவ எண்ணிக்கை திராவிடர்களுக்கும், ஆதி திராவிடர்களுக்கும் மிகவும் குறைவாக இருப்பதால் ஜன சங்கியைக்கு ஏற்றபடி அவ்விகிதங்கள் ஏற்பட வேண்டுமென்றும் அவ்விகிதப்படி உத்தியோகங்கள் அடைந்திருக்கும் கூட்டத்தாருடைய நியமனம் நிறுத்தி வைக்கப்பட வேண்டுமென்றும் சர்க்காரைக் கேட்டுக் கொள்கிறது.

இந்த முறை அகில இந்திய சர்க்கார் உத்தியோகங்களிலும் கையாளப்பட வேண்டுமென்று இந்திய சர்க்காருக்குத் தெரிவித்துக் கொள்வதுடன் வரப் போகும் சீர்திருத்தச் சட்டத்திலேயே இது குறிக்கப்பட வேண்டுமென்றும் தீர்மானிக்கிறது.

10. 27.8.1944 பெரியார் ஈ.வெ.ரா. தலைமையில் நடந்த சேலம் மாநாடு.

மக்கள் பிறவியினால் ஜாதிபேதம் கற்பிக்கப்பட்டிருப்பதையும் அவற்றுள் உயர்வு தாழ்வு கற்பிக்கப்பட்டிருப்பதையும் இக்கழகம் மறுப்பதோடு அவைகளை ஆதரிக்கிற, போதிக்கிற, கொண்டு இருக்கிற மதம், சாஸ்திரம், ஸ்மிருதி, புராணம், காவியம் என்பவை முதலாகிய எவையையும் பொதுமக்களும் குறிப்பாக நம் கழகத்தவர்களும் பின்பற்றக் கூடாதென்று தீர்மானிப்பதோடு அவைகள் நம்மீது சுமத்தப்படாமல் இருக்க வேண்டிய காரியம் தீவிரமாய்ச் செய்ய வேண்டுமென்று இம்மாநாடு தீர்மானிக்கிறது.

மேலே கண்ட தன்மைகளை நீதியாகக் கொண்ட அரசியல் சட்டங்களையும் மாற்றி அமைக்க முயற்சிக்க வேண்டுமென்று இம்மாநாடு தீர்மானிக்கிறது.

வருணாசிரம தர்மம் என்கின்ற கொள்கையையும் அதன் பேரால் ஏற்படுத்தப்பட்ட பிராமணன், சத்திரியன், வைசியன், சூத்திரன், பஞ்சமன் என்கின்ற பிரிவினையையும் இக்கழகம் ஒப்புக்கொள்வதில்லை என்பதோடு, அக்கொள்கைகள் எந்த முறையில் இருந்தாலும் ஒழிக்கப்பட வேண்டியவைகள் என்று இம்மாநாடு தீர்மானிக்கிறது.

மனிதனை மனிதன் தீண்டாமைப் பார்க்காமை, ஒன்றாயிருந்து உண்ணாமை, தொழுகாமை முதலிய தன்மைகளை ஒழிக்க வேண்டுமென்று இம்மாநாடு தீர்மானிக்கிறது.

மக்கள் தங்கள் பெயர்களுக்குப் பின்னால் ஜாதிப் பிரிவைக் காட்டும் சொற்களையும் மற்றும் குறிகளையும் விட்டுவிட வேண்டுமென்று இம்மாநாடு தீர்மானிக்கிறது.

11. *29.5.1945 திருச்சியில் பெரியார் ஈ.வெ.ரா. தலைமையில் கூடிய 17வது திராவிடர் கழக மாகாண மாநாடு.*

திராவிட நாட்டிலுள்ள மக்கள் யாவரும் ஜாதி, வகுப்பு, அவை சம்பந்தமான உயர்வு தாழ்வு இல்லாமல் சமுதாயத்திலும், சட்டத்திலும் சம உரிமையும் சமசந்தர்ப்பமும் பெற்றுச் சம வாழ்வு வாழச் செய்ய வேண்டும்.

இந்த மாகாணத்திலே சில கோயில்களிலே ஆதி திராவிடரை அனுமதித்தும், சில கோயில்களில் அனுமதிக்காமலும் இருக்கும் போக்கை இம்மாநாடு கண்டிப்பதோடு மாகாணத்திலுள்ள எல்லாக் கோயில்களிலும் ஆதி திராவிட மக்கள் செல்ல அனுமதிக்க வேண்டும்.

ஆதி திராவிட முன்னோர்கள் பழங்கால அரசாங்கத்துக்கு ஊழியம் செய்து வந்ததற்கு ஈடாக அளிக்கப்பட்ட இனாம் ஊழிய மானிய நிலங்கள் ஜாதி ஹிந்துக்களால் கைப்பற்றப்பட்டதால், இப்போதைய யுத்த முனையிலேயேயும் ஆதி திராவிட சமூக வாலிபர்கள் பெரும்பான்மையோர் முன்னின்று தியாகம் செய்து இருப்பதால், பரம்பரைப் பாத்தியம் என்ற முறையில் மேற்படி இனாம் ஊழிய மானிய நிலங்களை வாங்கிக் கிரயத்தைத் திரும்பவும் கொடுத்து விட்டு அச்சமூகத்தவருக்கே அளிக்குமாறு சென்னை கவர்னர் அவர்களைத் திராவிட மாநாட்டினர் கேட்டுக் கொள்கிறார்கள்.

12. *9-5-1948 தூத்துக்குடியில் நடந்த திராவிடர் கழக 18வது மாகாண மாநாடு.*

இந்திய யூனியன் ரயில்வேக்களில் சகல சிற்றுண்டிச் சாலை, உணவு விடுதிகளிலும் ஒரு சாதியினரைக் கொண்டே நடத்துவதை இம்மாநாடு ஆட்சேபிப்பதுடன் மரக்கறி, மாமிச உணவு என்ற பாகுபாடு மட்டுமே கொண்டு எல்லோரும் ஏற்று நடத்தும் முறையில் செய்ய வேண்டுமாயும், அதற்காக இருக்கும் ஆபீசில் (கேட்ரிங்

டிபார்ட்மெண்ட்) எல்லாச் சாதியாரும் இருக்க வேண்டுமென்றும் இம்மாநாடு அரசியலாரைக் கேட்டுக் கொள்கிறது.

சமுதாய அமைப்பு முறையிலுள்ள கோளாறுகளும் சில வகுப்புகளுக்குப் பாரபட்சமான சலுகைகளும் சில வகுப்பினருக்குச் சலுகையின்மையும் பல்லாயிரக்கணக்கான ஆண்டுகளாகவேயிருந்து வந்ததன் காரணமாக, மேல்சாதி மக்களே அறிவுடைய மக்களாகக் கருதப்பட்டும் திராவிடர்கள் அனைவரும் படிப்பறிவற்றவர்களாகவும் இருக்க நேர்ந்ததென்றும், இதைச் சரிப்படுத்த வேண்டுமானால் எல்லாக் கலாசாலைகளிலும் கல்லூரிகளிலும் வகுப்பு விகிதாச்சாரத்தை அனுசரித்து இடம் அளிக்கப்பட வேண்டுமென்றும் இம்முறை அனுஷ்டிக்காமலிருப்பது சகலருக்கும் சம சந்தர்ப்பம் வேண்டுமென்ற நியாயமான கொள்கைக்கு விரோதமானதென்றும் அதை அழிக்கக் கூடியதாகவே கருதப்படுமென்றும் இம்மாநாடு தீர்மானிக்கிறது.

ஆதி திராவிட மக்கள் தாங்கள் செய்து வந்த செய்து வருகிற அடிமைத் தொழிலாகிய இழி தொழில்களை இழிவு என்று கருதி வெறுத்துக் கொண்டு வருகிறார்கள். அவ்விதம் வெறுப்புக் கொண்ட கிராமங்களில், சாதி இந்துக்களால் பல கிராமங்களில் பெரும் கொடுமைகள் இழைக்கப்பட்டுக் கஷ்டப்பட்டு வருகின்றனர். இவைகளைத் தாழ்த்தப்பட்டோர், மந்திரியாருக்கு எடுத்துக் கூறியும் கவனிக்கப்படவில்லையென்று தெரிவதால், இனியாகிலும் இவ்விதம் நடக்காமலிருக்க ஆவன செய்ய வேண்டுமாய் அரசியலாரை இம்மாநாடு கேட்டுக் கொள்கிறது.

13. அரசியல் நிர்ணய சபைக்கு பெரியார் ஈ.வெ.ரா. அனுப்பிய கடிதம்:

இந்திய தேசிய காங்கிரசின் கொள்கைகளை விளக்குவதில் கீழ்க்கண்ட விஷயங்களைக் கவனிக்க வேண்டுகிறோம்:

இந்தியாவில் உள்ள இந்துக்கள் என்பவர்களில் பிராமணன், சூத்திரன், ஹரிஜனன் என்பதாக மூன்று பிரிவுகள் சட்டத்திலும், அனுஷ்டானத்திலும் பல ஆதாரங்களிலும் இருந்து வருகின்றன. இந்தப் பிரிவின்படி பண்டித நேரு பிராமணராகவும், காந்திஜி சூத்திரராகவும் டாக்டர் அம்பேத்கர் ஹரிஜனன் ஆகவும் கருதப்படுகிறார்கள்.

இந்திய அரசாங்கம் ஜாதிப்பிரிவு, ஜாதிச்சலுகை, ஜாதித் தொகுதி, ஜாதிப் பிரதிநிதித்துவம் இல்லாத அரசாங்கமாக இருக்கும் என்று அடிக்கடி பிராமண வகுப்பில் இருந்து வருகிற தலைவர்களிலும் காங்கிரஸ் பிரமுகர் பிரசாரகர்களிலும் சொல்லப்பட்டு வருகிறது.

இப்போதுள்ள பிரிட்டிஷ் ஆதிக்கம் நீங்கின இந்திய யூனியன் அமைப்பு முறையிலும் ஜாதி வகுப்பு விஷயமாய் செய்யப்படப் போகும் விதி இடம் அளிக்கப்படுமா? சட்டங்கள், இந்துமத சமுதாய ஆதாரங்கள், இடங்கள் முதலியவைகளில் பிராமணன், சூத்திரன்,

ஹரிஜனன் என்கின்ற வார்த்தைகள் இருக்க இடம் அளிக்கப்படுமா? அந்தப்படி இருப்பவைகளைச் சர்க்கார் அங்கீகரிக்குமா? என்கின்ற விஷயம் இதுவரையில் தெளிவாக்கப்படவில்லை.

இந்த விஷயங்கள் தெளிவாக்கப்படாமல் ஜாதிகளின் பேரால் தொகுதியில்லை, பிரதிநிதித்துவமில்லை, சலுகையில்லை என்று சொல்லப்படுவது பிரிவினையின் காரணமாகக் கீழ் நிலையில் இருக்கும் மக்களுக்குப் பெருத்த அநீதியாகவும் குறையாகவும் அசௌகர்யமாகவும் முன்னேற்றத் தடையாகவும் இனியும் இருக்க இடமாகிறது.

ஆகவே, இந்திய யூனியன் கான்ஸ்டிடியூஷனிலும் (அரசமைப்பு சட்டத்திலும்) இந்திய தேசிய காங்கிரஸ் கான்ஸ்டிடியூஷனிலும் (கட்சி அமைப்பு விதிகளிலும்) "இந்திய யூனியனில் உள்ள மக்களில் அல்லது இந்துக்கள் என்கின்ற சமுதாயத்தில் அரசியலின் பேராலும் மத இயலின் பேராலும் சமுதாய இயலின் பேராலும் பிராமணர், சூத்திரர், ஹரிஜனன் என்கின்ற பிரிவு எந்த முறையிலும் அனுஷ்டிக்கப்பட மாட்டாது."

இந்த வார்த்தைகள் அரசியல், மத இயல், சமுதாய இயல் கொண்ட எந்த ஆதாரங்களிலும் உபயோகிக்கப்பட மாட்டா என்பதோடு இவைகள் இருக்கவும் இடம் கொடுக்கப்பட மாட்டாது. அப்படிப்பட்ட வார்த்தைகள் இருக்கும்படியான ஆதாரங்களை சர்க்கார், காங்கிரஸ் மரியாதை செய்யாது, ஆதரிக்காது. கல்வி, கலைத்துறையிலும் இவ்வார்த்தைகளுக்குப் பிரிவுகளுக்கு இடம் இருக்க அனுமதிக்கப்பட மாட்டாது என்பவை தெளிவாக விளங்கும்படி ஏற்பாடு செய்யப்பட்டு விட்டால் இந்த யூனியனில் வகுப்பு வாதங்களோ, வகுப்பு ஸ்தாபனங்களோ, வகுப்புக் கலவரங்களைச் சொல்லிச் சலுகைகளோ பிரதிநிதித்துவங்களோ உரிமைகளோ கொண்டாடவும் சேர்க்கவும் இடமில்லாமல் போய்விடும்... இந்திய யூனியனும் பிறவியின் பேரால் பிரிவு, ஜாதி வகுப்பு அற்ற ஒரே சமுதாயம் ஆக விளங்க முடியும்.

அந்தப் பழக்கில்லாமல் பிராமணன், சூத்திரன், ஹரிஜனன் என்கின்ற பிரிவுகளை ஜாதிகளை வைத்துக் கொண்டு இதன் காரணத்தால் பிற்படுத்தப்பட்ட, தாழ்த்தப்பட்ட மக்களுக்கு அவர்கள் குறை நீங்கத் தக்கதாகச் சலுகைகள் பிரதிநிதித்துவங்கள் இல்லையென்று தடுப்பது கொடுமையான அநீதியாகும்.

ஆகவே, இதை அரசியல் நிர்ணய சபையும் காங்கிரஸ் விதிமுறை அமைப்பு சபையும் கவனிக்க வேண்டுமென்று ஆசைப் படுகிறோம். (வி.14.4.1948)

14. கச்சனத்தில் 26.4.1964 நடந்த திருத்துறைப்பூண்டி வட்ட சாதி

ப. திருமாவேலன் | 139

ஒழிப்பு மாநாடு. ('விடுதலை' ஆசிரியர் கி.வீரமணி அவர்களால் முன்மொழியப்பட்டு பெரியார் ஈ.வெ.ரா.வால் வழிமொழியப்பட்டது.)

கிராம கர்ணம், முனிசீஃப் அலுவல்களையும், போலீஸ் துறையில் ஹெட்கான்ஸ்டபிள், சப் இன்ஸ்பெக்டர் அலுவல்களையும் தாழ்த்தப்பட்ட பறையர், பள்ளர், சக்கிலியர், வண்ணார், மருத்துவர் ஆகியோருக்கு ஒதுக்கித் தர அரசாங்கம் ஏற்பாடு செய்ய வேண்டுமென்று இம்மாநாடு வேண்டிக் கொள்கிறது.

தாழ்த்தப்பட்ட மக்களுக்கு குடியிருப்பு, குடிநீர் வசதி என்ற பெயரால் ஊரில் ஒதுங்கிய பகுதிகளில் காலனிகள் கட்டிக்கொடுக்காமல், அவற்றை உயர்ந்த சாதிக்காரர்கள் என்று கருதப்படுகிறவர்கள் வாழ்கின்ற வீதிகளிலேயே கட்டிக்கொடுத்து சாதிக் கொடுமையை ஒழிக்குமாறு அரசாங்கத்தை இம்மாநாடு கேட்டுக் கொள்கிறது.

(வி.28.4.1964)

15. சென்னையில் *20.4.1969* அன்று மாவட்ட திராவிடர் கழக சமுதாய சீர்திருத்த மாநாடு.

நம் நாட்டிற்கு நம் மூட மக்களால் அந்நியர் ஆட்சி என்று சொல்லப்பட்ட முஸ்லிம் ஆட்சி, அய்ரோப்பிய ஆட்சி என்பதான ஆட்சிகள் ஒழிந்த பின், நாட்டுப் பெரும்பாலான மக்கள் சமுதாயத் துறையில் மேலும் நிரந்தரமாக மூடமக்களாகவும், கீழ் ஜாதி (பிறவி) மக்களாகவும் ஆகத்தக்க வண்ணம் கடவுள், மதம், கோவில்கள் பெருகவும், இவை சம்பந்தப்பட்ட சாத்திர, புராண இதிகாச, இலக்கியங்கள் பரவவும் ஆன காரியங்களுக்கு அரசாங்கம் ஆதரவு தந்தும், நடப்புகளில் நடந்து வரவும், ஆதரவு தந்தும் அனுமதித்தும் வருவதுடன் இவற்றிற்கு சட்டம், நீதி சம்பந்தமான ஆதரவும் கொடுத்து வருவதால் இனியாவது இன்றைய ஆட்சி இக்காரியங்களை சட்டப்படி தடுத்தும், அனுபவத்தில் நடப்பில் இருக்கும் எல்லா சாத்திர, புராண இதிகாச இலக்கிய ஆதாரங்களைப் பறிமுதல் செய்தும் உடனடியாக ஒழிக்க முயற்சிக்காத வரையில் இந்நாட்டில் உள்ள தாழ்த்தப்பட்ட, பிற்படுத்தப்பட்ட மக்களுக்கு இன்றைய இந்திய ஆட்சி என்பதை ஒழித்து அத்தன்மையற்ற வேறு ஏதாவது ஒரு ஆட்சி ஏற்படும்படியாக முயற்சிப்பதை விட வேறு வழி இல்லை என்பதை இன்றைய ஆட்சிக்கு மிக்க வருத்தத்தோடு இம்மாநாடு தெரிவித்துக்கொள்கிறது... *(வி.21.4.1969)*

16. தீண்டாமை ஒழிப்பு நாள் தீர்மானங்கள் *20.6.43:*

1. இந்தியாவின் பூர்விகக் குடிமக்களாகிய தாழ்த்தப்பட்டார் சமூகத்தைத் தீண்டாமை என்னும் கொடிய பழக்கத்தால் ஜாதி இந்துக்கள் செய்யும் கொடுமைக்கும், தொல்லைக்கும் ஆளாகாமல் தடுப்பதற்குச் சட்டரீதியான நடவடிக்கையைச் சர்க்கார் துரிதமாக

அமலுக்குக் கொண்டு வரும்படி சென்னைக் கவர்னர் துரை அவர்களையும் வைசிராய் துரை அவர்களையும் இக்கூட்டம் கேட்டுக் கொள்ளுகிறது.

2. தாழ்த்தப்பட்டார் சமூகத்தாரை நாடகத் துறையிலும் சினிமாத்துறையிலும் இழிவுபடுத்தும்படியான முறையில் 'நந்தனார்', 'அரிச்சந்திரன்', 'சோகாமேளர்' ஆகிய மற்றும் பல சினிமாப் பாடங்களிலும், நாடகங்களிலும் காட்சிகள் நடத்தப்படுவதை வன்மையாகக் கண்டிப்பதுடன் அம்மாதிரியான படங்களைத் தடை செய்யும்படியாக பிலிம் சென்சார் போர்டாரைக் கேட்டுக் கொள்வதுடன் மேற்படி போர்டில் நமது குலத் தலைவர்களை இம்மாதிரியான படங்களுக்கு அனுமதி மறுக்கும்படி இக்கூட்டம் கேட்டுக் கொள்ளுகிறது. *(வி.29.6.1943)*

17. 13.6.1964 திருவையாறு சாதியொழிப்பு மாநாடு

கிராம கர்ணம், முனிசீப் அலுவல்களையும் போலீஸ் துறையில் ஹெட்கான்ஸ்டபிள், சப் இன்ஸ்பெக்டர் அலுவல்களையும், ஷெட்யூல்டு வகுப்பு மக்களாகிய பள்ளர், பறையர், சக்கிலியர், வண்ணார், மருத்துவர் என்று அழைக்கப்படும் தாழ்த்தப்பட்ட பிற்படுத்தப்பட்ட மக்களுக்கே ஒதுக்கித் தர அரசாங்கம் ஏற்பாடு செய்ய வேண்டுமென்று இம்மாநாடு வேண்டிக் கொள்கிறது.

தாழ்த்தப்பட்ட மக்களுக்குக் குடியிருப்பு வசதி என்ற பெயரால் ஊரின் ஒதுங்கிய பகுதிகளில் காலனிகள் கட்டிக் கொடுக்காமல் அவற்றை உயர்ந்த சாதிக்காரர்கள் என்று கருதப்படுகின்றவர்கள் வாழுகின்ற வீதிகளிலேயே கட்டிக் கொடுத்து சாதிக்கொடுமையை ஒழிக்குமாறு அரசாங்கத்தை இம்மாநாடு கேட்டுக்கொள்கிறது.

(வி.15.6.1964)

18. 5.5.1962 தொட்டியம் சாதி ஒழிப்பு மாநாடு.

சாதியொழிப்புக்கு ஆதரவான முறையில் கலப்புத் திருமணம் செய்து கொள்கிறவர்களுக்கு அரசாங்கத்தில் தாழ்த்தப்பட்ட வகுப்பினருக்கும் மலை சாதியினருக்கும் வழங்கும் சலுகைகளை வழங்கி ஊக்குவிக்க வேண்டுமென்று இம்மாநாடு தமிழ்நாடு அரசாங்கத்தையும் மத்திய அரசாங்கத்தையும் வேண்டிக் கொள்கிறது. *(வி.9.5.1962)*

19. 07.04.1931 நடந்த செட்டிமார் நாட்டு முதலாவது சுயமரியாதை மாநாடு

ஜாதி வித்தியாசம், தீண்டாமை ஒழிக்கப்பட வேண்டும். அதற்காக ஆர்.கே. ஷண்முகம் அவர்கள் இந்திய சட்டசபையில் கொண்டு வந்திருக்கும் மசோதாவைப் பாராட்டுவதுடன் கராச்சியில் எல்லா பொது ஸ்தலங்களிலும் எல்லா வகுப்பாருக்கும் சம உரிமை உண்டு

என்கின்ற தீர்மானத்தில் கோயில்களும் சேர்க்கப்பட்டிருக்குமென நம்பி, அதைப் பாராட்டுகிறது.

இப்பகுதியில் ஆதி திராவிடர்கள் முதலியவர்களுக்கு இடையூறுகள் பல செய்யாமல் சாதகமாயிருக்கும் வல்லம்பர், கள்ளர், மறவர், அகமடியர், செட்டிமார்கள் முதலிய வகுப்பினரைப் போற்றுகிறது. தாழ்த்தப்பட்ட வகுப்பினரிடம் பகைமை கொண்டு கொடுமை விளைவிப்பவர்களுக்கு ஆதரவு அளிப்பவர்களை இம்மகாநாடு கண்டிக்கிறது. இந்த ஜில்லா போலீஸ் உத்தியோகத்திற்கு வைதீக உணர்ச்சியாவது ஜாதிப்பற்றாவது இல்லாத ஓர் பார்ப்பனரல்லாதாரை நியமனம் செய்யும்படியாக அரசாங்கத்தாரை வற்புறுத்துகிறது.

இப்பகுதியில் ஆதி திராவிடர்களை கொடுமைப்படுத்தியதாக சொல்லப்படும் குறைபாடுகளை விசாரித்து, அரசாங்கத்தாருக்கு அறிவிக்க அடியில் கண்ட கனவான்களடங்கிய கமிட்டியொன்று நியமிக்கப்பட்டது. கமிட்டி கனவான் உயர் திருவாளர்கள் ராமநாதபுரம் ராஜா, செட்டிநாட்டு குமாரராஜா, எஸ்.முருகப்பா, எஸ்.ஆர்.எம். வெங்கடாசலம், எஸ்.ராமச்சந்திரன்.

ஜில்லா போர்டு, தாலுகா போர்டு, முனிசிபாலிட்டி ஆகிய பொது ஸ்தாபனங்களில் கள்ளர், வல்லம்பர், முகமதியர், ஆசாரிமார், பெண் மக்கள், தாழ்த்தப்பட்டவர்கள் ஆகியவர்களுக்கு ஸ்தானங்கள் ஒதுக்கி வைக்கப்பட வேண்டுமெனவும் அரசாங்கத்தார் இதில் தலையிட வேண்டுமெனவும் இம்மகாநாடு தீர்மானிக்கின்றது.

ஆதி திராவிட ஹோம் கட்டுவதற்காக 10,000 ரூபாயும் 13 ஏக்கரா நிலமும் ஒரு கனவானால் அளிக்கப்பட்டும் அஸ்திவாரம் போடப்பட்டும் முனிசிபாலிட்டியார் அதைப் பற்றி கவனியா திருப்பதற்காக வருந்துவதோடு, உடனே அதைப் பற்றி கவனிக்க வேண்டுமெனவும் கேட்டுக் கொள்ளுகிறது. (கு.அ.19.04.1931)

20. சேலம் மாநாடு *(1944)*

வருணாச்சிரம தர்மம் என்கின்ற கொள்கையையும் அதன் பேரால் ஏற்படுத்தப்பட்ட பிராமணன், க்ஷத்திரியன், வைசியன் சூத்திரன், பஞ்சமன் என்கின்ற பிரிவையும் இக்கழகம் ஒப்புக்கொள்ளுவதில்லை என்பதோடு அக்கொள்கைகள் எந்த முறையில் இருந்தாலும் ஒழிக்கப்பட வேண்டியவைகள் என்று இம்மாநாடு தீர்மானிக்கிறது.

மனிதனை மனிதன் தீண்டாமை, பார்க்காமை, ஒன்றாயிருந்து உண்ணாமை, தொழுகாமை முதலிய தன்மைகளை ஒழிக்க வேண்டும் என்று இம்மாநாடு தீர்மானிக்கிறது.

கல்வி கற்பிக்கப்படுவது என்பதானது யாவருக்கும் பொதுவானாலும் தாழ்த்தப்பட்ட மக்களுக்கும் தொழிலாளிகளுக்கும் பிற்பட்ட வகுப்பாருக்கும் முதல் உரிமை அளிப்பதாக இருக்க வேண்டும்.

சராசரி வாழ்க்கைத் தேவைக்கும் சாதாரண அறிவு தன்மைக்கும் மேற்பட்டதான கல்விமுறை பொதுக்கல்வியாக செய்யப்படாமல் எல்லா மக்களுக்கும் எண், எழுத்து, வாசிப்பு இருக்கும்படியான அளவு அல்ல பொது இலவச கட்டாயக் கல்வி முறையாக இருக்க வேண்டும்.

21. பம்பாய் மாகாண தி.க. மாநாடு (11.2.1950)

* *1950 ஜன. 26 இல் குடியரசு கொலுவேறியும் சென்னை மாகாணத்தில் குறிப்பாக தமிழ்நாட்டில் கிராமங்களில் வாழும் ஆதி திராவிட மக்களுக்கு எவ்வித உரிமையும் இல்லை என்பதை மிகவும் வருத்தத்துடன் இம்மாநாடு சென்னை ஆட்சியாளருக்குத் தெரிவித்துக் கொள்கிறது.*

* வகுப்புகளின் எண்ணிக்கைப்படியும், அந்தந்த வகுப்பின் எண்ணிக்கையின் அடிப்படையிலும் கலை, தொழிலியல் கல்லூரிகளுக்கு மாணவர்கள் தேர்ந்தெடுக்கப்பட வேண்டுமென இம்மாநாடு கோருகிறது.

22. சென்னை ஜாதி ஒழிப்பு மாநாடு (17.12.1952)

* ஜாதி மத வேற்றுமை உணர்ச்சிகளை உண்டாக்கும் போதனைகள் பள்ளிக்கூடங்களில் நடைபெறக் கூடாது; பொதுமக்கள் கூடும் பொது இடங்களிலும் அத்தகைய போதனைகள் நடக்க இடந்தரக் கூடாது; பள்ளிக்கூடப் பாடப் புத்தகங்களில் ஜாதி மத வேற்றுமைகளைப் போதிக்கும் கருத்துக்களும், கதைகளும் இருக்கக் கூடாது. எல்லா மக்களும் ஒன்று என்ற உணர்ச்சியும், பகுத்தறிவையும் வளர்க்கும் முறையில் உள்ள பாடப் புத்தகங்களையே பள்ளிக்கூடங்களில் போதிக்க வேண்டும்.

* ஓட்டல்கள், பொதுமக்கள் பழகும் பொது இடங்கள், வியாபார ஸ்தலங்கள் ஆகியவை சம்பந்தமான விளம்பரப் பலகைகளிலோ அல்லது விளம்பரங்களிலோ ஜாதி, மத வேற்றுமைகளைக் காட்டும் பெயர்களையோ அடையாளங்களையோ குறிப்பிடக் கூடாது என்றும், ஜாதி, மத வேற்றுமைகளைக் குறிப்பிடும் தற்போதுள்ள விளம்பரங்களையெல்லாம் எடுத்துவிட வேண்டும் என்றும் கேட்டுக் கொள்ளுவதோடு இதற்கான நடவடிக்கைகளை எடுத்துக்கொள்ளுமாறு அரசாங்கத்தையும், ஸ்தல ஸ்தாபனங்களையும், பொது மக்களையும் கேட்டுக் கொள்கிறோம்.

* அரசாங்கக் காரியாலயங்களில் வேலை பார்க்கும் அதிகாரிகள், சிப்பந்திகள் யாராயிருந்தாலும் அலுவல் நேரங்களில் ஜாதி, மத வேற்றுமைகளைக் காட்டும் வெளி அடையாளங்களுடன் தோற்றமளிக்கக் கூடாது. கல்வி நிலையங்களிலும் அலுவல் நேரங்களில் ஆசிரியர்கள், மாணவர்கள் எல்லோரும் ஜாதி, மத வேற்றுமைகளைக்

காட்டும் வெளி அடையாளங்களுடன் தோற்றமளிக்கக் கூடாது. ஸ்தல ஸ்தாபனங்கள் காரியாலயங்களிலும் இந்த முறை பின்பற்றப்பட வேண்டும்.

இவ்வாறு அரசாங்கம் உத்தரவு பிறப்பிக்க வேண்டும்.

* ஜாதி வேற்றுமைகளை ஒழிப்பதற்கு ஜாதி, மத இனக் கலப்பு மணங்கள் அவசியம் ஆகும். ஜாதி வேற்றுமையை ஒழிக்க வேண்டுமென்று உண்மையாகவே கருதுகின்ற வாலிபர்கள் கலப்பு மணந்தான் செய்து கொள்வது என்று சபதம் எடுத்துக் கொள்ள வேண்டும். ஜாதியொழிப்பிலே ஊக்கமுடைய பெற்றோர்கள் தங்கள் பிள்ளை பெண்களுக்கு கலப்பு மணம் செய்து வைக்க முயற்சிக்க வேண்டும்.

* கலப்பு மணம் செய்து கொண்டவர்களுக்கே அரசாங்க உத்தியோகங்களில் முதல் சலுகை காட்ட வேண்டும்; கலப்பு மணத் தம்பதிகளின் பிள்ளைகளுக்கு ஆரம்ப உயர்தர கல்லூரி ஆகிய கலைக் கல்வி நிலையங்களிலும் சேர்வதற்கு முதலிடம் அளிக்க வேண்டும்; அவர்களுக்கே உபகாரச் சம்பளம் கொடுப்பதிலும் முதற் சலுகை காட்ட வேண்டும்.   'விடுதலை', 18.02.1952

23. லால்குடி திராவிடர் விவசாயத் தொழிலாளர் மாநாடு

ஆதி திராவிட கிறிஸ்துவர்கள் இந்துக்களாகிய தாழ்த்தப்பட்ட வர்களுக்கு வருகிற கடிதங்கள், சமாசாரப் பத்திரிகைகள் முதலிய வற்றை தபால்காரர்கள் விலாசத்தாருக்கு தெருவில் வந்து நேரில் கொடுப்பதில்லை. கண்டவர்களிடத்தில் கொடுத்து விடுவதுடன், மணியார்டர்களைத் தங்களிஷ்டப்படி கொடுப்பதன்னியில் கைக்கூலியும் கொடுக்க வேண்டியிருக்கிறது. ஆதலால், தபால் இலாகா மேலதிகாரிகள் தபால்காரர்கள் மேற்கண்ட விதமாகச் செய்யாமல் தங்கள் கடமையை ஒழுங்காகச் செய்துவரும்படிச் செய்ய இம்மாநாடு கேட்டுக்கொள்ளுகிறது.

மழையில்லாக் காரணத்தால் பஞ்சத்தாலும் பசியாலும் கஷ்டப்படுகிற ஏழைத் தாழ்த்தப்பட்ட ஆதி திராவிட இந்து, கிருத்தவர்கள் பொதுக்கிணறு, ஏரி, குளங்களில் குடிதண்ணீர் எடுக்க மிராசுதாரர்கள் விடுவதில்லை. ஒன்றிரண்டு கிராமங்களில் அதிகாரிகளுடைய ஆதரவால் அவர்கள் இருக்கும் போது தண்ணீர் எடுக்க முடிந்தாலும் அவர்கள் போனவுடன் அவ்வூர் மிராசுதாரர்கள் தங்களால் எவ்வளவு அக்கிரமம் செய்ய முடியுமோ அவ்வளவும் செய்கிறார்கள்.

அதுபோக அநேகக் கிராமங்களில் தாழ்த்தப்பட்ட இந்து, கிருத்துவர்கள் மாட்டு வண்டிகளில் உட்கார்ந்து ஓட்டிக்கொண்டும் போகக்கூடாது. கீழே இறங்கி கயிற்றைப் பிடித்து மாட்டை இழுத்துக்கொண்டு போக வேண்டும்.

அதுபோக வெயிலின் கொடுமைக்காகவாவது மழையின் கஷ்டத்திற்காகவாவது செருப்போ, குடையோ உபயோகித்தாலும் அந்த ஊர்வழக்கம் தெரியாதவர்கள் செருப்புப் போட்டுக்கொண்டோ குடை பிடித்துக் கொண்டோ வந்துவிட்டால் அவர்கள் அடிபடாமல் தப்ப முடியாது என்பதைக் கண்டு இம்மாநாடு வருந்துவதோடு இனியாவது மேற்கண்ட கொடுமைகள் செய்கிற கிராமத்தார்களுக்கு தக்க தண்டனை விதிக்கப்படும் என்பதை ஒவ்வொரு கிராமத்திற்கும் தண்டூரா மூலம் அறிவிக்கச் செய்வதோடு அந்தந்த ஊர் கிராம முனிசீஃப் அப்போதைக்கப்போது வேண்டுவன செய்ய வேண்டுமென்று காருண்ய கவர்மெண்டை இம்மாநாடு கேட்டுக் கொள்கிறது. ஆதி திராவிட தாழ்த்தப்பட்ட கிருத்துவர்கள் ஆதி திராவிட இந்துக்களோடு உடன்பிறந்தவர்கள். இவர்கள் இருவரும் ஒரே தெருவில் ஒரே வீட்டில் குடியிருப்பதோடு ஆதி திராவிட இந்துக்கள் என்ன இழிவான நிலையையுடையவர்களோ அதே நிலையை நாளது வரை அடைந்து வருவதோடு தாழ்த்தப்பட்டவர்களாகவும் தீண்டப்படாதவர்களாகவும் நடத்தப்படுவதை கவர்ன்மெண்டார் நேரில் தெரிந்திருந்தும் மதச்சார்பற்ற சர்க்கார் மதத்தின் காரணமாக தாழ்த்தப்பட்ட கிருத்துவர்களை உயர்ந்த ஜாதியென்று ஒதுக்கி ஏழைகளுக்கும் தாழ்த்தப்பட்டவர்களுக்கும் செய்கிற எந்தச் சலுகையும் அவர்களுக்குச் செய்யாதிருப்பதைக் கண்டு இம்மாநாடு வருத்தப்படுவதோடு தாழ்த்தப்பட்டவர்களுக்கு என்னென்ன உதவிகள் கிடைக்கிறதோ, அவையெல்லாம் தாழ்த்தப்பட்ட கிறித்துவர்களுக்கும் இனியாவது கொடுத்து உதவும்படி கவர்ன்மெண்டை இம்மாநாடு கேட்டுக் கொள்ளுகிறது. *('விடுதலை', 30.03.1953)*

24. சென்னை ஜாதி ஒழிப்பு மாநாடு *(1953)*

* பிறப்பினாலோ, தொழிலினாலோ ஜாதி என்பது இருக்கவே கூடாது என்று இம்மாநாடு தீர்மானிக்கிறது.

* ஜாதியை ஒழிப்பதற்கான எல்லாச் சட்டத்திட்டங்களையும் உடனடியாகச் செய்ய வேண்டும் என்று இம்மாநாடு ஆட்சியாளரைக் கேட்டுக் கொள்கிறது.

* மக்கள் யாவரும் இனிமேல் தங்கள் வீட்டில் நடக்கின்ற திருமணங்களை அவரவர் சொந்தஜாதியில் நடத்தாமல் கலப்பு மணமாகவே நடத்த வேண்டுமென்று இம்மாநாடு கேட்டுக்கொள்கிறது.

* ஜாதியை ஆதரித்து நிலைநிறுத்தி வருகின்ற பண்டிகைகள், பழக்க வழக்கங்கள், ஆதாரங்கள் ஆகியவற்றை பொது மக்கள் அடியோடு வெறுத்து ஒதுக்க வேண்டுமென்று இம்மாநாடு வேண்டிக்கொள்கிறது *('விடுதலை', 23.03.1953)*

25. இராமநாதபுரம் மாவட்ட 3வது மாநாடு

* ஆதி திராவிட மக்களுக்கு இன்று ஆட்சியாளர் செய்து வருகின்ற உதவிகள் போதிய அளவுக்கு இல்லையாதலால் அவர்கள் விரைவில் முன்னேறுவதற்கான அவசரத் திட்டங்களை நிறைவேற்றுமாறு ஆட்சியாளரைக் கேட்டுக் கொள்கிறது.

26. மாயூரம் ஜாதி ஒழிப்பு மாநாடு *(1956)*

* ஜாதியற்ற சமுதாயம் காண விழையும் இந்நாளிலும் ஜாதிப் பெயரை முன்வைத்து "பிராமணாள் காபி கிளப்" என்று விளம்பரப் பலகை தொங்கவிட்டிருக்கும் ஹோட்டல் முதலாளிகளை இம்மாநாடு வன்மையாகக் கண்டிக்கிறது. உடனடியாக அந்த விளம்பரப் பலகைகளை அகற்றிவிடும்படி ஹோட்டல் முதலாளிகளை இம்மாநாடு கேட்டுக் கொள்கிறது. ஒரு மாதத்திற்குள் மாற்றாவிட்டால் கிளர்ச்சி துவக்கப்படும் என்பதை அறிவிக்கிறது.

27. தஞ்சை ஜாதி ஒழிப்பு மாநாடு *(1957)*

* இராமநாதபுரம் மாவட்டத்தில் ஜாதி உணர்ச்சி காரணமாக நடைபெற்ற கலவரத்தில் உயிர் இழந்த மக்களுக்கும், வீடு வாசல் சொத்து இழந்த மக்களுக்கும் குறிப்பாக இமானுவேல் அநியாயமாகக் கொல்லப்பட்டதற்கும் இம்மாநாடு வருந்துவதோடு தனது ஆழ்ந்த அனுதாபத்தைத் தெரிவித்துக் கொள்வதுடன் அரசாங்கத்தையும் அதற்கான பரிகாரஞ் செய்ய வேண்டுமென்று கேட்டுக் கொள்கிறது.

* நூற்றுக்கணக்கான மக்கள் கொல்லப்பட்டும், பல ஆயிரக்கணக்கான வீடுகள் கொளுத்தப்பட்டும், பதினாயிரக்கணக்கான சொத்துக்கள் நாசமாக்கப்பட்டும் இருக்கிற நிலையில், நமது நாட்டு பார்ப்பனப் பத்திரிகைகள், காங்கிரஸ்காரரைத் தவிர, அரசியல் பெயரால் தங்கள் வாழ்க்கையை ஏற்பாடு செய்து கொண்ட எல்லா அரசியல் கட்சிகளும் கட்டுப்பாடாக கொலை, கொளுத்துதல், நாசம் முதலிய காரியங்களைக் குறைக்கவும் அடக்கவும் முயற்சி எடுத்துக்கொண்ட அரசாங்கத்தைக் கண்டிப்பதுடன், அதன் மூலம் முரட்டுத்தனமாய் பலாத்காரத்தில் ஈடுபட்டு நாச வேலைகளைச் செய்த மக்களுக்குத் தங்கள் குற்றங்களைக் கூட உணர்வதற்கில்லாமல் உற்சாகம் ஏற்படுகிற மாதிரி எழுதியும் பேசியும் வருகின்றதை இம்மாநாடு வன்மையாகக் கண்டிப்பதோடு தமிழ்ப் பொதுமக்கள் கூடுமானவரை பார்ப்பனப் பத்திரிகைகளைப் பகிஷ்காரம் செய்ய வேண்டுமென்று இம்மாநாடு தீர்மானிக்கிறது.

('விடுதலை', *05.11.1957*)

28. திருச்செங்கோடு ஜாதி ஒழிப்பு மாநாடு *(1958)*

* ஜாதியின் பெயரால் தெருப் பெயர்கள் அதாவது பறைத் தெரு,

எடத்தெரு என்பது போன்று இருப்பவைகளை நீக்க தமிழ் மக்கள் முயற்சி எடுத்துக்கொள்ள வேண்டுகிறது. ('விடுதலை', 29.05.1958)

29. திருத்துறைப்பூண்டி மாநாடு (1964)

* கிராம கர்ணம், முனிசிஃப் அலுவல்களையும், போலீஸ் துறையின் ஹெட்கான்ஸ்டபிள் சப் இன்ஸ்பெக்டர் அலுவல்களையும் தாழ்த்தப்பட்ட பறையர், பள்ளர், சக்கிலியர், வண்ணார், மருத்துவர் ஆகியவர்களுக்கே ஒதுக்கித்தர அரசாங்கம் ஏற்பாடு செய்ய வேண்டுமென்று இம்மாநாடு வேண்டிக்கொள்கிறது.

* ஜாதி ஒழிப்புக்கான உண்மையான காரியங்களை மேற்கொள்ளாமல் அதே சமயத்தில், ஜாதிப் பட்டத்தை பயன்படுத்துவதை அரசாங்கம் பதிவு செய்யக்கூடாது என்பதானது ஜாதி அடிப்படையில் கல்வி, உத்தியோகத்துறைகளில் நாம் அனுபவித்து வரும் விகிதாசாரப் பிரதி நிதித்துவத்தைத் தடுக்க வேண்டும் என்ற உள்நோக்கம் கொண்டது என்று இம்மாநாடு கருதி அப்பிரச்சாரத்தைக் கண்டிக்கிறது.

* தாழ்த்தப்பட்ட மக்களுக்கு, குடியிருப்புக் குடிநீர் வசதி என்ற பெயரால், ஊரில் ஒதுங்கிய பகுதிகளில் காலனிகள் கட்டிக் கொடுக்காமல், அவற்றை உயர்ந்த ஜாதிக்காரர்கள் என்று கருதப்படுகின்றவர்கள் வாழ்கின்ற வீதிகளிலேயே கட்டிக்கொடுத்து, ஜாதிக் கொடுமையை ஒழிக்குமாறு அரசாங்கத்தை இம்மாநாடு கேட்டுக் கொள்ளுகிறது.

('விடுதலை', 28.04.1964)

30. திருவையாறு மாநாடு (1964)

கிராமகர்ணம், முனிசீப் அலுவல்களையும், போலீஸ் துறையில் ஹெட் கான்ஸ்டபிள், சப் இன்ஸ்பெக்டர் அலுவல்களையும் ஷெட்யூல் வகுப்பு மக்களாகிய "பள்ளர், பறையர் சக்கிலியர், வண்ணார், மருத்துவர்" என்று அழைக்கப்படும் தாழ்த்தப்பட்ட, பிற்படுத்தப்பட்ட மக்களுக்கே ஒதுக்கித்தர, அரசாங்கம் ஏற்பாடு செய்ய வேண்டுமென்று இம்மாநாடு வேண்டிக்கொள்ளுகிறது.

ஜாதி ஒழிப்பிற்கான உண்மையான காரியங்களை மேற்கொள்ளாமல் அதே சமயத்தில், ஜாதிப் பட்டத்தைப் பயன்படுத்துவதை அரசாங்கம் பதிவு செய்யக் கூடாது, என்பதானது ஜாதி அடிப்படையில் கல்வி, உத்தியோகத் துறைகளில் நாம் அனுபவித்துவரும் விகிதாசாரப் பிரதி நிதித்துவத்தை தடுக்க வேண்டும் என்ற உள்நோக்கம் கொண்டது என்பதால், அக்கோரிக்கைக்கு அரசாங்கம், செவிசாய்க்கக் கூடாது என்பதோடு, சமுதாயத்தில் தாழ்த்தப்பட்ட பிற்படுத்தப்பட்ட மக்களும் மற்றவர்களோடு சரிநிகர் சமமாக முன்னேறுவது வரை, அம்முறை இருந்தே தீர வேண்டும் என்று இம்மாநாடு வற்புறுத்துகிறது.

ப. திருமாவேலன்

தாழ்த்தப்பட்ட மக்களுக்கு குடியிருப்பு வசதி என்ற பெயரால், ஊரின் ஒதுங்கியப் பகுதிகளில் காலனிகள் கட்டிக்கொடுக்காமல், அவற்றை உயர்ந்த ஜாதிக்காரர்கள் என்று கருதப்படுகின்றவர்கள் வாழுகின்ற வீதிகளிலேயே கட்டிக் கொடுத்து, ஜாதிக்கொடுமையை ஒழிக்குமாறு அரசாங்கத்தை இம்மாநாடு கேட்டுக் கொள்கிறது!

'விடுதலை', *15.06.1964*

31. சமுதாய இழிவு ஒழிப்பு மாநாடு *(1972)*

ஜாதி என்பது எந்த இடத்திலும் இல்லாது செய்யப்பட வேண்டும். நடப்பிலும் இல்லாது பார்த்துக் கொள்ளப்பட வேண்டும். ஜாதி உணர்ச்சி அறவே மறையும்படிச் செய்யவேண்டும். இதனை வெறும் மனமாற்றத்தால் மட்டுமே செய்யமுடியுமென்று தத்துவார்த்தம் பேசி காலங்கடத்தாமல், "தீண்டாமை ஒழிக்கப்பட்டு விட்டது; அதனை எந்த ரூபத்தில் கடைப்பிடித்தாலும் அது சட்ட விரோதம்" என்று அரசியல் சட்டத்தின் 17ஆவது விதி கூறுகிறதே, அவ்விதியில் உள்ள "தீண்டாமை" ('Untouchability') என்பதற்குப் பதிலாக "ஜாதி" ('Caste') என்ற சொல்லை மாற்றி ஜாதி ஒழிப்பை அரசியல் சட்டமே பிரகடனப்படுத்துவதாக அமைய வேண்டும்.

சமுதாய இழிவினை மாற்றுகின்ற இக்கோரிக்கையை ஏற்றுக்கொள்ளாமல் டில்லி அரசாங்கம் மறுக்குமானால், எங்களைச் சூத்திரர்களாக, இழிபிறவிகளாக ஆக்கும் இப்படிப்பட்ட ஆட்சியின் கீழ் நாங்கள் குடிமக்களாக இருக்கச் சம்மதம் இல்லை என்பதை அறிவிப்பதோடு, அதற்கான கிளர்ச்சிகள் நடத்துவதென முடிவு செய்யப்படுகிறது.

தமிழர்களை நாலாஞ்ஜாதியாக்குகிற கடவுள்களையும் அதனை உறுதிப்படுத்தும் மதத்தினையும்; பிரச்சாரம் செய்கின்ற பத்திரிகைகளையும் தமிழ்ப் பெருமக்கள் பகிஷ்கரிக்க வேண்டும் என்று இம்மாநாடு கேட்டுக் கொள்கிறது.

நம்மை "சூத்திரர்கள்" பார்ப்பானின் தாசிப்புத்திரர்கள் என்று இழிவுபடுத்தும் தன்மையில் கோயில்களில் நாம் கிட்டே நெருங்கினால் தீட்டாகிவிடும், அசிங்கப்பட்டு விடும் என்று கூறப்படுபவன நமக்குக் கடவுள்கள் ஆக மாட்டா என்பதை மக்களிடையே தீவிரமான வகையில் பிரச்சாரம் செய்வதுடன், நமது இழிவினைப் போக்கிக் கொள்ள அவைகளின் தன்மையை ஆதாரங்களில் உள்ளபடி, மக்களுக்கு எடுத்துக்காட்டாக பிரச்சாரம் செய்ய வேண்டியது அவசியம் என்று இம்மாநாடு கருதுகிறது. அதற்காக ஒரு கமிட்டியை ஏற்படுத்தி வேலை தொடங்க வேண்டுமென தலைவர் தந்தை பெரியார் அவர்களை இம்மாநாடு வேண்டிக்கொள்கிறது.

32. *22.1.1970 அன்று பிற்படுத்தப்பட்டோர் நலக் குழுவினரிடம் பெரியார் ஈ.வெ.ரா. கூறியது.*

எப்போதும் ஆதி திராவிடர்களுக்கு ஊருக்கு வெளியே ஒரு மைல், இரண்டு மைல் தூரத்தில்தான் வீடுகள் (காலனிகள்) கட்டிக் கொடுக்கிறார்கள். இதனால் அது பறையர் தெரு, பறச்சேரி பள்ளர் தெரு என்று அழைக்கப்பட்டு வருகிறதே தவிர, எதிர்பார்க்கிற மாற்றம் ஏற்பட வழியில்லாமல் போய்விட்டது. ஊருக்குள் பெரிய சமுதாயம் வசிக்கிற தெருவில், அக்கிரகாரத்தில் 4, 5 வீடுகளை அரசாங்கமே பணம் கொடுத்து (அக்கொயர் செய்து) வாங்கி அந்த வீடுகளில் ஆதி திராவிட மக்களைக் கொண்டு வந்து குடியேற்ற வேண்டும். அப்போது மற்ற மக்களோடு கலந்து பழக வாய்ப்பு ஏற்படும். வீடுகளை வாடகைக்கு எடுத்துக் கொடுத்தால் கொஞ்ச காலத்திற்குத்தான் இருப்பார்கள். பிறகு போய் விடுவார்கள். இதனால் பயன் ஏற்படாது. இதை அரசாங்கம் முன் வந்து செய்ய வேண்டும். அரசியல் திருத்தத்தை விட சமுதாய திருத்தம்தான் முக்கியம். இதை அரசாங்கம் துணிந்து செய்ய வேண்டுமென்று விரும்புகிறேன்.

9. அயோத்திதாசர் புகழை மறைத்தாரா?

இன்று காணப்படும்படியான எந்த மதமுமே கூடாது; அவை மனிதனுக்கு அவசியமும் இல்லை என்கின்ற கொள்கையுடைய சுயமரியாதை இயக்கமானது எப்படித் தன்னை ஏதாவது ஒரு மதத்துடன் பிணைத்துக்கொள்ளச் சம்மதிக்க முடியும் என்பதை நீங்களே யோசித்துப் பாருங்கள்.

அன்றியும் கடவுள் சொன்னார், அவதாரக்காரர் சொன்னார், தூதர் சொன்னார் என்று சொல்லி ஒன்றைத் தங்கள் பகுத்தறிவுக்குப் பொருத்திப் பார்க்காமல் ஒப்புக் கொண்டிருக்கிறவர்கள் எவரும் சுயமரியாதை இயக்கத்தில் ஈடுபட்டவர்கள் என்று சொல்லிக்கொள்ளச் சாத்தியப்படாது. அன்றியும், அவர்கள் தங்களைச் சுயமரியாதை உடையவர்களாக எண்ணிக் கொள்ளவும் மாட்டார்கள். (குடியரசு 29-03-1931)

– சுயமரியாதை, சுய சிந்தனை, பகுத்தறிவு என்ற சொல்லாடல்களுக்கு இலக்கணமான பெரியார் ஈ.வெ.ரா சொன்னது இது. சென்னை புத்தமத சங்கத்தில் 22-3-1931 அன்று பேசும்போது இப்படிக் குறிப்பிட்டார். புத்தரை வழிபடு தெய்வமாக மாற்றிவிட்ட நிறுவனத்தில்தான் ஈ.வெ.ரா இப்படிப் பேசினார்.

"பவுத்தர்கள் பெயரளவிலேயே 'நாங்கள் புத்தரின் கொள்கைகளைக் கடைப்பிடிப்பவர்கள்' என்று கூறுகிறார்களே தவிர, அவர்களும் இந்து மதத்தில் உள்ள வைதீக முறைகளைப் போன்ற – பகுத்தறிவுக்கொவ்வாத சடங்கு முறைகளைக் கடைப்பிடிக்கிறார்கள். அவர்கள் புத்தரையே தெய்வமெனக் கொண்டாடுகின்றனர். புத்தரின் சிலைகள் பல ரகங்களிலும் செய்யப்பட்டிருக்கின்றன. சில விக்கிரகங்கள் இருபது, முப்பது அடி நீளமுள்ளவைகளாகக் கூட இருக்கின்றன. தங்கத்தால் ஓடுகள் போட்ட ஆலயங்களும் இருக்கின்றன. அவர்களும் இதற்கென்றே செல்வத்தைப் பாழ்படுத்திப் பெரிய பவுத்தக் கோயில்களையும் மடாலயங்களையும் கட்டியுள்ளனர்.

அவர்களும் புத்த விக்கிரகத்திற்குப் பச்சையாக உள்ள பதார்த்தங்களாகிய பழம் போன்றவைகளை வைத்துப் பூஜை செய்கிறார்கள். இங்கு நின்றுகொண்டு வணங்குவதைப் போல் அல்லாமல் அவர்கள் மண்டியிட்டு உட்கார்ந்து கும்பிடு கிறார்கள். இவைகள் யாவையும் நான் கண்டபொழுது என்னுடைய மனதிற்கு வெறுப்பாகிவிட்டது. நாம் கடைப் பிடிக்கும் புத்தரின் கொள்கைக்கு முற்றிலும் மாறான முறையில் அவர்கள் நடந்து கொள்கிறார்கள்." *(வி:8–2–1955)*

– என்ற வருத்தமும், கோபமும் பெரியாருக்கு இருந்தாலும் புத்தரை ஆதரிப்பதைத் தொடரக் காரணம் அவரது கருத்துக்கள்தான்.

1). உலகத்திலேயே இரண்டு மூன்று பேர் உண்மை பேசி நடந்திருக்கிறார்கள். முதலாமவர் புத்தர். இரண்டாமவர் இயேசு. மூன்றாமவர் கொஞ்சம் தைரியமாகக் கூடச் சொல்லியிருப்பவர் முகம்மது நபி. *(வி : 20–10–1957)*

2) நாம் கண்ட கனவில் இந்த இந்திய உபகண்டத்திலேயே முதலாவது தோன்றிய அறிவுவாதி புத்தர்தான். வேறு எவரும் தோன்றவில்லை. *(வி. 4–6–1962)*

– என்றெல்லாம் பெரியார் ஈ.வெ.ரா. பாராட்டிப் போற்றினாலும் புத்தரைக் கடவுளாகவோ அல்லது தன்னை புத்த மதத்துக்குள்ளோ இணைத்துக்கொள்ளவில்லை. ஆனால், பேரறிஞர் அயோத்திதாசர், புத்தரைக் கடவுளாக வணங்குவார். அந்த மதத்துக்குள் தன்னையும் இணைத்துக்கொண்டார்.

"குன்றாத மனபாக்கியமும் மேலான மகத்துவமும் வந்தனை உடையவும் ஞானிகள் யாவருக்கும் மகா ஞானியான புத்த சுவாமியை நமஸ்கரிக்கிறேன். புத்த சுவாமியை எங்கள் வழிகாட்டியாய்த் துணைக் கொள்ளுகிறேன்... *(அயோத்திதாசர் சிந்தனைகள் – 2*
– தொகுப்பாசிரியர் ஞான. அலாய்சியஸ் – பக். 10)

உலக ரட்சகனை வடதேசமெங்கும் பகவானென்றும் புத்தரென்றும் வழங்கிவருவதுபோல் தென் தேசமெங்கும் இந்திரனென்றும் அருகனென்றும் விசேஷமாகக் கொண்டாடி வந்தார்கள்.
(அயோத்திதாசர் சிந்தனைகள் – 2 பக். 106)

– இப்படி தன்னை புத்த மதத்தைச் சார்ந்தவராகவே வார்ப்பித்துக் கொண்டவர் அயோத்திதாசர்.

இதற்காகவே 'சென்னை சாக்கிய புத்த சங்கம்' என்ற அமைப்பை *1898*–ல் தொடங்கினார். யார் சரியான புத்தர் என்று பலரும் குழப்பம் ஏற்படுத்திவந்ததால், அதற்கு விளக்கம் கொடுப்பதற்காக 'சாக்கைய வம்ஷிய வரிசையிற் தோன்றிய புத்தரே ஆதி புத்தரென்பதை விளக்குவான் வேண்டி இச்சங்கத்திற்கு சாக்கிய புத்த சங்கம்' என்று

பெயர் வைத்ததாக அயோத்திதாசர் அறிவித்தார்.

நரசு, சிங்காரவேலர் ஆகியோர் சமயம் குறித்துக் கொண்டிருந்த வரையறைக்கும் அயோத்திதாசர் கொண்டிருந்த வரையறைக்கும் வேறுபாடு உண்டு. நரசுவும் சிங்காரவேலரும் பௌத்தத்தை தத்துவ முறையாக மட்டுமே பார்த்தனர். அயோத்திதாசர் அதை வழிபாட்டு முறையாகவும் பார்த்தார். (பக்.17-ஸ்டாலின் ராஜாங்கம்
– அயோத்திதாசரும், சிங்காரவேலரும்)

பெரியார் ஈ.வெ.ரா. கடவுள் என்பதை நிராகரித்தவர். எனவே, அயோத்திதாசருடன் அவர் உடன்படவில்லை. அவர்கள் இருவருக்குமான மிக முக்கியமான வேறுபாடு இதுதான்.

அயோத்திதாசரின் சிந்தனைகளை முழுமையாக அவரால் 1907-14 காலகட்டங்களில் நடத்தப்பட்ட 'தமிழன்' இதழ்கள் மூலமாக அறியலாம். இவற்றை அரசியல், சமூகம், சமயம், இலக்கியம் எனப் பகுத்து 1999-ம் ஆண்டில் பாளையங்கோட்டை நாட்டார் வழக்காற்றியல் ஆய்வு மையம் மூலமாக ஞான. அலாய்சியஸ் வெளியிட்டார். இந்த இதழ்களை அவருக்கு வழங்கியவர் அன்பு பொன்னோவியம். ஞான. அலாய்சியஸும், அன்பு பொன்னோவியமும் இல்லையென்றால், அயோத்திதாசர் முழுமையாக மறைக்கப்பட்டு இருப்பார்.

தமிழர், திராவிடர் என்ற இரண்டு அடையாளச் சொற்களையும் அரசியல் மயப்படுத்திய பெருமை அயோத்திதாசருக்கே உண்டு.

1890-ல் அயோத்திதாசர் தொடங்கிய அமைப்பின் பெயர் 'திராவிட மகா ஜன சபை'.

1909-ல் அவர் தொடங்கிய இதழின் பெயர் தமிழன்.

நூற்றாண்டுகள் கடந்தும் திராவிடன், தமிழன் என்ற இரண்டு சொற்கள் இன்னும் அரசியல் களத்தில் ஊடாடி வருவதற்கான விதை அயோத்திதாசருடையது. அதனால்தான் பெரியார் ஈ.வெ.ரா இவரை தனது முன்னோடி என்று பெருமையுடன் சொல்லியிருக்கிறார்.

"என் பகுத்தறிவுப் பிரச்சாரத்திற்கும் சீர்திருத்தக் கருத்து களுக்கும் முன்னோடிகளாக இருந்தவர்கள் பண்டிதமணி அயோத்திதாசரும், தங்கவயல் ஜி. அப்பாத்துரையாரும் தான் என்று பெரியார் பகிரங்கமாகவே தமது 68வது பிறந்தநாள் விழாவில் பெங்களூரில் பேசியிருக்கிறார். (ஏ.கே.சாமி 1979ல் எழுதிய பழங்குடி மக்களின் தலைவர்கள் வரலாறு – வெளியீடு: கே.க.மு.கலையம்மாள், தியாகராயபுரம், திருவொற்றியூர், சென்னை – 19).

— மேற்கோள்: பெரியாரை திரிக்கும் புரட்டுகளுக்கு மறுப்பு.

வ.மா.ஓ., புனித பாண்டியன் – தந்தை பெரியார் திராவிடர் கழக வெளியீடு.

– தனக்கு முன்னோடியாக அயோத்திதாசரையும் ஜி. அப்பாத்துரையாரையும் சொன்னவர் பெரியார். இப்படிப்பட்ட அங்கீகாரத்தை பெரியார் வேறு யாருக்கும் தந்தது இல்லை. அயோத்திதாசரை மறைக்க வேண்டிய அவசியம் பெரியாருக்கு என்ன இருந்திருக்க முடியும்?

அயோத்திதாசர் புகழை பெரியார் மறைத்தார் என்று சொல்பவர்கள், அவர் குறித்து பெரியார் புகழ்ந்து பேசியதை படித்திருக்கமாட்டார்கள். பெரியாருக்கும் பெங்களூருவுக்குமான தொடர்பு குறித்து ஆராய்ந்தபோது சில தகவல்கள் கிடைத்தன. தனது வாழ்வில் ஏழு முறை பெங்களூரில் மிக முக்கிய நிகழ்வுகளில் பெரியார் கலந்து கொண்டுள்ளார்.

1) 1939 செப்டம்பர் 23 : கோலார் தங்கவயல் 'புஷ்பகாந்தன்' நாடகத் தலைமை

செப்டம்பர் 24 : கோலார் தங்கவயல் ஆதி திராவிட மகாஜன சபை பொதுக்கூட்டம்.

2) 1946 டிசம்பர் 29 : பெங்களூர் கண்டோன்மெண்ட் வேதாசலம் பத்மாவதி திருமணம்.

3) 1949 செப்டம்பர் 3 : மாலையில் திராவிடர் கழகப் பொதுக்கூட்டம்

பெங்களூர் யுனிவர்சிட்டி மண்டபத்தில் பொதுக்கூட்டம்.

4) 1959 ஜனவரி 9 : கோலார் தங்கவயல் தி.க. கூட்டம்.

ஜனவரி 10 : பெரியாரின் தத்துவ விளக்கம் நூல் வெளியீட்டு விழா

ஜனவரி 11 : இந்திய ஆட்சி மொழி மாநாடு

5) 1961 ஏப்ரல் 29 : கோலார் தங்கவயல் தென்னிந்திய பவுத்த சங்கப் பொதுக்கூட்டம்

ஏப்ரல் 30 : தண்டு தி.க. ஆண்டுவிழா

மே 1 : மே தின பொதுக்கூட்டம்

மே 2 : சீ ராமபுரம் தி.க. பொதுக்கூட்டம்

6) 1964 நவம்பர் 14, 15 – வள்ளுவர் விழா

நவம்பர் 16 – 86வது பிறந்தநாள் விழா பொதுக்கூட்டம்

7) 1965 செப்டம்பர் 17 – 87 வது பிறந்தநாள் விழா.

என என்னால் கணக்கிட முடிந்தது. இதில் விடுபடுதல் இருக்கலாம்.

இதில், 1959, 1961 ஆகிய இரண்டு உரைகளிலும் மறக்காமல், மறைக்காமல் அயோத்திதாசப் பண்டிதரை பெரியார் குறிப்பிட்டுள்ளார்.

*1959*ல் நடந்த நிகழ்வுக்கு தலைமை வகித்தவர் தமிழன் ஆசிரியர் பண்டிதமணி ஜி.அப்பாத்துரையார். அவர் தலைமை வகித்துப் பேசும்போது, "புத்த நெறிக்கு புத்துயிர் ஊட்டி நல்ல வண்ணம் அதைப் பரப்பும் இருபதாம் நூற்றாண்டின் புத்தர்தான் பெரியார்" என்று கூறியிருக்கிறார். (வி : 13-1-1959)

அடுத்துப் பேசிய பெரியார் : இந்த ஊரில் அந்தக் காலத்திலேயே திரு. அயோத்திதாஸப் பண்டிதரும் தற்போது தலைமை வகித்திருக்கும் திரு. பண்டிதமணி ஜி.அப்பாத்துரையார் அவர்களும் அரும் பெரும் தொண்டாற்றினார்கள் என்று கூறி அதைப் பாராட்டியும்....

(வி: 13-1-1959)

என்று செய்தி வெளியிட்டுள்ளது விடுதலை. முழுப் பேச்சும் கிடைக்குமானால், அயோத்திதாசப் பண்டிதர் குறித்து விரிவாக ஒருவேளை பேசினாரா என அறியமுடியும்.

1961 நிகழ்வை நடத்தியதே தென்னிந்திய புத்த சங்கம் கோலார் தங்கவயல். இதில் கி.வீரமணி கலந்துகொண்டு பெரியாருக்கு முன்னதாக புத்த அறிவு பற்றி பேசினார். இக்கூட்டத்தில் ஜி.அப்பாத்துரையார் படத்தை பெரியார் திறந்து வைத்துள்ளார். 'சிறந்த பவுத்த மார்க்க ஆராய்ச்சி நூல்களின் ஆசிரியரும், தந்தைப் பெரியார் அவர்களின் பேரன்பு பூண்டவருமான காலஞ்சென்ற பண்டிதமணி அப்பாத்துரையார்' என்று 'விடுதலை' பெருமைப்படுத்தி உள்ளது. (வி. 15-5-1961)

ஜி.அப்பாத்துரையார் படத்தை திறந்து வைத்துப் பேசும்போதும் அயோத்திதாசரை பெரியார் குறிப்பிடுகிறார்.

> முதலாவதாக எனது அரிய நண்பர் காலஞ்சென்ற அப்பாத்துரை அவர்களின் படத்தை நான் திறந்து வைத்தேன். ஆகையால், அவரது தொண்டின் சிறப்புகளை எல்லாம் எடுத்துச் சொல்லுவது மிக மிக அவசியம் ஆகும்..... ஒவ்வொருவரும் அப்பாத்துரையார் போலத் தாங்களும் தொண்டாற்ற முயற்சிக்க வேண்டும்....
>
> தோழர்களே, எனக்கு நண்பர் அப்பாத்துரை அவர்களை 30 ஆண்டுகளாகத் தெரியும். சுயமரியாதை இயக்கம் தோற்றுவிக்கப்பட்டு எங்கும் பிரச்சாரம் செய்துவந்தது போலவே இங்கும் அறிவுப் பிரச்சாரம் ஏற்பட்டு தொண்டாற்றி வந்து இருக்கின்றார்.
>
> காலஞ்சென்ற அயோத்திதாஸ் பண்டிதர் அவர்கள் அறிவு விளக்க நூல்களை நாங்கள் எப்படி குறைந்த விலையில் விற்பனை செய்து வருகின்றோமோ, அதுபோலவே குறைந்த விலையில் வழங்கிவந்தார். அயோத்திதாஸ்

பண்டிதருடன் அப்பாத்துரை அவர்கள் ஈடுபட்டு பணியாற்றி வந்திருக்கிறார்கள். இதன் காரணமாக எங்களுக்கு நெருங்கிய நேயம் உண்டாயிற்று.

திரு. அப்பாத்துரை அவர்களின் அருமை மகள் திருமதி. அன்னபூரணி அம்மையார் அவர்களுக்கு எங்கள் ஈரோட்டிலேயே திருமணம் நடைபெற்றது. எங்கள் ஊரில் வேலையும் பார்த்து வந்தார். திருமதி அம்மையார் அவர்களும் பொதுத் தொண்டில் ஈடுபட்டு ஆர்வமுடன் தொண்டாற்றுபவர் ஆவார்.

பண்டிதமணி திரு. அப்பாத்துரை அவர்கள் எங்களைப் போலவே பல அரிய புத்தகங்களை எழுதி வெளியிட்டு உள்ளார்கள். அவர் எழுதிய நூல்களில் புத்த தர்ம விளக்கத்தைப் பற்றி 'புத்த அருள் அறம்' என்று எழுதி இருப்பது மிகவும் போற்றுதற்குரியதாகும். (வி: 15-5-1961) என்று பெரியார் பேசி இருக்கிறார். இதுபோல் மற்ற கூட்டங்களிலும் பெரியார் பேசி இருக்கக்கூடும். 'விடுதலை'யில் அந்த உரைகள் இடம்பெறவில்லை. இதை அறியாமலேயே அயோத்திதாசர் புகழை பெரியார் மறைத்தார் என்பது ஆய்வா? அவதூறா?

1914ம் ஆண்டிலேயே அயோத்திதாசர் மறைந்துபோய்விட்டார். அதையே மறந்து போய்விட்டு, இருவரும் சமகாலத்தவர்கள், அதனால் மறைத்தார், பொறாமை கொண்டார் என்கிறார்கள். அயோத்திதாசரை மதித்ததால்தான் ஜி.அப்பாத்துரையார் காலத்து 'தமிழன்' இதழை பெரியார் கொண்டாடினார்.

1926ல் 'தமிழன்' மீண்டும் தொடங்கப்பட்டபோது குடி அரசு (4.7.1926) வரவேற்று எழுதியது.

முன்னர் காலஞ்சென்ற திரு. அயோத்திதாசர் பண்டிதரவர்களால் 'தமிழன்' என்னும் பெயர் கொண்ட பத்திரிகை நடத்தப்பெற்றது. அவர் காலத்திற்குப் பின்னர் அப்பத்திரிகை நிறுத்தப்பட வேண்டியதாயிற்று. பிறகு சில காலம் மற்றொருவரால் நடத்தப்பெற்றது. அதன்பிறகும் ஆதரிப்பாரற்று நின்று போயிற்று. மீண்டும் இப்பொழுது சாம்பியன் ரீப்ஸ், கோலார் தங்கவயல் சித்தார்த்த புத்தகசாலை வைத்திருக்கும் திரு.பி.எம். இராஜரத்தினம் அவர்களால் ஜூலை மாதம் முதல் வெளியிடப்படுமென தெரிவிக்கப்படுகிறோம். திரு.இராஜரத்தினம் அவர்களின் நிர்வாகத் திறமையால் நன்கு நடைபெறுமென நம்புகிறோம் என்று வரவேற்றார் பெரியார்.

ஜி. அப்பாத்துரையார் காலத்து 'தமிழன்' இதழ் பெரியாரையும் சுயமரியாதை இயக்கத்தையும் கொண்டாடியது. பெரியாரைப் புகழ்ந்த பாடல்கள், கட்டுரைகள் சில மட்டும் இங்கு பார்வைக்கு தரப்படுகிறது. அயோத்திதாசரும் – பெரியாரும் சமகாலத்தில் பயணித்து இருந்தால் ஒன்றாகவே செயல்பட்டு இருக்கலாம் என்பது ஜி. அப்பாத்துரையார் காலத்து 'தமிழனை'ப் பார்க்கும்போது சொல்லத் தோன்றுகிறது.

திருமிகு. ஈ.வெ.ராமசாமிப் பெரியார் (தமிழ்மகன் பாடியது)

(விபீனச் சந்தரபாலன் விவேகத் தந்தரசீலன் " என்ற மெட்டு

செஞ்சுருட்டி ராகம் – ஆதி தாளம்)

1. ஈ.ரோடுறையும் ராமன் ; ஈசையில் பெருங்கோமன் நம் (க)

இன்பம் எங்கும் மல்கிட அன்புலளங் கொண்டு

என்றுந் தொண்டினை இயக்கி வரும் ந, (ஈ)

தொகையறா

உலக மெலாம் நலம்பெறவே விழைந்ததனை உடைத்துக் கொண்டு

பல காலம் 'காங்கிரசின்' வாயிலா யளப்பறிய பணியாற்றி பின்பு

நலம் பெறத் தகுரியது 'சுயமரியாதை'யே என்பதனை நன்கு கண்டு

பல விதத்தும் நற்பணிகள் யாற்றி வரும் பண்புமிக்க பரந்த கோமகன்

பாட்டு

2. எளியவர்க்கவனெ ளியான் ; கொடும் இன்னலை நாளும் மினியான் மக்கள்

இதம் பெறுவதற்கு 'மதம்' மடியலே நிதமும் போதனை இதமாய் செய்யும் (ஈ)

தொகையறா

நாட்டிலே இருந்து வரும் வறுமை நிலை நம்மைவிட்டு ஒழிய வேண்டின்

கேட்டையே நல்கி வரும் தீராயுக பழக்கங்கள்; வழக்கங்களானவற்றை

ஓட்டியே தீந்தலளின்; இன்றேல், நாம் ஒருக்காலும் உயர்வை எய்தோமன்று

தாட்டிகயாய்க் கூறிவரும் தரணிசனம் பெற்றாடும் தயான மித்திரன்

பாட்டு

குடிகளுக்குபகாரி, தீய குடியருக்கபகாரி இன்னும்

'குடியரசி'னால் டைகை தவிர்க்கத் தியமுடன் பல மடல்கள் மிடையம் (ஈ)

தமிழன் 5.2.1930 பக் 13

ஈ.வெ.ராமசாமி யார்

(சி.பொ.செல்லையா பாடியது)

('பாரினிலே புகழ் பாரத புத்திரரே' என்ற பாட்டின் மெட்டு)

(பல்லவி)

ஈரோட்டில் வாழ்ந்திடு மென்கள் பூமனே வைக்கம் ஈ.வெ. ராமனே (அனுபல்லவி)

காராக்கிரகப்ர வேச மடைந்தவன்

காலத்திற்கேற்ற வேலை புரிந்தவன் (ஈ)

(தொகையார்)

ஆறரைக் கோடி மக்கள்படும் அவஸ்தையை

அன்புடனே நோக்கியதை நீக்க வேண்டி.

கீரி பெருகுஞ் சுயமரியாதை இயக்கத்தைத் தோற்றுவித்தே

தீரமுட னிலைஞர்களை இவ்வியக்கத்தில் சேரச் செய்து

பார்மிசையில் சுதந்திரமே பொங்கச் செய்தான்

பண்புடனே நாமனைவோர்க்கு கல்வியக்க மதில் சேர்ந்து

நேர்மையுடன் உழைத்தடிமை வாழ்வைங் போக்கி

நன்மையுடன் சுயமரியாதை பெறுவோம்.

(பாட்டு)

எங்குஞ் சுயமரியாதை முடிக்கமே தந்

கால வழக்கமே. இளைஞன் செல்லையா

இங்கிதமாகவே பொங்கமாய் போற்றிடும் சிங்கம் தரிகிய (ஈ)

12.3.1930 'தமிழன்' பக். 14

இப்படிப் வேறு சில பாடல்களும் தமிழனில் இருக்கின்றன. அவற்றின் எழுத்துரு அடிபட்டுள்ளதால் பயன்படுத்தவில்லை. (எனது பார்வைக்கு கிடைத்த இதழ்களில் இருந்து அறிய முடிந்த இரண்டு பாடல்களை மட்டும் கொடுத்துள்ளேன்.)

அதே போல சில கட்டுரைகள் மட்டும் இங்கே தரப்படுகிறது....

வைக்கம் வீரராகிய திரு நாயக்கர்

நமது திரு நாட்டின்கண் தெய்வத்திற்கு சமமான வைக்கம் வீரராகிய திரு. ஈ.வெ.ராமசாமி நாயக்கர் அவர்களை 5.8.28 பகல் 12 மணிக்கு மேல் திரு. நாயக்கர் அவர்கள் வீட்டிற்கு போலீஸ் பெருச்சாளிகள் போய் திரு. நாயக்கர் அவர்களை கைதியாக்க சம்மன் பிறப்பிக்கப்பட்டு கையொப்பம் இடச் சொன்னார்கள். அதற்கு திரு. நாயக்கரோ "கையொப்பமும் வேண்டாம் காலொப்பமும் வேண்டாம். நாம் நேரில் செல்லலாம். புறப்படுங்கள்" என்று சொல்லி போலீஸ் பெருச்சாளிகளை அழைத்து தன் மோட்டார் ஏறி கோர்ட்டிற்கு சென்றார். அதிகாரிகள் திரு. நாயக்கர் அவர்களைப் பார்த்து தாங்கள் வீடு போகலாம். உங்கள் கேஸ் 10ம் தேதி போடப்பட்டிருக்கின்றது அன்று வந்து ஆஜராக வேண்டும் என்று உத்திரவு பிறப்பிக்கப் பட்டார்கள் என்று தெரிகிறது...

சுய மரியாதை வீரன்

தமிழன் – 8.8.28 பக் 11

ஈரோட்டில் குடி அரசு

நமது திரு நாடாகிய ஈரோட்டின் கண் பார்ப்பனரல்லாத சுயமரியாதை மக்களுக்கு உழைத்து வருவது திரு ஈ.வெ. ராமசாமி நாயக்கர் அவர்களால் வெளியிடப்படும் 'குடி அரசே'யாகும். அது தோன்றி சுமார் மூன்று நான்கு வருடங்களாகின்றது. அதனையும் திரு. நாயக்கர் அவர்களையும் ஆதரிப்போர் பல்லாயிரக்கணக்கான மக்கள் இருக்கின்றார்கள். அதனை வெறுக்கும் சில அயோக்கியர்களும் உண்டு. அவர்கள் யார் என்று பார்ப்பனரல்லாதாருக்கும் நமது சுயமரியாதைக்கும் நமது சமத்துவத்திற்கும் கோடாரிக் காம்புகளான பார்ப்பனர்களும் அவர்களுடன் சேர்ந்து கூலிக்கு வயிறு வளர்க்கும் அயோக்கியர்களுமாவார்கள். 'குடி அரசு' எப்போது தொலையுமோ திரு.நாயக்கர் பிரச்சாரம் எப்போது தொலையுமோ அப்போது தான் நாம் பிடித்த காரியம் ஜெயம். நாம் பிடித்த முயலுக்கு மூன்றே கால் என்று நம்மால் பொய் புராணங்களை வெளியிடுவோமோ உலகத்திற்கே கட்டுக்கதை கட்டுவோமோ பாமர மக்களுக்கு மாயவலை வீசுவோமோ அந்தப் புராணம் இப்படி இந்தப் புராணம் அப்படி என்று மக்களை ஏமாற்றி வஞ்சிப்போமோ என்ற கருத்து அவர்களுக்குண்டு.

'குடி அரசு' தொலையவா பிறந்திருக்கின்றது? 'குடி அரசு' பிறந்து வளர்ந்ததற்குள் எத்தனையோ பேய்களையும் பிசாசுகளையும் பில்லி சூனியங்களையும் மந்திரங்களையும் தந்திரங்களையும் எத்தனையோ அயோக்கிய பார்ப்பனர்களையும்

பார்ப்பனர்களுக்கு உயிர் தோழராய் இருந்து உழைத்து வரும் அயோக்கிய கூலிகளையும் சுயமரியாதைக்கு எதிரிடையாய் நின்ற போலி தேச பக்தர்களையும் கூலிக்கு மாரடித்து அயோக்கியத் தனமாக எழுதிவரும் பத்திரிகைகளையும் புராணப் புரட்டு செய்வோர்களையும் எங்கள் சாஸ்திரத்தில் சொர்ண தானம் முதல் பசுதானம் வரையிலும் அன்னதானம், வஸ்திரம், குடை, செருப்பு, பலகை, குத்து விளக்கு, துடப்பக்கட்டை முதலியது பார்ப்பனர்களுக்கு தானம் கொடுத்தால் மோட்சத்திற்கு போவார்கள் என்று சொல்லும் அயோக்கியர்களையும் சுயமரியாதைக்கு எதிரிடையாக எந்த இடத்தில் குற்றம் இருக்கிறதோ, அதை அட்டைப்போல் உறிஞ்சிக் கொண்டிருக்கின்றது.

குடி அரசானது பூலோகம் இருண்டாலும், ‘குடி அரசு’ அழியாது. சுயமரியாதைக்கு உழைத்து வரும் திரு. நாயக்கரும் அழியமாட்டார்கள் போலும். ஆகவே, இறைவனது அருளால் குடி அரசும், திரு நாயக்கர் அவர்களும் பூரண ஓய்வு பெற சுயமரியாதை மக்களும் நாங்களும் வேண்டுகின்றோம்.

பொதுநல ஊழியன்

‘தமிழன் ‘ - 25.7.28 பக். 3-4

‘தமிழனும் சுயமரியாதை இயக்கமும்

நமது திரு நாட்டின்கண் மூன்று ஆண்டுகளாக ‘தமிழனை’ பற்றியும் ‘குடி அரசைப்’ பற்றியும் ‘திராவிடனைப்’ பற்றியும் உயர் திரு. ராமசாமி நாயக்கர் அவர்களைப் பற்றியும் காணப்பட்ட சுயமரியாதை இயக்கம் தற்போது காட்டுத் தீயைப் போல் நாடெங்கும் பரவி வருகின்றது நமது மக்களுக்கு தெரியவரும். பொங்கியதெங்கும் சுதந்திர நாதம் என்ற சுப்பிரமணிய பாரதியார் கூறியது போல் தற்காலம் நாடெங்கும் சுயமரியாதை வார்த்தையாகவே இருந்து வருகிறது. நகரங்கள் தோறும் சுயமரியாதை முழக்கம், கிராமங்கள் தோறும் திரு. நாயக்கரின் சுயமரியாதையின் சொற்பொழிவு எத்தகைய எதிர்ப்புகளையும் நிகரென மதியாது பரந்து பரவி வரும் இச்சுயமரியாதை இயக்கம் சமூகச் சீர்திருத்தத் துறையில் இறங்கி, மக்களுக்குள் மலிந்து கிடக்கும் அர்த்தமற்ற பழக்கவழக்கங்களை வேரற நீக்கி மக்களும் பிறப்பினால் கருதப்படும் உயர்வு தாழ்வை அடியோடு விரட்டியடித்து வெகுகாலமாக சாத்திரத்தாலும் மதத்தாலும் அரசாங்கத் திட்டத்தாலும் கீழே அழுத்தப்பட்டிருக்கும் ஒரு வகுப்பாராகிய பஞ்சம மக்களைக் கைகொடுத்து மேலே தூக்கி விட்டு உயர்ந்தக் குலத்தோரென வஞ்சக வாழ்வை வெளிப்படுத்தி மக்களின் முன்னேற்றத்திற்கு அவசியமான

ஒவ்வொரு துறைகளிலும் சற்றேனும் அஞ்சா நெஞ்சத்துடன் போராடி மனிதர்களாகப் பிறந்த அனைவரும் எந்த ஜாதியா யிருந்தாலும் எம்மதத்தைச் சேர்ந்தவர்களாயிருந்தாலும் சமமான மக்களே என்ற சமதர்மத்தைப் பரப்புவதற்காகவே தோற்றப்பட்டிருக்கின்றன.

இவ்வாதிக்க அயோக்கியர்கள் திரு. நாயக்கர் அவர்கள் திடீர் என்று மாறுகின்றார், சர்க்காரோடு ஒத்துழையாமை செய்தார், உடனே பார்ப்பனர்களைத் தூஷிக்க ஆரம்பித்தார் என்று கூறுகின்றார். அப்படி உறும்பும் உறுமிகள் சரியான உறுமிகளா என்றுதான் கேட்கின்றோம்.

சுதந்தன்

'தமிழன்' 5.9.28 பக். 14.

பார்ப்பனரல்லாதார் இயக்கம்

இந்த இயக்கமானது தோன்றிய பிறகு பார்ப்பனரல்லாதார்கள் பலர் எல்லாத் துறைகளிலும் முன்னேறி வருவதும் தாழ்த்தப் பட்டவர்கள் மற்றவர்களைப் போல் உரிமை பெற்று வருவதும் உண்மையேயானாலும் பார்ப்பனர்களுக்குக் கிடைக்கக் கூடியளவிற்கு எத்தனையோ மடங்கு உத்தியோகங்கள் அதிகம் படியாய் இன்னும் பெற்று வருவது புள்ளி விபரங்களைப் பார்த்தால் தெரிய வரும். அவ்வாறிருந்த போதிலும் சப்தம் போடப்படுவது ஒழிந்தபாடில்லை. என்ன ஆசையோ?

தமிழ்நாட்டு சுயராஜ்ய கட்சி, காங்கிரஸ் கட்சியென்று பெயர் வைத்துக் கொண்டு உத்தியோக வேட்டையாடி வருவது உலகமே தெரியப்பட்ட விஷயமாகும். உத்தியோகமே ஏற்றுக் கொள்ளுவதில்லை என்று பேசினார்கள். ஆனால், இவர்கள் ஜஸ்டிஸ்கட்சி மந்திரிகள் என்ன செய்தார்கள் என்று கேட்பதில் தவறுவதில்லை. எதற்காக இவர்களுக்கு இந்தக் கவலையோ? எங்களை அனுப்புங்கள் என்று கூறுவது மறைவுற்றிருக்கிறது நமது மந்திரிமார்கள் செய்யப்பட்டிருக்கும் வேலை அபார மானது. அவர்கள் படாடோபமில்லாமல் தாங்கள் செய்த வேலையின்னதென்று பெருமை பேசிக் கொள்ளாமல் நமது தேசத்திற்கும் நமது மக்களுக்கும் அரிய வேலை செய்யப்பட்டு வருகின்றார்கள். அந்தப் பிரகாசத்தை கரிய மேகங்களான பார்ப்பனப் பத்திரிகைகள் மறைத்து விடுகின்றன. ஆனால், காற்றின் வேகத்தினால் மேகம் சின்னாப்பின்னப்படும் போது உண்மைச் சூரியன் பிரகாசித்து வருகின்றான்.

சில நாளுக்கு முன்பு சென்னையில் கனம் மந்திரி பனகல் ராஜா அவர்கள் தலைமையில் கூடிய கூட்டத்தில் பேசிய

தலைவர்களும் பத்தாயிரக்கணக்கான பார்ப்பனரல்லாதார்களும் எவ்வளவு குதூகலத்துடனிருந்தார்களென்பதை நாம் நேரிலே பார்த்தவர்களான படியால் பார்ப்பனரல்லாத இயக்கம் வெகு சுலபத்தில் வேரூன்றி இருக்கப்படுகின்றதென்பதையும் நமது மக்களுக்கு உறுதியுடன் சொல்லுகிறோம்.

ஒவ்வொரு பார்ப்பனரல்லாதாரும் தங்களுக்கு சுயமரியாதையும் சுய ஞானமும் இருக்கப்படுகின்றதென்பதைத் தேசத்தாருக்குக் காண்பிக்க வேண்டி பார்ப்பனரல்லாத கட்சியாரையே தேர்ந்தெடுத்தனுப்ப வேண்டியது, இதையெல்லாம் விட்டு காங்கிரஸ் சுயராஜ்யக் கட்சியென்று கூறித் திரிகின்ற பார்ப்பனர்களையாவது அவர்கள் பின்னால் எதை எதையோ சொல்லித் திரிகின்ற பார்ப்பனரல்லாதவர்களையாவது அனுப்புவீர்களானால், நீங்கள் 100 க்கு 97 பேர் உள்ள பார்ப்பனரல்லாதாருக்கும் தேசத்திற்கும் வஞ்சகம் செய்தவர்களாவதும் தவிர, சூத்திரன் மூளையற்றவன் என்று கூறுவதையும் ஊர்ஜிதம் செய்தவராவீர்கள். புன் சிரிப்புக்காகவும் மோட்டார் வாகனத்திற்காகவும் பத்திரிகை பிரசுரியதற்காகவும் இனியாவது தங்கள் மானத்தை விற்காதீர்கள் ஜாக்கிரதை.

சமதர்மன்

'தமிழன்' - 10.10.28 பக்.15

சுயமரியாதை இயக்கமும் நமது கடமையும்

(அருப்புக்கோட்டை ஜான்மஹமம் சேர்மய்யா)

இந் நிலவுலகிற்கே ஓர் திலகம் போன்ற பாரத நாட்டின் கண் எம தன்னையாம் ஸ்ரீ பாரத தேவியின் அருந் தவத்தாலு தித்த தமிழ்மக்களே! ஈரோடு நாயகம், வைக்கம் வீரர், சுயமரியாதைச் சூரியர், திருமிகு ஈ.வெ.ராமசாமித் தாதாவால் சுயமரியாதை இயக்கமென ஓர் புனித இயக்கம் தோற்றுவிக்கப்பட்டு யாண்டும் ஜெயபேரிகை பிடித்துக் கொண்டு வரும் இக்காலத்தில் அடியில் கண்ட விஷயத்தை பார்ப்பனரல்லாத மக்களனைவர்க்கும் தெரியப்படுத்த அவாவுறுகிறேன்... பெருமை மிகு புண்ணிய சீலர்காள்;

தென்னிந்திய காங்கிரஸ் மகா சபையிலே பிராமண ஆதிக்கம்தான் தலைவிரித்தாடுகிறது. இவர்களின் ஆதிக்கத்தின் கீழுள்ள காங்கிரஸில் கலந்துகொண்டு பிராமணரல்லாதாரில் பலர் சமூக முன்னேற்றமான விஷயங்களை ஆரம்பித்தால், மதம் போச்சு, சாமி செத்துப் போச்சு என்கின்ற வீண் வாய் வேதாந்தம் பேச ஆரம்பித்து விடுகிறார்கள். இவர்களினால் பலப் பல முட்டுக்கட்டைகள் நமக்கு உண்டாகின்றதென்பதை

ஓர்ந்தேகும் பார்ப்பனரல்லாத் தலைவர்களுள் தலைசிறந்து விளங்கும் உயர்திருவாளர் ஈ.வெ. ராமசாமி நாயக்கர் அவர்கள் மக்கள் ஒவ்வொருவரும் சம சுதந்திரம் பேணல் வேண்டும் என்னும் ஓர் புனிதத் தொண்டை அடிப்படையாகக் கொண்ட 'சுய மரியாதை இயக்க'மென ஒன்றை ஏற்படுத்தியுள்ளார். பார்ப்பனரல்லாத தலைவர்களுள், பொதுநலப் பிரியர்கள் ஒவ்வொருவரும் இதை அவசியம் ஆதரித்தே தீர வேண்டும். இதுவே எதிர்கால இந்தியாவுக்கு ஏற்றது.

இதுவே சுயராஜ்ய போராட்டத்துக்கு அடிகோலியாகும். இதுவே பொதுவாக இந்தியர்கள் அனைவருக்கும் சிறப்பாக, பார்ப்பனரல்லாதோர் அனைவருக்கும் நன்மை பயக்குமென்பதில் ஐயமில்லை. ஏனையோரைக் காட்டிலும் ஒருசாரரால் கொடுமைப்படுத்தப்பட்டு, தாழ்த்தப்பட்டு, ஒடுக்கப்பட்டு வருந்திக் கொண்டிருக்கும் ஏழை ஆதி திராவிட மக்களுக்கு அதிகமான நன்மை பயக்குமென்பது அறிஞர்கள் துணிவு. ஆகவே, பார்ப்பனரல்லாத வாலிபர்களே! பெரியோர்களே! தாய்மார்களே! ஆதி திராவிட அன்பர்களே!

ஒவ்வொரு நகரங்களிலும், கிராமங்களிலும் சுயமரியாதைச் சங்கங்களை நிறுவி குடி அரசு, ரிவோல்ட், திராவிடன், நாடார் குல மித்திரன், தமிழன், குமரன் முதலிய பார்ப்பனரல்லாத மக்களுக்காக உழைக்கும் பத்திரிகைகளை வரவைத்து அவைகளில் சிறந்து விளங்கும் சீரிய வியாசங்களைக் கண்ணுற்று அதன்படி தீவிர சுயமரியாதை வீரர்களாவீர்களென்றும், மக்களுக்குள்ளிருக்கும் மூடக் கொள்கைகளில் முக்கிய முதற்படியாகவுள்ள ஜாதி வித்தியாசத்தை ஒழித்து மக்களுக்குச் சமத்துவப் பெருக்கை போதிப்பீர்களென்றும் நம்புகிறேன். எழுமின், விழுமின் சுயமரியாதை ஓங்க தொண்டு புரிமின்.

'தமிழன்' 30.1.29 பக். 6

நாயக்கர் பிரசாரத்தின் நலமறியார் பிதற்றல்

...இம்மார்க்கத்திற்போதரும் கொடுமுறைகளை ஒழித்து பண்டைய மக்கள் உரிமை நலத்தை உண்டாக்க வேண்டும் என்பதே, ஸ்ரீ ஈ.வெ. ராமசாமி நாயக்கர் அவர்களின் ஒப்புயர் வில்லா உத்தம பிரசாரமாகும். அதுமாட்டு தமிழகம் யாண்டும் செய்நன்றி கொன்றார்க்கு உய்வில்லை என்பதை எண்ணி ஸ்ரீ நாயக்கர் அவர்கட்கு நன்றிகாண கடமைப்பட்டிருக்கிறது. சிலர் ஸ்ரீ நாயக்கர் பிரச்சாரத்தின் நலமறியாது வெகுண்டவராய் பார்ப்பனீய புராணம் மூட்டைகளை படைக்களமாய்க் கொண்டு ஸ்ரீ நாயக்கரை எதிர்த்திடப்பட ஆரம்பித்திருக்கிறார்கள். முந்திய வார "தமிழ"னில் காணுறும் "சொற்றடு மாற்றாம்" எய்க்கும்

பிரசாரம் எனும் கட்டுரைகளை உற்று நோக்குவார். எவர்க்கு மினிதிர் புலப்படும். அன்றியும் ஸ்ரீ நாயக்கரை எதிர்க்கெழும் வியாசங்கட்கெல்லாம் நமதருமை "தமிழ்நாடு" பத்திரிகை தஞ்சமாய் நின்று பொன்னே போல் போற்றவும் முற்பட்டிருப்பதைக் காண நாம் மிகவும் வியப்பெய்தி உள்ளோம். வைதீகத்திர் செகிரிடையாகவும் சிருஷ்டிக்கெதிரான விருத்தி சித்தாந்தத்தைப் போற்றி வருபவருமாய் ஸ்ரீ டாக்டர் வரதராஜ நாயுடு அவர்கள் புராண சுமைகளுக்குத் தமது "தமிழ்நாடு"வை சுமைதாங்கிக் கல்லாய் நிறுத்த முடிவு செய்திருப்போரை உணர்ந்தோறும் ஆச்சரியத்தை விளைவிக்கின்றது...

...கிறிஸ்துவ சீர்திருத்தத்தை ஆக்கிய மார்ட்டின் லூதருக்கு ஏற்பட்ட எதிர்ப்பினையும் கொடுமையினையும் அவர் தலை மீது மின்னிய வாழா இடங்களின் பயங்கரத்தையும் இவர் சரித்திரவாயலாய் ஆய்ந்து உணர்ந்திருப்பாரேன், ஸ்ரீ நாயக்கர் மீதெழும் எதிர்ப்பினைக் கண்டு இந்தோ உபதேசம் செய்யப் புறப்பட்டார். லூதர்வென்னை எடுத்துக்காட்டாக கொண்டு ஜனப்பன் வீட்டு ஆரணமாய் இடர்படார். கடவுள் கிள்ளுக்கீரையாவதும் கிள்ளாத தண்டுக்கீரையாவதும் அதன் உண்மைத்தத்துவத்தைப் பற்றிய தொண்டார்களின் அதைப் பற்றி அப்பனாவது பிள்ளைகளாவது கலைந்திருத்தல் நன்றென்று உணர்வாராகா...

பிரெஞ்ச் நூலாசிரியர் விக்டர் ஷூகே என்பவர் எழுதிய "லெமி சொப்பில்" புத்தகத்தைப் பற்றி கூற வந்த நெப்போலியன் சாஸ்திரக் கழகத்தார் வெளியாகியுள்ள நூற்றுக்கணக்கான பிரெஞ்ச் நூல்களையும், ஆங்கில சத்வ ஆராய்ச்சிக் கழகத்தார் வெளியாகியுள்ள கணக்கற்ற இங்கிலீஷ் நூல்களையும் ருஷிபாவின் தற்கால இயக்கத்தையும் இட்லிநாட்டின் தக்க நூலோர் போடலையும் மறந்தழிந்ததேனோ? இன்னொன்று நூற்கள் ஒருபுறம் இருக்க நுன்மதி கொண்டாய்ந்து பொருட்களின் தன்மை கண்டுணர்ந்து ஸ்ரீ நாயக்கர் கூறுபவற்றுள் இன்னினது தவறு, ஈதீது முரண் என்று இனிகோதி வெளிவருதற்கூடாது? காய் கவர்ந்த அகற்றியொரு பொருட்கள் ஆய்க அறிவுடையார் கண்ணதேவெனும் அமைதியனில் நிமிர்ந்து காய்களால் கருத்துணர்வையும் உவதலால் ஊழலையும் மறந்து ஓலமிட்டெழுவது காணலை ஜம்மென்று திரிந்த கலைமானு சொற்பமாய் முடியும் என்பதை அறிஞர்கடங்குவார்களாக.

இங்ஙனம்

தருமசேனன், திருவள்ளூர்.

'தமிழன்' 21.3.28 பக். 6

நாயக்கர் பிரசாரத்தை பொய்க்கும் பிரசாரம்

பல நூறு ஆண்டுகளாக பார்ப்பனியத்தால் அடிமைப்பட்டுச் சுயமரியாதை உணர்வற்று கிடக்கும் 'தமிழ் மக்களின்' விடுதலைக்காக நமது ஸ்ரீ ஈ.வெ.ராமசாமி நாயக்கர் அவர்கள் மேற்கொண்டுள்ள தறுகணாண்மை செறிந்த பேரூழியத்துக்குத் தமிழுலகம் மிருதம் நன்றி பாராட்டக் கடமைப்பட்டிருக்கிறது.

இந்த வெளியீட்டிலும் இதற்கு முன்னர் தமிழ்நாடு தினப்பதிப்பில் பிரசுரிக்கப்பட்டிருந்த வெளியீட்டிலும் ஸ்ரீநாயக்க அவர்களைப் பற்றி வரைந்திருக்கத்தில் நாயக்கர் இந்து மதத்தை கண்டித்து அவற்றை ஒழித்துவிட வேண்டும் என்று கூறுவதால், பிறகு எம்மதம்தான் ஸ்ரீ நாயக்கர்குரியதெனக் கேட்கப்பட்டிருப்பதைக் கண்டோம். நாயக்கர் மதம் யாதென்பதை தமது குடியரசில் இடையறா வெளியிட்டுக் கொண்டே வருகிறார். அவை யாதெனில்,

அனைத்துயர் ஒன்றென்றெண்ணி
அரும்பசி யெவர்க்கும் ஆற்றி
மனத்துளே பேதாபேதம்
வஞ்சம் பொய் களவு சூது
சினைத்தையும் தவிர்ப்பாயாதில்
கெய்தவர் வெறென் றுண்டோ?
உனக்கிது உறுதியான
உபதேசம் ஆகும்தானே.

என்பதே மனிதத் தன்மையும் அறிவுச் சுடருமுடையர் அனுசரிக்க வேண்டிய மதம் என்பதை நமது சர்வ மத சகோதர சங்கத்தார் அறிதல் வேண்டும். மதம் என்பதில் பொருள் யாதென்பதைத் தோத்தெளிவரேள். மக்கள் நலத்திற்காக மதமெழுப்பப்பட்டதே அன்றி, மதத்துக்காக மக்கள் உண்டாகவில்லை என்பது அறிந்துய்வர்.

இங்ஙனம், அ. கமலச்சீலன்.

'தமிழன்' 7.3.28

திரு. கா. சோமசுந்தரம் பிள்ளையின் சொற்றொடுமாற்றம்

உயர்மிகு. ஈ.வெ.ராமசாமி நாயக்கர் அவர்கள் திரு கா. சோமசுந்தரம் பிள்ளை அவர்களால் எழுதிய "இந்து மதமும் வைக்கம் வீரரும்" என்ற யாசத்துக்கு தமது 25-12-27 "குடியரசு" இதழில் ஆணித்தரமான பதிலளித்துள்ளார். அவற்றுள் ஒரு வரியேயேனும் அசைக்கவே பிள்ளை அவர்கள் சென்ற 14.2.28ல் வெளியான "தமிழ்நாடு" வரப்பதிப்பில் "நாயக்கர் பிரச்சாரம்" எனும் தலைப்பு தீட்டி நீண்டதோர் வியாசம் எழுதியுள்ளதைக்

கண்டோம். இது மாயவரம் போகவழி எதுவென்று இம்மாடு பால் சுரக்கவில்லை என்றவன் கதை போல் நிலவுகின்றதேயன்றி, சிறிதும் அறிவுடையோரால் புகழ்பெற்றோர் கொள்ளும் யின்மை இதாய் காணப்படவில்லை...

...சத்தியத்தையும் மனசாட்சியையுமே தங்கடைப் பிடியாகக் கொண்டு உயர்மிகு ஈ.வெ.ராமராமி நாயக்கர் தமிழன் "ஆசிரியர் போன்றவர்கள்" நமது பிள்ளை அவர்கள் போல எத்தனை பிள்ளைகள் புறப்பட்டாலும் அவர்கள் பிள்ளைத் தனத்தை நீக்கிப் பெருந்தன்மையை காட்டுவாறென்பதிற் சிறிதும் ஐயமில்லை.

இங்ஙனம்

தருமசேனன், திருவள்ளூர்.

'தமிழன்' 7.3.28

பார்ப்பனரும் பார்ப்பனரல்லாதாரும்

நமது நாட்டிலும் முக்கியமாய் தென்னாட்டிலும் பார்ப்பனரல்லாதார் இயக்கம் தோன்றிய காலம் முதலே நூற்றுக்கு மூன்று பேர் பார்ப்பனர்கள் என்றும் ஏனையோர் 97 பேர்களென்றோம். ஆகையால் உத்தியோகங்களும், பதவிகளும், மேற்கண்ட விகிதாச்சாரம் கிடைக்க வேண்டும் என்றும் கிளர்ச்சி செய்யப்பட்டு வந்தது. பலபேர் ஜாதி மதம் பிரிவுகளிருக்கப் பார்ப்பனர்களை மட்டும் பிரித்துவிட்டு மற்றையோர் கூடிக்கொண்டு பார்ப்பனரல்லாதார் என்று ஒரு வகுப்பாக இருக்கின்றார்களே என்று கேட்கலாம். ஏனெனில் பார்ப்பனர்களும் நமது நாட்டில் பிறந்தவர்கள் சகோதரர்கள் அவ்வாறு இருக்க அவர்களை மட்டும் தனியாய்ப் பிரிப்பானேன் என்று கேட்பது சிரமந்தான். இதை ஆதாரமாக கொண்டுதான் ராஜ்ஜிய விஷயத்தில் வகுப்புவாதங்கூடாதென்று கூறினார்கள். இதற்கு விடை இருக்க வேண்டுவதுதான்....

'தமிழன்' 15.8.28

தென்னாடு

சேலம் "தென்னாடு" திரு நாயக்கர் பிரசாதத்தை ஏய்க்க வாரா வாரம் குட்டிக்கரணம் அடிக்கின்றது. இந்தக் குட்டிக் கரணம் பழிக்காதே. கோமுட்டி ஜாடையாக எழுதினாலும் முடியாது. யாரையாவது எழுதச் சொன்னாலும் முடியாதே. "குடியரசில்" இந்த தேதியில் இத்தனையாம் பக்கம், இத்தனையாம் களம் இத்தனையாம் வழியில் சுயமரியாதைக்கு, உழைக்கும் வீரர் எழுதியிருந்தார். சுயமரியாதை தொண்டர்கள் எழுதியுள்ளார்கள். அது குற்றம் அல்லது இத்தனையாம்

தேதியில் திரு. நாயக்கர் அவர்கள் இன்ன ஊரில் பிரசாரம் செய்தாரே? அதில் இன்ன குறை, இன்ன குற்றம், இன்ன மோசம் என்றெல்லவோ கூறியிருக்க வேண்டும். அதுகளையெல்லாம் விட்டுவிட்டு ஏதேதோ பொய்யும் புரட்டுகளையும் எழுதி குட்டிக்கரணம் அடித்தால் முடியுமா? அல்லது பத்திரிகை ஒழுகி சந்தாதாரர்கள் சேர்ந்து விடுவார்கள் என்று குட்டிக்கரணம் அடிக்கின்றனவோ தெரியவில்லை. அதையும் "குடியரசின்" பேரிலும் திரு நாயக்கர் சுயமரியாதையின் பேரிலும் எதிர்த்த பத்திரிகைகள் என்ன கெதி அடைந்தது. அது மறந்துவிட்டு குட்டிக்கரணம் அடிக்கிறது. அய்யோ! பாவம்!! ஆகவே இந்தக் குட்டிக்கரணம் இன்றோடு விட்டுவிடவும், குட்டிக்கரணம் ஜெபமும் பார்ப்பனர்களின் ஜெபமும் பலிக்காது. தாங்கள் வாராவாரம் குட்டிக்கரணம் அடிப்பதற்கு "குடி அரசு" கவனிக்க இடமில்லை. அவ்வாறு கவனித்திருந்தால், பிடி சாம்பலாகி இருக்கும். "தென்னாடு" குட்டிக்கரணம் மறைந்தும் போயிருக்கும். இனி குட்டிக்கரணம் அடித்துவிடப் போகிறது. இனி குட்டிக்கரணம் அடித்தால் மண்டை ஒடிந்துவிடும். அப்பா!

ஒற்றுமை நாடும் ஒற்றன், சேலம்.

'தமிழன்' 15.8.28

சூத்திரர்களைவிட பஞ்சமர்கள் தாழ்ந்தவர்களா?

...இப்படிப்பட்ட அஞ்ஞான மிலேச்சராகிய சூத்திரரை பிடித்து புத்திப் புகட்டுவதில் "குடியரசு", "திராவிடன்", "தமிழன்" முதலிய பத்திரிகைகளின் ஆசிரியர்களே மிகவும் சிறப்புற்ற மக்களாவார்.

'ஏ.முத்துசாமி, உபாசகர், சென்னை.

சுயமரியாதை இயக்கம்

இது இந்நாட்டில் நிலைத்திருக்கும்? அல்லது மறைந்து விடுமோ?

இந்த சுயமரியாதை இயக்கத்தைப் பற்றி மகாநாட்டுக்குப் பின்பு யதார்த்தவானி ஆசிரியர் மிஸ்டர் T.V. கோவிந்தசாமி பிள்ளை அவர்கள் தமது (25.2.29) தேசிய பத்திரிகையில் சந்தேகிக்கிறார். ஏனிருவருக்கு இச்சங்கை உண்டாயிற்றென்றால், சுயமரியாதையியக்கம் சாந்தமான முறையிலுந் தெய்வ வழிபாட்டிலுமிருக்காது என்ற நம்பிக்கை யுண்டாகி அதன் நிமித்தம் நமது கருத்தை இவ்விதம் கூறுகிறார்...

K. ராஜா, ஈரோடு

'தமிழன்' 20.3.29 பக் 5

அயோத்திதாசரைத் தொடர்ந்து தமிழன் இதழை 1926 முதல் 1934

வரை நடத்தினார் ஜி. அப்பாத்துரையார். அவர் காலகட்டத்தில் குடி அரசும் தமிழனும் ஒரே நேர்கோட்டில் பயணித்தது நம் ஆய்வாளர்கள் அறியாதது. இதை அறிந்த பிறகு ஜி. அப்பாத்துரையாரிடம் ஏதாவது குறை கண்டுபிடித்து எழுதுவார்கள். அதையும் நாம் படிக்கத்தான் போகிறோம்.

அத்திபாக்கம் க. வெங்கடாசல நாயக்கர் எழுதிய இந்துமத ஆபாச தர்ஷினியை வெளியிட்டவர்கள் தலித்துகளின் பகுத்தறிவு நூற்களை ஏன் பதிப்பிக்கவில்லை என்றால், அயோத்திதாசரின் படைப்புகளை மறைத்ததாகச் சொல்லமுடியுமா?

யதார்த்த பிராமண வேதாந்த விவரம், வேஷ பிராமண வேதாந்த விபரம், கபாலிஸின் சாத்திர ஆராய்ச்சி, விபூதி ஆராய்ச்சி, அரிச்சந்திர பொய்கள், திரிவாசகம், ஸ்ரீ அம்பிகையம்மன் வரலாறு, ஸ்ரீ முருகக் கடவுள் வரலாறு, திருவள்ளுவர் வரலாறு, திருக்குறள் கடவுள் வாழ்த்து, விவாக விளக்கம், புத்தமார்க்க வினா விடை, இந்திரர் தேச சரித்திரம், விசேஷ கங்கைத் தெளிவு, நந்தன் சரித்திர தரித்திரம் என்பது அயோத்திதாசரால் எழுதப்பட்ட நூல்கள் என ஸ்டாலின் ராஜாங்கம் பட்டியலிடுகிறார்.

இவை அனைத்தும் சித்தார்த்தா புத்தக சாலையின் வெளியீடுகள். அந்த நிறுவனம் வெளியிட்டுவரும்போது இன்னொருவர் வெளியிட முடியுமா? ஞானசூரியன், இந்துமத ஆபாச தர்ஷினியை பெரியார் வெளியிட்டது எல்லாம் வெளியிட யாரும் இல்லாததால், பிரதிகள் கிடைக்காததால்.

மேலும் பெரியார் வெளியிட்ட வெளிப்புத்தகங்களின் பட்டியலை பார்த்தாலே ஒன்று புரியும். நாத்திகவாதமான பிரதிகளையே தேடி எடுத்து வெளியிட்டு இருப்பார். ஞான சூரியன், Temple Entry, லெனினும் மதமும், கடவுளும் பிரபஞ்சமும், இராமாயண ஆராய்ச்சி, பாரத ஆராய்ச்சி, கத்தோலிக்க வீண்கூச்சல், முன்னேற்றத்துக்கு மதம் முட்டுக்கட்டை, மதம் மக்களுக்குச் செய்த நன்மை என்ன?, மாதவியும் பெண்களும் பாவமன்னிப்பும், மதமும் விஞ்ஞான சாஸ்திரமும், நான் ஏன் கிறிஸ்தவனல்ல, பகுத்தறிவு அல்லது கத்தோலிக்க குருவின் மரண சாசனம், சாதிக் குறி, சாதியை ஒழிக்க வழி (டாக்டர் அம்பேத்கர்), அகத்தியர் ஆராய்ச்சி, மெய்ஞான முறையும் மூட நம்பிக்கையும், பெரியபுராண ஆராய்ச்சி, கோயில்கள் தோன்றியது ஏன், நரகம் எங்கே இருக்கிறது, கடவுள் தோன்றியது எப்படி, கடவுளர் கதைகள், உண்மை இந்துமதம் எது, பேய்–பூதம்–பிசாசு, மதப்புரட்சி, புராண ஆபாசங்கள், கடவுளை நிந்திக்கும் கயவர்கள் யார் என்ற பட்டியலை பார்த்தாலே மூடநம்பிக்கைக்கு எதிராக ஆத்திகத்துக்கு எதிரான வெளிப்புத்தகங்களைத்தான் தேடித் தேடிப் பதிப்பித்து வெளியிட்டார் என்பது புரியும்.

ஸ்ரீ சித்தார்த்த புத்தக சாலை வெளியிட்ட 'வருண பேத விளக்கம்' என்ற நூலை 'குடி அரசு' (21.03.1926) பாராட்டி எழுதி உள்ளது. தயவு தாட்சண்யம் இல்லாமல் எழுதப்பட்டது இந்தப் புத்தகம் என்றும், சில விஷயங்களில் அபிப்பிராய பேதம் இருப்பதாகவும் சொல்கிறது. ஆனாலும் இதை வாங்கிப் படிக்கச் சொல்கிறது குடி அரசு.

டாக்டர் அம்பேத்கரின் புகழ்பெற்ற உரையை சாதியை ஒழிக்க வழி என்று 1930 களிலேயே குடி அரசுவில் மொழிபெயர்ப்பு செய்து வெளியிட்டதும் பெரியாரே. அதைப் புத்தகமாக வெளியிட்டதும் பெரியாரே. இன்று அந்நூல் 30 பதிப்புகளை தாண்டி திராவிடர் கழகத்தால் விற்பனை செய்யப்பட்டுதான் வருகிறது. அப்படி இருக்கும்போது தலித்துகளின் பகுத்தறிவு நூல்கள் இவர்களால் குறிப்பிடப்பட்டதுமில்லை, பதிப்பிக்கப்பட்டதுமில்லை என்று பொத்தாம் பொதுவாக எப்படிச் சொல்ல முடியும்?

ஸ்டாலின் ராஜாங்கம் தனது கட்டுரையில், 'சாதி ஒழிப்பு' என்ற நூல் 1937ல் சுயமரியாதை இயக்கத்துக்காக வெளியிடப்பட்டது என்பதைத் தவிர்க்க முடியாமல் வெளியிட்டுவிட்டு, பெரியார் பெயரை லாவகமாகத் தவிர்த்துவிடுகிறார். அதாவது குத்தூசி குருசாமி மொழி பெயர்த்தாராம். (தீண்டப்படாத நூல்கள் – பக். 78) இதன் மூலம் என்ன நிறுவ முயற்சிக்கிறார்கள்? பெரியாருக்கே தெரியாமல் குத்தூசி குருசாமி வெளியிட்டிருக்கலாம் என்றா? எதை நிறுவ முயற்சித்தாலும் அதில் உள்நோக்கமும், ஏற்கனவே திட்டமிடப்பட்ட எண்ணமும் மட்டுமே இருக்கிறது.

அயோத்திதாசரையும், அம்பேத்கரையும், இந்திய தேசத்திற்கு வன்முறையற்ற, கருணைமிக்க நல்வாழ்விற்கு பாதை காட்டிச் சென்ற இக்கற்றறிந்த பெரியார்கள் பாராட்டத்தக்கவர்களாவார்கள் என்று சொன்ன அன்பு பொன்னோவியம் அவர்கள் அடுத்த வரியாக....

"தமிழகமெங்கும் பகுத்தறிவைப் பரப்பிய பெரியார் ஈ.வெ.ரா. அவர்களும் புகழுக்குரியவராவார்"

என்றுதான் அயோத்திதாசர் சிந்தனைகள் நூலுக்கு எழுதிய (ஞான. அலாய்சியஸ் தொகுப்பு) சிறப்புரையில் எழுதினார். (பக்கம் XIV) அவரேதான் பின்னர் பெரியாரை, 'எதுவுமே செய்யவில்லை' என்றார். பெரியார் மாறவில்லை. இவர்களைத்தான் ஏதோ ஒன்று மாற்றிக் கொண்டே இருக்கிறது.

ஸ்டாலின் ராஜாங்கத்தின் சமீபத்திய நூல் (2016) 'அயோத்திதாசர் வாழும் பௌத்தம்' என்பதாகும். அயோத்திதாசர் குறித்து இதுவரை வெளிவந்த நூல்களில் இது செறிவானது. பத்து கட்டுரைகள் கொண்டது. இதில் அயோத்திதாசர் – பெரியார் வேறுபாட்டை மிகச் சரியாக அடையாளம் காண்கிறார்.

> 1925க்குப் பிறகு நாத்திகரான பெரியார், அது முதலே பௌத்த சார்பைக் கொண்டிருந்தார். அவரை வழிப்படுத்தியதில் அயோத்திதாசர் வழிவந்தோருக்கும் பங்கிருந்தது.... (பெரியாருடையது) அவருடையது அரசியல்மயப்பட்ட பௌத்தமாக இருந்தது. பௌத்தத்தை ஒரு சமயமாகக் கருதி ஆதரிப்பது பகுத்தறிவிற்கு முரணானது என்பதால் தன்னுடைய அரசியல் கருத்துகளுக்கு ஆதரவான வகையில் மட்டும் பௌத்தத்தைப் பேசினார்....
>
> (அயோத்திதாசர் வாழும் பௌத்தம் – பக்கம் 62)

– உண்மை இதுதான். அயோத்திதாசரை பெரியார் மறைக்கவில்லை. மறுக்கவில்லை. அவரிடமிருந்து உடன்பாடானதை மட்டும் எடுத்துக் கொண்டார்.

பார்ப்பன எதிர்ப்பு, தீண்டாமை எதிர்ப்பு, வர்ணாசிரம எதிர்ப்பு, மத ஆதிக்க எதிர்ப்பு ஆகியவற்றில் குடி அரசும், தமிழனும் (1926–34 காலகட்டத்தில்) சக தோழனாய் பயணித்தன. சக தோழனாய் அன்று நம்பினார்கள். இன்று நம்ப மறுக்கிறார்கள்.

அயோத்திதாசரை பெரியார் மறைத்தார் என்பவர்கள், யாரெல்லாம் அவரது புகழைப் பாடினார்கள் என்பதைப் பட்டியலிட்டிருந்தால் பாராட்டலாம்!

திவான் பகதூர் இரட்டைமலை சீனிவாசன் அவர்கள், 1939ஆம் ஆண்டு தனது வரலாற்றை 30 பக்கம் கொண்ட சிறு நூலாக எழுதினார். அதுவே திவான் பகதூர் இரட்டைமலை சீனிவாசன் அவர்கள் சரித்திர சுருக்கம் என்பது. இவரின் தங்கை தனலட்சுமியையே அயோத்திதாசர் திருமணம் செய்து கொண்டார். 'பறையன்' இதழ் நடத்தியவர் இரட்டைமலை. 1920 முதல் இறக்கும் வரை தொடர்ச்சியாக அரசியலில் இயங்கியவர். தனது ஜீவிய சரித்திரத்தில் அயோத்திதாசர் குறித்து இரட்டைமலை சீனிவாசன் எழுதி இருக்கிறாரா? அயோத்திதாசரின் இயக்கம் குறித்து எழுதி இருக்க வேண்டும், அல்லது குடும்ப நட்பு குறித்து எழுதி இருக்க வேண்டும். ஏன் இல்லை? மேலும், ஒரு இடத்தில் 'பௌத்தம்' மாறுபவர்களை மறைமுகமாக இரட்டைமலை விமர்சிக்கவும் செய்கிறார்.

> 1882 ஆம் வருடம் மாது ஸ்ரீ பிளாவட்ஸ்கி அம்மையாரையும் கர்னல் ஆல்காட்டு அவர்களையும் நீலகிரியில் தரிசித்து அவர்களுடன் சில நாள் பழகிவந்தேன். யோகானுபவ சங்கத்தில் சேர்ந்து அதில் தலைவனாயிருந்த கர்னல் ஆல்காட்டு அவர்களால் தீட்சை பெற்றேன். பௌத்த மதத்தைச் சீர்தூக்கி அவர் பேசுவார். 1900

ஆம் வருஷம் அம்மதத்தைத் தாழ்த்தப்பட்டோர் சமூகத்தில் நுழைக்கத் தொடங்கினார். சமூகத்தில் பிரிவினையுண்டாகுமென அஞ்சி அவரைப் பத்திரிகை மூலமாகத் தாக்கினேன். ஒருவரையொருவர் தான் தோன்றிய தம்பிரான் என்று தர்க்கித்துக் கொண்டோம். சிலர் அம்மதம் புகுந்தார்கள். பறையர் என்பதைவிட பௌத்தர் என்பது சிலாக்கியமானதென்று சொல்லிக் கொண்டார்கள். சில இடங்களில் மடங்களைக் கட்டிக் கொண்டார்கள். பறையர் அல்லது ஆதி திராவிடர்கள் என்னும் சமூகத்தவர்களுக்குக் கல்வியிலும் பொருளாதாரத்திலும் சர்க்கார் கொடுக்க ஏற்படுத்தியிருக்கும் உதவி பௌத்த மதஸ்தராய் மாறிய சமூகத்தவர்களுக்குக் கிடைக்கக் கூடாததாயிற்று.

இந்து சமயவாதிகளென்னும் ஜாதி இந்துக்களும் தமிழ் சமயங்களான தாழ்த்தப்பட்டாரும் ஒரே மதச்சார்புடையராவர். ஜாதி இந்துக்கள் செய்யும் கொடுமையைத் தாளமுடியாமல் தாழ்த்தப்பட்டோர் மதம்மாறிப் போகிறார்கள். துர்பாக்கிய நிலையினின்னு சீர்தூக்க வேணுமெனத் தாழ்த்தப்பட்டார் பல நூற்றாண்டுகளாக முறையிட்டதற்கிணங்கி கல்வியிலும் செல்வத்திலும் விருத்திபெற கவர்ண்மென்டார் பல வருடங்களாக உதவி புரிந்து வருகிறார்கள். தாழ்த்தப்பட்டார் சமூகத்தினின்று மதம் மாறி வேறு சமூகத்தில் சேர்ந்து கொண்டவர்கள் தங்களைத் தாழ்த்தப்பட்டாரோடு சேர்ந்து உதவ வேண்டுமென விதண்டாவாதம் கவர்ண்மென்டாரிடம் தொடுத்திருக்கிறார்கள். கவர்ண்மென்டார் சட்டப்படி சமூகங்களின் வரையறையேற்பட்டிருக்கிறது. ஒரு சமூகவத்தவருக்குக் கவர்ண்மென்டார் கொடுத்த உதவியை மற்றொரு சமயத்தார் பெறக்கூடாது. ஒரு மதத்தினின்று வேறொரு மதத்திற்கு மாறினால் ஒரு சமூகத்தினின்று வேறொரு சமூகத்திற்கு மாறினவர்களாவார்கள். அவர்கள் முன்னிருந்த சமூகத்திற்கு கிடைத்த உதவியை மாறியிருக்கும் சமூகத்தின்று பெறக்கூடாது. அப்படிப் பெறச் செய்தால் மத மாறியவர்களே முழு உதவியையும் ஏற்றுக் கொள்வார்கள். அன்றியும் தங்கள் மதமாற்றும் சூழ்ச்சியுண்டாகுமெனத் தாழ்த்தப்பட்ட சமூகத்தார் பீதி கொள்கிறார்கள். மதமாறி வேறு சமூகத்தைச் சேர்ந்தவர்கள் தனிப்பட்ட தங்களுக்கு வேண்டிய உதவியைச் சர்க்காரிடமிருந்து பெற்றுக் கொள்வது உத்தமம். இந்தக் கருத்தைக் கொண்டு சட்டசபையில் பலதரம் பேசியும் பத்திரிகைகளுக்கெழுதியும் வருகிறேன். *(பதிப்பாசிரியர்: வாலாசா வல்லவன். பக். 33, 34)*

மதம் மாறுதலைக் கண்டிக்கும் இரட்டைமலை சீனிவாசன், பௌத்தர் என்று சொல்லிக் கொள்பவர்களை கிண்டலடித்து, அப்படி மதம் மாறியவர்கள் சலுகை பெற முடியாது என்றும் சொல்லி வருகிறார். யாரைச் சொல்ல வருகிறார் என்பதை விளக்கத் தேவை யில்லை. ஏன் அவர் அயோத்திதாசர் பெயரைக் குறிப்பிடவில்லை என்பதை பெரியாரே மறைத்தார் என்று கண்டுபிடித்தவர்கள், கண்டுபிடித்தாக வேண்டும்.

ராவ் பகதூர் எம்.சி. ராஜா, 1927ம் ஆண்டில் The Oppressed Hindus ஒடுக்கப்பட்ட இந்துக்கள் என்ற நூலை எழுதினார். தி ஹக்ஸ்லீ பிரஸ் இதனை ஆங்கிலத்தில் வெளியிட்டது. அம்பேத்கர் சிந்தனைக் கூடத்தின் சார்பில் 1968ம் ஆண்டு அன்பு பொன்னோவியம் தமிழில் வெளியிட்டார் என்கிறார் ரவிகுமார். (கரிசல் பதிப்பகம் வெளியீடு 2008). இந்த நூலில் அயோத்திதாசர் பெயரை எம்.சி.ராஜா குறிப்பிடவில்லையே.

1927 நவம்பர் 24 பிரபுக்கள் சபையில் எம்.சி.ராஜா உரையாற்றும் போது சமூகம் மற்றும் அரசியல் உரிமைகளுக்காக பாடுபட்டு பங்காற்றியவர்கள் என்று சிலரை பட்டியலிடுகிறார். ஐரோப்பிய சமயத் தொண்டர்கள் வைணவ சீர்திருத்தவாதி ஸ்ரீராமானுஜர், 1917 பிராமணரல்லாதார் இயக்கமும் குறிப்பாக டி.எம். நாயரும், மகாத்மா காந்தி, கல்வியில் சிறந்த இந்துக்களான லாலா லஜபதி ராய் மற்றும் பண்டித மதன்மோகன் மாளவியா, இந்து மகாசபையின் தீர்மானம் என்று வரிசையாய் பட்டியலிடும் எம்.சி. ராஜா அந்த வரிசையில் அயோத்திதாசர் பெயரை குறிப்பிடவில்லையே! (பெருந்தலைவர் எம்.சி. ராஜா சிந்தனைகள் தொகுப்பாசிரியர் வே. அலெக்ஸ் பக். 61-64)

பெருங்கவிஞர்களும் பக்திமான்களும் இச்சமூகத்தில் தோன்றிய வர்களே எனப் பட்டியலிடும் எம்.சி. ராஜா, வள்ளுவர், கபிலர், ஔவையார், நந்தனார், திருப்பாணாழ்வார் என்ற பட்டியலைத் தருகிறார். இதிலும் அயோத்திதாசர் இல்லை. ஏன் இல்லை? 'பெரியாரே மறைத்தார்' என்று கண்டுபிடித்தவர்கள், கண்டுபிடித்தாக வேண்டும்.

தி.ஆ. பெருமாள் பிள்ளையின் 'ஆதி திராவிடர் வரலாறு' அனைவராலும் மேற்கோள் காட்டப்படும் முக்கியமான நூல். 1922ம் ஆண்டு வெளியானது. திரிசிரபுரம் ஆ. பெருமாள் பிள்ளை அவர்களால் இயற்றப்பட்டு சென்னை வியாசர்பாடி ஸ்ரீ சிவஞான சுந்தர சித்விலாச பக்த பஜனையின் ஆசிரியரும் புரசை தாக்கர் தெரு ஆதி திராவிட சங்கத் தலைவருமாகிய புரசை ஸ்ரீமான் மு.சிவ சுப்பிரமணியம் பிள்ளை அவர்களது முயற்சியால் சென்னை விக்டோரியா அச்சுக்கூடத்தில் பதிப்பிக்கப்பெற்றது என்று அதன் முகப்புரை சொல்கிறது. இந்நூலை இயற்றுமாறு தனக்குக் கட்டளை யிட்டவர் என்று எம்.சி.ராஜாவையே தி.ஆ.பெருமாள்பிள்ளை

சொல்கிறார் தனது முன்னுரையில். திராவிடர், திராவிடர் பாஷை, திராவிடர் ஜாதி ஆகிய மூன்று தலைப்புகளில் கட்டுரைகள் உள்ளன. டி. பொன்னம்பலம் பிள்ளை, செஞ்சி பழநி ஆண்டி, ஸ்ரீநிவாச ஐயங்கார், சிவஞானம்பிள்ளை, மு. இராகவய்யங்கார், யாழ்ப்பாணம் முத்துத்தம்பி பிள்ளை, சுவாமி வேதாசலம் (மறைமலை அடிகள்), எஸ்.ஆர்.எம். இராமசுவாமி செட்டியார், செல்ல கேசவராய முதலியார், மனோன்மணியம் சுந்தரம் பிள்ளை, துங்கராம பாண்டியன், ஜி.யு. போப், கனகசபை பிள்ளை, டி.ஏ. இராமலிங்க செட்டியார், ஆண்ட்ரூ, டாக்டர் மியூர், அனவரத விநாயகம் பிள்ளை ஆகிய பலரது புத்தகங்களில் இருந்து மேற்கோள் காட்டும் பெருமாள் பிள்ளை, அயோத்திதாசர் நூற்களில் இருந்து மேற்கோள் எதையும் எடுத்தாளவில்லை. அயோத்திதாசரை தனது நூலின் இறுதிப்பகுதியில் இரண்டு இடங்களில் பெருமாள் பிள்ளை குறிப்பிடுகிறார். பஞ்சமர், பறையர் என்ற தீய பொருள்படும்படி அழைத்து வந்ததை ஸ்ரீமான் அயோத்திதாச பண்டிதர் கண்டித்து வந்தார் என்றும், தமிழன் பத்திரிகை நடத்தி இரவு பகலும் பழங்குடி மக்களாகிய ஆதி திராவிடர்களின் முன்னேற்றத்தையே பிரகாசித்திருந்தார் என்றும் பெருமாள் பிள்ளை குறிப்பிடுகிறார். 'சாதி பேதமற்ற திராவிடர்கள்' என்பதே அயோத்திதாசரின் வலிமைச் சொல். அது 'திராவிடர்' என்ற சொல்லை நிறுவும் தி.ஆ.பெருமாள் பிள்ளை எழுதிய நூலில் இல்லை. ஏன் இல்லை? 'பெரியாரே மறைத்தார்' என்று கண்டுபிடித்தவர்கள், கண்டுபிடித்தாக வேண்டும்.

1869 முதல் 1943 காலகட்டத்தில் வெளியான தலித் இதழ்கள் குறித்து ஆழமான ஆய்வை மேற்கொண்டவர் ஜெ. பாலசுப்பிரமணியம். 'சூரியோதயம்' முதல் 'உதயசூரியன் வரை' என்ற நூலாக அவரது ஆய்வின் சுருக்கம் (காலச்சுவடு வெளியீடு 2017) வெளியாகி உள்ளது. அ.மா. சாமி, பெ.சு. மணி, மா. சம்பந்தம், மா.ரா. அரசு, மா.ரா. இளங்கோவன் போன்ற இதழியல் வரலாற்றாசிரியர்கள் பார்வையில் இதுவரை சிக்காத பல இதழ்களின் வரலாற்றை மீட்டெடுத்துள்ளார் ஜெ. பாலசுப்பிரமணியம். பறையன், தமிழன் நீங்கலாக அனைத்து இதழ்களுமே முதன்முதலாக விரிவாக அடையாளம் காட்டப்படுகிறது. இதில் பல இதழ்களின் பிரதிகள் ஒன்றுகூட கிடைக்கவில்லை என்கிறார் ஆய்வாளர். கிடைத்த விவரங்களின் அடிப்படையில் ஒரு சில இதழ்களில்தான் அயோத்திதாசரின் தொடர்ச்சி இருக்கிறது.

அயோத்திதாசப் பண்டிதரும், ரெவரண்ட் ஜான் இரத்தினமும் இணைந்து நடத்திய திராவிடப் பாண்டியன் இதழ், இரட்டைமலை சீனிவாசன் நடத்திய பறையன் இதழ் ஆகியவற்றோடு இது (மஹா விகட தூதன் 1886 - 1927) கருத்துப் போர் நடத்தியதும் புலனாகிறது. (பக். 61)

மறைத்திரு ஜான் இரத்தினமும் பண்டிதர் அயோத்திதாசரும் இணைந்து திராவிடப் பாண்டியன் என்ற பெயரில் ஒரு சங்கத்தை உருவாக்கினர். அந்தச் சங்க இதழாகவே திராவிடப் பாண்டியன் இதழைத் தொடங்கினர். *(பக். 94)*

அயோத்திதாசப் பண்டிதரோடு நெருக்கமாகச் செயல்பட்டு வந்த ஏ.பி. பெரியசாமிப் புலவர் 'சாக்கைய பௌத்தர்கள்' எனும் தொடரைப் பூலோகவியாஸனில் (1903 - 1917) மூன்று தொடராக எழுதியுள்ளார்.

பண்டிதர் அயோத்திதாசரின் மகன் பட்டாபிராமன் 1932ல் சென்னையில் 'தருமதொனி' என்ற இப்பத்திரிகையைத் தொடங்கினார். *(பக். 138)*

அயோத்திதாசருக்கு, அவரது சிந்தனைக்கு வலிமை சேர்க்கும், அல்லது அதனையே தனது கொள்கைகளாகக் கொண்ட இதழ்களின் வரிசையில் தொய்வு ஏற்படுகிறது. எவர் ஒருவரும் இயக்கமாகவோ, இதழாகவோதான் பயணித்தால் மட்டுமே பேசு பொருளாகவே தொடர முடியும். இதனை தனது ஆய்வில் விரிவாகவே ஜெ. பாலசுப்பிரமணியம் குறிப்பிட்டுள்ளார்.

> அயோத்திதாசரின் இதழியல் அரசியல் இடையரு என்பதைத் தாண்டி, சாதி, மதம், பண்பாடு குறித்த தத்துவார்த்த கேள்விகளை வரலாற்று ஆதாரங்களைக் கொண்டு எழுப்பி காலத்தை கடந்து நிற்கும் ஆவணமானது. செழித்தோங்கியிருந்த தலித் இதழியல் 1940ம் ஆண்டுக்குப் பின்பு சரிவைக் கண்டது. இச்சரிவை 1930களுக்கு பின்பிருந்தே உணர முடிகிறது.
>
> இங்கு சரிவென்பது பத்திரிகைகளின் எண்ணிக்கை சார்ந்தது மட்டுமல்லாமல் கருத்தியல் வெளிப்பாடு சார்ந்ததும் ஆகும். பத்திரிகைகளின் எழுச்சி என்பதை அரசியல் எழுச்சியினூடே பொருத்திப் பார்க்க வேண்டும்....
>
> தமிழகத்தைப் பொறுத்தமட்டில் தலித் அரசியல் பத்தொன்பதாம் நூற்றாண்டின் இறுதியில் சங்கங்களாகவும் பத்திரிகைகளாகவும் உருப்பெற ஆரம்பித்தன. பண்டிதர் அயோத்திதாசர் நிறுவிய திராவிடப் பாண்டியன் சங்கம் (1885), திராவிட மஹாஜன சபை (1891), இரட்டைமலை சீனிவாசன் நிறுவிய பறையர் மஹாஜன சபை (1892) போன்ற அமைப்புகளும் வட்டார அளவிலான பல அமைப்புகளும் தலித்துகளை அரசியல்படுத்துவதிலும் அவர்களுக்கான உரிமைகளை ஆங்கிலேயே அரசிடம் கேட்டுப் பெறுவதையும் பிரதான நோக்கமாகக் கொண்டிருந்தன.

இருபதாம் நூற்றாண்டின் தொடக்கத்தில் எம்.சி. ராஜா ஆதி திராவிட மஹாஜன சங்கம் (1916), அகில இந்திய ஒடுக்கப்பட்ட வகுப்பார் சங்கம் (1926) போன்றவற்றை நிறுவினார்.

எம்.சி. ராஜாவின் இந்த மாகாணம் தழுவிய ஆளுமைதான் 1926இல் அகில இந்திய அளவிலான ஒடுக்கப்பட்டோர் அமைப்பை நிறுவும் அரசியல் வலிமையைத் தந்தது....

அகில இந்திய அளவிலான தலித் அரசியலில் ஒரு மாற்றத்தை அம்பேத்கரின் வருகை ஏற்படுத்தியது.... நாக்பூரில் தனது தலைமையில் அகில இந்திய ஒடுக்கப்பட்ட வகுப்பார் காங்கிரஸ் (All India Depressed Clases Congress) எனும் அமைப்பைத் தோற்றுவித்தார். பின்பு தீவிரக் காங்கிரஸ் எதிர்ப்பு நிலைப்பாட்டை அம்பேத்கர் மேற்கொண்டபோது அதை எதிர்கொள்ளும் பொருட்டு தீண்டப்படாதார் நலனில் அக்கறை செலுத்தவேண்டிய நெருக்கடி காங்கிரசுக்கு ஏற்பட்டது. இதன் உச்சகட்ட விளைவாகத் தனித் தொகுதி வழங்கப்பட்டது. இதற்கு பின்பு காந்தி தாழ்த்தப்பட்டோர் விசயத்தில் கவனத்தைக் குவிக்கும் பொருட்டு அகில இந்திய அளவில் ஹரிஜன சேவா சங்கத்தையும் ஹரிஜன் பத்திரிகையையும் தொடங்கினார். இது மாகாண அரசியலிலும் பிரதிபலித்தது. அதாவது காங்கிரஸ் கட்சிக்குச் சென்னை மாகாணத்தில் தாழ்த்தப்பட்டோர் பிரதிநிதிகள் தேவைப்பட்டனர். இதன் பயனாக எம்.சி. ராஜா, ஹரிஜன சேவா சங்கச் செயற்குழு உறுப்பினரானார். 1937ல் எம்.சி. ராஜா சென்னை சட்டசபைக்குப் போட்டியிட்டபோது அவருக்கு எதிராக காங்கிரஸ் கட்சி, வேட்பாளரை நிறுத்தாமல் ராஜாவை வெற்றி பெற வைத்தது.

மேலும், காங்கிரஸ் கட்சியின் தாழ்த்தப்பட்டோர் பிரதி நிதிகளான வி.ஐ. முனுசாமி பிள்ளை, சுவாமி சகஜானந்தர், ஆர். வீரையன் முதலானோர்கள் சென்னை மாகாண சட்டசபையில் உறுப்பினர்களாகப் பதவி வகித்தனர். இந்த அரசியல் சூழல் மாகாண அளவிலான நீதிக்கட்சி, அகில இந்திய அளவிலான காங்கிரஸ் ஆகிய இரண்டிலும் தாழ்த்தப்பட்டோர் பிரதிநிதிகளாகத் தலித் தலைவர்கள் நேரடியாகவும் ஆதரவு நிலைப்பாட்டோடும் செயல்பட உதவியது. இந்த அரசியல் முடிவு தலித்துகளுக்கான தனித்த அரசியல் அமைப்பு இல்லாமலாக்கியது.

1892இல் இரட்டைமலை சீனிவாசன் பறையர் மகாஜன சபை என்ற தனி அமைப்பையும் பிற்காலங்களில் பல

> அமைப்புகளையும் நடத்தி வந்தாலும் அது தேர்தல் அரசியலில் போதிய கவனத்தைப் பெறவில்லை. அதாவது தேர்தல் முறை அறிமுகமானபோது அம்பேத்கார் செட்யூல்ட் இனமக்களின் கூட்டமைப்பைத் (Scheduled Castes Federation) தொடங்கித் தேர்தலில் போட்டியிட்டது போன்ற ஒரு அரசியல் செயல்பாட்டை இரட்டைமலை சீனிவாசன் மேற்கொள்ளவில்லை....
>
> இவ்வாறு 1930களுக்குப் பின்பு தமிழக தலித் அரசியலில் ஒரு வெற்றிடம் ஏற்பட்டது. அது இதழியல் வரலாற்றிலும் பிரதிபலித்தது. (சூரியோதயம் முதல் உதயசூரியன் வரை பக். 155–158)

ஜெ. பாலசுப்பிரமணியம் குறிப்பிடுவது போல் தலித் அரசியலும் தலித் இதழியலும் தொடர்ந்திருக்குமானால் அயோத்திதாசர் தொடர்ந்து பயணித்திருப்பார். மேலும் அயோத்திதாசரின் சிந்தனை மரபும், அவருக்குப் பிந்தைய தலித் அரசியல் இயக்கத் தலைவர்களின் (இரட்டைமலை சீனிவாசன், எம்.சி. ராஜா, சகஜானந்தர்) சிந்தனையும் வேறு வேறாக இருந்ததும் இதற்குக் காரணம்.

அயோத்திதாசர், பௌத்தர். இவர்கள் பௌத்தர்கள் அல்ல. தலித் மக்களின் பூர்வீகம் பௌத்தமே என்றார் பண்டிதர். அதனை இவர்கள் ஏற்பவர்கள் இல்லை. இந்துக்களே என்பதில் எம்.சி. ராஜாவும், சகஜானந்தரும் உறுதியாக இருந்தார்கள். நமக்கு மதம் கிடையாது என்றார் இரட்டைமலை சீனிவாசன். அயோத்திதாசர் சொன்ன தமிழ்பூர்வ பௌத்த வரலாற்றை இவர்கள் மூவரும் பேசவே இல்லை. பேசவே இல்லை என்பது ஏற்கவே இல்லை என்ற பொருளையே தரும். மதமாற்றத்தை கண்டித்தவர் இரட்டைமலை சீனிவாசன். இந்துவாகப் பிறந்த நான் இந்துவாகவே இறப்பேன் என்றவர் எம்.சி. ராஜா. சகஜானந்தர், 'சுவாமி'யாகவே வாழ்ந்தவர். இவர்கள் அயோத்திதாசரைப் பேசாததற்குக் காரணம் அயோத்திதாசரை மறைக்க வேண்டும் என்பதற்காக அல்ல, வேறு வேறு சிந்தனை மரபுகள் கொண்டவர்கள் என்பதாலேயே. இதே அளவுகோலைத் தான் பெரியாருக்குப் பொருத்திப் பார்க்க வேண்டும்.

கடவுள், மதம், பண்டிகைகள் மூன்றையும் நிராகரித்தவர் பெரியார். இம்மூன்றுமே அயோத்திதாசருக்கு உண்டு. வைதீக மதத்தை மிகக் கடுமையாக புத்தர் தாக்கினார். அதனால், பார்ப்பனர்களால் பௌத்தம் அழிக்கப்பட்டது என்பதற்காகவே புத்தம் பேசினார் பெரியார். புத்தநெறி பேசிய எல்லாக் கூட்டத்திலும் இது மதமல்ல, தீட்சை பெற வரவில்லை என்றே சொன்னார். அயோத்திதாசரும் பெரியாரும் பெரிதும் முரண்படும் இடம் எது என்றால் பண்டிகைகள்தான். வைதீக திருவிழாக்கள், கொண்டாட்டங்கள்

அனைத்தையும் பெரியார் நிராகரித்தார். அயோத்திதாசர் அவை அனைத்தும் பௌத்த மதத்தில் இருந்து அபகரிக்கப்பட்டவை என்று நிறுவினார். இவை வைதீக திருவிழாக்கள் அல்ல, பௌத்தத்தில் இருந்து திருடப்பட்டவை என்றார்.

தெய்வம், தேவதை, வழிபாடு, அரச மரம், போதி மரம், புத்தரின் நாமங்கள், இந்திரவிழா, போகி பண்டிகை, சொக்கப்பானை கொளுத்துதல், இந்திரனை பூசிக்கும் பொங்கல், பெரியாண்டவன் பூசை, அம்பிகை எனப்படும் சிந்தாதேவி, ஆடி மாதம், மணிமேகலை தெய்வம் என அனைத்துக்குமே அயோத்திதாசரால் புதுப்புது விளக்கங்கள் தரப்பட்டன. இதன் வைதீகம் பௌத்த விளக்கங்கள் அனைத்துமே பெரியாரியத்துக்கு ஏற்கத்தக்கதல்ல. வாமனன், நந்தன் கதைகளுக்கு வேறான ஒரு வரலாற்றை அயோத்திதாசர் வழங்கினார். தீபாவளி, கார்த்திகை தீபம் ஆகியவை பௌத்தர்களால் கொண்டாடப்பட்டு பிராமணர்களால் திரிக்கப்பட்டது என்கிறார் அவர். வைதீக மதத்தில் மட்டுமல்ல, கிறிஸ்துவ கோட்பாட்டுகளுக்கும் பௌத்த விளக்கங்கள் கொடுத்தார். ஏசுவையும் புத்தரையும் ஒப்பீடு செய்தார். (அயோத்திதாசர் சிந்தனைகள் I பக். 582) புத்தமதத்தைத் தழுவியே ஆபிரகாமின் மனைவியாகிய "சாராளென்பவள் தன் கணவன் ஆபிரகாமையே கடவுளாக சிந்தித்து நற்கிரியைகளில் நிலைத்து சகல சீவிகளுக்கும் தாயாக விளங்கி சகலராலும் கொண்டாடப்பெற்றாள்" (அயோத்திதாசர் சிந்தனைகள் I பக். 586) என்றும் எழுதினார் அயோத்திதாசர்.

இந்து, கிறிஸ்துவ, பௌத்த மத நம்பிக்கைகள் குறித்து பெரியார் எழுதிய பேசிய கிண்டல்மொழி விமர்சனங்களை இங்கு தொகுத்துச் சொல்லத் தேவையில்லை. என்ன சொல்லி இருப்பார் என்பது அனைவரும் அறிந்ததே. இதிலிருந்தே அயோத்திதாசரை அவர் எப்படி பேசியிருக்க முடியும் என்பதை உணரலாம்.

பண்டிதமணி அவர்களைப் பற்றிய வரலாற்று உண்மைகள், வாழ்க்கைச் சாதனைகள் பலரால் திட்டமிட்டு மறைக்கப்பட்டன என்று அலாய்சியஸ் தொகுப்பு வருவதற்கு முன்பே (1997) எழுதிய டாக்டர் அம்பேத்கர் பிரியன், இலக்கிய படைப்பாளிகளும், வரலாற்று ஆசிரியர்களும் சமுதாயத் தலைவர்களும் கூட பண்டிதரின் வரலாற்றை மூடி மறைத்தார்கள் (பக். 9) என்று குற்றம் சாட்டினார். (பகுத்தறிவு பகலவன் பண்டிதமணி க. அயோத்திதாசர் வாழ்க்கை வரலாறு) தனது சமுதாயத் தலைவர்களும் என்று அம்பேத்கர்பிரியன் சொல்வதும், உற்று நோக்க வேண்டியது. இதில் தந்தை பெரியார் தடுப்பணை போட்டார் என்று குதர்க்கவாதம் வைக்கும் தேவை எங்கே வந்தது? அயோத்திதாசரை எவரும் பேசக்கூடாது, எழுதக் கூடாது, அவர் புத்தகம் விற்கக்கூடாது என்று தடைபோடும் அளவுக்கு

தமிழக ஆட்சி அதிகாரம் பெரியாரிடம் இருந்ததா?

இந்தப் பிரச்சினைக்கும் அயோத்திதாசருக்கும் பெரியாருக்கும் எந்தத் தொடர்பும் இல்லை. அயோத்திதாசரை பெரியார் மறைத்தார் என்பதற்குள் இருக்கும் அரசியலை அம்பலப்படுத்தியதற்காக தோழர் ஸ்டாலின் ராஜாங்கத்துக்கு அறிவுலகம் கடமைப்பட்டுள்ளது.

1990 தலித் எழுச்சியின் தாக்கம் பெற்றும் தமிழில் அக்காலகட்டத்தின்போது தாக்கம் செலுத்தியும் எழுதிவந்த சிந்தனையாளர்களுள் ஒருவர் ரவிகுமார். தாம் செயல்பட்டு வந்த அ. மார்க்ஸ் உள்ளிட்ட அறிவு நிலைக் குழுவினரோடு சுயமுரண் மற்றும் கருத்தியல் முரண் என இரண்டும் கலந்த நிலையில் விலகியிருந்த ரவிகுமார், அப்போது உருவாகி வந்த புதிய தலைமுறை தலித் அரசியல் குழுக்களோடு தொடர்பு கொண்டிருந்தார். பிற தலைமைகளிலிருந்து விடுபட்டு தனித்து உருவாகிவந்த தலித் அரசியல் இயக்கங்களுக்கென்று தனித்துவமான கருத்தியல் மற்றும் முன்னோடி சிந்தனையாளர்களை கண்டெடுக்க வேண்டிய நிலை அப்போதிருந்தது. அதாவது, தலித்துகளை திராவிட இயக்கம் உள்ளிட்ட அமைப்புகளிலிருந்து தலித் அரசியல் தலைமையை நோக்கி அணி திரட்ட இந்த நோக்கு அவசியமாயிற்று. எனவே, தலித்துகளைக் கட்டுப்படுத்தி வைக்கும் திராவிட இயக்க பிம்பங்கள் மற்றும் கருத்தியல் மீதான போதாமையை அல்லது விமர்சனத்தைக் கூறி அதற்கு மாற்றாக தலித் கருத்தியல் மற்றும் பிம்பங்களை முன் வைப்பது என்பதாக இப்போக்கு விரிந்தது. இதன்படி இத்தேவையை ரவிக்குமாரின் திராவிட இயக்கம் மற்றும் பெரியார் மீதான விமர்சனம் நிறைவு செய்ய முன்வந்தது. பெரியாரை பேசி வந்த தன்னுடைய அறிவு ஜீவி எதிரிகளை எதிர்கொள்வதற்கு மட்டுமல்லாமல் தலித் இயக்கத்திற்கு கோட்பாட்டை கட்டமைக்கும் சிந்தனையாளராக மாறுவதற்கும் ரவிக்குமாருக்கு இப்போக்கு உதவியது....

திராவிட இயக்க அரசியலால் தலித் மக்கள் கைவிடப்பட்டு இப்போது தலித் தலைமையில் தங்களுக்கு தங்களேயான மீண்டெழுவதைப்போல், திராவிட இயக்க கருத்தியலால் மறைக்கப்பட்ட அயோத்திதாசர் என்ற கருத்தியல் பிம்பமும் இப்போது முன்னெடுக்கப்பட வேண்டும் என்ற பொருள் இங்கு உருவானது. அதாவது, நடைமுறை அரசியலுக்கேற்ற கருத்தியல் வாசிப்பை கட்டமைக்கும் அரசியல் நிலைப்பாடு இது என்பதில் சந்தேகமில்லை.....

(அயோத்திதாசர் வாழும் பௌத்தம் நூல் பக். 151, 155)

திராவிட இயக்க விமர்சனத்தை ரவிகுமார் தொடர்ந்து எடுத்துச் சொல்லவில்லை என்றும், விடுதலைச் சிறுத்தைகள் கட்சி ஏடான தாய்மண் இதழில் பெரியார் ஒரு மறுபரிசீலனையின் தொடர் ஏன் நிறுத்தப்பட்டது என்றும் தி.மு.க. கூட்டணியில் கட்சி சேர்ந்தது குறித்தும் ஸ்டாலின் ராஜாங்கம் கடுமையான விமர்சனம் வைக்கிறார். உள்ளீடான அரசியல் குறித்து பேசும் அவசியம் இங்கு தேவை யில்லை. அ. மார்க்சுடன் இருந்து பிரிவதும் கலைஞர் கருணாநிதி யுடன் சேர்வதுமான சூழல் பெரியார் குறித்த நிலைப்பாடுகளை கட்டமைக்கிறது என்றால் புதிய 'வேஷ பௌத்தர்கள்' கற்றுக்கொள்ள வேண்டியது இன்னும் நிறைய இருக்கிறது!

ஞான.அலாய்சியஸ் தொகுத்து நாட்டார் வழக்காற்றியல் ஆய்வு மையம் வெளியிட்ட அயோத்திதாசர் சிந்தனைகள் மூன்று தொகுதிகள் 1999 செப்டம்பர் மாதம் வெளியானது. 1907–1914 காலகட்டத்தில் அவரால் நடத்தப்பட்ட 'தமிழன்' வார இதழின் புத்தக வடிவம் இது. நூலகங்களிலோ ஆவணங்களிலோ மொத்தமாக இல்லாமல் சிதறிக்கிடந்த இதழ்களை ஞான.அலாய்சியஸ் சேகரித்தார். தொகுத்தார். பெருமளவிலான 'தமிழன்' இதழ் தொகுதிகளை அன்பு பொன்னோவியமே, தனக்கு அளித்ததாக அலாய்சியஸ் சொல்கிறார். அவரது கோப்புகளில் இருந்த குறைவுகளை நிறைவு செய்ய முன்வந்தவர்கள் சென்னையில், டி.பி.கமலநாதன், எஸ்.வி.ராஜதுரை, பெங்களூரில் ஐ.உலகநாதன், வேலூரில் டி.குப்புசாமி, எஸ்.பெருமாள், கோலார் தங்கவயலில் ஐ.லோகநாதன் என்ற பட்டியலையும் ஞான. அலாய்சியஸ் தருகிறார்.

இந்நூலுக்கு செறிவான சிறப்புரை எழுதியுள்ளார் அன்பு பொன்னோவியம். தனது தாத்தா மூலமாக 'தமிழன்' இதழை படித்ததாகவும், தனது தந்தையார் 'தமிழன்' இதழை பாதுகாத்து வைத்திருந்ததாகவும் 'எண்பத்தைந்து ஆண்டுகளுக்குப் பிறகு' இந்த இதழ் தமிழ்ச் சமுதாயங்களின் திருக்கரங்களில் தொகுப்பாக தவழ்வதாகவும் சொல்கிறார் பொன்னோவியம்.

> அலாய்சியஸ் என்னை முதல் முறையாகச் சந்தித்தபோது தமிழக இனக்குழுக்களைப் பற்றிப் பேசினோம். அடுத்து உரையாட நேர்ந்த போதெல்லாம் தமிழினத் தலைவர்களைப் பற்றியும் அவர்களது பணிகளைப் பற்றியும் கருத்து பரிமாறிக் கொண்டோம். ஒருமுறை தமிழ்ச் சிந்தனையாளர்களைப் பற்றியும் அவர்களது பணிகளைப் பற்றியும் கருத்து பரிமாறிக் கொண்டோம். ஒருமுறை தமிழ்ச் சிந்தனையாளர்களைப் பற்றிப் பேச நேர்ந்தது. அச்சமயம் பண்டிதர் அயோத்திதாசர் அவர்களைப் பற்றிய கருத்து எங்கள் உரையாடலில் மய்யம் கொண்டது. சிந்தனையாளர்களில் பண்டிதருக்கு ஒரு

தனியிடம் உண்டு. ஆனால், அவர் ஏன் மறைக்கப்பட்டவராக, மறக்கப்படுபவராக இருக்க வேண்டும் என்ற கேள்வியை அலாய்சியஸ் எழுப்பினார். இதற்கு 'மனம் இருப்போர்க்குப் பணமில்லை. பணம் இருப்பவர்க்கு மனமில்லை. மனமும் பணமும் இருப்பவர்கள் நமது சமூகத்தில் யாருமில்லை. அதுதான் காரணம் என்று சொன்னேன்'

(அயோத்திதாசர் சிந்தனைகள் 1 சிறப்புரை xxiii)

என்று சொல்லி இருக்கிறார் அன்பு பொன்னோவியம். இந்நூல் 1999ம் ஆண்டுதான் வெளியானது. அயோத்திதாசர் அலை அதன்பின்னர்தான் உருவானது. இதற்கு முன்னதாக 'தலித் சாகித்ய அகாதமி' சார்பில் அயோத்திதாசர் சிந்தனைகள் நான்கு தொகுதிகள் வெளியாகிவிட்டது. ரவிகுமார் முயற்சியால் வெளியானது. இதனை ஆய்வாளர்கள் யாரும் பெரிய அளவில் சொல்ல மறைப்பது ஏன்?

க.அயோத்திதாசர் ஆய்வுகள் – ராஜ்கௌதமன் (2004), அயோத்திதாசப் பண்டிதர் வழியில் வாழும் தமிழ் பௌத்தம் – ஸ்டாலின் ராஜாங்கம் கட்டுரை காலச்சுவடு (2006 ஜூலை), அயோத்திதாசரும் சிங்காரவேலரும் நவீன பௌத்த மறுமலர்ச்சி இயக்கம் வெளிவராத விவாதங்கள் –ஸ்டாலின் ராஜாங்கம் (2010), தீண்டப்படாத நூல்கள் (2007), இந்திய இலக்கியச் சிற்பிகள்: க.அயோத்திதாசப் பண்டிதர் கௌதம சன்னா (2007), நான் பூர்வ பௌத்தன் டி.தருமராஜன், தமிழ்த் தேசிய உணர்வின் முன்னோடித் தமிழன் அயோத்திதாச பண்டிதர் –முனைவர் கோ.தங்கவேலு (2010), முதற்சிந்தனையாளர் அயோத்திதாச பண்டிதர் –ஜெயமோகன் (2012) ஆகியவை அனைத்துமே ஞான. அலாய்ஸியஸ் தொகுப்புக்குப் பின்னர் வெளிவந்தவைதான்.

இவற்றுக்கெல்லாம் முன்பு அயோத்திதாசரைப் பேசியவர்கள் என்று திரு.வி.க. (வாழ்க்கைக் குறிப்புகள் 1950), அன்பு பொன்னோவியம் (பழங்குடி மக்கள் தந்த பகுத்தறிவாளர் க.அயோத்திதாசர் அம்பேத்கரிஸ்ட் மாத இதழ் 1962), ஏ.கே.சாமி (பழங்குடி மக்களின் தலைவர்கள் வரலாறு 1979), பெ.சு.மணி (தினமணி சுடர் கட்டுரை 1982, கார்ல் மார்க்ஸின் இலக்கிய இதயம் நூல் 1986), தி.பெ. கமலநாதன் (தென்னிந்திய ஷெட்யூல்டு இனமக்களின் விடுதலைப் போர் பற்றிய வரலாற்று உண்மைகள் 1985) ஆகியவற்றைக் குறிப்பிடலாம். இவ்வளவு பரந்துபட்ட சிந்தனை கொண்ட அயோத்திதாசர் குறித்து சிற்சில பதிவுகள் மட்டுமே இருக்க என்ன காரணம்?

அயோத்திதாசர் செயற்பாடுகள் சென்னை, செங்கற்பட்டு வட ஆற்காடு போன்ற வட மாவட்டங்களிலும், கர்நாடகாவில் கோலார்

தங்கவயல், பெங்களூர், ஹூப்ளி மற்றும் பர்மா, தென்னாப்பிரிக்கா சார்ந்து இருந்தது. (காலச்சுவடு 2006 ஜூலை)

என்கிறார் ஸ்டாலின் ராஜாங்கம். பௌத்த சிந்தனை மரபு, தமிழ்ச் சமூகத்தில் தொடர்ச்சியாக வளர்த்தெடுக்கப் படவில்லை. எனவே அதுகுறித்த தேடுதல் போதாமையும் ஏற்பட்டது. இந்த நிலையில், கௌதமசன்னா குறிப்பிடுவது போல் அன்பு பொன்னோவியம், தி.பெ. கமலநாதன் ஆகிய இருவர்தான் பண்டிதர் பற்றி தமிழகம் இன்று அறியக் காரணமானவர்கள். (சாகித்ய அகாதமி நூல் முன்னுரை).

1999 ஞான.அலாய்சியஸ் தொகுப்புக்கு முன்னதாகவும் அயோத்திதாசரை மறக்காமல் பதிவு செய்தது திராவிடர் கழகம். நீதிக் கட்சியின் 75வது ஆண்டு (பவள விழா) மலர் 8-2-1992 அன்று வெளியானது. திராவிடர் கழகம் வெளியிட்ட இம்மலர் 152 பக்கம் கொண்டது. தென் இந்திய நல உரிமைச் சங்கமும் அதன் நாளிதழ்களும் என்ற தலைப்பில் எக்ஸ்ரே ந.அ.கருணாகரன் கட்டுரை 115 - 120 ஆகிய பக்கங்களில் உள்ளது. இதில், 119 ம் பக்கத்தில் அயோத்திதாசரின் பெரிய அளவு படம் உள்ளது. தமிழன், ஒரு பைசா தமிழன் இதழின் முன்பக்க படமும் உள்ளது. அக்கட்டுரையில் அயோத்திதாசப் பண்டிதர், திராவிடப் பாண்டியன், ரெவரண்ட் ஜான் ரத்தினம், திராவிட மகாஜனசபை, இரட்டைமலை சீனிவாசன், பறையர் மகாஜன சபை, பறையன் இதழ், தமிழன் இதழ், க.பட்டாபிராமன், எம்.சி.ராஜா ஆகிய தரவுகள் உள்ளன.

திராவிடர் கழகத்தின் மாதமிருமுறை இதழான 'உண்மை'யில் 1990ம் ஆண்டு நவம்பர் 16-31 இதழில் எக்ஸ்ரே கருணாகரனின் கட்டுரை வெளியாகி உள்ளது. இதில் அயோத்திதாசர் படம் இடம் பெறவில்லை. தமிழன், ஒரு பைசா தமிழன் இதழின் முகப்பு படம் இடம் பெற்றுள்ளது. எக்ஸ்ரே ந.அ.கருணாகரன் 1991 காலகட்டத்தில், 'உண்மை' இதழில், 'ஆதி திராவிடரும் மதமாற்றமும்' என்ற தலைப்பில் தொடர் கட்டுரைகள் எழுதி உள்ளார். அதிலும் அயோத்திதாசர் குறிப்பிடப்பட்டுள்ளார் (1991 மே உண்மை) 'திராவிடர் சபைகள்' என்ற தலைப்பில் எக்ஸ்ரே ந.அ.கருணாகரன் எழுதிய கட்டுரையிலும் (1990 மே 1-15) அயோத்திதாசர் இடம் பெற்றுள்ளார். இது நம் ஆய்வாளர்கள் அறியாதது.

இந்த வரிசையில் மிகக் குறிப்பிடத்தக்க நூல், திராவிட இயக்க ஆய்வாளர் க.திருநாவுக்கரசு எழுதிய, 'களத்தில் நின்ற காவலர்கள்'. இந்த நூல் வெளியான ஆண்டு 1993. ஞான. அலாய்சியஸ் தொகுப்புக்கு 6 ஆண்டுகளுக்கு முந்தைய நூல் இது. 162 பக்கம் கொண்ட இந்நூலில் க.அயோத்திதாசப் பண்டிதர் பற்றிய கட்டுரை மட்டுமே 70 பக்கங்கள். இரட்டைமலை சீனிவாசன், பி.வி.சுப்பிரமணியம், திவான்பகதூர்

எம்.சி.ராஜா, பேராசிரியர் என்.சிவராஜ், ஜான் ரத்தினம், பி.எம். மதுரைப் பிள்ளை. எம்.பழனிசாமி, ஆர்.வீரைய்யன், இராவ்சாகிப் எல்.சி.குருசாமி, சுவாமி சகஜானந்தா பற்றிய வாழ்க்கை குறிப்புகள் சேர்த்து இந்நூல் வெளியிடப்பட்டு இருந்தாலும் இது அயோத்திதாசர் குறித்த புத்தகம்தான்.

அயோத்திதாசப் பண்டிதரது படைப்புகள் அகன்றாழ்ந்த, அறிவார்ந்த உள்ளடக்கத்தைப் பெற்றிருப்பது பெரு வியப்பாகவே உள்ளது. அயோத்திதாசரை ஜோதிபா ஃபூலே (1829 - 1890) வுடன் ஒப்பிட்டுப் பார்க்கத் தேவையில்லை. ஒருவர் அப்படி ஒப்பிட்டு எழுதுகிறார். அவரது சிறப்பு என்பது மராட்டியத்தில் பார்ப்பனரல்லாதவர் இயக்கத்தை தோற்றுவித்த பெருமைக்குரியவர் என்பதுதான். ஆனால், அயோத்திதாசப் பண்டிதர் எவரது முன் மாதிரியையும் கொள்ளாமல் தாமே முன்னின்று ஒரு இலட்சிய வடிவத்தை வழங்குகிறார் என்பதே தமிழர்க்கு பெருமையுடைய ஒன்றாகும். (க.திருநாவுக்கரசு பக்.40)

அயோத்திதாசர் தங்குல மக்களை பெருமை பொங்க இம்மண்ணின் பழங்கால மக்கள் என உரிமையோடு அழைத்தார். அதற்கென மொழிவழி தேசியத் தன்மையை அடையாளங் காட்டி அவர் தம்மின மக்களை பூர்வத்தமிழர் என விளிக்குமாறு கூறினார் (பக்.41).

அயோத்திதாசர் களத்தில் அவர் காலத்தில் தனித்து நின்றே போராடினார். அவர்க்கு சரியான துணையில்லாமல் இருந்தது பெரிய குறையாகத் தான் தோன்றுகிறது (பக்.56)

க. திருநாவுக்கரசுவின் பெருமைக்குரிய புத்தகம் 1993ல் வெளியானதை நினைவு கூர்வார் இல்லை. ம.தி.மு.க பொதுச்செயலாளர் வைகோவால் சென்னை சங்கரதாஸ் கலையரங்கில் இப்புத்தகம் வெளியிடப்பட்டது. 'முரசொலி', 'சங்கொலி' முன்னொட்டு கொண்டவர் என்பதாலும், பெரியாரியக்கத்தைச் சேர்ந்தவர் என்பதாலும் க.திருநாவுக்கரசுவின் பங்களிப்பு மறைக்கப்படுகிறதா?

இந்நூலுக்கு அணிந்துரை (24-8-1993) எழுதி இருப்பவர் எஸ்.வி.ராஜதுரை. "அயோத்திதாசரின் நூல்களை எல்லாம் நகல் எடுத்து நான் படிப்பதற்காக தோழர் எஸ்.வி.இராஜதுரை கொடுத்து உதவினார்" என்கிறார் க.திருநாவுக்கரசு. தனது அணிந்துரையில் பார்ப்பனரல்லாதார் இயக்கத்தை வழிநடத்தியதே தலித் சிந்தனை மரபு தான் என்கிறார் எஸ்.வி.ஆர்.

தந்தை பெரியாரின் சிந்தனை தொடர்ந்து மங்கி மறைந்து வந்துள்ள காலகட்டத்தில் பார்ப்பனரல்லாதார் இயக்கத்துக்கு

பெரும் பங்காற்றிய தலித் தலைவர்களின் பங்களிப்பு மறைக்கப்பட்டதில் வியப்பேதுமிருக்க முடியாது. திராவிடர் கழகத்தினரைத் தவிர வேறு எவரும் அயோத்திதாஸ் பண்டிதர், சிவராஜ், எம்.சி.ராஜா, சகஜாநந்தா போன்ற தலைவர்களுக்கு உரிய மரியாதையளித்து திராவிட பார்ப்பனரல்லாதோர் இயக்கத்துக்கு அவர்களாற்றிய பணியை நினைவுகூர்வதாகத் தெரியவில்லை. இவ்வாறு மறைக்கப்பட்ட உண்மைகளில் மிக முக்கியமான இரண்டை நாம் இங்கு குறிப்பிட்டாக வேண்டும்.

ஒன்று, தலித் மக்கள் தமது உரிமைகளுக்கு குரல் எழுப்பிய அதே நேரத்தில் ஆரியத்தையும் வடமொழிப் பண்பாட்டையும் நிராகரித்து தமிழ்ப் பண்பாட்டையும் திராவிட உணர்வையுமே உயர்த்திப் பிடித்தனர். இந்நூலில் இடம்பெற்றுள்ள அயோத்திதாஸ், மதுரையார் போன்றோரும் இதில் இடம்பெறாத ம.மாசிலாமணி, கோபால் செட்டி போன்றவர்களும் தலித் மக்களைத் 'தமிழன்' என்றே அடையாளப்படுத்தினர். அவ்வாறுதான் அவர்களை தமது பேச்சுகளிலும் நூல்களிலும் விளித்தனர்.

இரண்டாவதாக, தொடக்க கால தலித் தலைவர்கள் பகுத்தறிவாளர்கள் என்ற வகையில் மட்டுமல்லாது, பெண் விடுதலை ஆர்வலர்கள் என்ற வகையிலும் தந்தைப் பெரியாரின் முன்னோடிகளாகத் திகழ்ந்துள்ளனர்.

இன்றைக்கு சுயமரியாதை இயக்கத்தின் புரட்சிகரச் செயல்பாடுகளையும் தலித் சார்புடைய அரசியலையும் நினைவு கூர்வதன் தேவையை பலரும் உணர்ந்துள்ளனர். பெரியாரின் சிந்தனைகளை மேலும் வளர்த்தெடுத்து, சமூக நீதி காண விழைவோர்க்கு அச்சிந்தனைக்கும் தொடக்க கால தலித் விடுதலை சிந்தனைக்குமிடையே உள்ள தொடர்புகளை ஆராய்ந்தறிந்தறிவது காலத்தின் தேவையாகியுள்ளது. பார்ப்பனரல்லாததோர் இயக்கம் தலித் விடுதலையைத் தனது முக்கிய குறிக்கோளாகக் கொண்டிருந்தது என்றால் அந்த இயக்கத்தைத் தவிர்க்க முடியாதபடி சனநாயகப் பாதையில் இட்டுச் சென்ற பெருமை தலித் சிந்தனை மரபுக்குரியது.

(எஸ்.வி.இராஜதுரை - vii)

என்று 1993ம் ஆண்டே எழுதியவர் எஸ்.வி.இராஜதுரை. இந்த அணிந்துரையின் குறிப்பாக....

அயோத்திதாஸ் பண்டிதரின் எழுத்துகளைப் படிப்பவருக்கு வேறொன்றும் புலனாகும். தலித் விடுதலைக்கான விடு

தலையை பௌத்த சமயத்தின் மூலம் சாத்தியப்படுத்தலாம் என்று அவர் கருதினார். இவ்வகையில் அவர் அம்பேத்கரின் முன்னோடியாக விளங்கினார் என்று கொள்ளுதல் தவறாகாது.

என்றும் எழுதினார் எஸ்.வி. இராஜதுரை. அதாவது சுயமரியாதை இயக்கம், தந்தை பெரியார், டாக்டர் அம்பேத்கர் ஆகியோருக்கு முந்தைய வழிகாட்டும் சிந்தனையாளராக அயோத்திதாசரை அடையாளம் காட்டினார் எஸ்.வி.ஆர்.

எஸ்.வி.ராஜதுரை - வ.கீதா இருவரும் எழுதிய பெரியார்; சுயமரியாதை சமதர்மம் என்ற மிக முக்கியமான வரலாற்றியல் அறிவு நூல் 1996 டிசம்பரில் விடியல் வெளியீடாக வந்தது. இதற்கு எழுதிய முன்னுரையில்....

பெரியாருக்கு முந்திய சுயமரியாதைச் சிந்தனையாளர்கள் என்றும் நவீனகாலத் தலித்தியச் சிந்தனையின் முன்னோடிகள் என்றும் நாங்கள் கருதுகின்ற அயோத்திதாசர், மாசிலா மணியார் போன்றோரின் படைப்புகளையும் அயோத்திதாசர் நடத்திவந்த 'ஒரு பைசாத் தமிழன்', 'தமிழன்' ஆகிய வார ஏடுகளையும் பார்க்கவும் சில புகைப்படப் பிரதிகள் எடுத்துக் கொள்ளவும் இசைவு தந்தவர், அவற்றைப் பாதுகாத்து வைத்திருந்த காலஞ் சென்ற சென்னை ஜெகநாதபுரம் முனுசாமிப் பறையர் அவர்களின் புதல்வர் மு.அசோக்.

என்கிறார் எஸ்.வி.ராஜதுரை. அதாவது பெரியாருக்கு முந்திய சுயமரியாதைச் சிந்தனையாளர் என்றே அயோத்திதாசர் பெருமைப்படுத்தப்பட்டார். இதன் தொடர்ச்சியாகத்தான் அயோத்திதாசர் குறித்த ஆங்கில நூலை எஸ்.வி.ஆர். எழுதினார். Towards a non - brahmin millennium : From Iyothee Thase to Periyar என்ற நூல் 1998ல் கல்கத்தா சாம்யா பதிப்பகத்தாரால் வெளியானது. 556 பக்கம் கொண்டது இந்நூல். இதை மறந்தும் யாரும் குறிப்பிடுவது இல்லை.

அயோத்திதாசர் குறித்து க. திருநாவுக்கரசு 1993ல் எழுதிய தமிழ் நூலையும், 1998ல் எஸ்.வி. ராஜதுரை, வ. கீதா எழுதிய ஆங்கில நூலையும் மறைப்பதன் மூலமாக 'திராவிட இயக்கம், பெரியாரியல்வாதிகள் அயோத்திதாசரை மறந்துவிட்டார்கள், மறைத்துவிட்டார்கள்' என்று நிறுவ நினைப்பதுதவிர வேறு என்ன?

தலித் பண்பாடு ராஜ்கௌதமன் (1993), அரசு குடும்பம் பெண்ணியம் தொகுப்பாசிரியர்கள் அ.மார்க்ஸ், ரவிகுமார், வேலுசாமி (1994), தலித் பார்வையில் தமிழ்ப் பண்பாடு ராஜ்கௌதமன் (1994), தலித் பெண்ணியம் தொகுப்பாசிரியர்கள் அன்புக்கரசி, மோகன்

லார்பீர், தலித் ஆதார மையம் மதுரை (1997), தலித் சிந்தனை விவாதம் - டாக்டர் தே.ஞானசேகரன் (1999) ஆகிய ஐந்து நூற்களும் 1990ம் ஆண்டுகளின் தொடக்கத்தில் வெளியான மிகமுக்கியமான பிரதிகள். ஆய்வு நூற்கள். இதில் அயோத்திதாசரே இல்லையே. அதற்கு என்ன உள்நோக்கம் கற்பிப்பீர்கள். ரவிகுமார் தொகுத்த நூலில் 'பெரியார், பூலே வழியில் பெண்ணுரிமை' என்ற கட்டுரை இருக்கிறதே தவிர, 'அயோத்திதாசர் வழியில்' இல்லை. மதுரை தலித் ஆதார மையம் வெளியிட்ட நூலில் மகாத்மா பூலேவின் கருத்துகளில், தலித் பெண்ணிய விடுதலைக் கருத்துகள், அண்ணல் அம்பேத்கரின் தலித் பெண்ணியச் சிந்தனைகள் இருக்கிறதே தவிர 'அயோத்திதாசர் சிந்தனையில்' இல்லையே, ஏன்?

1990க்கும் 1999க்கும் இடைப்பட்ட காலத்தில் அயோத்திதாசரை எழுதி புகழ் வெளிச்சம் கிடைக்காமல் போனவர்கள் மூன்று பேர். ஒருவர் டாக்டர் முத்து குணசேகரன். இவரது செஞ்ஞாயிறும் விண்மீன்களும் நூல் 1993ல் வெளியானது. மதுரைப் பல்கலைக் கழகத்தில் எம்.ஃபில் பட்டத்துக்காக கோ.வேலாம்பாள் என்பவர் க.அயோத்திதாசப் பண்டிதரின் அரும்பணிகள் என்ற தலைப்பில் 1995ல் தொகுத்தார். பகுத்தறிவுப் பாட்டன் பண்டிதமணி அயோத்திதாசர் என்ற நூலை அம்பேத்கர் ப்ரியன் 1997ல் வெளியிட்டார். இவர்களும் என்ன பாவம் செய்தார்கள்? குறிப்பிட்ட நபர்கள் எழுதினால்தான் ஆய்வு, குறிப்பிட்ட இதழ்கள் வெளியிட்டால்தான் செறிவானது என்ற கற்பிதங்களுக்குள் அயோத்திதாசர்தான் மாட்டிக்கொண்டார். 'பூர்விக சாதி பேதமற்ற திராவிடர்கள்' அனைவர்க்கும் ஆனவர் அயோத்திதாசர்.

"தலித் அல்லாத சமூகத்திலிருந்து பண்டிதரை அடையாளம் கண்ட ஆய்வாளர்களுள் முதன்மையானவர்" என்று கௌதம சன்னவால் (தென்னிந்திய சமூகப் புரட்சியின் தந்தை அயோத்திதாசப் பண்டிதர் நூற்றாண்டு நினைவேந்தல் மலர் 1914 - 2014 விடுதலைச் சிறுத்தைகள் கட்சி வெளியீடு பக்.85) பாராட்டப்படும் ஆய்வாளர் பெ.சு.மணி அதே மலரில் எழுதிய கட்டுரையில், "1986லேயே தலித் இயக்கச் சிந்தனையாளர்கள், அமைப்பாளர்கள் சிலரிடையே அயோத்திதாசர் குறித்த கருத்தரங்குகளை நடத்த பரிந்துரை செய்தேன். அப்பொழுது காலம் கனியவில்லை" என்கிறார். இதற்கு என்ன உள்நோக்கம் கற்பிப்பீர்கள். 152 பக்க இந்த மலரில் க.திருநாவுக்கரசுவோ, எஸ்.வி.ராஜதுரையோ இல்லை. அயோத்திதாசர் குறித்து எழுதியவர்களை மறைப்பதும், யாரும் எழுதவே இல்லை என்பதும் என்ன மாதிரியான அறிவு அறம்?

10. பெரியாரின் தலைவர் பி.ஆர். அம்பேத்கர்

இந்திய ஒடுக்கப்பட்ட சமூகத்தின் விடிவெள்ளி டாக்டர் பி.ஆர்.அம்பேத்கர். மகாராஷ்டிரா மாநிலத்தில் பிறந்தவராக இருந்தாலும் ஒட்டுமொத்த இந்தியாவுக்குமான வழிகாட்டியாக விளங்கியவர் அம்பேத்கர்.

அம்பேத்கர் மிகச் சிறந்த மனிதர், மிக உன்னத தலைவர் என்பதை பெரியார் ஈ.வெ.ரா 1929ம் ஆண்டுகளிலேயே அடையாளம் கண்டுகொண்டார். அம்பேத்கர் மறைந்த 1956ம் ஆண்டுவரை அவரைக் கொண்டாடினார். இருவரும் முரண்பட்ட இடங்கள் உண்டு. அம்பேத்கரை பெரியார் விமர்சிக்கவும் செய்தார். மற்றவர்களை விமர்சிக்கும்போது தயவு தாட்சண்யம் பார்க்காமல் 'இரக்கமற்று' விமர்சிக்கும் பெரியார் ஈ.வெ.ரா. அம்பேத்கரை மட்டும் பூனை தன் குட்டியை கவ்வுவதைப்போல 'பல் படாமல்' விமர்சித்ததைப் பார்க்கமுடிகிறது. பெரியார் ஒப்புக்கொண்ட மனிதர்கள் என்று ஒருசிலரைச் சொல்லலாம். புத்தர், வள்ளுவர் வரிசையில் அம்பேத்கரும் இடம் பெறுகிறார்.

1891ல் பிறந்த அம்பேத்கரை ஒடுக்கப்பட்ட மக்களின் தலைவராக மாற்றி, இந்தியா முழுமைக்கும் அறிமுகப்படுத்தியது மகத் போராட்டமே. 1927 டிசம்பரில் சவுதார் குளத்தில் ஒடுக்கப்பட்டோரையும் குடிநீர் எடுக்க வைக்கும் போராட்டம் அது. இதற்கான தூண்டுதல் விதை 1924ல் பெரியார் ஈ.வெ.ரா வைக்கத்தில் நடத்திய போராட்டம் என்று அம்பேத்கர் வரலாற்றை வடித்த தனஞ்சய்கீர் சொல்கிறார்.

"தீண்டப்படாத வகுப்பினரின் போராட்டம் தொடர்பாக ஈடு இணையற்ற நிகழ்ச்சி 1925ல் நடைபெற்றது. திருவிதாங்கூர் ராஜ்யத்தில் வைக்கத்தில் சில வீதிகளில் தீண்டப்படாதவர்கள் நுழையக்கூடாது என்று தடுக்கப்பட்டிருந்தனர். இந்த வீதிகளில்

நடப்பதற்கான உரிமையை நிலைநாட்டிய பார்ப்பனர் அல்லாதார் தலைவரான ராமசாமி நாயக்கரின் தலைமையில் சத்தியாக்கிரகப் போராட்டம் நடந்தது. அந்த அறப்போராட்டம் விளைவித்த சிந்தனைத் தாக்கமும், தன்னுரிமை உணர்ச்சிப் பெருக்கமும் பரவலாக மிகப்பெரிய விளைவை ஏற்படுத்தின. இதனால் வைதீக இந்துக்களும்கூட ஓரளவு சமத்துவ உரிமை உணர்வையும் பெருந்தன்மையையும் பெற்றதால் தீண்டப்படாதவர்களுக்குத் தடை செய்யப்பட்டிருந்த வீதி களைத் திறந்துவிட்டனர்.

அதே நேரத்தில் மற்றொரு நிகழ்ச்சியும் நடைபெற்றது. பொறுப்புள்ள சாதி இந்துக்களையும் சுயமரியாதை உணர்வுள்ள தீண்டப்படாதவர்களையும் இந்நிகழ்ச்சி உலுக்கியது. 1926 மார்ச் மாதம் சென்னையில் முருகேசன் என்கிற தீண்டப்படாதவர், இந்துக் கோயிலினுள் நுழையக்கூடாது என்ற தடையை மீறியதற்காக கைது செய்யப்பட்டு கோயிலின் புனிதத்தைக் கெடுத்தார் என்பதற்காகத் தண்டிக்கப்பட்டார்.

அம்பேத்கர் இந்த நிகழ்ச்சியைக் கூர்ந்து கவனித்து வந்தார். மகத் சத்தியாக்கிரகம் தொடங்கவிருந்த போது எழுதிய ஆசிரியவுரை ஒன்றில் வைக்கம் சத்தியாக்கிரகம் பற்றி நெஞ்சம் நெகிழ்ந்து அவர் எழுதினார். இவை குறிப்பிடத்தக்க நிகழ்ச்சிகள். இனி நடக்கவிருக்கும் நிகழ்ச்சிகளுக்கு இவை முன்னோடிகள். (டாக்டர் பி.ஆர்.அம்பேத்கர் வாழ்க்கை வரலாறு, தனஞ்சய் கீர் தமிழில் க.முகிலன் பக்.87 – 88)

அமராவதி கோயில் நுழைவுப் போராட்டத்துக்கான இறுதி முடிவு (1927 நவம்பர்), சவுதார் குளத்தில் தண்ணீர் எடுக்கும் போராட்டம் (1927 டிசம்பர்), பார்வதி கோயில் நுழைவு (1929 அக்டோபர்), நாசிக்கில் உள்ள காலாராம் கோயில் நுழைவு (1930 மார்ச்) என அம்பேத்கர் முன்னெடுத்த போராட்டங்களுக்கு தூண்டுதலாக பெரியார் ஈ.வெ.ராவின் வைக்கம் போராட்டம் இருந்துள்ளது. இந்தப் போராட்டங்களை அம்பேத்கர் தொடங்கியதுமே பெரியார் ஈ.வெ.ரா அதனைக் கவனித்து ஆதரிக்கத் தொடங்கினார். 1929 முதல் அம்பேத்கருக்கு ஆதரவாக பெரியாரின் பதிவுகள் ஆரம்பமாகிவிடுகின்றன.

"இந்துமதத்தில் தீண்டப்படாதவர்கள் என்பவர்களின் பரிதாபகரமான நிலைமையைப் பற்றி நாம் அடிக்கடி எழுதி வந்திருக்கிறோம். இன்றைய தினம் நமது நாட்டில் தாழ்த்தப்பட்ட மக்கள் தங்களது கேவலமான நிலையை உணர்ந்து தாங்கள் தீண்டக்கூடாதவர்களாகவும் பழகக்

கூடாதவர்களாகவும் தொடக் கூடாதவர்களாகவும் 'இந்திய' மக்களால் அடக்கி வைக்கப்பட்டும் கொடுமைப்படுத்தப்பட்டும் வருவதிலிருந்து தங்களை மீட்டுக் கொள்ள வேண்டும் என்ற ஆசையினால் கிளர்ச்சி செய்ய ஆரம்பித்திருக்கிறார்கள்.

சமீபத்தில் பூனாவில் கோயில் பிரவேசம் சம்பந்தமாக சத்தியாக்கிரகம் நடைபெற்று அதன் வேகம் இன்னும் குறையவில்லை. அவ்விடத்திய மக்களது உணர்ச்சியைத் தட்டியெழுப்பியிருக்கிறது. வட இந்தியாவில் காசி முதலிய பல இடங்களிலும் இம்மாதிரியாக தாழ்த்தப்பட்டவர்களின் கிளர்ச்சி அதிகரித்ததன் அடையாளங்களும் காணப்படுகின்றன....
(கு.அ. 22-12-1929)

இதே காலகட்டத்தில்தான் சுசீந்திரத்தில் கோயிலைச் சுற்றியுள்ள சாலைகளில் தாழ்த்தப்பட்ட மக்கள் செல்லக்கூடாது என்ற கட்டுப்பாட்டை எதிர்த்துப் போராட்டம் நடந்தது. 'சுசீந்திரத்தில் சுயமரியாதைப் போர்' என்று 'குடி அரசு' (1-6-1930) எழுதியது. 'இந்தியாவின் பல்வேறு பகுதிகளில் நடந்த கோயில் நுழைவு சாதி இந்துக்கள், இந்து மதத் தலைவர்கள், காங்கிரஸில் குறிப்பாக காந்தி போன்றவர்களை கலக்கியது. எரிச்சல் ஏற்படுத்திய இந்து மதத்துக்குள் இருந்து தீண்டாமையை அழிக்க முடியாமல், வேறு மதத்துக்கு மாறுங்கள் என்ற வழியை பெரியார் ஈ.வெ.ரா 1929ம் ஆண்டு காட்டினார்.

"..... முதலில் தீண்டப்படாதவர்கள் முகம்மதியர் ஆவதை ஆட்சேபியாதிருப்பதே யாமும் என்பது எனது தாழ்மையானதும் கண்ணியமானதுமான அபிப்ராயம். நிற்க. சிலர் முகம்மதிய மதம் முரட்டு சுபாவத்தை உண்டாக்குகிறது என்று எனக்கு எழுதி இருக்கிறார்கள். அது வாஸ்தவமானால், தீண்டப்படாதவர்களுக்கு அவர்களது தீண்டாமை ஒழிய முகம்மதிய மதத்தை சிபாரிசு செய்வதற்கு அதுவே ஒரு நல்ல காரணம் என்றே கருதுகிறேன்.... ஆகையால், இந்து சமூகத்தில் உண்மையான சமத்துவமும் ஒற்றுமையும் ஏற்படாத குறை நீங்க தீண்டப்படாதவர்கள் கும்பல் கும்பலாய் முகம்மதியர் ஆவதைத் தவிர வேறு மார்க்கமில்லை யாதலால் நாம் அதை ஆட்சேபிக்க முடியாதவர்களாக இருக்கின்றோம். (கு.அ. 21-7-1929)

சென்னை நேப்பியர் பூங்காவில் 'உண்மை நாடுவோர் சங்கம்' சார்பில் நடந்த கூட்டத்தில் பெரியார் ஈ.வெ.ரா பேசியது இது. அதற்கு சில நாட்கள் முன்னதாக சீலையம்பட்டி என்ற ஊரில் 60 ஆதி திராவிடர்கள் முகம்மதிய மதத்திற்கு மாறியதை இக்கூட்டத்தில் பெரியார் பாராட்டிப் பேசியிருக்கிறார்.

ப. திருமாவேலன் | 187

பெரியார் ஈ.வெ.ரா பேசியது 1929 ஜூலையில். அதற்கு இரண்டு மாதங்களுக்கு முன்னதாக மே மாதத்தில் நடந்த மாநாட்டில், "வேறொரு மதத்தில் சேர்ந்துவிடலாம்" என்று அம்பேத்கர் அறிவித்திருந்தார். அதாவது, அம்பேத்கரும் ஈ.வெ.ரா.வும் ஒரே நேர்கோட்டுக்கு 1930களில் வந்து சேர்ந்தார்கள். தீண்டாமையை உடலில் இருந்து துடைக்க வேண்டுமானால் மதம் மாறப்போகிறார்கள் என்பதால், 'தீண்டாமை விலக்கு' என்ற ஆயுதத்தை காந்தியும் காங்கிரசும் எடுத்தது. அதனை அம்பேத்கரும் ஈ.வெ.ராவும் கடுமையாக எதிர்த்து அம்பலப்படுத்தினார்கள்.

வர்ணாசிரமத்தை ஆதரித்து காந்தி பேசியதை சுட்டிக்காட்டிய பெரியார், வருணாசிரமத்தை வைத்துக்கொண்டு தீண்டாமையை ஒழிக்க முயற்சிக்கும் செயலைக் கிண்டலடித்தார். கீதை உள்ளவரை ஜாதி ஒழியாது என்று கூறினார். (கு.அ. 2-8-1933)

இதையேதான் அம்பேத்கரும் எதிரொலித்தார். 1931 ஆகஸ்ட் 14 ஆம் நாள் காந்தி - அம்பேத்கர் சந்திப்பு நடந்தது. அப்போது காந்தியிடம் அம்பேத்கர் நேரடியாகவே கேட்டார்.

இதைவைத்துப் பார்க்கும்போது இருவருமே ஒரே மாதிரி சிந்தித்தார்கள், செயல்பட்டார்கள் என்பதை உணரமுடியும்.

இந்தக் காலகட்டத்தில் பம்பாய் மாகாண அரசு ஸ்டார்ட்டே குழு அமைத்தது. தீண்டப்படாத, பழங்குடி மக்களின் சமூக, கல்வி, பொருளாதார நிலைமையை ஆராய இக்குழு அமைக்கப்பட்டது. இக்குழுவில் அம்பேத்கர் இடம்பெற்றார். அப்போது அம்பேத்கருடன் இணைந்து பணியாற்றியவர் எம்.ஆர். ஜெயகர். அவரை 1930 ஆம் ஆண்டு மே 10, 11 தேதிகளில் ஈரோட்டில் நடந்த இரண்டாவது சுயமரியாதை மாநாட்டுக்கு பெரியார் ஈ.வெ.ரா வரவழைத்தார். அம்பேத்கரைத்தான் இந்த மாநாட்டுக்கு அழைக்க நினைத்ததாகவும், அவர்தான் எம்.ஆர்.ஜெயகரை அனுப்பி வைத்ததாகவும், அம்பேத்கர் வந்திருந்தால் நன்றாக இருந்திருக்கும் என்றும் பெரியார் பின்னர் ஒருமுறை தனது பேச்சில் குறிப்பிட்டுள்ளார். இம்மாநாட்டில் கலந்துகொண்ட எம்.ஆர்.ஜெயகர், பெரியார் ஈ.வெ.ராவின் இயக்கத்தை மிகச்சரியாக இனங்கண்டு அப்போதே பேசியிருக்கிறார்.

> "சமூக சீர்திருத்தம் தென்னிந்தியாவுக்கு புதிதல்ல. நான் மாணவனாயிருந்தபோது தென்னிந்தியா முழுவதும் கீர்த்தியும் மதிப்பும் வாய்ந்த திரு. வீரேசலிங்கம் என்பவரைப் பற்றிக் கேள்விப்பட்டிருப்பது எனக்கு ஞாபகத்துக்கு வருகின்றது. அவர் சமூக சீர்திருத்தத்துக்கு ஒரு வழிகாட்டியாக இருந்தார். சமூக சீர்திருத்தம் தென்னிந்தியாவுக்குப் புதிதல்லவென்றாலும் இதற்கு முன்பிருந்த இயக்கங்களுக்கும் தற்போதுள்ள இயக்கத்துக்கும்

ஒரு விஷயத்தில் வித்தியாசப்படுவது எனக்கு நன்கு புலனாகிறது. இந்தச் சுயமரியாதை இயக்கமானது பாமர மக்கள் இயக்கமாக ஆரம்பிக்கப்பட்டிருப்பது விசேஷமாகும். சில வருஷங்களுக்கு முன்பு பம்பாயில் தாழ்த்தப்பட்டவர்களின் மிஷன் ஒன்று உயர்சாதி ஹிந்துக்களால் ஆரம்பிக்கப்பட்டது. அச்சங்கத்துக்கு இப்போது நான் தலைவராக இருந்து வருகிறேன். அது சுமார் 20 வருஷங்கள்வரை உயர்சாதி ஹிந்துக்களாலேயே நடத்தப்பட்டு வந்தது. ஆனால், இன்று அச்சங்க பரிபாலனத்தில் ஒரு பெரும் மாறுதல் காணப்படுகிறது. தாழ்த்தப்பட்டவர்களே அச்சங்கத்தை நடத்திவர ஆரம்பித்ததும், உயர் சாதி ஹிந்துக்கள் அத்தகைய வேலையை அவர்களிடம் ஒப்படைத்துவிட்டு விலகிக்கொண்டார்கள். உங்களுடைய இயக்கம் பலம் பெற்று விளங்க வேண்டுமானால், அவ்வியக்கம் உயர்சாதி ஹிந்துக்களின் போற்றுதலோ சம்பந்தமோயின்றி சாதாரண மனிதர்களால் அவர்களுடைய நன்மைக்காக நடத்தப்பட வேண்டும்.....

உங்களுடைய இயக்கத்தின் நோக்கங்களில் எனக்கு பூரண அனுதாபமுண்டு. ஹிந்து சமூகத்திற்கு ஒரு முக்கிய சாபமாயிருக்கும் ஜாதிமுறையை நீங்கள் உடைத்தெறிய விரும்புகிறீர்கள். ஜாதியின் பேரால் எவ்வளவு கொடுமைகளும், அநீதிகளும் பண்டைக்காலம் முதற்கொண்டு இழைக்கப்பட்டு வருகின்றன என்பதை நான் அறிவேன். ஆகையால், நீங்கள் சரியான வழியில்தான் அவற்றை ஒழிக்கத் தலைப்பட்டிருக் கின்றீர்கள்.... (கு.அ.18-5-30)

..... இரண்டு நாள் மாநாட்டிலும் இருந்துவிட்டு புறப்படும்போது இறுதியாக எம்.ஆர்.ஜெயகர் பேசினார்.

சுயமரியாதை என்பது ஒரு வெடிகுண்டு. மனிதருக்கும் மிருகங்களுக்குமுள்ள வித்தியாசம் என்னவென்பது ஆராய்ந்தால் அது சுயமரியாதையிலே கொண்டுவந்து விடும். எனக்கு இவ்வியக்கத்தை தெரிந்துகொள்ள எனது நண்பர்கள் ஒரு தக்க சந்தர்ப்பத்தைக் கொடுத்தனர். சென்னையிலே ஒரு பொது இயக்கத்தை எவ்விதம் நடத்துவது என்பதைக் குறித்து நான் உங்களிடமிருந்த இந்த இரண்டொரு தினங்களில் செம்மையாகத் தெரிந்துகொண்டேன். (கு.அ. 18-5-1930)

ஒரு இயக்கம் தொடங்கப்பட்டு ஐந்து ஆண்டுகளே ஆனநிலையில் நடந்த மாநாட்டில் எம்.ஆர்.ஜெயகர் இப்படிப் பேசினார் என்றால், *1930களில் பெரியார் ஈ.வெ.ராவின் உழைப்புக்கும் சிந்தனை தெளிவுக்கும் கிடைத்த பாராட்டு இது.*

1930 கள் பெரியார் ஈ.வெ.ராவும் அம்பேத்கரும் இன்னும் நெருங்கி வருவதற்கான வாய்ப்பு ஏற்பட்டது. அம்பேத்கர் பெயரை மிகச் சரியாக எப்படி உச்சரிப்பது என்று தெளிவு பெறாத காலத்திலேயே அவரைப்பற்றி செய்தி வெளியிட்டது குடி அரசு. அதன் 4-1-1931 தேதியிட்ட இதழில் 'ஆம்பத்கார்' என்று எழுதி இருக்கிறார்கள். 'இரண்டிலொன்று வேண்டும்' என்ற தலைப்பில் வட்ட மேஜை மகாநாட்டில் அம்பேத்கரின் ஆப்த மொழிகள் அடங்கிய குறிப்பை குடி அரசு 11.1.31ல் வெளியிட்டது.

அம்பேத்கரின் தனித்தொகுதி நிலைப்பாட்டை பெரியார் முழுமையாக ஏற்றுக்கொண்டார். எம்.சி.ராஜா போன்றவர்கள் எதிர்த்தாலும் அம்பேத்கரின் எண்ணத்தை பெரியார் ஈ.வெ.ரா ஆதரித்தார். தனித் தொகுதி வராவிட்டால், நாட்டில் தொடர்ந்து வகுப்புக் கலவரங்கள் நடக்கும் என்று ஈ.வெ.ரா எச்சரித்தார்.

உண்மையில், தாழ்த்தப்பட்ட சமூகம் சமத்துவம் பெற வேண்டுமானால், அவர்கள் இந்துக்களினின்றும் பிரிந்து தங்கள் கால் பலத்தில் நின்றுகொண்டே கிளர்ச்சி செய்தால்தான் முடியும்.
(கு.அ. 17-7-1932)

என்பது ஈ.வெ.ராவின் தீர்க்கமான எண்ணமாக இருந்தது. இது தொடர்பான அனைத்து செய்திகளையும் தொடர்ந்து குடி அரசில் பெரியார் ஈ.வெ.ரா வெளியிட்டு வந்தார்.

1. தீண்டாதார் மகாநாடு கூட்டத்தில் குழப்பம் (கு.அ. 17-7-1932)
2. வகுப்புப் பிரச்சினை முடிவு தாழ்த்தப்பட்டோருக்கு இரட்டைத் தொகுதிகள் (கு.அ. 21-8-1932)
3. சர்.கே.வி. ரெட்டி அபிப்ராயம் (கு.அ. 21-8-1932)
4. மாகாண சட்டசபைகளில் ஸ்தானங்கள் ஒவ்வொரு வகுப்புக்கும் தனித்தனி விபரம் (கு.அ. 28-8-32)
5. வகுப்புப் பிரச்னை முடிவு (கு.அ. 11-9-1932)
6. டாக்டர் அம்பேத்கர் வெற்றி, காந்தியார் பணிவு
(கு.அ. 2-10-32)
7. ஒப்பந்தத்தை ஆதரித்ததேன்? டாக்டர் அம்பேத்கர் விளக்கம்
(கு.அ. 2-10-32)
8. புனா ஒப்பந்தத்திற்கு எதிர்ப்பு - ஒப்பந்தம் மாற்றப்பட வேண்டும் - சென்னை தாழ்த்தப்பட்டோர் கூட்டத் தீர்மானம்
(கு.அ. 23-10-32)
9. டாக்டர் அம்பேத்கர் அபிப்பிராயம் (19-2-1933)
10. அம்பேத்கரும் இந்து மதமும்   27.10.35 குடி அரசு

11. மதமாற்றமும் காங்கிரசும் 29.12.35 குடி அரசு
12. காந்தியும் ஜாதிப்பாகுபாடும் 27.10.35 குடி அரசு
13. ஜாதியொழிய வேண்டும் - அம்பேத்கர் உரைகள்
14. மதம் மாறுதல் 17.11.35 குடி அரசு
15. டாக்டர் அம்பேத்கர் கூறுவது உண்மையே, ஆனால் எம்மதத்திலும் சேராதிருங்கள். 17.11.35 குடி அரசு
16. சபாஷ் அம்பேத்கர் 20.10.35 குடி அரசு
17. காங்கிரஸ் பணக்காரர்கள் கட்சி. ஆதி திராவிடர்களுக்கு காங்கிரசில் திட்டம் கிடையாது. டாக்டர் அம்பேத்கர் விளக்கம். 31.1.37 குடி அரசு
18. காங்கிரஸ்காரர் குதர்க்கம் - கவர்னரை குறை கூறுவதேன்?
19. டாக்டர் அம்பேத்கர் அறிக்கை 25.4.37 குடி அரசு
20. தைரியசாலி யார்? 6.9.36 குடி அரசு
21. சென்னை மாகாண தாழ்த்தப்பட்ட மக்கட்கோர் வேண்டுகோள் 6.9.36 குடி அரசு
22. ஜாதியை ஒழிக்க வழி - நூல் விளம்பரம் 6.12.36 குடி அரசு
23. டாக்டர் அம்பேத்கர் வெற்றி. காந்தியார் பணிவு. ஒப்பந்த விபரம் 2.10.32 குடி அரசு.
24. ஒப்பந்தத்தை ஆதரித்ததேன். டாக்டர் அம்பேத்கர் விளக்கம். 2.10.32 குடி அரசு.
25. அம்பேத்காரின் வெடிகுண்டு. ஆலயப்பிரவேசம் சுயமரியாதைக்கு விரோதம். வருணாச்சிரமம் ஒழியாவிட்டால் வேறு மதத்திற்குப் போய்விடுவோம். 19.2.33 குடி அரசு
26. அம்பேத்காரும் காந்தியும் 19.2.33 குடி அரசு
27. வட்ட மேஜை மாநாட்டு முடிவு 25.1.31 குடி அரசு
28. சோறுபோட்டு உதை வாங்கிய கதை. 25.1.31 குடி அரசு
29. அம்பேத்கார் கொடுத்த அடி. 30.9.44 குடி அரசு
30. அம்பேத்கார் பெரியார் சந்திப்பு 30.9.44 குடி அரசு
31. டாக்டர் அம்பேத்கார் 30.9.44 குடி அரசு
32. தோழர் அம்பேத்காருக்கு புத்தி வந்ததா?
வீர. சு.ப.வீரையா 24.11.35 குடி அரசு
33. முடிவை மாற்ற வேண்டாம். டாக்டர் அம்பேத்காருக்கு ராமசாமி தந்தி. 20.10.35 குடி அரசு
34. டாக்டர் அம்பேத்காருக்கு ஆதரவு. திருநெல்வேலியில் கூட்டம் 17.11.35 குடி அரசு

35. ஹிந்து மதம் தொத்து வியாதி - டாக்டர் அம்பேத்கார் கருத்து
12.1.36 குடி அரசு

36. டாக்டர் அம்பேத்காருக்கு ஆதரவு - சென்னை ஆதி திராவிடர் கூட்டம்
10.11.35 குடி அரசு

37. ஹிந்து சமூகத்தினால் எமக்கு நன்மையில்லை. சமத்துவம் கொடுக்கும் எந்தமதத்திலாவது சேருங்கள். அம்பேத்கார் பிரசங்கம்.
27.10.35 குடி அரசு

இப்படி அம்பேத்கர் குறித்த செய்திக்குவியலாக குடி அரசும், விடுதலையும் இருக்கிறது. செய்தியாக வெளியிடுவது மட்டுமல்ல அதற்கு தன்னுடைய தார்மீக ஆதரவு உண்டு என்பதையும் வலியுறுத்தி வந்தார். தனித் தொகுதியை எதிர்த்த காந்தியை மிகக் கடுமையாக ஈ.வெ.ரா. விமர்சனம் செய்யத் தொடங்கினார். பெரியாரின் காந்தியார் எதிர்ப்பு தீவிரமானதும் இந்தக் காலகட்டத்தில்தான்.

'காந்தியின் தற்கொலை' என்ற தலைப்பிட்டு தோழர் சா.குருசாமி எழுதிய கட்டுரை முக்கியமானது. காந்தி தனது ஆத்ம சக்தியை, தீண்டாதாரைக் கொடுமைப்படுத்தும் பார்ப்பனர்களிடமும், சாதி இந்துக்களிடமும் காட்ட வேண்டியதுதானே என்று குருசாமி கேட்டார்.

காந்தியின் தீண்டாமை மற்றும் சமூக சீர்திருத்தக் கொள்கை யின்பால் பற்றுக்கொண்டு காங்கிரசில் ஒருகாலத்தில் (1920களில்) இணைந்தவர் பெரியார். காந்தியப் பற்றாளர். 1932களில் அவரது நிலைப்பாட்டைப் பார்த்து 1920 நிலைப்பாடுகளையே சந்தேகப்பட்டு எழுதத் தொடங்கினார் பெரியார். இதன் உச்சகட்டமாக, காந்தியைக் காப்பாற்ற வேண்டி தாழ்த்தப்பட்ட மக்களை பலியிட்டுவிடாதீர்கள் என்று கெஞ்சிக் கேட்டார் பெரியார்.

இந்தக் கால கட்டத்தில் அம்பேத்கரை வானளாவ புகழ்ந்து எழுதத் தொடங்கினார். அம்பேத்கர் குறித்த பதிவுகள் இவை.

1. 1925ம் வருஷத்திலே இந்த நாட்டில் சுயமரியாதை இயக்கம் தோன்றியது. இந்த நாட்டிலே மதத்தை எதிர்த்து, மற்ற பேதங்களை எதிர்த்துக் காரியம் செய்வதென்றால், அவ்வளவு கஷ்டமல்ல; மக்களுக்குள் நீண்ட நாட்களாகவே அந்த உணர்ச்சி இருந்து வந்திருக்கிறது என்பதால். ஆனால், வடநாட்டில் அப்படியல்ல.

வடநாட்டில் இருக்கிற இந்த பேதத்தைப் பற்றி, இழிசாதித் தன்மையைப் பற்றி யாரும் கவலைப்படுவதில்லை. சூத்திரன், பஞ்சமன் என்றால் ஏதோ 'திவான் பகதூர்', 'ராவ் பகதூர்' பட்டம் என்பதாகக் கருதிக்கொண்டிருக்கிற மக்கள் வாழும் நாடு அது. அங்கு இந்த உணர்ச்சியைக் கிளப்புவதென்றால் கடினமான காரியமாகும்.

ஆனால், அங்கேயே 1927, 1928லேயே அம்பேத்கர் சுயமரியாதைக் கொள்கைகளைப் பேசியிருக்கிறார். நாசிக்கில் கூடிய ஒரு மாநாட்டில் இராமாயணத்தைப் போட்டுக் கொளுத்தியிருக்கிறார்.

(வி. 16-5-1952)

2. 1930லே என்று நினைக்கிறேன். 'தாழ்த்தப்பட்ட மக்கள் இந்து மதத்திலே இருப்பது தவறு. இந்து மதந்தான் அவர்களைத் தாழ்த்தப்பட்டவர்களாக்கியது' என்பதாகச் சொல்லி, 'அனைவரும் முஸ்லீம் ஆகவேண்டும்; நானும் முஸ்லீம் ஆகப் போகிறேன்' என்று அவர் சொன்னார்.

அப்போது தோழர் அம்பேத்கர் அவர்களுக்கு நானும் ஒரு தந்தி கொடுத்தேன். என்னவென்றால், 'நீங்கள் ஒண்டியாகப் (தனியாகப்) போகக்கூடாது. குறைந்தது ஓர் இலட்சம் பேரோடு மதம் மாற வேண்டும். அப்போதுதான் முஸ்லீம் மதிப்பான். இல்லாவிட்டால் தனியாக அங்கு போனால் அவனும் நம்மைக் கவனிக்கமாட்டான். உங்கள் தாழ்த்தப்பட்ட இனம் நசுக்கப்பட்டுக் கொண்டுதான் இருக்கும். முஸ்லீம் ஆகிவிட்டால் இந்து மதத்தின் இழிவு பற்றி நீங்கள் பேசினால், 'முஸ்லீம் இந்துமதத்தைப் பற்றிப் பேசுவதா?' என்பதாகக் கிளப்பிவிடுவார்கள். ஆகையால், ஒரு இலட்சம் பேரோடு தாங்கள் போகும்போது நானும் ஒரு 10, 20 ஆயிரம் பேர்கள் தருகிறேன்' என்பதாகத் தந்தி கொடுத்தேன். (வி. 16-5-1952)

3. உள்ளபடி சொல்லுகிறேன், இந்துக்கள் யாரிடமாவது வசமாக மாட்டினார்கள் என்றால், அது தோழர் ஜின்னா அவர்களிடமும் தோழர் அம்பேத்கர் அவர்களிடமும்தான். தோழர் ஜின்னாவிடமிருந்து விடுதலை பெற்றுவிட்டார்கள். ஆனால், அம்பேத்கரிடமிருந்து விடுதலை பெற முடியவில்லை. அவர் அடிக்கடி ஓங்கி அடித்துக் கொண்டேயிருக்கிறார். (வி. 16-5-1952)

4. டாக்டர் அம்பேத்கர் அவர்களுக்குச் சமமாக இந்தியாவில் யாரையும் சொல்ல முடியாது. இன்று மட்டுமல்ல, முப்பது ஆண்டுகளுக்கு முன்பாகவே இதை நான் கூறியிருக்கிறேன். 1930 முதலே எனக்கு அவரைத் தெரியும். நமது 'குடி அரசு' ஏட்டில் என்னென்ன கருத்துக்கள் வருமோ அவைகளை எல்லாம் அவர் பேசியிருக்கிறார். நமக்கு ஏற்ற நண்பர் என்பதை எண்ணி அவரை நான் பாராட்டி வந்தேன். நமது 'குடி அரசி'ல் அவரைப் பாராட்டி எழுதியதைப் பார்த்துத்தான் தாழ்த்தப்பட்டவர்களே அவரை உணர்ந்தார்கள். (வி. 20-6-1972)

5. மறைந்த பாபாசாகிப் அம்பேத்கர் அவர்களும் நானும் நெடுநாட்களாக நண்பர்கள் என்பது மாத்திரமல்ல, பல விஷயங்களில் எனது கருத்தும் அவரது கருத்தும் ஒரே மாதிரியாகத்தான் இருக்கும். சாதி ஒழிப்பு என்ற விஷயத்தில் மாத்திரமே நாங்கள் ஒத்த

கருத்துடையவர்கள் என்பது அல்ல. இந்துமதம், இந்து சாஸ்திரங்கள், இந்துக் கடவுள்கள், தேவர்கள் என்பவர்கள் பற்றிய இந்து மதப் புராணங்கள் இவைகளைக் குறித்தும்கூட எங்கள் இரண்டு பேர்களின் கருத்தும் ஒரே மாதிரியாகத்தான் இருக்கும். அது மட்டுமல்ல, அவைகளைப் பற்றி நான் எவ்வளவு உறுதியாகவும் பலமாகவும் அபிப்பிராயங்களைக் கொண்டிருக்கிறேனோ அவ்வாறுதான் அவரும் மிகவும் உறுதியாகவும் பலமாகவும் இலட்சியங்களைக் கடைப்பிடித்தார். உதாரணமாக பார்ப்பனர் போற்றிப் பிரச்சாரம் செய்யும் கீதை என்பதை 'முட்டாள் உளறல்' என்று சொன்னவர் டாக்டர் அம்பேத்கர்.

இப்படிச் சில விஷயங்களில் மாத்திரமல்ல, பல விஷயங்களில் டாக்டர் அம்பேத்கர் அவர்கள் எந்த அபிப்பிராயத்தைக் கொண்டிருந்தாரோ, அதே அபிப்பிராயம்தான் எனக்கு இருந்துவந்தது. பல விஷயங்களில் நாங்கள் ஒருவருக்கொருவர் கலந்து கொள்ளாமலேயே அந்தப்படி அபிப்பிராயம் கொண்டவர்களாக இருந்து வந்தோம். சந்தர்ப்பம் கிடைத்தபோது நானும் அவரும் எங்கள் இருவருடைய எண்ணங்களையும் கருத்துக்களையும் பரிமாறிக் கொள்வதும் உண்டு. (வி. 22-2-1959)

6. பர்மாவில் நடந்த உலக பவுத்தர்கள் மாநாட்டில் கலந்துகொள்ள நாங்கள் போயிருந்தபோது அம்பேத்கர் அவர்கள் என்னைப் பார்த்து, 'என்ன இராமசாமி, நாம் இப்படிப் பேசிக்கொண்டே இருப்பதால் என்ன பலன் ஏற்பட முடியும்? வாருங்கள், நாம் இரண்டு பேரும் புத்த மதத்தில் சேர்ந்துவிடுவோம்' என்றார்.

நான் சொன்னேன், 'ரொம்பச் சரி. இப்போது முதலில் நீங்கள் சேருங்கள். நான் இப்போது சேருவது என்பது அவ்வளவு ஏற்றதல்ல. ஏனென்றால், தமிழ்நாட்டில் நான் இப்போது சாதி ஒழிப்பைப்பற்றி தீவிரமாகப் பிரசாரம் செய்துவருகிறேன். இந்துக் கடவுள்கள் எனப்படும் விநாயகர், இராமன் சிலைகளை உடைத்தும், படங்களை எரித்தும், இந்து மதத்திலுள்ள பல விஷயங்களைப் பற்றியும் மக்களிடம் எடுத்துச் சொல்லி இப்போது பிரச்சாரம் செய்வதுபோல் அப்புறம் செய்யமுடியாது. ஒரு இந்துவாக இருந்துகொண்டு இப்படிப் பேசுவதனால் என்னை யாரும், 'நீ அதைச் செய்யக்கூடாது' என்று தடுக்க உரிமை கிடையாது. ஆனால், நான் இன்னொரு மதக்காரனாக இருந்தால், அப்படிப்பட்ட வசதி எனக்கு இருக்கமுடியாது. ஆகவே, நான் வெளியிலிருந்து கொண்டு புத்த மார்க்கத்தைப் பிரச்சாரம் செய்து வருகிறேன்' என்பதாகச் சொன்னேன்.

என் பிரச்சாரத்தில் சாதி ஒழிய வேண்டும் என்று மாத்திரம் சொல்லி வரவில்லை. அதற்கு முக்கிய அடிப்படையான சாதி, மதம், ஆதாரம் ஒழிய வேண்டும் என்றுதான் நானும் சொல்லிவருகிறேன். அவரும் அப்படித்தான் சொன்னார். (வி. 22-2-1959)

7. தோழர் அம்பேத்கர் அவர்களின் தைரியத்துக்கு ஒரு உதாரணம் சொல்லுகிறேன். இலண்டனில் காந்தியார், 'நான் இந்திய மக்களின் பிரதிநிதியாக வந்திருக்கிறேன்' என்று சொன்னபோது, 'நீங்கள் எங்கள் இனத்தின் பிரதிநிதியல்ல' என்று அம்பேத்கர் அவர்கள் சொன்னார். காந்தியார் திரும்பவும், 'இந்திய மக்களின் பிரதி நிதியாக வந்திருக்கிறேன்' என்று சொன்னவுடன், அம்பேத்கர் அவர்கள், 'பத்து தடவை சொல்லுகிறேன். நீங்கள் எங்கள் பிரதி நிதி அல்ல என்று. திரும்பத் திரும்ப வெட்கமில்லாமல் பிரதிநிதி என்று சொல்லுகிறீர்கள். நீங்கள் உங்களுடைய மகாத்மா பட்டத்தை துஷ்பிரயோகம் செய்கிறீர்கள்' என்பதாகச் சொன்னார். காந்தியார் பேசாமல் உட்கார்ந்துவிட்டார். பின்பு இந்நாட்டுப் பத்திரிகைகள் அம்பேத்கரைக் கண்டபடி தாக்கின. ஆனால், அவர் அதைப்பற்றிக் கவலைப்படவில்லை. (வி. 16-5-1952)

8. நான் பம்பாயில் சுற்றுப் பயணம் செய்தபோது அகில இந்திய முஸ்லீம் லீக் தலைவர் ஜனாப் முகமது அலி ஜின்னாவையும், ஆதி திராவிட சமூகத் தலைவர் டாக்டர் அம்பேத்கரையும் சந்தித்து சில மணி நேரங்கள் அவர்களுடன் மனம் விட்டுத் தாராளமாகச் சம்பாஷித்தேன்.

நாங்கள் காங்கிரஸின் ஆரம்பம் முதல் அரசியல் நிர்வாகத் திறமை யின்மை வரை பல்வேறு விஷயங்கள் பற்றிச் சம்பாஷித்தோம். ஜனாப் ஜின்னாவும், டாக்டர் அம்பேத்கரும் காங்கிரசைப் பற்றிக் கூறிய அபிப்பிராயங்கள் என் சொந்த அபிப்பிராயத்தை ஒத்தவையாக இருந்தன. நாங்கள் மூவரும் காங்கிரஸின் செல்வாக்கினால் ஏற்படும் தீங்குகளை அகற்ற ஒன்றுகூடி முயற்சிப்பதென முடிவு செய்தோம். (கு.அ. 26-1-1940)

9. கட்டாய இந்தி சம்பந்தமாக என் கருத்துக்களை ஜனாப் ஜின்னாவும் டாக்டர் அம்பேத்கர் அவர்களும் ஆதரித்தனர். கட்டாய இந்தித் திட்டம், நம் கலைகளுக்கு விரோதமாக, பிராமண மதத்தையும் கலைகளையும் பலப்படுத்தி விஸ்தரிக்கும் ஒரு குறுகிய நோக்குள்ள திட்டமென்று நான் அபிப்பிராயப்படுவது போன்றே, ஜனாப் ஜின்னாவும், டாக்டர் அம்பேத்கரும் அபிப்பிராயப்பட்டனர். நான் நமது மாகாணத்தில் இந்தி எதிர்ப்புக் கிளர்ச்சி மீண்டும் ஆரம்பிக்க உத்தேசிக்கப்பட்ட விஷயமாகப் பிரஸ்தாபித்தபோது ஜனாப் ஜின்னா அவர்கள், 'நீங்கள் என் பூரண ஆதரவைப் பெறுவீர்கள்' என்று கூறினார். இவ்விஷயத்தில் டாக்டர் அம்பேத்கரும் என் அபிப்பிராயத்தை ஆதரித்தார். (கு.அ 26-1-1940)

10. திரு.ஜெயகர் அவர்கள் தீண்டாமையை ஒழிக்கக்கூடிய ஒரு தீர்மானத்தை பம்பாய் சட்டசபையில் சமீபத்தில் கொண்டு

வரப்போவதாகவும் அறிந்து மகிழ்கிறோம். அந்தத் தீர்மானத்திற்கு டாக்டர் அம்பேத்கர் போன்ற பிரமுகர்கள் உதவியாயிருந்து வேலை செய்வார்களெனவும் தெரிகிறது. இவர்களுடைய முயற்சி வெற்றி பெற்று சட்டமும் செய்யப்படுமேயானால், பெண்கள் சமூகத்திற்கு சாரதா சட்டம் எவ்வித பலத்தை அளிக்கின்றதோ அதே மாதிரி தாழ்த்தப்பட்ட மக்கள் விஷயத்தில், இந்தச் சட்டமும் பெரிய பலமாக இருக்கும் என்பதற்கு அய்யமில்லை. (கு.அ. 22-12-1929)

11. உங்கள் மாகாணத் தலைவராக தோழர்கள் வீரையன், சிவராஜ் போன்றவர்களையும் இந்தியத் தலைவராக அம்பேத்கர் போன்றவர்களையும் நம்புங்கள். எனக்கும், அவர்கட்கும் உங்கள் முன்னேற்ற விஷயத்தில் சில அபிப்பிராய பேதங்கள் இருந்தாலும் இன்றைய நிலையில் அவர்களே மேலானவர்கள். (கு.அ. 10-2-1935)

12. தோழர் எம்.சி.ராஜாவைப் பிடித்து இந்து மதத்தின் புனிதத் தன்மையைப் பிரச்சாரம் செய்தார்கள். இப்படிப்பட்ட ஆட்கள் இத்தன்மையில் இருப்பதைக் கண்டே டாக்டர் அம்பேத்கர் இந்து மதத்தை அழிக்கத் தன்னால் முடியாது என்று கருதியும், இந்து மதத்தில் இருந்துகொண்டு தீண்டாமையை ஒழித்துக்கொள்ள முடியாதென்று கருதியும் இந்து மதத்தைக் கைவிட்டுத் தாம் விலகிக் கொள்வதாக முடிவு செய்துகொண்டார். (கு.அ. 19-1-1936)

13. இதனால்தான் டாக்டர் அம்பேத்கர் அவர்கள் சென்ற 4-1-1945 ஆம் தேதி கல்கத்தாவில் தாழ்த்தப்பட்டோர் வாரப் பத்திரிகையான 'பீப்பிள் ஹெரால்டை' திறந்து வைக்கையில் 'ஹிந்துக்கள் புல்லுருவிகள். நாம் உழைக்க அவர்கள் உறிஞ்சித் தின்கிறார்கள். இந்தச் சுரண்டலை நிலைநாட்டும் சுதந்திரம் வந்தாலும் ஒன்றுதான், வராதொழிந்தாலும் ஒன்றுதான்' என்று வயிறெரிந்து கூறியிருக்கிறார். இதைக்கண்டு பிறர் இரத்தத்தை உறிஞ்சி வந்த கூட்டம், நகத்தில் அழுக்குப்படாமல் வாழ்ந்து வந்த கூட்டம், கிழிச்ச பஞ்சாங்கத்தையும் காய்ந்த தர்ப்பைப் புல்லையும் கை முதலாகக் கொண்டு வாழ்க்கை நடத்திவரும் கூட்டம் வயிறு எரியத்தான் செய்யும். சீறி விழத்தான் செய்யும்.
(கு.அ. 6-1-1945)

14. தாழ்த்தப்பட்ட மக்களின் தலைவர்களாகிய டாக்டர் அம்பேத்கர், ராவ்பகதூர் சிவராஜ் போன்றவர்கள் எல்லோரும் நாங்கள் இந்துமதஸ்தர்கள் அல்லவென்றும் நாங்கள் இந்துக்கள் அல்லவென்றும், தங்கள் சமூகத்தார் இந்து மதத்திலிருந்து விலகவேண்டும் என்றும் 15 வருடத்திற்கு முன்பிருந்தே சொல்லிவருகிறார்கள்.
(கு.அ. 13-1-1945)

15. தோழர் அம்பேத்கர் இம்மாகாண தாழ்த்தப்பட்டவர்களைப் பற்றி என்ன நினைத்துக் கொண்டிருக்கிறார் என்பது நமக்கு நன்றாகத் தெரியும். அவர் இன்று போர்க்களத்தில் நிற்கும் தளபதி

யாக விளங்குகிறார். அரசியல் எதிரி எது சொன்னாலும் அதைப் பொருட்படுத்தாது, தம் கருமமே கண்ணாகச் செய்கையில் இறங்கி விட்ட அவரைக் கண்டு, காங்கிரஸ் மட்டுமல்ல... பிரிட்டிஷ் ஏகாதிபத்தியமே தலையைச் சொறிந்து கொண்டிருக்கிறது என்பதில் ஆச்சரியமென்ன? (வி. 27-7-1946)

16. ஜின்னாவும் டாக்டர் அம்பேத்கரும் காங்கிரஸ் ஓர் இந்து ஸ்தாபனம் என்று சொல்லுவதில் என்ன குற்றம் காணமுடியும்? டாக்டர் அம்பேத்கர், 'நான் இந்துவல்ல, என்னைத் தலைவனாக ஒப்புக்கொண்டு இருக்கும் மக்கள் இந்துவல்ல. எனக்கு எந்த மதத்தையும் தழுவ உரிமையுண்டு என்று சொன்னால் காங்கிரஸ்காரன் ஏன் அதை மறுக்க வேண்டும்? அதுவும் அம்பேத்கரையும் அவரது சமூகத்தாரையும் பறையர், சக்கிலி, பஞ்சமன் என்று கருதிக்கொண்டு தன்னையும் சூத்திரன் என்பதைச் சம்மதித்துக்கொண்டு இருக்கும் ஒரு காங்கிரஸ்காரன் ஏன் மறுக்க வேண்டும்? (வி. 23-11-1946)

17. தாழ்த்தப்பட்டோர் சங்கத்திற்கு என் அருமை நண்பரும் அறிஞருமான டாக்டர் அம்பேத்கர் தலைவராக இருந்து வருகிறார். தாழ்த்தப்பட்டோர் இந்துக்களல்ல என்ற மிக ஆதாரத்தோடு ஆரியத்தின் முதுகில் தட்டி ஆணவத்தைக் குறைத்தவர்களில் அவரும் ஒரு முக்கியஸ்தர். பேரறிஞர். நான் மிக எதிர்பார்த்திருந்தேன். அவரின் ஒத்துழைப்பை, இவ்வாரியத்தின் கொடுமைகளை ஒழிக்க. ஆனால், எதிர்பாராத விதமாக எந்த ஆரியத்தின் ஆணிவேரை அசைத்து ஆட்டிக் கொடுக்கும்படி செய்தாரோ, அதே ஆரியத்தின் ஸ்தானமாகிய இந்துக்களின் ஸ்தாபனமாகிய காங்கிரஸ் இன்று நம் அம்பேத்கரை அடக்கிவிட்டது. இவரும் அத்துடன் உறவுகொண்டுவிட்டார். இன்னும் கூற வேண்டுமானால், இந்திய நாடு பிரிக்கப்படக் கூடாதென்ற வட நாட்டின் வறண்ட தத்துவத்தை இன்றைய நிலையில், அவர் பேசுவதைக் கண்டு என் மனம் வருந்துகிறது. இன்னும் சில நாட்களில் திராவிட நாடு பிரிவினையை அவர் எதிர்ப்பாரோ என்று நான் அஞ்சுகிறேன். எனினும், அவருக்குள்ள சூழ்நிலையில் வடநாட்டுத் தொடர்பில் அப்படித்தான் இருக்கவேண்டியிருக்கிறது போலும். நான் அதைப்பற்றித் தப்பாகவோ குறைவாகவோ கூற முன்வரவில்லை. அவர் என்ன? நம் நாட்டிலுள்ள தாழ்த்தப்பட்டோரின் தலைவர்கள் என்று கூறிக்கொள்பவர்களே தாழ்த்தப்பட்டோரின் விடுதலையையே குறிக்கோளாகக் கொண்டுள்ள திராவிடர் இயக்கத்தையும் திட்டத்தையும் என்னைப் பற்றியும் வீணாகப் பழிக்கின்றார்கள் என்றால், வடநாட்டுப் படிப்பிலுள்ள டாக்டர் அம்பேத்கரைப் பற்றி நாம் குறை கூற முடியுமா? (வி. 8-7-1947)

18. டாக்டர் அம்பேத்கர் அவர்கள் சமீபத்தில் சென்னைக்கு வந்திருந்தபோது, 'இன்றைய நிலையில் நமக்கு சுயராஜ்யம் வந்தால்

இன்றைய ஆட்சி போல ஆளும் ஜாதியார்தான் ஆளுவார்களே தவிர, நம் போன்ற அடிமை ஜாதியார் அடிமைகளாகவே ஆளப்படுபவர்களாகவேதான் இருப்போம். ஆதலால், சுயராஜ்ய ஆட்சி இன்றைய ஆட்சியைவிட மேலானதாக இருக்கமுடியாது என்று சொன்னார். அதாவது, ஒற்றுமையும் கட்டுப்பாடும் உள்ள ஜாதிதான் எந்த சுயராஜ்யத்திலும் ஆட்சி புரியுமென்றும் அதில்லாத மக்கள் எப்படிப்பட்ட சுதந்திர ராஜ்யத்திலும் ஆளப்படும் அடிமை ஜாதியாகத்தான் இருக்க வேண்டியதாகும் என்றும் அருமையாகச் சொன்னார். (வி. 26-3-1950)

19. அரசியல் நிர்ணய சபையில் இந்த நாட்டில் அரசமைப்புச் சட்டம் எழுதும்போது, 'இந்த நாடு ஜனநாயக சுதந்திரம் அடைந்துவிட்டதால், பார்ப்பானும் இல்லை; பறையனும் இல்லை. மனிதன்தான் இருக்கவேண்டும்' என்று ஏன் எழுதக்கூடாது? அதை விட்டுவிட்டு 'நாங்கள் கீழ் ஜாதியாய் இருப்பதனால் எங்களுக்குக் கொஞ்சம் சவுகரியம் செய்துகொடுக்க வேண்டும். சலுகை காட்ட வேண்டும்' என்றுதான் டாக்டர் அம்பேத்கரால் எழுத முடிந்தது. ஏனென்றால், இந்தப்படி எல்லாம் கூறினால் பார்ப்பனர்களால் அவர் பதவி போய்விடும். (வி. 30-4-1950)

20. இந்த அரசமைப்புச் சட்டம்கூட யார் தயாரித்தது? நான்கு பார்ப்பனர்களை வைத்துக்கொண்டுதானே தயாரிக்கப்பட்டது? தாழ்த்தப்பட்ட ஜாதியைச் சேர்ந்த டாக்டர் அம்பேத்கர் ஒருவர் இருந்தார். அவர் தன் ஜாதிக்குப் பதவி 100க்கு 5 வந்தால் போதும் என்று நினைத்தார். ஆனால், 100க்கு 15 கொடுத்தவுடனேயே அவர் மெய்மறந்துபோய் கை ஒப்பம் போட்டுவிட்டார். பின்னால், 'நான் அரசமைப்புச் சட்டத்தைக் கொளுத்த வேண்டும்' என்றேன். இப்போது, 'அதை நான்தான் கொளுத்தப் போகிறேன்' என்றார். ஏன்? அதன் உண்மையை பலனை அறிந்துவிட்டார்.

(வி. 17-4-1954)

21. அம்பேத்கர், உலகத்தில் பெரிய அறிஞர்கள் கூட்டத்தைச் சேர்ந்தவர். அவர்கள் இவ்வளவு பெரிய அறிஞராக விளங்கக் காரணம் என்ன? படிப்பு, திறமை என்று சொல்வதெல்லாம் இரண்டாவதுதான். அவரைவிடப் படித்தவர்கள், திறமை உள்ளவர்கள் இருக்கிறார்கள். ஆகையால், அம்பேத்கர் பெரிய அறிவாளியாக விளங்கக் காரணம் அவரது படிப்பு, திறமை மாத்திரமல்ல, அவருடைய படிப்பும் திறமையும் நமக்குப் பயன்படுகிற தன்மையில் இருப்பதால்தான் அவரை அறிவாளி என்று சொல்ல வேண்டியிருக்கிறது. மற்றவர்கள் படிப்புத் திறமையெல்லாம் வேறு விதத்தில் பயன்படுத்தப்படுகிறது.

அம்பேத்கர் ஒரு நாஸ்திகர். அவர் இன்றல்ல, நீண்ட நாளாகவே நாஸ்திகர். உலகத்தில் யார் யார் பெரிய அறிவாளிகளாக

இருக்கிறார்களோ, அவர்களெல்லோரும் நாஸ்திகர்கள்தான். நாஸ்திகராக இருக்கிறவர்கள்தான் ஆராய்ச்சியின் சிகரமாக, அறிவு பிரகாசிக்கக்கூடிய மனிதராக ஆகமுடிகிறது. அவர்கள்தான் தாங்கள் படிப்பதைத் திறமையாகப் பயன்படுத்துகிறார்கள்.

டாக்டர் அம்பேத்கர் ஒரு பெரிய அறிஞர். அதன் காரணமாகவே அவர் ஒரு நாஸ்திகர். அவர் தனது சொந்த அறிவை உபயோகித்துதான் கண்டதைத் தைரியமாக எடுத்துச் சொல்லியிருக்கிறார். நம்நாட்டில் அறிஞர் கூட்டம் என்பவரெல்லாரும் எடுத்துச் சொல்லப் பயப்படுவார்கள். அவர் இதுபோலல்லாமல் தைரியமாக எடுத்துச் சொல்லிவந்தார். (வி. 7-12-1956)

22. இப்பொழுது அதிசயமாக உலகம் பூராவும் நினைக்கும்படியான சம்பவம் ஒன்று நடந்தது. அதுதான் அம்பேத்கர் புத்த மதத்தில் சேர்ந்தது. இப்பொழுது பேருக்குத்தான் அவர் புத்த மதத்தில் சேர்ந்ததாகச் சொல்கிறாரே தவிர, அம்பேத்கர் வெகுநாட்களாகவே புத்தர்தான். (வி. 7-12-1956)

23. அம்பேத்கர் மக்களுக்கு வழிகாட்டுபவர். சாதி, மத குறைபாடுகளை மனதில் பட்டதைத் தைரியமாக எடுத்துக்கூறி வந்தார். சுயநலம் இல்லாமல் பாடுபட்டவர். இந்தியா முழுவதும் விளம்பரம் பெற்றவர். அவர் தம்முடைய மக்களுக்குப் பௌத்த மதத்திற்குப் போகும்படி வழிகாட்டியிருக்கிறார். இங்கும் பலபேர் மாறக்கூடிய நிலை ஏற்படும். தன் சமுதாயத்திற்குப் படிப்பு, உத்தியோகம் முதலிய காரியங்களில் முயற்சி செய்து பல வசதிகளைச் செய்திருக்கிறார். உத்தியோகத்தில் 100க்கு 15 என்று வாங்கிக் கொடுத்தார். அவர் உள்ளபடியே ஒரு பெரிய தலைவர். அவருக்குப் பிறகு அவரைப் போன்ற ஒரு தலைவர் தோன்ற முடியாது. அவர் சமதர்ம காலத்திற்கு முன் ஏற்பாடு செய்யப்பட்ட தலைவர். அம்பேத்கருக்குப் பிறகு அவரைப் போன்ற தலைவர் ஏற்பட முடியாது. (வி. 7-12-1956)

24. டாக்டர் அம்பேத்கர் புத்தமதத்தில் சேர்ந்து எவை எவைகளை நம்பவில்லை என்று சொன்னாரோ, எவை எவைகளையும் செய்யமாட்டேன் என்று சொன்னாரோ, அவைகளையெல்லாம் நாம் இப்போதே நம்புவதில்லை. (வி. 28-12-1956)

25. இந்த சாதி முறையைக் கண்டித்தவர்கள் இரண்டொருவர். அவர்களில் புத்தர் ஒருவர். அவருடைய கொள்கையை இந்த நாட்டைவிட்டே ஒழித்துவிட்டார்கள். ஏதோ அங்கொன்றும் இங்கொன்றுமாய் புத்தர்கள் என்பவர்கள் அந்தக் கொள்கை தோன்றிய நாட்டில் வாழ்கிறார்கள். புத்தக் கொள்கையில் மக்களைச் சேர்த்தார் அம்பேத்கர். உடனே அரசாங்கம் புத்தக் கொள்கையில் சேர்ந்தவர்களுக்குச் சலுகையில்லை, வேலைக்கு

இடம் ஒதுக்கி வைக்கமாட்டோம் என்று சொல்லிவிட்டார்கள். அந்தக் கொள்கைக்குப் போனவன் இரண்டொருவன் இப்பொழுது திரும்பி வரப் பார்க்கிறான். புத்தக் கொள்கையில் மக்களைச் சேர்த்த அம்பேத்கரைக் கொன்றுபோட்டு ஒழித்துவிட்டார்கள். அவர் எப்படிச் செத்தார் என்பதற்கு இன்றைய தினம் வரை தகவல் ஏதும் இல்லையே! ஏதோ இரவு பத்துமணிவரை படித்துக் கொண்டிருந்தார். படுக்கைக்குப் போனார். பொழுது விடிய படுக்கையில் பிணமாகக் கிடந்தார் என்பதைத் தவிர, எப்படிச் செத்தார் என்று யாரும் சொல்லவில்லையே? இந்து மதத்திற்கு விரோதமாக (பகையாக) இருந்த அவரை ஒழித்துக் கட்டவேண்டும் என்பதுதானே இவர்களுடைய எண்ணம்? அதன்படி அவரைக் கொன்று போட்டுவிட்டார்களே! இதைப்பற்றிக் கேட்கக்கூட இன்று நாதி இல்லையே!
(வி. 4-11-1957, வி. 8-9-1961, 4-5-1963)

26. மதம் ஒழியாதவரை, கடவுள் ஒழியாதவரை சாதியும் ஒழியாது என்றார் டாக்டர் அம்பேத்கர் அவர்கள். (வி. 20-11-1958)

27. அம்பேத்கர் தாழ்த்தப்பட்ட மக்களுக்காகப் பாடுபட்டவர். அதற்காக உயிர் வாழ்ந்து தொண்டாற்றியவர் மற்றும் பலர் தாழ்த்தப்பட்டவர்களுக்காகப் பாடுபட்டார்கள் என்றால் அவர்கள் எல்லாரும் அதன் பெயரால் வயிற்றை வளர்த்தவர்களே ஆவர்.
(வி. 6-3-1961)

28. அம்பேத்கரின் தொண்டு என்ன, எப்படிப்பட்டது என்றால், இந்தியாவிலேயே சிறந்த மனு தர்மத்தைத் தீயிட்டுக் கொளுத்திக் காட்டியவர். நான் வாயால் கொளுத்தவேண்டும் என்றேன். அம்பேத்கர் எரித்தே காட்டினார். (வி. 6-3-1961)

29. டாக்டர் அம்பேத்கர் அவர்களின் படத்தை நீங்கள் திறந்து வைக்கும்படி பணித்துள்ளீர்கள். இது எனக்கு மிகவும் பிடித்தமான சங்கதியாகும். டாக்டர் அம்பேத்கர் நாட்டில் ஒரு பெரிய மாறுதலை உண்டாக்கும் வண்ணம் மேல் சாதியார் கொடுமையை எல்லாம் எடுத்து விளக்குபவர். காந்தியையும் காங்கிரஸையும் சாதி ஒழிப்புக்கு இடையூறாக இருப்பது கண்டு கண்டித்துப் பேசியவர் ஆவார். காந்தியார் எந்த விதத்திலும் தாழ்த்தப்பட்ட மக்களுக்குத் தலைவர் என்று சொல்லிக்கொள்ள அருகதை அற்றவர் என்று கூறியவர். இந்து மதக் கொள்கையைக் கண்டு அதை நம்மால் ஒழிக்க முடியாவிட்டாலும் அந்த மதத்திற்கே முழுக்குப் போட்டுவிட்டு 3 லட்சம் மக்களுடன் புத்த மதத்தில் சேருவது என்று முடிவு பண்ணிக்கொண்டு சேர்ந்தவர். இன்றுவரை உயிருடன் இருந்திருந்தால், அவர் இன்னும் பல இலட்சம் மக்களைப் புத்த மார்க்கத்தில் சேரும்படி செய்து இருப்பார்.
(வி. 4-5-1963)

30. டாக்டர் அம்பேத்கர் அவர்கள் சிறந்த கல்விமான். இந்த இந்திய உபகண்டத்திலேயே சிறந்த ஆராய்ச்சிக்காரர். இவர் எழுதிய நூல்களுக்கு உலகெங்கிலும் செல்வாக்கு இருந்து வருகின்றது..... நம்மவர்கள் தங்கள் குழந்தைகளுக்கு அம்பேத்கர் என்று பெயர் வைத்து நன்றியைத் தெரிவித்துக் கொள்ளவேண்டும்.

(வி. 4-5-1963)

31. இன்றைக்கு தாழ்த்தப்பட்ட மக்களுக்கு ஆகட்டும், பார்ப்பனர் அல்லாத மக்களுக்கு ஆகட்டும். ஒரு நல்ல வாழ்வு ஏற்பட்டு இருக்கின்றது என்றால், காங்கிரஸினால் அல்ல. நமது இயக்கத் தொண்டும் அம்பேத்கர் செய்த தொண்டின் காரணமாகவுமே ஆகும்.

(வி. 4-5-63)

32. தங்கள் நலனுக்கு மாறாக நடக்க முற்பட்டவர்கள் யாராக இருந்தாலும் பார்ப்பனர்கள் ஒழித்துக்கட்டி இருப்பார்கள். புராண காலந்தொட்டு, சரித்திர காலம் தொட்டு இதே நிலை ஆகும். நம் கண்ணெதிரே ஒழிக்கப்பட்டவர்கள் காந்தியாரும், அம்பேத்கரும் ஆவர். நாங்கள்தான் துணிந்து இன்று பாடுபட்டுக் கொண்டு உயிருடனும் இருக்கின்றோம்.

(வி. 4-5-1966)

33. டாக்டர் அம்பேத்கர் ஆற்றிய பணி இதுவரை இந்நாட்டில் யாரும் ஆற்றாத பணியாகும். அம்பேத்கர் அவர்கள் நாமெல்லாம் மகாத்மா என்று போற்றுகிறவரை, 'உனக்கு அறிவு இருக்கிறதா?' என்று கேட்டார். அவ்வளவு துணிவு யாருக்கும் வராது. (பாகம் 13)

34. நாம் இன்று நேற்றல்ல, 'ஆயிரக்கணக்கான ஆண்டுகளாகத் தாழ்ந்த நிலையில் கடை நிலையில் இருக்கின்றோம். இந்த நிலை மாற வேண்டும் என்று எவருமே பாடுபடவில்லை. டாக்டர் அம்பேத்கர் ஒருவர்தான் தாழ்த்தப்பட்ட மக்களுக்காக மிகவும் வாதாடி அரசாங்கத்தால் சில உரிமைகள் பெற்றுத் தந்தார். இதன் காரணமாகத்தான் தாழ்த்தப்பட்ட மக்கள் உரிமை பெற்றனர்.

35. டாக்டர் அம்பேத்கர் பேரறிஞர். செயற்கரிய செய்தவர். தாழ்த்தப்பட்ட மக்களுக்கு அவர் ஆற்றிய தொண்டு யாரும் செய்யமுடியாத தொண்டு ஆகும். தாழ்த்தப்பட்ட மக்களுடைய எண்ணிக்கை எவ்வளவோ அத்துணை விகிதத்தில் கல்வி, உத்தியோகம் பதவிகளை பெற்றுத் தந்தவர் ஆவார். உண்மையை உண்மையாக எடுத்துச் சொல்வதில் அவருக்கு ஈடு யாரும் இல்லை. சிறந்த படிப்பாளி. தம் மனதில் பட்ட கருத்துக்களைத் துணிந்து கூறிவந்தவர். எதிர்ப்புக்காகத் தம் கொள்கையில் இருந்து பின்வாங்காதவர்.

(வி. 3-7-1972)

36. ஒப்பில்லாத அறிவாளி டாக்டர் அம்பேத்கர் அவர்களின் திருவுருவப் படத்தைத் திறந்து வைக்கும் பெருமைக்கு உரிய பணியை அளித்து உள்ளார்கள். இந்தியா முழுவதிலும் அம்பேத்கர் போல

படித்தவர், அறிவாளி, துணிவுள்ளவர், சாதிக்க முடியாத காரியத்தை சாதித்தவர் யாருமே இல்லை. சமுதாய முன்னேற்றத்திற்கு அவர் முயற்சி எடுத்துக்கொண்டு ஆற்றிய பணியும் சாதனையும் யாரும் செய்யாத சாதனையாகும். அவர் ஜாதி ஒழிப்புக்காக வடநாட்டில் உண்மையாகப் பாடுபட்டவர்....... அம்பேத்கர் மந்திரியாக இருப்பதனாலேயே தனது கருத்துக்களைக் கூறக்கூடாது என்றால், எனக்கு அந்தப் பதவி பெரிதல்ல என்று கூறியவர். (வி. 14-6-1973)

37. டாக்டர் அம்பேத்கர் அவர்கள் தாழ்த்தப்பட்ட சமூகத்திற்கு மரியாதையைத் தேடித் தந்தவர். இருந்த போதிலும் தாழ்த்தப்பட்ட மக்கள் அவரது இலட்சியத்தைப் பின்பற்றினார்கள் என்று சொல்லமுடியாது. அவருடைய கருத்தைப் பின்பற்றி இருந்தால் நாட்டில் ஒருவன்கூட மூட நம்பிக்கையாளனாக இருக்க முடியாது. (வி. 13-10-73)

38. கோவில்கள் திறக்கப்படுவதாலும், ஓட்டல்கள் தடை நீக்கப்படுவதாலும் மாத்திரம் ஜாதி ஆணவமும், ஜாதி ஆதிக்கமும் ஒழிந்துபோகும் என்று நினைப்பவர்கள் வடிகட்டிய பைத்தியக்காரர்களே ஆவார்கள். இது ஒரு பித்தலாட்டகரமான காரியம் என்பதோடு பெரிதும் டாக்டர் அம்பேத்கர் கூட்டமாகிய வாயில்லாப் பூச்சிகளை ஏமாற்றும் வித்தையாகும். 15 வருடத்துக்கு முன் ஏமாந்து தனித் தொகுதியை விட்டுக்கொடுத்த அம்பேத்கர் கோஷ்டி இப்போதும் ஏமாந்துபோகக்கூடும் என்று கருதி அம்பேத்கரை வசப்படுத்த வேறு என்ன என்னவோ சூழ்ச்சிகள் நடைபெற்று வருவதாகவும் தெரிகிறது. இவர்கள் சூழ்ச்சிகள் எல்லாம் இதுவரை முஸ்லீம்களை என்ன செய்ய முடிந்ததோ, அந்த அளவுக்குத்தான் திராவிடர்களையும், ஆதி திராவிடர்கள் என்பவர்களையும் செய்ய முடியுமே தவிர, ஏமாற்ற முடியும் என்பது இனி நடக்காத காரியமாகும். அம்பேத்கரை சரிப்படுத்திக் கொண்டாலும் அதனால் வடநாட்டு ஷெடியூல்டு வகுப்பார்தான் ஏமாறக்கூடுமே தவிர தென்னாட்டவரை ஏமாற்ற முடியாது. (கு.அ. 25-1-1947)

39. ஆதி திராவிடர்களுக்குத் திடீர் என்று வந்த யோகம் டாக்டர் அம்பேத்கர், 'நான் இந்து அல்ல, பஞ்சமன் அல்ல, இந்து மதத்தின் எந்தப் பாடுபாட்டுக்கும் சம்பந்தப்பட்டவன் அல்ல' என்று சொன்னதால்தான் கோவில் திறக்கப்பட்டதும், லிஸ்ட் கொடுங்கள் உத்தியோகம் கொடுக்கிறேன் என்று மந்திரி கேட்பதும், 'உங்களுக்கு நீதிக்கு மேல் அளவுக்கு மேல் நன்மை செய்கிறேன் என்ன வேண்டும் கேள்' என்று படேல் சொல்வதும், 'நானும் ஆதி திராவிடன் பங்கு' என்று காந்தியார் சொல்வதும், ஆன காரியங்களுக்குக் காரணம். அதாவது, 'நான் இந்துவல்ல' என்று அஷ்டாஷ்க்ர மந்திரமேயாகும். (கு.அ. 23-3-1947)

40. இப்போது தென்னாட்டில் நாங்களும் வடநாட்டில் டாக்டர் அம்பேத்கரும்தான் ஜாதியை ஒழிக்கப் பாடுபடுகிறோம்.
(வி. 5-3-1956)

– இப்படி அம்பேத்கரை தலைமேல் தூக்கிக் கொண்டாடியவர் தந்தை பெரியார். அம்பேத்கர் மறைந்தபோது 'விடுதலை' வடித்த கண்ணீரை அதன் பக்கங்களை புரட்டினால் மட்டுமே புரியும். 'உலக மேதை' மறைந்தார் என்றது விடுதலை. பெரியாருக்கும் அம்பேத்கருக்கும் எந்த வேறுபாடும் இல்லை. இருவரும் ஒருவர் என்றது 'விடுதலை'.

13.01.1945 குடியரசு இதழில் ஒரு அபூர்வமான குறிப்பு இருக்கிறது 15 ஆண்டுகளுக்கு முன்பு நடந்ததாக அந்தச் செய்தி கூறுகிறது. எனவே, தோராயமாக 1930 காலகட்டமாக இருக்கும் என்று வைத்துக் கொள்வோம்.

பஞ்சாப் மாகாணத்தைச் சேர்ந்த லாகூரில் (அன்று பஞ்சாப்பில் இருந்தது) ஜாத்பத் தோரக் மண்டல் என்ற சங்கம் இருந்துள்ளது. ஜாதியை ஒழிக்கும் சங்கம் அது. பெரியாரின் பணிகளைக் கேள்விப்பட்ட அந்தச் சங்கத்தினர், பெரியாரை அச்சங்கத்தின் துணைத் தலைவராக தேர்ந்தெடுக்கிறார்கள். இச் செய்தி பத்திரிகைகளில் வெளியானதும் தமிழ்நாட்டைச் சேர்ந்த பார்ப்பனர்கள் இதற்கு எதிர்ப்பு தெரிவிக்கும் வகையில், "ஈ.வெ.ரா. நாஸ்திகர், அவர் இந்து மதத்தை ஒழிக்க வேண்டும் என்பவர், முஸ்லிம்களுக்கு ஆதரவாக இருப்பவர்" என்று புகார் கூறினார்கள்.

உடனே ஜாத்பத் தோரக் மண்டல் பொறுப்பாளர்கள், "நீங்கள் இந்து மதத்தை வெறுக்கிறவர்களா?" என்று கேட்டார்கள்.

"ஜாதி பேதத்தையும் உயர்வு தாழ்வையும் ஒழிக்க வேண்டுமானால் இந்து மதம் மாத்திரமல்ல இந்து மத சாஸ்திர புராண இதிகாசங்கள் யாவும் ஒழிக்கப்பட்டால் தவிர ஒழிய முடியாது" என்று நீண்ட பதிலை ஈ.வெ.ரா எழுதினார். இந்தப் பதிலை ஏற்காத இந்த அமைப்பினர் அடுத்த ஆண்டு பெரியார் பெயரை துணைத் தலைவர் பொறுப்பில் இருந்து எடுத்து விட்டார்கள்.

இந்த ஜாத்பத் தோரக் மண்டல் நடத்திய மாநாட்டுக்கு டாக்டர் அம்பேத்கரை தலைவராகத் தேர்ந்தெடுத்தார்கள். டாக்டர் அம்பேத்கர் பற்றியும் பார்ப்பனர்கள் புகார் அனுப்ப அவரிடமும் விளக்கம் கேட்டார்கள்.

"ஆமாம்! இந்து மதம் ஒழிந்தால்தான் ஜாதி ஒழிய முடியும். ஆதலால், எனது தலைமை உரையில் இந்து மதம் ஒழிக்கப்பட வேண்டும் என்றுதான் எழுதி இருக்கிறேன்" என்றார் டாக்டர் அம்பேத்கர். இதை ஏற்காமல் மாநாட்டையே ரத்து செய்து விட்டார்கள்.

அந்த மாநாட்டுக்கு தலைமைச் சொற்பொழிவாக எழுதியதுதான் 'சாதியை ஒழிக்கும் வழி' என்ற புத்தகம். இந்தத் தகவலை பெரியாருக்கு டாக்டர் அம்பேத்கர் சொல்ல, அவரிடம் அந்த உரையை தனக்கு அனுப்பச் சொன்னார் பெரியார். அம்பேத்கர் அனுப்பி வைத்த உரை மொழிபெயர்க்கப்பட்டு புத்தகம் ஆனது. இந்த அடிப்படையில் பார்த்தால் அம்பேத்கருக்கும் பெரியாருக்குமான நட்பு கொள்கைப்பூர்வமானதாகவும் தொடர்ச்சியானதாகவும் இருந்துள்ளது. அம்பேத்கருடன் இந்த நட்பு முடியவில்லை. அம்பேத்கர் மறைவுக்குப் பிறகும் வட இந்திய அம்பேத்கரிஸ்ட்டுகள் இந்த நட்பை தொடர்ந்துள்ளனர்.

1959ம் ஆண்டு டெல்லி சென்ற பெரியாருக்கு டாக்டர் அம்பேத்கர் பவன் சார்பில் வரவேற்பு தரப்பட்டது. அங்கு அம்பேத்கரின் சாம்பல் வைக்கப்பட்டுள்ளது. அதற்கு 15.2.1959 அன்று பெரியார் மரியாதை செலுத்தினார். டாக்டர் அம்பேத்கர் சிலை அருகில் அமைக்கப்பட்ட மேடையில் பெரியார் பேசினார். விழாவுக்கு தலைமை வகித்த சங்கர் நாராயண சாஸ்திரி என்பவர், "டாக்டர் அம்பேத்கருடைய நெடுநாளைய நண்பர் நமது பெரியார் அவர்கள். அவர் டாக்டர் அம்பேத்கர் எழுதிய பல நூல்களை தமிழில் மொழிபெயர்த்து வெளி யிட்டுள்ளார்கள். 1954ல் ஈரோட்டில் புத்தர் கொள்கை பிரசார மாநாட்டை நடத்தி அதன்மூலம் புத்தருடைய கொள்கைகளை தமிழ்நாடெங்கும் பரவும்படிச் செய்தார்" என்று பேசினார். பதில் அளித்துப் பேசிய பெரியார், "தனக்கும் அம்பேத்கருக்கும் எந்தக் கொள்கையிலும் மாறுபாடு இல்லை" என்றார்.

(விடுதலை 22.09.1959).

டெல்லியில் இருந்து பம்பாய் சென்றார் பெரியார். தாராவியில் நடந்த பொதுக்கூட்டத்தில் கலந்துகொண்டார். இங்கு பேசிய மராட்டியத் தோழர் மாருதி கன்சே, டாக்டர் அம்பேத்கர் சொல்லி வந்ததை பெரியார் சொல்லி வருகிறார். 'அவர் வழியில் நடப்போம்' என்று பேசினார். உத்தரப்பிரதேசத்தைச் சேர்ந்த ராம்கு பேசும்போது, "வடநாட்டில் அம்பேத்கர் செய்துவந்த பிரசாரத்தை தென்னாட்டில் பெரியார் செய்து வருகிறார். அம்பேத்கருக்குப் பிறகு நம் அனைவருக்கும் ஒரே தலைவர் அவர்தான்" என்று பேசினார்.

22.2.59 பரேல் பகுதியிலுள்ள காம்கார் மைதானத்தில் நடந்த குடியரசு கட்சிக் கூட்டத்தில் கலந்துகொண்டார். அக்கட்சியின் பம்பாய் மாநிலத் தலைவர் ஆர்.டி. பண்டாரே தலைமை வகித்தார். அக்கட்சியின் தொண்டர் படையினர் அணிவகுப்பு மரியாதை கொடுத்தனர். மேடையில் இருபுறமும் குடியரசு கட்சியின் கொடியும் புத்தர், அம்பேத்கர் படமும் இருந்தது. வரவேற்றுப் பேசிய காம்ளே,

இதற்கு முன் பெரியார் – அம்பேத்கர் சந்திப்பு (1940) நடந்தபோது தானும் உடன் இருந்ததாகச் சொன்னார். அம்பேத்கர் படத்துக்கு பெரியார் மரியாதை செலுத்தினார்.

தலைமை தாங்கிய பண்டாரே பேசும்போது, 'பெரியாருக்கும் அம்பேத்கருக்கும் ஒரே கொள்கைதான்' என்றார். இறுதியாக பேசும்போது, "பெரியார் அவர்களது அறிவுரைப்படியும் அம்பேத்கர் காட்டிய வழியிலும் நிற்க வேண்டும்" என்று பேசினார் பண்டாரே. (விடுதலை 25.2.59)

24.2.1959 அன்று பம்பாய் நகரின் சேம்பூர் டவுன்ஷிப் காலனி சர்ச்பிள் மைதானத்தில் சேம்பூர் பவுத்த ஜன் சாகித் மண்டல் சார்பில் பொதுக்கூட்டம் நடந்தது. பம்பாய் சித்தார்த்தர் கல்லூரி மராத்திய பேராசிரியர் காஸ்டுருடே தலைமை வகித்தார். பெரியார் – அம்பேத்கர் இருவருக்கும் இருந்த நட்பு, கொள்கை ஒற்றுமை பற்றி காஸ்டுருடே பேசினார். மேடையில் இருந்த புத்தர், அம்பேத்கர் படங்களுக்கு பெரியார் மலர் மாலை அணிவித்தார். (விடுதலை 3.3.1959)

ஜோதிபா ஃபூலேவின் அமைப்பான பகுஜன் சமாஜை தாய்க்கழகமாகக் கொண்ட கிளைக் கழகமான சத்திய சோதக் சமாஜ் கூட்டத்தில் பெரியார் கலந்துகொண்டார். 24.2.1959 அன்று ஃபூலே மைதானத்தில் இது நடந்தது. இந்தக் கூட்டத்தில் கலந்துகொண்ட பிறகுதான் தனக்கு ஃபூலே பற்றி தெரிய வந்ததாக பெரியார் கூறுகிறார்.

100 வருடங்களுக்கு முன்பே மகாத்மா ஃபூலே என்பவர் இந்தக் கருத்துக்களை வைத்து தொண்டாற்றி வருகிறார்கள் என்று விச்சாரே சொன்னார்கள். அந்த விஷயம் இதே கருத்துக்களை பல்லாண்டுகளாகப் பிரச்சாரம் செய்துவரும் எனக்கு இப்பொழுதுதான் தெரிய வந்தது. நமது நிலைமை இப்படி இருக்கிறது. இந்தியாவில் முட்டாள்களையும் பைத்தியக்காரர்களையும் உலகத்திற்கெல்லாம் விளம்பரம் செய்கிறார்கள். ஆனால், இது மாதிரி விஷயங்கள் எல்லாம் நமக்குள் ஒருவருக்கொருவர் இருட்டடித்து அடக்கி நம்மை ஆளுகிறார்கள்" என்று பேசினார். (விடுதலை 2.3.59)

டாக்டர் அம்பேத்கரால் உருவாக்கப்பட்ட மக்கள் கல்விக் கழகத்தின் சார்பில் பெரியாருக்கு 25.2.1959 அன்று வரவேற்பு தரப்பட்டது. வரவேற்றுப் பேசிய சித்தார்த்தா கல்லூரி பதிவாளர் தால்வாட்கர், "பெரியார் அவர்கள் ஒரு மாபெரும் விடுதலை இயக்கத்தின் தலைவராவார். நம் கல்லூரிகளை நிறுவிய டாக்டர் அம்பேத்கர் அவர்களுக்கு உற்ற நண்பரும் சமுதாயச் சீர்திருத்தத்தில் ஒத்த கருத்துடையவர்கள்" என்றார். அம்பேத்கரின் கடைசி நூலான 'புத்தரும் அவரது கொள்கையும்' என்ற நூல் பெரியாருக்கு தரப்பட்டது.

அப்போது பேசிய பெரியார், அம்பேத்கரை புத்தர் என்றே சொன்னார்.

"டாக்டர் அம்பேத்கர் அவர்கள் இந்தியாவிலேயே தலைசிறந்த அறிவாளிகள் என்று கருதப்படும் சிலரில் ஒருவர் ஆவார்.... சித்தார்த்தர் எப்படி ஒரு சாதாரண மனிதராக இருந்து மனிதச் சமுதாயத்துக்கு எப்படிப்பட்ட தொண்டு ஆற்ற முடியுமோ, அப்படிப்பட்ட தொண்டாற்றி வந்தார்.

புத்தர், அரச குடும்பத்தினராகப் பிறந்தார். ஆனால், அம்பேத்கர் அவர்களோ அந்த மாதிரி பிறக்கும்போதே வசதியோடு பிறந்தவர் அல்ல. டாக்டர் மிகவும் வசதியில்லாத நிலையிலிருந்து தன்னுடைய உழைப்பாலும் சுய அறிவினாலும் முயற்சியாலும் உயர்ந்த நிலைக்கு வந்து மக்களுக்குப் பயன்படத்தக்க வகையில் தொண்டாற்றினார்.....

இந்த நாட்டில் மக்களைப் பார்த்து நீங்கள் உங்கள் அறிவுக்கு வேலை கொடுங்கள். அறிவின்படியே நடவுங்கள் என்று சொன்னவர்கள் 2,500 வருஷங்களுக்கு முன் புத்தரும் அவருக்குப் பிறகு டாக்டர் அம்பேத்கரும்தான் காணப்படுகிறார்கள். வேறு யாரும் இல்லை என்றே சொல்லலாம்" என்று பேசினார். (விடுதலை 4.3.1959)

பம்பாய் வாழ் கொலாபா மக்கள் பெரியாருக்கு வரவேற்பு கொடுத்தார்கள். கொலாபா குடியரசு கட்சியின் கிளைத் தலைவரான எஸ்.டி. அகீர் பேசும்போது, "டாக்டர் அம்பேத்கருக்குப் பின் வேறு தலைவர் எங்களுக்கு இல்லை. நீங்கள்தான் எங்களுக்கு வழிகாட்டியாக இருக்க வேண்டும்" என்று கூறினார்.

உத்தரப் பிரதேச மாநில இந்தியக் குடியரசுக் கட்சித் தலைவர் சாடிலால் சாந்தி, 'வடநாட்டில் பெரியார்' என்று ஒரு கட்டுரை எழுதினர். வட இந்தியாவில் பெரியாருக்கு கிடைத்த வரவேற்பை அதில் அவர் விவரித்துள்ளார். படிக்கவே பிரமிப்பாக இருக்கிறது. அவர் ஆங்கிலத்தில் எழுதிய கட்டுரையை 1962 விடுதலை மலர் தமிழில் மொழிபெயர்த்து வெளியிட்டு உள்ளது. சாடிலால் சாந்தி எழுதிய கட்டுரையின் வரிகள்:

> பெரியார் அவர்கள் எப்போதுமே பிற்படுத்தப்பட்ட மக்களின் நலத்தைப் பற்றிய கவலை கொண்டு அவர்களுக்கு தக்க சமயத்தில் ஏற்ற முறைகளைக் கையாண்டு நலம் தேடித் தருவதில் கருத்துக் கொண்டு உழைத்து வருவதை நான் அறிவேன். பெரியார் அவர்களது இயக்கமான திராவிடர் கழகத்தின் ஒவ்வொரு நடவடிக்கையும் வட இந்தியாவிலுள்ள நாங்கள் மிகவும் விரும்பி அறிவதுடன் அவ்வழியில் உந்தப்பட்டு ஊக்கமடைந்து வருகிறோம். இதனாலேயே பெரியாரவர்கள் தென்னாட்டுக்கு மட்டும் தலைவராகக் கருதப்படாமல் இந்நாட்டின் மற்றப் பகுதிகளிலும் உள்ள அனைவருக்கும் தலைவராகவும் நாட்டின்

தந்தையாகவே கருதப்படுபவராக விளங்குகிறார்.

– என்று குறிப்பிட்ட சாடிலால் சாந்தி, அன்றைய தினம் பெரியாருக்கு தரப்பட்ட வரவேற்பையும் எதிரிகளின் எதிர்ப்பையும் எழுதி இருக்கிறார்.

1959ஆம் ஆண்டு பிப்ரவரி 8ல் பெரியார், கான்பூர் செல்கிறார். ரயில் நிலையத்தில் 20 ஆயிரம் பேர் வரவேற்பு தருகிறார்கள். சுமார் நான்கு மைல் நீளத்துக்கு மாபெரும் வரவேற்பு ஊர்வலம் நடக்கிறது. இந்து மத பெரியவர்கள், பெரியாருக்கு எதிராக துண்டுப் பிரசுரம் வெளியிட்டுள்ளார்கள். 'பெரியார் வந்தால் விபரீதம் நிகழும்' என்று அதில் இருக்கிறது. "இதையறிந்த நமது மக்கள் (தாழ்த்தப்பட்ட, பிற்படுத்தப்பட்ட வகுப்பு மக்கள்) கொதிப்புற்று பளபள ஒளி வீசும் பட்டாக் கத்திகளுடனும் துப்பாக்கிகளை ஏந்தியும் பெரியாரைப் புடைசூழ நின்று மிக அதிக ஊக்கத்துடனும் உத்வேக உணர்ச்சியுடனும் ஒளி முகத்துடனும் ஊர்வலத்தை நடத்தி முன்னேறிச் சென்றனர்" என்கிறார் சாடிலால் சாந்தி.

பெரியார் வருகை தரும் நாளன்று அந்தக் கூட்டத்தின் எழுச்சியை தடுப்பதற்காக காங்கிரஸ் கட்சியினர் வேறு ஒரு கூட்டத்தை ஏற்பாடு செய்கிறார்கள். அன்றைக்கு மத்திய உள்துறை அமைச்சராக இருந்த பண்டித கோவிந்த வல்ல பந்த், உ.பி. முதலமைச்சர் சம்பூரணானந்தர் ஆகிய இருவரும் கலந்துகொள்ளும் கூட்டம் அது. அந்தக் கூட்டம் பிசுபிசுத்துப் போய் தோல்வி கண்டது என்று எழுதுகிறார் சாடிலால் சாந்தி. பெரியார் பேசிய கூட்டத்தில் ஒரு லட்சம் பேர் கலந்து கொண்டனர் என்கிறார் இவர்.

பெரியாரின் இரண்டு மணி நேர பேச்சைக் கேட்ட மக்கள், "பெரியார் அவர்களின் தலைமையையேற்று அவர் குறிப்பிட்ட நேரத்தில் தங்கள் உயிரையும் கொடுத்து அவர் இட்ட பணிகளை நிறைவேற்றத் தயாரென்று உறுதி பூண்டனர்" என்கிறார் சாடிலால் சாந்தி.

> நம் அனைவரையும் நடத்திச் செல்ல பெரியார் ஈ.வெ.ரா அவர்கள் நீண்ட காலம் சுகவாழ்வு எய்த வேண்டுமென்று மனதார விரும்புகிறோம். பெரியார் அவர்களைத் தலைவராகப் பெற்றமைக்கு நாம் மிகவும் பெருமைப்படுகிறோம். இந்திய இயக்கங்களின் வரலாற்றில் பெரியார் மிகச் சிறந்த தலைவராகப் பொறிக்கப்படுபவராக இருப்பதுடன் இந்த எண்பத்து நான்கு வயதிலும் பெரியார் அவர்கள் புரட்சியின் சின்னமாக விளங்குகிறார்கள். தாழ்த்தப்பட்டுக் கிடப்பவர்களின் ஊக்கத்துக்கு ஊன்றுகோலாக திகழும் தலைவர் அவரேயன்றி வேறெவர் தலைவர்?"

என்று எழுதி இருக்கிறார் சாடிலால் சாந்தி. தமிழகத்தைத் தாண்டி

பெரியாரின் தாக்கம் எப்படி இருந்தது, பெரியாரை வட இந்தியர்கள் கூட மிகச் சரியாக அடையாளம் கண்டார்கள் என்பதற்கான சான்று இது. பெரியாரை அம்பேத்கர் ஏற்றுக் கொண்டது மட்டுமல்ல, இந்தியக் குடியரசு கட்சித் தலைவர்களும் எப்படி எல்லாம் ஏற்றுக் கொண்டார்கள் என்பதே பெருமைக்குரியதாக இருக்கிறது.

1970 காலகட்டத்தில் பம்பாய் சென்றார் பெரியார். தந்தை பெரியார், பேரறிஞர் அண்ணா பிறந்தநாள் விழாக்களுக்காக அவர் அழைக்கப்பட்டு இருந்தார். தாராவியில் 1.11.1970 மிகப் பெரிய பேரணி நடத்தப்பட்டது. பெரியாருடன் கி. வீரமணி, புலவர் தொல்காப்பியனார் ஆகியோர் திறந்த காரில் அமர்ந்து சென்றார்கள். மாதுங்கா என்ற இடத்தில் பொதுக்கூட்டம் நடந்தது. 100க்கு 97 பேர் கீழ் சாதி சூத்திரர்களாகவும் பறையர்களாகவும் இருக்க 100க்கு 3 பேர் பார்ப்பனராக பிராமணராக இருப்பதற்கு என்ன காரணம் என்பதை விளக்கி ஒன்றரை மணி நேரம் பெரியார் பேசினார்.

(விடுதலை 8.11.1970)

மறுநாள் 2.11.1970 அன்று பம்பாயில் பெரியார் உருவப்படம் திறப்பு நிகழ்ச்சி நடந்தது. பம்பாய் மாநகராட்சி முன்னாள் மேயரும், டாக்டர் அம்பேத்கரின் சீடரும் சித்தார்த்தா சட்டக் கல்லூரியின் முதல்வருமான டாக்டர் பி.டி. பொராலே பெரியாரின் உருவப்படத்தை திறந்து வைத்து பேசினார். அவர் பேச்சு:

"நான் இந்த விழாவில் கலந்து கொள்வதற்கும் இந்தியாவின் தலைசிறந்த சமுதாயப் புரட்சித் தலைவரான பழுத்த பழமாக உள்ள பெரியார் அவர்களது உருவப் படத்தினைத் திறந்து வைப்பதற்கும் மிகவும் பெருமைப்படுகிறேன். எனக்குக் கிட்டிய பெரும் பேறாக இதனை எண்ணி மகிழ்கிறேன்... பெரியார் அவர்கள் இந்த 92 வயதிலும் இப்படிப்பட்ட அழுத்தப்பட்ட தாழ்த்தப்பட்ட ஒடுக்கப்பட்ட மக்களுக்காக அயராது பாடுபடும் ஒரு மாபெரும் தலைவராகக் காட்சி அளிக்கிறார்கள்.

டாக்டர் அம்பேத்கர் அவர்கள் பெரியார் அவர்களை மிகவும் மதித்தார்கள். போற்றினார்கள். டாக்டருக்கு மூன்று பேர் வழிகாட்டியாவார்கள். புத்தர், மகாத்மா ஜோதிபா ஃபூலே, ராமானந்த கபீர் ஆகியோர். டாக்டர் மல்லசேகரா அவர்களை நான் இலங்கையில் சந்தித்தபோது அவர்கள், பெரியார் அவர்களைப் பற்றி என்னிடம் நிறையச் சொன்னார்கள். வைக்கத்தில் தெருக்களில் நடக்க உரிமை வாங்கித் தந்த போராட்டத்திலிருந்து இன்று வரை தொடர்ந்து போராடிக் கொண்டு இருக்கிறார். அவர்கள் நூற்றாண்டுக்கு மேலும் பல ஆண்டுகள் வாழ வேண்டும். வாழ்வார் நமக்கு வழி

காட்டுவார் என்ற நல்ல நம்பிக்கை உண்டு. கீழ்வெண்மணியில் தாழ்த்தப்பட்டவர்கள் உயிருடன் எரிக்கப்பட்ட கொடுமை தமிழ்நாட்டிற்கு பெருமை தருவதல்ல. அத்தகைய நிகழ்ச்சிகள் அங்கு மட்டுமல்ல இந்தியாவில் வேறு எந்தப் பகுதியிலும் நடைபெறாத அளவுக்கு நடைபெறும் தி.மு.க., ஆட்சி. மேலும் அதனை முழு மூச்சுடன் சமுதாய புரட்சிக்குத் திருப்ப வேண்டும். இத்தகைய புரட்சி இயக்கத்திற்கு தலைமை தாங்கி வழிகாட்ட வேண்டும். தங்களைப் போன்றவர்கள் அடிக்கடி இங்கு எங்களுக்கு வந்து வழிகாட்ட வேண்டும்".

(விடுதலை 9.11.1970)

என்று பேசினார் பி.டி.பொராலே. இவரது ஆங்கில உரையை கி. வீரமணி தமிழில் மொழிபெயர்த்தார்.

5.11.1970 அன்று புனா கிர்க்கியில் நடந்த விழாவில் தாழ்த்தப்பட்டோர் நல விடுதலை இயக்கத்தில் டாக்டர் அம்பேத்கருக்கு தளபதியாக இருந்து உழைத்த நாடாளுமன்ற முன்னாள் உறுப்பினர் பி.என். ராஜ்போஜ் கலந்து கொண்டார். அவரே விழாத் தலைமை. பெரியாரை சந்திப்பதில் பெருமை கொள்வதாக ராஜ்போஜ் சொன்னார்.

1954ம் ஆண்டு ஈரோட்டில் நடந்த புத்தர் விழாவுக்கு ராஜ்போஜ் வந்திருந்தார். இதில் பேசும்போது..

"ரகுபதி ராகவ ராஜா ராம்

பதீத்த பாவன சீத்தாராம்

டாட்டா பிர்லா பரிமாஹே பகவன்"

—என்று பேசினார் ராஜ்போஜ்.

இதனை 1970ம் ஆண்டு தன்னுடைய 92 வயதில் நினைவூட்டி அன்று பேசினார் பெரியார். இது ராஜ்போஜ்க்கு ஆச்சர்யமாக இருந்தது. இக்கூட்டத்தின் இறுதியாக பேசிய ராஜ்போஜ், 14 ஆண்டுகளுக்கு முன் நான் பேசியதை மறக்காமல் 92 வயதில் பெரியார் சொல்கிறார். எவ்வளவு மகத்தான நினைவு ஆற்றல் என்று வியந்தார்.

(விடுதலை 10.11.1970)

"தென்னிந்தியாவின் தாழ்த்தப்பட்ட ஒடுக்கப்பட்ட மக்களான தீண்டத்தகாதவர்களின் நிலைமை மிகவும் பரிதாபத்துக்குரியதாக இருந்தது. மேல் வகுப்புகளைச் சேர்ந்தவர்கள் யாரும் இவர்களின் முன்னேற்றத்துக்கும் வளர்ச்சிக்கும் கவலைப்பட்டதே இல்லை. இதற்கு மாறாக தீண்டத்தகாதவர்கள் மனிதத் தன்மையற்ற முறையில் நடத்தப்பட்ட பொதுக் கிணறுகளைப் பயன்படுத்தும் உரிமை அவர்களுக்கு மறுக்கப்பட்டது. நெடுஞ்சாலைகளின் வழியாகக் கடந்து செல்லவும் கூட அவர்கள் தடுக்கப்பட்டிருந்தனர்.

இந்த நிலையில் தாழ்த்தப்பட்ட அந்த மக்களை விடுவிக்கவும் இந்து மத ஆச்சாரத்தின் பிடியிலிருந்து அவர்களை விடுவித்துக் காப்பாற்றவும் திராவிடர் கழகம் முன்வந்தது.” *(விடுதலை 10.11.1970)*

—என்று ராஜ்போத் பேசினார். அதற்கு முந்தைய நாள் 4.11.1970 அன்று ஜோதிபா ஃபூலே உருவாக்கிய தொழில் நுணுக்கப் பள்ளியில் பெரியாருக்கு வரவேற்பு தரப்பட்டது. ஃபுலே சிலைக்கு பெரியார் மரியாதை செலுத்தினார். அந்நிறுவன இயக்குநர் கெல்சிகர் பேசும்போது,

“இது தந்தை பெரியாருக்கு தாய்வீடு, சொந்த வீடு போன்றது. எப்போதும் அவர்கள் இங்கு வரவேண்டும். உங்கள் வருகையால் நாங்கள் உளப்பூர்வமாக மகிழ்ச்சிக் கடலில் பெருமிதத்தில் ஆழ்ந்தோம்'' என்று குறிப்பிட்டார். இந்த விழாவிலும் டாக்டர் பொராலே கலந்துகொண்டு பேசினார். “உங்களது கொள்கைகள் தான் எங்களது கொள்கைகள்” என்றார். *(விடுதலை 11.11.1970)*

இந்த அளவுக்கு தமிழகத் தலித் தலைவர்கள் யாரும் பெரியாருடன் உடன்பட முடியவில்லை. முடியாது. இதை வைத்து அம்பேத்கரை மதித்தார். மற்றவர்களை மதிக்கவில்லை என்று சொல்ல முடியாது.

பெரியாரை முற்றிலும் உணர்ந்தவர் அம்பேத்கர்.

பார்ப்பனரல்லாதோருக்கு நான் சொல்வது என்னவென்றால் தலைமைத்துவம், மக்கள் ஒற்றுமை தலைவரிடம் மரியாதை ஆகியவற்றை மற்றவர்களிடமிருந்து பார்த்து படித்துக் கொள்ளுங்கள்... தலைவர் பெரியாரிடத்தில் முழு நம்பிக்கை வைத்து மதித்து நடந்து கொள்ளுங்கள். *(கு.அ. 30.9.1944)*

என்று சென்னையில் அறிவுறுத்தியவர் அம்பேத்கர்.

தமிழக தலித் தலைவர்களை பெரியார் மறைத்தார். அவர்களது புகழை மறைப்பதற்காகவே அம்பேத்கரை தூக்கிப் பிடித்தார் என்று சொல்பவர்கள் இத்தேதிக்குட்பட்ட குடி அரசு, விடுதலை இதழ்களைப் பார்த்துவிட்டுச் சொல்லவும்.

எம்.சி. ராஜா குறித்த பதிவுகள்:

குடி அரசு	*22.11.1925*	*30.10.1927*
	29.1.1928	*4.3.1928*
	2.9.1928	
	24.5.1931	
	25.10.1931	
	5.6.1932	

17.7.1932
28.8.1932
18.9.1932
25.9.1932
9.10.1932
23.10.1932
12.1.1936
19.1.1936
19.7.1936
4.4.1937
23.5.1937
11.7.1937
26.6.1938
15.10.1939
13.02.1940
17.03.1940
7.4.1940
15.5.1941
2.12.1944
21.5.1947

விடுதலை   *20.8.1943*
               25.8.1943
               26.8.1943
               28.6.1943

இரட்டைமலை சீனிவாசன் குறித்த பதிவுகள்:

குடி அரசு   *15.5.1932*
               29.5.1932
               25.9.1932
               29.5.1932
               2.10.1932
               1.12.1935
               12.4.1936
               4.4.1937
               5.5.1937
               9.5.1937
               23.5.1937
               26.6.1938

ப. திருமாவேலன் | 211

	15.10.1939
	7.4.1940
விடுதலை	*18.9.1945*

என். சிவராஜ் குறித்த பதிவுகள்

குடி அரசு	*12.1.1926*
	25.10.1931
	3.2.1935
	26.6.1938
	15.10.1939
	18.3.1944
	13.1.1945
	4.8.1945
	23.9.45
விடுதலை	*27.2.1946*
	27.2.1954
	18.12.1961
	30.9.1964

சுவாமி சகஜானந்தா குறித்த பதிவுகள்

குடி அரசு	*29.1.1928*
	2.9.1928
	21.10.1928
	25.10.1931
	25.9.1932
	3.2.1935
	10.0.1935
	12.1.1936
	19.1.1936
	25.3.1937
விடுதலை	*2.5.1959*
	8.5.1959

இவற்றைப் பாருங்கள். தலித் தலைவர்களை மறைக்க நினைத்தவர் இத்தனை செய்திகளை வெளியிடுவாரா? இந்தப் பட்டியலை முழுமையானதாக எடுத்துக் கொள்ள வேண்டாம். பல செய்திகள் எனது பார்வையில் இருந்து தப்பியும் இருக்கலாம். எம்.சி. ராஜா, இரட்டைமலை சீனிவாசன், என். சிவராஜ், சுவாமி

சகஜானந்தர் ஆகியோரின் முழுமையான வரலாற்றை எழுதத் தேவையான குறிப்புகள் இவை.

13.4.1966 சென்னை பெரியமேடு பகுதியில் டாக்டர் அம்பேத்கர் நினைவு நாள் கொண்டாடப்பட்டது. கூட்டத்தின் தலைவராக இருந்தவர் க. ஆரிய சங்கரன். விழாவுக்கு சிறப்புரையாற்ற பெரியார் அழைக்கப்பட்டிருந்தார். விழா நடந்த இடத்துக்கு 'பண்டிதமணி க.அயோத்திதாசர் திடல்' என்று பெயர் சூட்டப்பட்டிருந்தது. விழாவுக்குத் தலைமை வகித்த இளையபெருமாள் இப்படித் தொடங்கினார்.

"டாக்டர் அம்பேத்கர் அவர்களைப் பற்றி நாம் பேசுவதைவிட தலைவர் பெரியார் அவர்கள் பேசுவதுதான் சாலச் சிறந்ததாகும்."
(வி: 14.4.1966)

ஆம்! அம்பேத்கரை பெரியார் பேசுவதே சாலச் சிறந்ததாகும். அதனால்தான் பேசினார். இறுதிவரை பேசினார். அம்பேத்கர் வழியில் உறுதியாகவும் இருந்தார் பெரியார்!

11. தமிழக தலித் தலைவர்களை இருட்டடிப்பு செய்தாரா?

பெரியார் குறித்த அவதூறுகளிலேயே மிகமிக மோசமானது தமிழக தலித் தலைவர்களின் அரசியல் செயல்பாட்டை மறைத்தார், அவர்களை இருட்டடிப்பு செய்தார், அதற்காகத்தான் அம்பேத்கரைத் தூக்கிப் பிடித்தார் என்பது. தலித் தலைவர்கள் யாரையும் பெரியார் மறைக்கவில்லை. கொண்டாடவே செய்தார்.

“என் பகுத்தறிவுப் பிரச்சாரத்திற்கும் சீர்திருத்தக் கருத்துக்களுக்கும் முன்னோடியாக இருந்தவர்” என்று அயோத்திதாசரையும்

“சுயமரியாதை இயக்கத்தைப் போலவே அறிவுப் பிரச்சாரம் செய்தவர்” என்று ‘தமிழன்’ ஜி.அப்பாத்துரையாரையும்

“பார்ப்பனரல்லாத சமூகத் தலைவரும் ஒடுக்கப்பட்டார் இனத் தலைவருமான.....” என்று எம்.சி.ராஜாவையும்

“உங்கள் மாகாணத் தலைவராக தோழர்கள் வீரையன், சிவராஜ் போன்றவர்களையும், இந்தியத் தலைவரான அம்பேத்கர் போன்றவர்களையும் நம்புங்கள்” என்று சிவராஜையும், வீரையனையும்

“ஒடுக்கப்பட்ட மக்களின் தலைவராகிய....” என்று இரட்டைமலை சீனிவாசனையும்

“தாழ்த்தப்பட்ட சமுதாயத்திற்குத் தொண்டாற்றியவர்களில் இவரைப்போல் யாரும் இல்லையென்றே சொல்லலாம்” என்று சகஜானந்தரையும்

பாராட்டிப் போற்றியவர்தான் பெரியார். அவர் யாரையும் மறைக்கவில்லை. மறைக்கவேண்டிய தேவையும் இல்லை. பெரியார் நடத்திய பத்திரிகைகளை படிக்க வேண்டாம், மேலோட்டமாகத் திருப்பிப் பார்த்தாலே பல நூறு பக்கங்களில் தலித் தலைவர்கள் மிளிர்வது தெரியும்.

“எம்.சி.ராஜா பேசி இருப்பதில் ஒரு சிறு எழுத்தையாவது எந்தக்

காங்கிரஸ்வாதியோ, தேசியவாதியோ ஆட்சேபிக்க முடியுமா? என்று பந்தயம் கூறிக் கேட்கிறோம்." *(கு.அ. 24-05-1931)*

என்று கேட்டவர் பெரியார். எம்.சி.ராஜா மறைந்தபோது, 'விடுதலை' எழுதியதைப் படியுங்கள். எம்.சி.ராஜாவின் பிரிவு என்பது திராவிட நாட்டுக்கே பெரும் நஷ்டம் என்று 'விடுதலை' கண்ணீர்விட்டது.

தோழன் திவான் பகதூர் எம்.சி.ராஜா எம்.எல்.ஏ. அவர்கள் திங்களிரவு தம் 60வது வயதில் சென்னை பரங்கிமலையிலுள்ள தமது இல்லத்தில் காலமானார் என்ற செய்தி அறிந்து ஆற்றொணாத் துயரம் அடைந்தோம்.

ஒடுக்கப்பட்ட சமூக நலன் கருதி உழைத்தவருள் இவரைச் சிறப்பாகக் கூறவேண்டும். ஒடுக்கப்பட்ட மக்களுக்காக உண்மையாக உழைக்க வந்தவர்கள் மிகச் சிலரே. அதிலும் அயர்வும் தளர்வும் அடையாமல் உழைத்தவர் நம் தோழர் திவான் பகதூர் எம்.சி.ராஜா அவர்களேயாவர். இவருடைய மரணமானது, ஒடுக்கப்பட்ட சமூகத்தினருக்கு ஈடு செய்ய முடியாத மிகப்பெரிய நஷ்டமேயாகும்.

ஒடுக்கப்பட்ட குலத்தின் உயர்வு கருதி 1917வது ஆண்டு முதலே இவர் உழைத்துவந்தார். அந்தக் காலத்திலேயே நம் சமூகக் குறைகளை அகற்றுமாறு இந்தியா மந்திரியிடம் தூது சென்றார்.

சென்னை சட்டசபையிலும் மத்திய சட்டசபையிலும் அங்கம் வகித்து இவர் அரும்பணியாற்றினார். சிறிது காலம் சென்னை மாகாண மந்திரியாகவுமிருந்தார். ஒடுக்கப்பட்டோர் மட்டுமின்றிப் பார்ப்பனரல்லாதார் சமூகமே இவர் மாட்டு மிகுந்த அன்பும் மதிப்பும் கொண்டிருந்தது. எனவே, இவர் பிரிவு பொதுவாக திராவிட நாட்டுக்கே ஒரு பெரும் நஷ்டம் என்று கூறவேண்டும். *(வி. 25-8-43)*

இதில் ஒவ்வொரு சொல்லையும் கவனியுங்கள். தோழன் என்கிறது 'விடுதலை'. அவரது மரணம் ஆற்றொணாத் துயரம் என்கிறது. ஒடுக்கப்பட்ட சமூக நலன் கருதி உழைத்தவர் என்கிறது. உண்மையாக உழைத்தவர் என்கிறது. ஒடுக்கப்பட்ட சமூகத்துக்கே இவரது மரணம் நஷ்டம் என்கிறது. பார்ப்பனரல்லாதார் சமூகமே (தலித்துகள் மட்டுமல்ல!) இவர் மீது அன்பும் மதிப்பும் கொண்டிருந்தது என்கிறது. இந்தப் பிரிவு திராவிட நாட்டுக்குப் பெரும் நஷ்டம் என்கிறது. எம்.சி.ராஜா இறந்துபோனார் என்பதற்காக ஒப்புக்கு எழுதப்பட்ட இறப்புச் செய்தி அல்ல இது. எப்படிப்பட்ட உன்னதமான மனிதராக வாழ்ந்தார், எப்படிப்பட்டவரை பறிகொடுத்திருக்கிறோம் என்பதை

இந்த ஒரு செய்தி சொல்லிவிடுகிறது. இறப்பு குறித்தும், இறுதி ஊர்வலம் குறித்தும் தனித்தனி செய்திகள் உள்ளன. (எம்.சி.ராஜா குறித்த விரிவான தகவல்களுக்கு இந்நூலின் 9வது கட்டுரையை பார்க்கவும்!)

மதம் மாறுவது ஒன்றே தீர்வு என்று டாக்டர் அம்பேத்கர் முடிவு செய்கிறார். இதுபற்றி தமிழக பட்டியலினத் தலைவர்கள் என்ன செய்வது என்று கூடி முடிவெடுக்கும் வரலாற்று முக்கியத்துவம் வாய்ந்த நிகழ்வை 12-1-1936 தேதியிட்ட 'குடி அரசு' விரிவாக எழுதியுள்ளது. இது தொடர்பாக தோழர்கள் எம்.தர்மலிங்கம், ஆர்.டி.ஐயாக்கண்ணு ஆகியோர் வெளியிட்ட அறிக்கையில் பல்வேறு தகவல்கள் உள்ளன. டாக்டர் அம்பேத்கரின் முடிவைப் பற்றி தமிழக பட்டியலின மக்களிடம் கருத்து அறிய சென்னையிலும் அதன் சுற்று வட்டாரத்திலும் பல்வேறு கூட்டங்கள் நடந்துள்ளன. அதில் ராவ் சாகிப் என்.சிவராஜ், ராவ் பகதூர் எம்.சி.ராஜா, பி.வி.ராஜகோபால் பிள்ளை, ஆர்.ஒய். ஐயாக்கண்ணு, எச்.எம்.ஜகநாதம் எம்.எல்.சி., கங்காதர பால தேசிகர், வி.வி.முருகேச பாகவதர், என்.மீனாம்பாள் சிவராஜ் ஆகியோர் கலந்துகொண்டனர் என்கிறது 'குடி அரசு'.

அம்பேத்கரின் முடிவு குறித்து தனித்தனியே கருத்துச் சொல்லாமல் ஒன்றுபட்டுச் சொல்ல சென்னையில் மாகாண மாநாட்டைக் கூட்டுவது என்று 10-11-1935 அன்று சென்னை புரசைவாக்கம் பொன்னன் தெரு, 65வது எண் வீட்டில் ஒரு கூட்டம் நடந்துள்ளது. அதில் 7 பேர் அடங்கிய காரியக் கமிட்டி உருவாக்கப்பட்டது. இவர்கள் 50 பேர் அடங்கிய வரவேற்புக் குழுவை உருவாக்கினார்கள்.

மாநாட்டின் தலைவராக ஆர். வீரையன், வரவேற்பு கமிட்டித் தலைவராக ஜே.சிவஷண்முகம், மாநாட்டுத் திறப்பாளராக என்.மீனாம்பாள் சிவராஜ் ஆகியோர் தேர்ந்தெடுக்கப்பட்டார்கள். இதற்கு அம்பேத்கரை அழைப்பது என்று முடிவு செய்யப்பட்டது. இந்த நேரத்தில், சகஜானந்தம் ஓர் அறிவிப்பு செய்கிறார். 8-1-1936 அன்று 'தமிழ் மாகாண ஆதி இந்துக்கள் மாநாடு நடக்கும்' என்று அறிவிக்கிறார்.

இரட்டைமலை சீனிவாசன், எம்.சி.ராஜா, என்.சிவராஜ் உள்ளிட்டோர் பங்கெடுத்து அம்பேத்கரையும் அழைத்து மாநாடு நடத்தும் ஏற்பாடு நடந்துவரும்போது தனிப்பட்ட முறையில் சகஜானந்தம் ஏற்பாடு செய்தது இத்தலைவர்களுக்கு கோபம் ஏற்படுத்தியது. இதைக் கண்டித்து எம்.தர்மலிங்கம், ஆர்.டி.ஐயாக்கண்ணு ஆகியோர் ஓர் அறிக்கை வெளியிடுகிறார்கள். சென்னை மாநாட்டுக்கு சகஜானந்தம் முட்டுக்கட்டை போடுவதாக குற்றம் சாட்டுகிறார்கள்.

(12-1-1936 'குடி அரசு')

சென்னை மாகாண ஆதி இந்துக்களின் மாநாடு மாயவரத்தில் எம்.சி.ராஜா எம்.எல்.ஏ தலைமையில் நடைபெறும், அப்போது சிதம்பரம் நந்தனார் மடம் ஸ்ரீலஸ்ரீ ஸ்வாமி சகஜானந்தம் எம்.எல்.சி அவர்கள் ராயல் கமிஷன் வரவேற்பு, வைதீக விஷயம், பொது ஜனக் கட்டுரைகள், முதலியவைகள் பற்றிப்பேசுவார். *(குடி அரசு* 2-9-1928) என்று ஒரு செய்தி உள்ளது.

1932ல் காந்தி உண்ணாவிரதம் இருந்தபோது, சிதம்பரத்தில் 18-9-32 அன்று நடந்த பொதுக்கூட்டத்தில் சகஜானந்தம் எம்.எல்.சி பேசிய பேச்சை 25-9-32 தேதியிட்ட 'குடி அரசு' முழுமையாக வெளியிட்டுள்ளது.

"நாங்கள் தனித் தொகுதியை விட்டுத்தர முடியாது" என்று தலைப்பிட்டுள்ளது. தனித்தொகுதியை ஆதரித்து சகஜானந்தர் பேசியதை வெளியிட்ட 'குடி அரசு' மிக முக்கியமான ஒரு பகுதியை எடிட் செய்துவிடாமல் வெளியிட்டுள்ளது. பெரியார் யாருக்கான பெரியார், ஆண்டைகளுக்கா, ஆதி திராவிடர்களுக்கா என்பதை இந்த இடத்தில் சகஜானந்தர் பேச்சை வெளியிட்டதில் இருந்து அறியலாம்.

பெரியார் 'எடிட்' செய்யாத சகஜானந்தரின் பேச்சு இதோ:

"...... பொதுத் தொகுதியின் பெயரால் எங்கள் சமூகத்தார் எந்த ஸ்தாபனங்களையாகிலும் எட்டிப்பார்க்க முடியுமா? பொது ஸ்தாபனங்கட்கு வருவது பின் இருக்கட்டும். முதலாவது அவர்களையும் மனிதர்கள்தான் என்று கருதப்படுவார்களா?

இன்று நம்மவர்கள் உயர் ஜாதி இந்துக்களிடம் படும் கஷ்டத்தை எவர் அறிகின்றார்? பொது ரோடுகளில் நடக்கும் உரிமை, பள்ளிக்கூடங்களில் படிக்கும் உரிமையும் குளத்து நீரை எடுத்துக் குடிக்கும் உரிமையும் தடுக்கப்பட்டு வரும் கொடுமையை எவரால் மறுக்க முடியும்? மற்றும் தேவகோட்டை, திருவாடானை, கூத்தூர், மதுராந்தகம் முதலிய இடங்களில் உயர் சாதிக்காரர்களால் சகிக்க முடியவில்லையே. இக்கஷ்டங்களையெல்லாம் பின்னர் தானாகவே ஒழிந்துவிடும். நாளடைவில் தீண்டாமையும் போய்விடும் இன்று நீங்கள் கூட்டுத் தொகுதியை ஆதரியுங்கள் என்று கூறுவது எவ்வளவு நீதியானது என்பதை நீங்களே யோசியுங்கள்...

இந்நாட்டு மக்கள் தீண்டாமையொழிந்து சுயமரியாதை கொடுத்து பொது ஸ்தாபனங்களிலும் பிற முன்னேற்றங்களிலும் எங்களுடன் அன்புடன் கலந்து பழகும் நாள் என்றோ அன்று வேண்டுமானால் நமக்கும் உயர் ஜாதிக்காரர்களிடம் நம்பிக்கையும் உண்மையான அன்பும் ஏற்பட்டால் அப்போது காந்தியின் பொதுத் தொகுதியைப் பின்பற்றலாம்...

நாம் நமது உரிமையை இழந்து உயர் ஜாதிக்காரர்களிடம் இன்னும் அடிமையாகவும் மனிதத்தன்மையற்ற இருகால் மிருகங்களாகவும் இருக்க முடியாது. காந்தியார் வேண்டுமானால், உயர் ஜாதிக்காரர்களிடம் தீண்டாமையை ஒழிக்கு மாறு கேட்டுக்கொண்டு உண்ணாவிரதமிருக்கட்டும். உயிரை விடப்போவதாகவும் கூறட்டும். அது எல்லோராலும் போற்றத்தக்கதாகும். நாமும் போற்றுவோம்....."

('குடி அரசு' 25-9-1932)

ஆண்டைகளின் பெரியார்தான்(!) இந்த உரையை தனது இதழில் வெளியிட்டார்.

'காங்கிரஸ்காரர்கள் ஹிட்லர் ராஜ்யம்' என்ற தலைப்பில் 'சாமி சகஜானந்தம்' எழுதியதாக 23-5-1937 'குடி அரசு' இதழில் ஒரு கட்டுரை உள்ளது. சிதம்பரம் நந்தனார் கல்விக் கழகத்துக்கு காங்கிரஸ்காரர்கள் கொடுக்கும் தொல்லைகள் அதில் உள்ளது. நந்தனார் கல்விக் கழகத்துக்கு கொடுத்துவந்த 4 ஆயிரம் ரூபாய் உதவித்தொகையை கடலூர் போர்டு தலைவர் லட்சுமி நாராயண செட்டியார் 29-4-1937 அன்று நிறுத்திவிடுகிறார். 1-5-1937 அன்று விடுதியை மூடியதாகவும், அரசு செய்துள்ள உதவிகளைக் குறைத்துவிட்டார்கள் என்றும் அச்செய்தி கூறுகிறது. காங்கிரஸ் என்றாலே ஹரிஜன விரோதி என்று இச்செய்தி குற்றம்சாட்டுகிறது. இதனைக் கண்டித்து நடந்த கூட்டங்களுக்கு திவான்பகதூர் ஆர்.சீனிவாசம் பிள்ளை, ராவ்பகதூர் எம்.சி.ராஜா ஆகியோர் கலந்து கொண்டார்கள்.

காங்கிரஸ்காரர்கள் ஹரிஜனங்களுக்குச் செய்துவரும் அக்கிரமங்களைக் கண்டித்து காங்கிரஸ்காரரிடத்தில் நம்பிக்கை யில்லை என்றும், கனம் எம்.சி.ராஜா அவர்களிடத்தில் ஹரிஜனங்களுக்கு நம்பிக்கை உண்டென்றும்... அச்செய்தியில், இந்த வரிகள் மட்டும் தடித்த எழுத்தில் குறிப்பிடப்பட்டுள்ளது.

உணர்வையும், உணவையும் தடுத்ததைக் கேட்ட ஒவ்வொரு ஹரிஜனன் ரத்தமும் கொதிக்கிறது.

என்று அச்செய்தி முடிகிறது. (23-5-1937 'குடி அரசு')

பட்டியலின மக்கள் மீதான அக்கறை மட்டுமா இச்செய்தியில் வெளிப்படுகிறது. எம்.சி.ராஜா மீதான மரியாதையும் இதில் இருந்து தெரிகிறது.

இராமாயணத்தை ஆதரித்து சகஜானந்தர் பேசியதை விமர்சித்து 21-10-1928 'குடி அரசு' எழுதியுள்ளது.

பெரியாரும் சகஜானந்தரும் ஒத்துப்போக முடியாத தன்மைகளை இதிலிருந்து புரிந்துகொள்ள இயலும். அதே நேரத்தில், அவருக்கான மதிப்பையும் மரியாதையையும் பெரியார் தரத் தயங்கியது இல்லை.

சகஜானந்தர் மறைவு செய்தியை 2-5-1959 'விடுதலை' வெளியிட்டு உள்ளது. 'சகஜானந்தர் மரணம்' என்பது அதன் தலைப்பு.

சிதம்பரம் மே 1

> தாழ்த்தப்பட்டோருக்காக மிகத் தீவிரமாக உழைத்தவரும் தாழ்த்தப்பட்டோர் மாணவர்களுக்கு கல்வி போதிக்கும் பொருட்டு நந்தனார் உயர்நிலைப் பள்ளியை நிறுவியவருமான திரு.ஏ.எஸ்.சகஜானந்தா அவர்கள் தம் 69ம் வயதில் மாரடைப்பினால் காலமானார் என்ற தகவல் கிடைத்துள்ளது.
>
> திரு. சகஜானந்தா அவர்கள் திருமணமாகாதவர். இவர் தமிழ் மொழி வல்லுநர். வடமொழியையும் கற்றவர். இவர் சென்னை சட்டசபைக்கு காங்கிரசு சார்பில் தேர்ந்தெடுக்கப்பட்டவர். அண்ணாமலைப் பல்கலைக்கழக செனட்டின் உறுப்பினருமாவார். (விடுதலை 2-5-1959)

'திரு.சகஜானந்தா மறைவுக்கு இறுதி மரியாதை' என்பது இன்னொரு செய்தி.

சிதம்பரம் மே 8

> பெரியார் அவர்களின் சமூகத் தொண்டைப் பின்பற்றி ஆதி திராவிடர்களின் முன்னேற்றத்தையே முக்கிய நோக்கமாகக் கொண்டு பணியாற்றியவரும் நந்தனார் கல்விக் கழகம் என்ற பெயரில் ஆண்களுக்கு ஒரு பள்ளியையும் பெண்களுக்கு ஒரு பள்ளியையும் (உயர்நிலைப் பள்ளிகள்) வைத்து நடத்தி வந்தவரும் சிதம்பரம் வட்டத்தின் சென்னை சட்டசபை உறுப்பினருமான திரு ஏ.எஸ்.சகஜானந்தர் அவர்கள் 68 வது வயதில், 1-5-1959 வெள்ளி காலை 10 மணிக்கு இயற்கை எய்தினார். அன்னாருக்கு சிதம்பரத்தில் உள்ள முக்கியஸ்தர்களும் ஏராளமான ஆதி திராவிடர்களும் வந்து இறுதி மரியாதை செலுத்தினர். தென்னார்க்காடு மாவட்ட திராவிடர் கழகத் தலைவர் கு.கிருஷ்ணசாமி அவர்களும் மற்றைய கழகத் தோழர்களும் இதில் கலந்துகொண்டனர். மவுன ஊர்வலத்தில் 10,000 பேர் கலந்துகொண்டனர். (விடுதலை 8-5-1959)

என்ற செய்தியையும் விடுதலை வெளியிட்டுள்ளது.

'சுவாமி சகஜாநந்தா எழுத்தும் பேச்சும்' என்ற தலைப்பில் அவரது எழுத்தையும் பேச்சையும் தொகுத்த பூவிழியன், பெரியார்

குறிப்பிட்டதாக பின்னிணைப்பில் ஒரு செய்தியைத் தருகிறார். அரசினர் நந்தனார் கல்வி நிறுவனங்களின் பொன்விழா மலர் 1969ல் இடம்பெற்றுள்ளதாக இருக்கவேண்டும். இதோ சகஜானந்தர் பற்றி பெரியார் சொல்கிறார்:

> சிதம்பரம் சாமி சகஜானந்தா அவர்களுக்கு சிதம்பரம் அரசினர் நந்தனார் கல்வி நிறுவனங்களின் சார்பில் சிலை வைப்பது என்பது மிகவும் பொருத்தமானதும், செய்து தரவேண்டியதுமான ஒரு நற்பணியாகும். தமிழ்நாட்டில் தாழ்த்தப்பட்ட மக்கள் சமுதாயத்திற்காக சாமி சகஜானந்தா அவர்கள் அரும்பெரும் தொண்டாற்றி இருக்கிறார்கள். அவருடைய தொண்டின் பயனாக அந்த சமுதாயம் எந்தவிதமான எல்லையும் இல்லாமல் நல்ல வண்ணம் முன்னேறி இருக்கின்றது.
>
> பொதுவாக சொல்லப்போனால், நம் நாட்டில் சகஜானந்தா அவர்களைப் போல் தாழ்த்தப்பட்ட சமுதாயத்திற்குத் தொண்டாற்றியவர்கள் யாரும் இல்லையென்றே சொல்லலாம்.
>
> இதுவரையில் அவர் இருந்திருப்பாரேயானால், அந்த சமுதாயத்திற்கென்றே ஒரு தனிக் கல்லூரி ஏற்படுத்தி இருப்பார் என்று கருதுகின்றேன். சட்டசபையிலும் மற்றும் அரசியல் துறையிலேயும் உள்ள குறைகளை எடுத்துச்சொல்லி மிகத் தைரியமாகக் கண்டித்தவராவார். அவருக்குப் பிறகு அந்த இடத்திற்கு வேறு யாரும் வரவில்லையென்றே சொல்லலாம்." (பூவிழியன் நூல் பக்.161)

சாமி சகஜானந்தரை எந்த உயரத்துக்கு கொண்டுபோகிறார் என்பதைக் கவனிக்கவும். பெரியாரின் கடவுள் மறுப்பு, மத எதிர்ப்புக்கு முற்றிலும் முரணானவர் சகஜானந்தர். 'சுவாமி' என்று அழைக்கப்பட்டவர். முனுசாமி என்ற பெயரை சகஜானந்தம் என ஆன்மிக அடையாளத்துடன் அழைத்துக்கொண்டவர். சைவ உணவுப் பழக்கமுடையவர். உயிர்க் கொல்லாமை அவரது கொள்கை. 17 வயதில் துறவறம் பெற்றவர். சென்னை கரபாத்திர சிவப்பிரகாச முனிவரின் சீடர். இப்படிப்பட்ட ஆன்மிக முகம் கொண்டவர் சகஜானந்தர். அவரது ஆன்மிக செயல்பாடுகளை பெரியாரே கண்டித்து எழுதியுமிருக்கிறார். ஆனால், சமூக சீர்திருத்த விவகாரங்களில் சகஜானந்தரை முழுமையாக ஆதரித்து நின்றவர் பெரியார்.

திராவிட முன்னேற்றக் கழகத் தலைவர் பேரறிஞர் அண்ணா, 'சகஜானந்தா போட்டியிடும் வரை அவரது தொகுதியில் தி.மு.க போட்டியிடாதென முடிவெடுத்துள்ளது' என்று அப்போது

அறிவிப்பு செய்ததாக ஒரு செய்தி உண்டு என்று பூவிழியன் தனது நூலில் குறிப்பிடுவதை பார்க்கும்போது பெரியாரும், அண்ணாவும் சகஜானந்தரை எந்தளவுக்கு மதித்தார்கள் என்பதை உணரமுடியும்.

இரட்டைமலை சீனிவாசன் குறித்தும் ஏராளமான செய்திகள் உள்ளன.

1. ஆதி திராவிடர்களுக்கு உதவி! கமிட்டி சிபாரிசு! திவான் பகதூர் ஸ்ரீனிவாசன் திட்டம். *(12-4-1936 குடி அரசு)*

2. 6-5-1937 சிதம்பரம் அம்மாப்பேட்டையில் நடைபெற்ற மாநாட்டில் திவான் பகதூர் ஆர்.ஸ்ரீனிவாசன் பேச்சு
(23-5-1937 குடி அரசு)

3. கவர்னர்களுக்கு விசேஷ அதிகாரம் வேண்டும். தாழ்த்தப் பட்டாருக்குக் கொடுமை செய்த காங்கிரஸ்காரர்கள் திவான்பகதூர் ஆர்.ஸ்ரீனிவாசன் அறிக்கை. *(9-5-1937 குடி அரசு)*

4. பூனா ஒப்பந்தத்தை ஒழிக்க வெகு சீக்கிரம் கிளர்ச்சி தொடங்கப் படும் என திவான் பகதூர் ஆர்.ஸ்ரீனிவாசன் கூறுவது நமக்குப் பெருமகிழ்ச்சியை அளிக்கிறது. வெகு சீக்கிரம் தொடங்க வேண்டுமென்று நாம் திவான் பகதூர் ஆர்.ஸ்ரீனிவாசனைக் கேட்டுக் கொள்கிறோம். *(5-5-1937 விடுதலை)*

5. மும்மூர்த்திகள் கண்டனம்
(ஜின்னா முகமது யாகூப், திவான் பகதூர் ஆர்.ஸ்ரீனிவாசன்)
9-5-1937 குடி அரசு

6. நமக்கு உயர் ஜாதி ஹிந்துக்கள், கோயில், குளம், கிணறு, பள்ளி பாதை முதலில் எல்லாவற்றிலும் சமத்துவமான உரிமையளிக்கும் வரை தனித்தொகுதி வேண்டியதென்றும் அதாவது 20 ஆண்டுகட்குத் தனித்தொகுதி வேண்டியதென்றும் கூறியிருக்கிறோம்.

சுயமரியாதைக் கட்சியினர் நமக்காக உண்மையாக உழைத்து வருவதை யான் மனமாரப் போற்றுகிறேன்.

வடாற்காடு ஜில்லா ஆதி திராவிடர் மாநாட்டில் ராவ் பகதூர் ஆர்.ஸ்ரீனிவாசன் பேச்சு. *(29-5-1932 குடி அரசு)*

7. தீண்டாதவர்களின் உரிமைகள் முழுவதும் சட்டமூலமாக ஏற்படவேண்டும். ராவ்பகதூர் ஆர்.சீனிவாசன் அவர்கள் கூறுவது போல தீண்டாமை என்பதைக் குற்றமாகக் கருதும்படி சட்டத்தின் மூலம் ஏற்பாடு செய்யவேண்டும். *(2-10-1932 குடி அரசு)*

8. தாழ்த்தப்பட்டவர்களில் வயது வந்தவர்களுக்கெல்லாம் ஓட்டுரிமை அளித்தாலும்கூட, உயர்ந்த ஜாதி இந்துக்களின் ஓட்டர்கள் தொகையே அதிகமாக இருக்கும். இந்நிலையில், தாழ்த்தப் பட்டவர்களாலேயே பூர்வாங்கமாகத் தேர்ந்தெடுக்கப்பட்டு, பொதுத்

தொகுதியில் நிறுத்தப்படும் நான்கு அபேட்சகர்களில் யார் உயர்ந்த ஜாதி இந்துக்களின் நம்பிக்கைக்குப் பாத்திரமாயிருக்கிறார்களோ, அவர்கள்தான் சட்டசபைக்குத் தேர்ந்தெடுக்க முடியும். முற்றும் தாழ்த்தப்பட்டார் உரிமைக்கு அஞ்சாமல் போராடும் பிரதிநிதிகள் தேர்ந்தெடுக்கப்பட முடியாது. உதாரணமாக ஒரு ஸ்தானத்திற்கு நடைபெற வேண்டிய பூர்வாங்க தேர்தலில், ராவ் பகதூர் சீனிவாசன், டாக்டர் அம்பேத்கர், திரு.வி.ஐ.முனிசாமி பிள்ளை, ஒரு வெற்றிவேலு, இன்னுஞ்சிலர் போட்டி போடுகிறார்கள் என்று வைத்துக்கொள்வோம். இவர்களில் முதல் மூவரும், அவ்வகுப்பினரின் மெஜாரிட்டியான ஓட்டர்களால் தெரிந்தெடுக்கப்படுவார்கள் என்பதில் யாரும் சந்தேகப்பட வேண்டியதில்லை.

நான்காவதாக உள்ள வெற்றிவேலு என்பவரிடம் அச்சமூக மக்களுக்கு நம்பிக்கை இல்லாவிட்டாலும், இந்து சமூகத்தைச் சேர்ந்த பெரிய மிராசுதார்கள், அய்யர், அய்யங்கார்கள் முதலியவர்களின் முயற்சியால் அவர் நான்காவது அபேட்சகராகத் தேர்ந்தெடுக்கப் படுகிறார் என்று வைத்துக்கொள்வோம். இவ்வாறு பூர்வாங்கத் தேர்தலில், தாழ்த்தப்பட்ட சமூகத்தாரின் முழு ஆதரவோடும் முதன்மையாகத் தேர்ந்தெடுக்கப்பட்ட ராவ் பகதூர் சீனிவாசன், டாக்டர் அம்பேட்கார், திரு.விஐ.முனிசாமி பிள்ளை ஆகியவர்கள் இந்து மிராசுதார்கள், அய்யர், அய்யங்கார்கள் ஆகியவர்களின் சொல்லுக்குத் தாளம் போடும் வெற்றிவேலு ஆகிய நால்வரும் ஒரு ஸ்தானத்திற்குப் போட்டி போடுவார்களானால், இவர்களில் யார் தேர்ந்தெடுக்கப்படுவார்கள் என்று கேட்கின்றோம். பணக்கார மிராசுதார்களின் சொல்லையும் அய்யர், அய்யங்கார்களின் சொல்லையும் கைகட்டி, வாய்பொத்திக் குனிந்து நின்று கேட்டு அதன்படி நடக்கத் தயாராக இருக்கும் வெற்றிவேலு என்பவரே தேர்ந்தெடுக்கப்படுவார் என்பதை யார் மறுக்கமுடியும்? ஆகவே, இத்தகைய பிரதிநிதிகளாகவே சட்டசபைக்கு வந்து சேர்வார்களாயின் அவர்களால் அச்சமூகத்திற்கு என்ன நன்மை உண்டாகிவிட முடியும்? இத்தகைய பிரதிநிதிகளின் எண்ணிக்கை எவ்வளவு இருந்தால்தான் என்ன? (9-5-1937 குடி அரசு)

9. தாழ்த்தப்பட்ட மக்கள் சார்பாய் பூனா ஒப்பந்தத்தில் கையெழுத்து போட்ட தலைவர்கள் அத்தனை பேரும் இன்று அழ ஆரம்பித்துவிட்டார்கள். தோழர்கள் அம்பேத்கார், இரட்டைமலை சீனிவாசன், எம்.சி.ராஜா, என்.சிவராஜ் முதலியவர்கள் எல்லாருமே தங்கள் தவறை உணர்ந்துவிட்டார்கள். சாமி சகஜாநந்தம் என்பவரும் அழ ஆரம்பித்துவிட்டார். ஆகவே, தாழ்த்தப்பட்ட மக்கள் காங்கிரஸ்காரர்களால் ஏமாற்றப்பட்டுவிட்டார்கள் என்பது நிதர்சனமாக ஆகிவிட்டது.

தோழர் திவான் பகதூர் ரெட்டைமலை சீனிவாசன் அவர்கள் இது விஷயமாய் விடுத்த அறிக்கை மற்றொரு பக்கம் பிரசுரிக்கப்பட்டுள்ளது. அதை வாசகர்கள் படிக்க விரும்புகிறோம். அதில் காணும் முக்கிய விஷயங்களில் சிலவற்றை இங்கு குறிப்பிடுகிறோம்.

– இப்படி இரட்டைமலை சீனிவாசன் பற்றி ஏராளமான செய்திகளை குடி அரசு, விடுதலையில் பார்க்க முடியும். அவர் மறைந்தபோது....

ஒடுக்கப்பட்ட மக்களின் தலைவராகிய திவான் பகதூர் ஸ்ரீனிவாசன் தம் 86வது வயதில் இன்று பிற்பகல் மரணமடைந்துவிட்டார்.

இவர் கோயமுத்தூர் கலாசாலையில் கல்வி பயின்று பின் கணிதத்தில் விசேஷ பயிற்சி பெற்று நிபுணரானார். 1891ல் இவர் பொது வாழ்வில் புகுந்து சென்னை ஆதி திராவிட ஜன சபையை ஏற்படுத்தினார். ஒடுக்கப்பட்ட மக்களை முன்னேற்றுவிப்பதற்காக 1893ல் இவர் ஒரு பத்திரிகையை ஆரம்பித்து நடத்தினார். 1895ல் டிசம்பரில் ஆதி திராவிட முதல் தூதுக் கோஷ்டியின் தலைவராக வைசிராயைப் பேட்டி கண்டு பேசினார்.

இவர் 1900ல் லண்டன் சென்று, அங்கிருந்து தென்னாப் பிரிக்காவுக்குப் போய், 1904ல் தென்னாப்பிரிக்க யூனியன் காங்கிரஸில் சேர்ந்தார். 16 ஆண்டுக்காலம் அங்கே உத்தியோகம் செய்துவிட்டு கிழக்காப்பிரிக்காவில் 2 ஆண்டுக்காலம் ஓய்வு பெற்றிருந்து 1923ல் இந்தியாவுக்குத் திரும்பினார். பிறகு இவர் சென்னை கவுன்ஸில் சபைக்கு அங்கத்தினராக நியமிக்கப்பட்டார். அங்கே இவர் ஒடுக்கப்பட்ட மக்கள் முன் னேற்றத்திற்காகப் பாடுபட்டார்.

இவர் லண்டனில் நடந்த முதல் வட்ட மேஜை மாநாட்டிலும் 2வது வட்ட மேஜை மாநாட்டிலும் கலந்துகொண்டார். இம்மாகாணத்தில் நடந்த ஒடுக்கப்பட்ட வகுப்பின மாநாடுகள் பலவற்றில் இவர் தலைமை வகித்துள்ளார். இவர் தம் சமூக மக்களின் குறைபாடுகளை எடுத்துக்காட்டும் மகஜர்கள் பலவற்றை அதிகாரிகளிடம் சமர்ப்பித்துள்ளார். இவர் மரணமடையும் வரை சென்னை மேல் சட்ட சபையின் அங்கத்தினராக இருந்தார்.

அதாவது, ஒடுக்கப்பட்ட மக்களின் தலைவராகிய என்ற அடைமொழியுடன் செய்தி வெளியிட்டது விடுதலை.

(18-9-1945)

அதே போல் என்.சிவராஜ் நியமனத்தைப் பாராட்டி 'குடி அரசு' எழுதியிருக்கும் குறிப்பு, அவரை பெரியார் எப்படி மதிப்பிடுகிறார் என்பதற்கான சாட்சியம். *(குடி அரசு 23-5-1937)*

> *இந்திய சட்டசபையில் ராவ் பஹதூர் எம்.சி.ராஜா அவர்களின் இராஜிநாமாவால் காலியான பதவிக்கு ராவ் சாஹிப் என்.சிவராஜ் அவர்கள் நியமிக்கப்பட்டிருப்பதை அறிய மிகவும் மகிழ்ச்சியடைகிறோம். தோழர் சிவராஜ் அவர்கள் பல வருடங்களாக பொது வாழ்வில் அதிக பங்கு எடுத்துக்கொண்டு வருகிறார் என்பது சகலருக்கும் தெரிந்ததே. அவர் தன்னினத்தாருடைய நம் மதிப்பைப் பெற்றுவந்திருக்கிறார் என்பதோடு மற்ற வகுப்பாருடைய ஆதரவையும் மதிப்பையும் தன்னுடைய உண்மையான உழைப்பாலும் கபடமற்ற செய்கைகளாலும் பெற்றிருக்கிறார். தாழ்த்தப்பட்ட சமூகம் நமது பொது வாழ்க்கையில் பாடுபடக்கூடிய பல தலைவர்களைத் தந்திருக்கிறது. அவர்களில் தோழர் சிவராஜ் போன்ற நாவன்மையும், பிறர் உள்ளத்தைக் கவரக்கூடிய பேச்சும் பொருந்தியவர் இருப்பது மிக அரிது.*
>
> *நம்மால் நினைப்பதற்குக்கூட முடியாத அவ்வளவு சீக்கிரத்தில் அவர் பொறுப்பு வாய்ந்த பதவியை வகிப்பார் என்பதில் சந்தேகமில்லை. கடைசியாக அவர், இந்திய சட்டசபைக்கு நியமனம் செய்யப்பட்டதை மனமார வாழ்த்துகிறோம்.*

தீண்டாமைப் பிரச்னையை தீர்த்துவைக்க இடமிருப்பதாகவே தெரியவில்லை. தீண்டாமையின்று விலகவேண்டுமானால் தாழ்ந்த வகுப்பினர் ஹிந்து மதத்தைவிட்டு விலக வேண்டும். ஆனால், வேறு மதத்தில் சேரவேண்டியது இல்லை. அவர்கள் புதியதொரு மதத்தை உண்டு பண்ண வேண்டும். *(1936 ஜனவரி குடி அரசு)* மகாராஷ்டிராவில் 11-1-1936ல் நடந்த ஆதி இந்து வாலிபர் மாநாட்டில் என்.சிவராஜ் பேச்சை குடி அரசு வெளியிட்டுள்ளது.

சிவராஜ் மறைந்தபோது, 'தாழ்த்தப்பட்ட வகுப்பினருக்காக உழைத்த தீரத் தலைவர்' என்று பட்டம் சூட்டியது விடுதலை.

30-9-1964 தேதியிட்ட விடுதலை வெளியிட்ட செய்தி இது:

> *தாழ்த்தப்பட்ட வகுப்பினருக்கு உழைத்த தீரத் தலைவரும், குடியரசுக் கட்சியின் தலைவருமான திரு.என்.சிவராஜ் நேற்று மரணமடைந்தார். விமானம் மூலம் அவரது உடல் இன்று சென்னை கொண்டுவரப்பட்டு அடக்கம் செய்யப்படுகிறது.*

அவருக்கு 73 வயது. அவரது பிரிவால் வருந்தும் அவரது மனைவியார் திருமதி மீனாம்பாள் சிவராஜ் அவர்களும், சிறந்த சமுதாய நல ஊழியர் ஆவார். இவர்களுக்கு இரண்டு மகன்களும் இரண்டு மகள்களும் இருக்கின்றனர்.

திரு.சிவராஜ் அவர்கள் கட்சிப்பணிக்காக பிரதமரிடம் சென்று ஒரு மகஜர் கொடுக்கப் போனவிடத்தில் தனது நண்பர் திரு.கெய்க்வாட் எம்.பி வீட்டில் தங்கியிருந்தபோது திடீர் என மாரடைத்து உயிர் பிரிந்துவிட்டது. சில காலம் நோயுற்றிருந்தார்.

திரு.சிவராஜ் மறைவு செய்தி அறிந்து பாதுகாப்பு அமைச்சர் திரு.சவான், திரு.சி.சஞ்சீவய்யா, திரு.ஹஜர் நவிஸ், திரு.டி.எஸ்.மூர்த்தி, திருமதி சந்திரசேகர், திரு.ஜகஜீவன்ராம் ஆகிய பிரமுகர்களும் மற்றும் பார்லிமெண்ட் உறுப்பினரும் திரு.கெய்க்வாட் இல்லம் சென்று சிவராஜ் சடலத்தைக் கண்டு வருத்தம் தெரிவித்தனர். இறுதி வணக்கம் செலுத்தினர்.

திரு.சிவராஜ் சென்னையில் வெஸ்லி கல்லூரி, மாநிலக் கல்லூரி, சட்டக் கல்லூரி இவைகளில் பயின்று பி.ஏ.பி.எல். பட்டம் பெற்றவர். பல ஆண்டுகள் வழக்குரைஞராக இருந்தவர். சென்னை நகரத்தின் கவுன்சிலராக பல ஆண்டுகள் இருந்து 1945ம் ஆண்டில் மேயராகவும் பணிபுரிந்து கவுரவம் பெற்றார். தாழ்த்தப்பட்ட மக்களின் பிரதிநிதியாக சட்டசபையிலும் பாராளுமன்றத்திலும் சேவை புரிந்தவர். நீதிக்கட்சியில் ஈடுபாடு கொண்டு மிகவும் பாடுபட்டவர். அகில இந்திய தாழ்த்தப்பட்டோர் சங்கத்தின் தலைவராகவும் பணிபுரிந்தார். அவர் மறைவு பின்தங்கிய வகுப்பினர்க்கு பேரிழப்பாகும்.

என்.சிவராஜ் அவர்களோடு பெரியார் முழுமையாக ஒத்துப்போனார். அம்பேத்கர், பெரியார் இருவருக்கும் ஒன்றுபட்ட சிந்தனை இருந்தது போலவே என்.சிவராஜ் பெரியார் இருவருக்கும் ஒன்றுபட்ட சிந்தனை இருந்தது. கொள்கை நட்பாக மட்டுமல்ல. குடும்ப நட்பாகவும் இருந்தது.

1. மத சம்பந்தமான நமது அபிப்ராயம் ஒரு விதமாக இருந்தாலும் கூட தாழ்த்தப்பட்ட மக்களைப் பொறுத்தவரை அவர்கள் மனிதத் தன்மை பெறவும் அரசியல் விகிதாச்சார உரிமை பெறவும் வாழ்க்கையில் சம உரிமை பெறவும் இந்து மதத்தை விட்டுவிட்டுக் கிறிஸ்தவர்களாகவோ முக்கியமாய் இஸ்லாமியர்களாகவோ ஆகிவிடுங்கள் என்று பல தடவை வற்புறுத்தி வந்ததை அச்சமூகம் இலட்சியம் செய்யவே இல்லை.

இதற்குக் காரணம் நம் சென்னை மாகாணத்தைப் பொறுத்தவரை தாழ்த்தப்பட்ட மக்கள் என்பவர்களுடைய மதப்பற்றேதான் காரணம் என்பதாக நாம் சிறிதும் நினைக்கவில்லை. மற்றென்னவென்றால், சென்னை மாகாணத்தில் உள்ள வகுப்புவாரிப் பிரதிநிதித்துவ முறையின் பயனாய் சில பெரிய பதவிகளும் உத்தியோகஸ்தர்களும் தாழ்த்தப்பட்ட சமூகத் தலைவர்கள் என்பவர்களுக்குக் கிடைக்கக் கூடுமாதலால் அதில் அவர்களுக்கு ஏற்பட்டுள்ள ஆசையானது இந்துக்கள் என்பவர்கள் தாழ்த்தப்பட்ட மக்களுக்குச் சமூகத் துறையிலும் அரசியல் துறையிலும் செய்துவரும் எவ்வளவோ இழிவுகளையும் இன்னல்களையும் சகித்துக்கொண்டு சிறிதும் சுயமரியாதை இல்லாதவர்களாகித் தங்களை இந்துக்கள் என்று சொல்லிக்கொண்டு உயிர்வாழ வேண்டி இருக்கின்றதே தவிர வேறு காரணம் இருக்க நியாயமில்லை என்றே படுகின்றது. என்றாலும் தேதி 29-1-1935 சென்னை சட்டசபை கூட்டத்தில் கூட்டுக் கமிட்டி அறிக்கையைப் பற்றிய விவாதத்தின் போது தோழர் என்.சிவராஜ் அவர்கள் தெரிவித்த அபிப்பிராயத்தில் பெரும் பாகத்தை நாம் மனப்பூர்வமாய் ஆதரிக்கிறோம். அதாவது,

2. தாழ்த்தப்பட்ட மக்களின் தலைவர்களாகிய டாக்டர் அம்பேத்கர், ராவ்பகதூர் சிவராஜ் போன்றவர்கள் எல்லாரும் நாங்கள் இந்து மதங்கள் அல்லவென்றும், நாங்கள் இந்துக்கள் அல்ல என்றும், தங்கள் சமூகத்தார் இந்து மதத்திலிருந்து விலகவேண்டும் என்றும் 15 வருடத்திற்கு முன்பிருந்தே சொல்லி வருகிறார்கள். இந்து மதத்தை விட்டுவிட்டால் எங்களை என்ன மதம் என்று சொல்லிக்கொள்வது என்று கேட்கலாம். உங்களுக்கு துணிவு இருந்து நீங்கள் வேறு எந்த மதத்தின் பேரைச் சொல்லிக்கொண்டால் சமுதாயத்தில் உங்களைத் தீண்டாமையும் இழிவும் அணுகாதோ, அதைச் சொல்லுங்கள்.

(கு.அ. 13-01-1945)

3. "இந்தியாவுக்கு ஏற்படவிருக்கும் எந்த ஒரு அரசியல் திட்டத்திலும் ஷெட்யூல் வகுப்பாருக்குப் போதுமான பாதுகாப்பு அளிக்கப்படாமல் அவர்களுடைய விருப்பத்திற்கு மாறான முடிவுகளே இருக்குமேயானால், கல்வித் திட்டத்தை முழுச் சக்தியுடன் எதிர்ப்போம்."

என்று ராவ்பகதூர் என்.சிவராஜ் அவர்கள் லார்ட் லெவலுக்கு அனுப்பிய தந்திச் செய்தியில் குறிப்பிட்டிருக்கிறார். திரு.சிவராஜ் அகில இந்திய ஷெட்யூல் வகுப்புப் பெடரேஷனின் தலைவர். தாழ்த்தப்பட்ட சமுதாயங்களின் நன்மதிப்பையும், ஆதரவையும் பெற்றவர். டாக்டர் அம்பேத்கரைப் போலவே, ஷெட்யூல் வகுப்பினரின் முன்னேற்றத்தில் பல ஆண்டுகளாகத் தொண்டாற்றி வருபவர். எனவே, இவரது கருத்தை எந்த அரசியல்வாதியும் அலட்சியப்படுத்த முடியாதென்றே கூறலாம். (வி. 25-4-1945)

4. ....என்று சொல்லிக்கொண்டே அம்பேத்கர் கண்ணீர் விட்டார். இதைக் கேட்ட சபையோர் அத்தனை பேரும் (1,000 பேர்) மனம் இளகி தாங்களும் கண்ணீர் விட்டார்கள். இந்தத் தீர்மானத்தை தோழர் சிவராஜ் அவர்கள் (பல இடங்களிலும்) மனப்பூர்வமாய் ஆதரித்திருக்கிறார். இந்தத் தீர்மானம் செய்த உடன் இராமாயணம், மநுதர்ம சாஸ்திரம், கீதை முதலிய சாஸ்திர புராண இதிகாசங்கள் அம்மாநாட்டிலேயே கொளுத்தப்பட்டிருக்கின்றன. (இவை 21-10-1935ம் தேதி 'குடி அரசு' முதலிய பத்திரிகைகளில் இருக்கின்றன) நாசிக்கில் இவை நடந்தவுடன் நமது மாகாணத்தில் சுமார் 20, 30 இடங்களில் இத்தீர்மானத்தை ஆதரித்துப் பல மாநாடுகள் கூட்டி ஆமோதிக்கப்பட்டது. திருநெல்வேலி யிலேயே டாக்டர் ஆர்.வி.சொக்கலிங்கம் அவர்கள் தலைமையில் 10-11-1935ம் தேதியிலும் திருசெங்கோட்டில் 11-11-1035லும் தூத்துக் குடியில் 7-11-1935லும், கோபியில் 27-10-1935லும், சென்னையில் 30-10-1935லும் மீனாம்பாள் அவர்கள் தலைமையில் 19-10-1935ம் தேதி திருச்சி மாநாட்டிலும் மற்றும் சென்னையில் தோழர்கள் ஜகநாதம், சிவஷண்முகம், பாலகுரு சிவம் முதலானவர்கள் தனித்தனி மாநாடுகளிலும் வெகு ஆவேசமாய் ஆதரித்துப் பேசியும் தீர்மானங்கள் பல நிறைவேற்றப்பட்டிருக்கின்றன. இதற்குப் பிறகும் பல இடங்களில் ஆதி திராவிடர்கள் இஸ்லாமியர்களாக ஆகி இருக்கிறார்கள். பல இடங்களில் தோழர்கள் மீனாம்பாள், சிவராஜ் முதலியவர்கள் தலைமையில் இராமாயணம், மனுதர்ம சாஸ்திரம் ஆகியவை கொளுத்தப்பட்டிருக்கின்றன. இவை யாவும் பூனா ஒப்பந்தத்திற்குப் பின் நிகழ்ந்தவை என்பதையும், பூனா ஒப்பந்தத்தில் கையொப்பமிடப்பட்ட இரு தலைவர்களாலேயே நடத்திச் செய்யப்பட்டவை என்பதையும் நினைவுறுத்திக் கொண்டு மேலால் சிந்திக்க வேண்டுகிறோம். (கு.அ. 4-8-1945)

5. பிரிட்டிஷ் காங்கிரஸ் கூட்டு ஒப்பந்த ஆட்சியை எதிர்த்து, தாழ்த்தப்பட்டோரின் உரிமையை நிலை நாட்டுவதற்கு நேரடியான போராட்டம் நடந்து வருவதை ஆதரிப்பதாக நாளைக் காலையில் சென்னையில் சென்னை ஜில்லா ஷெட்யூல் வகுப்பு பெடரேஷன் மகாநாடு நடைபெறப் போவதாக அறிக்கை வெளிவந்திருக்கிறது. நேற்று மாலை தோழர் சிவராஜ் அவர்களின் தலைமையில் கூடிய ஷெட்யூல் வகுப்பு பெடரேஷன் கூட்டத்தில் 'பம்பாய் சத்தியாகிரகத்தைப் பற்றியே சென்னையிலும் கிளர்ச்சியைத் தொடருவதென்று' முடிவு செய்திருப்பதாகச் செய்தி கிடைத்திருக்கிறது...

நாளை மாநாட்டில் என்ன முடிவானாலும் சரி, தோழர் சிவராஜ் அவர்களைப் பொறுத்தவரையில் 'நேரடியான போராட்டம் தொடங்குவதென்றும், அதை எந்த முறையில் நடத்துவதென்பதுதான்

முடிவு செய்ய வேண்டியிருக்கிறது' என்றும் தீர்மானித்து விட்டதாகச் செய்தி கிடைத்திருக்கிறது. இது உண்மையானால், தோழர் சிவராஜ் அவர்களுக்கு அரசியல் நிர்ணய சபையில் இடம் கிடைக்காமல் போனது கூட, தாழ்த்தப்பட்ட மக்களுக்குத் திடீரெனக் கிடைத்த பெரும்புதையல் என்றுதான் கூறுவோம். நாம் முன்பு இருமுறை குறிப்பிட்டிருந்தபடி இவர்களுக்குள்ளிருக்கும் சின்னஞ்சிறு தனிப்பட்ட மனத்தாங்கல்களும் சுயநலப் பொறாமைகளும் இந்தப் போராட்டத்தின் மூலமாவது அடியோடு ஒழிந்து தொலையும் என எதிர்பார்க்கிறோம்.

காங்கிரஸ் கமிட்டியும் பிரிட்டிஷ் தூதுக் கோஷ்டியும் சேர்ந்துகொண்டு, ஏழு கோடி தாழ்த்தப்பட்ட மக்களுக்குச் செய்துள்ள துரோகத்திற்குப் பழிக்குப் பழி வாங்காவிட்டாலும், உலகத்திற்குத் தங்கள் அதிருப்தியைத் தெரிவித்துக் கொள்வதற்காவது, இந்தச் சத்தியாகிரகப் போர் பயன்பட்டால் போதும் என்பதுதான் நம் கருத்து. அதைத் தவிர, இந்த முறையில் (போலீஸ் தடையை மீறுவது) மூலமாகவே அவர்களுக்குப் பொருளாதார, சமுதாய, சமத்துவம் கிடைத்துவிடும் என எந்த அரசியல்வாதியும் கூறமாட்டான்.

இச்சந்தர்ப்பத்தில் தோழர் சிவராஜ் அவர்களுக்கு ஒரு வார்த்தை, சத்தியாகிரகத்தைத் தலைமை தாங்கி நடத்தும் பொறுப்பை ஏற்றுக்கொண்ட பிறகு அதாவது இவரே கைது செய்யப்படும் வரையில், இவர் வெகு முன் எச்சரிக்கையுடன் நடந்துகொள்ள வேண்டியது அவசியம்... (வி. 27-7-1946)

6. தாழ்த்தப்பட்டவர்கள் மந்திரி ஜோதி அம்மையார் உட்பட நான் சொல்லுகிறேன்.... இவர்கள் கடவுள், மதத்தை ஒழித்தால்தான் அதிலிருந்து விடுபட்டால்தான் அவர்கள் மனிதர்கள் ஆவார்கள். என்னுடைய சிநேகிதர்கள்தான் சிவராஜும் அவரது மனைவியாரும். அவர்கள் வீட்டில் இந்து மதம் இருக்கிறது. சாமி படம் இருக்கிறது... (வி. 27-2-1954)

7. தோட்டி மகனையோ, மகளையோ *10*ம் வகுப்பு வரை படிக்க வைத்துவிட்டால் அவர்கள் மலம் எடுக்க ஒப்புவார்களா? வண்ணான், நாவிதர் வீட்டுப் பையனை *10*ம் வகுப்பு வரை படிக்க வைத்து விட்டால் சிரைக்கவோ, வெளுக்கவோ போவார்களா? இம்மாதிரி தொழில் செய்வதன் காரணமாகத்தானே இவர்கள் இழிசாதியராக மதிக்கப்படுகிறார்கள்.

நண்பர் சிவராஜ், சாதியிலே பறையன் வகுப்பைச் சேர்ந்தவர் என்று சொல்வர். அவர் மகன் ஜில்லா சூப்பிரண்டாக உள்ளார். அவருக்கும் கீழே டிப்டி சூப்பிரண்ட், சர்க்கிள் இன்ஸ்பெக்டர், சப் இன்ஸ்பெக்டர்கள் ஏராளமாக உள்ளார்கள். தாழ்த்தப்பட்ட

வகுப்பினரான சிவராஜ் அவர்களின் மகன் மேல் உத்தியோகத்தில் இருப்பதால், அவரின் கீழ் உள்ள பார்ப்பன சர்க்கிளும், சப் இன்ஸ்பெக்டரும், டிப்டி சூப்பிரண்டும் அவருக்கு சலாம் போடத்தானே வேண்டும். நான் பார்ப்பான், மேல் சாதி முடியாது என்று கூற முடியுமா? பார்ப்பான் மேல்சாதித் தன்மை தானாக குறைகிறது அல்லவா? *(வி: 18-12-1961)*

இப்படி என்.சிவராஜ் குறித்து ஏராளமான பதிவுகள் இருக்கிறது. குடி அரசு, விடுதலை இரண்டுமே சுயமரியாதை இயக்கத்தின், திராவிடர் கழகத்தின் இதழ்களாக மட்டுமே இல்லை. ஒடுக்கப்பட்ட இனத்தின் அதாவது தாழ்த்தப்பட்ட, பிற்படுத்தப்பட்ட இனத்தின் இதழ்களாக இருந்துள்ளன. தாழ்த்தப்பட்ட, பட்டியலின, தலித் மக்களின் தமிழக அரசியல் நகர்வுகள், எழுச்சிகள் மாநாடுகள் குறித்த தனித்த வரலாறு இதுவரை முழுமையாக எழுதப்படவில்லை. அப்படி ஒரு வரலாறு எழுதுவதற்கான தரவுகள் அனைத்தும் குடி அரசு, விடுதலையில் உள்ளது.

உதாரணமாக....

1. இராசிபுரம் தாலுகா தாழ்த்தப்பட்ட மக்கள் மாநாடு

13-10-1935 *குடி அரசு*

2. திருச்செங்கோடு தாலுகா ஆதி திராவிடர் 5வது மகாநாடு

15-3-1936 *குடி அரசு*

3. பெரியகுளம் தாலுகா தாழ்த்தப்பட்டோர் (தேவேந்திரகுல) மகாநாடு. மந்திரி கனம் ராஜன் திறப்பாளர். தோழர் ஈ.வெ.ராமசாமி தலைவர்

9-8-1936 *குடி அரசு*

4. சேலம் ராசிபுரம் ஆதி திராவிடர் மகாநாடு

6-10-1935 *குடி அரசு*

5. சேலம் ஜில்லா பள்ளர் சமூக மாநாடு. மோஹனூரில் பெரும் கூட்டம்

10-2-1935 *குடி அரசு*

6. திருநெல்வேலி ஜில்லா இரண்டாவது தீண்டாமை விலக்கு மாநாடு

1-10-1933 *குடி அரசு*

7. லால்குடி தாலுகா ஆதி திராவிட கிறிஸ்தவர்கள் மாநாடு

7-5-1933 *குடி அரசு*

8. ஈ.வெ.ராமசாமிக்கு ஆதி திராவிடர் வாலிபர்கள் வரவேற்பு

4-12-1932 *குடி அரசு*

9. தஞ்சை ஜில்லா ஆதி திராவிட வாலிபர் மகாநாடு. ஈ.வெ. ரா. உபன்யாசம்

28-7-1935

10. கொழும்பில் ஈ.வெ.ராமசாமி, ஆதி திராவிட அபிஷுர்த்தி சங்கத்தார் வரவேற்பு

6-11-1932 குடி அரசு

11. சென்னை மாகாண தாழ்த்தப்பட்ட கிறிஸ்தவர் மகாநாடு

30-7-1933 குடி அரசு

12. கீரம்பூர் தாழ்த்தப்பட்ட வாலிபர் சங்கம் ஈ.வெ.ராமசாமி தலைமை வகித்தார்

8-8-1937 குடி அரசு

13. திருச்செங்கோடு தாலுகா கண்ணந்தேரி ஆதி திராவிட வாலிபர் மாநாடு ஈ.வெ.ரா. படத்திறப்பு விழா

11-7-1937 குடி அரசு

இப்படிப்பட்ட தரவுகள் கொண்டு மிகக் கனமான, செறிவான வரலாற்றை எழுதலாம். இது எல்லாம் தெரியாததால்தான் தலித் அரசியலை பெரியார் மறைக்க நினைத்தார் என்றும், அம்பேத்கர் தவிர மற்ற தலித் தலைவர்களை பெரியார் மறைத்தார் என்றும் எழுதுகிறார்கள்.

'சென்னையில் கலவரம்' என்ற செய்தியைப் பாருங்கள்: சென்னை திருவல்லிக்கேணி கடல்கரையிலும், மவுன்ட்ரோடு நேப்பியர் பார்க்கிலும் எழுமூர் ஏரியிலுமாக மூன்று பொதுக் கூட்டங்கள் ஆதி திராவிட மகாஜனசபையாரால் கூடப் பெற்று திருவாளர்கள் வீ.பி.எஸ்.மணியர், என்.சிவராஜ் பி.ஏ.,பி.எல்., எம்.எல்.சி., எம்.சி.ராஜா எம்.எல்.ஏ. ஆகியவர்கள் தலைமையில் 11-10-1931, 14-10-1931, 18-10-1931 ஆகிய மூன்று தினங்களிலும் மிகச் சிறப்பாக நடைபெற்றது.

முதல்நாள் 1,000 பேரும், 2-ம்நாள் 2,000 பேரும், 3-ம் நாள் 7,000 பேரும் விஜயம் செய்திருந்தார்கள். அக்கூட்டங்களில் வட்டமேஜை மகாநாட்டில் தாழ்த்தப்பட்டவர்களுக்குத் தனித்தொகுதி வேண்டாமென்று கூறிய திரு.காந்தியைக் கண்டித்தும் அவர் மீதும் காங்கிரஸ் மீதும் தங்கட்கு நம்பிக்கையில்லையென்றும் தங்கள் பிரதிநிதிகளான டாக்டர் அம்பேத்கர், ராவ்பகதூர் சீனிவாசன் ஆகியவர்களால் வேண்டப்படும் கொள்கைகளையே முழு மனதோடு ஆதரிப்பதாகவும் தீர்மானம் செய்தார்கள். அதனையொட்டி திருவாளர்கள் : பொன்னு, கே.ஆர்.சாமி, கே.ஆர்.எத்திராஜுலு, தங்கராஜ், செல்வராஜ், ஜெகநாதம், வி.பி.எஸ்.மணியர், என்.சிவராஜ்

பி.ஏ.,பி.எல்., எம்.எல்.சி., பாலகுரு முதலி, சிவம், து. பொன்னம்பலம் ஆகிய கனவான்கள் நன்கு விளக்கி ஆதி திராவிடர்களின் நிலைமையையும், வட்ட மேஜை மகாநாட்டையும், காந்தி காங்கிரஸ் முதலியவைகளைப் பற்றியும் எடுத்துப் பேசினார்கள். இந்நிகழ்ச்சியை சகியாத பார்ப்பனர்கள் கடல்கரை கூட்டத்தில், ‘வந்தேமாதரம்! காந்திக்கு ஜே!’ என்று சத்தமிட்டு குழப்பத்தையுண்டாக்கி கூட்டத்தைக் கலைக்க முயற்சித்தார்கள். பொது ஜனங்களில் இருவர் கூச்சல் போட்டு குழப்பம் செய்தவர்கட்கு நல்ல புத்திமதி கொடுத்தார்கள். அதன்பின் ஓட்டம் பிடித்தார்கள். அமைதியும் ஏற்பட்டது. அதேபோல் 14-10-1931 தேதியிலும் பொதுக்கூட்டம் முடிந்து பஜனையாகப் போய்க் கொண்டிருந்த ஆதி திராவிட மகாஜனங்களை பெரியமேட்டு பெரியண்ண மேஸ்திரி தெரு பக்கத்தில் ஒரு வீட்டு மாடியிலிருந்து கொண்டு கல்லாலும் சோடாப் புட்டிகளாலும் (தேச பக்தர்கள்) தாக்கியிருக்கின்றார்கள். அவர்கள், கையில் பஜனையில் கொண்டு போன படத்தையும் கீழே பிடுங்கி உடைத்திருக்கிறார்கள். பின்னர் இரு சாரார்கட்கும் ஆவேசம் ஏற்படவே, அது சமயம் போலீஸ் படைகளும் ஜோல்சர்களும் வந்து கூட்டத்தை கலைத்தனராம். பிறகு 18ம் தேதி கூட்டம் முடிந்த பிறகும் ஆயிரம்விளக்குக்குப் பக்கத்தில் ஒரு பெரிய கலகம் நடந்து இரு கட்சியிலும் பலர் காயமடைந்தார்கள். இந்நிகழ்ச்சியில் பார்ப்பன தேச பக்தர்களின் ஏவுதலின்படி நம்மவர்களும் சிலர் கலந்திருந்ததாகக் கூறப்படுகிறது. பார்ப்பனர்களுடைய தேசபக்தி இதுபோன்ற கலவரம் இனியும் பல ஏற்பட்டு சைமன் கமிஷன் காலத்தில் நடந்ததுபோல் திருவல்லிக் கேணியிலும், மைலாப்பூரிலும் போய் புகும்வரையில் நிற்காது என்பதாகவே தெரிகின்றது.

இன்னும் பல கூட்டங்கள், பலயிடங்களில் கூட ஆதி திராவிடர்கள் ஏற்பாடுகள் செய்திருக்கின்றார்கள். அதிலும் சில பார்ப்பனர்கள் வழக்கம்போல் தங்கள் விஷமத்தையும், காலித்தனத்தையும் கையாளக் கூடும். ஏன் இவ்வாறு அவர்கள் பொறாமை கொண்டு காலித்தனம் செய்யவும், கலகம் செய்யவும் முன்வருகிறார்கள், அல்லது பிறரைத் தூண்டி விடுகின்றார்கள் என்பது எல்லாருக்கும் தெரியாததல்ல. ‘தேசியம்’ என்பதற்கே பொருள் ‘பார்ப்பனியம்’ என்றுதான் அர்த்தம். எனவே, பார்ப்பனீயம் சென்னையில் நடக்கும் தாழ்த்தப்பட்டவர்கள் பொதுக் கூட்டங்களைக் கண்டு தங்கள் புரட்டுகளும் சூழ்ச்சிகளும் வெளிப்படுமென்று எப்படியாவது கலவரத்தையுண்டாக்கி பார்ப்பனரல்லாத சமூகத்தின் முக்கியஸ்தர்களுக்கு கெட்ட பெயரைச் சூட்டி அவர்கள் முயற்சியை தடைப்படுத்தவே பார்ப்பனப் பத்திரிகைகள் நடந்த செயலை மறைத்து பொய் பிரச்சாரமும் அவதூறாகவும் எழுதுகிறது. பார்ப்பனரல்லாத வியாபார

பத்திரிகைகளும் பார்ப்பனீயத்திற்குத் தான் ஆதரவளிக்கின்றன. எப்படி இருந்த போதிலும் 'தேசிய'ப் பார்ப்பனர்கள் முயற்சிக்கும் சூழ்ச்சிக்கும் இந்தக் காலத்தில் எந்த மனிதனும் பின்வாங்கப் போவதில்லை. இனியும் தொடர்ச்சியாக பல கூட்டங்கள் போட்டு காந்தியின் செயலைக் கண்டிக்கத்தான் போகிறார்கள். தேசியத்தின் பெயரால் மக்களை ஏமாற்றும் சூழ்ச்சியை வெளியிடத்தான் போகிறார்கள். ஆதி திராவிடர்களில் குறைந்தது 5,000 பேராவது ஜெயிலுக்குப் போவது என உறுதி கொண்டு விட்டார்கள். பார்ப்பனீயம் ஜெயிக்குமா? சமதர்மம் ஜெயிக்குமா? என்று பார்த்துவிட உறுதி கொண்டு விட்டார்கள்.

ஒன்றாக மனிதத்தன்மை அடைவது அல்லது வாழ்வது இரண்டிலொன்றுதான் முடிவு. எத்தனை நாட்களுக்கு ஒரு சமூகம் ஏமாற்றப்பட்டு அடிமையாகவே இருக்க சம்மதிக்கும். இனியும் இப்பகுதியில் நடைபெறும் பொதுக்கூட்டங்கட்கு தோழர் அ.பொன்னம்பலனார், காளியப்பன் முதலானவர்கள் வர ஒப்பியுள்ளார்கள்.

சிவபூஷனம் (கு.அ. 25-10-1931)

அதாவது சுயமரியாதை இயக்கம் ஒரு கூட்டம் நடத்தி அதில் ஒரு கலவரம் ஏற்பட்டால் எப்படி செய்தி வெளியிட்டு இருப்பார்களோ, அப்படி ஆதி திராவிட மகாஜனசபை கூட்டம் குறித்த செய்தியை 'குடி அரசு' வெளியிட்டுள்ளது. வி.பி.எஸ்.மணியர், எம்.சி.ராஜா, என்.சிவராஜ் பங்கெடுத்த கூட்டம் இது. டாக்டர் அம்பேத்கர், இரட்டைமலை சீனிவாசனுக்கு ஆதரவான கூட்டம் இது. இதை தனது கூட்டமாக பெரியார் நினைத்து செய்தி வெளியிட்டுள்ளார்.

1928ல் சென்னையில் ஆதி திராவிடர் மகாநாடு நடைபெற்றது. இதனை 'சுதேசமித்திரன்' பத்திரிகை, 'சர்க்கார் தாசர்களின் மாநாடு' என்றும், 'சுயநலக்காரர்கள் மாநாடு' என்றும், '30 பேர்தான் கலந்து கொண்டார்கள்' என்றும் எழுதியது. இதை மிகக் கடுமையாக கண்டித்து எழுதியவர் பெரியார்தான். இந்த நாட்டில் ஆதி திராவிடர்கள் என்ற சமுதாயம் இருப்பதாகவே மறைத்து சூழ்ச்சி செய்துவந்தவர்கள், ஆதி திராவிடர்கள் மாநாடு நடத்துகிறார்கள் என்றதும் அதையும் கொலை செய்யப் பார்க்கிறார்கள் என்று குற்றம் சாட்டினார்.

காங்கிரஸ் ஏற்பட்டு 42 வருடங்களாகியும், சீர்திருத்தம் ஏற்பட்டு 20 வருடங்களாகியும் ஏழு கோடி ஆதி திராவிடர்களில் ஏதாவது ஒரு ஆதி திராவிடர் ஸ்டேட் கவுன்சில் முதல் கிராம பஞ்சாயத்து வரையில் ஏதாவதொன்றில் பொதுப் பிரதிநிதியாக சர்க்கார் தயவில்லாமல் உட்கார இடம் கொடுக்கப்பட்டிருக்கின்றதா என்று கேட்கிறோம். (கு.அ. 22-1-1928)

இந்த மாநாட்டில் 500 பேர் கலந்து கொண்டதாகவும் 'சுதேசமித்திரன்' செய்தியை 'குடி அரசு' மறுத்துள்ளது. ஆளுநரின் நிர்வாக சபையில் ஸ்ரீமான்களான பி.என்.சர்மாவுக்கும் சி.பி.ராமசாமி அய்யருக்கும் கொடுத்திருக்கும் உத்தியோகங்களை ஸ்ரீமான்களான எம்.சி.ராஜாவுக்கும் ஆர்.வீரய்யனுக்கும் கொடுத்தால் பார்க்க மாட்டார்களா? (கு.அ. 22-11-1925)

என்று கேட்டது பெரியாரின் 'குடி அரசு'.

சைமன் கமிஷனில் யாரை நியமிக்கலாம் என்ற வாதப் பிரதிவாதம் எழுந்தபோது பெரியார் என்ன எழுதினார் என்றால்...

சைமன் கமிஷனில் கருப்பு மூஞ்சி ஆசாமி ஒருவரைப் போடுவதாக வெள்ளைக்காரன் சம்மதிப்பதாகவே வைத்துக்கொள்வோம். கருப்பு மூஞ்சியில் யாரைப் போடச் சம்மதிப்பது? எங்கள் சகஜாநந்தா சாமியையாவது, எம்.சி.ராஜாவையாவது, ஆர்.வீரய்யனையாவது போடச் சம்மதிப்பார்களா? ஒருகாலும் போட சம்மதிக்க மாட்டார்கள். (கு.அ. 29.1.1928)

இப்படி இரட்டைமலை சீனிவாசன், எம்.சி.ராஜா, என்.சிவராஜ், சகஜானந்தா, ஆர்.வீரய்யன் ஆகிய தலைவர்களை தனக்கு இணையாக, பல இடங்களில் தன்னைவிட உயர்த்தி எழுதியும் பேசியும் வந்தவர் பெரியார். இணைந்து செயல்பட்டவர் பெரியார். இதனுடைய உச்சமாகத்தான் இவர்கள் அனைவருமே ஒரே மேடையில் நிற்கும் மகத்தான நிகழ்வு 1939ம் ஆண்டு நடந்தது. வரலாற்றின் பொன்னெழுத்துக்களில் பொறிக்கவேண்டிய அந்த நிகழ்வு 8-10-1939ம் நாள் சென்னையில் நடந்தது

சென்னையில் பெரியார் தலைமையில் பார்ப்பனரல்லாதார் தலைவர்கள் கூட்டம் நடந்தது. 8.10.1939ஆம் நாள், ஞாயிற்றுக்கிழமை, காலை 10 மணிக்கு அந்தக்கூட்டம், சென்னை ராயல் தியேட்டரில் நடந்தது. அந்தக்கூட்ட மேடையில் கே.வி.ரெட்டி, சர்.பன்னீர் செல்வம், பெரியார் ஈ.வெ.ரா, எஸ்.முத்தையா முதலியார், திவான் பகதூர் ஆர்.இரட்டைமலை சீனிவாசன், குமாரராஜா முத்தையா செட்டியார், ராவ் பகதூர் எம்.சி.ராஜா, ராவ் சாகிப், என்.சிவராஜ், சோமசுந்தர பாரதியார், அருணகிரி நாதர், சண்முகானந்தா, அயப்பாக்கம் முத்துரங்க ரெட்டியார், டி.ஷண்முகம் பிள்ளை, எ.அப்பாதுரை பிள்ளை, பி.பாலசுப்பிரமணிய முதலியார், (சண்டே அப்சர்வர்) பாசுதேவ், தாமோதரம் நாயுடு, ஷ.கோதண்டராம முதலியார், சர்.ஏ.பி.பாத்ரோ, கே.சி.சுப்பிரமணியம் செட்டியார், எஸ்.எஸ்.ஆனந்தம், பார்வதி அம்மாள், குஞ்சிதம் அம்மாள், குருசாமி, சுப்பிரமணிய பிள்ளை, சங்கரன் எம்.சி, டி.வி.நடராஜன், என்.வி.முருகேசன், ஜீவானந்தம், சிவஞானம், நாராயணியம்மாள், கணேசன், சித்தூர் கன்னையா

நாயுடு ஆகியோர் கலந்து கொண்டார்கள் என்கிறது ‘குடி அரசு‘. இந்தப் பெயர் பட்டியல் ‘குடி அரசு’ இதழில் உள்ளவாறு இங்கு தரப்பட்டுள்ளது. மிகக் குறுகிய காலத்தில் இக்கூட்டம் ஏற்பாடு செய்யப்பட்டாலும் ஏராளமானவர்கள் கலந்து கொண்டிருப்பதாக பெரியார் குறிப்பிடுகிறார். சரியாக விளம்பரம் செய்யாவிட்டாலும் 5 ஆயிரம் பேர் கூடியிருந்தார்கள். இவர்கள் சேர்ந்து ஒரு அறிக்கை வெளியிட்டார்கள். அதற்கு ‘தென்னாட்டுத் தலைவர்கள் அறிக்கை’ என்று தலைப்பிட்டுள்ளது ‘குடி அரசு’.

தென்னாட்டுத் தலைவர்களாக இரட்டைமலை சீனிவாசன், எம்.சி.ராஜா, என்.சிவராஜ் ஆகியோர் கலந்துகொண்டுள்ளார்கள். இதனை, “நமது பார்ப்பனரல்லாதாரின் முன்னேற்றத்துக்கும் ஒற்றுமைக்கும் அறிகுறி” என்று பெரியார் தனது பேச்சில் குறிப்பிட்டார்.

“காங்கிரஸ் கட்சி அனைவருக்குமான பிரதிநிதியாக முடியாது என்றும் அவர் தன் பேச்சில் குறிப்பிட்டுள்ளார். அந்தக் கூட்டத்தில், இரட்டைமலை சீனிவாசன், எம்.சி.ராஜா, என்.சிவராஜ் ஆகிய மூவரும் பேசினார்கள். இந்தத் தலைவர்கள் அனைவரும் சேர்ந்து வெளியிட்ட அறிக்கை, 15.10.1939ஆம் தேதி வெளியான ‘குடி அரசு’ இதழில் இடம்பெற்றுள்ளது. காங்கிரஸ்தான் ஏகப்பிரதிநிதி என்பதை அந்த அறிக்கை கண்டிக்கிறது.

> “இம்மாகாணத்தின் தென்பாகத்தைப் பொறுத்தமட்டில் பல சமூகங்களைச் சேர்ந்த மெஜாரிட்டி மக்கள், காங்கிரஸின் கொள்கைகளையும் திட்டங்களையும் வெறுத்து என்றும் அதில் சேராமலிருந்து வருகிறார்கள். இம்மாகாணத்தில் ஒரு சிறு சமூகம் பல சமூகங்களை அடக்கியாண்டு வரமுடிந்தது. அரசியல் ஆதிக்கத்தையும், பதவிகளையும் ஒரு சிறு சமூகமாகிய... அதாவது நூற்றுக்கு 3 சதவிகிதமுள்ள ஒரு சமூகம் ஏகபோகமாக அனுபவித்து வந்தது. கடந்த 23 வருடங்களுக்கு முன்தான் டாக்டர் டி.எம்.நாயர், சர்.பி.டி. தியாகராய செட்டியார், பனகல் ராஜா போன்ற பிரபல தலைவர்களில் பார்ப்பனரல்லாத இயக்கம் ஆரம்பிக்கப்பட்டது. மாண்டேகு செம்ஸ்போர்டு சீர்திருத்தத்திட்டம் புகுத்தப்பட்ட காலத்தில், இம்மாகாணத்திலுள்ள மெஜாரிட்டி சமூகங்களின் மீது மைனாரிட்டிகள் ஆதிக்கம் செலுத்தாமலிருக்க வேண்டிய பாதுகாப்புக்கள் வேண்டுமென்றே இப்பார்ப்பனரல்லாத தலைவர்கள் கோரினார்கள்...
>
> சட்டசபையில் காங்கிரஸ்காரர் புகுந்தபின் நமது தலைவர்கள் எதிர்பார்த்தது எல்லாம் பெரிய ஏமாற்றத்தை

உண்டுபண்ணி விட்டது. ஷெட்யூல்டு வகுப்பார் எதிர்பார்த்ததும் சீர்குலைந்துவிட்டது. பூனா ஒப்பந்தம் காங்கிரஸ்காரர்களினாலே கொலை செய்யப்பட்டுவிட்டது. ஆரம்பத் தேர்தலில் அதாவது, 'பிரிலிமினரி' தேர்தலில் காங்கிரஸ்காரரர்கள் பிரவேசித்ததாலே தாழ்த்தப்பட்டோர்களுக்கு ஒதுக்கப்பட்டுள்ள 30 ஸ்தானங்களில் 28 ஸ்தானங்களைக் கைப்பற்றினர். இதனால் தாழ்த்தப்பட்டோருக்கு தனி ஸ்தானங்கள் ஒதுக்கப்பட்டதின் நோக்கமே பாழாகிவிட்டது. ஒழுங்கு நடவடிக்கை என்ற பூதத்திற்குப் பயந்து தாங்கள் சமூக நலனை பலியிட்டு விடுகிறார்கள். இதற்கு உதாரணம் தாழ்த்தப்பட்டோருக்கு ஆலயப் பிரவேசம் அளிக்க வேண்டியது சம்பந்தமாக ராவ் பகதூர் எம்.சி.ராஜா அவர்கள் கொண்டு வந்தபோது ஷெட்யூல்டு வகுப்பைச் சேர்ந்த இருவர்தான் ஆதரித்தார்கள் என்பதே போதுமானதாகும்...

இந்த நாட்டுக்கு எத்தகைய சட்டம் புகுத்தப்பட்டாலும் சரி... ஒரு வகுப்பார் மற்றொரு வகுப்பார் மீது ஆதிக்கம் செலுத்தாமல் பார்த்துக்கொள்ளத் தக்கதாயிருக்க வேண்டுமென்பதுதான் நமது ஆசை... இந்தியாவில் உள்ள பார்ப்பனரல்லாதார் கோரும் சுயராஜ்யம், சுயராஜ்ஜியத்திலும் ஒரு சமூகத்தார் மற்றெரு சமூகத்தாரை அடிமை கொள்ளாமலும் அவர்கள் மீது ஆதிக்கம் செலுத்தாமலும் இருக்க வேண்டுமென்பதேயாகும். *(கு.அ. 15.10.1939)*

– என்பதே தென்னாட்டுத் தலைவர்கள் அறிக்கை.

இதில் கையெழுத்திட்டிருப்பார்கள் இரட்டைமலை சீனிவாசன், எம்.சி.ராஜா, என்.சிவராஜ் ஆகியோர். இக்கூட்டம் நடந்தபோது, பெரியார் நீதிக்கட்சித் தலைவர். நீதிக்கட்சியின் துணைத்தலைவர் ஏ.பி.பாத்ரோ இதில் இருந்தார். இவர்கள் கலந்து கொண்ட கூட்டத்தில் வெளியிடப்பட்ட அறிக்கையில்தான் ஷெட்யூல்டு மக்களின் எண்ணங்கள் முழுமையான அறிக்கையாக வெளிவந்தன. 'தாழ்த்தப்பட்டோருக்கு நீதிக்கட்சி என்ன செய்தது? என்று கேட்பவர்கள் இதைக் கவனிக்க வேண்டும்.

இதே அறிக்கையில், நீதிக்கட்சி தலைவர்களான டி.எம். நாயர், சர்.பி.டி.தியாகராயர், பனகல் அரசர் ஆகிய மூவரும் புகழப்பட்டுள்ளார்கள். இதனை மனப்பூர்வமாக ஏற்றுக்கொண்டுதான் இரட்டைமலை சீனிவாசனும், எம்.சி.ராஜாவும், கையெழுத்துப் போட்டிருப்பார்கள். 'எம்.சி.ராஜாவுக்கும் நீதிக்கட்சிக்கும் எந்தச் சம்பந்தமும் இல்லை' என்பவர்களும் இதைக் கவனிக்க வேண்டும். 3 சதவிகித பார்ப்பன ஆதிக்கத்துக்கு எதிராக 97 சதவிகித மக்கள்

திரள வேண்டும் என்பதை அன்றைய தென்னாட்டுத் தலைவர்கள் உணர்ந்ததன் வெளிப்பாடே அந்தக் கூட்டம்.

இந்த அறிக்கையைக் கண்டித்து அன்றைய விளம்பர மந்திரி வெளியிட்ட அறிக்கைக்கு இரட்டைமலை சீனிவாசன் அளித்துள்ள பதில் 22.10.1939 'குடி அரசு'வில் வெளியாகி உள்ளது. இந்த அறிக்கையை 25.10.1939 கூடிய நீதிக்கட்சி நிர்வாகக் கமிட்டி ஏற்றுக் கொண்டது. இதுதான் காங்கிரசை எதிர்க்கும் கூட்டு இயக்கம் உருவாகும் பேச்சுவார்த்தையை முகமது அலி ஜின்னா, அம்பேத்கர், பெரியார் உருவாக்க காரணமாக அமைந்தது. மும்பைக்கு 1940 ஜனவரியில் பெரியார் சென்றார். அப்போது இந்தித் திணிப்புப் பற்றி ஜின்னா, அம்பேத்கருக்கு பெரியார் விளக்கினார். இந்தி எதிர்ப்பின் நியாயத்தை அவர்கள் உணர்ந்ததாகப் பெரியார் கூறினார். (கு.அ. 28.1.1940) சர்.ஏ.டி.பன்னீர் செல்வம் இந்திய மந்திரியின் ஆலோசகராக செல்லும் நிலையில் அவருக்கு வழியனுப்பு விழா நடந்தது. நீதிக்கட்சித் தலைவர்களுடன் எம்.சி.ராஜாவும் இருக்கும் புகைப்படத்தை குடி அரசு வெளியிட்டுள்ளது (கு.அ.13.02.1940).

17.3.1940ல் பன்னீர் செல்வம் சென்ற விமானம் காணாமல்போய் அவர் மறைந்தார். அடுத்து வந்த குடி அரசு இதழ்கள் அனைத்துமே பன்னீர் செல்வத்துக்காக கண்ணீர் வடித்தன. இதில் இரட்டைமலை சீனிவாசன், எம்.சி.ராஜா ஆகியோரின் படைப்புகளும் உள்ளன. "சர் ஏ.டி.பன்னீர் செல்வம் அவர்களின் மரணம் தாழ்த்தப்பட்டோருக்கும், பார்ப்பனரல்லாதாருக்கும், இம்மாகாணத்திலுள்ள கிறிஸ்தவர்களுக்கும், முஸ்லீம்களுக்கும் பெருத்த நஷ்டம். மனம், வாக்கு, காரியத்தில் உறுதி உள்ளவர். தைரியமும் அஞ்சா நெஞ்சமும் படைத்தவர். அவருக்கு எதிரிகள் பலர் இருந்தனர். சமயம் கிடைத்தால் அவரை நசுக்கிவிடலாமென்று எண்ணியிருந்தனர். ஆனால், எல்லா எதிர்ப்பையும் தைரியமாக எதிர்த்து நின்று எதிரிகளின் வாயை தக்க பதில் சொல்லி அடைத்து வந்தார். ஒன்றல்ல... இரண்டல்ல... பல புயல்களையும் சமாளித்துச் சென்ற மாலுமி அவர். அவருடைய கட்சிப்பற்றை, உறுதியைக் குறித்து யாரும் குறை சொல்ல முடியாது. தன்னுடைய கட்சியினர் எதிரிகளிடம் சமரசப் பேச்சுப் பேசி வருகையில், இவர் மட்டும் தைரியமாக சர்க்காரையும் காங்கிரஸ் ஆட்சியையும் கண்டித்து வந்தார். அதனால்தான் சென்னை சர்க்கார் நிர்வாக சபையில் ஒரு மெம்பராக நியமனம் செய்யப்பட்டார். என்னுடைய சமூகம் உட்பட எல்லா சமூகத்தினருக்கும் சம நீதியையும் நியாயத்தையும் அளித்து வந்தார். எல்லா சமூகங்களுக்கும் அனுதாபத்தைக் காட்டி வந்தார். அதனால்தான் அவருடைய பிரிவால் வருந்தும் எல்லாருடனும் நாமும் சேர்ந்து துக்கப்படுகிறோம்" (குடி அரசு 07.04.1940) என்று எம்.சி.ராஜாவும்...

"வட்டமேஜை மாநாட்டிற்கு நாங்கள் போய்வந்த பொழுது அவர் எனக்காக எடுத்துக்கொண்ட கஷ்டமும் என்னுடைய சௌகரியத்திற்காக அவர் எடுத்துக் கொண்ட கவலையும் கொஞ்ச நஞ்சமல்ல... அவர் இன்னமும் நம்மிடையே இருக்கிறார் என்று தான் உணர்கிறேன்" என்று இரட்டைமலை சீனிவாசனும் எழுதி இருப்பதை படிக்கும்போது, அன்றைய தலைவர்களுக்குள் இருந்த ஒற்றுமையையும் நட்பையும் உண்மைத் தன்மையையும் அறிய முடிகிறது. அதை இன்றைய ஆய்வாளர்கள் உணர்தல் வேண்டும்.

மாளவியாவையும், மூஞ்சேவையும் காந்தி அழைத்துச் சென்றபோது, "மாளவியாவுக்குப் பார்ப்பனீயத்தைக் காப்பாற்ற எவ்வளவு அக்கறை உண்டோ... அதுபோலவே பார்ப்பனீயத்தை ஒழித்து, மனிதத்தன்மையைப் பெற அம்பேத்கருக்கும் திரு.இரட்டைமலை சீனிவாசனுக்கும் அக்கறை உண்டு என்பதை காந்தி உணர்வாராக" என்று சொல்லும் துணிச்சல் பெரியாருக்கே இருந்தது.

தமிழக தாழ்த்தப்பட்டோர் இயக்கத்தைச் சேர்ந்த தலைவர்கள் மீது பெரியாருக்கு விமர்சனம் இருந்தது உண்மை. இது கொள்கை ரீதியிலான விமர்சனம்தானே தவிர, சாதி ரீதியான விமர்சனம் அல்ல. யாரையும் தயவு தாட்சண்யம் இல்லாமல் விமர்சித்த பெரியார் அவர்களையும் விமர்சித்தார். மற்றவர்களை கொஞ்சம் கீழே இறங்கி விமர்சித்தவர் இவர்களை கொஞ்சம் அடக்கமாகவே விமர்சித்தார் என்று வேண்டுமானால் 'விமர்சிக்கலாம்'! அதேநேரத்தில் அவர்களை எப்போதெல்லாம் ஆதரிக்கவேண்டுமோ அப்போதெல்லாம் ஆதரிக்கவும் செய்தவர் பெரியார்.

.... உங்கள் மாகாணத் தலைவராக தோழர்கள் வீரையன், சிவராஜ் போன்றவர்களையும் இந்தியத் தலைவராக அம்பேத்கர் போன்றவர்களையும் நம்புங்கள். எனக்கும் அவர்கட்கும் உங்கள் முன்னேற்ற விஷயத்தில் சில அபிப்பிராய பேதங்கள் இருந்தாலும் இன்றைய நிலையில் அவர்களே மேலானவர்கள். சென்னை சட்டசபையில் தோழர் சிவராஜ் அவர்கள் பேசியதை தோழர் சகஜானந்தம் அவர்கள் கண்டித்திருப்பதைத் தான் பத்திரிகைகளில் பார்த்தேன். அது உங்கள் சமூகத்தைக் காட்டிக் கொடுத்ததாகத்தான் இருக்கிறது. இதுபோல் பலதடவை தோழர் சகஜானந்தம் நடந்துகொண்டு வந்திருக்கிறார். ஆகையால் நீங்கள் தோழர் சிவராஜ் அவர்களின் பேச்சையும் தீர்மானத்தையும் ஆதரிப்பதாகவும், தோழர் சகஜானந்தம் அவர்களிடம் நம்பிக்கை இல்லை என்றும் தைரியமாகச் சொல்லிவிட வேண்டும். அப்பொழுதுதான் அவர் இனிமேலாவது பார்ப்பனர் தயவுக்கு ஏமாறாமலும் உங்கள் நலனைக் கொஞ்சமும் விட்டுக் கொடுக்காமலும் இருக்க முடியும் என்பதை உறுதியாக நம்புகிறேன். தோழர் சகஜானந்தம் அவர்கள் அபிப்பிராயத்தை

'சுதேசமித்திரன்' முதலிய பார்ப்பன பத்திரிகைகள் உபயோகப்படுத்திக் கொண்டு உங்களுடைய நலன் பாதிக்கப்பட விஷமப் பிரச்சாரம் செய்திருக்கிறது. இது எவ்வளவு நஷ்டமென்பதை யோசியுங்கள். (கு.அ. 10–2–1935)

– சேலம் மாவட்டம் பள்ளர் சமூக மாநாடு 12–2–1935–ல் மோகனூரில் நடந்தது. அதில்தான் பெரியார் இப்படிப் பேசினார். ஆதி திராவிட சமூகத்தினர் காங்கிரசை ஆதரிக்கக்கூடாது, எக்காலமும் ஆதரிக்கக்கூடாது என்று இம்மாநாட்டில்தான் பெரியார் சொன்னார். பூனா ஒப்பந்தத்தில் காந்தியின் பேச்சை ஆதி திராவிடர் தலைவர்கள் ஏற்றுக்கொண்டதைக் கண்டித்தார்.

உங்கள் தலைவர்கள் ஒவ்வொருவருக்கும் இப்போதுதான் புத்தி வந்து தாங்கள் செய்த தவறுதலான காரியத்துக்கு வருந்துகிறார்கள். பூனா ஒப்பந்தத்தில் கையொப்பமிட்ட தலைவர்கள் இன்று என்னைக் கண்டால் வெட்கப்படுகிறார்கள். (கு.அ. 10–2–1935)

– கடவுள் எதிர்ப்பு, மத எதிர்ப்பு பிரச்சாரம் செய்யாத எவரையும் பெரியார் ஏற்றுக்கொண்டது இல்லை. அது யாராக இருந்தாலும் சரி. விமர்சனம் செய்யத் தவறியதில்லை.

நமது காங்கிரஸ் அபிமானிகள் தீண்டாமை வேலை மேற்கொண்டார்கள். பணம் வசூலித்தார்கள். அதைப் பயன்படுத்தி தோழர் சகஜானந்தத்தைப் பிடித்து இந்து மதமும், இந்து மத தர்மமும் காப்பாற்றப்பட வேண்டும் என்று பிரச்சாரம் செய்ய ஏற்பாடு செய்து பத்திரிகை நடத்தவும் உதவி செய்தார்கள். தோழர் எம்.சி.ராஜாவைப் பிடித்து இந்து மதத்தில் புனிதத்தன்மையைப் பிரச்சாரம் செய்தார்கள். இப்படிப்பட்ட ஆட்கள் இத்தன்மையில் இருப்பதைக்கண்டே டாக்டர் அம்பேத்கர் இந்து மதத்தை அழிக்க தன்னால் முடியாது என்று கருதியும், இந்து மதத்தில் இருந்துகொண்டு தீண்டாமையை ஒழித்துக்கொள்ள முடியாதென்று கருதியும், இந்து மதத்தை கைவிட்டுத் தாம் விலகிக் கொள்வதாக முடிவு செய்துகொண்டார். (கு.அ. 19–1–1936)

– சென்னை சுயமரியாதை சங்க விழாவில் பெரியார் இப்படி பேசி இருக்கிறார். தீண்டாமை விலக்கு என்பது தீண்டாதவர்கள் இந்து மதத்தைவிட்டு விலகினால் ஒழிய தீண்டாமை விலகாது என்று பெரியார் பிரச்சாரம் செய்தார். இதை அவர் 1923 ஆம் ஆண்டு முதல் பேசிவந்தார். இந்து மதத்தில் இருந்துகொண்டு தீண்டாமையை ஒழிக்க முடியாது என்றார். அரிஜன சேவை என்று சொல்லி ஏமாற்றும் காங்கிரசில் சேராதீர்கள் என்பது மட்டுமல்ல.... பொதுவாக அரசியல் கட்சிகளில் சேராதீர்கள் என்றார். 'சில கோடாரிக் காம்புகள் அவர்களுடன் ஒத்துழைப்பதால் நாம் ஏமாந்துவிடக்கூடாது' (கு.அ.

10–01–1937) என்று எச்சரிக்கை செய்தார்.

நீடாமங்கலம் காங்கிரஸ் மாநாட்டில் அனைத்து உறுப்பினர்களுடனும் ஒன்றாக அமர்ந்து சாப்பிட்ட மூன்று ஆதி திராவிடத் தோழர்கள் அவமானப்படுத்தப்பட்டது அந்தக் காலத்தில் மிகப்பெரிய நிகழ்வு. இதனை காங்கிரசில் இருக்கும் அமைச்சர் முனுசாமிப் பிள்ளையும், மேயர் சிவஷண்முகம் பிள்ளையும் கண்டிக்க வேண்டாமா என்று பெரியார் கேட்டதை தவறு என்று சொல்லமுடியுமா?

காங்கிரஸ் பேரால் சென்னை அசெம்பிளியில் வீற்றிருக்கும் 'ஹரிஜன' மெம்பர்களோ, 'ஹரிஜன' மந்திரியோ இதுவரை வாய் திறந்ததாகத் தெரியவில்லை. 'ஹரிஜன' மந்திரி கனம் முனுசாமி பிள்ளையும் 'ஹரிஜன' மேயர் தோழர் ஜே.சிவஷண்முகம் பிள்ளையும் ஜாதி ஹிந்துக்களுடன் சமபந்தி போஜனம் செய்வதாக விளம்பரம் செய்யப்படுகிறது. ஆனால், அந்த சமபந்தி போஜன உரிமை 'ஹரிஜன' மந்திரியுடையவும், 'ஹரிஜன' மேயருடையவும் சமூகத்துக்கு இல்லையா? தமது சமூகத்துக்கில்லாத மரியாதையை அவர்கள் ஒப்புக் கொள்ளுவதுதான் நீதியாகுமா? சமூகத்தின் கதி எப்படியானாலும் சரி... நமக்கு பதவியும் பணமும் கிடைத்தால் போதுமென்பதே அவர்கள் கருத்தா? பார்ப்பன கூத்துக்குத் தாளம் போடுவதற்குக் கைக்கூலியாகத்தான் 'ஹரிஜன' மந்திரிக்கும் 'ஹரிஜன' மேயருக்கும் சம்பந்தி போஜன மரியாதை காட்டப்படுகிறதா?! (16–1–1938 கு.அ.)

–நீடாமங்கலம் மானக்கேட்டுக்குப் பரிகாரம் தேட அமைச்சர் முனுசாமி பிள்ளையும், மேயர் சிவஷண்முகம் பிள்ளையும் தங்கள் பதவிகளை விட்டு விலக வேண்டும் என்று 'குடி அரசு' கேட்டுக்கொண்டது. யாரோ சிலர் பட்டம் பதவிகளை பெற்றுவிடுவதால் ஒரு சமூகமே முன்னேறிவிட்டதாகப் பொருள் அல்ல என்றவர் பெரியார். இப்படிப்பட்ட பதவிகளில் இருந்தவர்கள் தீவிர இந்துக்களாகவும், தீவிர காங்கிரஸ்காரர்களாகவும் தங்களைக் காட்டிக்கொண்டதைத்தான் பெரியார் கண்டித்தார்.

டாக்டர் அம்பேத்கர் இந்து மதத்தைப் பற்றி சமீபத்தில் சென்னையில் செய்த பிரசங்கங்களை ஹரிஜனங்கள் கவனிக்கக் கூடாது என்றும், இந்து மதத்தில் குறிக்கப்பட்டிருக்கும் தர்மங்களை அனுசரித்து நடக்க வேண்டும் என்றும், அம்பேத்கர் இந்து மதத்தைப் பற்றிச் சொல்லியிருப்பதை நாம் கவனிக்க வேண்டியதில்லை என்றும் முனுசாமி பிள்ளையும், சிவஷண்முகமும் பேசியதாக 'குடி அரசு' (6–01–1945) மேற்கோள் காட்டியுள்ளது. இதைக் கண்டித்து 'குடி அரசு' தலையங்கம் எழுதியுள்ளது.

இவர்கள் (முனுசாமி பிள்ளை, சிவஷண்முகம்) தங்கள் சமூகம் இன்று இருக்கும் நிலையையும் முன்னிருந்த நிலைமையையும் அதன் வரலாறுகளையும் உணர்ந்து சொல்லும் வார்த்தைகள் இவை என்பதைப் பொதுமக்கள் எண்ணிப்பார்க்க வேண்டும். இவர்கள் சமூகத்தில் ஒருசிலர் ராவ்பகதூர், திவான்பகதூர் பட்டங்களும், மந்திரிப் பதவிகளும் பெற்றுவிட்டால் போதுமா? ஒருசிலர் பொருளாதாரத்தில் உயர்ந்துவிட்டால் போதுமா? ....

(கு.அ. 6-1-1945)

– என்று கேட்டது தவறாகுமா? பிரச்னைகளை மூடி மறைக்க முனுசாமி பிள்ளை, சிவஷண்முகம் போன்றவர்கள் நினைக்கிறார்கள் என்று கண்டித்தார் பெரியார். டாக்டர் அம்பேத்கரும், ராவ்பகதூர் என்.சிவராஜும், நாங்கள் இந்துக்கள் அல்ல என்று சொல்லிவருவதை ஆதரித்த பெரியார், 'நாங்கள் இந்துக்கள்தான்' என்று சொல்லிவந்த முனுசாமி பிள்ளையையும் சிவஷண்முகத்தையும் எப்படி ஆதரிக்க முடியும்? ஷெட்யூல்டு வகுப்பினரை இந்துக்களுடனே சேர்க்க வேண்டும் என்று ஹிந்து மகாசபை மாநாட்டுத் தீர்மானத்தை கண்டித்து 'விடுதலை' தலையங்கம் தீட்டியுள்ளது. இதனை சிவராஜ் ஒப்புக்கொள்ளமாட்டார் என்றும் கூறியுள்ள அத்தலையங்கத்தில்,

ஒடுக்கப்பட்டவர்களைக் கைதூக்கி விடுவதற்கென்று அவர்களுக்காகவே ஒரு ஸ்தாபனம் இருக்கும்போது அதைப் புறக்கணித்து எவ்வித அரசியல் திட்டம் வகுக்கப்பட்டாலும் அது நல்ல பலனையளிக்காது என்பது நிச்சயம். (வி. 25-4-1945)

– என்று கூறப்பட்டுள்ளது. ஷெட்யூல்டு பெடரேஷனைத்தான் 'விடுதலை' குறிப்பிடுகிறது. 'ஷெட்யூல்டு பெடரேஷன்' குறித்த ஒவ்வாமை பெரியாருக்கு இருந்தது என்று கண்டுபிடித்திருப்பவர்கள் இதனைக் கவனிக்கவும்.

இந்தியாவுக்கு ஏற்படவிருக்கும் எந்த ஓர் அரசியல் திட்டத்திலும் ஷெட்யூல்டு வகுப்பாருக்குப் போதுமான பாதுகாப்பு அளிக்கப்படாமல் அவர்களுடைய விருப்பத்திற்கு மாறான முடிவுகளே இருக்குமேயானால், அவ்விதத் திட்டத்தை முழுச் சக்தியுடன் எதிர்ப்போம்" என்று லார்ட் வேவலுக்கு அகில இந்திய ஷெட்யூல் வகுப்பு பெடரேஷனின் தலைவர் என்.சிவராஜ் தந்தி அனுப்பியபோது, "இவரது கருத்தை எந்த அரசியல்வாதியும் அலட்சியப்படுத்த முடியாதென்றே கூறலாம்" என்றும், "இவ்வளவு முக்கியமான ஒரு சமுதாயத்தின் தலைவர்களைக் கலக்காமல் எந்த அரசியல் திட்டத்தையும் சர்க்கார் ஏற்றுக்கொள்ள இசையமாட்டார் என்பதை நம்பலாம்" என்றும் 'விடுதலை' (25-4-1945) தலையங்கம் தீட்டியது.

'சாதி இந்துக்கள்' என்ற சொல்லை பிரிட்டிஷ் வைஸ்ராய் தனது அரசியல் திட்டத்தில் பயன்படுத்தினார். இந்த சொல்லைப் பயன்படுத்தக்கூடாது என்று காந்தி கண்டித்தபோது, காந்தியை பெரியார் கண்டித்தார். இதுவே சரியான வார்த்தை என்று சொன்னார். இதுகுறித்த தலையங்கத்தில் ஷெட்யூல் பெடரேஷனை ஆதரித்தது 'விடுதலை'

ஷெட்யூல் வகுப்பினருக்குத் தனி ஸ்தாபனமும் தலைவர்களும் உண்டு. இவர்களுடைய குறைகளோ எண்ணிறந்தவை.

(வி: 21-6-1945)

– என்றது 'விடுதலை'. ஷெட்யூல்டு பெட்ரேஷன் குறித்த ஒவ்வாமை பெரியாருக்கு இருந்ததா? காங்கிரஸ் கட்சியை எவருமே ஏற்பதில்லை என்ற தலையங்கத்தில் ஷெட்யூல் பெடரேஷனுக்கு பெரிய மரியாதை தரப்பட்டுள்ளது. காங்கிரஸ் இன்று யாருக்கு பிரதிநிதி என்ற கேள்வியின் தொடர்ச்சியாக, 'ஜாதி அல்லாத மக்கள் ஷெட்யூல்டு வகுப்பு சங்கத்தின் கீழ் இருக்கிறார்கள்' என்றே 'குடி அரசு' (11-8-1945) எழுதி உள்ளது. 'முஸ்லிம் லீக், இந்து மகாசபை, ஷெட்யூல் வகுப்பு, ஜஸ்டிஸ் கட்சி என்பன போன்றவைகளில் காங்கிரசை விட இரண்டு மூன்று பங்கு எண்ணிக்கைக் கொண்ட மக்கள் இருந்து வருகிறார்கள்' என்றது 'குடி அரசு'.

பெரியாருக்கு தேர்தல் எவ்வளவு பிடித்தமானது இல்லையோ அதுபோலவே தேர்தலில் நிற்கும் கட்சிகளும் பிடித்தமானதாக இல்லை. காங்கிரசுக்கு எதிராக தாழ்த்தப்பட்ட மக்கள், 'ஷெட்யூல்ட் வகுப்பு பெடரேஷன்' மூலமாக தேர்தலில் நிற்கலாமா? என்ற கேள்வி வந்தபோது, அதை நிராகரித்தார் பெரியார். 'இன்றைய தேர்தல் முறையை ஒப்புக்கொள்ளப் போகிறீர்களா?' என்று கேட்டார். தேர்தலை பகிர்ந்தளிப்பதே பயன்தரும், நிற்பது பயன்தராது என்றார். பட்டம், பதவி பெறுவதால் ஏமாந்து போவீர்கள் என்றார். அரசியல், தேர்தல் பங்கெடுப்புகளில் ஆர்வம் கொண்ட ஆதி திராவிடத் தலைவர்களை விமர்சித்தார்.

திராவிட மக்கள் நிலைபோலவே, நம் மாகாணத்தில் தாழ்த்தப்பட்ட மக்களுக்கும் அவர்களின் நம்பிக்கையை ஒரு முகமாகப் பெற்ற தலைவர்கள் இல்லை. 'தியாகம்' என்ற பக்கம் திரும்பிப் பார்த்த தலைவர்கள் இல்லை. அல்லது காங்கிரஸ் – ஆரியம் வேறு, தாழ்த்தப்பட்ட மக்கள் தன்மை வேறு என்பதற்கான குறிப்பிட்ட கொள்கையும் இல்லை....

தாழ்த்தப்பட்ட மக்கள் நலத்திற்குத் தலைவர்களாய் இருப்பவர்கள், பதவியில் இல்லாதவர்களும் பதவியில் பற்று, மோகம், அவசியம் இல்லாதவர்களுமாகவே இருக்க வேண்டும். தலைமையில்

இருப்பவர் தவிர மற்றவர்கள் அச்சமுதாயத்தின் பேரால் பதவி, பட்டம், அதிகாரம், சம்பளம், சன்மானம் பெறலாம். ஆனால், தலைவர்கள் அந்தப் பக்கம் திரும்பிப் பார்க்கவே கூடாது. சர்க்கார் இம்மாதிரியானத் தலைவர்களுக்குப் பதவி, பட்டம், உத்தியோகம், சம்பளம், சன்மானம், கொடுப்பது அநேகமாக அவ்வகுப்பு மக்களை வஞ்சித்து அடக்கித் தங்களுக்கு அனுகூலமாகவும், தங்கள் எதிர்களுக்கு எதிரிகளாகவும் ஆக்கிவருவதற்கே அல்லாமல் வேறு கருத்து 100–க்கு 90 காரியங்களில் இருக்காது. ... *(கு.அ. 2–2–1946)*

– சட்டசபைத் தேர்தலைப் பற்றி கேள்வி கேட்ட தோழருக்கு நம் விடையாகும் என்ற குறிப்புடன் பெரியாரே எழுதிய கட்டுரை இது.

பிரிட்டிஷாருக்கும் காங்கிரஸ் கட்சிக்கும் ஏற்பட்ட ஒப்பந்தத்தை ‘வெள்ளையருடன் வடநாட்டு பிர்லா பஜாஜ் கோஷ் செய்துகொண்ட ஒப்பந்த ஆட்சி’ என்று விமர்சித்தவர் பெரியார். ‘எஜமான் மாறும் நாள்’ என்று ‘விடுதலை’ *(28–7–1947)* தலையங்கம் எழுதியது. ‘இது தரகர் ஆட்சி’ என்று எழுதினார். *(வி: 22–3–1947)*. ‘ஆரியரும் ஆங்கிலேயரும் இல்லாத நாடு வேண்டும்’ *(வி: 1–7–1947)* என்றார். அன்றைய ஷெட்யூல் வகுப்பு பெடரேஷனும் இதே போன்ற நிலைப்பாட்டைத் தான் அன்று எடுத்தது. ‘பிரிட்டிஷ் – காங்கிரஸ் கூட்டு ஒப்பந்த ஆட்சியை எதிர்த்து தாழ்த்தப்பட்டோரின் உரிமையை நிலைநாட்டுவதற்கு நேரடியான போராட்டம் பம்பாயில் நடக்கும். அதைப் பின்பற்றி சென்னையிலும் நடக்கும்’ என்று அக்கூட்டமைப்பின் தலைவர் என்.சிவராஜ் அறிவித்தார். இதனை காங்கிரஸ் ஏடுகள் கண்டித்தன. மிரட்டல் பூச்சாண்டி என்று கிண்டலடித்தன. ஆனால், என். சிவராஜ் அறிவிப்பை ஆதரித்து எழுதியது ‘விடுதலை’. ‘காங்கிரஸ் இதழ்களின் தூற்றுதலுக்கெல்லாம் தாழ்த்தப்பட்ட மக்கள் அஞ்சத் தேவையில்லை’ என்று எழுதியது. ‘இங்கு தென்னாட்டிலும் ஒரு சில தாழ்த்தப்பட்ட விபீஷனர்களை ஆழ்வார்களாக்கி வைத்துக்கொண்டு காங்கிரஸ் ஹரிஜனங்களுக்குக் கூட பொதுவான ஓர் அமைப்பு என்று கூறி ஏமாற்றி வருகின்றன’ என்றது. *(வி: 27–7–1946)*

தாழ்த்தப்பட்டோர் பெட்ரேஷனில் சேருவதை நான் வேண்டாமென்று கூறவில்லை என்று திருச்சி மான்பிடிமங்கலம் திராவிடர் கழக வாசக சாலை திறப்பு விழாவில் பேசினார்.

(வி: 8–7–1947)

பதவிக்குப் போனால், உண்மையைப் பேசமுடியாது, மனதில் உள்ளதைப் பேசமுடியாது, பேசினால் பதவியில் நீடிக்க முடியாது, நீடிக்க விடமாட்டார்கள் என்று பெரியார் நினைத்தார். சொன்னார். சிவஷண்முகம் சட்டசபை தலைவராக இருக்கிறார், பரமேஸ்வரன்

அமைச்சராக இருக்கிறார், டாக்டர் அம்பேத்கர் மத்திய அமைச்சராக இருக்கிறார். இவர்களால் பதவியில் இருக்கும்போது பேசமுடியாது என்றார். 'பொது ஜனங்களுடைய தயவை எதிர்பார்க்கிற பொதுநலத் தொண்டனால் சீர்திருத்தத் துறையில் எதுவும் செய்யமுடியாது' என்றார் பெரியார்.
(வி: 30-4-1950)

சிவஷண்முகமும், பரமேஸ்வரனும் இருந்து என்ன செய்யமுடிந்தது, சூத்திரரும் இல்லை, பஞ்சமரும் இல்லை, பார்ப்பனரும் இல்லை, மனிதன் தான் இருக்கிறான் என்று செய்ய முடிந்ததா? என்று சென்னை திருவல்லிக்கேணி கூட்டத்தில் பேசும்போது பெரியார் கேட்டார். (வி: 8-11-1950)

பதவி வேட்டை எங்கள் நோக்கமல்ல, பார்ப்பான் – பறையன் என்ற பேதம் ஒழிப்பே நோக்கம் என்றார். (வி: 8-11-1950)

பதவிக்கு அவர் செல்வதை நிராகரித்தாரே தவிர அரசியலை, ஆட்சியை நிராகரிக்கவில்லை. ஆளுகிறவர்கள் நாணயமாக, நேர்மையாக, உள்ளபடியே மக்களின் நலத்தையும் வாழ்வையும் முன்வைத்து ஆட்சி நடத்துகிறவர்களாக இருக்கவேண்டும் என்பது பெரியாரின் இலக்காக இருந்தது. (வி: 4-8-1953) திராவிடர் கழகத்துக்கு பதவிக்கு வரவேண்டிய லட்சியம் இருந்ததில்லை என்று திருப்பத்தூர் பொதுக்கூட்டத்தில் குறிப்பிட்டார். நடப்பது ஆரிய – திராவிட போராட்டம் என்றே கணித்தார்.

பதவிகளையும், அமைப்புகளையும் யார் கைப்பற்றினாலும் பார்ப்பனர்கள் அவர்களை வசப்படுத்திவிடுவார்கள் என்று பயந்தார். அதனால் எந்த அமைப்பாக, கட்சியாக இருந்தாலும் பார்ப்பனர் ஆதிக்க எதிர்ப்பு, கடவுள் மறுப்பு ஆகியவற்றை பேசியாக வேண்டும் என்று நிபந்தனை விதித்தார். தாழ்த்தப்பட்டவர்கள், அன்றைய அமைச்சர் ஜோதி அம்மையார் உட்பட அனைவரும் கடவுள் மறுப்பை பேசினால்தான் மனிதர்கள் ஆவார்கள் என்றார். தன்னுடைய சிநேகிதர்களான சிவராஜ், மீனாம்பாள் வீட்டில் சாமி படம் இருக்கிறது. அதனால் இந்துமதம் இருக்கிறது என்று சேலம் மாவட்டம் அதிகாரப்பட்டியில் பேசும்போது சொன்னார். (வி: 27-2-1954) சாதி ஒழியவேண்டுமானால் அதற்கான அடிப்படைகள் ஒழியவேண்டும் என்பதில் உறுதியாக நின்றார். இதுபற்றி காங்கிரஸ், கம்யூனிஸ்ட், சோஷலிஸ்ட், தி.மு.க ஆகிய எந்தக் கட்சிக்கும் கவலை இல்லை என்று மயிலாடுதுறையில் பேசினார். (வி: 29-12-1956) தாழ்த்தப்பட்ட இனத் தலைவர்கள் இதுகுறித்து அதிகம் பேசவில்லை என்ற விமர்சனமும் அவருக்கு இருந்தது.

சேரி என்று ஒன்று இருக்கிறது. அங்குள்ள மக்கள் கீழான

நிலையில் வாழ்கிறார்கள். ஏதோ அந்த இனத்தில் முன்னேறுகிறோம் என்று சொல்லி 'அரிசனம்' என்று பெயர் வைத்து ஏதோ 2 பேருக்கு உத்தியோகம் தந்துவிட்டு மற்றபடி அந்தச் சாதித்தன்மை, கீழ்நிலைமை அப்படியே வைக்கத்தான் முயற்சி செய்கிறார்கள்.

(வி: 4-7-1958)

– என்று சின்ன சேலம் பொதுக்கூட்டத்தில் பேசினார். பதவிக்குப் போனவர்கள் சூத்திரர்களாக இருந்தாலும், ஆதி திராவிடர்களாக இருந்தாலும் தங்கள் இனத்தின் இழிவு நீங்க போராடவில்லை. அதுகுறித்து பேசுவது இல்லை என்று கவலைப்பட்டார் பெரியார். எனவேதான் அவர் அத்தகைய தலைவர்களை விமர்சித்தார். அது கொள்கை ரீதியாகத்தானே தவிர.... சாதி ரீதியாக அல்ல. ஆதி திராவிட இனத்தைச் சேர்ந்த தலைவர்களது புகழை கெடுப்பதற்காக, மறைப்பதற்காக இப்படிப் பேசவில்லை. அவர்களும் தன் வழிக்கு வரமாட்டார்களா, அகில இந்திய அளவில் இன்னொரு அம்பேத்கர் 'தமிழகத்தில் உருவாகிவிட மாட்டாரா?' என்ற ஆதங்கத்தில்தான். ஆதி திராவிடத் தலைவர்களை மட்டும்தான் பெரியார் இப்படிப் பேசினார் என்பது குற்றச்சாட்டாக இருக்குமானால், வரதராஜலு நாயுடு, திரு.வி.க., அண்ணா ஆகியோர் குறித்து பெரியார் பேசியதை இவர்கள் படிக்கவில்லை போலும். பெரியார் மிகக் கடுமையாகத் தாக்கிய வரிசையில் முதல் மூன்று இடங்கள் இவர்களுக்கே உரியவை. இந்தப் புரிதலோடு தலித் தலைவர்கள் மீதான விமர்சனங்களை நோக்க வேண்டும்.

இத்தகைய புரிதல் இல்லாதவர்களுக்கு எல்.சி.குருசாமி அவர்களது பேச்சையே மேற்கோளாகத் தரவேண்டி உள்ளது.

ராவ்சாகிப் எல்.சி.குருசாமி, 1885 இல் சென்னை புதுப்பேட்டையில் பிறந்தவர். சென்னை மாகாணச் சட்ட மேலவை உறுப்பினராய் பத்து ஆண்டுகள் பதவி வகித்தவர். 1925 இல் நகர்மன்ற உறுப்பினர். நகரக் கூட்டுறவு வங்கி இயக்குநர். கோடம்பாக்கம் கைத்தொழில் பள்ளி நலக்குழு உறுப்பினர். தனது வாழ்நாளில் 22 ஆண்டுகள் கௌரவ நீதிபதியாக இருந்தவர். 1932 இல் டெல்லியில் கூடிய இந்திய வாக்காளர் குழுவின் முன் கருத்துரை அளித்தவர். 1937 இல் நடந்த திருவிதாங்கூர் ஆலய நுழைவுப் போராட்டத்தில் பெரும்பங்கு ஆற்றியவர்.

அருந்ததியர்களின் முதல் இயக்கத்தைத் தோற்றுவித்தவராய் இருந்தபோதும் அவரை அருந்ததிய இயக்கத் தலைவராய் மட்டும் பார்ப்பது பெரும்பிழை. அரசு, சாதி இந்துச் சமூகம் ஆகியவை பாவப்பட்ட அருந்ததிய மக்களை வஞ்சித்து பாதிப்புக்குள்ளாக்கும் போதெல்லாம் தனது தீவிரமானக் களச் செயல்பாடுகளின்

மூலம் ஓர் அரணாகத் திகழ்ந்தார். அருந்ததியர்களின் மத்தியில் பாடசாலைகளைத் தோற்றுவித்தார். 1932இல் சத்துணவுத் திட்டத்துக்கான யோசனைகளைச் சொன்னவர். அதிகாரத்திடம் உண்மையைப் பேசியவர். (ம.மதிவண்ணன் எழுதிய குறிப்புகள் : ராவ்சாகிப் எல்.சி.குருசாமி சட்ட மேலவை உரைகள் - கருப்புப் பிரதிகள்)

அத்தகைய புகழ்பெற்ற எல்.சி.குருசாமி, தென்னார்க்காடு ஜில்லா, கள்ளக்குறிச்சி தாலுகா ஆதி திராவிடர் மாநாட்டுக்கு 12-6-1929 இல் தலைமை வகித்தார். இம்மாநாட்டை திறந்து வைத்தவர் பெரியார். 'உங்களை யாராவது கிராமவாசி துன்புறுத்தினால் எதிர்த்து நிற்க வேண்டும்' என்று இம்மாநாட்டில்தான் பெரியார் கட்டளையிட்டார். (கு.அ. 16-6-1929)

இம்மாநாட்டில் எல்.சி.குருசாமி பேசினார் : இந்த மாநாட்டைத் திறந்து வைப்பதற்காக எழுந்தருளிய திரு. ராமசாமிப் பெரியார் அவர்களுக்கு நாமெல்லோரும் பலவிதங்களிலும் ஈடுபட்டவர்களாக இருக்கிறோம். இங்கிலீஷ், தமிழ் பத்திரிகைகள் வாயிலாகவும் பிரசங்கங்கள் மூலமாகவும் திரு.ராமசாமியார் அவர்கள் நம் கூட்டத்தார் முன்னேற்றத்திற்காகவும் மற்றவர்களுடைய முன்னேற்றத்திற்காகவும் எவ்வளவு உழைத்துவருகிறார் என்பது நம் எல்லோருக்கும் தெரிந்த விஷயமே. இப்படி உழைப்பதற்கு முன் வருகிறவர்களுக்கு நேரிடும் கஷ்டங்கள் பல. அவருக்கு நாம் செய்யக்கூடிய பிரதி உபகாரம் எது?

திரு.ராமசாமியார் அவர்கள் கூறிய மொழிகள் கடவுள் வாக்காக நினைத்து நாமெல்லாரும் நடக்க வேண்டும்.... நாம் முன்னேற வேண்டுமானால், திரு ஈ.வெ.ராமசாமிப் பெரியார் சொற்படி நடக்க வேண்டும் எனக் கேட்டுக்கொள்கிறேன். (கு.அ. 23-6-1929)

- என்று பேசி இருக்கிறார். பெரியார் 'யாருக்கு' பெரியார் என்பதை எல்.சி.குருசாமி சொல்லி இருக்கிறார். தான் அமைச்சர் பதவியை அடைவதற்கு பெரியாரின் முயற்சிகள் எப்படிப் பயன்பட்டன என்று ஆம்பூர் மாநாட்டில் அமைச்சர் பதவியில் இருந்தபோதே எம்.சி.ராஜா பேசியதை முன்பே பார்த்தோம்.

எம்.சி.ராஜாவை விட, எல்.சி.குருசாமியை விட வேறு யாருடைய பாராட்டுப் பத்திரம் வேண்டும் பெரியாருக்கு?

ப. திருமாவேலன் | 245

12. வைக்கம் போராட்டம் யாருக்கானது? அத்தோடு முடிந்தாரா பெரியார்?

வைக்கம் போராட்டம் பெரியாரின் தொடக்ககாலப் போராட்டம். இதற்கும் தலித் மக்களுக்கும் எந்த சம்பந்தமும் இல்லை என்றும், இப்படி ஒரு போராட்டத்தை தமிழ்நாட்டில் ஏன் ஈ.வெ.ரா. நடத்தவில்லை என்றும் கேள்விக்குள்ளாக்குகிறார்கள். இன்னும் சிலர் வைக்கம் போராட்டத்துக்கும் பெரியாருக்கும் எந்தத் தொடர்பும் இல்லை என்று நவீன 'துக்ளக்'குகளாக கட்டுடைக்கிறார்கள்.

30.3.1924ம் நாள் வைக்கம் சத்தியாக்கிரகம் தொடங்கியது. போராட்டத்தில் பங்கேற்க பெரியாருக்கு அழைப்பு அனுப்பப்பட்டது. 5, 6-4-1924 திருச்சி மாவட்ட காங்கிரஸ் மாநாடு குளித்தலையில் நடந்தது. 4.4.1924 தேதியிட்டு கே. நீலகண்ட நம்பூதிரிபாத் தந்தி அனுப்புகிறார். குளித்தலை மாநாடு இருந்ததால் பெரியார் புறப்படவில்லை. 6ம் தேதி ஜார்ஜ் ஜோசப் கடிதம் அனுப்பினார். 12ம் தேதி நம்பூதிரிபாத் இன்னொரு தந்தி அனுப்புகிறார். 13ம் தேதி கேரளா புறப்பட்ட பெரியார் 14ம் தேதி வைக்கம் அடைந்தார். மறுநாள் முதல் வைக்கம், கொல்லம், தக்கலை, இரணியல், புதன்கடை, சிரயங்கில், நெடுங்கண்டை, கோட்டயம் ஆகிய ஊர்களில் சத்தியாக்கிரகத்தை ஆதரித்துப் பேசினார். போராட்டத்தில் பங்கேற்றதற்காக கைது செய்யப்பட்டார். தீண்டப்படாத வகுப்பு மக்கள் பொதுச்சாலையில் நடக்கக்கூடாது என்பதை மீறி சாலையில் நடக்கச் சொல்லி பெரியார் தூண்டியதாக குற்றம் சாட்டி 21.5.1924 வைக்கம் ஸ்டேஷனரி மாஜி ஸ்திரேட் நீதிமன்றத்தில் வழக்கு தொடுக்கப்பட்டது.

ஒரு மாதம் வெறுங்காவல் தண்டனை (22.5.1924) தரப்பட்டது. அருவிக்குத்தி சிறையில் ஒரு மாத காலம் பெரியார் சிறையில் இருந்தார். தண்டனை முடிந்து 21.6.1924ல் பெரியார் விடுதலையானார். படகுத் துறையிலிருந்து ஆசிரமத்துக்கு ஊர்வலமாக அழைத்துச் செல்லப்பட்டார். திருவனந்தபுரம், கோட்டயம்

மாவட்டத்தில் இவர் பேசக்கூடாது என தடை விதிக்கப்பட்டது. கொல்லம் மாவட்டத்தில் பேசக் கூடாது என 24.6.1924ல் தடை நீட்டிக்கப்பட்டது. திருவிதாங்கூரை விட்டு வெளியேற்ற ஆணையும் 1.7.1924ல் பிறப்பிக்கப்பட்டது. இதை மீறியதற்காக 5.7.1924ல் கைது செய்வதற்கான ஆணை போடப்பட்டது. இந்நிலையில் 4.7.1924ல் அவசர வேலையாக ஈரோடு சென்றார் பெரியார்.

10.7.24 வழக்கு விசாரணைக்காக பெரியார் மீண்டும் இங்கு வந்தார். 18ம் தேதி நடந்த கூட்டத்தில் பங்கேற்றார். இவர் மீதான இரண்டாவது வழக்கு 27.7.1924 அன்று விசாரிக்கப்பட்டது. இதில் 4 மாத கடுங்காவல் தண்டனை விதிக்கப்பட்டது. கைது செய்யப்பட்டு கோட்டயத்துக்கு அழைத்துச் செல்லப்பட்டார். 1.9.1924ல் பெரியார் விடுதலை செய்யப்பட்டார். விடுதலையானவர் 9.9.24ல் ஈரோடு வந்து சேர்ந்தார்.

அதாவது, 13.4.1924 முதல் 9.9.24 வரை சுமார் 5 மாத காலம் வைக்கம் போராட்டத்தில் பெரியாரின் பங்களிப்பு முழுமையாக இருந்தது. இதில் 22.5.1924 முதல் 21.6.1924 வரையிலும் 27.7.1924 முதல் 1.9.1924 வரையிலும் சுமார் இரண்டு மாதத்துக்கு மேல் சிறையிலும் இருந்தார். சரியாகச் சொன்னால் வைக்கம் போராட்டம் நடந்த 30.3.1924 முதல் 1.9.24 வரையிலான காலகட்டத்தில் முதல் 13 நாளும் இடையில் 6 நாளும் அவர் கேரளாவில் இல்லை.

இப்படியொரு பங்களிப்பை கேரளாவுக்கு வெளியே இருந்து போய் பெரியார் மட்டுமே செய்தார்.

மாநிலம் கடந்து போய் பெரியார் போராட வந்ததை கேரள வரலாற்றாசிரியர் ரவீந்திரன் (Eight Furlongs of Freedom) மறைக்காமல் வரிசைப்படுத்துகிறார். நாம் கேள்விக்குள்ளாக்குகிறோம்.

வைக்கம் போராட்டம் தலித்துகளுக்காக நடத்தப்பட்டதில்லை என்ற விமர்சனமும் சிலரால் வைக்கப்படுகிறது. வைக்கம் போராட்டம் ஈழவர்களுக்காக நடத்தப்பட்டாலும், ஈழவர்களுக்காக மட்டுமே நடத்தப்படவில்லை. மேலும், அதன் பலனை அடைந்தவர்கள் ஈழவர்கள் மட்டுமல்ல. ஒடுக்கப்பட்ட இனத்தைச் சேர்ந்த அனைவரும் தான்.

தென்னார்க்காடு ஜில்லா ஆதி திராவிடர் மாநாட்டில் பேசும்போது அமைச்சர் எம்.சி. ராஜா குறிப்பிட்டார்:

திருவிதாங்கூர் மகாராஜா நம்மவர்களுக்கு சமஸ்தான கோவில்களைத் திறந்து வைத்துவிட்டது பெரிதும் பாராட்டத்தக்க விஷயம். இதிலிருந்து நமக்கு ஒரு புதிய மதிப்பும் நம்பிக்கையும் ஏற்பட்டிருக்கின்றன.

(கு.அ. 11.7.1937)

என்று பேசியிருக்கிறார். இவருக்கும் உள்நோக்கம் கற்பிப்பீர்களா?

கேரளாவின் உயர் சாதியினரின் கோயில்களில் தீண்டத்தகாதவர்கள் வெளிச்சுவரிலிருந்து 1 பர்லாங் அதாவது, 666 அடி தூரத்துக்கு அப்பால் நிற்க வேண்டும், கோயில் சாலைகளில் நடக்கக்கூடாது; சாலை துவங்குமிடத்தில், 'தீண்டத்தகாதவர்களுக்கு அனுமதி மறுக்கப்பட்டுள்ளது' என்று எழுதப்பட்டு இருந்தது. இதற்கு எதிரான போராட்டத்தில்.. ஈழவர், புலையர் மட்டுமல்ல உயர்சாதியினரும் இருந்தார்கள். ராணியிடம் தரப்பட்ட மனுவில், 'வைக்கம் கோயிலைச் சுற்றியுள்ள சாலைகளையும் நாட்டின் பிற பகுதியிலுள்ள அனைத்துச் சாலைகளையும் சாதி, சமய பேதமின்றி அனைவரும் உபயோகிக்க அனுமதிக்க வேண்டுமென்று தான் எழுதி இருந்தார்கள். 22 ஆயிரம் பேர் அதில் கையெழுத்து போட்டிருந்ததாக டாக்டர் ஐ.வி. பீட்டர் சொல்கிறார். 1924ல் இந்தக் கோரிக்கை வைக்கப்பட்டாலும் பல்வேறு போராட்டங்களுக்குப் பின்னர் 1936, நவம்பர் 12ம் நாள் தான் அனைத்து சாதியினருக்கும் அனைத்துச் சாலைகளும் திறந்துவிடப்பட்டன. இது அனைவருக்குமான உரிமைதானே தவிர, ஈழவர்க்கு மட்டும் என்று எப்படி பார்க்க முடியும்? (ஒடுக்கப்பட்ட சமுதாயம் வரலாறு படைத்தது – டாக்டர் ஐ.வி. பீட்டர்)

இந்தப் போராட்டம்தான் டாக்டர் அம்பேத்கருக்கு உத்வேகமும், வழிகாட்டியாகவும் இருந்தது.

"தீண்டத்தகாத மக்கள் தங்களின் அணுகுமுறையை மாற்றிக்கொண்டு தங்களுக்கு இழைக்கப்பட்ட அநீதிகளுக்கு எதிராக நேரடி நடவடிக்கைகளில் ஈடுபடத் தொடங்கினர். இம்மாற்றம் 1920களில் தொடங்கியது.

இந்தச் சமூக அமைப்புக்கு எதிராக, தீண்டத்தகாத மக்கள் எவ்வாறு கிளர்ந்தெழுந்து நேரடி நடவடிக்கைகளில் ஈடுபட்டார்கள் என்பதற்கு ஒரு சிலவற்றை மட்டுமே குறிப்பிட முடியும். இதில் பொதுச் சாலையைப் பயன்படுத்தும் உரிமையைப் பெற எடுக்கப்பட்ட முயற்சி, மிகவும் குறிப்பிடத்தகுந்தது. இந்த ரீதியில் மிக முக்கியமாகக் குறிப்பிட வேண்டிய ஒரு முயற்சி 1924ல் திருவிதாங்கூர் மாநிலத்தில் தீண்டத்தகாத மக்கள் செய்ததாகும். அது, வைக்கம் என்ற ஊரில் உள்ள கோயிலுக்குச் செல்லும் வழியைப் பயன்படுத்திக் கொள்ளும் உரிமையாகும். கோயிலுக்குச் செல்லும் சாலை பொதுவான சாலையாகும். இதை அனைவரும் பயன்படுத்தக்கூடிய வகையில் அரசுதான் பராமரித்து வருகிறது. ஆனால், சாலை,

கோயில் கட்டிடத்திற்கு அருகில் இருப்பதால் தீண்டத்தகாத மக்கள் இதன் ஒரு பகுதியைப் பயன்படுத்துவதற்குத் தடை விதிக்கப்பட்டிருந்தது. இறுதியில் அங்கு நடைபெற்ற சத்தியாக்கிரகத்தின் விளைவாக கோயில் சுற்றுப்புறச் சுவர் விரிவாக்கப்பட்டு அந்தச் சாலை மாற்றியமைக்கப்பட்டது. எனவே, தீண்டத்தகாத மக்கள் பயன்படுத்தினாலும் அது கோயிலை மாசுபடுத்தாத தூரத்தில் இருக்கும்படி பார்த்துக் கொள்ளப்பட்டது." (டாக்டர் அம்பேத்கர் ஆங்கில நூல் தொகுதி 5, பக். 247: புனிதபாண்டியன் நூல்: பக்.81)

அம்பேத்கரே சொன்னபிறகு அவருக்கும் உள்நோக்கம் கற்பிப்பீர்களா?

வைக்கத்துக்கு போய்ப் போராடியவர் ஏன் தமிழ்நாட்டில் போராடவில்லை என்பதுதான் முக்கிய குற்றச்சாட்டாக இருக்கிறது.

வைக்கத்தில் போராடியவர் சுசீந்திரம் போராட்டத்தில் ஏன் கலந்து கொள்ளவில்லை என்று அன்பு பொன்னோவியம் கேட்கிறார். சுசீந்திரம் போராட்டத்தில் பெரியார் பங்கெடுத்தார் என்பதே உண்மை.

சுசீந்திரம் சாலைகளை அனைத்து மக்களுக்குமானதாக ஆக்கும் போராட்டத்தைத் தொடங்கியவர் டாக்டர் எம்.இ.நாயுடு. 1926 ஜனவரி 19ம் நாள் போராட்டம் தொடங்கினார். காந்திதாஸ் தலைமையில் போராட்டக்குழு அமைக்கப்பட்டது. இந்தப் போராட்டத்துக்கு எதிர்ப்புக் குழுவும் அமைக்கப்பட்டது. ஜனவரி 30 கோயில் பிரகாரத்தினுள் போராட்டக்காரர்கள் நுழைந்தார்கள். இப்போராட்டத்தில் பெரியாரும் கலந்து கொண்டார் (பக். 94 ஒடுக்கப்பட்ட சமுதாயம் வரலாறு படைத்தது – டாக்டர் ஐ.வி. பீட்டர்) என்று பதிவு இருக்கிறது. இதன்பிறகு 1930ல் காந்திராமன் இப்போராட்டத்தை முன்னெடுத்தார். ஓராண்டு சிறைத்தண்டனை பெற்றார். அந்தத் தீர்ப்பின்படி அனைவருக்கும் சுசீந்திரம் கோயில் சாலைகள் திறந்து விடப்பட்டது. பிறகு உயர்சாதியினரால் மீண்டும் தடை செய்யப்பட்டது. (காந்தி ராமன் – த.ராம்).

'சுசீந்திரம் சத்தியாக்கிரகம் வெற்றி பெறுமாக'

'என்று பாராட்டி வெளியிட்ட அறிக்கையில்; வைக்கம் முடிந்ததும் சுசீந்திரம் தொடங்கியுள்ளதை கண்டு மகிழ்ச்சியடைகிறோம் என்றார் பெரியார். நம் ஊரில் இப்படி கொடுமை வைத்துக் கொண்டு தென்னாப்பிரிக்க மக்களுக்காக பரிந்து பேசுவது அக்கிரமம் என்றார். நாய்களுக்கும் பன்றிகளுக்கும் கொடுத்துள்ள உரிமையைக்கூட தாழ்த்தப்பட்ட மக்களுக்கு அளிக்க மறுக்கும் நமக்கு சுயராஜ்யமும் விடுதலையும் அவசியமா என்று அந்த அறிக்கையில் கேட்டார்.

"தமிழ்நாட்டினர் வைக்கம் சத்தியாக்கிரகத்துக்கு எவ்வாறு பணம் கொடுத்தும் ஆட்கள் உதவியும் ஒத்தாசை செய்தார்களோ, அவ்வாறே சுசீந்திரம் சத்தியாக்கிரகத்திற்கும் தாங்கள் நன்கொடையளித்தும் ஆட்கள் உதவியும் முழு ஒத்தாசையும் அளிப்பார்களென்று நம்புகிறோம். .... தமிழ்நாட்டு தேசிய வாலிபர்களானாலும் சரி, மற்றும் எந்தக் கட்சியைச் சேர்ந்த எவரானாலும் சரி அனைவரும் சத்தியாக்கிரகத்துக்குத் தொண்டு செய்ய அவசியமேற்படும்போது தயாராயிருக்க வேண்டுமென்று கேட்டுக்கொள்ளுகிறோம். தமிழ்நாட்டார் சுசீந்திரத்தில் உரிமைப் போர் நடப்பதற்குத் தங்களாலியன்ற நன்கொடையைக் கொடுக்கவும் தயாராயிருக்க வேண்டுமென்பதே நமது வேண்டுகோளாகும்."

(கு.அ. 31.1.1926)

1926 ஜனவரி 30ம் தேதி சுசீந்திரம் சென்றுள்ளார் பெரியார். டாக்டர் எம்.இ. நாயுடுவுடன் சத்தியாக்கிரகம் நடக்கும் இடத்துக்குச் சென்றார். ஆலயத்தைச் சுற்றியுள்ள சாலைகளை பார்வையிட்டார். மாலையில் பொதுக்கூட்டம் நடந்தது. எம். சிவதாணுபிள்ளை தலைமை. சத்தியாக்கிரகத்தை ஆதரித்து பெரியார் பேசினார். அப்போது எதிர்க்கட்சியைச் சேர்ந்தவர்கள் கலகம் செய்தனர்.

(கு.அ. 14.2.1926)

– எனவே, சுசீந்திரம் போராட்டத்தில் ஏன் பங்கெடுக்கவில்லை என்ற அன்பு பொன்னோவியம் சந்தேகம் அவசியம் இல்லாதது.

திருவிதாங்கூரில் மறுபடியும் சத்தியாகிரகம். (கு.அ. 17.01.1926)
சத்தியாக்கிரகம் நடத்த முடிவு. (கு.அ. 31.1.1926)
சத்தியாக்கிரகிகள் மீது தாக்குதல் (கு.அ. 14.02.1926)
சுசீந்திரத்தில் பெரியார் (கு.அ. 14.02.1926)
சத்தியாக்கிரகத்தை மீண்டும் துவக்க வேண்டும்.

(கு.அ. 23.05.1926)

சுசீந்திரம் சத்தியாகிரகத்திற்கு தமிழ்நாட்டிலிருந்தும் வருவார்கள். (கு.அ. 2.4.1927)
சுசீந்திரத்தில் சுயமரியாதைப் போர் (கு.அ. 1.6.1930)
சுசீந்திரம் எச்சரிக்கை (கு.அ. 4.1.1943)

– இப்படி சுசீந்திரம் போராட்டத்தின் போர்வாளாக குடி அரசு இருந்தது.

இவர்களுக்குத் தெரிந்ததெல்லாம் சுசீந்திரம், முதுகுளத்தூர், கீழ்வெண்மணி மட்டும்தான். மற்ற ஊர்களெல்லாம் சமரசம் உலாவும்

இடங்களாக இருந்ததா? இல்லை. குடி அரசு, விடுதலை இதழ்களைப் பாருங்கள். தமிழ்நாட்டின் ஒவ்வொரு கிராமத்திலும், ஊரிலும் நடந்த தீண்டாமைக் கொடுமைகளையும், உயர்சாதிக் கொடுமைகளையும் கண்டித்து எழுதி இருக்கும் இதழாக பெரியாரின் இதழ் மட்டுமே இருந்திருக்க முடியும். இதைச் சொல்வதற்கு எந்தத் தயக்கமும் இல்லை.

'தமிழ்நாட்டு சாதி எதிர்ப்பு வரலாற்றின் பிரதான செயற்பாட்டாளர் என்ற இடத்தை எந்தவிதச் சலுகையும் இல்லாமல் பெற்றுவிடும் பெரியார்' என்று ஸ்டாலின் ராஜாங்கம் வருத்தப்படுகிறார். எந்தவிதச் சலுகையும் இல்லாமல் பெரியாருக்கு அந்த இடம் ஏன் தரப்பட வேண்டும் என்பதற்கு ஒரு சில உதாரணங்கள் மட்டும்...

1. உடையார்பாளையத்தில் மூன்று ஆதி திராவிடர் முஸ்லீமாக மாறியது கு.அ. 25.1.31

2. லால்குடியில் ஆதி திராவிடர்களுக்கு கார் தராதது. கு.அ.4.1.31

3. தாராவி ஆதி திராவிடர்கள் மீது மறவர்கள் கோபம்.
கு.அ. 29.5.37

4. காஞ்சிபுரம் முருகேச பண்டாரம் மீதான வழக்கு.
கு.அ. 21.3.37

5. கல்லுப்பட்டியை அடுத்த சாரங்கி கோட்டை கிராமத்தில் கொல்லப்பட்ட அழகன். கு.அ. 27.6.37

6. நாட்டார்களே இதுவும் மனிதச் செயலா?
புதுவை முரசு 30.3.1931

7. கிறிஸ்தவருக்குள் ஜாதி பேதம். புதுவை முரசு 6.4.1931

8. சிங்கநல்லூர் அக்கிரகாரத்துக்குள் ஆதி திராவிடர் நுழையத் தடை புதுவை முரசு 9.2.1931

9. தேவகோட்டை நாட்டார் தீர்மானங்கள்
புதுவை முரசு 5.1.1931

10. ராமநாதபுரம் ஆதி திராவிட மாநாடு கூட்ட முடிவு.
கு.அ. 29.12.35

11. சுதந்திரமும் தாழ்த்தப்பட்டோரும் கு.அ. 4.3.44

12. ஹரிஜன அனுமதியில்லாத ஓட்டல்களுக்கு லைசென்ஸ் இல்லை கு.அ. 26.8.44.

13. சேலம் ஜில்லா ஆதி திராவிட வாலிபர் யுத்த ஆதரவு மாநாடு
கு.அ. 25.3.44.

14. சென்னை ஆதி திராவிட தொண்டர்கள் மாநாடு கு.அ. 11.3.44.

15. நாங்குநேரி தாலுக்கா ஆதி திராவிடர் மாநாடு கு.அ. 22.1.44.

ப. திருமாவேலன்

16. நெல்லை ஜில்லா திருப்பணி கரிசல்குளம் ஆதி திராவிட கல்வி அபிவிருத்தி சங்க கூட்டம். கு.அ. 27.11.43.

17. திருவானைக்காவல் கொட்டைமுத்து என்ற சிறுவன் செருப்பு போட்டு சென்றதால் துன்புறுத்தப்பட்டான். கு.அ. 8.6.46.

18. நெல்லை ஓட்டல்களில் சமத்துவம் இல்லை. கு.அ. 25.8.45.

19. மருத்துவ குல தொழிலாளர்களுக்கு வேண்டுகோள். கு.அ. 6.1.45.

20. பொள்ளாச்சி வடசித்தூர் கிராம ஓட்டலில் காபி கேட்ட ஆதி திராவிடர் ராயப்பனுக்கு தர மறுப்பு. கு.அ. 1.6.46.

21. மேட்டூர் ஹாஸ்டலில் சாதி வித்தியாசம் கு.அ. 30.10.43.

22. கள்ளிப்பட்டு ஆதி திராவிடர் முறையீடு. கு.அ. 1.4.44.

23. விருதை ஆதி திராவிட மக்களே! மூக்கனுக்கும் வைபவம் திருவிழாவா? கு.அ. 1.4.44.

24. விருதுநகர் மாரியம்மன் கோயில் உள்ளே ஆதி திராவிடர் நுழைவு. கு.அ. 15.4.44.

25. சாதிவெறிக்கு இணங்காதவர் விருதுநகரில் பலி. கு.அ. 12.5.59.

26. மாடு மேய்த்த ஆதி திராவிட சமுதாய நடேசன் கோயில் கிணற்றில் இருந்து மாட்டுக்கு தண்ணீர் வைத்ததால் வேலையை விட்டு நீக்கம். விடுதலை 30.5.1959.

27. அருப்புக்கோட்டை தாலுக்கா மலைப்பட்டி கிராமத்து ஆதி திராவிட பெண்கள் தண்ணீர் எடுக்க படும் துன்பங்கள். கு.அ. 5.10.30.

28. பெண்ணாடம் பள்ளி தலைமை ஆசிரியர் ஆதி திராவிட பிள்ளைகளுக்கு தரும் இடைஞ்சல்கள். கு.அ. 7.9.30.

29. நாயக்கருக்கு நாடார் தாழ்ந்தவர்களா? கு.அ. 31.8.1930.

30. சிங்காநல்லூரில் ஜாதிப்பேய் தலைவிரித்தாடுதல். கு.அ. 20.7.30.

31. சிங்காநல்லூரில் ஆதி திராவிடர் கு.அ. 20.7.30.

32. ஆதி திராவிடர்களுக்கு டிக்கெட் கொடுக்கப்படமாட்டாது என்ற மோட்டார் கம்பெனி முதலாளிகளுக்கு சௌந்திரபாண்டியனின் சவுக்கடி. கு.அ. 4.5.30.

33. தெம்மாப்பட்டு மகா ஜனங்களுக்கு ஓர் வேண்டுகோள். கு.அ. 24.2.29.

34. மதுரை ஜில்லா. உத்தமபாளையம் தாலுகா பஞ்சம சகோதரர்களின் பரிதாப நிலைமை. கு.அ. 28.10.28.

35. கிறிஸ்துவ வன்னியர்கள் நிலக்கோட்டை தாலுகா அம்மா பட்டியில் அடாத செய்கை. கு.அ. *28.9.38*.

36. திருநெல்வேலி ஜில்லா மேலப்பாட்டம் சரகம் மருதூரில் ஆதி திராவிட வீதியில் அக்கினி பாதை. கு.அ. *12.8.1928*.

37. தெம்மாப்பட்டு வேளாளர்களுக்கு ஓர் வேண்டுகோள். கு.அ. *22.7.28*.

38. விராலிப்பட்டியைச் சேர்ந்த ஏழுபட்டி நாயக்கர்களுக்கு ஓர் வேண்டுகோள். கு.அ. *21.4.29*.

39. திருவிதாங்கூர் தாழ்த்தப்பட்டவர்களுக்கு ஆலயப்பிரவேச உரிமை. கு.அ. *15.11.36*.

40. காட்டேரி தோட்டத்திலிருந்து 180 ஆதி திராவிடக் குடும்பங்கள் வெளியேற்றப்பட்டன. காங்கிரஸ் டிவிஷனல் கவுன்சிலரின் விபரீதப் போக்கு. சென்னை நகரில் ஆதி திராவிடர்கள் கறுப்புக் கொடி ஊர்வலம். கு.அ. *7.2.37*.

41. கிறிஸ்துவ மதத்தில் தீண்டாமை. இந்து மதத்திலுமதிகக் கொடுமை. கு.அ. *24.5.36*.

42. பஞ்சமரும், நாய்களும், பெருவியாதிக்காரர்களும். கு.அ. *3.5.36*.

43. பல்லாவரம் தெருவில் நடந்ததற்கு செருப்படியாம். கு.அ. *3.5.36*.

44. திருச்செங்கோடு தாலுகா *5*வது ஆதி திராவிடர் மாநாடு. கு.அ. *5.4.36*.

45. இந்து மதத்தில் ஆதி திராவிடர் துயரம். திண்டிவனத்தில் ஒரு குடும்பமே மதம் மாறியது. கு.அ. *23.2.36*.

46. ஏனாத்தூர் ஆதி திராவிடர் துயர் நீங்கிற்று. கு.அ. *14.4.35*.

47. செகந்திராபாத் பாஜீ கிருஷ்ணராவ் தனது புதல்வர்கள் இருவரின் பூணூல் கல்யாணத்துக்கு ஆதி திராவிடர் ஒருவரை துணை புரோகிதராக அழைத்து வந்தார். கு.அ. *16.3.35*.

48. தூத்துக்குடி ஆதி திராவிடர் தெருவில் தீ விபத்து– காங்கிரஸ் பத்திரிகையின் பித்தலாட்டம். கு.அ. *9.6.35*.

49. இந்துக்கள், ஆனால் ஓட்டில்லை. கு.அ. *27.1.35*.

50. துறையூர் உப்பிலிப்பாளையம் கிராமத்தில் ஜாதிக் கொடுமையின் தாண்டவம் கு.அ. *20.1.35*.

51. திருச்சி தீண்டப்படாத கிறிஸ்தவர் இரண்டாவது மாநாடு. கு.அ. *24.9.33*.

52. செல்லித்தோப்பு கத்தோலிக்க ஆலயத்தை அடைக்க நீதிபதி உத்தரவு. கு.அ. *13.8.33*.

53. நாடார் குலாலர் காதற் கலப்புத் திருமணம் - கு.அ. 13.8.33.

54. நாடார் ஆதி திராவிட காதற் கலப்புத் திருமணம்
கு.அ. 13.8.33.

55. குலசேகரம் பட்டினம் தீண்டாமையை ஒழிக்க வழி காட்டுகிறது. கு.அ. 2.10.32.

56. திருச்சி வியாகுலமாதா கன்னியர் மடத்தில் ஜாதித் திமிர் தாண்டவம். கு.அ. 28.8.32.

57. சிவகங்கை ஆதி திராவிடர் துயரம் வீடுகளில் தீயும் கொள்ளையும் கை துணியணிவதே காரணம். கு.அ. 17.7.32.

58. விளாத்திகுளத்தில் தீண்டாமை ஒழிந்தது. கு.அ. 24.7.32.

59. சேலம் மோட்டாரிலும் ஜாதி வித்தியாசம். கு.அ. 1.5.32.

60. குடவாயில் ஆதி திராவிடப் பிள்ளைகள் துயரம். கு.அ. 4.9.32.

61. ஆதி திராவிடர்களுக்கு தேவர்கள் இம்சை. கு.அ. 14.8.32.

62. நாட்டார்களே இதுவும் மனிதச் செயலாகுமா? கு.அ. 20.3.31.

63. தாழ்த்தப்பட்ட உபாத்தியார்கள் தவிப்பு. கு.அ. 8.3.31.

64. கீரம்பூர் தாழ்த்தப்பட்ட வாலிபர் சங்கம். கு.அ. 8.8.37.

65. திருச்செங்கோடு ஆதி திராவிட வாலிப மாநாடு. கு.அ. 11.7.37.

66. சென்னை மாகாண தாழ்த்தப்பட்ட கிறிஸ்தவர் மாநாடு.
கு.அ. 30.7.33.

67. தஞ்சை ஜில்லா ஆதி திராவிட வாலிபர் மாநாடு. கு.அ. 28.7.35.

68. சீயாழி ஆதி திராவிட வாலிபர் மாநாடு. கு.அ. 28.7.35.

69. ஈ.வெ.ரா.வுக்கு கொழும்பு ஆதி திராவிட அபிவிருத்தி சங்கத்தார் வரவேற்பு. 6.11.32.

70. ஈ.வெ.ரா.வுக்கு ஈரோடு ஆதி திராவிட வாலிபர்கள் வரவேற்பு. கு.அ. 4.12.32.

71. லால்குடி தாலுகா ஆதி திராவிட கிறிஸ்தவர்கள் மாநாடு.
கு.அ. 7.5.33.

72. திருநெல்வேலி ஜில்லா 2வது தீண்டாமை விலக்கு மாநாடு.
கு.அ. 24.9.33.

73. திருநெல்வேலி ஜில்லா இரண்டாவது தீண்டாமை விலக்கு மாநாடு. கு.அ. 1.10.33.

74. சேலம் ஜில்லா பள்ளர் சமூக மாநாடு. கு.அ. 10.2.35.

75. இராசிபுரம் தாலுகா தாழ்த்தப்பட்ட மக்கள் மாநாடு.
கு.அ. 6.10.35.

76. பெரியகுளம் தாலுகா தாழ்த்தப்பட்டோர் (தேவேந்திரகுல) மாநாடு, மந்திரி கனம் ராஜன் திறப்பாளர், தோழர் ஈவெ. ராமசாமி தலைவர்
கு.அ. 9.8.36.

77. திருச்செங்கோடு தாலுகா ஆதி திராவிடர் 5வது மாநாடு.
கு.அ. 15.3.36.

78. சென்னை ஆதி திராவிடர் கூட்டம்.   கு.அ. 31.7.32.

79. திருநெல்வேலி ஜில்லா 5வது ஆதி திராவிடர் மாநாடு.
கு.அ. 31.3.37.

80. வட ஆற்காடு ஜில்லா ஆதி திராவிடர் மாநாடு. கு.அ. 29.5.32.

81. சென்னை மாகாண தாழ்த்தப்பட்ட மக்கட்கோர் வேண்டுகோள்.   கு.அ. 6.9.36.

82. அகில இந்திய தாழ்த்தப்பட்டோர் காங்கிரஸ் நாகபுரி.
கு.அ. 15.5.32.

83. சோறு போட்டு உதைவாங்கிய கதை, அம்பேத்கார் கொடுத்த அடி.   கு.அ. 30.9.44.

84. காங்கிரஸ்காரர் நயவஞ்சகம். ஹரிஜன மாநாட்டுக்கு எதிர்ப்பு
கு.அ. 21.6.36.

85. டாக்டர் அம்பேத்காருக்கு ஆதரவாக திருநெல்வேலியில் கூட்டம்.   கு.அ. 17.11.35.

86. தூத்துக்குடி ஆதி திராவிட கூட்டம்   கு.அ. 10.11.35.

87. திண்டிவனத்தில் ஆதி திராவிடர் மதமாற்றம் கு.அ. 8.3.36.

88. சென்னையில் ஆதி திராவிடர் கூட்டம்.   கு.அ. 1.12.35.

89. சிதம்பரம் ஆதி திராவிடர்கள் பொதுக்கூட்டம். கு.அ. 25.9.32.

இப்படி வரிசைப்படுத்திக் கொண்டே போகலாம். குடி அரசு இதழை வெவ்வேறு தகவல்களுக்காக புரட்டியபோது கண்ணில் பட்ட செய்திகளின் தலைப்புகள் இவை. பெரும்பாலும் 1930 – 40 காலகட்டத்து செய்திகள் மட்டுமே. 1925 – 73 காலகட்டம் முழுமையாகத் திரட்டப்பட்டால் இப்புத்தகம் போல பத்து மடங்கு புத்தகம் வெளியிட வேண்டி வரும். இந்தத் தகவல்களை வைத்து தமிழ்ச் சமூக வரலாறு எழுதப்பட வேண்டும். இப்படி நூற்றுக்கணக்கான ஊர்களில் வைக்கும் போல் போராட்டங்கள் தமிழகத்தில் நடந்துள்ளன. அந்தப் போராட்டங்களை பெரியார் நடத்தி இருப்பார் அல்லது நடத்தியவர்களோடு தோள் கொடுத்திருப்பார்.

ப. திருமாவேலன் | 255

வைக்கத்துடன் பெரியார் வாழ்க்கை முடிந்துவிடவில்லை. வைக்கம், சுசீந்திரத்தின் தொடர்ச்சியாகப் பல்வேறு ஊர்களில் கோயில் நுழைவுப் போராட்டங்கள் நடந்தது. மதுரை மீனாட்சி அம்மன் கோவிலில் ஜே.என்.இராமநாதனும், திருவண்ணாமலை அருணாச்சலேஸ்வரர் கோயிலில் ஜே.எஸ்.கண்ணப்பரும், திருச்சி மலைக்கோட்டை, மாயூரம், திருவானைக்காவல் ஆகிய கோயிலுக்குள் கி.ஆ.பெ.விசுவநாதனும், சென்னை திருவல்லிக்கேணி பார்த்தசாரதி கோயிலுக்குள் என்.தண்டபாணி பிள்ளையும் நுழைந்தார்கள் என்பது வரலாறு. இதன் தொடர்ச்சியாக ஈரோடு ஈஸ்வரன் கோவிலுக்குள் 'குத்தூசி' குருசாமி ஏற்பாட்டில் ஆதி திராவிடர்கள் நுழைவு நிகழ்ந்தது. இது எதையுமே அறியாமல், 'வைக்கத்தில் போய் போராடியவர் தமிழ்நாட்டில் போராடினாரா?' என்று கேட்பது அபத்தம். 1927-28 காலகட்டத்து திராவிடன், குடி அரசு இதழ்களின் தொகுப்புகளைப் பார்க்கும்போது கோயில் நுழைவுப் போராட்டம் குறித்த ஏராளமான செய்திகள் குவிந்து கிடக்கின்றன.

3-2-1927-ம் நாளன்று மதுரை மீனாட்சி அம்மன் கோயிலுக்குள் சுயமரியாதை இயக்க வீரர் ஜே.என்.ராமநாதன் நுழைந்தார். மீனாட்சி அம்மன் கோயிலுக்குள் நுழைந்து உள்ளே இருந்த பிள்ளையார் கோயில் அர்த்த மண்டபத்துக்குள் செல்கிறார். அங்கிருந்த அர்ச்சகர் இவரைத் தடுக்கிறார். பட்டரின் எதிர்ப்பை மீறித் தன் கையில் எடுத்துச் சென்றிருந்த தேங்காயை உடைத்து தாமாகவே கர்ப்பூர ஹாரத்தி காட்டுகிறார். இதை முடித்துக்கொண்டு மீனாட்சி அம்மன் இருக்கும் கர்ப்பக் கிரகத்துக்குள் நுழையச் செல்கிறார். அங்கிருந்த பட்டர்கள், குருக்கள் உடனடியாக அந்த கர்ப்பக் கிரகத்தை மூடுகிறார்கள். கர்ப்பக்கிரகத்துக்குள் நுழைய முடியாத ராமநாதனும் அவருடன் சென்றவர்களும் மூடப்பட்ட கதவு அருகே அர்த்த மண்டபத்திற்கு வெளியே தேங்காய் உடைத்து கர்ப்பூர ஹாரத்தி காட்டினார்கள். அங்கு நின்று கொண்டிருந்த பட்டர்கள் குரல் எழுப்பி எதிர்ப்பு தெரிவித்தார்கள். இதை இவர்கள் மதிக்கவில்லை.

உடனடியாக மீனாட்சி அம்மன் கோயில் தலைவாசல் கதவு உள்பட அனைத்துக் கதவுகளும் மூடப்பட்டன.

ஸ்ரீமான் இராமநாதன் உள்ளிட்ட உள்ளிருந்தவர்கள் இரவு 9.30 மணி வரை வெளியே வர முடியவில்லை. வெளியிலிருந்தவர்கள் இரவு 12 மணி வரை உள்ளே செல்ல முடியவில்லை. போலீஸார் விசாரணை செய்தார்கள்.

ஸ்ரீமான் ராமநாதன் வெளியே வந்தபொழுது கூடியிருந்த பெரும் ஜனக் கூட்டத்தினர் அவரைக் கண்டு சந்தோஷ ஆரவாரம் செய்து அவருக்கு மாலை போட்டார்கள். அவரை ஊர்வலமாக அழைத்துச்

சென்றார்கள். சுதேசி ஸ்டோருக்கு அருகில் இரவு 12.30 மணிக்கு நடந்த கூட்டத்தில் ஸ்ரீமான் ராமநாதன், கோயிலுக்குள் நடந்த விஷயங்களை விளக்கி உபந்நியாசம் செய்தார். (கு.அ. 6-2-1927)

'திராவிடன்' நாளிதழ் வெளியிட்ட இந்தச் செய்தியை 'குடி அரசு' மறுபிரசுரம் செய்துள்ளது. 'பிராமணரல்லாதாரே பூஜை செய்தல்' என்று தலைப்பிட்டுள்ளது 'குடி அரசு'. அப்போது நிருபர் ஒருவர் மீனாட்சி அம்மன் கோயில் வாசலில் இருந்துள்ளார். அவர் இராமநாதனைப் பேட்டி எடுத்துள்ளார். அதுவும் 'திராவிடன்' நாளிதழில் வெளியாகி உள்ளது.

> "நான் என் நண்பர்கள் நால்வருடன் 7.30 மணிக்கு சுவாமி தரிசன ஆலயத்துக்குச் சென்றிருந்தேன். நாங்கள் ஒவ்வொருவரும் தேங்காய், வெற்றிலை, பாக்கு, கற்பூரத்துடன் மண்டபத்திற்குச் சென்றோம். சின்னச்சாமி பட்டர் என்பவர் எங்களை வெளியிலே தள்ள முயன்றார். நான் ஆட்சேபித்து, 'நான் சைவன்' என்று தெரிவித்தேன். அவ்வாறிருந்தும் பட்டர் என்னை வெளியே போகும்படி சொன்னார். அதற்கு நான், 'அங்கு தேங்காய் உடைக்க வந்தேனேயன்றி வேறல்ல' என்றேன். அங்கு பட்டர் தேங்காயை உடைக்கவில்லை. வெளியேயுள்ள முதற்படியிலேயே உடைத்தேன். இதற்குள் மக்கள் கூடிவிட்டனர். உடனே பட்டர்கள் எல்லாம் ஒன்றாய்ச் சேர்ந்து, 'அவர்கள் சந்நிதிக்குள் போகிறார்கள். கதவை மூடுங்கள்' என்று கூவிக்கொண்டு சந்நிதிக்கு ஓடினார்கள்.
>
> பிறகு நாங்களும் அம்மன் சந்நதிக்குள் சென்றோம். அங்கு உட்கதவு மூடப்பட்டு இருந்தது. மூடப்பட்ட கதவுக்கு அருகில் ஒருவர் தேங்காய் உடைத்தார். அதற்கு பட்டர்கள் ஆட்சேபித்து தடுத்தார்கள். தேங்காய் உடைக்க வழக்கமாக அனுமதிக்கப்படும் இடத்தில் உடைக்க எங்களுக்கு உரிமை உண்டென்று நான் கூறினேன். தேங்காய் உடைத்தபின் நாங்கள் பிரகாரத்து அருகே சென்றோம். பிறகு நாங்கள் வெளியே வரும்போது அக்கதவும் மூடப்பட்டு இருந்தது. போலீசார் விசாரித்து அநேகருடைய வாக்குமூலங்களையும் பதிவு செய்தனர். (கு.அ. 6-2-1927)

இவ்வாறு இராமநாதன் பேட்டி அளித்தார். இந்தச் செய்தி பரவியபிறகு சுயமரியாதை இயக்க கூட்டம் நடக்கும் ஊர்களில் அந்தந்த ஊர்க் கோயில்கள் முன்கூட்டியே மூடப்பட்டன.

மீனாட்சி அம்மன் கோயில் நுழைவு நடந்த நான்காவது நாள் அதாவது, 7-2-1927 அன்று திருவண்ணாமலை அருணாசலேஸ்வரர்

கோவிலுக்குள் 'திராவிடன்' நாளிதழ் ஆசிரியர் ஜே.எஸ்.கண்ணப்பர் நுழைந்தார். தாலுகா போர்டு துணைத் தலைவர் ராமச்சந்திர செட்டியார், செங்கம் கூட்டுறவு சங்க செயலாளர் வரதராஜுலு செட்டியார், வேலூர் பண்டிதர் துரைசாமி முதலியார், திண்டுக்கல் சங்கரப்ப நாயக்கர், சர்க்கிள் இன்ஸ்பெக்டர் கோபால் பிள்ளை, இன்ஸ்பெக்டர் சிவப்பிரகாச முதலியார், நரசிம்மலு நாயுடு, வேட்டவலம் ஜமீன்தார், திருஞான சம்பந்த பண்டாரியார் மற்றும் பலர் அவருடன் சென்றதாக 'குடி அரசு' செய்தி (13-2-1927) கூறுகிறது.

இவர்கள் இப்படி வருகிறார்கள் என்று கோயில் அதிகாரி இராமநாத சாஸ்திரிக்கு தெரிந்துவிட்டது. அவர் ஊழியர் கூட்டத்தைக் கூட்டிப் பேசினார். அவர்களை உள்ளே விடக்கூடாது என்று முடிவெடுத்தார். கோயிற் கோபுர வாசற்கதவை மூடச் சொன்னார். ஜே.எஸ்.கண்ணப்பருடன் வந்த போலீஸ் இன்ஸ்பெக்டர் சிவப்பிரகாச முதலியார், கோயில் வாசல் கதவை திறக்கச் சொன்னார். இவர்கள் உள்ளே சென்றார்கள். உடனே சுவாமி சந்நிதி, அம்மன் சந்நிதி கதவுகள் மூடப்பட்டன. ஜே.எஸ். கண்ணப்பருடன் வேட்டவலம் ஜமீன்தார் வந்திருந்தார். அவர் இந்தக் கோயில் அறங்காவலர்களுள் ஒருவர். சந்நிதி கதவுகளை வேட்டவலம் ஜமீன்தார் திறக்கச் சொன்னார். திறக்க மறுத்தார்கள். அன்று முக்கியமான நாள் என்பதால், பொதுமக்களும் ஏராளமாக இருந்தார்கள். யாருமே சாமி தரிசனம் செய்ய முடியவில்லை. ஏமாற்றத்துடன் திரும்பினார்கள். அன்று மாலை நடந்த பொதுக்கூட்டத்தில் இதனைக் கண்டித்து ஜே.எஸ். கண்ணப்பர் பேசினார். மாஜிஸ்திரேட் நீதிமன்றத்தில் ஜே.எஸ். கண்ணப்பர் வழக்கு தொடர்ந்தார். இராமநாத சாஸ்திரி, குப்புசாமி குருக்கள், வெங்கிடாசலம் செட்டியார் ஆகியோர் மீது புகார் கொடுத்தார்.

....வாதி ஹிந்து என்பதை எதிரிகள் தெரிந்திருந்தும் வேண்டுமென்றே அவமானப்படுத்தி கோபத்தை மூட்டி யிருக்கிறார்கள்.... எதிரிகளின் இவ்வித நடவடிக்கையானது இ.பி.கோ. *169, 331* பிரிவுகளின்படி குற்றமாகிறது. ஆகையால், இதை விசாரித்து நிதி செலுத்த வேண்டுமென பிராது கொடுக்கப்பட்டிருக்கிறது.   (கு.அ. 13-2-1927)

அதாவது, கோயிலுக்குள் அத்துமீறி நுழைந்ததற்காக அவர்கள் வழக்கு போடவில்லை. கோயிலுக்குள் அவர்கள் விடவில்லை என்று இவர்கள்தான் புகார் கொடுத்தார்கள். இந்த வழக்கு மிக நீண்டகாலம் நடந்தது. 'திருவண்ணாமலை கோயில் வழக்கு' என்ற தலைப்பில்

திராவிடன், குடி அரசு இதழ்களில் பக்கம் பக்கமாக வெளியானது. தனி நூலாக எழுதவேண்டிய அளவுக்கு ஏராளமான செய்திகள் இருந்தாலும், சுருக்கமாக ஒருசிலவற்றை மட்டும் குறிப்பிடுகிறேன்.

ஜே.எல்.கண்ணப்பருக்கு வி.எஸ். பத்மநாப முதலியார் வழக்கறிஞர். எதிரிகளுக்கு எஸ்.வி.விஜயராகவாச்சாரியாரும், டி.ஆர்.இராமசாமி அய்யரும் வழக்கறிஞர்கள். ஜே.எஸ்.கண்ணப்பர், அன்று நடந்ததை விரிவாக விளக்கிய பிறகு....

"நான் ஜஸ்டிஸ் கட்சியைச் சேர்ந்தவன். ஜஸ்டிஸ் கட்சியின் கொள்கை சுயராஜ்யம் பெற வேண்டுமென்பது. சுயராஜ்யம் பெறுவதற்கு இப்பொழுது பிராமணர்கள் எதிரிடையாய் இருக்கிறார்கள்.... இந்தக் கொட்டம் ஒழியவேண்டும்.... இந்த சாதி வித்தியாசம் ஒழியவேண்டும். இந்தக் கோயிலில் பிராமணர்களுக்கு நுழைய உரிமை இல்லை. அவர்களெல்லாம் தாமே கடவுள் என்றிடும் சங்கராச்சாரியார் மதத்தைச் சார்ந்தவர்கள். எனவே கோயில்களில் பிராமணர்களைத் தவிர, இந்துக்களென்று சொல்லும் மற்ற எல்லோருக்கும் நுழைய உரிமையுண்டு....

நான் இதற்கு முன் திருவண்ணாமலைக்கு வந்தது கிடையாது. இதற்கு முன் இக்கோயிலைப் பார்த்ததும் கிடையாது. எல்லா இந்துக்களுக்கும் கோயிலுக்குள் போக உரிமையுண்டு.... நான் எனது பத்திரிகையில், கோயிலில் எல்லோரும் நுழைய உரிமை உண்டு, ஜாதி வித்தியாசம் ஒழிக்க வேண்டும், கடவுளுக்கும் பக்தர்களுக்கும் இடையே தரகர் கூடாது என்ற கொள்கைகளை இடையறாது எழுதி வந்திருக்கிறேன்.... பிராமணர்கள் எவ்வளவு தூரம் போகலாமோ அவ்வளவு தூரம் எல்லோரும் போகலாம்.... நான் ஆதி திராவிடர் வீட்டில் பலமுறை சாப்பிட்டு இருக்கிறேன். இதனால் கோயிலுக்குள் செல்வதற்கு எனக்குள்ள உரிமை போகவில்லை. ஸ்பென்சர் ஹோட்டலில் சாப்பிடும் எத்தனையோ பிராமணர்கள் தங்கள் ஜாதியை இழக்கவில்லை. (கு.அ. 7-8-1927)

என் அபிப்பிராயத்தில் ஆதி திராவிடர்களும் இந்துக்களா வார்கள். ஆகவே ஆதி திராவிடர்களும் கோயிலுக்குள் நுழையலாம். நான் அவ்வாறே பிரசங்கமும் செய்தேன். ஆதி திராவிடர்கள் கர்ப்பக் கிருகத்துக்குள் போவது குற்றமென்று சொல்லமாட்டேன்.... ஆதி திராவிடர்கள் நுழைந்ததற்காகப் பிராயச்சித்தம் செய்வது சரியல்ல.... கோயிலுக்குள்ளே போகும்போது ஆதி திராவிடர்கள் வந்தார்களோ அல்லவோ

வென்பதுந் தெரியாது. ஆதி திராவிடர்களை நான் கோ யிலுக்குள் வரவேண்டாமென்றும் சொல்லவில்லை....

(கு.அ. 14-8-1927)

..... ஆதி திராவிடர்களுடன் சாப்பிடக் கூடாதென்று சில வைதிக நாயுடுகள் சொல்லுகின்றார்கள். சிலர் அவர்களைத் தொடக்கூடாதென்றும் சொல்லுகின்றார்கள். நான் பகிரங்கமாய் பலமுறை அநேக ஆதி திராவிடர்கள் வீட்டில் சாப்பிட்டுள்ளேன். ஆதி திராவிடர்கள் வீட்டில் சாப்பிடுவதில் யாதொரு தோஷமும் இருக்கிறதென்று நான் நினைக்கவில்லை.

எனக்கும் இன்னும் கல்யாணம் ஆகவில்லை. எனக்கு வயது 31. நான் ஆதி திராவிடர்கள் வீட்டில் சாப்பிடுவதால் நாயுடுகள் எனக்குப் பெண் கொடுக்கமாட்டேன் என்று சொல்லவில்லை. இவ்வருடம் கூட குன்னத்தூரில் நாயுடுகள் வீட்டில் எனக்குப் பெண் கொடுப்பதாய்ச் சொன்னார்கள். ஆதி திராவிடர்கள் வீட்டில் சாப்பிட்டதற்காக என்னைக் கோயிலுக்குள் வரக்கூடாதென்று தடுப்பதற்கு எவருக்கும் அதிகாரம் கிடையாது....

இன்னும் பிராமணரல்லாதார்கள் கர்ப்பக் கிருகத்தில் நுழைவதற்குத் துணியவில்லை.... நான் நாட்டை இப்பொழுது பக்குவப்படுத்திக் கொண்டு வருகின்றேன்.... பிராமணரல்லாதாருந்தான் சாதி வித்தியாசம் பாராட்டுகின்றார்கள். ஆனால், சாதி வித்தியாசம் பாராட்டும் பிராமணனை வெறுப்பதுபோல் பிராமணரல்லாதாரை வெறுக்கமாட்டேன். ஏனெனில், சாதி வித்தியாசத்தை புகுத்தியவர்கள் பிராமணர்கள்தான்.... சில வைதீகப் பார்ப்பனரல்லாதார் ஆதி திராவிடனைத் தன் வீட்டிற்குள் விடுவதற்கு ஆட்சேபனை செய்கிறார்கள். ஆனால், என்னைச் சார்ந்தவர்களுக்கெல்லாம் ஆதி திராவிடன் தன் வீட்டிற்குள் விடுவதற்கு யாதொரு ஆட்சேபனையுங் கிடையாது.....

ஒரு முதலியார் வீட்டில் 'இந்து' என்று சொல்லிக்கொள்ளும் ஆதி திராவிடன் பரோகதம் செய்வதற்கு எனக்கு ஆட்சேபனை கிடையாது.... சைவர்கட்கென்று சில ஆச்சாரம் உண்டு. பெரும்பான்மையான சைவர்கள் ஆதி திராவிடர்களுடன் சாப்பிடலாமென்று நினைக்கிறார்கள். எந்தவிதமான ஆச்சாரத்துடன் இருந்தாலும் இந்து இந்துவே. அவனை ஜாதியை விட்டுத் தள்ள யாருக்கும் அதிகாரம் கிடையாது...

(கு.அ. 21-8-1927)

இவ்வாறு தனது சாட்சியத்தில் ஜே.எஸ்.கண்ணப்பர் கூறி யிருக்கிறார். எதிரி தரப்பு வழக்கறிஞர்கள் கண்ணப்பரிடம் கேள்விகள் கேட்க அவர் அளித்த பதில்கள் இவை. இப்பதில்கள் மட்டுமே இதழ்களில் மொத்தமாக இடம்பெற்றுள்ளன. கேள்விகள் இல்லை. கேள்விகளும் இடம்பெற்றிருந்தால் இன்னும் தெளிவாக சில செய்திகளை நாம் அறிந்திருக்க முடியும். கண்ணப்பருடன் சென்ற 9 பேர்களில் ஆதி திராவிட சமூகத்தைச் சேர்ந்தவர்கள் இல்லை. ஆனால், கூட்டமாக சிலர் உடன் சென்றிருக்கிறார்கள். அவர்களில் ஆதி திராவிடர்களும் இருந்திருக்கலாம். ஆனால், கண்ணப்பரின் பதிலில், 'ஆதி திராவிடர்களின் வீட்டில் சாப்பிடுவதில் தவறு இல்லை' என்ற கருத்தை திரும்பத் திரும்ப வலியுறுத்துகிறார். இதை வைத்துப் பார்க்கும்போது, 'நீங்கள் வைஷ்ணவ நாயுடுவாக இருந்தாலும் ஆதி திராவிடர்களுடன் சமமாக பழகுபவர், அவர்கள் வீட்டில் சாப்பிடுபவர்' என்ற குற்றச்சாட்டை எதிரிகள் தரப்பு வழக்கறிஞர்கள் வைத்திருக்கலாமோ என நினைக்கத் தோன்றுகிறது. அதனால்தான், 'ஆதி திராவிடர்களும் இந்துக்கள்தான்' என்பதை இவரும் திரும்பத் திரும்பச் சொல்லியிருப்பாரோ என நினைக்கத் தோன்றுகிறது.

இந்த வழக்கில் தனது சாட்சியாக சர்.டி.சதாசிவ அய்யர் என்பவரை ஜே.எஸ். கண்ணப்பர் அழைத்து வந்தார். சென்னை உயர்நீதிமன்ற முன்னாள் நீதிபதி இவர். இந்துமத பரிபாலன போர்டு தலைவர் இவர் என்கிறது 'குடி அரசு'. இந்துமத நிபுணர் என்கிற முறையில் இவரை அழைத்து வந்திருந்தார் ஜே.எஸ்.கண்ணப்பர். இவரிடம் செய்யப்பட்ட குறுக்கு விசாரணை முக்கியமானது :

கே. இந்துக்கள் என்போர் யார்?

ஜஸ்டிஸ் சதாசிவ அய்யர்: சமஸ்கிருதத்திலுள்ள ருக்வேத மந்திரங்களிலும், ரிஷிகளின் வாக்கியங்களிலும் நம்பிக்கை யுள்ளவர்களெல்லாம் இந்துக்களென்று நான் நினைக்கிறேன்.

கே : ஆதி திராவிடர்கள் இந்துக்களா?

ஜஸ்டிஸ் : ஆதி திராவிடர்கள் மேற்கூறியவைகளில் நம்பிக்கையுடையவர்களாக இருந்தால் அவர்களும் இந்துக்களே.

கே : இந்து மதத்துள் பிறப்பினால் உயர்வு தாழ்வு என்ற வேற்றுமை உண்டா?

ஜஸ்டிஸ் : பிறப்பினால் உயர்வு தாழ்வு உண்டென்ற கொள்கைக்கு இந்து சாஸ்திரங்கள் மதிப்புக் கொடுக்கவில்லை.

கே: இந்துக்கள் பல வகுப்பாருள்ளும் உடன் உண்ணல் வைத்துக் கொள்ளலாமா?

ஜஸ்டிஸ் : எவன் ஒருவன் சுத்தமான உணவை அன்புடன் அளிக்கின்றானோ, அவன் யாராயினும் அவனுடன் உண்ணலாம்.

கே : ஆதி திராவிடர்கள் வீட்டில் சாப்பிட்டதாலும், அவர்களைத் தீண்டினமையாலும் ஓர் இந்து தன் சாதியையும், கோவிலுக்குள் நுழையும் உரிமையையும் இழக்கின்றானா?

ஜஸ்டிஸ் : குடிகாரனான ஓர் ஆதி திராவிடனோடு சாப்பிட்டால் தான் ஒருவன் சாதியை இழக்கின்றான். இல்லாற்போயின் இல்லை.

....

ஆதி திராவிடர்களுக்குப் பொதுவாக வேதத்தில் நம்பிக்கை உண்டு. ஆகையால் அவர்கள் இந்துக்களே. தென்னிந்தியாவில் மட்டும் அவர்கள் கோயிலுக்குள் நுழைய விட மறுக்கப்படுகிறார்கள். இந்து மதத்தில் பல தீங்குகள் இருக்கின்றன. உதாரணமாக பிறப்பை முன்னிட்டு ஒரு ஜாதியைச் சார்ந்திருக்கின்றவன், எவ்வளவு உயரிய ஒழுக்கமும் குணமுடையவனானாலும் தான் பிறந்த சாதியைவிட்டு மேலேற முடியவில்லை. கோயிலுக்குள் ஆதி திராவிடர்களுள் மிக பக்தியுடையவர்கள்கூட போக முடியவில்லை. இத்தகையவும் இவை போன்றவையுமான தீங்குகளை எல்லாம் நான் ஒழிக்க விரும்புவதால் என்னைச் சமுதாய சீர்திருத்தக்காரன் என்று சொல்லிக் கொள்கிறேன். (கு.அ. 6-11-1927)

இவ்வாறு ஜஸ்டிஸ் சதாசிவ அய்யர் சாட்சியம் அளித்தார். இந்நிலையில் இந்த வழக்கை வேறு நீதிமன்றத்துக்கு மாற்றவேண்டும் என்று எதிரிகளில் ஒருவரான ராமநாத சாஸ்திரி சென்னை உயர்நீதிமன்றத்தில் வழக்கு தாக்கல் செய்தார். ஜில்லா சப்–மாஜிஸ்திரேட் அப்பாதுரை பிள்ளையும், ஜே.எஸ். கண்ணப்பரும் நெருங்கிப் பழகுகிறார்கள் என்றும், ஒரே அறையில் சாப்பிடுகிறார்கள் என்றும், சப் மாஜிஸ்திரேட் மகனுக்கு ஜே.எஸ். கண்ணப்பர் நல்ல வேலை வாங்கித்தர வாக்குறுதி தந்திருப்பதாகவும் ராமநாத சாஸ்திரி புகார் மனுவில் கூறினார். இம்மனுவை நீதிபதி ஜாக்சன் தள்ளுபடி செய்தார். இந்த வழக்கு விசாரணையும் மிகவும் ரசிக்கத்தக்கதாக உள்ளது. (கு.அ. 18-3-1928)

திருவண்ணாமலை கோவில் வழக்கு நடந்துவரும் காலத்தில் திருச்சி மலைக்கோட்டை கோவிலுக்குள் ஜே.என்.இராமநாதன் சுயமரியாதை இயக்கத் தொண்டர்களுடன் நுழைந்தார். இவர்களை கோவில் அதிகாரிகள், காலிகளை வைத்து வழிமறித்து தாக்கினார்கள். கோவில் அதிகாரிகள் மீது இராமநாதன் புகார் கொடுத்தார்.

திருச்சி மலைக்கோட்டை கோவிலுக்குள் பிரவேசிக்கக்கூடாது என்று திருவாளர்கள் ஜே.எஸ்.கண்ணப்பர், தண்டபாணி பிள்ளை, ஜே.என்.இராமநாதன் ஆகியோருக்கு அவ்வூர் மாஜிஸ்திரேட் திரு.சீனிவாசராவ் என்கின்ற ஒரு பார்ப்பனரால் 144ம் உத்தரவு பிறப்பிக்கப்பட்டிருக்கின்றது. இவ்வுத்திரவு அக்கிரமமான

உத்திரவானதால் அதை மீறி பிரவேசித்து சிறைபுக தீர்மானித்து திருவாளர்கள் கண்ணப்பரும், தண்டபாணி பிள்ளையும் முடிவு செய்துவிட்டார்கள். இன்று அல்லது நாளை திருச்சிக்கு சென்று உத்திரவை மீறுவார்கள். (கு.அ. 24-6-1928)

அதாவது சொல்லிவிட்டே சென்றார்கள். கலகமோ, பலாத்காரமோ நடைபெறாது என்று கூறினார்கள், பொதுமக்களே இக்காரியத்தை அமைதியாக செய்யச் சொன்னதாகவும் அறிவித்தார்கள்.

இது நடந்த அடுத்த மாதம் சென்னை பார்த்தசாரதி கோவிலுக்குள் தண்டபாணி பிள்ளை நுழைந்தார். 06-07-1927 அன்று இந்த சம்பவம் நடந்தது.

அன்றைய தினம் இரவு 9 மணிக்கு என்.தண்டபாணி பிள்ளை, பார்த்தசாரதி கோவிலுக்கு சென்றார். இவரை, கோயில் தர்மகர்த்தாக்களில் ஒருவரான பார்த்தசாரதி அய்யங்காரின் சகோதரரான பாஷ்யம் அய்யங்காரும், ஆலய அமீனா ராமாநுஜாச்சாரியும் தடுத்தனர். உள்ளே கதவைப் பூட்டிவிட்டார்கள். கதவைத் திறக்கச் சொன்னார் தண்டபாணி பிள்ளை. அவர்கள் மறுத்துவிட்டனர். நரசிம்ம சுவாமி பிரமோற்சவத்தின் கடைசி நாள் என்பதால் கூட்டம் அதிகமாக இருந்தது. தண்டபாணி பிள்ளையோடு நிறையப் பேர் தடுக்கப்பட்டார்கள். கோயிலுக்குள் உள்ளே இருந்தவர்களும் வெளியே போகமுடியாமல் ஆக்கப்பட்டனர். இன்னொரு வாசல் வழியாக செல்ல தண்டபாணி பிள்ளை முயற்சிக்கிறார். அங்கும் தடுத்து நிறுத்தப்பட்டார். அதன்பிறகு தண்டபாணி பிள்ளை தனது வழக்கறிஞர் R.வாசுதேவ் மூலமாக பார்த்தசாரதி கோவிலுக்கு நோட்டீஸ் அனுப்பினார்.

(கு.அ. 29-7-1928)

1927 மே மாதம் தடையை மீறித் தீண்டாதாரை அழைத்துக்கொண்டு மாயூரம் கோயிலுக்குள்ளும் திருவானைக்காவல் கோயிலுக்குள்ளும் சுயமரியாதை இயக்கத் தலைவர் கி.ஆ.பெ.விசுவநாதம் சென்றார். 1928 மே 5ம் நாள் திருச்சிராப்பள்ளி மலைக்கோட்டை கோயிலுக்குள் செல்ல அரசின் தடையை மீறியபோது காவல் துறையால் தடுத்து நிறுத்தப்பட்டார். (முத்தமிழ்க்காவலரின் கடிதங்கள் - மணவை வ.இளங்கோ நூல்) "இந்து மதத்தினர் என்று கூறுபவர்களிலேயே சிலரை ஆலயத்தினுள் புகவிடாதபடி தடுப்பதை ஒழித்தலே எமது இயக்க வேலை" என்று வரதராஜுலு நாயுடுவுக்கு எழுதிய கடிதத்தில் கி.ஆ.பெ. குறிப்பிட்டுள்ளார்.

சிதம்பரம் நடராசர் கோவிலுக்குள் ஆதி திராவிடர் நுழையப் போகிறார்கள் என்ற தகவலைத் தொடர்ந்து காவல்துறை பாதுகாப்பு போடப்பட்ட செய்தி 'திராவிடன்' நாளிதழில் உள்ளது. (16-12-1929)

“சிதம்பரம் நடராசர் கோயில், தீட்சிதர்களின் அப்பன் வீட்டு சொத்தல்ல. அல்லது ஆத்தாள் வீட்டுச் சொத்தல்ல. தீட்சிதர்களுக்கு அதில் நுழைய எவ்வளவு உரிமையுண்டோ, அவ்வளவு உரிமையுண்டு ஆதி திராவிடர்களுக்கும். தீட்சிதர்களைக் காட்டிலும் ஆதி திராவிடர்கள் ஒழுக்கத்திலும் குணத்திலும் மேம்பட்டவர்கள்......

தில்லை நடராஜனையும் அவர் கோயிலையும் அவர்களின் பாட்டன் வீட்டுச் சொத்து என்று கருதிக் கொண்டிருக்கும் தீட்சிதர்களையும் நாம் சும்மா விடப்போவதில்லை. ஒரு கை பார்த்துவிடுவது என்றுதான் முடிவு கட்டியுள்ளோம். இந்த சத்தியாக்கிரகத்துக்கு ஆயிரம் ஆதி திராவிடர் சிறுவர்கள் வருவதாக பல ஊர்களிலிருந்து எழுதி இருக்கிறார்கள். (நூற்றாண்டில் திராவிடன் - இரா.பகுத்தறிவு பக். 33-34)

சுயமரியாதை இயக்கத்தவர்கள் உள்ளே நுழைந்துவிடுகிறார்கள் என்பதற்காக கோயில் கதவுகளை மூடுவதைக் கடுமையாக கண்டித்து பெரியார் எழுதினார். கோவிலுக்குள் போக உரிமை கிடைத்தவருக்கு சுவாமி கும்பிட உரிமை உண்டா இல்லையா? சுவாமி கும்பிட உரிமை உள்ளவனுக்கு சுவாமிக்கு தேங்காய் பழம் உடைத்து வைக்க உரிமை உண்டா இல்லையா என்று கேட்ட பெரியார், இவர்களைவிட வெள்ளைக்காரர்கள் எந்த விதத்தில் கெட்டவர்கள்? என்று கேட்டார். மதுரை, திருவண்ணாமலை கோவில்களில் நடந்த அவமானம் பொறுக்கக்கூடியது அல்ல என்றார். ஒரு காரியத்துக்குப் போகக்கூடாது, சிரமம் என்று நினைத்து தலையிட்டு வீட்டில் அதைச் சுலபத்தில் விட்டுவிட்டு ஓடவும் கூடாது என்று எழுதினார்.

(கு.அ. 13-02-1927)

கோவிலுக்குள் நுழைந்தது மட்டுமல்ல, ஒவ்வொரு கோவிலுக்கும் சுயமரியாதை இயக்கத்தவர் மனு கொடுத்தார்கள். ஸ்ரீவில்லிபுத்தூர் ஜில்லா சுயமரியாதை சங்கத்தைச் சேர்ந்தவர்கள் ராமநாதபுரம் ஜில்லா தேவஸ்தான கமிட்டியாருக்கு ஒரு மனு அனுப்பினார்கள். “ஜில்லா கமிட்டியின் ஆதிக்கத்துக்குட்பட்ட எல்லாக் கோயில்களிலும் இந்து மதத்தைச் சேர்ந்த எல்லா வகுப்பினருக்கும் பிரவேச உரிமை வழங்கவேண்டும்” என்று அதில் குறிப்பிட்டார்கள். இதைத் தொடர்ந்து ராமநாதபுரம் ஜில்லா தேவஸ்தான கமிட்டியார், எல்லா கோயில் டிரஸ்டிகளுக்கும் ஏழு கேள்விகள் கேட்டு ஒரு கடிதம் அனுப்பினார்கள்.

1. இந்துக்கள் எல்லோரும் கோவிலுக்குள் செல்வதுண்டா? 2. செல்லுமிடத்தில் வரையறையுண்டா? 3. எல்லோரும் செல்லாவிட்டால், அதன் காரணமென்ன? 4. ஜாதி காரணமாக

யாராவது தடுக்கப்படுகிறார்களா? 5. தடுக்கப்பட்டால் அதற்குக் காரணம் உண்டா? 6. அக்காரணங்களுக்கு எழுத்து மூலமான ஆதாரம் இருந்தால் அதன் விபரம் என்ன? 7. ஜாதி வித்தியாசம் இல்லாமல் கோவிலுக்குள் யாரையும் விடுவது உங்களுக்குச் சம்மதமா? என்பதே அக்கேள்விகள்.

ஸ்ரீவில்லிபுத்தூர் சுயமரியாதை இயக்கத்தவர் மனு கொடுத்தது போலவே, கும்பகோணம் கமிட்டியில் இருந்து தஞ்சை ஜில்லா தேவஸ்தான கமிட்டிக்கு கடிதம் கொடுக்கப்பட்டது. அக்கடிதத்தை அவர் நிராகரித்துவிட்டார். ஈரோட்டிலும் இதுபோல் மனு தரப்பட்டுள்ளது. (கு.அ. 24-08-1930)

சென்னையில் கந்தசாமி கோயிலில் சில ஆதி திராவிடர்கள் சென்றதாகச் செய்தி வந்தது. மறுநாள் கோயில் அடைக்கப்பட்டு விட்டது. மைலாப்பூர் கோவிலுக்குள் செல்ல அனுமதி கேட்பதற்காகச் சென்ற உயர்ந்த சாதி இந்துக்களையே கோயிலுக்குள் விடாமல் கதவடைத்துவிட்டார்கள்.....

இன்னும் தென்னாட்டில் உள்ள சிதம்பரம், சீரங்கம், கும்பகோணம், திருச்சிராப்பள்ளி, மதுரை, திருவாரூர் போன்ற ஊர்களில் உள்ள பெரிய கோவில்களில் தீண்டாதாரை அழைத்துக்கொண்டு போக ஆரம்பித்தால் அப்பொழுது கும்பகோணம் பார்ப்பனர்கள் என்ன செய்வார்கள் என்பது தெரியும். (கு.அ. 25-09-1932)

என்று பெரியார் எச்சரிக்கை செய்தார்.

ஈரோடு ஈஸ்வரன் கோயில் நுழைவுப் போராட்டம் (1929 ஏப்ரல்) சுயமரியாதை இயக்க வரலாற்றில் முக்கியமானது. ஈரோடு கோட்டை ஈஸ்வரன் கோவில் தேவஸ்தான கமிட்டியின் தலைவராக பெரியார் இருந்தார். 1929 ஏப்ரல் முதல் வாரத்தில், ஒரு தீர்மானம் கொண்டுவந்தார். இந்து மதத்தைச் சேர்ந்தவர் யாராக இருந்தாலும் சுத்தமாக இருந்தால் கோயிலுக்குள் நுழைந்து சாமி கும்பிடலாம் என்று தீர்மானம் போடப்பட்டது. அதாவது, ஒருவர் எந்த சாதியைச் சேர்ந்தவராக இருந்தாலும் சுத்தமாக வந்து சாமி கும்பிடலாம். இந்தத் தீர்மானம் போட்டதும் ஈரோட்டில் இருந்து கோவை சென்றுவிட்டார் பெரியார். (30-3-29 தீர்மான நாள்)

4-4-1929 அன்று மாலை குத்தூசி குருசாமி ஒரு காரியம் செய்தார். ஈரோடு ஈஸ்வரன் கோயிலுக்குள் ஆதி திராவிடத் தோழர்களை அனுப்புவது என்று குத்தூசி குருசாமி திட்டமிட்டார். இதற்கு பொன்னம்பலனாரும் உடந்தை. ஈரோடு கச்சேரி வீதி ஈசுவரன், ஈரோடு மஞ்சைமேடு பசுபதி, ஈரோடு கிருஷ்ணம்பாளையம் கருப்பன் ஆகிய மூன்று ஆதி திராவிடத் தோழர்களுக்கு நெற்றியில் விபூதி பூசச்செய்து அழைத்துக்கொண்டு, தேங்காய், பழம், பூ

ஆகியவற்றையும் வாங்கிக்கொண்டு தயார் ஆனார்கள். கோயிலுக்குள் போய்விட்டார்கள். இதனை பார்ப்பனர்கள் பார்த்து கோவில் கதவை வெளியில் பூட்டிவிட்டார்கள். இரண்டு நாள் கழித்து கோவையில் இருந்து பெரியார் வந்தபிறகுதான் கோவில் கதவு திறக்கப்பட்டு 'பக்தர்கள்' வெளியே வந்தார்கள். இந்த மூன்று பேருக்கும் இரண்டு நாட்களும் பெரியாரின் மனைவி நாகம்மையார் உள்ளே சாப்பாடு அனுப்பியதாக குருவிக்கரம்பை வேலு எழுதுகிறார். (குத்தூசி குருசாமி நூல் 160) இந்த வழக்கு நடந்து சிறைத்தண்டனையும் அபராதமும் விதிக்கப்பட்டது. உயர்நீதிமன்றம் இந்த தண்டனையை ரத்து செய்தது. குடி அரசு இதழில் இது தொடர்பான செய்திகள் 21-4-29, 3-1-59 இதழ்களில் உள்ளன. இந்த வழக்கின் நீதிமன்ற விசாரணையை 'திராவிடன்' நாளிதழ் பக்கம் பக்கமாக தொடர்ந்து வெளியிட்டது. 1-4-1929, 6-4-29, 9-4-29, 16-4-29, 16-5-29, 27-5-29, 28-5-29, 31-5-29, 4-6-29, 17-8-29, 30-8-29, 31-8-29, 4-10-29, 5-10-29, 19-10-29 ஆகிய நாள் 'திராவிடன்' நாளிதழில் உள்ளது. இந்த விசாரணையைப் படித்தாலே பெரியார் யாருக்கான பெரியார் என்பது புரிந்துபோகும். இந்த வழக்கின் மொத்த செலவும் பெரியாருடையது. ஈஸ்வரன் பெரியாருடனேயே இருந்தார். பாரிஸ்டர் கே.ஸி. சுப்பிரமணியம் என்ற வழக்கறிஞரை பெரியார் நியமித்திருந்தார்.

"தீண்டாதார் கோவிலுக்குள் போனதால் கோவில் அசூசையானது. தீட்டானது. எப்போதும் கோவிலுக்குள் போகாதவர்கள் போன தால் தீட்டானது. ராமசாமி நாயக்கர் ஆபீஸிலுள்ளவர்கள் சொன்ன தால்தான் இவர்கள் கோவிலுக்குள் போனார்கள். கீழ்சாதிக்காரர்கள் கோவிலுக்குள் வந்ததே பிசகு. அதுவும் நவக்கிரகம் வரை போனார்கள். தேங்காய் உடைத்து அபிசேகம் செய்துள்ளார்கள். வெளியில் இருந்து கொண்டுவந்த சாப்பாட்டைச் சாப்பிட்டுள்ளார்கள். சிகரெட், பீடி பிடித்துள்ளார்கள்" என்று அரசு சாட்சி அங்கமுத்து கூறினார்.

இவரது வழக்கறிஞர், "ஆதி திராவிடர்கள் கோவிலுக்குள் போகக்கூடாது என்பதற்கு இந்து சாஸ்திரத்தில் ஆதாரமிருக்கிறதா என்று எனக்குத் தெரியவில்லை" என்றார்.

குற்றம் சாட்டப்பட்டவர் தரப்பு வழக்கறிஞர் கே.ஸி.சுப்பிரமணியம், "இந்து மதத்தைச் சேர்ந்த ஒருதரப்பாரை கோவிலுக்குள் அனுமதிக்க மாட்டோம் என்பது இந்து மதத்தை அவமானப்படுத்துவது. ஒவ்வொரு ஆதி திராவிடரும் இந்துதான். அதனால், அவர்கள் கோவிலுக்குள் செல்வதற்கு உரிமை உண்டு. கோவிலுக்குள் செல்லக்கூடாது என்று எந்த சாஸ்திரத்தில் உள்ளது என்று காட்டுங்கள்" என்று கேட்டார்.

"சாஸ்திரத்தில் இதற்கு ஆதாரம் காட்ட முடியவில்லை என்றாலும், இவர்கள் இதுவரை கோவிலுக்குள் அனுமதிக்கப்படாதவர்கள்" என்றார் அரசு வழக்கறிஞர்.

குற்றம் சாட்டப்பட்டவர் தரப்பு வழக்கறிஞர் கே.ஸி.சுப்பிரமணியம், அரசு சாட்சியான முத்துசாமி குருக்களை விசாரணை செய்தார்.

வழக்கறிஞர் : பஞ்சமர்கள் கோயிலுக்குள் செல்லக்கூடாது என்று எந்த ஆகமத்தில் உள்ளது?

முத்துசாமி குருக்கள் : காபிகமிக ஆகமத்தில் உள்ளது.

வழக்கறிஞர் : இன்னின்ன ஜாதியார்தான் கோவிலுக்குள் வரலாம். இன்னின்ன ஜாதியார் கோவிலுக்குள் வரக்கூடாது என்று இருக்கிறதா?

முத்துசாமி குருக்கள் : இல்லை.

வழக்கறிஞர் : தீண்டாதார்களை பார்த்த மாத்திரத்தில் இவர்கள் தீண்டாதார் என்று உங்களால் சொல்ல முடியுமா?

முத்துசாமி குருக்கள் : முடியாது.

வழக்கறிஞர் : பிறகு இவர்களைத் தீண்டாதார் என்று எப்படிச் சொல்கிறீர்கள்?

முத்துசாமி குருக்கள் : 2வது குற்றவாளியை (பசுபதி) 15 வருடமாக எனக்குத் தெரியும். 3வது குற்றவாளியை (கருப்பன்) 6 மாதமாகத் தெரியும்.

இதைத் தொடர்ந்து தத்தாத்திரி குருக்களிடம் வழக்கறிஞர் கே.ஸி.சுப்பிரமணியம் விசாரணை நடத்தினார்.

வழக்கறிஞர் : தீண்டாதாரில் உங்கள் ஜாதிக்கும் எங்கள் ஜாதிக்கும் கல்வி போதிக்கும் உபாத்தியாயர்கள் இருப்பது தெரியுமா?

குருக்கள் : தெரியாது.

வழக்கறிஞர் : நந்தனாருக்கும் சாமி மோட்சம் கொடுத்திருக்கிறதே. அதைப் படித்திருக்கிறீரா?

குருக்கள் : தெரியாது.

வழக்கறிஞர் : திருக்குறள் எழுதியவரும் தீண்டாதார்தானே?

குருக்கள் : தெரியாது.

வழக்கறிஞர் : தேர்கள் இழுப்பது தீண்டாதார் தானே?

குருக்கள் : தெரியாது.

இப்படி பல மாதங்கள் விசாரணை நடந்தது. நீதிமன்றத்தையே சமூக சீர்திருத்த மேடையாக ஆக்கியவர் பெரியார். சுயமரியாதை இயக்கத்தின் கொள்கையை 'திராவிடன்' தலையங்கம் சுட்டிக் காட்டுகிறது.

தாழ்த்தப்பட்ட வகுப்பார் என்று நசுக்கப்பட்டோர் யாராகிலும் கோவிலுக்குள் விடப்படவேண்டும். இல்லாவிட்டால் கோயில்கள் இடித்துத் தள்ளப்பட வேண்டும்....

பிராமணர்கள் உயர்ந்தவர்கள், அவர்களைக் காட்டிலும் பிராமணரல்லாதார் தாழ்ந்தவர்கள், அவர்களைக் காட்டிலும் ஆதி திராவிடர்கள் எவ்வளவு கீழானவர்கள் என்பதை இன்று சுட்டிக்காட்டிக் கொண்டிருப்பவை கோயில்களே.... சாதி வேற்றுமை காட்டும் கோவில்கள் இருப்பது இந்துக்களுக்கு அவமானம். கோவிலுக்குள் அனைவரையும் விடவேண்டும். அல்லது கோவில்களை இடித்துவிட வேண்டும். (‘திராவிடன்’ 9-1-1930)

என்றது திராவிடன். இந்த நிகழ்ச்சிக்குப் பிறகு சுயமரியாதை இயக்கத்தின் கூட்டங்கள் நடந்த ஒவ்வொரு கூட்டங்கள் நடக்கும் நாட்களில் கோவில்களைப் பூட்டிவிடுவார்கள். கூட்டம் முடிந்து சுயமரியாதைக்காரர்கள் அவரவர் இல்லம் சென்ற பின்னரே ஆலயங்களைத் திறப்பார்கள். காரணம் சுயமரியாதைக்காரர்கள் ஆதி திராவிடரைக் கோவிலுக்குள் அழைத்துச் சென்றுவிடுவார்கள் என்ற அச்சமேயாகும். (குத்தூசி குருசாமி குருவிக்கரம்பை வேலு பக்.160)

இதைத் தொடர்ந்து இத்தோடு, பள்ளிப்பாளையம், பவானி முதலிய இடங்களில் அந்தந்த ஊர் சுயமரியாதை இயக்கத்தவர் கோவிலுக்குள் செல்வோம் என்று அறிவித்தார்கள். (திராவிடன் - 6-4-1929)

பவானி சங்கமேஸ்வரர் கோவிலுக்குள் பெரியார் நுழையப் போகிறார் என்ற வதந்தி 9-4-1929 பரவியதாகவும், அதனால் கோவில் கதவு பூட்டப்பட்டதாகவும் ‘திராவிடன்’ (நாள் 16-4-1929) செய்தி வெளியிட்டுள்ளது. சிதம்பரம் நடராசர் கோவிலுக்குள் ஆலயப் பிரவேசம் செய்யப்போவதாக 9-1-1930 அன்று திருஉரையூர் சுவாமி ஞானாநந்தா அறிவிப்பு செய்தார். அவருடன் பூவாளூர், லாலுகுடி நகர், வரகனேரி, திருக்காட்டுப்பள்ளி ஆதி திராவிடர்கள் உடன் வருகிறார்கள் என்ற செய்தி ‘திராவிட’னில் இருக்கிறது.

இன்றைய ஜாதி வித்தியாசத்திற்கு ஆதாரமாயுள்ள ரோடு, கிணறு, பள்ளிக்கூடம், சாவடி முதலியவை எல்லாம் ஒருவிதமாக மாற்றப்பட்டு வந்து கொண்டிருப்பதானாலும் இந்தக் கோவில்கள்தான் சிறிதும் மாற்றுவதற்கு இடம் தராமல் ஜாதி வித்தியாசத்தை நிலைநிறுத்தி உபயோகப்பட்டு வருகின்றது. ஆதலால்தான், நான் தீண்டாத மக்கள் என்போர் கண்டிப்பாய் கோயிலுக்குள் போய்த்தீர வேண்டும் என்று கூறுகின்றேனே ஒழிய, பக்திக்காகவோ மோட்சத்திற்காகவோ பாவ மன்னிப்புக்காகவோ அல்லவே அல்ல. கோயிலில் சமத்துவ மடைந்துவிட்டால் மற்றக் காரியங்களில் வித்தியாசம் இருக்க முடியவே முடியாது. கோயிலில் பிரவேசித்து நாம் செய்யும் ஒவ்வொரு முயற்சியும் ஜாதி வித்தியாசத்தை ஒழிக்கச் செய்யும் முயற்சியே ஒழிய வேறில்லை. (கு.அ. 27-10-1929)

என்றார் பெரியார். இந்த நோக்கத்தை 1930களில் ஈரோடு ஈஸ்வரன் கோவிலில் தொடர்ந்தார்.

சுயமரியாதை இயக்கத்தவர் குறித்த அச்சம் இதன்மூலம் எல்லா ஊர்களிலும் ஏற்பட்டது. பெரியாரின் பிரச்சாரத்தில் எழுத்தில், பேச்சில் ஆலய நுழைவு தொடர்ச்சியாக இடம்பெற்றது.

ஒவ்வொரு மாகாணத்திலும் *தேவஸ்தான சட்டம் தேவை* என்று எழுதினார் பெரியார். (கு.அ. 12-7-1925) ஆலய நுழைவின் அவசியம் பற்றி குடி அரசு, திராவிடன் இதழ்களின் துணை ஆசிரியர் திரிசிரபுரம் ஆ.நடராஜன் விரிவாக எழுதினார். (கு.அ. 22-12-1929) சென்னை கவர்னரின் மனைவியை, மதுரை மீனாட்சி அம்மன் கோவிலுக்கு அழைத்துச் சென்று குப்புசாமி அய்யர் காட்டியதாகவும் அவருக்கு அந்தப் பெண்மணி நன்றி கூறியதாகவும் கிடைத்த செய்தியை வைத்து எழுதப்பட்ட தலையங்கத்தில், "நமது மதத்துக்கு விரோதமாய் பிரசாரம் செய்பவர்களை கோவிலுக்குள் அனுமதிக்கும் நீங்கள், நமது மதத்தில் உள்ளவர்களை கோவிலுக்குள் விட மறுப்பது ஏன்?" என்று கேட்டார். (கு.அ. 17-01-1926) "தீண்டாதார் என்பவர்களை கோவிலுக்குள் விடவேண்டுமென்பதும், பார்ப்பானுக்கு வேறு இடம் நமக்கு வேறு இடம் என்று இருக்கக்கூடாது என்பதும் உள்ளே போய் சுவாமி தரிசனம் செய்வதாலோ, தொட்டுக் கும்பிடுவதாலோ பக்தி அதிகமாகுமென்றோ பலன் அதிகமென்றோ கருதி அல்ல என்பதை பொதுஜனங்களுக்குத் தெரிவித்துக்கொள்ளுகின்றோம்." (கு.அ. 19-08-1928) என்று விளக்கம் அளித்தார். சென்னை வந்த மதன்மோகன் மாளவியா, 'தீண்டத்தகாதவர்கள் என்பவர்கள் கோவிலுக்குள் செல்ல சாஸ்திரத்தில் இடமில்லை' என்று கூறியபோது, "திரு.மாளவியாவின் பித்தலாட்டம் பார்ப்பனர்களின் அசல் அயோக்கியத்தனத்திற்கு ஒரு உதாரணமாகும்" (கு.அ. 26-5-1929) என்று கண்டித்தார்.

இதன் தொடர்ச்சியாக சென்னை நேப்பியர் பூங்காவில் நடந்த மாநாடு முக்கியமானது. அதன்பெயர் : ஆதி திராவிடர் சுயமரியாதை மாநாடு. இந்து மதத்தில் சமத்துவ உரிமை இல்லாமல் இருப்பதால் அடுத்து வரும் சென்சஸ் கணக்கில் நாம் இந்துக்கள் என பதியக்கூடாது என்ற தீர்மானம் இம்மாநாட்டில் நிறைவேற்றப்பட்டது. (கு.அ. 21-07-1929). இம்மாநாட்டில் பெரியாரும் கலந்துகொண்டு பேசினார். "இத்தீர்மானத்தை நான் ஆதரிக்கிறேன். நான் அநேக தடவைகளில் இதைப்பற்றி எழுதியும் பேசியும் இருக்கிறேன்" என்றார். "ஆதி திராவிடர்கள், தங்களை இந்து என்ற தளையில் இருந்து பிரித்துக் கொள்வதைப்போல சூத்திரர்களும் இந்து என்ற தளையில் இருந்து பிரித்து விடு என்று கேட்கும் நாள் விரைவில் வரும்" என்று (கு.அ. 21-07-1929) எழுதினார்.

பூனாவில் ஆலயப்பிரவேசம் நடந்ததையொட்டி தமிழ்நாட்டிலும் ஆலயப் பிரவேசம் நடத்துவது தொடர்பாக ஆலோசிக்க 22-10-1929 அன்று சென்னை நேப்பியர் பூங்காவில் பொதுக்கூட்டம்

நடைபெற்றது. "பம்பாய்க்காரர்கள் சத்தியாகிரகம் துவக்கிவிட்டார்கள். பல கோயில்கள் எல்லோருக்கும் திறந்து விடப்பட்டுவிட்டன. நாமோ மற்றொருவர் செய்த சத்தியாகிரகத்தைப் பாராட்டுவதில் முனைந்திருக்கிறோம். இதை நினைக்கும்போது நம்மை நாம் வாய்ப்பேச்சு வீரர்கள் என்றே சொல்லிக்கொள்ள வேண்டும்" என்றார் பெரியார்.

"இதரப் பொது இடங்களைவிட கோயில்களிலேயே முதன்முதல் தாழ்த்தப்பட்ட மக்கள் தங்களது உரிமையை நிலைநிறுத்திக் கொள்ள வேண்டியது அவசியம்" என்று எழுதிய பெரியார், "கோயில் நுழைவு விஷயத்தில் பொதுமக்கள் தங்கள் கடமையைச் செய்வதோடு முக்கியமாக சுயமரியாதை இயக்கத்தில் ஈடுபட்ட அன்பர்கள் அனைவரும் தீவிரமாக வேலை செய்யக் கடமைப்பட்டிருக்கிறார்கள் என்பதை ஞாபகப்படுத்துகிறோம்" (கு.அ. 22-12-1929) என்று சுயமரியாதை இயக்கத்தின் முக்கிய வேலைத் திட்டங்களில் ஒன்றாகக் கோயில் நுழைவை மையப்படுத்தினார். ராமநாதபுரம் தேவஸ்தான கமிட்டி உறுப்பினராக விருதுநகர் சிதம்பர நாடார் நியமிக்கப்பட்டபோது, ஜாதி உயர்வு தாழ்வை கோவில்களில் நீக்க அவர் தனது பதவியை பயன்படுத்த வேண்டும் என்று எழுதினார். (கு.அ. 21-12-1930)

தேவஸ்தான போர்டு நிர்வாக கமிஷனர்கள், சர்க்கிள் கமிட்டி சங்கத்தினர் நியமனத்தில் பார்ப்பனரல்லாதார் ஐந்துபேர் நியமிக்கப்பட்டிருப்பதை பாராட்டி எழுதிய பெரியார், நீலகிரி தேவஸ்தான கமிட்டிக்கு ஆதி திராவிடர் ஒருவர் நியமித்திருப்பதை பெருமையோடு வரவேற்றார். 'தேவஸ்தானம்' என்ற பதத்தை ஆதி திராவிடர் மக்கள் நினைக்கவும் உச்சரிக்கவும் கூடாது என்ற நேரத்தில் முதல் அமைச்சர் டாக்டர் சுப்பராயன் இந்தக் காரியத்தை செய்திருப்பது துணிச்சல் என்றார். (கு.அ. 25-5-1930)

கோயில் நுழைவுப் போராட்டத்துக்கும் பக்திக்கும் எந்தத் தொடர்பும் இல்லை என்பதை விளக்கிய பெரியார், 'பொது இடத்தில் எல்லா மக்களுக்கும் உரிமை வேண்டும்' என்பதற்காக மட்டுமே கோயில் நுழைவுப் போராட்டங்கள் நடத்தப்படவேண்டும் என்பதையும் தெளிவுபடுத்தினார். (கு.அ. 8-5-1932)

1932ம் ஆண்டின் இறுதியில் கோயில் பிரவேச மசோதாவை டாக்டர் சுப்பராயன் கொண்டுவரப் போவதாக செய்திகள் பரவியதும் பெரியார் அதனை வரவேற்று எழுதினார். எதிர்க்கட்சித் தலைவரான டாக்டர் சுப்பராயன் இப்படி தீர்மானம் கொண்டுவந்தால் எதிர்க்கட்சி யினரும் ஏற்றுக்கொள்வார்கள், ஆளும் கட்சியான நீதிக்கட்சியினரும் ஏற்றுக் கொள்வார்கள் என்று நம்பினார். 'இந்துக்களாக இருக்கும்

அனைவரும் இந்து கோவிலுக்குள் செல்லலாம்' என்பது சுப்பராயனின் மசோதா. 'இந்து மத ஆலயங்களில் அனைவரும் செல்லலாம்' என்று மாற்றச் சொன்னார் பெரியார். மசூதி, தேவாலயம், புத்த கோவில்களில் அனைவரும் செல்லலாம் என்பதை சுட்டிக்காட்டினார். (கு.அ. 30-10-1932) பரோடா சமஸ்தானத்தில், தாழ்த்தப்பட்டோர் அனைவரும் கோயிலுக்குள் செல்ல உரிமை உண்டு என்று பிறப்பிக்கப்பட்ட உத்தரவை வரவேற்ற பெரியார், இதுபோல் சென்னை மாகாணத்திலும் பிறப்பிக்கப்பட வேண்டும் என்றார்.
(கு.அ. 6-11-32)

இந்தக் கால கட்டத்தில்தான் ஆலயப் பிரவேசம் என்பதை காந்தியும் காங்கிரஸும் அதிகமாகப் பேச ஆரம்பித்தது. தேசியப் புரட்டு, கதர் புரட்டு, மறியல் புரட்டு, சத்தியாகிரகப் புரட்டு ஆகியவைகளை எல்லாம்விட இவர்களின் தீண்டாமை விலக்குப் புரட்டு, கோவில் நுழைவுப் புரட்டுக் கொடுமை, கொடுமை, மகா கொடுமை என்று எழுதினார் பெரியார். (கு.அ. 8-1-1933) தீண்டாதார் பெயரைச் சொல்லிக்கொண்டு சட்டசபைக்குப் போகவும், ஊரைக் கொள்ளை அடிக்கவுமான தந்திரம் என்றே இதனைச் சொன்னார். காந்தியின் தீண்டாமை ஒழிப்பு (கு.அ. 15-01-1933) இராஜாஜியின் கருத்து (கு.அ. 15-01-1933) ஆகியவற்றை கண்டித்து எழுதினார். சுதேசமித்திரன், சுதந்திர சங்கு ஆகிய இதழ்கள் ஆலய நுழைவை விமர்சித்தபோது இவர் கடுமையாக அதை எதிர்த்து எழுதினார். (கு.அ. 22-01-1933)

ஹரிஜனசேவை, தீண்டாமை விலக்கு, கோவில் பிரவேசம் ஆகிய மூன்றையும் சமத்துவத்துக்காக இல்லாமல் இந்துமத பிரச்சாரமாகவே பெரியார் பார்த்தார். மதத்தை ஒப்புக்கொண்டு இதைப் பேசக்கூடாது என்றார். 'மாடு தின்பவர்கள் கோவிலுக்குள் வரக்கூடாது' என்று காந்தி சொன்னதை கண்டித்தார். 'தீண்டாதார் பூணூல் போடவேண்டும், சாராயம் குடிக்கக்கூடாது' என்று மதன் மோகன் மாளவியா சொன்னதை எதிர்த்தார். இராஜாஜியின் 'நந்தன்' மேற்கோளை நிராகரித்தார். காங்கிரஸ்காரர்களின் தீண்டாமை விலக்கு கிளர்ச்சியில் சுயமரியாதை இயக்கம் பங்கேற்காது என்றார். தீண்டாத மக்களின் தனித்தொகுதி முறையில் மண்ணைப் போடவே இவை பேசப்படுகின்றன என்றார். (கு.அ. 5-2-1933)

கல்கத்தாவில் ஆதி திராவிடர்களுக்கு என தனிக்கோவில் கட்டிய செய்தியை, பித்தலாட்டமான காரியம் என்றார் பெரியார். (கு.அ. 5-2-1933) தனிக்கோயில் கட்டுவதால் பேதம் ஒழியாது என்றார். இந்திய சட்டசபையில் ஆலயப் பிரவேச மசோதா கொண்டுவரப்பட்டபோது, அது பொதுமக்கள் பார்வைக்கு அனுப்பி வைக்கப்பட்டது. இந்த மசோதாவை மாளவியா, இராஜாஜி, கிருஷ்ணமாச்சாரியார்,

சத்தியமூர்த்தி ஆகியோர் எதிர்த்தார்கள். இந்து மதத்துக்கு விரோதம் என்றார்கள் இவர்கள். நோக்கம் சரியானது, சட்டம் தேவையில்லை என்றார்கள். இந்து அல்லாத உறுப்பினர்கள் இம்மசோதாவுக்கு ஆதரவாக வாக்களிக்கக்கூடாது, உயர் சாதித் தலைவர்கள் இம்மசோதாவை ஏற்கவேண்டும் என்று இராஜாஜி வைத்த நிபந்தனைகளை காந்தியும் ஏற்றுக் கொண்டார். காந்தியும், காங்கிரசும் தீண்டாதார் பிரச்னையில் அம்பலப்பட்டுப் போனார்கள் என்று பெரியார் குற்றம் சாட்டினார். இனியாவது காந்தி, காங்கிரஸ் என கட்டியழ வேண்டாம் என்றார். (பகுத்தறிவு 26-8-1934)

இதைத்தொடர்ந்து 1934ம் ஆண்டு ஆகஸ்ட் 23ம் நாள் இந்திய சட்டசபையில் ஆலயப் பிரவேச மசோதா திரும்பப் பெறப்பட்டது. பொதுமக்கள் எண்ணத்துக்கு விரோதமாக இருக்கிறது என்று சொல்லப்பட்டது. ‘கருவிலேயே கருகிவிட்டது’ என்று தலைப்பிட்டது ‘பகுத்தறிவு’ இதழ். (ப: 26-8-1934) தீண்டாதார்களை காங்கிரஸுக்கு வரவழைக்கும் தந்திரம் பொய்த்துப்போனது என்றது. ‘அங்கேண்டி மகளே ஆலாப் பறக்கிறாய், இங்கு வா காற்றாய்ப் பறக்கலாம்’ என்று தாழ்த்தப்பட்டோரை அழைத்து ஏமாற்றியாகிவிட்டது என்றும் கிண்டலடித்தார் பெரியார். காங்கிரஸ் என்ற மண் குதிரையை தீண்டத்தகாதார் நம்பக்கூடாது என்று எழுதினார். (ப: 02-09-1934)

ஆலயப் பிரவேசம் தொடர்பான சட்டசபை தீர்மானத்தையும் ஒழித்து, இனிமேல் அப்படி யாரும் தீர்மானம் கொண்டு வராமலும் பார்த்துக் கொண்டார்கள் என்றும், தீண்டாமை ஒழிப்பு தொடர்பாக வசூல் செய்த பணத்தை சட்டசபைத் தேர்தலுக்கு பயன்படுத்திக் கொண்டார்கள் என்றும் பெரியார் குற்றம் சாட்டினார். (கு.அ. 21-07-1935). தேர்தலில் வென்றபிறகு தீண்டாமை பற்றியோ ஆலயப் பிரவேசம் குறித்தோ காங்கிரஸ்காரர்கள் வாயைத் திறப்பதில்லையே ஏன் என்றும், ‘பார்ப்பானுக்கும் பறையனுக்கும் ரத்தத்தில் பேதம் உள்ளது’ என்று சங்கராச்சாரியார் கூறிய கருத்துக்கு தீண்டாமை ஒழிப்பு வீரர்கள் ஏன் வாயைத் திறக்கவில்லை? என்றும் கேட்டார். (கு.அ. 28-07-1935)

“தாழ்த்தப்பட்ட மக்களை இந்துக்கள், பார்ப்பனர்கள் தங்களுடைய எண்ணிக்கையைப் பெருக்கிக் காட்டுவதற்கும் தங்களுக்கு அடிமைகளாய் ஆக்கிக் கொள்வதற்கும் பயன்படுத்தி பலன் அடைந்து வருகிறவர்கள். ஆகையால், சுலபத்தில் சுதந்திரமோ சமத்துவமோ கொடுக்க இசையமாட்டார்கள்” என்று பெரியார் தீர்க்கமாகச் சொன்னார். (கு.அ. 8-1-1938). காங்கிரஸ் கட்சியின் சுயராஜ்யம், ராமராஜ்யம், வர்ணாச்சிரம ராஜ்யம், இந்து ராஜ்யம் ஆகிய அனைத்தும் ஒன்றே என்று கும்பகோணத்தில் பேசினார். (கு.அ. 16-01-38)

பெரியார் தனது வாழ்க்கையின் இறுதிப் பகுதியில் 93 வயதில் நடத்தியதும் கோயில் நுழைவுப் போராட்டமே. இன இழிவை நீக்க கோவில் கர்ப்பக் கிரகக் கிளர்ச்சி பற்றி 1969 ஆம் ஆண்டில் பெரியார் கவனம் செலுத்தினார்.

நமக்கு இசைந்து வராவிட்டால் கோவில் புக வேண்டும். புகுந்து தமிழனே மணியடிக்கச் செய்யவேண்டும். தமிழன் அர்ச்சனை செய்யும்படி செய்ய வேண்டும். போலீஸ் வைத்துக்கொண்டு எத்தனை நாளைக்குப் பூஜை நடத்த முடியும்? அப்படித்தான் நடத்திப் பார்க்கட்டுமே!

25-11-1969 அன்று மாயூரத்தில் நடந்த ஜாதி ஒழிப்பு மாநாட்டில் புத்தர் படத்தைத் திறந்து வைக்கும்போது பேசிய பெரியார் அதற்கான போராட்டத்தை 1969 அக்டோபரில் தொடங்கினார். கோயில் கர்ப்பக் கிரகத்துக்குள் அனைவரும் நுழையப்போகிறோம் என்று அறிவித்தார். 18-10-1969 முதல் போராட்ட வீரர்கள் பெயர் கொடுக்கத் தொடங்கினார்கள். 100க்கு 97 சதவிகிதம் பேரை கோவில் சிலைகளுக்கு அருகில் நெருங்கக் கூடாதவர்களாக வைத்துள்ளார்கள் என்றார் பெரியார். 97 சதவிகிதம் என்றால், பார்ப்பனர் தவிர என்று பொருள். தலித்துகளும் உள்ளடக்கித்தான் என்பதும் சொல்லத் தேவையில்லை. இதுவரை இப்படி ஒரு கிளர்ச்சி செய்யாமல் இருந்ததுதான் மானங்கெட்ட தன்மை, இமாலயத் தவறு என்று தன்னையே விமர்சித்தார். (வி. 19-10-1969)

இந்தத் தலையங்கத்தில் பார்ப்பனர்களை மட்டுமல்ல, பார்ப்பனரல்லாத பூசாரிகள், குருக்களையும் கடுமையாக பெரியார் விமர்சிக்கிறார். 26-1-1970ம் நாளை 'கிளர்ச்சி நாள்' என்று அறிவித்தார். அன்றைய முதலமைச்சர் கலைஞர் மு.கருணாநிதி, 'ஜாதி அடிப்படையில் கோயில் அர்ச்சகர்கள் நியமனம் செய்யப்படாமல் அனைவருக்கும் சமவாய்ப்பு அளிக்கும் வகையில் சட்ட விதிமுறைகள் ஏற்படுத்தப்படும்' என்று அறிவித்தார். (19-01-1970) இதைத் தொடர்ந்து 26-1-1970ம் நாள் நடக்க இருந்த கிளர்ச்சியை பெரியார் ஒத்திவைத்தார். அர்ச்சகர் தொழிலுக்கு பார்ப்பனர் அல்லாத மற்ற வகுப்பினரும் பயிற்சி பெற்று வரலாம் என்ற மசோதா தமிழக சட்டமன்றத்தில் 30-11-1970 அன்று தாக்கல் செய்யப்பட்டு 02-12-1970 அன்று ஒருமனதாக நிறைவேறியது. (ஜாதி ஒழிப்புப் புரட்சி - கி.வீரமணி - பக்.418)

அனைத்துச் சாதியினரும் அர்ச்சகராகலாம் என்ற சட்டம் செல்லாது என உச்ச நீதிமன்றம் தீர்ப்பளித்தது. இந்தத் தீர்ப்பை கடுமையாக பெரியார் விமர்சித்தார். சாதி பேதத்தை உச்ச நீதிமன்றம் நிலை நாட்டியது என்றார். (15-3-1972) இதைத் தொடர்ந்து சாதி

இழிவு நீக்க மாநாடுகளை நடத்தினார். 'இன்றைய நமது இந்திய ஆட்சிக்கு உட்பட்ட தமிழக அரசுக்கு இது விஷயத்தில், உள்ள சட்டத் தடைகளை நீக்க சக்தி போதாது' (வி: 14-10-73) என்று தலையங்கம் தீட்டினார். என்ன செய்யலாம் என்பதைத் தீர்மானித்து முடிவெடுக்க 'தமிழர் சமுதாய இழிவு ஒழிப்பு மாநாடு' நடத்தினார். சென்னை பெரியார் திடலில் டிசம்பர் *8, 9* தேதிகளில் நடந்தது மாநாடு. *9*ம் தேதி பெரியார் தலைமை உரையாற்றினார். தீண்டாமை ஒழிந்ததாகச் சொல்லியும் கோயிலில், கடவுளில் தீண்டாமை ஒழியவில்லை என்றுதான் தொடங்கினார். 'இழிவு நீங்குகிறது ஒன்று; மடமை ஒழிகிறது என்கிறது ஒன்று. இது இரண்டையும்விட விடுதலைக்கு நமக்கு ஒரு வாய்ப்பு ஏற்படுமே என்கிறது ஒன்று' என்று முடித்தார். கர்ப்பக்கிரகம் அனைவருக்கும் திறக்கப்படவில்லை என்றால் பிரிவினைதான் தீர்ப்பு என்றார்.

நமக்கு ஞாயம் இருக்கிறது, இந்த டில்லி அரசாங்கத்தை மாற்ற. நமக்கு ஞாயம் இருக்கிறது, நம் அரசாங்கத்தை அமைக்க. அடியோடு இந்தியா பூராவுக்கும் மாற்றா விட்டாலும் நம் நாட்டைப் பொறுத்தவரைக்கும் நாம் தனிச்சுதந்திர ஆட்சி என்று செய்துகொள்ள நமக்கு உரிமை இருக்கிறது. (பெரியார் ஈ.வெ.ரா சிந்தனைகள் *3*)

வே.ஆனைமுத்து தொகுப்பு – பக்கம் *2058*)

பெரியார் இறந்தது டிசம்பர் *24*. இந்தப் பேச்சை டிசம்பர் *9*ம் நாள் பேசினார். டிசம்பர் *19*ம் நாள், அதாவது இறப்புக்கு ஐந்து நாட்கள் முன்னதாக சென்னை தியாகராயர் நகரில் சிந்தனையாளர் மன்றம் சார்பில் பெரியார் பேசியதுதான் அவரது இறுதிச் சொற்பொழிவு.

> "…..சட்டம் எழுதி இருக்கிறார்கள். தமிழ்நாட்டில் உள்ள மக்கள், நண்பர் வீரமணி சொன்னாற்போல், கிறிஸ்தவன், முஸ்லீம், பார்சி தவிர மற்றவன் எல்லாம் இந்து; பழக்கத்திலே நம்மை ஈனசாதி என்கிறான். 'ஏனடா' என்றால், 'நீ கோயிலுக்குள்ளே வரவேண்டாம்… நீ வந்தால் சாமி தீட்டாய்ப் போய்விடும்' என்கிறான். என்ன அர்த்தம்? 'கல்லைத் தொட்டால் தீட்டாகிவிடும்' என்றால், நம்மை எவ்வளவு கீழ்ச்சாதி என்கிறான்!….
>
> எத்தனை வருஷமாக இது இருக்கிறது? *2,000* வருஷமாக இருக்கிறது. மேலேயே சொல்லலாம்; நாசமாய் போகட்டும்….
>
> நம்முடைய நிலைமை உலகத்திலேயே பெரிய மானக்கேடான நிலைமை. இரண்டாயிரம் வருஷமாக இருக்கிற முட்டாள்தனத்தைவிட, இந்த சட்டத்திலே இருக்கிறதே 'இந்து லா'விலேயும் மற்ற அரசியல் சட்டத்திலேயும் - அது பெரிய முட்டாள்தனம். அதைவிட இதைச் சொல்லி

மாற்றச் செய்யாமல் இந்த ஆட்சியிலேயே நாம் குடிமகனாக இருக்கிறோமே, இது மகாமகா மானங்கெட்டதனம். பொறுக்கித் தின்கிறவனுக்கு இந்த ஆட்சி வேணும்வேண்டாம் என்று சொல்லவில்லை. மானத்தோடு பிழைக்கிறவனுக்கு இந்த ஆட்சியை ஒழித்துத்தானே ஆகணும்?....

இப்போது நாம் முன்னேற்றம் அடையணும். மேலே வருகிறதற்குள்ளே பள்ளத்திலே இருந்து நிலத்து மட்டத்துக்கு வரணும். அப்புறம் மேலே ஏறணும். இப்போது நாம் பள்ளத்திலே கிடக்கிறோம். என்ன? நாலாவது சாதி, அய்ந்தாவது சாதி, தீண்டப்படாத சாதி, பார்ப்பானுடைய வைப்பாட்டி மக்கள் இப்படியல்லவா இருக்கிறோம் நாம். இது மாற வேணும். அப்புறம் மேலே போகணும்; மாறாது மேலே போக முடியுமோ? ...... மாறியே ஆகணும், மாறாவிட்டால் சாகணும்; அந்த உணர்ச்சி உள்ளவன்தான் மிஞ்சுவான். ..... நாம் முதலாவது. இப்போது மானத்துக்காகப் போராடுகிறோம். வேறே எதற்காகவும் இல்லை.....

உலகத்துக்கே ஒரு வழிகாட்டியாவோம் நாம். நம் சமுதாயமே புது உலகமாகும். தமிழன் இந்தியாவிலேயே முதல் நம்பராக இருப்பான்; இந்தியாவுக்கே வழிகாட்டக்கூடிய சக்தி உடையவனாகி விடுவான். அனேகக் கோளாறுகள் இருக்கின்றன. அதெல்லாம் சுலபமாய் மாறிவிடும். அது செய்கிறவனுடைய லட்சியத்தைப் பொறுத்து இருக்கிறது; செய்கிறவனுடைய துணிவைப் பொறுத்து இருக்கிறது.....

உங்கள் கடமை என்றால் ஒருவரைப் பொறுத்ததல்ல; தமிழர் என்று சொல்லுகிற நாம் இத்தனைக் கோடி மக்களையும் பொறுத்தது. பிறகு நாம் வட்டியும் முதலுமாய் உயரலாம். ஒன்றும் தேங்கிப் போகாது நம் நாட்டு முன்னேற்றம்....

(பெரியார் ஈ.வெ.ரா சிந்தனைகள் 3. வே.ஆனைமுத்து தொகுப்பு பக். 2076)

மனித இழிவு நீக்கமே தனது இறுதிக்குரல் என்று 19-2-1973 அன்று பேசினார். இதுவே பெரியாரது இறுதிச் சொற்பொழிவு. உறுதிச் சொற்பொழிவு. மனிதனை மனிதன் இழிவாக நடத்துகிறான் என்று 1922 திருப்பூர் காங்கிரஸ் மாநாட்டில் பேசியது முதல் 1973ல் தியாகராயர் நகரில் பேசியதுவரை அவரது பேச்சு அனைத்துமே 97 சதவிகித மக்களுக்காகத்தான். இதில் பார்ப்பனர் நீங்கலாக அனைவரும் அடக்கம். தலித் அல்லாதவர்களை மட்டும் கோவிலுக்குள் அழைத்துச் செல்வதற்காக பெரியார் போராட்டம் நடத்தவில்லை.

எங்கேயோ வைக்கத்தில் போய் போராடியவர் தமிழ்நாட்டில் ஏன் போராடவில்லை, தாழ்த்தப்பட்டோரை கோவிலுக்குள் அழைத்துச்செல்ல என்ன போராட்டம் நடத்தினார் என்று பொத்தாம் பொதுவாக ஒரு கேள்வியைக் கேட்பவர்களுக்காகவே இத்தனை விரிவாய் எழுத வேண்டியதாயிற்று.

ஈரோடு ஈஸ்வரன் கோவிலுக்குள் 1929ல் நுழைந்தது முதல் தமிழ்நாட்டின் பல கோயில்களுக்குள் சுயமரியாதை இயக்கத்தவர் நுழைய முன்வந்த நிலையில்தான், 1939ம் ஆண்டு சட்டம் இயற்றப்பட்டு, கோயிலுக்குள் வருபவர் அனைவரையும் அரசு பாதுகாக்கும் என்று உறுதி பெறப்பட்டது.

1971ம் ஆண்டு கர்ப்பக்கிரகத்துக்குள் நுழைவேன் என்று பெரியார் நாள் குறித்த நிலையில் அனைத்துச் சாதியினரும் அர்ச்சகர் ஆகலாம் என்ற சட்டம் கொண்டுவரப்பட்டது. உச்ச நீதிமன்றம் உடனடி தடை விதித்தாலும் 16-12-2015 அன்று வழங்கிய இறுதித் தீர்ப்பில், சட்டத்துக்கு தடை விதிக்கவில்லை. சடங்கு முறையில் மாற்றம் செய்யக்கூடாது என்றுதான் கூறினார்கள். அனைத்துச் சாதியினரும் அர்ச்சகர் ஆகும் காலம் விரைவில் வரும். 'வைக்கம் வீரர்' மட்டுமல்ல அவர், 'தமிழர் இழிவு நீக்கிய வீரர்' என்றே பொறிக்கப்படுவார்.

13. பட்டியல் இனத்தவருக்கு காட்டிய பாதை!

என்ன சொன்னார்கள் இவர்கள்?

பிற்படுத்தப்பட்டோருக்கு மட்டுமே ஈ.வெ.ரா. பேசினார், எழுதினார். அவர்களைப் பார்ப்பனர்களுக்கு அடுத்த இடத்தில் ஆதிக்கம் செய்யக் கொண்டுபோய் நிறுத்தினார். தாழ்த்தப்பட்ட மக்களைப் பிரித்துப் பார்த்தார். நீங்கள், உங்கள் என்று ஜாக்கிரதையாகச் சொன்னார். தாழ்த்தப்பட்டோர் குறித்த அக்கறையோ, கவலையோ அவருக்கு இல்லை.

இவை அனைத்துக்கும் பெரியாரின் வாசகங்களே சாட்சிகள்...

1. நீங்களாகவே உங்கள் சாதிக்கு இழிவு சம்பாதித்துக் கொள்ளா தீர்கள். அனாவசியமாய் யாரைக் கண்டாலும் 'சுவாமி' என்று கும்பிடுகிறீர்கள். நீங்கள் தாழ்ந்தவர்கள் என்ற எண்ணம் உங்கள் ரத்தத்தில் கலந்திருக்கிறது. அதை மாற்றிவிட வேண்டும்.

ஒரு மனிதனைப் பார்த்தால், அவனுக்கும் உங்களுக்கும் என்ன வித்தியாசம் என்கிற எண்ணம் உங்கள் மனத்தில் உதிக்க வேண்டும்.

சுயமரியாதையில் கவனமில்லாத சாதி யாரை உயர்த்தினாலும் உயராது. அவனவனுக்கேதான் மனிதன் என்கிற உணர்ச்சி வர வேண்டும். நீங்கள் இனிமேல் யாரையும் 'சுவாமி' என்று கூப்பிடக் கூடாது. வேண்டுமானால், 'அய்யா' என்று கூப்பிடுங்கள். நீங்களாகவே பதுங்குவதும் ஒதுங்குவதுமான துர்குணங்கள் உங்களை விட்டுப் போக வேண்டும். அன்றுதான் நீங்கள் சமத்துவமாக நடத்தப்படுவீர்கள்.

(கு.அ.25.4.1926).

2. வெகு காலமாகவே தீண்டாமை என்பது நியாயமானதல்ல என்பதை எடுத்துக்காட்டி அக்கிரமமானதென்பதையும் விளக்கி போராடி வந்திருக்கின்றோம். ஆயினும் இத்தொல்லை காரியத்தில் நீங்கியதாய் தெரியவில்லை. எங்கு நிர்ப்பந்தமிருக்கின்றதோ அங்கு நீங்கியிருக்கின்றது. அதாவது, உதை கொடுக்குமிடத்தில் தீண்டாமை நீங்குகிறது. (நகைப்பு). மனிதத் தன்மையினாலும் ஜீவகாருண்யத்தை

ப. திருமாவேலன் | 277

முன்னிட்டு இத்தீமையை ஒழிக்க வேண்டுமென்று கெஞ்சிக் கேட்டுக் கொள்ளும்போது இத்தீண்டாமை பலமாய் உட்கார்ந்துகொள்வதைக் காண்கிறோம். (நகைப்பு) (கு.அ.17.2.1929)

3. கடவுள்தான் தீண்டாமையைப் படைத்தவர் என்றும் சொல்லப்படுகிறது. அது உண்மையாகில் அத்தகைய கடவுளை எப்படியாவது ஒழித்துவிட்டுத்தான் மறுவேலை பார்க்க வேண்டும். (கு.அ.17.02.1929)

4. சாதி பேதத்தை ஆதரிக்கின்ற மதம், வேதம், சாஸ்திரம், புராணம் ஆகியவைகளைப் பின்பற்றக்கூடாது. (கு.அ.3.3.1929)

5. உங்களுக்கோ, எங்களுக்கோ இப்போது இருக்கும் இழிவுகள் ஒழிய வேண்டுமென்கின்ற கவலை, சிந்தனையாவது யாருக்காவது இருக்குமானால், அவர்கள் இவ்விழிவு நிலைக்கு ஆதாரமாய் உள்ளதை அழிக்கத் தைரியம் கொண்டு தயாராய் இருந்தாலொழிய கண்டிப்பாய் நாம் முன்னேற முடியவே முடியாது. (கு.அ. 16.6.1929)

6. உங்களை யாராவது கிராமவாசிகள் துன்புறுத்தினால், இழிவாய் நடத்தினால் எதிர்த்து நிற்க வேண்டும். முடியாவிட்டால், வேறு பட்டணங்களுக்குக் குடியேறிவிட வேண்டும். அங்கும் ஜீவனத்திற்கு மார்க்கமில்லாவிட்டால் இம்மாதிரியான கொடுமையான மதத்தை உதறித் தள்ளிவிட்டு சமத்துவமுள்ள மதத்திற்குப் போய்விட வேண்டும். அதுவும் முடியாவிட்டால் வெளிநாடுகளுக்காவது கூலிகளாகப் போய் உயிரையாவது விடவேண்டும். இம்மாதிரியான உறுதியான முறைகளைக் கையாளத் துணிவில்லையானால் உங்கள் மீது சுமத்தப்பட்ட இழிவு சுலபத்தில் ஒழியாது என்றே சொல்லுவேன்.

கஷ்டப்படவும் கட்டுப்பாட்டை உடைத்து எறியவும் உயிரை விடவும் தயாராய் இல்லாமல் எந்தக் காரியத்தையும் சாதிக்க முடியாது. (கு.அ. 16.6.1929)

7. வேறு ஒருவன் வந்து உங்களுக்கு உதவி செய்வான் என்று எதிர்பார்ப்பதும் பெரிய முட்டாள்தனமாகும். உங்களையே நீங்கள் உபயோகப்படுத்திக் கொள்ளத் துணிவு கொள்ள வேண்டும்
(கு.அ. 16.6.1929).

8. படிப்பினாலும் பணம் சம்பாதிப்பதாலும், குளிப்பதனாலும் குடிக்காமல் இருப்பதாலும் மாமிசம் சாப்பிடாது இருப்பதினாலும் இவ்விழிவு போய்விடுமென்று சிலர் உங்களுக்கு உபதேசம் சொல்லுகின்றார்கள். நான் அவைகளை ஒப்புக்கொள்ளமாட்டேன். உங்களுடைய இழிவுக்கு இவைகள்தாம் காரணமானால், இந்தத் தன்மைகள் உள்ள மற்றவர்கள் இவ்விழிவை அடையாமல் பிராமணர்களாகவே எப்படி இருக்கின்றார்கள். உங்களுடைய இழிவுக்குக் காரணம் மானம், சுயமரியாதை உணர்ச்சி ஏற்படாதது

தானே ஒழிய வேறில்லை. ஆகையால், நீங்கள் மற்றவர்களைப் போல் மனிதர்கள்தாம் என்று எண்ணிக்கொண்டு அதற்கு ஏற்ற விதமாக நடந்து கொள்ளத் துணிவு கொள்ளுங்கள். அதனால் ஏற்படும் கஷ்டங்களைச் சகிக்கத் தைரியம் கொள்ளுங்கள். சீக்கிரத்தில் விடுபடுவீர்கள்.

9. முகமதிய மதம் முரட்டு சுபாவத்தை உண்டாக்குகின்றது என்று எனக்கு எழுதி இருக்கிறார்கள். அது வாஸ்தவமானால் தீண்டப்படாதவர்களுக்கு அவர்களது தீண்டாமை ஒழிய, முகம்மதிய மதத்தை சிபாரிசு செய்வதற்கு அதுவே நல்ல காரணம் என்றே கருதுகிறேன்.

இப்பொழுது நமது தீண்டப்படாதவர்கள் தங்கள் தீண்டாமை நிலை நிற்கும்படி தாங்களாகவே அளவுக்கு மீறி ஒடுங்குகிறார்கள். காலில் விழுந்து கும்பிடுகிறார்கள். அடிகள் அடிக்க ஓடுகிறார்கள். கீழ்ப்படியவே தங்களைக் கடவுள் பிறப்பித்திருப்பதாய்க் கருதுகிறார்கள். எவ்வளவு திட்டினாலும் ரோஷப்படுவதே இல்லை. கோபிப்பதே யில்லை. முரட்டு சுபாவம் இல்லாத இந்து மதம் இவர்களை இப்படிச் செய்துவிட்டதால் தங்களைப் பிறர் இழிவுபடுத்துவது தங்களுக்குத் தெரிவதில்லை. ஆதலால், முகம்மதிய மதம் முரட்டு சுபாவத்தை உண்டாக்குவது உண்மையானால், அதில் சேர்ந்த இவர்கள் இனிமேலாவது இவ்வளவு தாழ்மையாக நடந்துகொள்ள மாட்டார்கள் அல்லவா? மற்றவர்களும் அவர்களது முரட்டு சுபாவத்தைக் கண்டு பயந்து மரியாதையாய் நடந்து கொள்ள இடமேற்படும் அல்லவா?

(கு.அ. 21.2.1929).

10. இந்து சமூகத்தில் உண்மையான சமத்துவமும் ஒற்றுமையும் ஏற்படாத குறை நீங்க, தீண்டப்படாதவர்கள் ஏற்படாத குறை நீங்க தீண்டப்படாதவர்கள் கும்பல் கும்பலாய் முகம்மதியர் ஆவதைத் தவிர வேறு மார்க்கமில்லையாதலால், நாம் அதை ஆட்சேபிக்க முடியாதவர்களாய் இருக்கின்றோம். (கு.அ.21.7.1929)

11. இவ்வளவு கொடுமையுள்ள ஒரு கட்டுப்பாட்டிலிருந்து விலகிக் கொள்ள ஆதி திராவிடர் ஆகிய நீங்கள் ஆசைப்படுவது மிகவும் நியாயமும் அவசியமாகும். ஆனால், விடாமுயற்சியாய் வேலை செய்ய வேண்டும். இடையில் தளர்ச்சிக்கு இடம் விட்டால் நம் திராவிட இனம் மோசம் போய்விடும். (கு.அ. 21.7.1929)

12. தீண்டாமை ஒழிய வேண்டுமானால் மதத்தை விட்டு விடுங்கள். அல்லது ஏதாவது மதம் வேண்டுமானால், தீண்டாமை இல்லாத மதத்தைத் தழுவலாம். (கு.க. 27.10.1929).

13. மதுவையும் மாட்டு மாமிசத்தையும் தள்ள வேண்டும் என்பதை நான் ஆட்சேபிக்க வரவில்லை. மதுவையும் மாட்டு

மாமிசத்தையும் தள்ளினால் தான் உங்கள் சாதி உயரும் என்று சிலர் சொல்லும் அயோக்கியத்தனமான காரணத்தை நான் ஒப்புக்கொள்ள முடியாது. சாதி உயருவதற்காக மதுவையும் மாட்டு மாமிசத்தையும் விடுங்களென்று கேட்க மாட்டேன். அதற்காக நீங்கள் விடுவதும் அவ்வளவு அவசியமில்லை. (கு.அ. 27.10.1929).

14. தேசியமானது ஒரு பக்கம் அரசியல் சுதந்திரம் கேட்டுக் கொண்டும்; மற்றொரு பக்கம் வருணாசிரம சுயராஜ்யமும் பெற முயற்சிகள் நடைபெறுகின்றன. இந்த விழிப்பாசை மயக்கத்தில் கூட, சாதி வித்தியாசம் இருக்க வேண்டும், பறையர் வேண்டும், மனுதர்மம் வேண்டும் என்று மாநாடுகள் கூடிப் பேசப்படுகின்றன. நம் மீதும் உங்கள் மீதும் சுமத்தப்பட்ட இழிவுகள் ஒழிய வேண்டும். அதற்காக உயிரையும் விட்டுவிட உங்கள் பெண்டு பிள்ளைகளும் நீங்களும் தயாராகுங்கள். (கு.அ. 11.1.1931)

15. தீண்டப்படாதார் என்பவர்களில் ஆங்கிலம் படித்தோ அல்லது செல்வம் படைத்தோ உத்தியோகம், நியமனம் முதலியவைகளை எதிர்பார்த்துக் கொண்டிருப்பவர்களால் தீவிரமான முயற்சிகள் எதுவும் செய்யப்படும் என்று எதிர்பார்த்துக் கொண்டிருக்காமல் ஆங்காங்குள்ளவர்கள் கூடிக்கூடி ஏதாவது ஒரு முடிவுக்கு வரவேண்டியதும் மிகவும் அவசியமாகும். (கு.அ. 24.5.1931)

16. உண்மையில் தீண்டப்படாத சகோதரர்கள் சமூக சமத்துவம் பெறவேண்டுமானால் அவர்கள் கல்வியாலும், திறமையாலும், செல்வத்திலும் செல்வாக்கிலும் ஒற்றுமையாலும் மற்றவர்களைப் போல சமநிலையை அடைய வேண்டும் என்பதை யாரும் மறுக்க முடியாது. ஆனால், இக்காரியத்தை இப்பொழுதோ அல்லது இன்றைக்கோ அல்லது நாளைக்கோ அல்லது மறுநாளோ அல்லது ஒன்றிரண்டு மாதங்களிலோ அவசரப்பட்டுச் செய்துவிட முடியாது. நாளடைவில் தான் இதைச் செய்யமுடியும். ஆனால், தற்போது அவர்களுக்குச் சமத்துவமளிக்கச் செய்யப்படும் சாதகமான செயல்கள், கோயில் பிரவேசம், தெரு, குளம், கிணறு, பள்ளிக்கூடம் முதலியவைகளைத் தடையின்றி அனுபவிக்க இடமளிப்பது போன்ற காரியங்களாகும் என்பதும் உண்மையேயாகும். (கு.அ. 8.5.1932)

17. தீண்டப்படாத சகோதரர்களும் அவர்கள் சமூக சமத்துவத்தில் ஆவலுடைய மற்றவர்களும் பக்தி என்ற மூடநம்பிக்கையைக் கொண்டு கோயில் நுழைவுக்குப் பாடுபடாமல் பொது இடத்தில் எல்லா மக்களுக்கும் உரிமை வேண்டும் என்று உறுதியுடன் கோயில் நுழைவுக்கு முயற்சி செய்ய வேண்டுகிறோம். (கு.அ. 8.5.1932).

18. பாஷாபிமானம், தேசாபிமானம், மதாபிமானம், குலாபிமானம் என்பவைகளின் உட்கருத்தை ஊன்றிக் கவனித்தால் தாழ்த்தப்பட்ட மக்கள் ஈடேறும் வழி தானாகவே தோன்றும். எப்படியெனில்

குறிப்பிட்ட எந்தவிதமான அபிமானத்தை எடுத்துக் கொண்ட போதிலும் அனேகமாக அந்த அபிமானத்தின் பேரால் ஏமாற்றுக்களே நடைபெறுகின்றன. தாழ்த்தப்பட்ட மக்களின் தலைவராக உள்ளவர்கள் இவைகளை ஊன்றிக் கவனித்து அலசிப்பார்த்து, உரை கல்லில் வைத்து உரசிப் பார்க்க வேண்டும். அவ்வாறு அவர்கள் பார்ப்பவர்களேயானால், வாஸ்தவத்தில் தாழ்த்தப்பட்டவர்கள் ஈடேறும் வழியை எளிதில் கண்டு கொள்வதற்கு ஏதுகரமாகவிருக்கும். மக்களது முன்னேற்றத்திற்கு தடைக்கல்லாகவிருக்கும் காரியங்கள் அவர்களைத் தகர்த்தெறிய வேண்டும். வீணாக ஆடம்பரமாக 'நாங்களும் தலைவர்கள்தான்' என்று வீரம் பேசிக் கொள்வதில் பயனில்லை. (கு.அ. 6.11.1932).

19. பாடுபட்ட நீங்கள் பட்டினி கிடக்கவும் கீழ் சாதியாய் இருக்கவும் சோம்பேறியாய் இருந்தவர் செல்வவானில் இருக்கவும் மேல் சாதியாய் இருக்கவும் ஏற்பட்ட முறைகள் எதுவானாலும் அதை ஒழிப்பது எந்தவிதத்திலும் குற்றமாகாது. அவை புரட்டின் பேரிலும் சூழ்ச்சியின் பேரிலும் சுயநலத்தின் பேரிலுமே கட்டப்பட்ட கட்டமாகும். உங்களுக்கு உண்மையான சுயமரியாதை உணர்ச்சி வந்துவிட்டால் அது மணலால் கட்டிய வீடு சரிந்து விழுந்தது போல், அது தானே சரிந்து விழுந்து விடும். ஆதலால், நீங்கள் உங்கள் பங்கை அடைய எதன் பேராலும் பின்வாங்காதீர்கள். (கு.அ. 4.12.1932).

20. இன்று உங்களை இவ்வளவு பெரிய கூட்டமாகக் காண்பது எனக்கு மிகுந்த சந்தோஷமாக இருக்கிறது. நீங்கள் எல்லோரும் இங்கு எதற்காக இந்த வெய்யில் காலத்தில் கஷ்டப்பட்டு வந்து சேர்ந்து கூடியிருக்கின்றீர்கள்? உங்களுடைய இன்றைய நோக்கமெல்லாம் இந்து மதத்தில் எவ்வளவோ காலமிருந்து கீழான சாதியாய் கருதப்பட்டு நீங்கள் அடைந்து வந்த இழிவைப் போக்கிக் கொள்வதற்காக வேறு மதத்தில் வந்து சேர்ந்தும் அங்கும் அந்த இழிவு இருந்து உங்களைப் பழைய கருப்பனாகவே நடத்தி வந்தால் எப்படியாவது அந்த இழிவைப் போக்கிக் கொள்ள வேண்டுமென்ற உணர்ச்சியின் மீது இந்த மாநாட்டைக் கூட்டி (லால்குடி தாலுகா களத்தில் வென்றான் பேட்டை கிராமத்தில் நடந்த ஆதி திராவிட கிறிஸ்தவர்கள் மாநாடு) நீங்கள் எல்லோரும் இங்கு வந்து சேர்ந்திருக்கிறீர்கள். இந்த மாநாட்டில் பலர் ஆவேசமாகப் பேசிவிடுவதினாலும் பல அதி தீவிரமான தீர்மானங்கள் செய்து விடுவதினாலும் உங்களுக்கு ஏதாவது ஒரு பொய் பலன் கிடைத்து விடுமா? என்று பார்த்தால் அது முடியாது என்றுதான் தோன்றுகிறது. ஏனெனில், இம்மாதிரி தீர்மானங்களும், இம்மாதிரி ஆவேசப் பேச்சுகளும் வெகு கவனமாக நடந்துகொண்டேதான் வருகிறது. ஆனால், இவையெல்லாம் மேல் சாதிக்காரர்கள் என்பவர்களால் அலட்சியமாகக் கருதி அசட்டை

செய்யப்பட்டுதான் வருகிறது. உங்களுக்கு மதப்பித்தின் பயனாக உணர்ச்சி இல்லையென்பதை உங்கள் பாதிரிமார்கள் நன்றாய் உணர்ந்திருக்கிறார்கள். கட்டுப்பாட்டை மீறி நீங்கள் ஏதும் செய்யமாட்டீர்களென்று அவர்களுக்கு நன்றாகத் தெரியும். நீங்களும் மதத்திற்காகவும் கடவுளுக்காகவும் எவ்வளவு கஷ்டங்களையும் இழிவுகளையும் பொறுத்துக் கொண்டு வெறும் வாயினாலே மாத்திரம் எதையாவது பேசிக் கொண்டிருப்பீர்களேயொழிய கட்டுப்பாடுகளை மீறவோ, உங்கள் இழிவுக்குக் காரணமானவற்றை உதறித் தள்ளவோ, அதை ஒழிக்க முயற்சிக்கவோ ஒருநாளும் சம்மதிக்க மாட்டீர்கள்.

உண்மையான விடுதலை உங்களுக்கு வேண்டுமானால், உங்கள் இழிவுக்கும், அடிமைத் தன்மைக்கும் அஸ்திவாரமான ஆதாரத்தை அழிக்க நீங்கள் தைரியம் கொள்ள வேண்டும். அந்த தைரியம் எவ்வித கட்டுப்பாடுகளையும் நம்பிக்கைகளையும் உடைத்தெறியத் தக்கதா யிருக்க வேண்டும். (கு.அ. 7.5.1933)

21. உங்களுடைய கிளர்ச்சியானது பொருளாதாரத் துறையில் நீங்கள் மற்றவர்களால் ஏமாற்றப்படுவதும் வஞ்சிக்கப்படுவதும் ஒழிய வேண்டுமென்பதையே அஸ்திவாரமாகக் கொண்டிருக்க வேண்டும். அதில்தான் உங்கள் விடுதலை இருக்கிறது. எந்தக் கடவுளும் எந்த மாதிரியும் இதற்கு வகை செய்ய முடியாது. (கு.அ. 7.5.1933)

22. செத்த பிறகு மேல் லோகத்தில் அல்லது அடுத்த ஜன்மத்தில் பயன் பெறலாமென்கிற பித்தலாட்ட, சுயநல சூட்டியான உபதேசத்தை அடியோடு மறந்து இந்த ஜன்மத்தில் நீங்கள் சாவதற்கு முன் உங்கள் இழிவுக்கும் கஷ்டத்திற்கும் என்ன பரிகாரம் என்பதைக் கவனித்து அதற்குத் தக்கது செய்ய முன்வாருங்கள். இந்தப்படி நினைத்து தைரியமாய் முன் வந்த மக்கள்தான் இன்று உலகில் ஒரு பக்கத்தில் அடிமையாய் கூலியாய் இழிசாதியாய் ஏழையாய் இல்லாமல் மனிதனாக கவலையற்று தேசமே ஒரு குடும்பமாகவும் எல்லோரும் ஒரு தாய் வயிற்றுச் சகோதரர்களாகவும் வாழ்ந்து வருகின்றார்கள். (கு.அ. 7.5.1933)

23. ஜஸ்டிஸ் முதலான மற்ற கட்சிக்காரர்கள்கூட உங்களுக்குச் (சேலம் மாவட்டம் பள்ளர் சமூக மாநாடு மோகனூர்) செய்ய வேண்டிய அளவு செய்து விட்டதாகச் சொல்லிவிட முடியாது. உத்தியோக விஷயங்களில் பல விஷயங்கள் அவர்கள் கையிலிருந்தும் சர்க்காரை நிர்பந்தப்படுத்தக்கூடிய பல சந்தர்ப்பங்கள் இருந்தும் உங்கட்குப் போதிய அளவு உத்தியோகங்கள் கொடுக்கப்படவில்லை என்றுதான் சொல்ல வேண்டியிருக்கிறது. சமீபத்தில் சென்னை சட்டசபையில் வெளியிட்ட கணக்கில் கீழ்த்தர உத்தியோகங்களில் உட்கட்டு விகிதாச்சாரம் கிடைக்க வேண்டும் என்பது உங்களது முதல் கவலையாக இருக்க வேண்டும். (கு.அ. 10.2.1935)

24. தாழ்த்தப்பட்டவர்கள், தீண்டப்படாதவர்கள் என்பவர்களில் சிலர் தாங்கள் ஏதோ குளித்து முழுகிவிட்டு விபூதிப் பூச்சோ பட்டை நாமமோ விதிப்படி அணிந்து வைதீகர்கள் போல் வேஷம் போட்டுக் கொண்டு மது மாமிசம் சாப்பிடுவதில்லை என்று சொல்லிக் கொண்டு சுவாமி என்று பெயர் வைத்துக் கொண்டு திரிந்தால் தங்கள் நிலை உயர்ந்துவிடும் என்றும் தீண்டாமை ஒழிந்துவிடும் என்றும் கருதியிருக்கிறார்கள். இது மற்றவர்களை ஏமாற்ற நினைத்துத் தங்களையே ஏமாற்றிக் கொள்ளும் பைத்தியக்காரத்தனமேயாகும். (கு.அ. 28.7.1935)

25. இன்று உள்ள உங்கள் (இராசிபுரம் தாலுகா தாழ்த்தப்பட்டோர் மக்கள் மாநாடு) குறைகள் இழிவுகள் நீங்கி மனிதத்தன்மை பெறுவதற்கு நீங்கள் பிரிட்டிஷ் ஆட்சியைத்தான் நம்ப வேண்டுமென்றும் அது உள்ள காலத்திலேயே உங்கள் குறைகளை இழிவுகளை நிவர்த்திக்கொள்ள முயல வேண்டும் என்றும் அரசாங்கத்துக்கு விநோதமாகப் பேசவோ, மக்களுக்குள் விநோத உணர்ச்சி செய்கின்றதோ அரசாங்கத் தோடு போர் புரிபவர்களோ சொல்லிக் கொள்கின்ற கட்சியிலோ கூட்டத்திலோ நீங்கள் கலந்துகொள்ளக் கூடாது என்றும் சொல்லு வதற்காகவோ இவற்றைச் சொல்லுகிறேன். (கு.அ. 6.10.1935)

26. தாழ்த்தப்பட்டவர்கள் என்று உங்களைக் கூப்பிடுவதற்காக நீங்கள் கோபித்துக் கொள்ளுவதால் ஒரு காரியமும் ஆகிவிடாது. பறையர்கள் என்கின்ற பட்டம் மாறி, ஆதி திராவிடர்களாகி இப்போது அரிஜனங்கள் என்கின்ற பட்டம் வந்தது போல் வேறு ஏதாவது ஒரு பெயர் ஏற்படலாமேயொழிய, குறையும் இழிவும் நீங்கிவிடாது..... ஆதலால், பெயரைப் பற்றிக் கவலைப்படாதீர்கள். இழிவும் குறையும் போக வழி பாருங்கள். அதற்கு இம்மாதிரி நம்மை குறைவு படுத்தும் மக்களுடன் ஒத்துழையாமை செய்வதும் அவர்களுடைய முன்னேற்றத்துக்கு நாம் முட்டுக்கட்டைப் போடுவதும்தான் சரியான மருந்தாகும். (கு.அ. 10.01.1937)

27. பாட்டாளிகளுக்குள் முதலில் சாதி பேதம் இருக்கக்கூடாது. தொழில்களை உயர்வுதாழ்வாய் கருதக்கூடாது. எல்லோரும் ஒன்று சேரவேண்டும். பேதமும் இழிவும் கற்பிக்கும் சமய சாஸ்திரங்களை அழிக்க வேண்டும். அரசியலைக் கைப்பற்ற வேண்டும். உயர்ந்த சாதியோர் என்பவர்களையோ சோம்பேறிகளாய் உடலுழைப்பு இல்லாமல் வாழ்கின்றவர்களையோ எதிரிகளாகக் கருதி அக்கொள்கைகளை நிர்மூலமாக்க வேண்டும். (வி. 16.2.1940)

28. நம்மை எவன் இழிவுபடுத்துகிறானோ, அவனை நாம் மதிப்பதில்லை என்பதோடு அவனை நாம் இழிவுபடுத்த வேண்டும் என்று முடிவு கட்டிக்கொள்ள வேண்டும். (கு.அ. 27.05.1944)

ப. திருமாவேலன் | 283

29. ஒரு ஐந்து வருடத் திட்டம் போட்டுக்கொள்ளுங்கள். உங்களை, சமுதாயத்தை தாழ்மையாகக் கருதுகிறவர்களுக்கு நீங்கள் உதவி செய்வதில்லை, தொண்டாற்றுவதில்லை என்ற உறுதியை ஏற்படுத்திக் கொண்டீர்களானால்...... (கு.அ. 27.05.1944)

30. நீங்கள் (சென்னை மாநில மூன்றாவது மருத்துவ குல மாநாடு) யாரையும் சாமி என்றோ எஜமான் என்றோ சொல்லக்கூடாது. (கு.அ. 27.05.1944)

31. நம் ஜீவனத்துக்கு வழியைப் பார்ப்போம் என்று இழிவுக்கு இடம் கொடுத்துக் கொண்டு போகும் வரை சமூகம் ஒரு காலத்திலும் முன்னேறாது. சாதிக் கொடுமைகள் ஒருபோதும் ஒழிய மார்க்கம் ஏற்படாது என்பது திண்ணம். (கு.அ. 6.01.1945).

32. சம உரிமை இல்லாது இருப்பதைவிட சாவதே மேல் என்று நினைப்பவர்களின் சுதந்திரத்துக்கு தடையாக இருக்க முடியாது. (கு.அ. 6.01.1945)

33. குறிப்பாகவும், முக்கியமாகவும் அச்சமுதாயத்துக்கு ஒன்று சொல்லுவோம். அதாவது தாழ்த்தப்பட்ட மக்கள் நலத்துக்கு தலைவர்களாய் இருப்பவர்கள், பதவியில் இல்லாதவர்களும் பதவியில் பற்றும், மோகம், அவசியம் இல்லாதவர்களுமாகவே இருக்க வேண்டும். தலைமையில் இருப்பவர் தவிர மற்றவர்கள் அச்சமுதாயத்தின் பேரால் பதவி, பட்டம், அதிகாரம், சம்பளம், சன்மானம் பெறலாம். ஆனால், தலைவர்கள் அந்தப் பக்கம் திரும்பிப் பார்க்கவே கூடாது. சர்க்கார் இம்மாதிரியாக தலைவர்களுக்குப் பதவி, பட்டம், உத்தியோகம், சம்பளம், சன்மானம் கொடுப்பது அநேகமாக அவ்வகுப்பு மக்களை வஞ்சித்து அடக்கித் தங்களுக்கு அனுகூலமாகவும் தங்கள் எதிரிகளுக்கு எதிரிகளாகவும் ஆக்கி வருவதற்கே அல்லாமல் வேறு கருத்து 100க்கு 90 காரியங்களில் இருக்காது. கடைசிப்பட்சம் பதவி பெற்றவர்கள் தலைமைப் பதவியை வேறு ஒருவருக்கு விட்டுவிட்டாவது பதவி பார்க்க வேண்டும். தலைமைப் பதவியும், அதிகாரம், பட்டம், சம்பளம், பதவியும் இரண்டும் ஒருவரே பார்த்தால் சர்க்காரிலும் பொதுமக்களிடத்திலும் அப்படிப்பட்டவர்களுக்கு அந்த வகுப்புக்கு மதிப்பு, மரியாதை, நம்பிக்கை இருப்பது மிக கஷ்டமாகும். (கு.அ. 2.02.1946)

34. மன உறுதியோடு இனி ஒருத்தனையும் சாமி என்றோ எஜமான் என்றோ கூப்பிடுவதை நிறுத்தி விடுங்கள். எவனையும் அய்யா என்று மட்டும் அழையுங்கள். அல்லது அவனவன் பேரால் அழையுங்கள்.

எந்த மிராசுதாராவது, 'என்னடா நீ புதுசா அய்யா என்று அழைக்கிறே? திமிர் ஏறிப் போயிட்டுதா?' என்றால், 'இல்லீங்க அய்யா. நாங்களும் உங்களைப்போல் மனிதர்கள்தானே? அப்படியிருக்க

நாங்களேன் உங்களை எஜமான் என்றோ, சாமி என்றோ அழைக்க வேண்டும்? இதுவரை ஏதோ முட்டாள்தனத்தால் நாங்கள் எங்களைத் தாழ்ந்தவர்கள் என்று நினைத்து உங்களை உயர்வாக எஜமான் என்று அழைத்து வந்தோம். இனி நாங்களும் மனிதத் தன்மையைத் துணிந்துவிட்டோம். ஆகவேதான் அய்யாவென்று அழைக்கிறோம் என்று தயை தாட்சண்யமில்லாமல் தெளிவாக எடுத்துக்கூறுங்கள். 'டே உங்களை கடவுள் தண்டிப்பார்' என்று அவன் கூறினால், "நீங்கள் கூறும் கடவுள் என்பது காட்டுமிராண்டி காலத்திற்குத்தான். பகுத்தறிவு காலத்திற்கல்ல" என்று கூறிவிடுங்கள்! *(வி. 27.02.1948)*

35. உயர்ந்த சாதி என்று எவனெவன் திமிரோடு உங்கள் முன் வருகிறோனோ, அவனைக் குறுக்கே வரும் பாம்பைப் போலக் கருதி துரத்தியடிக்க வேண்டும். அதுதான் சாதி ஒழிப்புக்குச் சரியான மருந்து. அது இன்ஜெக்ஷன் (ஊசி மருந்து) மாதிரி உடனே வேலை செய்ய ஆரம்பித்துவிடும். *(வி. 27.2.1948)*

36. உங்கள் இழிவுக்குக் காரணம் நீங்கள் மாடு தின்பதல்ல, மதம்தான் என்பதை உணர்ந்துகொள்ளுங்கள். *(வி. 27.02.1948)*

37. எவனாவது உங்களைப் பார்த்து, 'ஒதுங்கிப் போ' என்று சொன்னால், "ஏனப்பா நான் ஒதுங்க வேண்டும்? என் காற்று பட்டால் என்ன உனக்கு காலராவா வந்து விடும்" என்று கேளுங்கள். அவன் தானாகவே ஒதுங்கிப் போய்விடுவான்.

எவனாவது உங்களை கண்டு ஒதுங்கிப் போனால் அவனையும் சும்மா விடாதீர்கள். "என்னையா என்னைப் பார்த்தா தவளை மாதிரி எட்டிக் குதிக்கிற? நான் என்ன மலமா.. தொட்டால் நாற்றமடிக்க? அல்லது நான் என்ன நெருப்பா? தொட்டால் சுடும் என்று கூற? ஏனப்பா இப்படி பித்தலாட்டம் செய்ற? மலத்தைத் தொட்டால் கூட கையைக் கழுவி விட்டால் சரியாய்ப் போய்விடும் என்கிறாய். என்னைத் தொட்டால் உடுத்தியிருக்கிற வேட்டியோடு குளிக்க வேண்டும் என்று சொல்கிறாயே? இதுக்கு என்னப்பா அர்த்தம்?" என்று கேளுங்கள்! *(வி. 27.02.1948)*

38. இது மீனவர்கள் மாநாடு. இந்தத் தொழிலையே விட்டுவிட நீங்கள் தீர்மானம் போடவேண்டும்..... நீங்கள் வசதிகள் கேட்பது ஒருபுறம் இருந்தாலும், உங்கள் பிள்ளைகளை எல்லாம் உங்கள் தொழிலிலேயே பழக்காமல் நன்றாக ஆக்க வேண்டும். வேறு தொழிலுக்கு எல்லாம் அனுப்ப வேண்டும். *(வி. 11.06.1961)*

39. தோழர்களே, நான் சொல்லப் போவது (கலைத்தொழில், சவரத் தொழில், நகரசுத்தி தொழில்...) சங்கடமாகத்தான் இருக்கும். கஷ்டமாக இருந்தாலும் வேறு தொழிலை எடுத்துக் கொள்ள வேண்டும். *(வி. 19.04.1960).*

40. நீங்கள் ஆண்களும், பெண்களும் குறைந்தபட்சம் எஸ்.எஸ். எல்.சி. வரையாவது படிக்க எப்படியாவது முயற்சி செய்ய வேண்டும். நீங்கள் ஒவ்வொருவரும் அழுக்குத் துணிகளை எடுத்துக் கொண்டு வர துணிக்காரன் வீடுகளுக்கு போவதையாவது முதலில் விட்டு ஒழிக்க வேண்டும். அவர்கள் உங்கள் வீடு தேடி, கடை தேடி, துணி கொண்டுவந்து போடச் செய்ய வேண்டும். அப்பொழுதுதான் ஒரு சிறிதாவது உங்களுக்கு கவுரவம், தொழிலுக்கு மதிப்பு ஏற்படும். *(வி.19.04.1960)*

41. சாதி, மதம் இவை எல்லாம் ஒழிந்தால்தான் நாம் மனிதர்களாக வாழமுடியும். சாதிக்கு முதல் முட்டு, கடவுள். இரண்டாவது மதம். இந்த இரண்டையும் அசைத்தால் எதற்கும் தீர்ந்தது 3வது சாஸ்திரம். நாலாவது அரசாங்கம். இந்த நான்கையும் பிடுங்கி எறிந்தால் அது தானே சாய்ந்துவிடும். பொத்தென்று விழுந்துவிடும். அது சாய்ந்தால் நாம் உருப்படியாக ஆகிவிடுவோம். *(வி. 27.11.1958)*

42. அநேக மக்கள் தாழ்த்தப்பட்ட மக்களில் தவறாக நினைக் கிறார்கள். பார்ப்பனர்கள் அல்லாத மக்கள்தான் தங்கள் எதிரிகள் என்றும் பார்ப்பனர்கள்கூட அல்ல என்று! இது மிகவும் தவறான எண்ணமாகும். இதற்குக் காரணம். பார்ப்பன ஆட்சியில் பல அதிகாரங்களும். பண விநியோகமும் இருப்பதால், பார்ப்பனனுக்கு நல்ல பிள்ளையாகவும் ஆனது விஷமப் பிரசாரத்தை நம்புவதும் ஆகும். நாங்கள் வேறு என்றும், நீங்கள் வேறு என்றும் எண்ணக்கூடாது. சூத்திரர்கள் ஒரு இனமாக இருந்தால் தங்களுக்கு ஆபத்து என்று கருதி பல இனமாக ஆக்கிவிட்டார்கள். *(வி. 22.2.1959)*

43. தீண்டாமை ஒழிந்தால் சாதி ஒழிந்து விடும். ஆகவே, தீண்டாமை ஒழிப்பில் சர்க்காரே முன் நிற்கும்போது சாதியைப் பற்றி ஏன் கவலைப்பட வேண்டும் என்கிறார்கள் சிலர். இது சரியான பேச்சு இல்லை. சாதி ஒருவருக்கொருவர் தொட்டுப் பழகுவதால் ஒழியாது. இப்படி தொட்டுப் பழகுவதால், சாதி பேதம் இல்லை என்று பொருளே தவிர, சாதிப் பிரிவு இல்லை என்று சொல்ல முடியுமா? *(வி. 5.8.1962)*

44. நான் பலாத்காரத்திற்கு தயாராகுங்கள் என்று கூறுகிறேன் என்றால், உங்கள் உயிரையும் கொடுத்துப் போராட தைரியம் உடையவர்களாக ஆகவேண்டும். உயிருக்கு ஆசை வைத்தே தமிழன் உருப்படியாகவில்லை. உயிருக்குத் துணிந்தவன் தான் உருப்படி ஆவான். *(வி. 13.07.1963)*

45. உங்கள் மதம் போகாமல் ஒருநாளும் உங்களது தீண்டாமைத் தன்மையோ சாதி இழிவுத் தன்மையோ ஒழியவே ஒழியாது என்பது கல்லு போன்ற உறுதி. மதத்தை காப்பாற்றிக்கொண்டே சாதி இழி

தன்மையை தீண்டாமையை விலக்கி விடலாம் என்று நினைத்து ஏமாற்றமடையாதீர். *(வி.27.2.1966).*

46. தீண்டப்படாத, தாழ்த்தப்பட்ட மக்கள் என்பவர்களுக்கு ஏதாவது விடுதலை வேண்டுமானால், அரசாங்கத்தைக்கொண்டுதான் செய்துகொள்ள முடியும். மற்ற வகுப்பாருடைய அரசியல் கிளர்ச்சி யில் பட்டுக் கொள்ளாதீர். அதெல்லாம் பார்ப்பானும், மேல் சாதிக்காரனும், படித்த கூட்டமும் இன்னமும் அதிக ஆதிக்கம் செலுத்தவே பாடுபடும் கிளர்ச்சிகளாகும். *(வி. 27.02.1966)*

47. சலவைத் தொழிலாளர்கள் என்ற பிரிவே இந்நாட்டில் இருக்கக்கூடாது. எந்தக் காரணத்தை முன்னிட்டும் இந்தச் சலவைத் தொழில் இவர்களோடு போகட்டும். இவர்கள் குழந்தைகள் இந்தத் தொழிலை மேற்கொள்ளாமலிருக்க வேண்டும். அந்த வகையில் தங்களின் குழந்தைகளை அவர்கள் வளர்க்க வேண்டும். இது மாறுதல் காலமாகும். இந்தக் காலத்தில் மாறுதலுக்கு எவன் சம்மதிக்க மாட்டானோ அவன் கண்டிப்பாக நசுங்கி விடுவான். அவன் என்றைக்கும் முன்னுக்கு வரமாட்டான். *(வி. 2.01.1968)*

48. மனிதன் சமுதாயத்துறையில் மாறுதலடைய வேண்டுமானால், அதன் அடிப்படையை வெட்டி வீழ்த்துவது மூலம்தான் முடியுமே தவிர, அடிப்படையை அப்படியே வைத்துக் கொண்டு இருந்திருக்க முடியாது. சமுதாயத்தை மாற்றமுடியாது. *(வி. 2.01.1968).*

49. நம் நாட்டில் இருக்கிற ஆதி திராவிட மக்கள் நாம் ஏன் ஆதி திராவிடர்கள் என்பதைப் பற்றி கவலைப்படுவது இல்லை. ஒவ்வொருவனும் தான் மேல் சாதிக்காரன் ஆகவேண்டும் என்று கருதுகின்றான். நாம் சூத்திரர்களாக, பார்ப்பனனுக்கு வைப்பாட்டி மகனாக இருப்பதைப் பற்றி எப்படி ஒருவன் கவலைப்படாமல் தான் மேல்சாதியானால் போதும் என்று கருதுகின்றானோ, அதுபோன்றுதான் ஆதி திராவிடர் மக்கள் தான் மட்டும் உயர்ந்த சாதிக்காரன் ஆனால் போதும் என்று கருதுகின்றானே ஒழிய, சமுதாயத்தைப் பற்றி நினைப்பது கிடையாது. *(7.07.1968)*

50. கடவுள், மதம், புராணம், பார்ப்பான் இவற்றோடு இதிகாசம், இலக்கியம் என்கிற பழைய குப்பைகளையெல்லாம் ஒழித்தாகணும். அதுபோல அரசாங்க அமைப்பையும் உடைத்தெறிய வேண்டும். *(7.7.1968)*

14. கீழ்வெண்மணியும் திராவிட விவசாயத் தொழிலாளர் கழகமும்

பெரியாரைக் கொச்சைப்படுத்துவதற்குச் சொல்லப்படும் காரணங்களில் ஒன்று கீழ்வெண்மணி.

"44 உயிர்கள் துடிக்கத்துடிக்கக் கொல்லப்பட்ட போது பெரியார் கண்டிக்கவில்லை, ஏனென்றால் அது திராவிட முன்னேற்றக் கழகத்தின் ஆட்சி, அதனால் ஆட்சிக்கு சிக்கல் ஏற்படும் என்பதற்காக பெரியார் அதில் மௌனமாக நடந்து கொண்டார்" என்று ஒரு சாராரும், "44 உயிர்களைக் கொன்றது கோபாலகிருஷ்ண நாயுடு. பெரியாரும் நாயுடு. அதனால் அவர் மௌனமாக நடந்து கொண்டார்" என்று இன்னொரு சாராரும் சொல்கிறார்கள்.

இரண்டு காரணத்துக்கும் அறிவு நாணயத்துக்கும் எந்தச் சம்பந்தமும் இல்லை.

1968ம் ஆண்டு டிசம்பர் மாதம் 25ம் நாள் கீழ்வெண்மணி கொடூரம் நடந்தது. 90 வயதான பெரியார் அன்றைய தேதியில் உடல்நலக் குறைவு காரணமாக சென்னை பொதுமருத்துவமனையில் இருந்தார். 30ம் தேதிதான் மருத்துவமனையில் இருந்து வீடு திரும்பினார். மருத்துவமனையில் சேர்க்கப்பட்டதும், மருத்துவமனையில் இருப்பதும், 30ம் தேதி திரும்பியதும் 'விடுதலை' நாளிதழில் செய்தியாக இருக்கிறது. இதில் மறைப்பதற்கு எதுவும் இல்லை. இவ்வளவு பெரிய கொடூரம் நடந்தது தொடர்பாக 'விடுதலை' நாளிதழுக்கு அவரே தலையங்கம் எழுதுகிறார்.

'இந்தியாவை ஆள இந்தியருக்குத் தகுதி இல்லை! ஜனநாயகத்தால் ஏற்பட்ட பெருங்கேடு' என்ற தலையங்கம் 28.12.68 நாளிட்ட விடுதலை யில் வந்துள்ளது. பெரியாரின் கையெழுத்துடன் இந்தத் தலையங்கம் வெளியானது. நாளிதழின் ஒரு பக்கத்துக்கு இந்தத் தலையங்கம் உள்ளது. இப்படி ஒரு தலையங்கம் நாளை வெளியாகப்போகிறது என்று முதல் நாளே அதாவது, 27ம் தேதியிட்ட விடுதலை இதழின்

முன்பக்கத்திலேயே விளம்பரமும் செய்யப்பட்டுள்ளது. அப்படியானால் 26ம் தேதியே அவர் எழுதிவிட்டார் என்றுதான் சொல்ல வேண்டும். மிக நீண்ட அறிக்கையாக இருந்தால் மறுநாள் வெளியிடுவது பத்திரிகை நடைமுறையில் வழக்கமானதுதான். இப்போது எரிந்து கொண்டிருக்கும் போதே கண்டித்து அறிக்கை வெளியிடும் 'வாட்ஸ் அப்' காலம் இல்லை அது.

கீழ்வெண்மணி சம்பவத்தை இந்தக் கையாலாகாத அரசாங்கத்தின், சட்டத்தின், ஜனநாயகத்தின் தோல்வியாக பெரியார் பார்த்தார். வன்முறையும் அரசியலும் பின்னிப் பிணைந்ததாகப் பார்த்தார். சட்டவிரோத காரியங்கள்தான் இன்று சமூகத்தில் அங்கீகரிக்கப்படும் விஷயமாக ஆகிவிட்டதாக கோபப்பட்டார். சுதந்திரப் போராட்டக் காலத்தில் இருந்து சட்டமீறுதல் நடக்கிறது. அது தான் இன்னும் தொடர்கிறது என்றார். பெரியார் எந்தக் காலகட்டத்திலும் வன்முறை பாணியைப் பின்பற்ற விரும்பாதவர் என்ற அடிப்படைப் புரிதலோடு இந்த அறிக்கையைப் பார்க்க வேண்டும்.

"(கடந்த) இருபது ஆண்டுகளில் நாட்டில் செல்வாக்குப் பெறாத அயோக்கியத்தனம், அக்கிரமம், கொள்ளை, கொலை காரத்தனம், நாசவேலைகள் என்பவைகளில் ஒன்றுகூட பாக்கி யில்லாமல் செல்வாக்குப் பெற்று தினசரியில் நடைபெற்று வருகின்றன. அவை எந்த அளவுக்கு வளர்ந்தன என்றால்...

1. காந்தியார் கொல்லப்பட்டார்.

2. தலைவர் காமராஜரைக் கொல்ல முயற்சிகள் செய்யப் பட்டன.

3. போலீஸ் அதிகாரிகள் கட்டிப்போட்டு நெருப்பு வைத்துக் கொளுத்தப்பட்டனர்.

4. நீதி ஸ்தலங்கள், ரயில் நிலையங்கள் கொளுத்தப்பட்டன. ஜெயில் கதவு உடைக்கப்பட்டது. பல வாகனங்கள் (பஸ்கள்) கொளுத்தப்பட்டன. வழிப்பறிகள் நடந்தன. மற்றும் நிலங்களில் அறுவடை செய்து கொண்டு போகப்பட்டன. விவசாயிகளின் வீடுகள் கொளுத்தப்பட்டன.

5. கடைசி நடவடிக்கையாக நேற்று முன் தினம் தற்காப்புக்கு ஆக ஓடி ஒரு வீட்டிற்குள் ஒளிந்து கொண்ட ஆண், பெண் குழந்தைகள் உட்பட 42 பேர்கள் பதுங்கிக் கொண்ட வீட்டை பூட்டிவிட்டு கொளுத்தி 42 பேர் கருகி சாம்பலாக்கப்பட்டிருக்கிறார்கள்.

இவ்வளவு அரசியல், கட்சிக்காரர்களால் பட்டப்பகலில் வெட்ட வெளிச்சத்தில் வெளிப்படையாகவே செய்யப்பட்ட காரியங்களாகும்.

சட்டவிரோதமான, பலாத்காரமான நாச வேலைகளான காரியங்களைச் செய்து, அதன் மூலம் பலன் பெறுவதற்கென்றே ஏற்படுத்திக்கொண்ட ஸ்தாபனங்களாலேயே அவற்றின் பலனாகவே செய்யப்பட்ட, நடைபெற்ற காரியங்களாகும். இவைகளை அடக்கப் பயன்படும்படியான போதிய சட்டமில்லை. சட்டம் செய்வது லோதாக் கொள்கைக்கு விரோதமாக இருந்து வருகிறது. சட்டத்திற்கும் நீதிக்கும் சம்பந்தமில்லாத நீதிஸ்தலங்கள்தான் நிறைந்திருக்கின்றன. சட்டங்களின் யோக்யதை இப்படி இருக்க பழிவாங்கும், ஜாதி உணர்ச்சி கொண்ட சுயநலத்தையே முக்கியமாய்க் கருதுகிற நீதிபதிகளே 100க்கு 90 பேர்களாக இருக்கிறார்கள் .... என்று போகிறது பெரியாரின் நீண்ட அறிக்கை. (விடுதலை 28.12.68)

வெள்ளையர்கள் வெளியேறியவுடன் நாடு அயோக்கியர்கள் வசமாகிவிட்டது. அதுதான் இத்தகைய வன்முறைகளுக்கு காரணம், இன்றைய சட்டத்தால் இதைத் தடுக்கமுடியாது, இன்றைய நீதித்துறையால் இதைத் தடுக்க முடியாது, இன்றைய ஆட்சியாளர்களுக்கு இதைத் தடுக்கும் பலம் இல்லை, ஜனநாயக தன்மையால் இதைத் தடுக்க முடியாது, ஜனநாயகம் ஒழிக்கப்பட்டு அரச நாயகம் வந்தால்தான் இந்த வன்முறைகளை தடுக்க முடியும், ரஷ்யாவோ அமெரிக்காவோ பிரிட்டனோ ஆண்டால்தான் இந்த வன்முறைகளைத் தடுக்க முடியும், அல்லது தமிழ்நாடு தனியானால் தான் தடுக்க முடியும் என்று அடுக்கினார்.

27ம் தேதி 'விடுதலை' நாளிதழில் கீழ்வெண்மணி குறித்த இரண்டு விரிவான செய்திகள் வந்துள்ளன. இரண்டுமே முதல் பக்கத்தில் வந்துள்ளன.

'42 பேர் உயிருடன் தீயில் கருகி மாண்டனர்.'

'விவசாயத் தொழிலாளர்களிடையே மோதல்' என்பது ஒரு செய்தி.

'கீவளூர் சம்பவம் பற்றி அதிர்ச்சி அடைந்தேன் சட்டப்படி நடவடிக்கை எடுக்கப்படும். மக்களுக்கு முதல்வர் அறிவிப்பு' என்பது இன்னொரு செய்தி.

'விவசாயத் தொழிலாளர்களிடையே மோதல் என்று எப்படிச் சொல்ல முடியும்? பண்ணையார்கள் சேர்ந்து தொழிலாளர்களைத் தீயிட்டு கொளுத்திய நிகழ்வு அல்லவா இது என்று கேட்கலாம். 27.12.1968 தேதியிட்ட 'தினமணி' நாளிதழும் இப்படித்தான் செய்தி வெளியிட்டுள்ளது.

1968 டிசம்பர் 25 ம் தேதியன்று தஞ்சாவூர் ஜில்லா நாகப்பட்டினம் தாலுக்காவில் உள்ள வெண்மணி கிராமத்தில் கிசான்களிடையே நடந்த மோதல்களில் தீ வைப்பு சம்பவம் காரணமாக நாற்பத்து

இரண்டு பேர் உயிருடன் வெந்து மாண்டனர். இவர்கள் அனைவரும் இடதுசாரி கம்யூனிச கிசான்கள் குடும்பத்தைச் சேர்ந்தவர்கள் என்று கூறப்படுகிறது.

(வெண்மணி படுகொலைகள் : வரலாறும் கலை இலக்கியப் பிரதிகளும் – செ.த. சுமதி மேற்கோள் - பக். 112)

அன்று ஆட்சியில் தி.மு.க. இருந்தது. முதலமைச்சராக அண்ணா இருந்தார். அவரது வாழ்க்கையின் இறுதிக்காலம் அது.

புற்றுநோய் பாதிப்பு சிகிச்சைக்காக அமெரிக்கா சென்று திரும்பிய நேரம் அது. 1968 டிசம்பர் 25 கீழ்வெண்மணி சம்பவம். 1969 பிப்ரவரி 3 அண்ணா மறைந்தார். அதாவது, கீழ்வெண்மணி சம்பவம் நடந்த 35 நாட்களில் அண்ணா மறைந்தார். அவரை மருத்துவர்கள் ஓய்வு எடுக்கச் சொல்லிய நிலையில் அண்ணா ஓய்வில் இருந்தார். அவருக்கு இந்நிகழ்வு பெரும் வருத்தம் ஏற்படுத்தியது. அவசரமாகச் செய்தியாளர்களை சந்தித்த முதலமைச்சர் அண்ணா,

'கீவளூருக்கு அருகிலுள்ள வெண்மணி நிகழ்ச்சி குறித்து சட்டம் தன் பணியினைச் செய்திடும். இந்த நிகழ்ச்சிகளுக்குக் காரணமானவர்கள் அனைவரையும் அடக்கியே தீர்வதென்றும் அரசு உறுதி கொண்டிருக்கிறது.' *(விடுதலை 27.12.1968)* என்று பேட்டி அளித்தார்.

"இந்தக் கோரமான நிகழ்ச்சிகள் குறித்து தஞ்சை மாவட்டம் கீவளூரிலிருந்து எனக்குக் கிடைத்துள்ள செய்திகள் என்னை அதிர்ச்சி அடையச் செய்துள்ளன. உடனடி நடவடிக்கை எடுக்கப்பட்டுள்ளது. போலீஸ் இன்ஸ்பெக்டர் ஜெனரல் இந்த நிகழ்ச்சி நடந்த இடத்துக்கு விரைந்து சென்றுள்ளார். தஞ்சை மாவட்ட கலெக்டருடனும் அந்த மாவட்ட போலீசு தலைமை அதிகாரியுடனும் தொலைபேசியில் தொடர்பு கொள்ளப்பட்டது. இந்த நிகழ்ச்சிகளில் உயிரிழந்தோர் அனைவரது குடும்பங்களுக்கும் எனது ஆழ்ந்த துக்கத்தைத் தெரிவித்துக் கொள்கிறேன் என்றும் தெரிவித்தார்.

அங்கு திரு.கோபாலகிருஷ்ணர் என்ற மிராசு கைது செய்யப்பட்டிருப்பதாகச் செய்தி கிடைத்தது. மேலும் பலர் கைது ஆகக்கூடும். இந்த நிகழ்ச்சிகள் குறித்து எனது துயரத்தையும் மனவேதனையையும் வெளியிட எனக்கு வார்த்தைகள் வரவில்லை. ஏனெனில், நடந்துள்ள நிகழ்ச்சிகள் அத்தனை கோரமானவை. மிருகத்தனமானவை" என்றார் முதல்வர் அண்ணா.

(விடுதலை 28.12.1968).

உடனடியாக பொதுப்பணித்துறை அமைச்சர் மு.கருணாநிதி, சட்டத்துறை அமைச்சர் செ.மாதவன் ஆகிய இருவரையும் கீழ்வெண்மணிக்கு போகச் சொன்னார் அண்ணா. பாதிக்கப்பட்ட

இடங்களுக்கு 28ம் தேதி இவர்கள் சென்றார்கள். "நினைத்துப் பார்க்க முடியாத அளவுக்கு கொடுமை நடந்து விட்டது" என்று அமைச்சர் மு.கருணாநிதி பேட்டி அளித்தார். அன்று இரவு 12 மணிக்கு சென்னைக்கு அவர்கள் வந்தார்கள். அதுவரை தூங்காமல் விழித்திருந்தார் முதல்வர் அண்ணா. அவர்களிடம் விபரங்களைத் தெரிந்துகொண்ட அண்ணா நள்ளிரவு 1.30 மணிக்கு செய்தியாளர்களைச் சந்தித்தார். விபரங்களைக் கூறினார். சட்ட வல்லுநர்களிடம் பேசி நாளை முடிவு சொல்வதாகவும் சொன்னார், மறுநாள் காலையிலேயே, சென்னை உயர் நீதிமன்ற ஓய்வு பெற்ற நீதிபதி கணபதியாப் பிள்ளை தலைமையில் விசாரணை ஆணையம் அமைக்கப்படும் என்று முதல்வர் அறிவித்தார். அதாவது அன்றைய தி.மு.க. அரசே அதனை மறைக்கவில்லை. பகிரங்கமாகச் செயல்பட்டு நடவடிக்கை எடுத்தபோது ஆளும் தி.மு.க.வை காப்பாற்ற பெரியார் ஏன் முயற்சிக்க வேண்டும்?

தி.மு.க. ஆட்சியை அண்ணாவை பெரியார் ஆதரித்தார் என்பது உண்மைதான். அதற்காக விமர்சனமே செய்யவில்லை என்பது உண்மை அல்ல. அண்ணா ஆட்சியாக இருந்தாலும் அவரது மறைவுக்குப் பிறகு முதலமைச்சராக பொறுப்பேற்றுக் கொண்ட கலைஞர் கருணாநிதி ஆட்சியாக இருந்தாலும் அவர்கள் மீது விமர்சனம் வைக்க பெரியார் தயங்கியதே இல்லை.

கீழ்வெண்மணி சம்பவம் 25.12.1968 நடந்தது. 20.12.1968 தி.மு.க. ஆட்சியை விமர்சித்து பெரியார் தலையங்கம் எழுதியுள்ளார். அவரது, கையெழுத்தில் அந்தத் தலையங்கம் வந்துள்ளது. நாகர்கோயில் நாடாளுமன்றத் தேர்தலில் போட்டியிட்ட பெருந்தலைவர் காமராசரை பெரியார் ஆதரித்து எழுதிய தலையங்கம் அது. காமராசர்தான் வெற்றி பெற வேண்டும் என்று பெரியார் விரும்பினார் என்றால், அண்ணாவே அதை சந்தேகப்படமாட்டார். ஏனென்றால், பச்சைத் தமிழர் என்று பெரியாரால் கொண்டாடப்பட்டவர் காமராசர். ஆனால் அந்த அறிக்கையில் தி.மு.க.வுக்கு எதிராக, காமராசருக்கு ஆதரவாக நான் ஏன் இந்த நிலைப்பாட்டை எடுக்கிறேன் என்று பெரியார் விளக்கி இருக்கிறார்.

தி.மு.க.வைப் பற்றிக்கூட நான் சொல்லுவேன், பதவி விஷயங்களில் கூடுமான அளவு வஞ்சகமில்லாமல் தமிழர்களுக்கு நன்மையாக நடந்து வருகிறது என்று சொல்லுவேனே தவிர தமிழர் முன்னேற்றத்திற்கும் எதிர்கால வளர்ச்சிக்கும் ஒரு பார்ப்பான் ஆட்சியில் இருந்தால் எப்படி நடப்பானோ அதுபோலத்தான் பெரிதும் நடந்து கொள்கிறது என்பது எனது கருத்து. இதை பயந்துதான் சொல்கிறேன். உலகத் தமிழ் மாநாடு, கம்பன், கண்ணகி முதலிய சிலை நாட்டு

விழா முதலிய காரியங்கள் தமிழர் சந்ததிக்கு வளர்ச்சிக்குக் கேடான காரியம் என்பதே எனது கருத்து. நான் சமுதாய முன்னேற்றத் தொண்டனானதால் எனக்கு கடவுள், மதம், ஜாதிப் பற்று இல்லை என்பதோடு மொழி, இலக்கியம் முதலிய பற்றும் இல்லையென்று 40 ஆண்டுக்கு முன்னால் இருந்தே சொல்லி வருவதோடு எதிர்த்தும் கொளுத்தியும் வந்திருக்கிறேன். அதுபோலவே கட்சிப்பற்றும் இல்லையென்று சொல்லி வந்ததோடு ஒரு இரவில் 'கர்ணம் அடித்து' கட்சிகளுக்கு ஆதரவாகவும் எதிர்ப்பாகவும் நடந்து வந்திருக்கிறேன்.

இன்று தி.மு.க.வை முழு மூச்சாக ஆதரிக்கிறேன் என்றாலும் சிலர் அதிருப்தியான நடப்புகளை சகித்து கொண்டுதான் ஆதரிக்கிறேன். இனியும் ஆதரிப்பேன் என்று கூட கருதியிருக்கிறேன். (விடுதலை 20.12.68) என்று பெரியார் எழுதினார்.

நாகர்கோவில் தேர்தலும் பெரியார் அறிக்கையும் என்ற தலைப்பில் தொடர் தலையங்கமும் எழுதப்பட்டது. தி.மு.க.வுக்கு பெரியார் அறிவுரை என்று 16.1.1969 தேதியிட்ட 'விடுதலை' தலையங்கம் வெளியிட்டது. இதைச் சொல்வதற்குக் காரணம், தி.மு.க. ஆதரவு நிலைப்பாடு காரணமாக கீழ்வெண்மணி விவகாரத்தில் மௌனமாக இருந்தார் என்பது அபத்தம் என்பதற்காகத்தான்.

கீழ்வெண்மணி விவகாரத்தில் பெரியாரின் நிலைப்பாட்டை புரிந்துகொள்ள வேண்டுமானால் தொழிலாளர், விவசாயிகளின் பிரச்னையை பெரியார் எப்படிப் பார்த்தார் என்பதைப் புரிந்து கொள்ள வேண்டும். தஞ்சை மாவட்டத்தில் விவசாயிகள் மத்தியில் கம்யூனிஸ்ட் கட்சி செய்த வேலைகள் பெரியாருக்கு உடன்பாடில்லை. வன்முறை பாதைக்கு விவசாயத் தொழிலாளிகளைத் திருப்புவது அவர்களது எதிர்காலத்தை இருளாக்கி விடும் என்று பெரியார் நினைத்தார். சமூக, அரசியல் போராட்டங்களில் அமைதி வழியை எப்படி பின்பற்றினாரோ, அதே போலத்தான் விவசாயிகளின் பிரச்னையையும் அமைதி வழியில் தீர்க்க முடியும் என்று நம்பினார். இதைத் தெரிந்து கொள்ளாமல் கீழ்வெண்மணி விவகாரத்தை புரிந்து கொள்ள முடியாது.

திராவிட விவசாயத் தொழிலாளர் கழகத்தை 1952ல் தொடங்கினார். திராவிடர் கழக மத்திய செயற்குழு, திராவிட விவசாயத் தொழிலாளர் கழக அமைப்பின் நோக்கங்களாக 13 கருத்துக்களை ஏற்றுக் கொண்டது.

1. திராவிட விவசாயத் தொழிலாளர் சங்கமானது திராவிட நாட்டில் உள்ள விவசாயத் தொழிலாளர் செய்யும் தொழிலாளர்களுடையவும்,

தினக்கூலி பெறும் மற்ற தொழிலாளர்களுடையவும் நலனைப் பாதுகாப்பது.

2. திராவிட விவசாயத் தொழிலாளர்களின் வாழ்க்கைத் தரத்தை உயர்த்தி, அவர்களை நல்வாழ்வு வாழச் செய்வது.

3. திராவிடத் தொழிலாளர்களுக்கு வசிக்க சொந்த வீட்டு வசதி செய்து கொடுப்பது.

4. திராவிடத் தொழிலாளர்களின் பிள்ளைகளுக்கு கல்வி வசதி செய்து கொடுப்பது.

6. திராவிடத் தொழிலாளர்களின் பொருளாதார நிலைமையை உயர்த்தி, நல்ல ஒழுக்கமும் கண்ணியமுமான வாழ்க்கை வாழச் செய்வது.

7. திராவிடத் தொழிலாளர்களுக்கும் அவர்கள் வேலை செய்யும் பண்ணையார், மிராசுதார், முதலாளிகள், எஜமானர்கள் ஆகியவர்களுக்கும் நட்பும், நல்லுறவும் நம்பிக்கையும் கூட்டுப்பொறுப்பும் இருக்கும்படியாகச் செய்வது.

8. திராவிட விவசாயத் தொழிலாளர்களின் நித்திய வாழ்வுக்கு வேண்டிய எல்லா சாதனங்களும் கூட்டுறவு ஸ்தாபனத்தின் மூலம் மலிவாகவும் நல்லதாகவும் கிடைக்கும்படி செய்வது.

9. தஞ்சை, திருச்சி ஜில்லாவைப் பொறுத்தவரை விவசாய கூலித் தொழிலாளி மக்கள் தாழ்த்தப்பட்டவர்களாகக் கருதப்படுவதாலும் அவர்கள் தனிப்பட்டவர்களாக ஆக்கப்பட்டிருப்பதாலும் அவர்களை மற்ற மக்களோடு சரிசமமான சமுதாயம் என்கிற நிலையில் வாழும்படி செய்வது.

10. சர்க்கார் புறம்போக்கு, தரிசு நிலங்களை விவசாயத் தொழிலாளர்களுக்கு பட்டா உரிமை ஆக்குவது.

11. கூடுமானவரை சுப்பிரமணியம் ரிப்போர்ட்டை அமலுக்குக் கொண்டுவரப் பாடுபடுவதுடன் விவசாயி, மிராசுதார், தொழிலாளி, முதலாளி பிரிவு இல்லாமல் சமநிலை மக்கள் சமுதாயம் ஏற்படுவதைக் குறிக்கோளாகக் கொண்டு பாடுபடுவது.

12. இந்த காரியங்களையும் மற்றும் அவர்கள் சமுதாயத் துறையில் முன்னேற்றமடைவது முதலியவைகளையும் கூடுமானவரையில் நியாயமும் நீதியும் சமாதானமுமான எல்லா முறைகளையும் கையாளுவதன் மூலமும் அவர்கட்கு பலாத்காரம் இல்லாமலும் முயற்சி செய்து அடையச் செய்வது.

13. பாட்டாளி மக்களின் இழி தன்மையையும் ஏழ்மையையும் நீக்கி மக்களாக வாழச் செய்வது. அரசியல் கட்சிகள் வலையில் சிக்கவிடாமல் மீட்டல்.

ஆகிய 13 தீர்மானங்கள் போடப்பட்டன. இதில் 7, 9, 11, 12, 13 ஆகிய தீர்மானங்களை மட்டும் திரும்பப் படியுங்கள்.

திராவிடத் தொழிலாளர்களும் பண்ணையார்களும் நட்பும் நல்லுறவும் நம்பிக்கையும் கூட்டுப் பொறுப்பும் ஏற்படுத்தி, பலாத்காரம் இல்லாமல் சலுகைகளைப் பெறுவது என்பது பெரியாரின் நிலைப் பாடாக உள்ளது. அதாவது, பேச்சுவார்த்தைகளின் மூலமாக சலுகைகளைப் பெறுதல்.

தாதம்பட்டி, சிவதாபுரம் ஆகிய இடங்களில் 1952ல் திராவிட விவசாயத் தொழிலாளர் அமைப்புகளை தொடங்கி வைத்த பெரியார் இது குறித்து விரிவாகப் பேசி இருக்கிறார். விவசாயிகளுக்கு பாடுபட பல அமைப்புகள் இருக்கும்போது இதை ஏன் தொடங்கினேன் என்று விளக்கினார். இந்தக் கட்சிகள் தொழிற்சங்கத்தை உருவாக்கி தங்கள் கட்சித் தேர்தலுக்கு பயன்படுத்துவார்களே தவிர தொழிலாளிகளின் இழிதன்மை ஒழியாது என்றார். 2 மாதம் ஸ்டிரைக் செய்து 2 அணா கூலி உயர்வு கிடைப்பதால் என்ன பயன், தொழிலாளத் தன்மை அப்படியேதானே இருக்கிறது என்று கேட்டார். 2 அணா கூலியை உயர்த்துவதால் முதலாளித் தன்மைக்கு எந்தப் பாதிப்பும் இல்லை, அவன் முதலாளித் தன்மையை ஆணவத்தோடு காப்பாற்றிக் கொள்கிறான் என்றார்.

தொழிலாளி உயர வேண்டுமானால் லாபத்தில் அவனுக்கு பங்கு வேண்டும். நிர்வாகத்தில் பங்கு உரிமை வேண்டும். இதற்கான காரியம் செய்தால்தான் தொழிலாளி, முதலாளி நிலைமை ஒழியும் என்றார். தொழிலாளிக்கு இந்தச் சங்கங்கள் புத்தி புகட்டுவது இல்லை, அவன் மூடநம்பிக்கையுடன்தான் இருக்கிறான் என்று வருந்தினார். முதலாளிக்கும் தொழிலாளிக்கும் சண்டை மூட்டுவதிலேயே இந்த சங்கங்கள் குறிப்பாக இருக்கின்றன. முதலாளி மீது தொழிலாளிக்கு பொறாமை ஏற்படுத்துகின்றன என்று குற்றம் சாட்டினார். தொழிலாளியை வன்முறையாளனாக மாற்றுகிறார்கள். ஆனால் முதலாளியைக் காப்பாற்றும் அரசாங்கத்தையும் பார்ப்பானையும் கண்டு கொள்ள மாட்டார்கள் என்றார். என்னைப் பொறுத்தவரை முதலாளியும் சர்க்காரும் ஒழிக்கப்படவேண்டும் என்றார். 'எனக்கு முதலாவது இன இழிவு நீக்கம், அடுத்த முக்கியமே பொருளாதார பேதம் நீக்கம். ஏனென்றால் இந்நாட்டு நிலை அது' என்றார். அந்தப் பேச்சை முழுமையாக படித்தால் தஞ்சை - திருச்சி மாவட்டத்தில் கம்யூனிஸ்ட் கட்சி உருவாக்கி வைத்திருந்த விவசாய சங்கத்துக்கு எதிரான விமர்சனமாக அது இருக்கிறது.

கீழ்வெண்மணி சம்பவத்தைத் தொடர்ந்து பெரியார் எழுதிய அறிக்கையை மீண்டும் படியுங்கள். அதில் 4வது கருத்து

கம்யூனிஸ்ட்களின் செயல்பாடு மீதான விமர்சனமாக இருக்கும். அதே அறிக்கையில்...

கம்யூனிஸ்ட்கள் என்கின்ற பெயரால் எந்தக் கட்சிக்கும் அனுமதி அளிக்கக்கூடாது (விடுதலை 28.12.1968) என்று எழுதினார். பலாத்காரத்தின் மூலமாக அமைப்பை வளர்க்க நினைக்கிறார்கள் என்ற கோபத்தின் வெளிப்பாடு இது.

சாதி, வர்க்கம் இரண்டுக்கும் ஆதரவாக பண்ணையார்கள் நடத்திய பச்சைப் படுகொலையாக இன்று கீழ்வெண்மணியைப் பார்க்கிறோம். ஒரு நிகழ்வை 50 ஆண்டுகள் கடந்து பார்ப்பதற்கும் அன்றைய காலகட்டத்தில் பார்ப்பதற்கும் வித்தியாசம் இருக்கிறது.

விவசாயத் தொழிலாளர்களுக்குள் நடந்த மோதல் என்று 'விடுதலை'யும்

கிசான் அமைப்பினர்கட்கு இடையில் நடந்த மோதல் என்று 'தினமணி'யும் எழுதி இருக்கிறது.

அப்போது வெளியான 'ஜனசக்தி'யில்

விவசாயத் தொழிலாளர் இயக்கத்தை ஒடுக்க திட்டமிட்ட நடவடிக்கைகளின் கோரமான விளைவே கீழ்வெண்மணி சம்பவம், என்று கூறுகிறது.

காங்கிரசு, சுதந்திரா கட்சி, தி.மு.க.வைச் சேர்ந்த நிலச்சுவாந்தார்களால் அமைக்கப்பட்டதே நெல் உற்பத்தியாளர் சங்கம். தி.மு.க. தமிழகத்தில் ஆட்சி அமைத்த நாள் தொட்டு காங்கிரசும், காமராசரும் தங்கள் நிலப்பிரபுத்துவ வர்க்கத்தைப் பாதுகாக்க ஆரம்பத்திலிருந்தே திட்டமிட்டு செயல்பட்டு வந்தனர். பூந்தாழங்குடியில் துப்பாக்கிச் சூடு நடப்பதற்கு முன்னர் காமராசர் அங்கு சென்று நியாயக் கூலி கேட்ட விவசாயிகளை அடித்து நொறுக்காமல் காவல்துறை ஏன் தயங்குகிறது என்று கேட்டதாகவும் வெண்மணி படுகொலை புத்தகத்தில் குறிப்பிடப்பட்டுள்ளது. (செ.த.சுமதி நூல் 115-116)

5.12.1968 நாகை வட்டார மார்க்சிய கம்யூனிஸ்ட் கட்சி செயலாளர் மீனாட்சி சுந்தரம் தமிழக முதலமைச்சருக்கு ஒரு கடிதம் எழுதி உள்ளார்.

கீழ்வெண்மணித் தெருவிலுள்ள அரிசனங்கள் அனைவரும் இரு தினங்களுக்குள் காங்கிரசில் சேராவிட்டால், வீடுகள் அனைத்தையும் தீயிட்டு அழிக்கப் போவதாக மிரட்டி பயமுறுத்தி வருகிறார்கள்.

(செ.த.சுமதி நூல் பக். 116)

15.12.1968 தீக்கதிரில் இக்கடிதம் பிரசுரிக்கப்பட்டதாக ஆய்வாளர் கூறுகிறார். தமிழக அரசின் அசட்டையும், காவல்துறையின் அசிரத்தையும் இக்கொடிய நிகழ்ச்சிக்கு ஒரு காரணம் என்று 'தாமரை'

இதழ் தலையங்கம் தீட்டியதாக இதே ஆய்வாளர் சொல்கிறார். இப்படி பல்வேறு அரசியல் உள்நோக்கங்கள் இந்தப் படுகொலைக்குள் உள்ளது.

44 பேர் கொலை செய்யப்பட்ட சம்பவத்துக்கு நீதி விசாரணை அமைக்கப்பட வேண்டுமா, கொலை வழக்காக விசாரிக்கப்பட வேண்டுமா என்று விவாதம் ஏற்பட்டபோது முதல்வரிடம் மார்க்சிஸ்ட் கம்யூனிஸ்ட் தலைவர் பி.ராமமூர்த்தி பேசியதாகவும், நீதிவிசாரணை வேண்டாம், கொலை வழக்கு நடத்தப்பட வேண்டும் என்று பி.ஆர். சொன்னதாகவும் அதை முதல்வர் அண்ணா ஏற்றுக் கொண்டதாகவும் கோ.வீரய்யன் எழுதுகிறார்.

(செங்கொடியின் பாதையில் நீண்ட பயணம்: கோ.வீரய்யன் பக். 144)

அன்றைய தி.மு.க. அரசே, மார்க்சிஸ்ட் கம்யூனிஸ்ட் கட்சியினரின் கோரிக்கையை ஏற்றும், அவர்களது கோரிக்கையை அமல்படுத்தியும் செயல்பட்டிருக்கும்போது தி.மு.க. அரசைக் காக்க பெரியார் ஏன் மௌனமாக இருக்க வேண்டும்?

அதிகாரிகள், மிராசுதாரர்கள், விவசாயத் தொழிலாளர் கூடிய முத்தரப்பு பேச்சுவார்த்தை குறித்த செய்தியை 17.1.1969 நாளிட்ட 'விடுதலை'யில் தலைப்பாக வெளியிட்டார் பெரியார். 'விவசாயத் தொழிலாளர்களுக்கு புதிய விகித கூலி நிர்ணயம்' என்று தலைப்பு தரப்பட்டுள்ளது.

21.1.1969 நாளிட்ட 'விடுதலை'யில் தலைப்புச் செய்தியாக, 'அறுவடை தகராறுக்கு தீர்வு புதிய விகித விவசாயக் கூலி நியாயமானதே; சம்பந்தப்பட்ட அனைவரும் அமல்படுத்துக' என்று வெளியிடப்பட்டுள்ளது.

புதிய கூலியை ஏற்றுக் கொள்ள இயலாது என்று நிலச்சுவாந்தார்கள் அறிவித்தார்கள். அப்போது தி.மு.க. அமைச்சர் ஏ.கோவிந்தசாமி, நிர்ணய அறுவடை கூலி விகிதம் மாறாது என்று அறிவித்தார். தஞ்சை சென்ற அமைச்சர், மிராசுதாரர்களிடம் இதை நேரடியாக கூறிய செய்தியை 28.1.1969 தேதியிட்ட 'விடுதலை' வெளியிட்டுள்ளது.

எனவே பிரச்னை என்பது அரசாங்கத்தை ஆதரிப்பதா எதிர்ப்பதா என்பதில் இல்லை. அப்படியானால் பெரியாரின் நிலைப்பாட்டுக்கு பின்புலம் என்ன?

ஏ.ஜி.கஸ்தூரிரெங்கன் இது பற்றி விரிவாகச் சொல்லி இருக்கிறார். நாகப்பட்டினம் திராவிட விவசாயத் தொழிலாளர் சங்கத்தில் தீவிரமாக இருந்த இவர், பெரியாரின் காங்கிரஸ் ஆதரவு பிடிக்காமல் 1962ல் திராவிடர் கழகத்தில் இருந்து வெளியேறியவர். திராவிட

விவசாயத் தொழிலாளர்களை காங்கிரஸ் பண்ணையார்கள் தாக்கிக் கொண்டிருந்த நிலையில் அரசியல் ரீதியாக காங்கிரஸ் கட்சியை பெரியார் ஆதரிக்கும் சூழ்நிலையை இவர் விமர்சித்தார். திராவிடர் கழகத்தின் முக்கியப் பிரமுகர்கள் காங்கிரஸ் பிரமுகர்களுடன் உறவில் இருக்க, திராவிடர் விவசாயக் கட்சி பண்ணையார்களுக்கு விரோதமாக இருக்கும் முரண் பலமாக இருந்தது. 1962 தேர்தலில் காங்கிரஸ் கட்சிக்கு ஆதரவு என்று பெரியார் அறிவித்தார். காங்கிரஸ் மீண்டும் ஆட்சிக்கு வருகிறது. திராவிட விவசாயத் தொழிலாளர் கழகத்தை சேர்ந்தவர்கள் பண்ணையார்களால் மிரட்டப்படுகின்றனர். அச்சங்கத்தில் இருந்து வெளியேற கட்டாயப்படுத்தப்படுகின்றனர். அப்போது திராவிட விவசாயத் தொழிலாளர் கழகத்தினர், கம்யூனிஸ்ட் சங்கத்துடன் நல்லுறவு கொண்டனர்.

தி.வி.தொ. சங்கத்தின் இந்த நிலையெடுப்பும், ஈடுபாடும் தி.க.வினரால் காங்கிரஸ் ஆதரவு, ஒத்துழைப்பு என்ற நிலை எடுத்தவர்களுக்குப் பிடிக்கவில்லை. காங்கிரசுக்குத் தி.க. ஆதரவு என்ற கட்டம் தாண்டி காங்கிரசிடம் சரணடைந்த நிலைக்கு அவர்கள் போய்விட்டார்கள். எனவே, தி.க.வில் தெளிவான வழிகாட்டுதல் நிலை எடுக்கப்படாததால் ஸ்தல நிலைமையில் பண்ணையார்களின் ஆதிக்கத்தை, அராஜகத்தைத் தடுத்து முறியடிக்க தி.க. கம்யூனிஸ்ட் விவசாயத் தொழிலாளர்களும் ஒத்துழைப்புச் செயல்படுவது என்ற முடிவுக்கு வந்தோம் (ஏ.ஜி. கஸ்தூரி ரெங்கன் நினைவுகளும் நிகழ்வுகளும் பக். 35-36)

என்கிறார் கஸ்தூரி ரெங்கன்.

கீழ்வேளூர் பகுதியில் இருந்த சூழ்நிலையையும் கஸ்தூரிரெங்கன் விவரித்துள்ளார்.

தி.க.வினருக்கும் கம்யூனிஸ்ட்களுக்கும் சண்டை நடந்துவந்தது. கீழ்வேளூர் வடபகுதியில் திராவிடர் கழகமும், தென்பகுதியில் கம்யூனிஸ்ட் கட்சியும் பலமாக இருந்தது. இதுவே போட்டிக்குக் காரணம்.

அப்போது நாகை பொதுக்கூட்டத்துக்கு பெரியார் வந்தது குறித்து கஸ்தூரி ரெங்கன் விவரிக்கிறார். அப்போது கீழ்வேளூர் பகுதி தி.க.வினர் காங்கிரசுக்கு ஆதரவாக, செயல்படுவதாக தி.வி.தொ. சங்கத்தினர் பெரியாரிடம் சொல்லத் தயாராக இருந்தனர். அப்போது நடக்க இருந்த ஊர்வலத்தில் கம்யூனிஸ்ட்டுகள், கலவரம் நடத்தத் திட்டமிட்டதாக தகவல் பரவியதால் கஸ்தூரி ரெங்கன் அங்கு சென்றுவிட்டார். வேறு ஆட்கள்தான் பெரியாரைச் சந்தித்திருக்கிறார்கள். ஆனால் முழு விளக்கம் தருவதற்கு முன் சப் கலெக்டர் அலுவலகத்தில்

இருந்து வந்த தகவல் அந்தப் பேச்சுவார்த்தையை முறையாக நடத்தவிடாமல் தடுத்துவிடுகிறது. கலவரம் ஏற்படும் என்ற இடத்துக்கு இந்த தோழர்கள் அனுப்பி வைக்கப்படுகிறார்கள். அந்த நேரத்தில் பெரியாருக்கு தவறான தகவல்கள் தரப்படுகிறது. தேவையற்ற வகையில் வன்முறை பாதைக்கு திராவிட விவசாயத் தொழிலாளர் கழகத்தினர் செல்வதாகச் சொல்லப்பட்டது.

காங்கிரஸ் பிரமுகர்கள் வி.பி.ஜியும் மற்றையோரும் பெரியாரைச் சந்தித்த போது, காங்கிரசுக்கும் தி.க.வுக்கும் எந்தச் சண்டையுமில்லை என்றும், தனிநபர் விரோதத்தைத் தி.க.வுடனான சண்டையாகக் காட்ட முயல்வதாகவும் உண்மைகளை மறைத்து, திரித்து இல்லாதவைகளை நியாயமாக்கி சொல்லப்பட்டதாகவும் சொல்ல, உடனிருந்த தி.க. பொறுப்பாளரும் அதுதான் உண்மை என்று அழுத்தமாகச் சொல்லியிருக்கிறார் என்றும் கூட்டம் முடிந்தபிறகுதான் எங்களுக்குத் தெரியவந்தது..... 'நாகை பகுதியில் நடப்பதற்கும் திராவிடர் கழகத்திற்கும் எவ்விதத் தொடர்புமில்லை; சம்பந்தமுமில்லை' என்று சூசகமாக அறிவித்தாராம் பெரியார். *(கஸ்தூரி ரெங்கன் நூல் 40-41)*

விரிவான கடிதத்தை பெரியாருக்கு எழுதிவிட்டு கம்யூனிஸ்ட் சங்கத்தில் 1963ல் கஸ்தூரிரெங்கன் இணைகிறார். மாநில ரீதியாக எடுக்கும் அரசியல் நிலைப்பாடுகள் வட்டார ரீதியாக எத்தகைய முரணாக அமையும், அமைகின்றன என்பதற்கு இது ஒரு எடுத்துக்காட்டு.

பெரியாரிடம் இங்குள்ள விவசாயத் தொழிலாளிகளின் நிலைமைகளை எடுத்துச் சொல்ல யாரையும் அனுமதிக்கவில்லை. அவர்களும் சொல்வதில்லை. பெரியாருக்கு இங்குள்ள உண்மை நிலைமை தெரியாமலேயே போனது. திராவிடர் கழகத்திலிருந்து நாம் வெளியேறுவதற்கு முக்கியப் பங்கு வகித்தவர்கள் அந்தப் பொறுப்பாளர்கள்தான். கட்சிக்கு வெளியேயும் கட்சிக்கு உள்ளேயும் போராட வேண்டிய நிலைக்கு நாம் தள்ளப்பட்டோம்.

...தமிழ்நாட்டின் வேறு மாவட்டங்களில் வேண்டுமானால், பெரியாரின் 'காங்கிரஸ் ஆதரவு' நிலைப்பாடு சரியானதாக இருக்கலாம். ஆனால், கீழத் தஞ்சையில் விவசாயத் தொழிலாளர்களின் அத்தனை அவலங்களுக்கும் இழி நிலைக்கும் காரணகர்த்தாக்களாக இருக்கும் அத்தனை நிலப்பிரபுக்களும் காங்கிரஸ்காரர்கள்தான். அப்படிப்பட்ட காங்கிரஸ்காரர்களோடு தொடர்ந்து மோதல்கள் நடந்து வருகின்றது. வழக்குகள் இல்லாத நாளே இல்லை. எதிர்ப்பதும்

ஆதரிப்பதும் ஒரே ஆளை என்ற நிலை எந்த வகையைச் சேர்ந்தது? மோதல், அழித்தல் என்ற முடிவை எதிரி எடுத்துவிட்ட பின்னால் 'அனுசரித்துப் போகுதல்' என்ற வார்த்தை அர்த்தமிழந்து விடுகிறது அல்லவா?

எனவே, சிறிது சிறிதாக காங்கிரஸ் தோழர்களோடு இருந்த உறவை துண்டித்துக் கொண்டோம் நாம். திராவிடர் கழகத்திற்குள்ளேயே காங்கிரஸ் எதிர்ப்பு நிலை எடுக்க வேண்டிய கட்டாயத்தில் இருந்தோம். நமது அனுபவ அறிவில் நாம் கண்டது ஒரே முடிவுதான்... காங்கிரஸ் கட்சியென்பது எல்லாக் காலத்திலும் ஏழை எளிய மக்களின் பாட்டாளிகளின் மிகத் தெளிவான எதிரியே. எந்தக் காலத்திலும் அது உழைக்கும் வர்க்கத்தை உயர்நிலை எடுப்பதற்கு ஒருபோதும் அனுமதிக்கக்கூடாது. ஆகவே, அதனோடு உறவு வைத்துக் கொள்வதோ, ஆதரவு நிலை எடுப்பதோ எதுவானாலும் அது உழைக்கும் வர்க்கத்திற்கு எதிராகவே முடியும் என்பது மறுக்க முடியாத உண்மை. (கஸ்தூரி ரெங்கன் நூல் 116-117)

திராவிடர் கழகத்தில் சிலபேர் காங்கிரஸ்காரர்களுடன் கைகோர்த்து செயல்பட்டது போல கம்யூனிஸ்ட் கட்சியிலும் சில பேர் செயல்பட்டார்கள் என்றும் கஸ்தூரி ரெங்கன் சொல்கிறார். (பக். 118) ஒழுங்கீனம் எல்லாக் கட்சிக்கும் பொதுவானதுதானே. எந்தக் கட்சிக்கும் தனிப்பட்ட சொத்து அல்லவே.

திராவிட விவசாயத் தொழிலாளர்களை அரசியல் கட்சிகள் பயன்படுத்திக்கொள்வதை, பண்ணையாட்களுக்கும் மோதல் போக்கை ஏற்படுத்துவதை பெரியார் ஏற்கவில்லை. இதுதான் கீழ்வெண்மணி விவகாரத்தில் அவரது நிலைப்பாட்டை வெளிப்படுத்துகிறதே தவிர, தி.மு.க. ஆட்சி மீதான பற்று அல்ல.

மேலும் நாயுடு என்பதற்காகவே கோபாலகிருஷ்ண நாயுடுவை ஆதரித்தார் என்றால், முதலமைச்சர் அண்ணாதுரையிடம் சொல்லி கோபாலகிருஷ்ண நாயுடுவை காப்பாற்றி இருக்கமாட்டாரா? சம்பவம் நடந்த உடனேயே கோபாலகிருஷ்ண நாயுடு கைது செய்யப்பட்டார். சிறைத் தண்டனை பெற்றார்.

கஸ்தூரி ரெங்கனது வரலாற்றைப் புத்தகம் ஆக்கிய பசு.கவுதமன் அப்புத்தகத்தின் பின்னுரையில் ஒரு விஷயத்தைச் சொல்லி இருக்கிறார். கஸ்தூரி ரெங்கன் சொன்னதாக பசு.கவுதமன் சொல்கிறார்.

கீழ்வெண்மணி சம்பவம் நடந்து கோபாலகிருஷ்ண நாயுடு சிறையிலிருந்து வெளியே வந்ததற்குப் பின்னால் ஒரு முறை பெரியார் நாகைக்கு வந்தபோது அவரைச் சந்தித்து தன்னுடைய நிலையினைச் சொல்லி விளக்குவதற்காக

வந்துள்ளார். ஏறத்தாழ மூன்று மணிநேரம் காத்திருந்தும் பெரியார் அவரைச் சந்திக்க மறுத்துவிட்டது மட்டுமல்ல, 'அவர் ஏன் என்னைப் பார்க்க வேண்டும்? எனக்கு சம்மதமில்லை. நான் அவரைச் சந்திக்க விரும்பவில்லை. அவரைப் போகச் சொல்லுங்கள்' என்று கட்சிப் பொறுப்பாளர்களிடம் சொல்லி அனுப்பி உள்ளார். இந்தச் செய்தியினை அன்றைய கட்சிப் பொறுப்பாளர்களில் ஒருவராக இருந்த தோழர் நாகை எஸ்.எஸ்.பாட்சா அவர்களிடமும், அவர் இறப்பதற்கு ஓரிரு மாதங்களுக்கு முன்னால் உறுதி செய்தோம். இப்படி ஒரு செய்தியினை தானும் அறிந்ததாக தோழர் மீயன்னா அவர்களும் எங்களிடம் சொன்னார். தந்தை பெரியார் அவர்கள் தன்னைச் சந்திக்க வந்தவர்களை மறுதலித்ததாகக் கேள்விப்பட்டதில்லை. 'தாட்சண்யத்திற்காக' என்றாவது சந்திப்பார் என்றுதான் அறியமுடிகிறது. 'அவரும் இங்கும் கிட்டத்தட்ட ஒரே சாதி. அதனால்தான் ராமசாமி நாயக்கர், கோபாலகிருஷ்ண நாயுடுவைப் பற்றி ஒண்ணும் சொல்லல' என்று பேசுகின்ற, எழுதுகின்ற பரப்பிகளை தலித் அறிவு ஜீவிகள் இதற்கும் ஏதாவது சொன்னாலும் சொல்லக்கூடும்

(கஸ்தூரி ரெங்கன் நூல் பக். 199 பசு.கவுதமன் எழுதிய பின்னுரை)

ஒருவரைச் சந்திப்பதினாலேயே அவருக்குச் சார்பாக முடிவெடுத்தார், அவரை ஆதரித்தார் என்று சொல்ல முடியாது. இப்படி தன்னை யாராவது, ஏதாவது சொல்லிவிடக்கூடாது என்று பெரியார் தயங்கியதும் கிடையாது. இராஜாஜியை சந்தித்துவிட்டு மணியம்மையை திருமணம் செய்தார் என்றால் இத்திருமணம் குறித்து இராஜாஜியுடன் கலந்தாலோசனை செய்தார் என்று சொல்வார்கள் என்பது பெரியாருக்கு தெரியாதா? மீறிச் சந்தித்தார் என்றால், இத்தகைய விமர்சனங்களைப் பற்றிக் கவலைப்படவில்லை என்று பொருள். அப்படித்தான், இதையும் பார்க்க வேண்டும். கோபாலகிருஷ்ண நாயுடுவை சந்திக்க மறுத்தார் என்றால் நடந்த கொடூரத்தின் தன்மைக்காகத்தான்.

கீழ்வெண்மணியில் மவுனமாக இருந்ததில் ஈ.வெ.ரா. என்ற ஜமீன்தார், பண்ணையாரின் சிந்தனை வெளிப்படுவதாகவும் எழுதுகிறார்கள். நிலப்பிரபுக்களையும், பண்ணையார்களையும் முதலாளிகளையும் விமர்சித்து பெரியார் பேசியதைப் பக்கம் பக்கமாக எழுதலாம்.

ராஜாஜியின் சுதந்திரா கட்சியையே நிலப்பிரபுக்கள், ஆலை முதலாளிகள், பணக்காரர்களின் கட்சி என்றவர் பெரியார்.

(வி. 3.11.61)

இந்த நாட்டில் சாதி, மதம் ஒழிந்த பிறகும் திராவிடர் கழகத்துக்கு வேலை இருக்கிறது, முதலாளித்துவத்தை ஒழிக்க வேண்டும் என்பதுதான் அது என்றவர் பெரியார். எனவே, அவர் மீது நிலப்பிரபுத்துவ போர்வையும் போர்த்த முடியாது.

இது வாழத் தகுதி இல்லாத நாடு என்று கீழ்வெண்மணி சம்பவமே பெரியாரைச் சொல்ல வைத்தது. மதவாதிகளால் காந்தி படுகொலை செய்யப்பட்டதும் காமராஜர் மீது கொலைவெறி தாக்குதல் நடத்தியதும் சாதி மற்றும் பண மிராசுகளால் 44 பேர் கொல்லப்பட்டதும் ஒன்றுதான் என்று நினைத்தார் பெரியார். அவரைக் கொச்சைப்படுத்துவது கொல்லப்பட்ட உயிர்களையும் சேர்த்து கொச்சைப்படுத்துவதற்கு சமம். கோபாலகிருஷ்ண நாயுடுவை பெரியார் சாதி பார்க்கவில்லை. பெரியாரைத்தான் இவர்கள் சாதி பார்க்கிறார்கள். நாயக்கராகப் பார்த்தால் நாயகன் தெரியமாட்டான்.

விவசாயத் தொழிலாளர் விவகாரங்களில் பெரியார் என்ன சொன்னாரோ அதுதான் இறுதியில் நடந்தது. 2002 ஆம் ஆண்டு நவம்பர் மாதத்தில் கீழ்வேளூர் ஒன்றியக்குழு கூட்டத்தில் கலந்துகொள்ள கட்சியின் அன்றைய மாநிலச் செயலாளரும் தமிழக விவசாய எழுச்சியின் வடிவமான தோழர் ஜி.வீரய்யனும் வி.தம்புசாமியும் சென்றிருந்தார்கள். அப்போது ஜி.வீரய்யன் சொன்னதாக ஜி.ராமகிருஷ்ணன் எழுதுகிறார்.

> வலிவலம் பண்ணையின் நிலங்களை நிலமற்ற விவசாயத் தொழிலாளர்களுக்குப் பிரித்துக் கொடுக்க வேண்டும் என்று 1950–களில் இருந்து போராடி வந்தோம். எத்தனையோ தியாகங்களைச் செய்தோம். 1972 ஆம் ஆண்டு எனக் கருதுகிறேன். அன்றைய மாநில அரசு 'நில உச்சவரம்பு சட்டத்தைக்' கொண்டு வந்தது. இந்தச் சட்டத்தை அமலாக்கச் சொல்லி இயக்கத்தைத் தொடர்ந்தோம்.
>
> ஆளும் கட்சியைச் சார்ந்தவர்கள் அன்றைய முதலமைச்சரைச் சந்திக்க, தேசிகரை அழைத்தார்கள். (அதாவது வலிவலம் பண்ணையின் உரிமையாளர்) 'சண்டைக்காரன் காலில் விழுந்தாலும் விழுவேன், சாட்சிக்காரன் காலில் விழமாட்டேன். கம்யூனிஸ்ட்காரன்களை வரச் சொல்லுங்க. அவங்களோட பேசி பிரச்னையை முடிச்சுக்கிறேன்' எனத் தேசிகர் கூறிவிட்டார். ஜி.வீரய்யனும், கே.ஆர்.ஞானசம்பந்தமும் மற்றும் கட்சித் தோழர்கள் பலரும் தேசிகர் வீட்டுக்குப் பேச்சுவார்த்தைக்குச் சென்றோம்..... ஒரு முடிவுக்கு வந்தோம். பல கிராமங்களில் இருந்த பண்ணையாரின் ஒரு பகுதி நிலத்தை நிலமற்ற விவசாயத்

தொழிலாளர்களுக்குப் பிரித்துக் கொடுக்க ஒப்பந்தம் ஆனது. ஒப்பந்தத்தில் கையெழுத்திட தேசிகர் வந்தார். நில விநியோகத்திற்கான ஒப்பந்தத்தில் கையெழுத்துப் போட்டார். நாங்களும் கையெழுத்துப் போட்டோம்" – என்று ஜி.வீரையன் சொன்னதாக ஜி.ஆர். எழுதி இருக்கிறார். (தென்பறை முதல் வெண்மணி வரை – அப்பணசாமி நூல் பக்.3–4)

விவசாயிகள், விவசாயத் தொழிலாளர்கள் அனைவருமே அன்றாடக் கூலிகள். "இவர்களை போராட்டம், சண்டை, வேலை செய்ய மறுப்பு என்று இறக்குவதால் எந்தப் பயனும் இல்லை. இதனால் முதலாளிக்கோ பண்ணைக்கோ எந்தப் பாதிப்பும் இல்லை. வேறு ஆட்களை வைத்து வேலை வாங்கி விடுவான். அல்லது கூலியை கொஞ்சம் ஏத்திக் கொடுத்து பொருள்களின் விலையை கூட்டிக் கொள்வான்" என்றே பெரியார் சொன்னார். எனவேதான் விவசாயத் தொழிலாளர்கள் கம்யூனிஸ்ட்டுகள் 'தவறான பாதைக்கு' அழைத்துச் செல்கிறார்கள் என்றார். பேச்சுவார்த்தையே தீர்வு என்றார்.

தமிழ்நாடு விவசாயிகள் இயக்கத்தில் நடந்த பேச்சுவார்த்தைகள், ஒப்பந்தங்கள் ஏராளம்.

1938 – 39 – தஞ்சை மாவட்டத்தில் பண்ணையடிமை முறைக்கு எதிரான கூலி உயர்வு குரல்கள் எழும்பியது.

1940 – மணலூர் கிசான் சபாவை மணலூர் மணியம்மாள் உருவாக்குகிறார்.

1941 – தமிழ்நாடு விவசாயிகள் சங்கம் உருவாக்கம். தலைவர் பி.சீனிவாசராவ்.

1942 – மாவட்ட ஆட்சியரால் முத்தரப்பு பேச்சுவார்த்தை நடந்தது. விவசாயிகளை நிலத்தை விட்டு அப்புறப்படுத்துவது இல்லை, வைக்கோல் முழுவதும் விவசாயிகளுக்கே சொந்தம், சரிபாதி அல்லது கண்டகத்திற்கு *2* வள்ள நெல் என்று முடிவெடுக்கப்பட்டது.

1944 மே – மன்னார்குடியில் முதல் மாநில மாநாடு. தலைவராக பி.சீனிவாசராவ், பொதுச்செயலாளராக மணலி கந்தசாமி.

1944 – மன்னார்குடி வட்டம் களப்பால் கிராமத்தில் ஒரு ஒப்பந்தம் கையெழுத்தானது. உதவி காவல்துறை அதிகாரி மகாதேவன், விவசாயிகள் சங்கப் பிரதிநிதிகளாக களப்பால் கே.குப்புசாமி, ஆர்.அமிர்தலிங்கம், டி.ராஜகோபால் ஆகியோரும், மிராசுதார்கள் தரப்பில் வடபாதிமங்கலம் வி.எஸ்.தியாகராஜ முதலியார், திருக்கனூர் மடாதிபதி காருவாடி நாயுடு ஆகியோரும் கலந்துகொண்டனர்.

1) பண்ணை அடிமைகள் மீது நடக்கும் சாட்டையடி, சாணிப்பால் நிறுத்தப்பட வேண்டும். *2)* பண்ணையார் தினக்கூலி சின்ன படி *2, 3)*

அறுவடையில் ஒரு காலத்திற்கு 3 சின்ன படி கூலியும் இது தவிர ஒரு நாளைக்கு மேங்கூலியாக 4 சின்ன படி கூலியும் கொடுக்க வேண்டும். 4) குத்தகைதாரர்கள் அவரவர்கள் களத்தில் கதிர் அடிக்கலாம்.

– என்ற உடன்பாடு கையெழுத்தானது.

1944 டிசம்பர் – அன்றைய மாவட்ட ஆட்சியர் இஸ்மாயில்கான் தலைமையில் மன்னையில் மீண்டும் பேச்சு வார்த்தை நடந்தது. பண்ணையார்கள், விவசாயத் தொழிலாளர்கள் கலந்துகொண்டனர். 1) பண்ணையாளுக்கு தினக்கூலியாக 2 சின்ன படிக்கு பதிலாக 3 சின்ன படி கூலி கொடுக்க வேண்டும். 2) அறுவடையில் மொத்த கண்டுமுதலில் பண்ணையாளுக்கு ஏழில் ஒரு பங்கு கொடுக்கவேண்டும். 3) சாகுபடிதாரர்களிடமிருந்து அரசாங்க முத்திரை மரக்காலால்தான் குத்தகை நெல் அளந்து வாங்கிக் கொள்ளவேண்டும். 4) களத்து மேட்டில் குத்தகை நெல்லை அளந்து வாங்கிக் கொண்டு அதற்கான ரசீதை கொடுத்துவிடவேண்டும்.

– என்ற உடன்பாடு ஏற்பட்டது.

1946 – மயிலாடுதுறை ஜி.நாராயணசாமி நாயுடு தலைமையில் போட்டி சங்கம் தொடங்கப்பட்டது.

1946 – தஞ்சை மாவட்ட அமர்வு நீதிபதி முன்னிலையில் மன்னார்குடி டிவிசனில் பண்ணையார் – விவசாயத் தொழிலாளர் பேச்சுவார்த்தை 3 நாட்கள் நடந்தது. முக்கால் மரக்கால் வாங்கிவந்த பண்ணையாட்களின் கூலி, முக்காலே அரைக்கால் மரக்காலாக உயர்ந்தது. அத்துடன் சாகுபடி செய்பவர்கள் எல்லோரையும் நிலத்தை விட்டோ அல்லது மனைக்கட்டை விட்டோ மிராசுதார் இஷ்டப்படி விரட்டக்கூடாது என்ற ஒப்பந்தத்தில் மிராசுதார் தரப்பில் குன்னியூர் சாம்பசிவ அய்யர் கையெழுத்து போட்டார். விவசாய சங்கமும் இதனை ஏற்று கையெழுத்து போட்டது. இதை மிராசுதார்கள் மீறினார்கள். அமைச்சர் பாஷ்யம் தலைமையில் மீண்டும் பேச்சுவார்த்தை நடந்தது. இதில் எந்த முடிவும் எடுக்கப்படவில்லை.

1948 – 1951 – அகில இந்திய விவசாயிகள் சங்கமும், அதன் தமிழக கிளையும் தடை செய்யப்பட்டன. கம்யூனிஸ்ட் இயக்கமும், தலைவர்களும் கடுமையான அடக்கு முறைக்கு ஆளான காலம் இது.

1948 அக்டோபர்: பண்ணையார் கூலி சம்பந்தமாக கம்யூனிஸ்ட்டு களுக்கு எதிரான போட்டி சங்கத்துடன் மயிலாடுதுறையில் உடன்பாடு செய்துகொண்டார்கள் மிராசுதார்கள்.

1951 ஜனவரி 26 – தமிழ்நாட்டு விவசாயிகள் சங்கம் மீதான தடை நீக்கம்.

1952 ஆகஸ்ட் 20 – தஞ்சை மாவட்டத்திற்கு மட்டும் 'தஞ்சாவூர் பண்ணையாள், சாகுபடி தாரர் பாதுகாப்புச் சட்டம்' என்ற அவசர

சட்டத்தை அரசு கொண்டுவந்தது. அன்றைய முதல்வர் ராஜாஜி.

1956 – நியாய வாரச் சட்டம் – தமிழக சட்டமன்றத்தில் கொண்டுவரப்பட்டது.

1952 – 1957 – இந்த ஐந்தாண்டு காலத்திற்குள் கொண்டுவரப்பட்ட தஞ்சாவூர் சாகுபடிதாரரார் பண்ணையாள் பாதுகாப்புச் சட்டம், நியாய வாரச் சட்டம், கையேர்வார மாட்டுவாரச் சட்டம் – இவைகள் எல்லாம் விவசாயிகள் மத்தியில் விவசாயிகள் சங்கத்தின்மீது ஒரு நம்பிக்கையையும் பிடிப்பையும் ஏற்படுத்தின. – கோ. வீரய்யன்.

1961 ஆகஸ்ட் – தமிழ்நாடு சட்டமன்றத்தில் நில உச்சவரம்பு சட்டம் கொண்டுவரப்பட்டது. 5 நபர்கள் கொண்ட குடும்பம் 30 ஸ்டாண்டர்டு ஏக்கர் வைத்துக்கொள்ளலாம். மேலும் நபர் ஒருவருக்கு 5 ஸ்டாண்டர்டு வீதம் அதிகபட்சமாக 60 ஸ்டாண்டர்டு ஏக்கர் நிலம் வைத்துக் கொள்ளலாம் என்றது இந்தச் சட்டம்.

1967 அக்டோபர் 8 – மன்னார்குடியில் முத்தரப்பு மாநாடு நடந்தது. 6 லிட்டர் கூலி இருக்கும் இடத்தில் அதையே நீடிப்பது, உள்ளூர் ஆட்களுக்கு வேலை கொடுத்துவிட்டு ஏன் போதவில்லை என்றால் மட்டும் வெளியூர் ஆட்களைக் கொண்டு வருவது, மாநில அரசு ஒரு கமிஷனை நியமித்து இந்தக் கூலி பற்றி முடிவுக்கு வருவது.

1968 ஜூலை – மாவட்ட ஆட்சியர் ஜி.ரெங்கபாஷ்யம் தலைமையில் ஓர் உடன்பாடு ஏற்பட்டது. ஆண்களுக்கு தினக்கூலி 6 லிட்டர் நெல், ஒரு ரூபாய் பணம்.

பெண்களுக்கு தினக்கூலி 6 லிட்டர் நெல், 25 காசுகள்.

1968 டிசம்பர் 28 – வெண்மணி படுகொலை

1969 ஜனவரி 16 – தஞ்சாவூர் மாவட்ட ஆட்சியர் தலைமையில் முத்தரப்பு மாநாடு நடந்தது. (அரசு, விவசாயிகள், பண்ணையார்கள்) அறுவடை கூலி நிர்ணயிக்கப்பட்டது.

1969 ஜனவரி – கணபதியா பிள்ளை ஆணையத்தை தி.மு.க. அரசு அமைத்தது. கூலி நிர்ணயத்தை இந்த ஆணையம் செய்தது.

1972 – ஆகஸ்ட் – விவசாய அமைச்சர் மன்னை நாராயணசாமி தலைமையில் முத்தரப்பு பேச்சுவார்த்தை நடந்தது. இதில் ஒப்பந்தம் கையெழுத்து ஆனது.

1973 – தஞ்சை மாவட்ட ஆட்சியர் கே.ஏ.நம்பியார் தலைமையில் முத்தரப்பு பேச்சு நடந்தது. கையெழுத்தான ஒப்பந்தத்தில் கம்யூனிஸ்ட் சங்கம் மட்டும் கையெழுத்திடவில்லை.

1974 – மாவட்ட ஆட்சியர் ராமதாஸ் தலைமையில் முத்தரப்பு மாநாடு நடந்தது. உடன்பாடு ஏற்பட்டது. இதையே கீழத் தஞ்சைக்காக நியமிக்கப்பட்ட கார்த்திகேயன் கமிஷனும் சிபாரிசு செய்தது.

–இவை அனைத்துமே கோ.வீரய்யன் எழுதிய 'தமிழ்நாடு விவசாயிகள் இயக்கத்தின் வீர வரலாறு' (சவுத் விஷன் – 1998) நூலில் எடுக்கப்பட்ட குறிப்புகள் தான். பேச்சுவார்த்தை மூலமாக தீர்வை எட்ட வேண்டும் என்று பெரியார் தனது கொள்கைக் குறிப்பில் எழுதினார். கம்யூனிஸ்ட் இயக்கம் அப்படி எழுதவில்லை. ஆனால், அதைப் பின்பற்றியது. கம்யூனிஸ்ட் விவசாயத் தோழர்கள் நடத்திய வீரம் மிக்க போராட்டங்களால்தான் இத்தகைய பேச்சுவார்த்தைகளுக்கு அரசும், பண்ணையார்களும் வந்தார்கள் என்பதில் மாற்றுக் கருத்து இல்லை. இந்தப் போராட்டங்கள் இல்லை என்றால் விவசாயிகளை பூச்சிக்கொல்லி மருந்துகளே இல்லாமல் பண்ணையார்கள் கொன்றிருப்பார்கள் என்பதிலும் சந்தேகம் இல்லை. ஆனால், பண்ணையார்களோடு பேச்சுவார்த்தை நடத்துவது பாவம் என்று சொல்லமுடியாது, அது தவிர்க்க முடியாதது, நீங்கள் என்ன போராட்டம் நடத்தினாலும் அவனிடம் இருந்துதானே கூலி பெறவேண்டும்! இந்த சூழ்நிலை மாறாதவரை கூலி உயர்வு போராட்டங்களால் என்ன பயன் என்றே பெரியார் யோசித்து, 'கூட்டுறவு முறையில் விவசாயம்' என்பதைப் பரிந்துரை செய்தார்.

தொழிலாளர்களைத் தொழிலில் பங்குதாரராக ஆக்கவேண்டும் என்ற கொள்கையை என் வியாபாரத்தில் 1900-ல் அதாவது 73 ஆண்டுகளுக்கு முன் அனுசரித்தேன். என் கடையில் இருந்த மூன்று பேர்களைக் கஷ்டக் கூட்டாளிகளாக ஆக்கினேன். அவர்களுக்கு மாதம் தலா ரூ.10, 8, 7 சம்பளமாகும். வியாபாரத்திற்கு முதல், ரூபாய் பத்தாயிரம். இலாபத்தில் முதலாளி என்கிற எனக்கு ஒரு பாகம்; என் முதலுக்கு ஒரு பாகம்; கஷ்டக் கூட்டாளிகள் மூவருக்கும் ஒரு பாகம் என்று அமுல்படுத்தினேன். அதாவது, என் கடையில் வரும் லாபத்தை 49 பாகமாகப் போட்டு ஒரு பாகம் சாமி கணக்குக்கும், 16 பாகம் எனக்கு – பணம் பொறுப்புக்காகவும், 16 பாகம் முதலீட்டுப் பணத்திற்காகவும், மீதி 16 பாகம் கஷ்டக் கூட்டாளிகளுக்கு என்றும் பிரித்துக் கொடுத்தேன். தொழிலாளர் பிரச்னை தீர இதுவே சிறந்தவழி என அப்போது முதல் கூறி வருகிறேன். (ஈ.வெ.ரா சிந்தனைகள் I பக். XXV)

– 3-6-1973 அன்று உடையார் பாளையம் பருக்கலில் பெரியார் பேசியதாக வே.ஆனைமுத்து குறிப்பிடுகிறார். 1900 முதல் 1973 வரை அவரது சிந்தனை ஒரே மாதிரியாகவே இருந்துள்ளது. எனவேதான் சுயமரியாதை இயக்கம் தொடங்கியபோது, சமதர்மக் கொள்கைகளையும் இணைத்துப் பேசினார்.

பொதுவுடைமைக் கொள்கைகளை இந்தியக் கம்யூனிஸ்ட் கட்சி நேரடியாகப் பேசிவந்தபோது, பெரியாரின் இயக்கமும் அதனை இன்னொரு மொழியில் பேசிவந்தது.

1920 அக்டோபர் 17–ல் தாஷ்கண்டில், இந்தியக் கம்யூனிஸ்ட் கட்சி உருவாக்கப்பட்டது. இந்தியாவில் நடக்கும் மன்னராட்சியைக் கவிழ்க்க தாஷ்கண்டில் சதி செய்ததாக 25–9–1921–ல் பெஷாவர் வழக்கு போடப்பட்டது. ம.வெ.சிங்காரவேலர் தலைமையில் 1925 டிசம்பர் 26–ல் கான்பூரில் நடந்த மாநாட்டில் இந்தியக் கம்யூனிஸ்ட் கட்சி முறைப்படி தொடங்கப்பட்டது. ம.வெ.சிங்காரவேலர், பெரியாருக்கு நெருக்கமானவராக இருந்தார். ‘உங்கள் சுயமரியாதைத் திட்டத்தில் அடங்கிய சமூக சீர்திருத்தங்கள் யாவும் சமதர்ம தோற்றத்தின் அறிகுறியாகத் தோன்றுகின்றன” (கு.அ. 8–5–1932) என்று ம.வெ.சி எழுதினார். இந்த தொடர்பின் காரணமாக ரஷ்யா சென்றார் பெரியார். 1932 பிப்ரவரி 14 முதல் மே 12–ம் நாள் வரை சோவியத் நாட்டில் இருந்தார். 28–5–1932–ம் நாள் ஸ்டாலினைக் காண பெரியாருக்கு ஒப்புதல் கடிதம் தரப்பட்டிருந்தது. ஆனால், ட்ராட்ஸ்கி ஆட்களுடன் (ஸ்டாலினுக்கு எதிரானவர்கள்) எஸ்.ராமநாதனுக்கு தொடர்பு இருப்பதாகக்கூறி 19–5–1932–க்குள் இவர்கள் சோவியத்தை விட்டு வெளியேறிவிட உத்தரவு பிறப்பிக்கப்பட்டது. ‘வாய்ப்பு இருந்தால் அங்கேயே தங்கிவிடலாம் என்ற முடிவோடு போனேன். ஆனால், ராமநாதனின் நடவடிக்கை காரணமாக அங்கிருந்து வெளியேறும்படி கூறிவிட்டனர்’ என்று பெரியார் தன்னிடம் சொன்னதாக வே.ஆனைமுத்து எழுதுகிறார்.

1–5–1932 மே தினத்தன்று சோவியத்தில் மே தினக் கொண்டாட்டத்தைப் பார்த்தார். 5–5–1932 அன்று கிரம்லின் கட்டடத்தில் அவருக்கு வரவேற்பு தரப்பட்டது. ‘உண்மையில் அது ஒரு புதிய உலகம்’ என்று இலங்கை ‘டெய்லி நியூஸ்’ இதழுக்கு பேட்டி கொடுத்தார். தமிழகம் திரும்பிய அவருக்கு ஈரோட்டில் வரவேற்பு தரப்பட்டது. ‘இயக்கத் தோழர்கள் பெயருக்கு முன்னால் ஸ்ரீ என்பதைத் தவிர்த்து ‘தோழர்’ என்ற பதத்தையே பயன்படுத்த வேண்டும்’ என்று அறிவித்தார். 1932 டிசம்பர் 28, 29 நாள் சுயமரியாதை இயக்கத்தின் லட்சியங்களும், சுயமரியாதை இயக்கம் சமதர்மக் கட்சியார் வேலைத் திட்டமும் உருவாக்கப்பட்டது. (25–12–1932 கு.அ.) சுயமரியாதை இயக்கத்துக்குள் சமதர்ம (Socialist Party) கட்சி என்பதாக ஓர் அரசியல் பிரிவை ஏற்படுத்தி அதற்கு கொள்கை வகுக்கப்பட்டது. இதைத் தொடர்ந்து பெரியாரின் முயற்சியால் ஜமீன்தார் எதிர்ப்பு மாநாடு, லேவாதேவி எதிர்ப்பு மாநாடு, மே தினம், ரஷ்ய புரட்சி தினம், லெனின் தினம் ஆகியவை நடத்தப்பட்டன.

'இன்றைய ஆட்சி ஏன் ஒழிய வேண்டும்?' – என்ற தலைப்பில் 29–10–1933 நாளிட்ட 'குடி அரசு' இதழில் பெரியார் எழுதிய தலையங்கத்தின் மீது பிரிட்டிஷ் அரசு நடவடிக்கை எடுத்தது. இந்தியாவில் இருக்கும் முதலாளித் தன்மையையும், புரோகிதன் தன்மையையும் ஒழிக்க வலியுறுத்தியது இந்த தலையங்கம். இதன் மீது வழக்கு பதியப்பட்டது. ஈரோடு 'புரட்சி' இதழ் அலுவலகத்தில் காவல்துறை விசாரணை நடந்தது. பெரியாரும் அவரது தங்கை கண்ணம்மாளும் (வெளியீட்டாளர்) கைது செய்யப்பட்டார்கள். கம்யூனிஸ்ட் பிரசாரம் செய்ததற்காகவும், ராஜ நிந்தனையில் ஈடுபட்டதாகவும் குற்றம் சாட்டப்பட்டார்கள். 'ஆம்! நான் தான் இந்த தலையங்கத்தை எழுதினேன்' என்று நீதிமன்றத்தில் பெரியார் ஒப்புக்கொண்டார். 'இந்த அரசாங்கமானது முதலாளித்தன்மை கொண்டதாய் இருப்பதால் அது இத்தகைய சமதர்ம பிரச்சாரம் செய்யும் என்னையும் எப்படியாவது அடக்க வேண்டுமென்று முயற்சி எடுத்துக் கொண்டிருப்பதில் ஆச்சர்யமில்லை' என்று தனது எழுத்து பூர்வ வாக்குமூலத்தில் எழுதிக்கொடுத்தார். இந்த வழக்கில் பெரியாருக்கு ஆறு மாத சிறையும் கண்ணம்மாளுக்கு மூன்று மாத சிறையும் தண்டனையாக விதிக்கப்பட்டது.

வெளியில் வந்ததும் கம்யூனிச கொள்கை பிரசாரத்தை முன்னிலும் வேகமாக முடுக்கிவிட்டார். 'குடி அரசு' இதழ் தடை செய்யப்பட்டது. 'புரட்சி' தொடங்கினார். அதுவும் தடை செய்யப்பட்டது. 'பகுத்தறிவு' தொடங்கினார். இந்த இதழ்களிலும் சமதர்ம நெடி அதிகமாக இருந்தது. புலனாய்வு துறையால் பெரியார் தினந்தோறும் கண்காணிக்கப்பட்டார். ப.ஜீவானந்தம் மொழி பெயர்த்து ஈ.வெ. கிருஷ்ணசாமியால் (பெரியாரின் அண்ணன்) வெளியிடப்பட்ட பகத்சிங் எழுதிய 'நான் நாத்திகன் ஏன்?' என்ற புத்தகம் தடை செய்யப்பட்டது. அந்தப் புத்தகம் நாடு முழுவதும் பறிமுதல் செய்யப்பட்டது. போல்ஷ்விக் முறை (ஓர் தர்க்கம்) என்ற நூல் சே.நரசிம்மன் என்பவரால் மொழி பெயர்க்கப்பட்டு குடி அரசு பதிப்பக வெளியீடாக 1934–ல் வெளியானது. 1924–ல் அமெரிக்கா சென்ற ப்ர்ட்ரண்டு ரஸ்ஸல் நிகழ்த்திய சொற்பொழிவின் மொழி பெயர்ப்பு இது. ஜார்ஜ் பெர்னாட்ஷா அமெரிக்கர்களுக்காகச் செய்த உபந்யாசம் என்ற நூல் குடி அரசு பதிப்பக வெளியீடாக 1933–ல் வெளியானது.

(இன்னும் விரிவான தகவல்கள் அறிய நான் எழுதிய 'இன்றைய ஆட்சி ஏன் ஒழிய வேண்டும்?' – 2007 என்ற நூலைப் பார்க்கவும்)

கம்யூனிசம், சமதர்மம் ஆகியவற்றை தனது கொள்கைகளாக ஏற்றுக் கொண்டாலும் அதனை பிரச்சாரம் மூலமாக மட்டுமே உருவாக்கிவிட முடியும் என்று பெரியார் நினைத்தார். கட்சிக்குள்ளும்

இது பலத்த விவாதங்களை எழுப்பியது. பார்ப்பன எதிர்ப்பா, பணக்காரர் எதிர்ப்பா எதற்கு முன்னுரிமை என்பதில் பெரியார்–ம.வெ.சிங்காரவேலர் இடையே முரண்பாடு ஏற்பட்டது.

பார்ப்பனர் – பார்ப்பனரல்லாதார் பிரச்னையே முக்கியமானது என்ற முடிவுக்கு பெரியார் வந்தார். சாதி ஏற்றத் தாழ்வை ஒழிப்பதன் மூலமாக அனைத்து ஏற்றத் தாழ்வும் (ஏழை–பணக்காரன்) ஒழிந்துவிடும் என்று நினைத்தார். ஒரு ஏழை, தான் ஏழையாக இருப்பது 'கடவுளின் கட்டளை' என்று நினைப்பவனாகவே இருக்கிறான், முதலாளியின் சதியாக நினைக்கவில்லை என்றார். காசு முதலாளியைவிட, கல் முதலாளியே வீழ்த்தப்பட வேண்டியவன், பண முதலாளியைவிட பிறவி முதலாளியே முதலில் வீழ்த்தப்பட வேண்டியவன் என்ற முடிவுக்கு வந்தார்.

சரீரத்தால் உழைக்காமல் வாழ்பவன் பணக்காரன், சரீரத்தால் உழைக்கக் கடன்பட்டவன் ஏழை (பகுத்தறிவு 9–12–1934) என்றார். பார்ப்பனரல்லாதார் முன்னேற்றம் என்பதை சட்டத்துக்குட்பட்டு போராடினால் போதும் என்ற முடிவுக்கு 1935–களில் வந்தார்.

(விரிவான தகவல்களுக்கு பெரியார் சுயமரியாதை சமதர்மம் எஸ்.வி.ராஜதுரை, வ.கீதா – 1996 பார்க்கவும்)

ஆனாலும் அவரது கம்யூனிசம், கடைசி வரைக்கும் தொட்டுத் தொடர்ந்தது. மார்க்ஸ் – எங்கெல்ஸின் 'கம்யூனிஸ்ட் கட்சி அறிக்கை' முதன்முதலில் தமிழில் மொழிபெயர்த்து வெளியிட்டவர் பெரியார். (4–10–1931 குடி அரசு) ம.வெ.சிங்காரவேலரின் பெரும்பாலான கட்டுரைகள் பெரியாரின் இதழ்களில் வெளிவந்தவையே. ம.வெ. சிங்காரவேலருக்கு அடுத்தபடியாக பொதுவுடமைக் கருத்துக்களை தமிழில் எழுதவும் பேசவும் செய்தவர் 'குத்தூசி' குருசாமி. 1931 சுயமரியாதை இயக்க மாநாட்டில் 'பொதுவுடமை' என்ற தலைப்பில் குத்தூசி பேசினார்.

புதியதோர் உலகு செய்வோம் – கெட்ட
போரிடும் உலகத்தை வேரோடு சாய்ப்போம்
பொதுவுடமைக் கொள்கை திசையெட்டும் சேர்ப்போம்
புனிதமோ டதனைஎங்கள் உயிரென்று காப்போம்

– என்ற புரட்சிக் கவிஞர் பாரதிதாசனின் வரிகள் 1932–ல் எழுதப்பட்டவையே. சுயமரியாதை இயக்கத்துக்கும் பொதுவுடமை இயக்கத்துக்கும் ம.வெ.சிங்காரவேலர் பாலமாக இருந்தது போல, அவருக்குப் பின்னால் 'குத்தூசி' குருசாமி பாலமாக இருந்தார். 1949–ல் தமிழ்நாட்டில் கம்யூனிஸ்ட் கட்சிக்கு தடை விதிக்கப்பட்டபோது அந்தத் தடையைக் கண்டித்து எழுதிய நாளிதழ், 'விடுதலை'. எழுதியவர் 'குத்தூசி' குருசாமி.

தலைமறைவு காலங்களில் தோழர்கள் பி.இராமமூர்த்தி, ப.ஜீவானந்தம், ஏ.எஸ்.கே., மணலி கந்தசாமி, பாலதண்டாயுதம், எம்.ஆர்.வெங்கடராமன், கே.டி.கே.தங்கமணி போன்றவர்கள் பல தடவைகள், பல நாட்கள், தங்கி இருந்த இடம் குத்தூசி குருசாமி, குஞ்சிதம் குருசாமி இல்லந்தான் என்பதைப் பெருமையோடும் பூரிப்போடும் இங்கே குறிப்பிட ஆசைப்படுகிறேன். (குருவிக்கரம்பை வேலு எழுதிய 'குத்தூசி குருசாமி' நூல் – பக். 475)

மணலி கந்தசாமியின் தலைக்கு விலை வைக்கப்பட்டிருந்தது. 'இதோ மணலி கந்தசாமி' என்று 'குத்தூசி' குருசாமி 'விடுதலை'யில் கிண்டல் கட்டுரை (வி: 16–10–1950) எழுதினார். அப்போது குருசாமி இல்லத்தில் தான் மணலி கந்தசாமி இருந்தார். கம்யூனிஸ்ட் ஆதரவு 19 தொழிற்சங்கங்கள் தடை செய்யப்பட்டதையும் கண்டித்து 'விடுதலை' (1–10–1949) எழுதியது. சேலம் சிறையில் 22 கம்யூனிஸ்ட்டுகள் படுகொலை செய்யப்பட்டதைக் கண்டித்த 'விடுதலை', கொன்றவர்களை 'ஜெனரல் டயரோடு' ஒப்பிட்டது. கண்ணன் காட்டிய வழியில் இராஜாஜி நடக்கிறாரா, இரும்பு மனிதர் படேலுக்கு இரும்பு இதயம்தானே இருக்கும் என்றது 'விடுதலை'. (15–2–1950)

கம்யூனிஸ்ட் தலைவர் ஏ.கே.கோபாலன், 'குத்தூசி' குருசாமிக்கு அனுப்பிய கடிதத்தை குருவிக்கரம்பை வேலு வெளியிட்டுள்ளார்.

> அன்புள்ள தோழர் குருசாமிக்கு நன்றி. மார்ச் மாதம் 19–ம் தேதி விடுதலையானதிலிருந்து நான் தமிழகத்தின் பல இடங்களுக்குச் சென்று பல்வேறு கட்சியினரையும் மக்களையும் சந்திக்கும் வாய்ப்பு எனக்குக் கிடைத்தது. உங்கள் பத்திரிகை வாயிலாக தமிழ் மக்களுக்கு குறிப்பாக திராவிடர் கழகத் தோழர்களுக்கு என் கருத்தைக் கூறப் பிரியப்படுகிறேன்.
>
> காங்கிரஸ் அரசாங்கத்தின் அக்கிரம அடக்குமுறைக்கு எங்கள் கட்சி உட்பட்டதாயிருந்த காலத்தில், ஜனநாயக உரிமைகளுக்காக நிமிர்ந்து நின்று கிளர்ச்சி செய்த பெருமை, பிரதானமாக திராவிடர் கழகத் தோழர்களுக்கும் 'விடுதலை' பத்திரிகைக்கும் உரியதாகும். எங்கள் கட்சியும், கட்சியின் தலைமையில் திரண்டு நிற்கும் தொழிலாளி விவசாயி நடுத்தர வர்க்க மக்களும் உங்களுடைய ஆதரவைப் பற்றி விசேஷமாகக் குறிப்பிடுகிறார்கள். சர்க்கார் நிராயுதபாணிகளான கம்யூனிஸ்ட் தோழர்கள் மீது துப்பாக்கிப் பிரயோகம் செய்து 23 வீரர்களைச் சுட்டுக்கொன்ற செயல் அடால்ப் இட்லரையும் தோற்கடிக்கச் செய்யும் அந்த அக்கிரமத்தைத் தமிழகமெங்கும் எடுத்துக்கூறி நீங்கள் ஜனங்களைத் தட்டி எழுப்பினீர்கள். தஞ்சை ஜில்லா

> கிராமங்களில் செங்கொடியின் தலைமையில் புது வாழ்க்கை போதம் பெற்ற விவசாயப் பாட்டாளிகளுக்கு பெருமிராசுதார் கூட்டமும் காங்கிரசாட்சியும் இழைத்தக் கொடுமைகள் சேரிகள் சூறையாடப்பட்டதை, தைரியமாக ஒலிபரப்பி நல்லெண்ணமுடையவரின் மனச்சாட்சி படைத்தவரின் நீதிமன்றங்களாக நீங்கள் விளங்கினீர்கள். இந்த அரிய தொண்டுக்கு கம்யூனிஸ்ட் கட்சியின் சார்பில் நான் உங்களை வாழ்த்துகிறேன். (விடுதலை 25–5–1951)

ஏ.கே.கோபாலன் கடிதம் எழுதியதுபோலவே எம்.கல்யாண சுந்தரமும் 'குத்தூசி' குருசாமிக்கு ஒரு கடிதம் எழுதினார். தனது விடுதலைக்கு, திராவிடர் கழகமும், விடுதலை பத்திரிகையும் எடுத்துக்கொண்ட முயற்சிக்கு நன்றி தெரிவித்த கல்யாண சுந்தரம், இது திராவிடர் கழகம் – கம்யூனிஸ்ட் அய்க்கியத்தின் வெற்றி என்றார்.

> திராவிடர் கழகம் – கம்யூனிஸ்ட் கட்சியின் அய்க்கியம், தமிழ்நாட்டு மக்களின் விடுதலைப் போராட்டத்தின் வெற்றியை நிர்ணயிக்கும் பெரிய சக்தியாகும்... கம்யூனிஸ்ட் கட்சியும் தொழிலாளி விவசாய மக்களின் இயக்கங்களும் காங்கிரஸ் பாஸிஸ்ட் அடக்கு முறைக்குப் பலியான பொழுது 'விடுதலை'ப் பத்திரிகை செய்துள்ள சேவை சரித்திரத்தில் இடம்பெற வேண்டியது. (விடுதலை : 28–6–1951)

கம்யூனிஸ்ட் தலைவர்கள் அனைவரையும் வாய்ப்புக் கிடைக்கும் போதெல்லாம் 'குத்தூசி' குருசாமி சிறைக்குச் சென்று பார்த்தார். அவர்கள் குறித்த செய்திகளை தொடர்ந்து 'விடுதலை'யில் வெளி யிட்டார். தஞ்சை மாவட்டத்தில் விவசாயத் தொழிலாளர்கள் மீது கடுமையான அடக்குமுறை பாய்ந்தபோது, 'தஞ்சை மாவட்டத்தில் தடியடி ஆட்சி' என்று பெரியார் தலையங்கம் தீட்டினார். சேலம் சிறையில் 22 கம்யூனிஸ்ட்டுகள் கொல்லப்பட்டதைக் கண்டித்து 5–3–1950 அன்று 'கண்டன நாள்' கடைப்பிடிக்குமாறு பெரியார் அறிக்கை வெளியிட்டார். இப்படி திராவிடர் கழகம் – கம்யூனிஸ்ட் கட்சி நட்பு மலர்ந்து இருந்தது.

அடக்குமுறை காலத்தில் கம்யூனிஸ்ட்களுக்கு ஆதரவாக எழுதியும் பேசியும் வந்த திராவிடர் கழகத்துக்கும் கம்யூனிஸ்ட் கட்சிக்கும் இடையே பி.ஆரின் (பி.ராமமூர்த்தி) முயற்சியால் தேர்தல் உடன்பாடு (1952) ஏற்பட்டது. பெரியார் ஈ.வெ.ரா., பி. ராமமூர்த்தியையும் இதர கம்யூனிஸ்ட் வேட்பாளர்களையும் ஆதரித்து தமிழகம் முழுவதும் பிரச்சாரம் செய்தார். (ஒரு போராட்டச் செம்மலின் வாழ்க்கைப் பயணம் – என்.ராமகிருஷ்ணன் பக்.281)

சுதந்திரத்துக்குப் பிந்தைய முதல் பொதுத்தேர்தலில் (1952)

பெரியாரின் நிபந்தனையற்ற ஆதரவை முழுமையாகப் பெற்றதாக கம்யூனிஸ்ட் கட்சி இருந்தது. 1952 தேர்தலில் பிரச்சாரம் செய்தபோதுதான் விவசாயிகள், தொழிலாளர்களுக்கான அமைப்பு வலுப்படுத்தப்பட வேண்டும் என்று பெரியார் நினைத்தார். திராவிட விவசாயத் தொழிலாளர் சங்கம், தென்பகுதி ரயில்வே மென் யூனியன் ஆகியவை தொடங்கப்பட்டன. இந்திய காங்கிரஸ், இந்திய கம்யூனிஸ்ட், இந்திய சோசலிஸ்ட், இந்து மகாசபை என்ற பெயரில் இருந்து விவசாய, தொழிலாளர்கள் விடுபடவேண்டும் என்று திராவிட விவசாயத் தொழிலாளர் சங்கத்தைத் தொடங்கினார். இந்தியக் கட்சிகளின் அய்க்கமாண்ட் இங்கே இருப்பதில்லை. அதனால் நம் சங்கம் ஒன்றுதான் திராவிடத் தேசியச் சங்கமாகும்' என்றார். இதன்பிறகு கம்யூனிஸ்ட் கட்சிக்கும் – திராவிடர் கழகத்துக்குமான முரண்பாடுகள், மோதல்கள் அதிகம் ஆனது.

இந்தித் திணிப்பை எதிர்த்து, இந்திய தேசியக் கொடியை கொளுத்துவோம் என்று (20–7–1955) பெரியார் முடிவு செய்தபோது, இதை இந்தியக் கம்யூனிஸ்ட் தலைவர்கள் கடுமையாக விமர்சித்தார்கள். 'குமரன் காத்த கொடியை கொளுத்தலாமா?' என்று கம்யூனிஸ்ட்டுகள் கேட்டார்கள். 'உலகத்தில் அறிவாளிகள் பிறக்குமிடம் கம்யூனிஸ்ட் கட்சிதான் என்கிறார்கள். நம்நாட்டுக் கம்யூனிஸ்ட்டுகளைப் பொறுத்தமட்டில் அது பொய்யாகிவிட்டது' என்று கிண்டலடித்தார் பெரியார். 1957 அரசியல் சட்ட எதிர்ப்பு போராட்டத்தை கம்யூனிஸ்ட்டுகள் மிகக் கடுமையாக எதிர்த்தார்கள். அன்றைய காங்கிரஸ் அரசாங்கம் கொண்டுவந்த தேசிய அவமதிப்பு தடைச்சட்ட மசோதாவை கம்யூனிஸ்ட் கட்சி ஆதரித்தது. மட்டுமல்ல... பெரியாரை கடுமையாக விமர்சித்து சட்டமன்றத்தில் கம்யூனிஸ்ட் தலைவர் எம்.கல்யாண சுந்தரம் பேசினார். (11–11–1957)

> "..... என் கட்சியின் சார்பிலே இந்த மசோதாவுக்கு முதலிலேயே என்னுடைய சம்மதத்தைத் தெரிவித்துக் கொள்கிறேன்.... திரு.ராமசாமி நாயக்கரையும் கண்டிக்க வேண்டும். அவர்களுடைய போக்கு அக்கிரமமானது, தேசத்திற்கு விரோதமானது, மக்களுக்கு விரோதமானது என்ற உணர்வுப்பூர்வமாக வரக்கூடிய சட்டமா? அல்லது நமக்கு தேர்தலுக்கு உதவி செய்ய பாடுபட்டவர் என்ற முறையில் வரக்கூடிய சட்டமா?....
>
> நம் தேசம் சுதந்திரம் அடைந்து பத்து வருஷ காலத்தில் அதுவும் பத்து வருஷ காலத்திலே நம் தேசம் சும்மா இருக்கவில்லை. அனேக முன்னேற்றங்கள் ஏற்பட்டிருக்கின்றன. உள்நாட்டுக் குழப்பமோ, அராஜகமோ ஏதாவது ஏற்பட்டிருக்கிறதா என்றால்

இல்லை. அமைதியான முறையில் முன்னேற்றப் பாதையில் போய்க்கொண்டிருக்கிறோம். நம்முடைய தேசத்தின் கௌரவம் உலகத்திலே உயர்ந்து கொண்டிருக்கிறது என்று பெருமைப்படும் காலத்தில், நம்முடைய தேசத்தின் கௌரவத்திற்கு இழுக்கான காரியங்களை ஒருசிலர் செய்யக்கூடிய துணிவு எப்படி வருகிறது என்று நான் நம்முடைய அமைச்சர்களைக் கேட்கிறேன்....

காங்கிரஸ் கட்சி ஜாதி துவேசத்தை வளர்த்தது கிடையாது. இருந்தாலும் ஜாதி துவேசத்தை வளர்ப்பதற்கு சிலர் செய்யும் செயலுக்கு மறைமுகமாக ஆதரவு கொடுப்பதனால்தான் இந்த நிலைமை ஏற்பட்டிருக்கிறது.... யாராயிருந்தாலும் சரி ஜாதி துவேசத்தை வளர்க்கக்கூடிய பிரச்சாரத்திற்கு ஆதரவு கொடுக்கக்கூடாது.... பெரியார் ராமசாமி நாயக்கருக்கு நல்லெண்ணம் தோன்றி சட்டத்திற்கு அவர் பயந்து இதைக் கைவிடுவார் என்று நான் சொல்லவில்லை. நாட்டில் இந்தி இயக்கத்திற்கு எதிராக அபிப்பிராயம் இருக்கிறது. ஆகையால் இதைக் கைவிட்டுவிடுவோம் என்ற நல்லெண்ணம் தோன்றி இந்த இயக்கத்தை கைவிட்டார்களானால் அவரை நாங்கள் பாராட்டுவோம் என்பதைத் தெரிவித்துக் கொள்ளுகிறேன்.

நல்ல தேசியக் கொள்கையையும், அரசியல் பண்பாட்டையும் வளர்ப்பதற்கு இம்மாதிரி இயக்கம் நாட்டில் உருவாவதைத் தடுக்க வேண்டும். சாதி துவேசப் பிரச்சாரத்தைத் தடுக்க வேண்டும். சாதி வித்தியாசத்தை ஒழிப்பதற்கு அக்கிரமமான முறைகளைக் கையாள்வதை யாரும் ஒத்துக்கொள்ள முடியாது.....

(சாதியை ஒழிக்க அரசியல் சட்ட எரிப்புப் போராட்டம் – வரலாற்று ஆவணம் – திருச்சி செல்வேந்திரன் – பக்.265 – 291)

– தமிழ்நாடு சட்டமன்றத்தில் கம்யூனிஸ்ட் உறுப்பினர் எம்.கல்யாண சுந்தரம் பேசிய பேச்சு இது. பெரியாரின் இயக்கம் மீது 1952–ல் கம்யூனிஸ்ட்டுகளுக்கு இருந்த மதிப்பீடும் 1957–ல் எப்படி மாறி இருந்தது என்பதற்கான உதாரணம் இது. பெரியாருக்கும் காமராசருக்குமான நட்பு எப்படி விமர்சிக்கப்பட்டது என்பதைக் காணுங்கள்.

1957 நவம்பர் 26ம் நாள் நடந்த சட்ட எரிப்புக் கிளர்ச்சியில் தமிழகம் முழுவதும் 10 ஆயிரம் பேர் பங்கெடுத்தார்கள். ஆனால், 3000 பேர்தான் கைது செய்யப்பட்டார்கள். டெல்லி நாடாளுமன்றத்தில் 2884 பேர் கைது செய்யப்பட்டதாக அறிவிக்கப்பட்டது. அதிகபட்சம் மூன்றாண்டு சிறைத்தண்டனை தரப்பட்டது. சிறைக்குள்ளேயே ஐந்துபேர் மரணமடைந்தார்கள். விடுதலை செய்யப்பட்ட சில

நாட்களில் 11 பேர் மரணமடைகிறார்கள். சட்ட எரிப்பு பிரச்னை குறித்து இந்திய நாடாளுமன்றத்தில் விவாதிக்கப்பட்டபோது கம்யூனிஸ்ட் தலைவர் எஸ்.ஏ.டாங்கே, "மூன்று நாட்களுக்கு ஒருமுறை திருத்தப்படும் சட்டம் எரிக்கப்பட்டால் என்ன?" என்று கேட்டார். இந்த செய்தியை இந்தியக் கம்யூனிஸ்ட் கட்சியின் தமிழக இதழான 'ஜனசக்தி' வெளியிடவில்லை.

டாங்கேயின் பேச்சுக்கு, கருத்துக்கு மாறுபாடாக தோழர் கல்யாண சுந்தரம் பேச்சு சென்னை அசெம்பிளியில் இருந்ததே என்று வெட்கப்பட்டா? அல்லது பார்ப்பனத் தலைமையில் தமிழ்நாடு கம்யூனிஸ்ட் கட்சி இயங்கிவரும் தன்மை யினாலேயா? தோழர் டாங்கே அவர்களின் பேச்சை 'ஜனசக்தி' ஏன் வெளியிடவில்லை என்று பலரும் சந்தேகப்படுவது தமிழ்நாடு கம்யூனிஸ்ட் கட்சிக்கே வெளிச்சம். (விடுதலை 12-12-1957)

(திருச்சி செல்வேந்திரன் நூல் பக்.82)

பெரியாருக்கு எதிராக எழுதும் ஏடுகளின் பட்டியலை 'விடுதலை' வெளியிட்டது. இந்து, இந்தியன் எக்ஸ்பிரஸ், மெயில், தினமணி, நவ இந்தியா வரிசையில் 'ஜனசக்தி'யும் இடம்பெற்றுள்ளது.

(வி. 07-11-1957)

முதுகுளத்தூர் கலவரத்துக்குப் பிறகு நடந்ததே சட்ட எரிப்பு கிளர்ச்சி. தஞ்சை சட்ட எரிப்பு மாநாட்டின் தீர்மானங்களில் ஒன்று முதுகுளத்தூர். சட்ட எரிப்பு கிளர்ச்சியின் தீவிரத்தை அதிகப்படுத்தியதும் முதுகுளத்தூரே.

முதுகுளத்தூர் கலவரத்தைக் கண்டிக்கின்ற சாக்கில் சாதி ஒழிப்பு பிரச்சாரஞ் செய்கின்ற தலைவர் பெரியார் அவர்களை கடுமையாகத் தாக்கி, பார்ப்பன எதிர்ப்புப் பிரச்சாரத்தை 'கொலைப் பிரச்சாரம்' என்று கயிறு திரித்து, மடுவை மலையாக்கிக் காட்டினார்கள் ஆரியக் கூட்டத்தார். நேற்று இரட்டை வெற்றி பெற்றுவிட்டனர். (வி: 7-11-1957 – செல்வேந்திரன் நூல் 299)

பெரியார் மீது வழக்கு, அரசியல் சட்ட எரிப்பு கிளர்ச்சியை தடுப்பதற்கான சட்டம் – ஆகிய இரண்டைத்தான் 'விடுதலை' குறிப்பிடுகிறது. முதுகுளத்தூர் பிரச்னையில் சட்ட ரீதியாக நடவடிக்கை எடுத்த காமராசர் ஆட்சி மீது நம்பிக்கை இல்லாத் தீர்மானத்தை கொண்டுவந்த எதிர்க்கட்சிகள் அனைத்தையும் ஆதி திராவிட மக்கள் நஞ்சாக வெறுத்துவிட்டனர் என்று குற்றம் சாட்டியது 'விடுதலை'. (வி.11-11-1957)

'முதுகுளத்தூர் கலவரத்தில் நூற்றுக்கணக்கான ஆதி திராவிட உயிர்கள் பலியாயின. அவைகளைப் பற்றி ஒரு சொட்டுக் கண்ணீர்கூட சிந்தாத ஆரிய ஏடுகள் அனைத்தும் இன்று ஆரிய உயிருக்கு ஆபத்துக்கூட ஏற்படாத நிலைக்காக இந்த நாட்டையே கிடுகிடுக்க வைத்துவிட்டன. உயிர்களிலேயே எவ்வளவு வேற்றுமை பார்த்தீர்களா?.... ஆரியன் உயிர் என்றால் கருப்பட்டி. ஆதி திராவிடன் உயிர் என்றால் களிமண் கட்டி?' (வி: 08-11-1957)

என்று பாய்ந்தது 'விடுதலை'. இந்தக் காலகட்டத்தில் ஜனசக்தியும் விடுதலையும் தொடர்ந்து மோதிக்கொண்டன.

இந்த புர்ர்ர்ர்ர்ரட்சி வீரர்களின் தலைவர் திரு.இராமமூர்த்தி அவர்கள் தஞ்சை மாவட்டத்தில் எப்படித் தம் சாதி உணர்ச்சியைப் பயன்படுத்தி வோட்டு சேகரித்தார் என்பது திருகுன்னியூர் அய்யரையும் அவருடன் கூட இருந்த கம்யூனிஸ்ட் அனுதாபி (திராவிடர்) பணக்காரரையும் கேட்டுப் பார்த்தால் அல்லவோ தெரியும்? அதுமட்டுமா? அண்மையில் நடைபெற்ற பார்லிமெண்ட் உபதேர்தலில் திரு.மணலி கந்தசாமி அவர்களுக்காக மறவர் சாதி உணர்ச்சியையும், முதுகுளத்தூர் கலவரத்தையும் எவ்வளவு பயன்படுத்தி வோட்டுச் சேகரித்தார்கள் என்பது பட்டுக்கோட்டை வட்டாரத்தைச் சேர்ந்த வோட்டர்களுக்கன்றோ தெரியும்? கம்யூனிஸ்ட் கந்தசாமியவர்கள் பெற்றிருக்கின்ற வோட்டுகளில் முக்கால்வாசி வோட்டுக்கள் சாதிவெறிப் பிரச்சாரத்தினால் கிடைத்த வோட்டுக்களேயாகும் என்பதை 'ஜனசக்தி' மறைத்தாலும் பட்டுக்கோட்டைத் தொகுதியிலுள்ள பொது மக்களிடம் கேட்டால் தெரியுமே! திரு.ஆச்சார்யார் அவர்கள் முதலமைச்சராயிருந்த காலத்தில் திரு.இராமமூர்த்தி அவர்களுக்கிருந்த தனி செல்வாக்கும், அவருக்கு மட்டும் அடிக்கடி 'பேட்டி' கிடைத்த வசதியும் இதனால் திராவிட கம்யூனிஸ்ட் தலைவர்களிடத்திலே ஏற்பட்டிருந்த மனக் கசப்பும் மற்றவர்களுக்குத் தெரியாவிட்டாலும் 'ஜனசக்தி' நிர்வாகிகளுக்காவது தெரியாமலிருக்குமா? (வி: 18-11-1957)

திருச்சி செல்வேந்திரன் நூல் : பக். 314)

இந்த மோதல் அரசியல் ரீதியாக மட்டுமல்ல தத்துவார்த்த ரீதியாகவே திராவிடர் கழகத்துக்கும், கம்யூனிஸ்ட் கட்சிக்கும் இடையே நடந்தது. திராவிட நாடு, தமிழ்நாடு பிரிவினைக் கோரிக்கைகளை திராவிடர் கழகமும், திராவிட முன்னேற்றக் கழகமும் மிகக் கடுமையாக பிரச்சாரம் செய்துவந்தபோது அதை மிகக் கடுமையாக

விமர்சித்தவர்கள் கம்யூனிஸ்ட்டுகள். இன்றைய கம்யூனிஸ்ட் தலைவர்களின் கருத்துக்களைத் தாங்கி வந்த 'சமரன்' இதழில் பெரியாரும், அண்ணாவும் கடுமையாக விமர்சிக்கப்பட்டார்கள். 'சரித்திரத்தைத் திரித்துப் புரட்டுவது யார்?' என்ற தலைப்பில் தோழர் எஸ்.ராமகிருஷ்ணன் எழுதிய தொடர் கட்டுரை 'சமரன்' இதழில் வெளியானது. அந்தக் கட்டுரையின் அபத்தங்களை இன்றைய கம்யூனிஸ்ட் தோழர்கள் ஏற்கமாட்டார்கள்.

வேதகாலம் முதல் விவேகானந்தன் காலம் வரை இந்திய ஒற்றுமை வளர்ந்து வந்துள்ளது. ஆரிய, திராவிட நாகரிகங்களது கலப்பில் விளைந்ததே பண்டைய பாரதப் பண்பாடு. நாடோடிக் கூட்டங்களாக வந்த ஆரியரிடையே உயர்வு தாழ்வு முறை இருந்ததில்லை என்பது ரிக் வேதத்தில் தெளிவாகும், வடநூலாரின் பண்பாடே வனிதையரை வீட்டுக்குள் அடைத்து வைத்தது என்பதெல்லாம் வம்புச்சண்டைக்குக் கச்சை கட்டும் நச்சுப் பேச்சே ஆகும். பாரதப் பண்பாட்டின் வைப்பு நிதிகளாக மகாபாரதமும் இராமாயணமும் அன்றே போற்றப்பட்டன. ஆரியர் – திராவிடர் முதலான பல இனங்களது கலப்பில் உதித்து வளர்ந்த பாரதி சாதியினரே தமிழர், மீமிம்சைக்குப் புரிந்த தொண்டினைக் காட்டிலும் வேதாந்தத்துக்குத் தென்னகம் புரிந்த தொண்டு பன்மடங்கு சிறந்ததாகும். தென்னகமே பக்தியின் பிறப்பிடம் என்பது புராணத்தின் கூற்று. மகோன்னதமாக விளங்கும் நடராஜ விக்கிரகமே இந்தியக் கலையின் சிகரமாகும். இந்திய நாட்டுத் தெய்வத் திருக்கூட்டத்தில் ஏற்றமான இடம் பெற்றவள் காளித்தாய். வருணாசிரமம் என்பது பண்டைய இந்தியச் சமுதாயத்தில் அமைந்த வம்ச பரம்பரைத் தொழில் பிரிவினை ஏற்பாடே ஆகும். இப்படிப்பட்ட அரிய கருத்துக்களைக் கொண்ட கட்டுரைகளை எழுதியவர் தமிழக கம்யூனிஸ்ட் கட்சியின் தத்துவாசிரியர்களில் ஒருவரான எஸ்.ராமகிருஷ்ணன். இந்து – முஸ்லீம் பிரிவினை, மேல்சாதி – கீழ்சாதி வேறுபாடு, பார்ப்பனர் – பார்ப்பனரல்லாதார் மோதல் அனைத்துமே பிரிட்டிஷ் சூழ்ச்சி என்ற அவர், வடநாட்டில் இந்து – முஸ்லீம் கலவரங்களைத் தூண்டிவிட்ட வெள்ளையராட்சி, தென்னாட்டில் தேசிய இயக்கத்தைப் பார்ப்பன சூழ்ச்சியாகச் சித்திரித்து மக்களைத் தடம்புரளச் செய்வதற்கு நீதிக்கட்சி மூலம் பாடுபட்டது. நீதிக்கட்சியினுடைய வெகுஜன முன்னணியாகவே ஈ.வெ.ராமசாமிப் பெரியாரின் தன்மான இயக்கம் பயன்பட்டது. ஜமீன் ஒழிப்பு, கடன் ஒழிப்பு, சமய ஒழிப்பு, பகுத்தறிவு, சமதர்ம நாஸ்திகம் என்றெல்லாம் சண்டப் பிரசண்டம் செய்து மக்களைத் திரட்டி நீதிக்கட்சிக்கும் பிரிட்டிஷ் ஆட்சிக்கும் முட்டுக் கொடுக்கும் தொண்டர்களைத் தாழ்த்த ஈ.வெ.ரா இயக்கம் முயன்றது.

(சமரன் இதழ்களின் தொகுப்பு : வ.மோகனகிருஷ்ண (பக்.598)

–என்கிறார் எஸ்.ராமகிருஷ்ணன். சரித்திரத்தை திரித்துப் புரட்டுவது யார்? என்ற 14 கட்டுரைகள் இத்தொகுப்பில் உள்ளது. திராவிட இயக்கத்தை, பெரியாரை அவர்கள் எப்படிப் பார்த்தார்கள் என்பதைவிட சமரனா, விஜயபாரதமா என்ற வித்தியாசம் இல்லாமல் எழுதப்பட்ட சொற்கள்தான் அதிர்ச்சி அளிப்பதாக உள்ளன. பெரியார், கம்யூனிஸ்ட் கட்சியுடன் 1952 முதல் முரண்பட்டதற்கு அடிப்படைக் காரணம் இதுதான்.

திராவிட இயக்கம் பற்றிய புரிதல் குறித்து கம்யூனிஸ்ட் கட்சிக்குள் மோதல் இருந்தது. இதை பி.ராமமூர்த்தியின் வாழ்க்கை வரலாற்றை விரிவாக எழுதிய என்.ராமகிருஷ்ணன் பதிவு செய்துள்ளார். தமிழகத்தில் இருந்த திராவிடர் கழகம், திராவிட முன்னேற்றக் கழகம் போன்ற கட்சிகள் குறித்து மிகவும் தவறான நிலைப்பாட்டை எடுத்தனர். இவ்விரு கட்சிகளும் 'ஏகாதிபத்திய கையாட்கள்', 'பிற்போக்கானவை' போன்ற வரையறுப்புகளை செய்தனர். காங்கிரஸ் கட்சியுடன் கூட்டுச் சேர வேண்டுமென்ற தங்கள் கொள்கைக்கு வலுவூட்ட திராவிடக் கட்சிகளுக்கு எதிரான நிலைப்பாட்டைப் பயன்படுத்தினர். இந்தக் கட்சிகளுடன் கூட்டுச் சேரக்கூடாது என்று கூறினர். திராவிடக் கட்சிகள் குறித்த இந்தத் தோழர்களின் நிலைப்பாட்டை பி.ஆர். கடுமையாக விமர்சித்ததோடு, அவைகள் குறித்து ஒரு சரியான மதிப்பீட்டைச் செய்தார். அவருடைய மதிப்பீடு எவ்வளவு துல்லியமாகயிருந்தது, சரியான தன்மையைக் கொண்டிருந்தது என்பதை அவருடைய சக தோழர்கள் மூவர் சுட்டிக் காட்டுகின்றனர்.

(என்.ராமகிருஷ்ணன் நூல் பக்.319)

– என்று சொல்லி பி.ராமச்சந்திரன், பி.ஆர்.பரமேஸ்வரன், ஏ.நல்லசிவன் ஆகிய மூவரின் கருத்தை என்.ராமகிருஷ்ணன் வெளி யிட்டுள்ளார். பெரியாருக்கும் கம்யூனிஸ்ட் இயக்கத்துக்குமான ஒற்றுமைச் சிதைவுக்கு யார் காரணம் என்பதை கம்யூனிஸ்ட் தலைவர்களே சொல்கிறார்கள். கம்யூனிஸ்ட் வரலாற்றாசிரியரே நேரடியாக பேட்டி கண்டு தருகிறார்.

பி.ராமச்சந்திரன் : கம்யூனிஸ்ட்டுகள் மீது ஏவி விடப்பட்ட அடக்குமுறையைக் கண்டிப்பதில் முன்னின்ற ஒரே அரசியல் கட்சி திராவிடர் கழகம் மட்டுமே. காங்கிரஸ் ஆட்சியின் மக்கள் விரோத, கடுமையான ஒடுக்குமுறை நடவடிக்கைகளையும், ரேஷன் விஷயத்தில் அவர்கள் பின்பற்றிய கொள்கையையும் பெரியார் ஈ.வெ.ரா கடுமையாக கண்டனம் செய்திருந்தார். கடுமையான ஒடுக்குமுறைகளைத் தாங்கி நின்று கம்யூனிஸ்ட்டுகள் செயல்பட்டு வருவதை பெரியார் பாராட்டிப் பேசினார்.

திராவிடர் கழக இயக்கத்தில் குறைபாடுகள், பலவீனங்கள் இருப்பினும் பல சந்தர்ப்பங்களில் ஏகாதிபத்திய ஆதரவு செயல் போக்குகள் இருந்தபோதிலும் தி.க இயக்கத்திற்கு ஒரு சமூக சீர்திருத்தப் பாத்திரம் இருந்திருக்கிறது என்பதை பி.ஆர். சுட்டிக்காட்டினார். பத்தாம் பசலி நிலப்பிரபுத்துவக் கண்ணோட்டங்களுக்கெதிரான, அந்த தத்துவத்திற்கெதிரான ஜனநாயகப் புரட்சி இயக்கம் வெற்றி பெற வேண்டுமானால், சமூக சீர்திருத்தத்திற்கான போராட்டமும் நடத்த வேண்டியுள்ளது. அந்த சமூக சீர்திருத்தத்திற்கான போராட்டத்தின் முக்கியத்துவத்தை ஆரம்பத்தில் சில கம்யூனிஸ்ட்டுகள் சரிவர பார்க்கவில்லை. இவ்வாறு இதைப் பார்க்கத் தவறியதால்தான், பெரியாருடைய பங்கை சரிவர புரிந்துகொள்ள முடியவில்லை.

வேறு மொழியில் சொல்வதென்றால், திராவிடர் கழக இயக்கத்தினுடைய சமூக சீர்திருத்தக் கண்ணோட்டம் என்பது ஒரு நிலப்பிரபுத்துவ எதிர்ப்பு, ஜனநாயக உள்ளடக்கம் கொண்டிருக்கக்கூடியது என்பதை பார்க்க வேண்டியதன் அவசியத்தை கட்சிக்குள் பி.ஆர். அழுத்தம் திருத்தமாக வலியுறுத்தினார். இந்தக் கருத்துக்கெதிராக தோழர்கள் அன்றைய தினம் குருட்டுத்தனமாக திராவிட கழக இயக்கம் என்பது பிற்போக்கானது என்று மட்டும் பார்த்தார்கள். திராவிட இயக்கத்தின் தவறானப் போக்குகளை விமர்சிக்கும் நேரத்திலேயே அதன் கொள்கைகளின் ஜனநாயக உள்ளடக்கத்தை வலியுறுத்த வேண்டும் என்ற கண்ணோட்டத்தை பி.ஆர். விளக்கியபின் கட்சியின் பெரும்பகுதியினர் அதை ஏற்றுக்கொண்டார்கள்....

பி.ஆர். பரமேஸ்வரன் : தலைமறைவாக இருந்த நேரத்தில் திராவிட இயக்கம் குறித்து பி.ஆர். ஒரு ஆவணத்தை எழுதினார். அதன் தலைப்பே, ‘திராவிட இயக்கம் குறித்த ஓர் ஆவணம்’ என்பதாகும். 1951 ஆம் ஆண்டில் கல்கத்தாவில் கட்சியின் ரகசிய மாநாடு நடைபெறுவதற்கு முன்பாக சென்னையில் (ஆகஸ்ட் அல்லது செப்டம்பர்) கட்சியின் விசேஷக் கூட்டம் (பிளீனம்) ஒன்று கூட்டப்பட்டது. திராவிட கழக இயக்கம் என்பது பல ஜனநாயக அம்சங்களைக் கொண்ட இயக்கம் என்ற மையக் கருத்து கொண்ட அந்த ஆவணத்தை தோழர் ஜீவா அந்தக் கூட்டத்தில் விளக்கினார்.

ஏ.நல்லசிவன் : 1958 ஆம் ஆண்டில் நடந்த அமிர்தசரஸ் கட்சி காங்கிரசிற்கு முன்பு தமிழ்நாட்டில் ஐக்கிய முன்னணிக் கொள்கையின் நடைமுறை பற்றி முடிவு செய்யவேண்டிய அவசியம் ஏற்பட்டது. இங்குள்ள சமுதாய வளர்ச்சி நிலைமை, இங்குள்ள வர்க்கங்களின் பலாபலம், அந்த வர்க்க நலன்களைப் பிரதிபலிக்கும் அரசியல் கட்சிகள், அக்காலத்தில் வளர்ந்து வந்த திராவிட இயக்கம் பற்றிய பார்வை ஆகியவற்றை வரையறுக்கும் பிரச்னை எழுந்தது.

'காங்கிரசுக்கு எதிராக தமிழ்நாட்டில் சில முதலாளிகள் செயல்படுகிறார்கள். இவர்கள் திராவிட இயக்கத்திற்கு ஊக்கமளிக்கிறார்கள். செட்டியார் பூர்ஷுவாக்களான இவர்கள் ஏகாதிபத்தியத்திற்கு நெடுங்காலமாகவே ஆதரவானவர்கள். எனவே இவர்களது நலன்களைப் பிரதிபலிக்கும் எந்த அரசியல் கட்சியுடனும் தொடர்பு கொள்ளக்கூடாது. எதிர்க்க வேண்டும்' என்று கட்சிக்குள் சிலர் கோரினர்.

'அகில இந்திய பெருமுதலாளிகளான டாட்டா, பிர்லா ஆதிக்கம் செலுத்தக்கூடிய இந்திய நாட்டில் அவர்களை எதிர்க்கும் பிரதேச முதலாளிகள் இருக்கிறார்கள். இவர்களது வளர்ச்சி நோக்கங்களைப் பிரதிபலிக்கும் அரசியல் அமைப்புகள் உருவாகின்றன. பெருமுதலாளித்துவ எதிர்ப்புப் போராட்டத்தில் இத்தகைய பிரதேச முதலாளிகளின் நலன்களைப் பிரதி நிதித்துவப்படுத்தும் இயக்கங்களுக்கும் குறிப்பிட்ட பங்கு பாத்திரம் நிச்சயம் உண்டு. மொழி, இனம், பிராந்தியம் சம்பந்தப்பட்ட திருகல் – முருகலான நிலையை இவர்கள் எடுக்கக்கூடும். முதலாளித்துவ வளர்ச்சியின் ஏற்றத் தாழ்வுகள் காரணமாக இந்த வாதங்கள் 'பிரிவினை' கோஷம் எனும் எல்லையையும் அடையக்கூடும். எனினும் இத்தகைய முதலாளித்துவ ஜனநாயக இயக்கங்களை ஏகாதிபத்திய எதிர்ப்புப் போராட்டத்தில் பெரு முதலாளித்துவ எதிர்ப்புப் போராட்டத்தில் பங்கு பெறச் செய்வதும், இந்தக் காட்சிகளைப் பின்பற்றக்கூடிய லட்சோப லட்சம் மக்களை ஜனநாயகப் போராட்டத்தின் பகுதியாக இணைத்தலும் அவசியமான அரசியல் கடமையாகும். அந்த அடிப்படையில்தான் தமிழ்நாட்டில் தோன்றிய பிரச்னைகளைப் பார்க்கவேண்டும்' – என்று தோழர் பி.ஆர். மற்றும் பல தலைமைத் தோழர்களின் அணுகுமுறையே கட்சியின் கொள்கையாக ஏற்கப்பட்டது. இந்த அறிக்கையை தயாரித்ததில் தோழர் பி.ஆருக்கு முக்கிய பங்கும் பொறுப்பும் உண்டு. இது சம்பந்தமாக பி.ஆர். விளக்கத்தை பேரூரில் நடந்த அரசியல் தமிழ் மாநில மாநாடு ஒப்புக்கொண்டது.

(என். ராமகிருஷ்ணன் நூல் 319–321)

காங்கிரசுடன் அணி சேரவேண்டும் என்ற கம்யூனிஸ்ட் கட்சிக்குள் உட்கட்சி போராட்டம் நடந்துகொண்டு இருந்தபோது காங்கிரஸின் ஒரே எதிரியாக தி.மு.க வளர ஆரம்பித்தது. தி.மு.க–வின் அரசியல் வளர்ச்சியின் கூறுகளை அடையாளம் காணத் தவறிய கம்யூனிஸ்ட் தலைவர்களில் சிலர், திராவிட இயக்கத்தின் மூலக் கொள்கைகளை தாக்கத் தொடங்கினார்கள். பெரியாரை வறட்டு நாத்திகராகவும், அவரது இயக்கத்தை நிலப்பிரபுத்துவக் கட்சி என்றும் கண்டுபிடித்தவர்கள், இன்னொரு பக்கத்தில் கம்பராமாயணத்தில் கம்யூனிசம் தேடினார்கள். பெரியாருக்கு இதுவே எரிச்சலை

ஏற்படுத்தியது. அவர், கம்யூனிசத்தின் மூலக் கொள்கையை கையில் எடுத்துக்கொண்டு கம்யூனிஸ்ட் கட்சிக்காரர்களை மட்டுமே விளாசினார். இந்த இரண்டுக்குமான வேறுபாட்டை உணரவேண்டும்.

நமது இயக்கம் எந்த வகையிலும் கம்யூனிஸ்டுகளுக்கு எதிர்ப்பான இயக்கம் அல்ல. கம்யூனிஸ்டுகளின் மூலக் கொள் கைக்கு விரோதமான இயக்கமுமல்ல. கம்யூனிஸ்ட்டுகள், 'பொருளாதார சமத்துவம் ஒன்றினால் மட்டுமே நாட்டு நலன் வளர்ந்தோங்கிவிடும், மக்களிடையே உள்ள பேதா பேதம் ஒழிந்துவிடும்' என்று கருதி இருக்கிறார்கள். அதனால் தான் அவர்கள் கடவுள், மத, மூட நம்பிக்கைகளைப் பற்றிப் பேசாமலேயே இருந்து வருகிறார்கள். பொருளாதார சமத்துவத் தால் சமுதாய பேதா பேதங்கள் அகன்றுவிடும் என்பது மேல் நாடுகளுக்குச் சற்றுப் பொருத்தமானதாயிருக்கலாம்.

..... நம் நாட்டு நிலை அப்படி இல்லை. இங்கு பிறவியிலேயே பேதம் இருக்கிறது.... பணக்கார முதலாளி ஒழிவதற்கு முன்னால் புரோகிதப் பார்ப்பன முதலாளிகளும், கல் முதலாளிகளும், மடங்களின் முதலாளிகளும் ஒழிய வேண்டும்....

கம்யூனிஸ்டுகளின் இன்றைய கிளர்ச்சி நடைபெற்று வந்தாலும் வராவிட்டாலும் இந்த நாட்டிற்குக் கம்யூனிசம் வரத்தான் செய்யும். ஏன்? கம்யூனிசம் ஒன்றுதான் உலக அமைதிக்கு, உலக மேம்பாட்டிற்கே உற்ற சாதனமாகும்.... அந்த சவாலை இன்றில்லையானாலும் நாளை இந்த நாட்டையும் கவ்வத்தான் போகிறது. (விடுதலை 22–2–1950 – ஆனைமுத்து தொகுப்பு 1 – பக். 640)

– இந்தத் தகவல்களின் மூலமாகச் சொல்லவருவது என்னவென்றால் பெரியாரியம் என்பது பொதுவுடைமையியமே. மண்ணுக்கேற்ற மார்க்சியமாக அவர் புதிய தத்துவங்களை உருவாக்கிச் சேர்த்தார். பிரச்சாரம் செய்தார். போராடினார். 1930 காலகட்டத்தில் ம.வெ. சிங்கார வேலரின் தோழமையால் அது சுயமரியாதை சமதர்ம இயக்கமாக வெளிப்பட்டது. சட்டத்துக்கு உட்பட்ட வகையில் தனது பிரச்சார இயக்கம் அமையவேண்டும் என்று நினைத்த பெரியார், கம்யூனிசம் என்ற சொல்லைப் பயன்படுத்தாமலேயே கம்யூனிசம் பேசினார். 1950 காலகட்டத்தில் கம்யூனிஸ்ட் இயக்கங்களை கொள்கை அடிப்படையில் மட்டுமல்ல, அமைப்பு ரீதியாகவும் நடைமுறைச் செயல்பாடுகளின் மூலமாகவும் ஆதரித்தார். பக்கபலமாக இருந்தார். இந்தியக் கம்யூனிஸ்ட்டுகளின் இயக்கம் சாதி, மதம், வர்ணம், புராணங்கள், மூட நம்பிக்கைகள் ஆகியவற்றை தீண்டாத நிலையில் அவருக்கும் கம்யூனிஸ்ட் இயக்கத்துக்கும் இடைவெளி ஏற்பட்டது.

இதனாலேயே விவசாய, தொழிலாளர் அமைப்புகளை அவரே உருவாக்கினார். இந்த அமைப்பின் முழுமையான வரலாறு இன்னும் எழுதப்படவில்லை. கம்யூனிஸ்ட் இயக்கத் தோழர் காவாளக்குடி சண்முகத்தின் பேட்டி, சோலை சுந்தரபெருமாள் நூலில் உள்ளது. அந்தக் காலகட்டம் எப்படி இருந்தது என்பதை காவாளக்குடி சண்முகம் விவரிக்கிறார்.

எங்க ஊர்ல அப்ப கம்யூனிஸ்ட் கட்சிக்காரரரா எனக்கு தெரிஞ்சவரு என்.மணியன்தான். அவரோட தொடர்பு ஏற்பட்டுச்சி. அந்த நேரம்தான் 1952 இல் தேர்தல் நடந்துச்சு. அப்பவே ஊருக்கு சுத்தப்பட்ட ஊருகளில் கம்யூனிஸ்ட் கட்சிக்காரங்கதான் உழைப்பாளிங்களுக்கு துணையா இருக்கிறதுன்னு பேர் எடுத்திருந்தாங்க. நான் கம்யூனிஸ்ட் கட்சிக்கு அனுதாபியா மாறிட்டேன். என்னோட ஊருக்குள்ளவும் சுத்துப்பட்டு ஊருக்குள்ளவும் அடைச்சாப்போல எல்லோரும் திராவிடர் கழகத்துல இருந்தாங்க.... எங்க ஊருக்குள்ள மக்கள் தொகை கணக்கை வச்சிப் பார்த்தா பறையரும், பள்ளரும்தான் கூடுதலாக இருந்தாங்க. மொத்தத்தில் எல்லாரும் திராவிட இயக்கத்தில் தான் இருந்தாங்க. எதையும் தீர்மானிக்கிற சக்தியாக அப்ப திராவிடர் கழகம்தான் எங்கப் பகுதியில வளர்ந்துக்கிட்டு இருந்துச்சு....

அவங்களை எப்படியும் கட்சிக்குக் (கம்யூனிஸ்ட்) கொண்டாந்து சேக்கணும்னு என்.மணியனும், சேஷய்யாவும் இருந்து பேசும்போது அவர்களை நாங்களே பேசி வசப்படுத்தி சங்கத்துக்குக் கொண்டு வர்றதுன்னு வழிகாட்டினாங்க. அதுபடி நாங்க பலமுறை அவங்கக்கிட்டே பேசிப்பாத்தோம். அவங்க மசியல.

காரணம் பறையருங்களுக்கும் பள்ளருங்களுக்கும் தனித்தனியா நாட்டாமை பஞ்சாயத்து வச்சிக்கிட்டுதான் அவங்க திராவிடர் கழகத்தில இருந்தாங்க. இந்த பஞ் சாயத்துக்காரவங்களும் நாட்டாமைகளும் எடுக்கிற முடிவை மத்தவங்க கண்ணை மூடிக்கிட்டு ஏத்துக்குவாங்க. அதுதான் அவங்களை கம்யூனிஸ்ட் கட்சிக்குக் கொண்டுவர சிரமமா இருந்துச்சு.

1950–52–க்குள்ள திராவிட கழகத்தில விவசாயத் தொழிலாளர் அணியை ஏகபோகமாகத் திரட்டி வைச்சிருந்தாங்க. அதுக்கு மாரிமுத்துப்பிள்ளை என்பவர்தான் இந்தப் பகுதிக்குத் தலைவரா இருந்தார். விவசாயத்

தொழிலாளிங்களுக்கும் திருமாஞ்சோலைப் பண்ணைக்கும் பிரச்னை வலுத்துட்டு. அது கூலிப்பிரச்னை மட்டும் இல்ல. அந்தப் பண்ணையில் இருந்த காரியக்காரவங்களுக்கும் தலையாரிங்களுக்கும் எதிராத்தான் அந்தப் போராட்டத்தை நடத்தினாங்க. இந்தப் போராட்டம் திடீர்ன்னு வலுக்காம சன்னம் சன்னமா வெடிச்சதால இரண்டு மூணு வருசம் தொடர்ந்தது. அப்ப பண்ணை அடிமையா இருந்தது தாழ்த்தப்பட்டவங்களும் பிற்படுத்தப்பட்டவங்களும்தான்.

இதனால பண்ணையால போராட்டத்தைக் கட்டுக்குக் கொண்டுவர முடியல. அப்பெல்லாம் மகசூல் காலத்திலேயே அறுவடை முடிச்சி களம் பழங்கும்போதே இந்த நெல்லு பண்ணையோட சாப்பாட்டுக்கு, இந்த நெல்லு விதை நெல்லு, இது தககூலிக்கு உள்ளதுன்னு தனித்தனியா பிரிச்சி, இருநூறு முன்னூறு கலம் நெல்லா சேர் கட்டி வச்சிருப்பாங்க. அவங்க நடத்தினப் போராட்டத்தில தொழிலாளிங்க திரண்டு பண்ணையை முற்றுகையிட்டு அந்த சேர்களுக்கெல்லாம் நெருப்பு வச்சிட்டாங்க. அந்த நேரம் போலீஸைக் கொண்டாந்து பாதுகாப்புக்கு வச்சிக்கிட்டாங்க. இருந்தாலும் அந்தப் போராட்டத்தைப் போலீஸால் முழுசாக் கட்டுப்படுத்த முடியாம கடைசியா கண்ணீர்ப் புகை குண்டுன்னும் ரப்பர் குண்டுன்னும் துப்பாக்கிச் சூடு நடத்தினாங்க. அந்தப் போராட்டத்தில நடத்தின துப்பாக்கிச்சூடு தான் தமிழ்நாட்டுல முதன்முதலா போராடின விவசாயத் தொழிலாளர்கள் மேல் காவல்துறை நடத்தின முதல் துப்பாக்கிச் சூடுன்னு இதைக் கடுமையாக் கண்டிச்சி பெரியார் கண்கொடுத்தவனிதத்திலேயே வந்து பேசினார். கடைசியா பண்ணை பேச்சு வார்த்தைக்கு வந்து சமரசம் பண்ணிக்கிட்டு. அதில திராவிட கழக விவசாயிகள் சங்கத்துக்கு முழுமையான வெற்றின்னு சொல்ல முடியாட்டாலும் ஓரளவு வெற்றியா ஆயிட்டுன்னு சொல்லமுடியும். அந்தப் போராட்டம் திராவிட கழகத்துக்கு இன்னும் கூடுதலான செல்வாக்கை ஏற்படுத்திட்டு.

(வெண்மணியிலிருந்து... வாய்மொழி வரலாறு – சோலை சுந்தரப் பெருமாள் – பக். 14–16)

– தோழர் காவாளக்குடி சண்முகம் திராவிடர் கழகத்தைச் சேர்ந்தவர் அல்ல. ஏ.ஜி.கஸ்தூரி ரெங்கனிடம் எடுக்கப்பட்ட பேட்டிகள் போல், காவாளக்குடி சண்முகம் அளித்துள்ள பேட்டிகள் போல் 'களத்தில்' நின்ற போராளிகளுக்குத் தான் திராவிட விவசாயத் தொழிலாளர் கழகத்தின் வரலாறு தெரியும். காவாளக்குடி சண்முகம்

அளித்த வாய்மொழி வரலாறு மூலமாக தஞ்சை மாவட்டத்தில் திராவிடர் கழக விவசாயத் தோழர்களும், பெரிய அளவில் போராட்டங்களை முன்னெடுப்பவர்களாக இருந்துள்ளார்கள். இந்த இயக்கத்திலிருந்து அந்த இயக்கத்துக்கும், அந்த இயக்கத்திலிருந்து இந்த இயக்கத்துக்கும் தொழிலாளர்களை மடை மாற்றம், மன மாற்றம் செய்ததற்கான வேலைகள் நடந்துள்ளது. இது சில இடங்களில் பகை உணர்வாகவும் வெளிப்பட்டு இருக்கும். இவை அனைத்தையும் இணைந்தே கீழ்வெண்மணி நிகழ்வை நோக்க வேண்டும்.

பெரியார் முன்னெடுத்த மிகப்பெரிய மக்கள் திரள் போராட்டம் 1957 அரசியல் சட்ட எரிப்பு. இந்தப் போராட்டத்தின் களமே தஞ் சாவூர்தான். 3–11–1957 அன்று திராவிடர் கழக மத்திய நிர்வாகக்குழுக் கூட்டம் நடந்தது தஞ்சையில்தான். திராவிடர் கழக (ஸ்பெஷல்) மாநாடு 3–11–57 அன்று நடந்ததும் தஞ்சையில்தான். சிறைக்குள்ளேயே நோய்வாய்ப்பட்டு இறந்த ஐந்து பேரில் இரண்டு பேர் (மணல்மேடு வெள்ளச்சாமி, பட்டுக்கோட்டை ராமசாமி) தஞ்சை மாவட்டத்தைச் சேர்ந்தவர்கள். பிற மாவட்டங்களை விட தஞ்சை மாவட்டத்தில் இருந்தே அதிகமான தொண்டர்கள் சட்டத்தை கொளுத்தி பல மாதங்கள் சிறையில் இருந்தார்கள்.

தஞ்சை நகரம் 19, கீவளூர் நாகை 4, திருவாரூர் வட்டம் 21, புலிவலம் வட்டம் 8, பேரளம் பூந்தோட்டம் 7, கும்பகோணம் 59, நீடாமங்கலம் வெளிப்பாளையம் 75, ஆடுதுறை 22, அறந்தாங்கி 20, ஒரத்தநாடு வட்டம் 21, வலங்கைமான் அய்யம்பேட்டை 59, வலங்கைமான் வட்டம் 16, ஆண்டாள்கோயில் 7, சிக்கல் – ஆழியூர் 10, வடுவூர் – மன்னை வட்டம் 12, புதுக்கோட்டை 4, பெரும்பண்ணையூர் 1, காப்பனமங்கலம் 1, கங்கணாஞ்சேரி – புத்தகரம் 13, உதயமார்த்தாண்டபுரம் 8, பாபநாசம் 7, உரத்தூர் – 25, திருவிடை மருதூர் மற்றும் சுற்றுப்புற கிராமங்கள் 45, பட்டுக்கோட்டை – 28, கண்ணுகுடி – 36, தொண்டராம்பட்டு – 9, புவனாஞ்சேரி – 6, தாராசுரம் வட்டம் – 27, திருப்பனந்தாள் – சோழபுரம் வட்டம் – 76, ராதாநல்லூர் – சீர்காழி ஒன்றியம் – 4, விருதாங்கநல்லூர் – 9, அகர மணல்மேடு – 3, பசுபதிபாக்கம் – 1, சிதம்பரம் – 18, காளி – 3, வஞ்சனூர் – 4, இராயநல்லூர் – 6, விக்கிரபாண்டியம் – பேரையூர் கோட்டூர் ஒன்றியம் – 15, காரக்கோட்டை – நாகை நீடாமங்கலம் ஒன்றியம் – 34, எடமலையூர் நீடாமங்கலம் ஒன்றியம் – 39, பெருகவாழ்ந்தான் – 25, எட அன்னவாசல் – 18, ஆதிச்சபுரம் – 3, காளாஞ்சிமேடு – 15, முத்துப்பேட்டை – 6, உள்ளிக்கோட்டை – 8, இலவங்கார்குடி – 10, குடவாசல் 6, ஓகை – 4, கூப்பாச்சிக்கோட்டை – 5, மன்னார்குடி – 28, எடகீழையூர் – 52, வெட்டிக்காடு – 7, அம்மாபேட்டை – 3, எருக்காட்டூர் – 36, ஆவிடையார் கோவில் –

6, திருப்பாலக்குடி – 8, மாங்குடி – 1, வாழ்குடி – 1, பருத்தியூர் – 4, குதம்ப நயினார் கோவில் – 5, கூத்தாநல்லூர் – 1, தோப்புத்துறை 1, காவாலக்குடி – 18, கொரடாச்சேரி கடைத்தெரு – 2, கோதாரிமங்கலம் – 1, நாகப்பட்டினம் – 11, அந்தணப்பேட்டை – 17, திருத்துறைப்பூண்டி – 9, வவ்வாலடி – 8, கண்டமங்கலம் – 4, முடிகொண்டான் – 8, பெரும்புகளூர் – 6, அம்மையப்பன் – 1, கிளிக்கரை – 1, நாகூர் – 18, மாயூரம் – 31, பெருமகளூர் – 7, சுந்தரப் பெருமாள் கோவில் – 1, ஆயிங்குடி வல்லவாரி – 8, காட்டூர் – 2, சேதுராயன் குடிகாடு – 1, ஆயிங்குடி – 3, ஒக்கநாடு கீழையூர் – 1, திருநீலக்குடி – 2, திருநாகேஸ்வரம் – 2 (திருச்சி செல்வேந்திரன் நூல் பக். 114 – 151)

– அதாவது தஞ்சை மாவட்டத்தில் இருந்து மட்டும் 1197 பேர் கைதானார்கள். மொத்தம் கைதானவர்களில் (3,000 பேர்) மூன்றில் ஒரு பங்குக்கும் மேல் தஞ்சை மாவட்டத்தைச் சேர்ந்தவர்கள். மூன்று ஆண்டுகள் சிறை செல்லத் தயார் நிலையில் ஆயிரத்துக்கும் மேற்பட்டோர் வருகிறார்கள் என்றால் கட்சியின் உண்மையான செல்வாக்கை உணரலாம். திராவிடர் கழகமும் கம்யூனிஸ்ட் கட்சியும் சம பலத்தோடு மோதக்கூடிய நிலைமை அன்று இருந்ததை உணரலாம். இந்தப் பின்புலத்துடன் தான் கீழ்வெண்மணி நிகழ்வை முன்னும் பின்னும் பார்க்கவேண்டுமே தவிர 25–12–1968 ஆம் நாளுக்கு அடுத்த இரண்டு நாள் ‘விடுதலை’ நாளிதழை மட்டும் பார்த்துவிட்டு கீழ்வெண்மணி பற்றி பெரியார் ஒன்றும் சொல்லவில்லை, ஈ.வெ.ரா. பண்ணையார்களுக்கு சார்பாக இருந்தார், நாயுடு என்பதால் கோபாலகிருஷ்ண நாயுடுவைக் காப்பாற்றினார், கம்யூனிஸ்ட் கட்சியை தடை செய்யச் சொன்னார், விவசாயிகள் மீது அக்கறையே இல்லை, பொத்தாம் பொதுவாக கருத்துக் கூறினார் என்று கண்டுபிடிப்பது எல்லாம் அறிவுலகக் கயமை.

கீழ்வெண்மணி கொடூரம் நடந்த போது (1968 டிசம்பர் 25) தமிழகத்தில் தி.மு.க. அரசு இருந்தது. முதலமைச்சராக அண்ணா இருந்தார். பிப்ரவரி 3, 1969 அன்று அவர் இறந்து விட்டார். அதன்பிறகு முதலமைச்சராக கலைஞர் கருணாநிதி பொறுப்பேற்றுக் கொண்டார். சம்பவம் நடந்ததுமே அன்றைய அமைச்சர்கள் கலைஞர் கருணாநிதி, சாதிக் பாட்ஷா, சத்தியவாணி முத்து, செ.மாதவன் மற்றும் ஓ.பி.ராமன் ஆகியோர் சம்பவ இடத்துக்கு வந்துவிட்டார்கள். எரிந்த வீடுகளுக்கு உடனடியாக நிவாரணம் வழங்கப்பட்டது. தொகுப்பு வீடுகள் கட்டித் தரப்பட்டன. (ஆய்வாளர் பெ.பொன்னுசாமிக்கு வ.சுப்பிரமணியம் அளித்த பேட்டி கீழ்வெண்மணி கலவரம் ஓர் ஆய்வு பாரதிதாசன் பல்கலைக்கழக ஆய்வேடு 2001)

கீழ்வெண்மணி சம்பவம் தொடர்பாக இரண்டு வழக்குகள்

பதியப்பட்டன. கீழ்வெண்மணி முனியன் 25.12.1968 அன்று இரவு 11.15 மணிக்கு கீழ்வேளூர் காவல் நிலையத்தில் இரிஞ்சூர் கோபாலகிருஷ்ண நாயுடு உள்பட 30 பேர் மீது புகார் கொடுத்தார். உடனவே வழக்கு பதிவு செய்யப்பட்டது. இருக்கை கலியமூர்த்தி என்பவர் 26.12.1968 அன்று காலை 3.30 மணிக்கு ஒரு புகார் கொடுத்தார். இது விவசாய தொழிலாளர் மீது தரப்பட்ட புகார். தன்னுடன் வந்த பக்கிரிசாமி என்பவரை விவசாய தொழிலாளர்கள் கொலை செய்துவிட்டதாக அப்புகாரில் கூறப்பட்டது.

அன்றைய தினம் தஞ்சை மாவட்டம் முழுவதும் 144 தடை உத்தரவு போடப்பட்டது. வெண்மணி கொடுமையைக் கண்டித்து கூட்டம் நடத்தப்படும் என்று மார்க்சிஸ்ட் கம்யூனிஸ்ட் தலைவர் பி. ராமமூர்த்தி அறிவித்துவிட்டார். தடையை மீறி நடக்கும் என்றார் பி.ஆர். இந்த செய்தியை கேட்டபிறகு மாநில முதல்வர் சி.என். அண்ணாதுரை அவர்களே தலையிட்டு கூட்டம் நடத்தத் தடை யில்லை என்று அறிவித்தார். 30.12.68 அன்று பல்லாயிரம் மக்கள் கலந்துகொண்ட கண்டனப் பேரணியும் கூட்டமும் திருவாரூரில் நடைபெற்றது. (வெண்மணித் தீ – கோ. வீரய்யன், பக். 27)

கீழ்வெண்மணி முனியன் கொடுத்த புகாரின் அடிப்படையிலான வழக்கில் கோபாலகிருஷ்ண நாயுடு உள்பட ஏழு பேருக்கு தலா பத்து ஆண்டு சிறைதண்டனை தரப்பட்டது. சென்னை உயர்நீதிமன்றத்தில் இவர்கள் மேல்முறையீடு செய்தார்கள். இவர்கள் மீதான குற்றங்கள் சாட்சியம் இல்லாதவை என தள்ளுபடி செய்யப்பட்டன. “பண்ணையார்கள் இப்படிப்பட்ட காரியத்தை நேரடியாக செய்திருக்க மாட்டார்கள்” என்ற வரலாற்று புகழ்பெற்ற (!) கண்டுபிடிப்பு அந்தத் தீர்ப்பில் இருக்கிறது. சட்டம் தராத தண்டனையை சமுதாயம் தந்தது. கோபாலகிருஷ்ண நாயுடு பின்னர் கொலை செய்யப்பட்டார்.

கீழ்வெண்மணி நிகழ்வு நடந்ததுமே கணபதியாப்பிள்ளை தலைமையில் விசாரணை ஆணையத்தை முதல்வர் அண்ணா அமைத்தார். இந்த ஆணையம் 1969 செப்டம்பர் மாதம் தனது பரிந்துரைகளை வழங்கியது. உண்மையான காரணத்தை இந்த ஆணையம் ஒப்புக்கொண்டது. அதை வெளிப்படையாகச் சொன்னது.

உள்ளூர் கூலித்தொழிலாளர்களுக்கு பணி மற்றும் ஒரே விதமான கூலி என்ற கோரிக்கையில் உள்ள நியாயத்தை மறுக்க இயலாது. அந்தந்த கிராமத்து தொழிலாளர்களை விட்டுவிட்டு வெளியூரிலிருந்து கூலித்தொழிலாளர்களை இறக்குமதி செய்ததுதான் பிரச்னைக்குக் காரணம். ஒரு கடை நிலை ஊழியர் பெறும் ஊதியம் கூட விவசாயத் தொழிலாளர்களுக்கு வழங்கப்படாவிட்டால் அவர் எப்படி உயிர்வாழ முடியும்?’ (ஆய்வாளர் பெ.பொன்னுசாமி மேற்கோள் ப.59-60)

1. உள்ளூர் விவசாயக் கூலிகளுக்கு பணி

2. ஒரேமாதிரியான கூலி முறை

3. சாகுபடிக் காலத்தில் ஆண்களுக்கு தினக்கூலி 6 லிட்டர் நெல் (அ) ரூ.1.50 முதல் ரூ.3.00 வரை

4. சாகுபடிக் காலத்தில் பெண்களுக்கு 5 லிட்டர் நெல் அல்லது 0.50 காசு முதல் ரூ.1.75 வரை வழங்கப்பட வேண்டும்.

5. இந்தக் கூலி விகித முறை மூன்று ஆண்டுகளுக்கு ஒரு முறை மாற்றப்பட வேண்டும்.

6. இக்கூலி முறை கீழத் தஞ்சை மாவட்டத்திற்கு மட்டும்தான் பொருந்தும்.

என்று கணபதியாப்பிள்ளை அறிக்கை கூறியது. இதனை அரசு ஏற்றுக்கொண்டது. இதைச் சொல்வதற்குக் காரணம் சட்டரீதியாக ஒரு அரசு என்ன செய்ய வேண்டுமோ, அதை அன்றைய தி.மு.க. அரசு செய்தது.

இந்தப் பரிந்துரைகளின் அடிப்படையில் தமிழக அரசு நியாயமான கூலிக்காக ஒரு சட்டம் இயற்றியது. ஆரம்பத்தில் இச்சட்டம் கீழத் தஞ்சைக்கு மட்டும் பொருந்துவதாக இருந்தது. 1998 முதல் மாநிலம் முழுவதற்கும் அமல்படுத்தப்பட்டது.

(ஜி. ராமகிருஷ்ணன் – கீழத் தஞ்சை விவசாயிகள் இயக்கமும் தலித் மக்களின் உரிமைகளும் – பக் 43)

மேலும் 1971ல் நில உச்சவரம்பு சட்டத்தைத் திருத்தியது. 15 ஏக்கர் மட்டுமே என்ற உச்சவரம்பும் நிர்ணயிக்கப்பட்டது. இரண்டுமே தி.மு.க. ஆட்சியில் நிறைவேற்றபட்டதுதான்.

தமிழக சட்டமன்றத்தில் 1969 ஜனவரி 27, பிப்ரவரி 25, பிப்ரவரி 28 ஆகிய நாட்களில் விவாதங்கள் நடந்தன. சட்டமன்ற உறுப்பினர்கள் பலரும் கீழ்வெண்மணி தொடர்பாக ஒத்திவைப்பு தீர்மானம் கொடுத்தனர். காங்கிரஸ் உறுப்பினர் நன்னிலம் ஜெயராஜ், அமைச்சரவையைக் கண்டிக்கும் கண்டனத் தீர்மானம் கொடுத்தார். இந்தத் தீர்மானத்தை ஏற்றோர் 36 பேர். மறுத்தோர் 125 பேர். (தமிழக சட்டப்பேரவை அறிக்கை 1969 தொகுதி 24)

இந்தக் கண்டனத் தீர்மானத்துக்கு பதிலளித்து 28.2.1969 அன்று தமிழ்நாடு சட்டமன்றத்தில் பேசிய முதல்வர் கலைஞர் கருணாநிதி, கோபாலகிருஷ்ண நாயுடுவை பகிரங்கமாகவே 'கொடும்பாவி' என்று குற்றம் சாட்டினார். பொதுவாக ஒரு சம்பவம் நடந்த மறுநாளே ஆட்சியில் இருப்பவர்கள் இப்படிச் சொல்ல மாட்டார்கள். ஆனால் கருணாநிதி சொன்னார்.

"கீழ்வெண்மணியில் இறந்த உயிர்களுக்காக கண்ணீர்

வடித்தவர்கள், அப்படி தீ வைத்துக் கொளுத்திய கொடும்பாவிகளை பற்றி ஒரு வார்த்தை கூட அவர் கூறவில்லை” என்று சொன்னார் முதல்வர் கலைஞர். தஞ்சை விவசாயிகள் பிரச்னையை தீர்க்க தி.மு.க. அரசு எடுத்த முயற்சிகளை முதல்வர் பட்டியலிட்டார். 1967 ஜூன் மாதம் தஞ்சை மாவட்ட ஆட்சியர் தலைமையில் கீழத் தஞ்சையில் நடந்த முத்தரப்பு பேச்சுவார்த்தை, அதில் எடுக்கப்பட்ட முடிவுகள், அக்டோபர் மாதம் மன்னார்குடியில் நடந்த முத்தரப்பு பேச்சுவார்த்தை, அதில் எடுக்கப்பட்ட முடிவுகள், 1968 திருவாரூரில் நடந்த முத்தரப்பு பேச்சுவார்த்தை, அதில் எடுக்கப்பட்ட முடிவுகள் என பட்டியலிட்டார் முதல்வர். அரசு, நிலவுடைமையாளர், தொழிலாளர் அடங்கிய பேச்சுவார்த்தைதான் அது. உள்ளூர் தொழிலாளர்களையே வேலைக்கு வைக்க வேண்டும் என்று இதில் முடிவு செய்யப்பட்டது. ஆனாலும் பல இடங்களில் பிரச்னை ஏற்பட்டது. புதுச்சேரி, ஆதமங்கலம், கருவேலி, சிக்கல், வலிவலம், கீவளூர், கொரடாச்சேரி, திருவாரூர், நாகப்பட்டினம் ஆகிய இடங்களில் காவல்துறை பாதுகாப்பு முன்னெச்சரிக்கையுடன் போடப்பட்டதாகவும் முதல்வர் கூறினார். “வெண்மணி சம்பவம் திடுக்கிடத்தக்க, நெஞ்சை உலுக்கத்தக்க, கட்டுப்படுத்த முடியாத அளவுக்கு மனதை நோகச் செய்யக் கூடியது. மனிதாபிமானத்திற்கு அப்பாற்பட்டது” என்றும் முதல்வர் கூறினார். உடனடியாக கோபால கிருஷ்ணநாயுடு கைது செய்யப்பட்டதையும் அவர் கூறினார். அப்போது முதல்வர், 1957 முதுகுளத்தூர் கலவரத்தை விரிவாக மேற்கோள் காட்டினார். (அரசு தீர்மானம், சட்ட முன்வடிவுகள் மீது கலைஞரின் சட்டமன்ற உரைகள் பாகம் 2 பக் 92–111 தமிழ்கனி பதிப்பகம், 2008) முதல்வரின் முழுமையான உரையைப் படித்தால்தான் அன்றைய தி.மு.க. அரசின் நிலைப்பாடு புரியும். ஆளுநர் உரை மீது நடந்த விவாதங்களுக்கு 25.2.69 அன்று பதிலளித்த முதல்வர், “கீழ்வெண்மணி சம்பவம் மிகக் கொடுமையான சம்பவம். உள்ளத்தை உருக்கக் கூடிய சம்பவம். நினைத்து நினைத்து கண்ணீர் வடிக்கத்தக்க சம்பவம்” என்று கூறினார். (ஆளுநர் உரை மீது கலைஞரின் சட்டமன்ற உரைகள் பக் 81)

‘வெண்மணி வேதனை’ என்று கலைஞர் தனது நெஞ்சுக்கு நீதி இரண்டாம் பாகத்தில் விரிவாக எழுதி இருக்கிறார்.

கீழ்வெண்மணி நிகழ்ச்சி ஒரு சமுதாயக் கேடு! ஆதிக்க வெறியர்களின் கோரப் பற்களுக்கும் கூரிய நகங்களுக்கும் கிடைத்த தீனி! நிலப்பிரபு வர்க்கத்திற்கும் விவசாயத்

தொழிலாளி வர்க்கத்திற்கும் ஏற்பட்ட மோதலில் மூண்ட நெருப்பில் 1968 ஆம் ஆண்டு 42 உயிர்கள் கருகிச் செத்துச் சாம்பலாயின!

அத்தனையும் ஆதி திராவிட விவசாயத் தொழிலாளர் வீட்டு உயிர்கள்! பெண்கள் 25 பேர்! பிஞ்சுகள் 14 பேர்! ஆண்கள் 3 பேர்!

நிலப்பிரபுக்களின் ஆதரவாளரான பக்கிரிசாமி என்பவர் வெட்டிக்கொலை செய்யப்பட்டதைத் தொடர்ந்து காவல்துறை, வழக்குமன்றமெனச் சென்றிருக்க வேண்டிய நிலப்பிரபுக்கள் சிலர், அதற்கு மாறாகச் சட்டத்தைத் தங்கள் கையில் எடுத்துக்கொண்டு காட்டுமிராண்டிகள் கூடச் செய்திடக் கூசும் காரியத்தைச் செய்தனர்.

கத்தி, கட்டாரி, வேல்கம்புகளுடன், கீழ்வெண்மணி ஆதி திராவிடர் காலனிக்குள் படையெடுத்தனர். பயந்தோடிய பலர் ஒரு வீட்டுக்குள் புகுந்து கதவைத் தாளிட்டுக் கொண்டனர். இரக்கமற்றோர் எல்லா வீடுகளுக்கும் தீ வைக்கவே, ஓடி ஒளிந்திருந்தோர்க்கு அடைக்கலம் தந்த அந்தக் குடிசையும் நெருப்புக்கு இரையானது.

1968 டிசம்பர் 25ம் நாள் தமிழக வரலாற்றில் ஒரு பெருங் களங்கத்தை ஏற்படுத்திய அந்த அநாகரீக அராஜகச் செயல் கேட்டு அண்ணா துடித்துப்போனார், உணவு அருந்தவே மறுத்து விட்டார். உறக்கமே கொள்ளவில்லை. உடல்நிலை வேறு கெட்டிருந்த சமயம். உடனடியாக என்னைக் கீழ்வெண்மணிக்குச் சென்று நிலைமையை அறிந்து வரக் கட்டளையிட்டார்...

எரிந்து போன காலனியைக் கண்டு கண்ணீர் சிந்தினேன். நாற்பத்து இரண்டு உயிர்களைப் பலி கொண்ட அந்த இடத்தைப் பார்த்துக் கதறினேன். தாய்க்குலத்தினரையும் தளிர்களையும் உழைக்கும் கூட்டத்தையும் இப்படி உயிரோடு வைத்துக் கொளுத்திச் சாம்பல் மேடாக எப்படித்தான் அந்த நாசக்காரர்கள் துணிந்தார்களோ என்று அந்த வட்டாரமே புலம்பி அழுதது. அந்தக் கொடுஞ் செயலர் கூட்டத்திற்குத் தலைமை வகித்தவர் கோபால கிருஷ்ண நாயுடு என்பவர்! தமிழ்நாடு காங்கிரஸ் கமிட்டியின் உறுப்பினர்.

சட்டப்படி நடவடிக்கைகளைப் பாரபட்சமின்றி எடுத்திடுமாறு காவல்துறையினருக்கு முதலமைச்சர் அண்ணா அவர்கள் உத்தரவிட்டார்கள். மார்க்சிஸ்ட் கம்யூனிஸ்டுக் கட்சித் தலைவர் பி.ராமமூர்த்தி அவர்கள் சென்னைக்கு வந்து

அண்ணாவைச் சந்தித்தார். கீழ்வெண்மணி நிகழ்ச்சியால் அதிர்ச்சி அடைந்திருந்த இருவரும் தழுதழுத்த குரலில் பேசிக் கொண்டபோது நான் அங்கிருந்தேன், கண்கள் குளமாகிட ! (நெஞ்சுக்கு நீதி இரண்டாம் பாகம் பக் 54, 55, 56) திருமகள் நிலையம் 1987)

நாடாளுமன்றத்தில் பி.ராமமூர்த்தி பேசிய பேச்சை கலைஞர் மேற்கோள் காட்டி உள்ளார். காங்கிரஸ் கட்சியைச் சேர்ந்த எம்.பி. தாரகேசுவரி சின்கா, அன்றைய தி.மு.க. ஆட்சியை மறைமுகமாக விமர்சித்துப் பேசியதாகவும் அதற்கு பி.ராமமூர்த்தி அளித்த பதிலை கலைஞர் மேற்கோள் காட்டி உள்ளார்.

"திருமதி தாரகேசுவரி சின்கா, தஞ்சையில் கீழ்வெண்மணி சம்பவத்தைப் பற்றிக் குறிப்பிட்டார். ஆம். அங்கு ஒரு கொடுமையான சம்பவம் நடந்தது உண்மை. அது நடந்த போது நாங்கள் எர்ணாகுளத்தில் இருந்தோம். அதுபற்றி வானொலியில் செய்தி கேட்டோம். இந்த சம்பவம் பற்றி கேள்விப்பட்ட அந்த நிமிடமே தமிழ்நாடு முதலமைச்சர் அண்ணா கண்ணீர் விட்டார். மறு நிமிடமே அந்தச் சம்பவத்தைக் கடுமையாக கண்டித்தார். அதற்குப் பொறுப்பானவர்கள் மீது நடவடிக்கை எடுக்கப்படுமென்று அறிக்கை விட்டார். அவர் உடல் நலமற்று இருந்ததால் அமைச்சர்களை உடனே வெண்மணிக்கு அனுப்பி நிலைமைகளை அறிந்துவரச் செய்தார். வெண்மணி நிகழ்ச்சி பற்றிக் கேள்விப்பட்டு நான் சென்னை சென்றவுடன் அங்கே அண்ணாவின் செய்தி காத்திருந்தது. 'உடனே வருக' என்பதே அந்தச் செய்தி. நான் சென்று சேர்ந்தவுடன் அதிகாலையிலேயே அவரைப் பார்ப்பதற்காக நான் எழுப்பப்பட்டேன். அந்தப் பிரச்னையில் என்ன செய்வது என்று பேசினோம்.

சம்பவங்களுக்குக் காரணமானவர்கள் மீது நடவடிக்கை எடுப்பதென்றும் போலீஸ் அதிகாரிகளை மாற்றி வழக்கு நடத்தும் பொறுப்பை வேறு புதிய அதிகாரிகளிடம் விடுவதென்றும் முடிவு ஏற்பட்டது. தமிழ்நாட்டில் உள்ள எல்லாக் கட்சிகளிலும் காங்கிரஸ் கட்சி ஒன்றுதான் வெண்மணி நிகழ்ச்சிக்காகக் கண்ணீர் விடாத கட்சி! அந்தச் சம்பவத்தைக் கண்டிக்க அவர்கள் முன்வரவில்லை!" (நெஞ்சுக்கு நீதி பாகம் 2 பக் 56)

தமிழக சட்டமன்ற விவாதங்களைச் சொல்லிவிட்டு இறுதியாக கலைஞர் கருணாநிதி...

"அண்ணா இருந்தபோதே அந்தச் சம்பவத்தையொட்டி எடுக்கப்பட்ட சட்டப்பூர்வமான நடவடிக்கைகளைத்

தொடர்ந்து வழக்கு நடைபெற்றது. தண்டிக்கப்பட்டவர்கள் மேல்முறையீட்டுக்குச் சென்றார்கள். அந்த வழக்கில் முதல் எதிரியாக இருந்த கோபால கிருஷ்ணநாயுடு என்ற நிலப்பிரபு வெண்மணி நிகழ்ச்சி நடைபெற்ற பல ஆண்டுகளுக்குப் பிறகு கொலையுண்டார் என்பதிலிருந்து வெண்மணியின் வெங்கொடுமைக்கு எப்படி பதில் கூறப்பட்டது என்பதையும் புரிந்து கொள்ளலாம் (பக் 57)

என்று எழுதி இருக்கிறார். மிகத் துணிச்சலாக கோபால கிருஷ்ண நாயுடுவின் கொலையைச் சரியான தண்டனையே என்று சொல்லி இருக்கிறார் கலைஞர் கருணாநிதி. 'குங்குமம்' இதழில் தொடராக வந்ததில் 7வது கட்டுரை இது. 1987ல் இது புத்தகமாக வந்தது. கலைஞர் கருணாநிதி நினைத்திருந்தால் கோபால கிருஷ்ணநாயுடுவின் கொலைபற்றி குறிப்பிடாமல் இருந்திருக்கலாம். சொல்கிறார் என்றால், அந்த நடவடிக்கையை ஏற்கிறார் என்று பொருள். இன்று தி.மு.க. ஆட்சியின் நிலைப்பாடுகளை குறைசொல்பவர்களுக்கு 1987ல் என்ன வயது இருந்திருக்குமோ?

கோபால கிருஷ்ணநாயுடு படுகொலைக்கும் திராவிட இயக்கத்துக்கும் உள்ள தொடர்பு குறித்து பசு.கவுதமன் சொல்லும் தகவல்:

வெண்மணிப் படுகொலைக்குப் பின் கோபாலகிருஷ்ண நாயுடு அழித்தொழிப்பு நடைபெற்றது. அதில் நேரடியாக புரட்சிகர இடதுசாரி அமைப்பினைச் சேர்ந்த ஏழு பேர் பங்கேற்றனர். அவர்கள் தலைமறைவாகி விடுகின்றனர். கீழ்வேளூர் காவல் நிலையத்தில் வழக்கு எண் 254/1980ல் முதல் தகவல் அறிக்கையில் நந்தன், செல்வராஜ், மணியன், குமார் மற்றும் நான்கு பேர் என்று பதிவு செய்யப்படுகின்றது. பிறகு இதில் தொடர்பில்லாத சந்தேகத்துக்குரியவர்கள் எனச் சிலரைக் கைதுசெய்கின்றனர். அவர்களில் தடுப்பணிப்பேட்டை திராவிடர் கழகத்தைச் சேர்ந்த திராவிடமணியை அடித்துத் துன்புறுத்தி அப்ரூவர் ஆக்குகின்றனர். அவரது வாக்குமூலத்தின் அடிப்படையில் 11 பேர்கள் கைது செய்யப்பட்டு வழக்கில் சேர்க்கப்படுகின்றனர். அவர்களில் எட்டுப்பேர் திராவிடர் கழகத்தைச் சேர்ந்தவர்கள். திராவிடமணியைச் சேர்த்து ஒன்பது பேர். 10.05.1982 அன்று நாகை நீதிமன்றத்தில் திராவிட மணியைத் தவிர்த்து மற்ற அனைவருக்கும் தண்டனை வழங்கப்படுகின்றது. இதில் மகாலிங்கம் என்ற தி.க. தோழர் வழக்கு நடக்கும்போது இறந்துவிடுகின்றார். எனவே அவருக்கு தண்டனை இல்லை. இதை எதிர்த்து இவர்கள் மேல் முறையீடு செய்கின்றார்கள். உயர்நீதிமன்றத்தால் மார்ச் மாதம் 1985ம் ஆண்டு அனைவரும் விடுதலை செய்யப்படுகின்றனர். திராவிடர் கழகத் தோழர்களுக்காக இந்த வழக்கினை தனியாளாக நின்று நடத்தியவர் அண்மையில்

மறைந்த குடந்தை ஆர்.பி.எஸ். ஸ்டாலின் அவர்கள். அவர் அப்போது திராவிடர் இளைஞரணி மாநில மாவட்ட பொறுப்பாளர். ஆனால், இந்த இடைப்பட்ட காலத்தில் இந்தத் தோழர்கள் கடுமையான சித்ரவதைக்கு உள்ளாக்கப்பட்டனர். மன மற்றும் உடல் ரீதியாகத் துன்புறுத்தப்பட்டனர். தலைமறைவாக இருந்த புரட்சிகர இடதுசாரி தோழர்கள் சரணடைந்த பிறகு விடுவிக்கப்படுகின்றனர் - என்கிறார் பசு.கவுதமன் *(விகடன் தடம் டிசம்பர் 2017)*

கீழ்வெண்மணி நிகழ்வு நடந்ததும் பெரியார் எழுதிய அறிக்கையை மீண்டும் நினைவூட்டிப் பாருங்கள். மதவாதிகளால் காந்தி படுகொலை செய்யப்பட்டதும், காமராஜர் மீது கொலை முயற்சி செய்யப்பட்டதும் எத்தகைய கொடூரமானதோ அத்தகைய கொடூரமானது கீழ்வெண்மணி நிகழ்வு என்ற பெரியார், இந்த ஆட்சியால், இந்த சட்டங்களால், இந்த நீதிமன்றத்தால், இந்த நீதிபதிகளால் இக்கொடூரத்தைத் தடுக்க முடியாது என்றார். கோபால கிருஷ்ண நாயுடு உள்ளிட்டோர் நிரபராதி என்று விடுவிக்கப்பட்டதை முன்கூட்டியே பெரியார் கணித்தது புரியும். பெரியார் வெளியிட்ட அறிக்கையின் வீரியம் கோபாலகிருஷ்ண நாயுடுவின் அழித்தொழிப்பு வரை தொடர்ந்ததையும் அறிய முடியும்.

பெரியாரின் முழு இலக்கு என்பது பொதுவுடைமை சமுதாயம் தான். ஒவ்வொரு துறையிலும் திராவிடர் கழகத்தின் நிலைப்பாடு என்ன என்று எழுதிய பெரியார், பொருளாதாரத் துறையில் சுரண்டப்படுதல், குவிக்கப்படுதல் எதிர்ப்பு என்று எழுதினார். *(வி: 7.4.1952)*

> 'எதிர்காலத்தில் திராவிட நாடு தனிச் சுதந்திர நாடாக ஆகி அரசியல் துறை, பொருளாதாரத் துறை, சமுதாயத்துறை ஆகியவை யாவற்றிலும் சமத்துவ உரிமையுடைய மக்களைக் கொண்ட எத்துறையிலும் பேதமற்ற பொதுவுடைமை நாடாக இருக்கும். *(வி: 7.9.1949)*

என்று பேசியதுதான் பெரியாரியத்தின் முழு வடிவம். கடவுள், சாதி, மதத்தை ஒழிக்காமல் முதலாளித்துவம் ஒழியாது. இதன் அடித்தளத்தில்தான் முதலாளித்துவம் இயங்குகிறது. இந்த மூன்றும் ஒழிக்கப்பட்டால் முதலாளித்துவம் ஒழிந்துபோகும் என்று அவர் நினைத்தார். கீழ்வெண்மணி நிகழ்வுக்கு நான்கு மாதம் கழித்து தஞ்சை மாவட்டம் பழையவலம் என்ற ஊரில் பேசிய பெரியார், கடவுள், மதம், சாதி ஒழியாமல் கம்யூனிஸத்தை கொண்டுவர முடியாது என்று பேசினார். *(வி: 23.4.1969)*

தொழிற்சங்கங்கள் குறித்த பெரியாரின் பார்வை வித்தியாசமானது. 'பொதுவாக தொழிலாளர் சங்கம் என்றாலே எனக்கு அதனிடத்தில்

விருப்பம் இருப்பதில்லை' (கு.அ. 30.5.1926) என்றவர் அவர். தொழிலாளர் சங்கம் என்பது தொழிலாளர்களால் நடத்தப்படாமல், வெளி ஆட்களால் நடத்தப்படுவதாக குற்றம் சாட்டினார். 'நாட்டில் இப்போது இருப்பவர்கள் தொழிலாளர்களே அல்ல. கூலிக்காரர்கள்தான்' என்றும் விமர்சித்தார். அரசியல் கட்சிகள் தொழிலாளர்களைப் பயன்படுத்துகின்றன என்றார்.

> கண்டிப்பாய் நீங்கள் அரசியலில் சேரவே கூடாது. அரசியல் உங்களிடம் வந்து சேரட்டும். அரசியல்காரர் உங்களைத் தலைவர்களாய் கொள்ளட்டும். அப்பேர்ப்பட்ட நாளை எதிர்பாருங்கள்! (கு.அ. 30.5.1926;
> ஆனைமுத்து தொகுப்பு 3, பக். 17 - 20)

தொழிலாளர் சங்கங்கள் சேர்ந்து தொழிலாளர் கட்சி தொடங்க வேண்டும் என்றும், அக்கட்சியே இந்நாட்டை ஆளவேண்டும் என்றார். உங்கள் தலைவர், தொழிலாளியாகவே இருக்க வேண்டும். அரசியல்வாதியாக இருக்கக்கூடாது என்றார். 1928 ரயில்வே தொழிலாளர் வேலைநிறுத்தத்தை ஆதரித்தார் பெரியார். தொழிலாளர்கள் குறைகள் உண்மையானவை என்று பேசினார். இங்கு நடத்தப்போவதாய் சொல்லப்படும் சத்தியாகிரகத்துக்கு என்னால் ஆன பண உதவியும் ஆள் உதவியும் செய்வேன் என்றும் பேசி இருக்கிறார். (கு.அ. 29.7.1928)

அதே நேரத்தில் தொழிலாளர்கள் வன்முறை செய்துவிடக் கூடாது என்பதும் பெரியாரின் கட்டளை.

> பொறுமை இழக்காமல் பலாத்காரம் இல்லாமல் பார்த்துக் கொள்ளுங்கள். எங்களாலான உதவி கடைசிவரை செய்யக் காத்திருக்கிறோம். பலாத்காரம் ஏற்பட்டால் அதுவும் தொழிலாளர்களால் நடந்தது என்பதாகத் தெரிந்தால் நாங்களும் விலகிக் கொள்வோம் என்பதைக் கண்டிப்பாய்ச் சொல்லுகின்றேன். (கு.அ. 29.7.1928,
> ஆனைமுத்து தொகுப்பு - 3, பக். 17 - 23)

1946 இரயில்வே தொழிலாளர் போராட்டத்தை ஆதரித்து எழுதிய தலையங்கத்தில் முதலாளித்துவத்தின் சூழ்ச்சியை தொழிலாளர்கள் எப்படி எதிர்கொள்ள வேண்டும் என்று தெளிவாக விளக்கினார். வேலை நிறுத்தம் மூலமாகத்தான் வெற்றி பெற முடியும், எனவே போராட்டத்தை தாமதமின்றி தொடங்க வேண்டும் என்று கேட்டுக் கொண்டவர், இது முதலாளிகள் ஆட்சியே என்று வர்ணித்தார்.

லால்குடி விவசாயத் தொழிலாளர் மாநாட்டில் பேசும்போது இடையாற்று மங்கலம், மேலவளைவு ஆகிய இடங்களில் நடந்த பரிசோதனை முயற்சிகளை சுட்டிக் காட்டினார் பெரியார். நில

உடமையாளர்கள் தங்கள் நிலங்களை கூட்டுறவுச் சங்கத்திடம் ஒப்படைக்க வேண்டும். சங்கம் அதனை நிர்வகித்து விவசாயம் பார்த்து உடமையாளர்களுக்கும், தொழிலாளர்களுக்கும் பகிர்ந்து கொடுக்கும். தனியாக யாரும் நிலத்தைக் குத்தகைக்கு விட முடியாது. "நாட்டு விவசாயத்தில் மிகுந்த ஆசையுண்டு. விவசாயம் கூட்டுறவு முறையில் நடைபெற வேண்டும்" என்றார் பெரியார்.

(வி: 25.9.1970)

கீழ்வெண்மணி நிகழ்வு குறித்து மறுநாள் எழுதிய தலையங்கத்தை படிப்பதால் மட்டும், பெரியாரை புரிந்துகொள்ள முடியாது. விவசாயத் தொழிலாளர்கள் போராட்டம் வன்முறைப் பாதைக்கு மாறுவதை எதிர்த்தாரே தவிர விவசாயத் தொழிலாளர்கள் போராட்டத்தை எதிர்க்கவில்லை என்பதற்குச் சான்றாக இச்செய்திகளைப் பாருங்கள்.

27.12.1969

1. கீவளூர் சம்பவம் பற்றி அதிர்ச்சி அடைந்தேன்.
சட்டப்படி நடவடிக்கை எடுக்கப்படும்.
மக்களுக்கு முதல்வர் அறிவிப்பு

2. 42 பேர் உயிருடன் தீயில் கருகி மாண்டனர்.
விவசாயத் தொழிலாளர்களிடையே மோதல்
இடது கம்யூனிஸ்டுகள் தாக்குதலையடுத்து தீ வைப்பு.

28.12.1968

3. இந்தியாவை ஆள இந்தியருக்குத் தகுதி இல்லை
ஜனநாயகத்தால் ஏற்பட்ட பெருங்கேடு

—தலையங்கம்

4. தீ வைப்பு இடத்தை அமைச்சர்கள் பார்வையிட்டனர்.

29.12.1968

5. இந்தியாவை ஆள இந்தியருக்குத் தகுதி இல்லை.
ஜனநாயகத்தால் ஏற்பட்ட பெருங்கேடு

—தலையங்கம் மீள்பிரசுரம்

10.1.1969

6. தஞ்சை சம்பா அறுவடை கூலி நிர்ணயம்
கலெக்டருக்கு தமிழக அரசு கட்டளை

17.1.1969

7. முத்தரப்பு கூட்டத்தில் சுமூக உடன்பாடு
விவசாயத் தொழிலாளருக்கு புதிய கூலி நிர்ணயம்
தஞ்சை மாவட்ட கலெக்டர் திரு. ரங்க பாஷ்யம் தகவல்

21.1.1969

8. அறுவடைக் கூலி தகராறு தீர்வுக்கு புதிய விகித விவசாயக் கூலி நியாயமானதே சம்பந்தப்பட்ட அனைவரும் அமல்படுத்துக – தமிழக அரசு அறிவிப்பு

27.1.1969

9. நாகை தாலுகா திராவிடர் கழகம் மற்றும் திராவிட விவசாய தொழிலாளர் சங்க நிர்வாகக் குழு கூட்டம் – நாகப்பட்டினம். நா. நாகப்பா தலைமையில் 16.1.1969 ம் தேதி முத்தரப்பு மாநாட்டு அறுவடை கூலி முடிவை அமல்படுத்துவது சம்பந்தமாகவும், தமிழக அரசு விவசாயப் பிரச்சினைகளில் தீர்வு காண வேண்டி நியமித்து உள்ள ஒரு நபர் கமிஷனில் சொல்ல வேண்டிய கருத்துக்களை தொகுப்பதற்காகவும்.

28.1.1969

10. குற்றவாளிகள் மீது உரிய நடவடிக்கை எடுக்கப்படும். கீழ்வெண்மணி நிகழ்ச்சி பற்றி அமைச்சர் நெடுஞ்செழியன் அறிக்கை.

11. கீழ்வெண்மணி பற்றிய தீர்மானம் – விவாத நாள் பின்னர் அறிவிக்கப்படும்.

1.3.1969

12. அமைச்சரவை மீது காங்கிரசு கொண்டு வந்த கண்டனத் தீர்மானம் படுதோல்வி. கண்டனத் தீர்மானத்துக்கு ஆதரவு 36. எதிர்ப்பு 125.

14.3.1969

13. தஞ்சை மாவட்ட திராவிடர் கழக செயற்குழு கூட்டம் 16.3.1963
கீழத் தஞ்சை விவசாய பிரச்சினைகள்
திராவிட விவசாய தொழிலாளர் சங்க – ஒருவர் கமிஷன் அறிக்கையை பரிசீலித்தல்

15.3.1969

14. தஞ்சைக்கு நிலவரிக்குப் பதில் பாசனத் தீர்வை புரட்சிகர நிலச்சீர்திருத்தச் சட்டம் வரும்.

24.3.1969

15. தஞ்சை மாவட்ட தி.க. செயற் குழு கூட்டத் தீர்மானங்கள். ஒரு நபர் கமிஷன் அறிக்கை குறித்து பரிசீலித்த இச் செயற்குழு மேலும் சொல்ல வேண்டிய விஷயங்கள் சம்பந்தமான இரண்டு புதிய குறிப்புகள்.

அ. நெல் விலையை ஒரு நபர் கமிஷன் சகல சாமான்களின் விலை உயர்வுக்குத் தக்கவாறு நிர்ணயிக்க அரசுக்கு சிபாரிசு செய்வதுடன், அதற்கு மேல் விலைவாசிகள் ஏறும்பட்சத்தில் அதற்குத் தகுந்தவாறு சமமாக உயர்வதற்கு அனுமதிக்கும் வண்ணம் கமிஷன் சிபாரிசு செய்யவேண்டும் என்று கேட்டுக் கொள்ளப்படுகிறது.

ஆ. Absentee Landlordism என்னும் முறை ஒழிக்கப்பட வேண்டும் என்பது மேற்கண்ட இரு விஷயங்களும் சேர்த்துக் கொள்ளப்பட்டு மேற்படி அறிக்கையை கமிஷனிடம் சாட்சியம் செய்ய வேண்டும் என்று இக்கூட்டத்தில் தீர்மானிக்கப்பட்டது.

19.4.1969

16. நாகை தாலுகா தி.க., தி.வி.தொ. சங்க கமிட்டி கூட்டம். விவசாய பிரச்சினைகள் சம்பந்தமாக ஒரு நபர் கமிஷனில் தாக்கல் செய்த ரிப்போர்ட் –வாக்குமூலம் இவை சம்பந்தமாக செயலாளர் எஸ்.எஸ். பாட்சா அவர்களின் ரிப்போர்ட்டை பரிசீலித்தல்.

18.4.1969

17. தஞ்சை திருக்குவளை, பழையவலத்தில் பேச்சு.
(23.4.1969 விடுதலை)

கம்யூனிஸ்ட்டுகள் வெளிநாடுகளில் இருக்கிறார்கள் என்றால் முதலில் கோயில்களையெல்லாம் இடிப்பான். அடுத்து பாதிரிகளையெல்லாம் வெட்டுவான். அதன்பின் பணக்காரனிடமிருந்து இடத்தைப் பிடுங்குவான். அதன்பின்தான் சமதர்மத்தை அமைப்பான். ஆனால் இங்குள்ள கம்யூனிஸ்டுகள் மிராசுதாரர்களையும், பணக்காரர்களையும் திட்டிக்கொண்டு வயிறு வளர்க்கத்தான் இருக்கிறார்களே ஒழிய எந்த கம்யூனிஸ்ட்காரனும் கடவுள் ஒழிய வேண்டும், மதம் ஒழிய வேண்டும், பார்ப்பான் ஒழிய வேண்டுமென்று சொல்வதே கிடையாது. இதை எல்லாம் ஒழிக்காமல் எப்படி கம்யூனிசத்தைக் கொண்டுவர முடியும் என்பதை சிந்திக்க வேண்டுகிறேன்....

ஒரு மிராசுதாரன் தான் மிராசுதாரன் என்று சொல்கிறான் என்றால் தான் சம்பாதித்த சொத்தை வைத்துக்கொண்டு சொல்கிறான். ஆனால் பார்ப்பான் எதை வைத்துக் கொண்டு தன்னை பிராமணன் என்று சொல்லிக் கொள்கிறான் என்பதை சிந்திக்க

வேண்டும். இங்குள்ள கம்யூனிஸ்ட்டுகள் நம் மக்களின் இழிவைப் பற்றி சூத்திரத் தன்மையைப் பற்றி கவலைப்படுவது கிடையாது. இன்றைய தினம் நிலச்சுவான்தாரனையும் பணக்காரனையும் காப்பாற்றிக் கொண்டிருப்பது எது? சமுதாயத்தில் பார்ப்பான் எப்படி மேல் ஜாதிக்காரனாக இருக்க உரிமை பெற்றிருக்கிறானோ அது போல அவனுக்கும் உரிமை இருக்கிறது என்று மக்கள் கருதிக் கொண்டிருக்கின்றனர். பார்ப்பானை ஒழிக்க ஆரம்பித்தால் பணக்காரன் தானாகவே பணத்தை விட்டுவிட்டு ஓடிப்போய் விடுவான்.

உலக சமுதாயத்திலே நாம்தான் மாற வேண்டும். மற்ற சமுதாய மக்கள் எல்லாம் இழிவற்று சமத்துவத்தோடு வாழ்ந்து கொண்டிருக்கின்றனர். நம் நாட்டில் ஒரு பார்ப்பான் இருக்கிறவரை நாமெல்லாம் சூத்திரர்கள் தான். ஒரு பறையன் இருக்கிறவரை நாமெல்லாம் இழிமக்கள்தான், ஈன சாதி மக்கள் தான்.

விடுதலை 24.6.1969

– திராவிட விவசாயத் தொழிலாளர் கழக வரலாறு தெரியாதவர்கள் தான் இந்த விமர்சகர்கள்!

15. முதுகுளத்தூர் கலவரமும் கடைசியாய் வாங்கிய கல்லடியும்

1957 ஆம் ஆண்டு நடந்த இமானுவேல் படுகொலையும் அதையொட்டி நடந்த முதுகுளத்தூர் கலவரமும் தமிழ்ச் சமூகத்தின் அழிக்க முடியாத களங்கம். தமிழக, சமூக அரசியலில் இன்றுவரை கொந்தளிப்பை ஏற்படுத்தி வரக்கூடிய நிகழ்வு.

இந்த நிகழ்வு குறித்து தலித் வரலாற்று ஆய்வாளர்கள் இரண்டு புத்தகங்களை மேற்கோள் காட்டி வருகிறார்கள்.

ஒன்று, பத்திரிகையாளரும், எழுத்தாளரும், காங்கிரஸ் கட்சியைச் சேர்ந்தவருமான தினகரன் எழுதிய 'முதுகுளத்தூர் கலவரம்.'

இரண்டு, பத்திரிகையாளரும், எழுத்தாளரும், காங்கிரஸ் கட்சியைச் சேர்ந்தவரும், காமராசருக்கு மிக நெருங்கிய நண்பருமான டி.எஸ். சொக்கலிங்கம் எழுதிய 'முதுகுளத்தூர் பயங்கரம்.'

– இந்த இரண்டு புத்தகங்களிலும் பெரியார் அன்று எடுத்த நிலைப்பாடு குறித்து வந்த விமர்சனம்:

முதுகுளத்தூர் பகுதியில் பயங்கரமான கலகங்கள் ஆரம்பித்தவுடன் அநேகமாக எல்லாப் பத்திரிகைகளும், பத்திரிகை நிருபர்களும் சென்னை மந்திரி சபையைத் தாக்குகிற விதத்தில் எழுத ஆரம்பித்தார்கள். ஆனால், ஒரே ஒருவர் தான் புத்திசாலித்தனமாகப் பேசினார். அவர்தான் ஈ.வெ. இராமசாமி பெரியார்.

கலகத்தைக் கேள்விப்பட்டதும், அங்கே உடனே ராணுவத்தை அனுப்பி கலகத்தை அடக்க வேண்டுமென்று தைரியமாக அவர் சொன்னார். அவர் சொல்லியதைக் கேட்டதும் பத்திரிகைகள் வெகுண்டு பாய்ந்தன. ஆனால், முதுகுளத்தூர் எங்கே இருக்கிறது என்பதைக் கூட அறியாத பல சென்னை பத்திரிகையாளர்களை விட இராமசாமி பெரியாருக்கு முதுகுளத்தூர் பகுதியைப் பற்றி

நன்றாகத் தெரியும், முதுகுளத்தூர் பகுதி மட்டுமல்ல, தமிழ் நாட்டிலுள்ள ஒவ்வொரு பகுதியை பற்றியுமே சென்னையிலுள்ள பல பத்திரிகையாளர்களை விட அவர் நன்றாக அறிவார். ஆகவே, முதுகுளத்தூர் பகுதியில் ஏற்பட்ட கலகங்கள் எதனால் ஏற்பட்டன என்பதை அவர் உடனே அறிந்து கொண்டதில் ஆச்சரியம் ஏதுமில்லை.

ஜாதிகளை ஒழிக்க வேண்டுமென்ற தீவிரமான கொள்கை உடைய இராமசாமி பெரியாருக்கு, ... அந்த வெறியை அடக்குவதற்கு இராணுவச் சட்டம்தான் சரியான முறையென்று அவர் மிகுந்த பொருத்தமாகக் கூறினார்.

(முதுகுளத்தூர் பயங்கரம் – டி. எஸ். சொக்கலிங்கம்.

பக் – 104)

'முதுகுளத்தூர் கலவரம்' என்ற நூலில் பெரியார் ஈ.வெ.ரா குறித்து தினகரன் எழுதியுள்ள வரிகள்....

பெரியார் ஈ.வெ.ரா.: முதுகுளத்தூரில் நடக்கும் ஜாதிச் சண்டையை நிறுத்த நான் என் கறுப்புச் சட்டைப் படையை அனுப்ப மாட்டேன். அங்கே போய்ச் சும்மா சாகவா? அல்லது தமிழனைத் தமிழனே சாகடிக்கவா? ஜாதிகள் ஒழிந்தாலொழியச் சண்டைகள் தீராது.

முதுகுளத்தூர் கலவரம் *(பக். 64)*

– (முதுகுளத்தூர் கலவரம் பக். 67, 68, 69)

தினகரன், டி.எஸ். சொக்கலிங்கம் ஆகிய இருவரும் திராவிடர் கழகத்தைச் சேர்ந்தவர்கள் அல்ல. அதுவும் தினகரன், ஈ.வெ.ரா.வின் மற்ற கொள்கைகளைக் கடுமையாக விமர்சிக்கக் கூடியவர். இந்த இரண்டு புத்தகங்களும் பிற்காலத்தில் எழுதப்பட்டவை அல்ல. இந்த நிகழ்வின் தொடர் நிகழ்வாக அப்போதே எழுதப்பட்டவை. டி.எஸ். சொக்கலிங்கம் எழுதிய புத்தகத்துக்கு கூட உள்நோக்கம் கற்பிக்க முடியும். அவர் காமராசர் எதைச் செய்தாலும் ஆதரிப்பவர் என்று. ஆனால் தினகரன், காமராசரையும் விமர்சிக்கக் கூடியவர். இப்படிப்பட்ட இருவர் எழுதியதில் எல்லாப் பகுதிகளையும் ஏற்றுக் கொள்ளும் தலித் ஆய்வாளர்கள், பெரியார் குறித்து எழுதியதை மட்டும் ஏற்க மறுக்கிறார்கள்.

பெரியார், அன்றைய முதலமைச்சர் காமராசரை அரசியல் ரீதியாக ஆதரித்தவர், அதனால் முதுகுளத்தூர் விவகாரத்திலும் காமராசரை பெரியார் ஆதரித்தார் என்று தலித் புலிகளுடன் சேர்ந்து தமிழ்த் தேசியப் புலிகளும் உறுமுகிறார்கள். அதாவது, பெரியாரை சர்க்கார் தாசனாக காட்டுவதில் தனி இன்பம் காண்கிறார்கள். பெரியார்,

338 | ஆதிக்க சாதிகளுக்கு மட்டுமே அவர் பெரியாரா?

காமராசரை ஆதரித்தார் என்பது உண்மைதான். அதில் எந்த ஆய்வாளரும் கண்டுபிடிப்பு கண்ணாடி போடத் தேவையில்லை. காமராசர் செய்த எல்லாவற்றையும் ஆதரித்தாரா? முதலமைச்சர் காமராசரை அவர் எதிர்க்கவே இல்லையா? என்பதைப் பார்க்க வேண்டும்.

1954 மார்ச் மாதம் 30ம் நாள் சென்னை மாகாண முதலமைச்சர் பதவியில் இருந்து விலகினார் இராஜாஜி. புதிய சட்டமன்றக் கட்சித் தலைவரைத் தேர்ந்தெடுக்க நடந்த கூட்டத்தில் காமராசருக்கு 93 வாக்குகளும், சி.சுப்பிரமணியத்துக்கு 41 வாக்குகளும் கிடைத்தன. “பார்ப்பனர் தோற்றனர், திராவிடர் வென்றனர், திராவிடம் பெற்ற வெற்றி நிலையாக இருக்க ஆவன செய்ய வேண்டும்” என்றார் பெரியார். அந்த ஆண்டு ஏப்ரல் 13ம் நாள் பெரம்பலூரில் நடந்த குலக்கல்வி எதிர்ப்பு மாநாட்டில் காமராசருக்கு தனது வெளிப்படையான ஆதரவை பெரியார் அறிவித்தார்.

“டெல்லிக்கு காவடி எடுக்கும் பழக்கத்தைக் கைவிட்டு, பார்ப்பனரைத் தனிமைப்படுத்தி ஒதுக்கி விட வேண்டும்” என்று மதுரை மாநாட்டில் (ஏப்ரல் 10, 11) பெரியார் கோரிக்கை வைத்தார். முதலமைச்சர் பதவி ஏற்றதும் பெரியாரை காமராசர் சந்தித்தார். இராஜாஜி கொண்டு வந்த குலக்கல்வித் திட்டத்தை காமராசர் ரத்து செய்தார். “தமிழர் முதல் மந்திரியாக வந்திருப்பதால் மட்டுமல்ல, குலக்கல்வித் திட்டத்தை உடனே எடுத்ததால்தான், காமராசர் மந்திரி சபையை நான் பாராட்டுகிறேன்” என்று திருவல்லிக்கேணி பொதுக் கூட்டத்தில் (14.4.54) பாராட்டினார் பெரியார். சிதம்பரத்தில் நடந்த திராவிடர் கழக மாநாட்டில், “நீண்ட நாட்களுக்குப் பிறகு பார்ப்பனரல்லாத, ஆந்திரரல்லாத, தெலுங்கரல்லாத, ஒரு தமிழர் முதன் மந்திரியாக வந்து அதுவரை ஒரு பார்ப்பனர் மந்திரி கூட இல்லாமல் பார்த்துக் கொண்டார்” என்று பாராட்டினார். அதற்காக காமராசர் வந்துவிட்டார் என்று தனது கொள்கைகளை மூட்டை கட்டி வைத்துவிடவில்லை.

1. திராவிட நாடு பிரிவினை நாள் கொண்டாடுமாறு 1.7.1954 அறிக்கை விட்டார் பெரியார்.

2. ரயில் நிலையங்களில் இந்தி எழுத்துக்களை அழிக்கும் போராட்டத்துக்கு 8.8.1954 என்று தேதி குறித்தார். இதற்காக 4, 5 தேதிகளில் ரயில் வழியாகவே பல்வேறு ஊர்களுக்குச் சென்று, இந்தி எழுத்தை ஏன் அழிக்க வேண்டும் என்று பேசினார். ‘நாங்கள் மறுபடியும் எழுதிக் கொள்வோம்’ என்றார் ரயில்வே துணை அமைச்சர் அழகேசன். ‘நான் வேறு பாணியை கையாள்வேன்’ என்றார் பெரியார்.

3. திருவிதாங்கூர், கொச்சி சமஸ்தானத்தில் தமிழர்கள் கொடுமைப்படுத்தப்படுவதை பெரியார் கண்டித்தார். (17.9.54)

4. பெரியாரின் ராமாயண எதிர்ப்புக் கூட்டத்துக்கு ஆயிரம் விளக்கு பகுதியில் காவல்துறை அனுமதி மறுத்தது. ஒலிபெருக்கி வைக்கக்கூடாது என்றது. ஒலிபெருக்கி இல்லாமல் பெரியார் இரண்டு மணி நேரம் பேசினார். (14.11.54)

5. எம்.ஆர். ராதாவின் நாடகங்களுக்கு காமராசர் ஆட்சி தடை விதித்தது. 2.12.54ல் மதுரையில் ராதாவின் நாடகக் கொட்டகையில் சிலர் புகுந்து கலவரம் செய்தனர். திருச்சியில் ராதா நாடகத்துக்கு தடை. தடையை மீறி நாடகம் நடத்திய ராதா 18.12.54ல் திருச்சியில் கைதானார்.

6. நாடக தடைச்சட்டம் 21.12.54ல் கொண்டு வரப்பட்டது. பெரியார் இந்தக் காலகட்டத்தில் ரங்கூன் பவுத்த மாநாட்டுக்குச் சென்றிருந்தார். தி.பொ. வேதாசலம் தலைமையில் இந்தத் தடைச்சட்டத்துக்கு எதிராக கண்டன ஊர்வலம் நடத்தப்பட்டது.

7. இடைத்தேர்தலில் யாரை ஆதரிப்பது என்று கேட்டபோது, காங்கிரசிலுள்ள வேட்பாளர்களின் தன்மைக்கேற்றபடி ஆதரிக்கலாம் என்றார் பெரியார். (15.2.1955)

8. தட்சிணப் பிரதேசம் என்று கூட்டு மாநில அமைப்பை மத்திய காங்கிரஸ் அரசு ஏற்படுத்த முனைந்த போது எதிர்த்தார் பெரியார். "தட்சிணப் பிரதேசம் வந்தால், தமிழர்களாகிய நமக்குத்தான் ஆபத்து. பார்ப்பனருக்கு போக மிகுதி உத்தியோகமெல்லாம் மலையாளி, கன்னடியர் கைக்குப் போய்விடும்." என்றார் பெரியார். தமிழ்நாடு என்று பெயர் சூட்டும் கோரிக்கையை வைத்தார். தட்சிணப் பிரதேச அமைப்புக்கு ஆதரவாக ஒரு மந்திரியே (சி. சுப்பிரமணியம்) இருக்கிறார் என்றார். காமராசர் சும்மா இருப்பது ஆபத்தானது என்றார்.

9. மத்திய காங்கிரஸ் அரசாங்கம் இந்தி திணிப்பில் இறங்கியது. இந்தி எழுத்துக்களை அழிப்பதோடு இனி நிற்க மாட்டோம், இந்திய தேசியக் கொடியை கொளுத்துவோம் என்று திருச்சி திராவிடர் கழக மத்திய நிர்வாகக் குழு தீர்மானம். (17.7.1955)

10. தேசியக் கொடி கொளுத்துவது தொடர்பாக ஊர் ஊராகச் சென்று பெரியார் பிரசாரம் செய்தார். யார் யார் கொளுத்துவார்கள் என்று பெயர் பட்டியலை வெளியிட்டார். இது காமராசருக்கு நெருக்கடியை ஏற்படுத்தியது. "தேர்வுகளில் இந்தி கட்டாயம் ஆகாது. மத்திய மாநில அரசுகளின் சார்பில் இந்தி திணிக்கப்படாது" என்று உறுதி அளித்த முதலமைச்சர், தேசியக் கொடியை கொளுத்தினால் நடவடிக்கை எடுக்கத் தயங்க மாட்டேன் என்று எச்சரித்தார்.

"எனக்கு இந்த உறுதிமொழி போதும். எனவே கொடி கொளுத்தும் போராட்டம் தற்காலிகமாக ஒத்திவைக்கப்படுகிறது. ஆனால் நிறுத்தப்படவில்லை" என்று பெரியார் அறிவித்தார். "இந்தப் பிரச்னையில் காமராசருக்கும் எனக்கும் பகை மூட்டிவிடப் பார்த்தார்கள். நடவடிக்கை எடுத்தாலும் எடுக்காமல் விட்டாலும் எப்படியும் அவரைத் தூற்றுவார்கள். உசுப்பி விடுவார்கள். ஆனால், நாங்கள் அதைப்பற்றி எல்லாம் பொருட்படுத்தவில்லை. தேசியக் கொடியை கொளுத்தினால் அரசாங்கம் கையைக் கட்டிக்கொண்டு வேடிக்கை பார்க்கும் என்று எதிர்பார்க்கிற பைத்தியக்காரர்களல்ல நாங்கள். எந்தவித அடக்குமுறைக்குமே தயாராகத்தான் இதில் நாங்கள் இறங்கியுள்ளோம்" என்றார் பெரியார்.

10. 1955 ஆகஸ்ட் 15ம் தேதியை துக்க நாள் என்று பெரியார் அறிவித்தார்.

11. தட்சிணப்பிரதேச எதிர்ப்பு ஊர்வலம் செப்டம்பர் 18-1955 நடைபெறும் என்று அறிவித்தார்.

12. 3.10.1955 அன்று சென்னை கோட்டை கொத்தளத்தில் மீது நின்று பேசிய பிரதமர் நேரு, இந்தி திணிக்கப்படாது என்றார். ஆனால், பார்ப்பனரை விரட்டுவோம் என்று பேசுவது வகுப்புவாதம், கொடியைக் கொளுத்துவது பைத்தியக்காரத்தனம், கொடியை கொளுத்தினால் விடமாட்டோம் என்று பேசினார் பிரதமர்.

8.10.1955 அன்று திருச்சியில் பேசிய பெரியார், "கொடி கொளுத்துவதாகச் சொன்னவர்களைப் பற்றி நேரு துடுக்காகப் பேசுவது பைத்தியக்காரத்தனம். திராவிடர் கழகத்தவரை மிரட்ட நினைக்கிறார். கொடியை எரித்தால் இவர்களால் என்ன செய்துவிட முடியும்? அரசியல் சட்டத்திலாகட்டும், இந்தியன் பினல் கோடில்லாகட்டும் கொடியை எரிப்பதற்கு என்ன தண்டனை இருக்கிறது?" என்று கேட்டார்.

13. பி.ஜி. கெர் தலைமையில் அமைக்கப்பட்ட இந்தி மொழி கமிஷன் சென்னை வந்தபோது, பெரியார் அதைப் புறக்கணித்தார். திராவிடர் கழகம் சார்பில் ஏ.பி. சனார்த்தனம் தலைமையில் அக்குழுவுக்கு கறுப்புக் கொடி காட்டப்பட்டது. ஈ.வெ.ரா. தன்னை வந்து சந்திப்பார் என்று காத்திருப்பதாக பி.ஜி.கெர் கூறினார்.
(9.1.1956)

14. பெங்களூரில் தட்சிணப் பிரதேச அமைப்பு குறித்து இறுதி முடிவெடுக்க 1956 பிப்ரவரி 1, 2 கூட்டம் நடந்தது. பிரதமர் நேருவுக்கும் முதல்வர் காமராசருக்கும் பெரியார் தந்தி அனுப்பினார். "இது தமிழர்க்கு வாழ்வா, சாவா பிரச்னையாகும். உங்களுக்கும் மற்றெல்லாருக்கும் இது தற்கொலையானதும் ஆகும்" என்று

காமராசருக்கு அனுப்பிய தந்தியில் குறிப்பிட்டார். காமராசரே, தட்சிணப் பிரதேச யோசனையை நிராகரித்தார்.

15. வடநாட்டில் இராம லீலா கொண்டாடி இராவணன் உருவத்தைக் கொளுத்தியது பற்றி கேள்விப்பட்ட பெரியார், இராமன் படத்தை ஏன் கொளுத்தக் கூடாது என்றார். ஈரோட்டில் நடந்த (1956 ஜூலை 8) புத்தர் மாநாட்டின் இறுதியில் ராமன் படம் எரிக்கப்பட்டது.

16. திருச்சி திராவிடர் கழக நிர்வாகக் குழுவில் 1.8.56 அன்று நாடு முழுவதும் ராமர் படம் எரிக்கப்படும் என்றும், 8 ஆயிரம் பேர் எரிப்பார்கள் என்றும் அறிவிக்கப்பட்டது. (21.7.1956)

இதற்கு எதிராக அரசு கடும் அடக்குமுறைகளை ஏவியது. ஊர்வலம், பொதுக் கூட்டங்களுக்கு தடை விதிக்கப்பட்டது. பெரியாரும், குத்தூசி குருசாமியும் ஆகஸ்ட் 1ம் தேதி காலையில் கைது செய்யப்பட்டார்கள். வெளியூர்களில் ராமன் படம் எரிக்கப்பட்டது. 5,000 பேர் இதில் பங்கெடுத்தார்கள்.

17. தனது 78வது பிறந்த நாள் செய்தியாக (15.9.1956), "5 ஆயிரம் தொண்டர்கள் தூக்குமேடை ஏறவும் தயாராக இருங்கள். தானே வரும் திராவிட நாடு" என்று அறிவித்தார்.

18. கோவில்களில் தமிழில் அர்ச்சனை செய்ய வேண்டும், தமிழரால் பூஜை செய்யப்பட வேண்டும், அதற்காக ஒரு போராட்டம் நடத்தப் போகிறேன் என்று பெரியார் அறிவித்தார். (26.12.1956)

19. திருச்சி மாவட்ட கலெக்டர் ஆர்.எஸ். மலையப்பனுக்கு எதிரான வழக்கில் அவரை தனிப்பட்ட முறையில் விமர்சித்து நீதிபதிகள் தீர்ப்பளித்து இருந்தனர். இந்தத் தீர்ப்பை பெரியார் கொளுத்தினார். உயர்நீதிமன்ற தீர்ப்பு அவமதிப்பு வழக்கு பெரியார் மீதும், 'விடுதலை' ஆசிரியர் மணியம்மை மீதும் அரசு வழக்கு தொடர்ந்தது, தனது நிலைப்பாட்டை ஆதரித்து பெரியார் அறிக்கை கொடுத்தார். பெரியாருக்கு ரூ.100 அபராதம் விதித்தார்கள் நீதிபதிகள்.

20. சாதி ஒழிப்புக் கிளர்ச்சியின் ஒரு பகுதியாக, ஓட்டல்களில் 'பிராமணாள்' என்ற சொல்லை உடனடியாக நீக்க வேண்டும். இல்லாவிட்டால், போராட்டம் நடத்தப்படும் என்று திராவிடர் கழக செயற்குழுவில் தீர்மானம் நிறைவேற்றப்பட்டது. (18.4.1957)

இது தொடர்பாக தமிழக அரசுக்கு பெரியார் எழுதிய கடிதத்தில், 5.5.57 முதல் இந்தச் சொல்லை நீக்க நடவடிக்கை எடுக்க அவசர உத்தரவு பிறப்பிக்க வேண்டும், இல்லாவிட்டால் நேரடி கிளர்ச்சியில் இறங்குவேன் என்றார். குறிப்பிட்ட அந்த நாளில் சென்னை திருவல்லிக்கேணி பைகிராப்ட்ஸ் சாலையில் உள்ள முரளி கஃபே முன் போராட்டம் நடத்தப்பட்டது. தினமும் நடந்தது மறியல்.

5.5.57 முதல் 2.12.57 வரை தொடர்ந்து நடந்த மறியலில் 837 பேர் கைது செய்யப்பட்டனர்.

21. பார்ப்பனர் நடத்தும் உணவகங்களில் யாரும் உண்ணுவது இல்லை என 16.6.57 திருச்சியில் நடந்த சாதி ஒழிப்பு மாநாட்டில் தீர்மானம். அவ்வாறு புறக்கணித்தோர் பட்டியல் 'விடுதலை' இதழில் வெளியானது.

22. தஞ்சை மாவட்டத்தில் இருந்து சாதி ஒழிப்பு பிரச்சாரப்படை ஒன்று நடந்தே சென்னை வந்தது. 22 பேர் இதில் பங்கெடுத்தனர். தடையை மீறியதாக இவர்கள் கைது செய்யப்பட்டு 5 வார சிறைத்தண்டனை பெற்றனர்.

23. 1957 ஆகஸ்ட் 13ம் நாள் காந்தி உருவப் பொம்மைகளை உடைப்பது என்று பெரியார் தீர்மானித்தார். வர்ணாசிரமத்தை காப்பாற்றியவர் காந்தி என்று காரணமும் சொன்னார்.

24. 9.10.57 அன்று ஆத்தூரில் பேசிய பெரியார், சாதி ஒழிப்பு போரில் ஈடுபட விரும்புவோர் இரத்தத்தில் கையெழுத்துப் போட்டு எனக்கு அனுப்புங்கள் என்று கோரிக்கை வைத்தார்.

25. 4.11.57 அன்று தஞ்சையில் சாதி ஒழிப்பு சிறப்பு மாநாடு நடந்தது. அரசியல் கூட்டத்தில் இருக்கும் சாதியைப் பாதுகாக்கும் பிரிவுக்கு தீ வைப்போம் என்றார். 26.11.57 என்று தேதி குறித்தார். 6.11.57 அன்று பெரியார் கைது செய்யப்பட்டார். 117, 323, 326, 436, 302 ஆகிய பிரிவுகளில் வழக்கு பதிவு செய்யப்பட்டது. பின்னர் விடுவிக்கப்பட்டார். 25.11.57 அன்று பெரியார் மீண்டும் கைது.

26. 26.11.57 அன்று மட்டும் அரசியல் சட்டப்பிரிவை எரித்து 3 ஆயிரம் பேர் கைதானார்கள். 15 பேர் சிறையில் இறந்தனர். இப்போராட்டத்தில் 10 ஆயிரம் பேர் பங்கெடுத்தனர்.

27. தனித் தமிழ்நாடு பெறுவதே தங்களது லட்சியம் என்று 30.11.57 அன்று சென்னையில் பெரியார் பேசினார். எதையும் தட்டிக்கேட்க உரிமையில்லாத அரசாங்கம் என்று தமிழக அரசை விமர்சித்தார்.

28. இந்திய அரசியல் சட்டம் பிடிக்கவில்லையானால் நாட்டை விட்டு வெளியேறி விடுங்கள். சட்டம் பிடிக்கவில்லை என்பவர்கள் சிறையிலோ, மனநல மருத்துவமனையிலோ இருக்கத்தான் லாயக்கானவர்கள் என்று பிரதமர் நேரு திருச்சியில் பேசினார். "பார்ப்பன – பனியா ஆட்சி ஏற்பட்ட பிறகு தமிழர்கள் சிறைக் கைதிகள் போலத்தான் இருக்கிறோம். அங்குள்ள கான்விக்ட் வார்டர் போலத் தமிழ்ச் சேவகர்கள், தமிழ் அதிகாரிகள் இருக்கிறார்கள். தமிழர்கள் மந்திரிகளாக வந்தாலும் அதே கான்விக்ட் வார்டர் நிலைதான்" என்று விமர்சித்தார் பெரியார்.

29. திருச்சி குளித்தலையில் பேசியது, பசுபதி பாளையத்தில் பேசியது, திருச்சியில் பேசியது ஆகிய மூன்று பேச்சுக்களுக்கும் சேர்த்து போடப்பட்ட வழக்கில் திருச்சி மாவட்ட செஷன்ஸ் நீதிமன்றம் தனித்தனியே ஆறு மாத தண்டனை அளித்தது. ஏக காலத்தில் அனுபவிக்கலாம் என்றது. (14.12.57) பெரியார் 1958 ஜூன் 13ம் நாள் விடுதலை ஆனார்.

30. ஜனவரி 26 – 1957 குடியரசு தினம் துக்க நாள் என்று அறிவிக்கப்பட்டது.

31. பிரதமர் நேரு மீது நீதிமன்ற அவமதிப்பு வழக்கு போட்டார் பெரியார். 12.2.58 அன்று அந்த வழக்கு தள்ளுபடி செய்யப்பட்டது.

32. 'இளந்தமிழா புறப்படு போருக்கு' – என்ற கட்டுரை வெளியிட்டதற்காக 'விடுதலை' ஆசிரியர் மணியம்மை மீதும் தஞ்சை நெடுமாறன் மீதும் 153 ஏ பிரிவின் கீழ் வழக்கு போடப்பட்டது.

33. 1958 ஜூன் 13ம் நாள் விடுதலையான பெரியார், அடுத்த நாளே தமிழகம் முழுவதும் சுற்றுப்பயணம் கிளம்பினார். "சாதி ஒழிப்புக்கு நாட்டுப் பிரிவினையே முன்னணித் திட்டம். தமிழக விடுதலையை வற்புறுத்தத் தமிழ்நாடு நீங்கலாக உள்ள இந்திய யூனியன் படம் எரிக்கப்படும்" என்று அறிவித்தார்.

34. மணியம்மை மீதான வழக்கில் அவருக்கு ரூ. 100 அபராதம் விதிக்கப்பட்டது. கட்ட மறுத்து ஒரு மாத சிறைத் தண்டனை பெற்றார். அவருக்குச் சொந்தமான கார் ஜப்தி செய்யப்பட்டது.

35. இந்திய யூனியன் படம் கொளுத்தும் போராட்டத்துக்கு 50 ஆயிரம் பேர் தேவை என்று பெரியார் அறிவித்தார். (8.9.58)

36. சுதந்திரத் தமிழ்நாட்டுக்குள் நேரு வருவதற்கு பாஸ்போர்ட் வாங்க வேண்டும் என்று 21.10.58ல் பெரியார் அறிவித்தார்.

37. 1960 ஜூன் 5ம் நாள் மாலை தமிழ்நாடு நீங்கலாக இந்திய யூனியன் பட எரிப்பு போராட்டம் நடக்கும் என்று பெரியார் அறிவித்தார். இதில் சி.பா. ஆதித்தனாரின் நாம் தமிழர் இயக்கமும் பங்கெடுத்தது. ஜூன் 1ம் தேதி அமைச்சரவை கூடி இது பற்றி விவாதித்தது. சென்னையில் தடையுத்தரவு போடப்பட்டது. ஜூன் 5ம் நாள் காலையில் பெரியார், குத்தூசி குருசாமி, கி.வீரமணி ஆகியோருடன் நாம் தமிழர் இயக்க தலைவர் சி.பா. ஆதித்தனாரும் கைது செய்யப்பட்டனர். தமிழகம் முழுவதும் அப்படம் எரிக்கப்பட்டது. 4 ஆயிரம் பேர் கைது செய்யப்பட்டனர்.

38. சென்னை உயர்நீதிமன்ற நீதிபதிகளின் போக்கைக் கண்டித்து 'ஹைகோர்ட் நீதிப் போக்கிற்கு கண்டன நாள்' கொண்டாடினார் பெரியார். 17.10.60

39. தமிழ்நாடு ஏன் இந்தியாவுடன் இந்தியாவுக்குள் இருக்க வேண்டும் என்று *6.5.62*ல் பெரியார் கேட்டார்.

40. பள்ளி, கல்லூரிகளில் விண்ணப்பம் போடும் போது சாதிப்பெயர் குறிப்பிட வேண்டாம் என்ற தமிழக அரசு தரப்பில் ஒரு செய்தி வெளியானது. இந்த ஏற்பாடு மறைமுகமாக பார்ப்பனர்களை உயர்த்தி விடும் என்று எச்சரித்தார். (*1963* – ஜூன்)

– இவை அனைத்தையும் பட்டியலிடுவதற்குக் காரணம், காமராசர் முதலமைச்சராக இருந்தாலும் அவரது ஆட்சியில் பெரியார் சும்மா இல்லை என்பதை உணர்த்துவதற்குத்தான். *1954*ல் முதலமைச்சர் ஆனது தொடங்கி, *1963*ல் பதவி விலகியது வரை காமராசர் ஆட்சிக் காலத்தில்தான் பெரியார் மிக மிகச் சுறுசுறுப்பாக இயங்கி இருக்கிறார். அவரது மிக முக்கியமான போராட்டங்கள் அனைத்தும் காமராசர் ஆட்சிக் காலத்தில்தான் நடந்தன. குறிப்பாக இந்திய தேசியத்துக்கு எதிரான போராட்டங்களான தேசியக் கொடி எரிப்பு அரசியலமைப்பு சட்ட எரிப்பு தமிழகம் நீங்கலான தேசப்பட எரிப்பு – ஆகிய மூன்றுமே காமராசர் ஆட்சியில்தான் நடத்தப்பட்டன. காமராசரை விட்டால் தமிழனுக்கு நாதியில்லை, அவரது ஆட்சி இன்னும் பத்து ஆண்டுகளுக்கு நீடிக்க வேண்டும் என்று சொல்லிக்கொண்டே, காமராசர் ஆட்சியில் தொடர்ச்சியான போராட்டங்களை நடத்தினார் பெரியார். அப்படிப்பட்டவரை அரசாங்க தாசனாக உருவகப்படுத்துவது கொச்சைப்படுத்துவதாகும். காமராசர் செய்த அனைத்தையும் ஏற்றுக் கொண்டவர் அல்ல பெரியார். முதுகுளத்தூர் பிரச்னையில் பெரியாருக்கு உடன்பாடான செயல்பாடுகளை காமராசர் செய்ததால் ஏற்கப்பட்டார். தமிழகக் கட்சிகள் அனைத்துமே காமராசரை எதிர்த்த போது பெரியார் மட்டுமே ஆதரித்தார் என்பதை தலித் சிந்தனையாளர்கள் கொண்டாடி இருக்க வேண்டும். கொண்டாட வேண்டாம், குறை சொல்லாமலாவது இருக்கலாம்.

அந்தக் காலகட்டத்தில் 'முதுகுளத்தூர்' குறித்து 'விடுதலை' வெளியிட்ட செய்திகளைப் பார்த்தால் காமராசர் ஆதரவா, ஆதிக்க சாதி எதிர்ப்பா எது கூடுதலாக இருக்கிறது என்பது புரியும்.

இமானுவேல் கொலை வழக்கு குறித்து 'விடுதலை' வெளியிட்ட செய்தியில், "இக்குற்றச்சாட்டில் எதிரிகள் சதி செய்து மேற்படி கொலையை நடத்தியதாகக் குறிப்பிடப்பட்டுள்ளது" என்று இருக்கிறது. (விடுதலை *2.10.1958*)

"முதுகுளத்தூர் தாலுகாவைச் சேர்ந்த கீழத்தூவலில் கடந்த *14*ம் தேதியன்று ஒரு கொலை வழக்கு சம்பந்தமாக சிலரைக் கைது செய்வதற்காகச் சென்ற போலீஸ் குழுவின் மீது சுமார் ஆயிரம்

பேர் கொண்ட கூட்டம் ஒன்று தாக்கியதன் விளைவாக போலீசார் துப்பாக்கி பிரயோகம் செய்ததில் 5 பேர் செத்ததாக செய்தி வந்ததை யொட்டி.....” (விடுதலை 1.10.1958)

இப்பிரச்னை தொடர்பாக அன்றைய பிரதமர் நேருவுக்கும் முதலமைச்சர் காமராசருக்கும் ஏற்பட்ட கடிதப் போக்குவரத்தை விடுதலை 3.10.1958 தலைப்புச் செய்தியாக வெளியிட்டுள்ளது. இராமநாதபுரம் கலகங்களுக்கு சாதிவெறியே காரணம் – இந்திய தலைமையமைச்சர் திரு. நேரு ஒப்புக் கொள்கிறார்” – என்று தலைப்பிட்டுள்ளது அச்செய்தி :

புதுடெல்லி, அக் 3 – இராமநாதபுரம், மாவட்டத்தில் ஏற்பட்ட சாதிச் சண்டைகள் மிகக் கொடியதும், வருந்தக்கூடியதுமாகும் என்று இந்திய தலைமையமைச்சர் திரு. நேரு ஜப்பானுக்கு புறப்பட்டுச் செல்லுமுன் தமிழ்நாடு முதலமைச்சர் திரு. காமராசருக்கு எழுதிய கடிதத்தில் குறிப்பிட்டிருக்கிறார்.

உயர்சாதிக்காரர்களுடன் தாங்களும் சமமாக வாழ வேண்டும் என்று தாழ்த்தப்பட்டோர் உரிமை கொண்டாடுவதை சாதி இந்துக்கள் எதிர்ப்பதால்தான் இக்கலவரம் நடக்கிறதென்று திரு. நேரு தம் கடிதத்தில் குறிப்பிட்டிருக்கிறார் என்று தெரிகிறது.

இக்கலவரம் வருத்தத்தையளிக்கக் கூடியதென்றாலும் இன்றைய சமுதாய அமைப்பில் சமத்துவ உணர்வு பிறந்துவிட்டதென்பதை எடுத்துக் காட்டுகிறதென்று கூறியுள்ளார்.

விழிப்புணர்வுக்கு அப்பகுதி தேவர்கள் எதிர்க்கிறார்கள் என்பதையே இன்றைய நிகழ்ச்சிகள் எடுத்துக் காட்டுகின்றன என்பதுடன், தாழ்த்தப்பட்ட மக்களும் உயர்சாதிக்காரர்களின் அடக்கு முறைக்கு தலைவணங்க மறுத்து வருகிறார்கள் என்பதையே எடுத்துக்காட்டுகிறதென்றும் அவர் குறிப்பிட்டிருக்கிறார்.

இந்தச் சமயத்தில் ராஜ்ய சர்க்காருக்கு இரு கடமைகள் இருக்கின்றன. ஒன்று, இக்கலகத்தைத் தடுத்து நிறுத்துவது. மற்றொன்று, தாழ்த்தப்பட்ட மக்களுக்கு சமத்துவம் வழங்கப்படவும், அவர்கள்பால் அனுதாபம் காட்டப்படவும் பார்த்துக்கொள்ள வேண்டும் என்று மேலும் குறிப்பிட்டுள்ளார்.

‘குழப்பக்காரர்களின் விஷமப்பிரசாரம்’ (விடுதலை 4.10.1957) தலையங்கம் எழுதப்பட்டுள்ளது.

அதில், உயர்திருவாளர் பசும்பொன் முத்துராமலிங்கத்தேவர் அவர்களை ஆட்சியாளர் கைது செய்திருப்பது பற்றி ஒரு சில கும்பல்கள் முதலைக் கண்ணீர் வடிக்கத் தொடங்கியிருக்கின்றன. பார்ப்பன ஏடுகளான ‘தினமணி’, ‘கல்கி’ போன்றவைகள் அவரை விடுதலை செய்ய வேண்டுமென்று கசிந்துருகி, கண்ணீர் மல்கி

எழுதுகின்றன. கலவரப் பிரச்னையில் தொடர்பில்லாத பல்வேறு சங்கதிகளைக் கொண்டு வந்து கலந்து, முதலமைச்சர் மீது தவறான எண்ணங்களை கற்பித்து, விஷமத்தனமாக எழுதி வருகின்றன.

சாதி வெறி வேரூன்றிவிட்டால் அங்கு ஜனநாயகத்துக்கோ, பகுத்தறிவுக்கோ, ஒழுக்கத்துக்கோ, நீதிக்கோ இடமில்லை என்றும் இத்தலையங்கம் கூறுகிறது.

"இன்று அவருக்காக நீலிக் கண்ணீர் வடிக்கின்ற சி.ஆர். கும்பலைச் சேர்ந்தவர்களுக்கு ஒன்று நினைவூட்டுகிறோம். இதே சி.ஆர். அவர்கள் முதலமைச்சராயிருந்த போதுதான் தடுப்புக் காவற் சட்டத்தின் கீழ் திரு. முத்துராமலிங்கனார் அவர்கள் கைது செய்யப்பட்டு பல ஆண்டுகள் தொடர்ந்து காவலில் வைக்கப்பட்டிருந்தார். இரண்டாவது உலகப் போரின் போது, இவர் சாதிச் சண்டைக்குக் காரணமா யிருப்பார், போர் எதிர்ப்புப் பிரசாரம் செய்வார் என்ற காரணத்திற்காகச் சிறைப்படுத்தப்பட்டிருந்தார்.

இன்றைய நிகழ்ச்சியிலும் கூட, முன்கூட்டியே இவரைத் தனிப்படுத்தியிருந்தால், இத்தனை உயிர்கள் பலியாகி யிருக்குமா? இவ்வளவு பொருட்சேதம் ஏற்பட்டிருக்குமா? இத்தனை ஆதி திராவிடக் குடும்பங்கள் ஊரை விட்டு வெளியேறித் தவிக்குமாறு ஏற்பட்டிருக்குமா?

போலீஸ் நடவடிக்கை சிறிது தாமதமானதால்தான் இவ்வளவு சேதம் ஏற்பட்டிருக்கிறது. இன்னும் பல மாதங்களுக்கு போலீஸ் படை கலவரப் பகுதிகளில் காவல் புரிந்துதான் தீர வேண்டும். போலீஸ் துப்பாக்கிப் பிரயோகத்தினால் மாண்டு போனவர்களுக்காக முதலைக் கண்ணீர் வடிக்கின்றவர்கள் மாதா கோவிலுக்குள் புகுந்த பாட்டாளி ஏழை மக்களை சாதி வெறியர்கள் பதைக்கப் பதைக்க சுட்டுக் கொலை செய்தும், அடித்தும், பெண்களை அவமானப்படுத்தியும், மிருகத்தனமாக நடந்து கொண்டதைப் பற்றிக் கண்டிக்காமலும் வருந்தாமலும் இருப்பது ஏன்?

"சமாதானக் குழு" என்ற புதுக் கும்பல் இனி புதுக்கலவரத்துக்கு விதையூன்றுவார்களென்று அஞ்ச வேண்டியிருக்கிறது. ஆதலால், இக்குழுவினரைக் கலவரப் பகுதியில் நுழைய விடக்கூடாதென்று ஆட்சியாளருக்கு எச்சரிக்கிறோம். குழம்பியுள்ள குட்டையில் மீன் பிடிக்கப் பார்க்கிறார்கள், இக்குழுவினர். இவர்களுக்குத் தூபம் போட்டுக் கொண்டிருப்பவர் பஸ்லுல்லா ரோடு ஆரியத் தலைவர் என்பது நினைவிருக்கட்டும்.

இதே சமயத்தில் ஆட்சியாளரின் பெரிய கடமையையும் மறந்து விடக்கூடாது. இப்போதைக்கு கலவரம் அடங்கி விட்டாலும் கூட தேவர் அவர்களின் விடுதலைக்குப்பிறகு இனி எந்த நேரத்திலும் மீண்டும் பற்றி எரியத் தொடங்கி விடக்கூடும். ஆதலால், சாதி ஒழிப்புக்கான கடுமையான சட்டம் மதுவிலக்குச் சட்டத்தை விட கடுமையான, இயற்கையான அனுமதியை நேரு சர்க்காரிடமிருந்து பெற்றுத் தீர வேண்டும்.

– இந்த ஒரு தலையங்கம் போதும், பெரியாரின் நிலைப்பாட்டைச் சொல்வதற்கு. காமராசரின் ஆட்சியைக் காப்பாற்றுவது அல்ல அவர் நோக்கம், சாதியைக் காப்பாற்றுபவர்களை எதிர்ப்பதாக மட்டுமே இருந்தது.

“போலீஸ் நடவடிக்கை சிறிது தாமதமானதால்தான் இவ்வளவு சேதம் ஏற்பட்டிருக்கிறது” என்று பகிரங்கமாக காமராசர் ஆட்சியை பெரியார் குற்றம் சாட்டினார்.

காமராசரின் ஆட்சிக்கு பெரிய கடமை இருக்கிறது என்ற பெரியார், “சாதி ஒழிப்புக்கான கடுமையான சட்டம் இயற்றுவதற் கான அனுமதியை நேருவிடமிருந்து பெற்றுத் தர வேண்டும்” என்கிறார். காமராசர் ஆட்சியைக் காப்பாற்றுவது அல்ல நோக்கம், சாதியை ஒழிப்பதே நோக்கம் என்பதை இந்த ஒரு தலையங்கம் சுட்டிக் காட்டும்.

இந்தக் காலகட்டத்து ‘விடுதலை’ நாளிதழைத் திருப்பினால் தொடர்ச்சியாக இதுபற்றிய செய்திகளை வரிசையாகப் பார்க்கலாம்.

சென்னை, அக் 6 – இராமனாதபுரம் மாவட்டத்தில் வகுப்பு – சாதிவெறி தலைதூக்கியாடுவதைத்தான் ஒருவர் காண முடியும் என்றும், ‘அரிஜனங்’களைவிட தாங்கள் உயர்ந்தவர்கள் என்ற மனப்பான்மை தடித்து காணப்படுகிறதென்றும் இரண்டு நாட்கள் ராமனாதபுரம் மாவட்டத்தில் கலவரம் நடந்த பகுதிகளை சுற்றிப் பார்த்துவிட்டு திரும்பிய ஷெட்யூல்டு வகுப்புக்களின் கமிஷனர் திரு. எல். எம். சிரீ கந்த் தமது கருத்தை வெளியிடுகையில் குறிப்பிட்டார்.

சென்னை, அக்.6 – ராமநாதபுரம் கீழ்த்தூவலில் போலீசார் சுட்டது பற்றி திரு. எஸ். வெங்கட்ராமன் நடத்திய விசாரணை அறிக்கை சர்க்கார் பரிசீலனையிலிருந்து வருவதாகவும் அதை வெளியிடுவது குறித்து விரைவில் முடிவு எடுக்கப்படும் என்றும் தமிழ்நாடு உள் விவகார அமைச்சர் திரு பக்தவத்சலம் நேற்று நிருபர்களிடம் பேசுகையில் கூறினார்.

மதுரை, அக்.6 – ராமநாதபுரத்தில் நடந்த கலவரங்களைப் பற்றி நேரில் விஷயங்களைக் கண்டறிந்து வர மத்திய சர்க்காரால்

அனுப்பப்பட்ட யூனியன் உள்நாட்டு விவகார அமைச்சர் திரு. பி.என். தத்தார் நேற்றுக் காலை இங்கு வந்தார். கிழக்கு ராமநாதபுரப் பகுதிக்குப் புறப்பட்டுச் சென்றார். இவருடன் தமிழ்நாடு சர்க்கார் தாழ்த்தப்பட்ட மக்கள் நல இலாகா அமைச்சர் திரு. கக்கனும், சில தலைவர்களும் சுற்றுப்பிரயாணம் செய்கிறார்கள்.

மதுரை, அக். 8 – கடந்த மாதம் ராமநாதபுரம் ஜில்லாவில் நடைபெற்ற சாதிக் கலகத்தில் போலீசார் துப்பாக்கிப் பிரயோகம் செய்ததில் செத்தவர்கள் 40 பேர் என்றும், அதில் 14 பேர்களில் 13 பேர் மறவர்கள் என்றும், ஒருவர் தாழ்த்தப்பட்டவர் என்றும் கலகங்களில் இறந்த 26 பேர்களில் 8 பேர்கள் மறவர்கள் என்றும், 18 பேர்கள் தாழ்த்தப்பட்டவர்கள் என்றும் கூறப்படுகிறது. காயமடைந்தவர்களின் எண்ணிக்கை சரியாக தெரியவில்லை. சுமார் 100 பேர் காயமடைந்திருப்பார்கள். இக்கலகத்தால் கொளுத்தப்பட்ட வீடுகள் மொத்தம் 2,879 என்றும், இதில் 2,731 தாழ்த்தப்பட்டவர்களது என்றும் 106 தேவர்களுடையது எனவும் 42 மற்ற வகுப்பினருக்கும் சொந்தமானவை எனவும் கூறப்படுகிறது. இதுவரை மொத்தம் 475 பேர் கைது செய்யப்பட்டிருக்கின்றனர்.

மதுரை, அக். 8 – மறவர்களுக்கும் தாழ்த்தப்பட்ட வகுப்பினர் களுக்குமிடையே இருந்து வந்த பகைமை கடந்த நடந்த நிகழ்ச்சிகளால் தூபமிடப்பட்டு கிழக்கு இராமநாதபுரம் மாவட்டத்தில் வகுப்புக் கலவரத்தில் கொண்டு போய் விட்டது என்பதாக மத்திய சர்க்கார் உள் விவகார அமைச்சர் திரு. பி என். தத்தார் நேற்று இங்கு நிருபர்களிடம் பேசுகையில் குறிப்பிட்டார்.

மதுரை, அக். 8 –இராமநாதபுரம் மாவட்டத்தில் நடந்த கலவரப் பிரதேசங்களைச் சுற்றிப் பார்வையிடச் சென்ற மத்திய அமைச்சர், திரு. தத்தாருடன் திரு கே.டி.கே. தங்கமணி முதலியவர்கள் ஏறிச் சென்ற கார் பேரையூர் கிராமத்தில் இளைஞர்களால் வழி மறிக்கப்பட்டது.

சென்னை, அக். 9 – கடந்த மூன்று நாட்களாக கலகப் பகுதிகளான இராமநாதபுரம் ஜில்லாவில் சுற்றுப்பிரயாணம் செய்துவிட்டுத் திரும்பிய யூனியன் உள்நாட்டிலாகா துணை அமைச்சர் நேற்று பத்திரிகை நிருபர்களிடம் பேசுகையில், மறவர்களும் தாழ்த்தப்பட்டவர்களும் தனித்தனியாக பிரிந்து ஒதுங்கி வாழ்வதால் நிலைமை சீர்பட்டு விடும் என்று கூற முடியாதென்றும் இருவகுப்பாரிடையே நல்லெண்ணம் பரவி நல்லுறவு ஏற்பட்டாலன்றி அமைதி ஏற்படாது என்றார்.

சென்னை, அக்.12 – கலகப்பகுதியான இராமநாதபுரம் ஜில்லா கீழத்தூவல் கிராமத்தில் போலீசார் சுட்டது பற்றி விசாரணை

நடத்துவதற்காக சர்க்காரால் நியமிக்கப்பட்ட ரெவினியூ போர்டு மெம்பர் திரு. எஸ். வெங்கடேஸ்வரன் அவர்கள் விசாரணையை முடித்துக் கொண்டு தமது ரிப்போர்ட்டை சர்க்காரிடம் கொடுத்துள்ளார்.

புதுடில்லி, அக். 14 – இராமநாதபுரத்தில் அண்மையில் நடந்த கலவரம் சம்பந்தமாக தமிழ்நாடு சர்க்கார் நீதிபதியைக் கொண்டு விசாரணை நடத்த வேண்டியதில்லை என்றும், இதற்கு எவ்வித அவசியமிருப்பதாக நமக்குத் தோன்றவில்லை என்றும் இந்திய சர்க்கார் உள் விவகாரங்கள் துணை அமைச்சர் திரு. தத்தார் நேற்று இங்கு நிருபர்களுக்கு அளித்த பேட்டியின் போது மீண்டும் தெளிவுபடுத்தினார்.

சென்னை, அக்.14 – இழந்த தன்மானத்தைப் பெறுவதற்கு ஒருவர் உயிர்விட நேர்ந்தாலும் பரவாயில்லை, அதைவிட 'தியாகம்' வேறொன்றுமிருக்காது என்பதாக யூனியன் ரயில்வே மந்திரி திரு. ஜெகஜீவன்ராம் நேற்று இங்கு நிருபர்களிடம் பேசுகையில் கூறினார்.

டில்லியிலிருந்து இங்கு வந்துள்ள அமைச்சர் திரு. ஜெகஜீவன்ராம் அவர்களிடம் ராமநாதபுரம் மாவட்டத்தில் அண்மையில் நடந்த கலவரத்தைக் குறித்து கேட்டபோது இவர் மேற்கண்ட கருத்தினை வெளியிட்டார்.

இராமநாதபுரம் முதுகுளத்தூர் சம்பவம் பற்றி அமெரிக்கப் பத்திரிகைகள் கண்டனம் வெளியிட்டிருக்கின்றன. அமெரிக்கப் பத்திகையொன்றில் இது குறித்து செய்தி பெரிய தலைப்புடன் வெளியிடப்பட்டுள்ளது.

மதுரை, அக். 20 – இராமநாதபுரம் மாவட்டத்தில் அண்மையில் நடந்த கலவரங்களுக்குச் சாதிவெறி காரணம் என்பதை தாழ்த்தப்பட்டோர் சம்மேளனத்தின் முன்னாள் பொதுச் செயலாளர் திரு பி.என். ராஜ் போஜ் எம்.பி. வெளியிட்டுள்ள அறிக்கையில் குறிப்பிட்டுள்ளார்.

கொழும்பு, அக்.21 – சமீபத்தில் இராமநாதபுரம் மாவட்டத்தில் நடந்த சாதிக் கலவரங்களைக் கண்டித்தும் அனுதாபம் தெரிவித்தும் குடியரசுக் கட்சியின் இலங்கைக் கிளையின் சார்பில் கடந்த 14ம் தேதி இரவு கொள்ளும்பட்டி பெண்கள் கூட்டுறவு மண்டபத்தில் ஓர் பொதுக்கூட்டம் நடைபெற்றது.

சென்னை, அக். 27 - திரு. கே. காமராசர் அவர்களை முதலமைச்சராகக் கொண்டு நடைபெற்று வரும் தமிழ்நாடு அமைச்சரவை மீது நம்பிக்கையில்லை என்று அறிவிக்கும் தீர்மானமொன்றை நேற்று நடைபெற்ற சட்டசபைக் கூட்டத்தில் கம்யூனிஸ்ட் கட்சி உறுப்பினர் திரு. எம். கல்யாண சுந்தரம் கொண்டு வந்தார்.

சென்னை, அக். 28– அண்மையில் இராமநாதபுரம் மாவட்டத்தில் சில பகுதிகளில், நடந்த கலவரங்களைக் குறித்து அமைதியை நிலைநாட்ட சர்க்கார் மேற்கொண்ட நடவடிக்கைகளின் விவரம் பற்றியும் பாதிக்கப்பட்டவர்களுக்கு அளிக்கப்பட்ட நிவாரணம் குறித்தும் ராஜ்ய உள் விவகார அமைச்சர் திரு பக்தவத்சலம் நேற்று சட்டசபையில் ஒரு அறிக்கை வெளியிட்டார்.

பம்பாய், நவ. 25 – 16.11.57ல் பம்பாய் தென் இந்தியா ஆதிதிராவிட மகாசன சங்கத் தலைவர் எஸ்.பி. ஆறுமுகம் அவர்கள் தலைமையில் கணேசர் ஆலய மைதானத்தில் பம்பாய் தென் இந்தியா ஆதிதிராவிட மகாசன சங்கம் தேவேந்திர வேளாளர் சங்கம் சேர்ந்து மாபெரும் கண்டனக் கூட்டம் நடைபெற்றது.

புதுடெல்லி, டிச. 19 – தோழர் என். சிவராஜ் நேற்று பார்லிமெண்டில், ஷெடியூல்டு வகுப்புக் கமிஷனர் அறிக்கையின் மீது விவாதத்தில் ராமநாதபுரம் கலவரம் பற்றி விளக்கினார்.

சென்னை, நவ. 2– ராமநாதபுரம் கலவரம் பற்றி நேற்று சென்னை மேல்சபையில் உள் விவகார அமைச்சர் திரு எம். பக்தவத்சலம் விடுத்த அறிக்கையின் மீது விவாதம் நடந்தது. இரண்டொரு மெம்பர்கள் பேசும் போது பெரியார் அவர்கள் செய்து வரும் பிரசாரத்தைக் குறிப்பிட்டார்கள்.

சென்னை, நவ. 1 – சென்னை அசெம்பிளியில் கடந்த நான்கு நாட்களாக விவாதிக்கப்பட்டு வந்த நம்பிக்கையில்லாத தீர்மானம் நேற்று ஓட்டுக்கு விடப்பட்டதில் படு தோல்வியடைந்தது.

தீர்மானத்திற்குச் சாதகமாக 27 ஓட்டுக்களும் எதிராக 146 ஓட்டுக்களும் கிடைத்தன.

ஓட்டெடுப்புக்குமுன் கண்ணீர்த்துளி கட்சியினர் இவ்வோட்டெடுப் பில் கலந்து கொள்வதில்லையென்று கூறி வெளியேறி விட்டனர். டாக்டர் மதுரமும் திரு எஸ்.பி. ஆதித்தனும் ஓட்டெடுப்பில் கலந்து கொள்ளாமல் நடுநிலைமை வகித்தார்கள்.

திருச்சி, நவ.2 – 29.10.57 அன்று திருச்சி டவுன் ஹால் மைதானத்தில் நடந்த பெரியார் பிறந்த நாள் விழா பொதுக் கூட்டத்தில் தலைமையேற்று புரட்சிக் கவிஞர் பாரதிதாசன் பேசும்போது முதுகுளத்தூர் கலவரம் பற்றிக் குறிப்பிட்டார்.

சென்னை, நவ. 3 – ராமநாதபுரம் கலகம் பற்றிய போலீஸ் அமைச்சர் வெளியிட்ட அறிக்கையைத் திருத்தத்துடன் ஆலோசனைக்கு எடுத்துக் கொள்வதென்று நேற்று சென்னை மேல் சபையில் ஒப்புக் கொள்ளப்பட்டது.

பரமக்குடி, நவ.5 – தாழ்த்தப்பட்ட சமூகத் தலைவர் இமானுவேல் கொலை செய்யப்பட்டது சம்பந்தமாக பரமக்குடி சப் – மாஜிஸ்திரேட் முன் திரு. முத்துராமலிங்கத் தேவர் எம்.பி. உட்பட 18 பேர்கள் மீது குற்றப் பத்திரிகை தாக்கல் செய்யப்பட்டது.

பரமக்குடி, நவ. 22– திரு. முத்துராமலிங்கத்தேவரை ஜாமீனில் விடுதலை செய்ய வேண்டுமென்று கேட்டுக்கொண்ட மனுவின் மீது நேற்று பரமக்குடி மாஜிஸ்திரேட் முன்பு விசாரணைக்கு வந்தது.

பம்பாய், நவ. 13 – 2.11.57 மாலை தாராவி வாழ் தமிழ்மக்களின் சார்பில் இராமநாதபுர மாவட்டத்தில் ஏற்பட்ட சாதிச் சண்டைகளை கண்டித்து திரு எம்.பி. மந்திரமூர்த்தி தலைமையில் கூட்டம் நடைபெற்றது.

சென்னை மாகாண சேம நலக்கமிட்டி மெம்பரும், மதுரை ஜில்லா தாழ்த்தப்பட்டோர் லீக் காரியதரிசியும் மதுரை இராமநாதபுரம் மாநாட்டுக் காரியதரிசியும், மதுரை மீனாட்சி சுந்தரேஸ்வரர் தேவஸ்தானக் கமிட்டி, தர்மகர்த்தாவுமான திரு.பி. மருதையா விடுத்துள்ள அறிக்கை வருமாறு:

அறிக்கையை முழுமையாகப் படித்தாலே அன்றைய சூழ்நிலை முழுமையாகத் தெரியும்.

சென்னை ராஜ்ய சர்க்காருக்கு முதுகுளத்தூர் தாலுகா ஷேமநல சங்கத்தார் 3.5.57ல் அனுப்பிவைத்த மகஜரையும் 'விடுதலை' முழுமையாக வெளியிட்டுள்ளது.

நூற்றுக்கணக்கான சம்பவங்கள் குறித்த செய்திகள் கிடைத் திருக்கின்றன. உதாரணத்துக்காகக் கீழ்க்கண்ட சம்பவங்களைக் குறிப்பிட்டிருக்கிறோம் என்று சொல்லி 50 சம்பவங்களின் பட்டியல் 'விடுதலை'யின் ஒரு பக்க அளவுக்கு இருக்கிறது.

பரமக்குடி, ஜன.2 – பரமக்குடி மாஜிஸ்திரேட் கோர்ட்டில் முத்துராமலிங்கத்தேவர் முதலான 11 பேர் மீது இறுதி குற்றப்பத்திரிகை போலீசாரால் தாக்கல் செய்யப்பட்டது.

சென்னை, ஜன.19 – இராமநாதபுரம் மாவட்டத்தில் கலவரங்கள் காரணமாக வீடிழந்த தாழ்த்தப்பட்டவர்கள், மறவர்களுக்கு நிரந்தர அடிப்படையில் வசதி செய்து கொடுப்பதற்காக ரூ.1,692 லட்சம் செலவிலான திட்டத்துக்கு அரசு அனுமதித்துள்ளது. இதில் மத்திய அரசின் உதவி 50 சதவிகிதம் ஆகும்.

குளித்தலை, அக்.13 – குளித்தலையில் திராவிடர் கழக சார்பில் 5.10.57 அன்று ஓர் பொதுக்கூட்டம் நடந்தது. பெரியார் அவர்கள் நீண்ட நேரம் முதுகுளத்தூர் பற்றிப் பேசினார்.

12.10.57 விசாரணையின் தீர்ப்பு

திரு. முத்துராமலிங்கத்தேவர் அவர்கள் கைது செய்யப்பட்டதை முன்னிட்டு, சென்ற வாரத்தில் மதுரையில் கடையடைப்பு நடந்த தாம்! இந்தக் கடையடைப்பை மேற்பார்வையிடுவதற்காக கம்யூனிஸ்ட் எம்.பி.யும் கண்ணீர்த்துளித் தலைவர் ஒருவரும், காங்கிரஸ் கண்ணீர்த்துளி தலைவரும் ஒரே மோட்டார் காரில் ஊர்வலமாகச் சென்றார்கள் என்று படித்தோம். எவ்வளவு ஒற்றுமை பார்த்தீர்களா? எலியும் பூனையும், நாயும் ஒரே தட்டில் உணவு சாப்பிடுவதைப் போன்ற சர்க்கஸ்!

23.10.57 – முதுகுளத்தூர் பகுதியில் சீரமைப்புத் திட்டம்

முதுகுளத்தூர் தாலுகாப் பகுதிகளில் இரண்டு தேசிய விரிவுத்திட்ட "பிளாக்குகளை ஏற்படுத்த வேண்டுமென்று திரு.காமராசர் அவர்கள் வேண்டிக்கொண்டதை இந்திய சர்க்கார் ஏற்றுக் கொண்டுவிட்டதாக அறிகிறோம். இப்பகுதியில் சிகப்பு நாடாமுறை மூலம் மாதக்கணக்கில் தாமதஞ்செய்யாமல், உடனடியாகச் சீரமைப்பு வேலைகளைத் துவங்க வேண்டுமென்று வற்புறுத்திக் கேட்டுக்கொள்கிறோம்.

11.11.57 – ஆதி திராவிடத் தோழர்களுக்கு!

முதுகுளத்தூர் கலவரத்துக்குப் பிறகு தமிழ்நாட்டிலுள்ள ஆதி திராவிடர்கள் அனைவரும் காமராசர் ஆட்சிக்கு எதிராக உள்ள அரசியல் கட்சிகளை நஞ்சாக வெறுத்து விட்டனர் என்றது தலையங்கம்.

'ஆரியன் உயிர் என்றால் கருப்பட்டி! ஆதி திராவிடன் உயிர் என்றால் களிமண் கட்டி!' என்றது தலையங்கம்.

14.12.61 – சட்டசபையில் கண்ணீர்த்துளிகள் சாதித்ததென்ன? (திரு.கி.வீரமணி எம்.ஏ.பி.எல்)

முதுகுளத்தூர் கலவரம் சம்பந்தப்பட்ட வகையில் போலீசார் எடுத்த நடவடிக்கை குறித்து சாதிக்கட்சியினர் ஆர்ப்பாட்டம் செய்தனர். அதோடு அந்தப் பிரச்னையை வைத்தே மந்திரி சபை மீது நம்பிக்கை இல்லாத் தீர்மானமும் கொண்டு வந்தார்கள்.

இந்த நம்பிக்கையில்லாத் தீர்மானத்தை பிரேரணை செய்தவர் கம்யூனிஸ்ட் கட்சித் தலைவர் திரு எம். கல்யாணசுந்தரம் எம்.எல்.ஏ. அவர்கள். சட்டசபையில் 54வது விதிப்படி, மந்திரி சபை மீது நம்பிக்கை இல்லாத் தீர்மானம் கொண்டுவருவதாயின் ஒரு குறிப்பிட்ட அளவு எண்ணிக்கை உள்ளவர்கள் அதற்கு ஆதரவாக எழுந்து நிற்கவேண்டும்.

தீர்மானத்தை கொண்டுவந்த திரு.எம்.கல்யாணசுந்தரம் எம்.எல்.ஏ.

அவர்களது கட்சியின் (அவரையும் சேர்த்தே) 4 பேர்கள், இதர எதிர்க்கட்சித் தலைவர்களையும் சேர்த்துக் கலந்த பிறகே அவர்கள் ஆதரவு தர முன் வந்தபிறகே – கொண்டு வந்தார்.

1957 அக்டோபர் 25ந் தேதி சட்டசபை ஆரம்பம் கண்ணீர்த் துளிகளின் மூலவர் அவர்களைச் சந்திக்க முடியாததால் 25ம் தேதி அன்று அந்தக் கட்சியரை (சட்டசபையின் உபதலைவர்) திரு அன்பழகன் எம்.எல்.ஏ. அவர்களிடம் கூறி ஒப்புதல் பெற்ற தீர்மானத்தை அன்று சபாநாயகரிடம் சமர்ப்பித்தார் கம்யூனிஸ்ட் தலைவர்.

சபாநாயகர் அவர்கள் 26.10.57 அன்று நம்பிக்கையில்லாத் தீர்மானம் வந்தபோது சட்டப்படி அதைப் படித்து இதற்கு தேவையான அளவு எதிர்க்கட்சி உறுப்பினர்கள் இதை ஆதரிப்பவர்கள் எழுந்து நிற்கலாம் என்று கூறினார். சுமார் 40 பேர் (கண்ணீர்த்துளிகளும் சேர்ந்தே) எழுந்து நின்றனர்.

தீர்மானம் சபாநாயகரால் மதிக்கப்பட்டு விவாதத்திற்கு எடுத்துக்கொள்ளப்படும் என்று கூறினார்.

26ம் தேதி தீர்மானம் கொடுத்ததிற்குப் பின்னால் அதை எப்படி சட்டசபையில் விவாதிப்பது என்று பேசுவதற்காக 27ந் தேதி அன்றைய கா.சீ.க. தலைவர் திரு. வெங்கிடகிருஷ்ணரெட்டியார் அவர்களது வீட்டில் எதிர்க் கட்சிகளது கூட்டம் நடைபெற்றது, கண்ணீர்த்துளி சார்பில் "அண்ணா வர முடியாததால்" என்னை அனுப்பினார் என்று திரு. அன்பழகன் அவர்கள் சொன்னார்.

இந்த நம்பிக்கையில்லாத தீர்மானம் விவாதத்திற்கு வந்த போது க.து. மூலவர் அவர்கள் 30.10.57 அன்று நம்பிக்கையில்லாத் தீர்மானத்தை ஆதரித்து தீவிரமாகப் பேசினார் சட்டசபையில்.

".... என்னைச் சார்ந்தவர்கள் திராவிட முன்னேற்றக்கழகத்தின் உறுப்பினர்கள் இதில் பங்கெடுத்து கொண்டவர்கள் அங்கு ஆதி திராவிட மக்களுக்கு இன்று மட்டுமல்ல நீண்ட நெடுங்காலமாக இழைக்கப்பட்டிருக்கின்ற பெரிய கொடுமைகளை அவர்கள் சகித்துக் கொண்டிருப்பதாகக் கூறினார்கள். அவர்களுக்கு வரக்கூடிய ஆபத்தை முன்கூட்டியே கண்டுபிடிக்க கூடிய வக்கு இல்லாமல் இருக்கின்ற நிலையிலே அதனைச் சட்டப்பூர்வமாக தடுப்பதற்கு, வழி இல்லாமல், இரண்டு பெரிய ஜாதியினரிடையே தீராத பகையை மூட்டிவிட்டார்கள் என்ற காரணத்தினாலே, இந்த அமைச்சர் அவையின் பேரில் திராவிட முன்னேற்றக் கழகத்தின் சார்பில் நம்பிக்கையில்லை என்று நான் தெரிவித்துக் கொள்ளுகிறேன்" (Vol. v.No. 5 Dated 30.10.57 பக்கம் 319).

இவ்வளவு தீவிரமாகக் கண்டித்துப் பேசியபிறகு, ஓட்டெடுப்பு

நேரம் வந்தவுடன் கண்ணீர்த்துளிக்கட்சி மூலவர் எழுந்து நம்பிக்கை யில்லாத் தீர்மானம் கொண்டுவருவதாக எங்களுக்கு உத்தேசமில்லை அன்று துரதிர்ஷ்டவசமாக நான் சட்டமன்றத்தில் இல்லாததால், எனது தம்பிமார்கள் தெரியாமல் எழுந்து நின்று விட்டார்கள். அது தவிர, காமராஜர் மீதும் போலீஸ் மந்திரிமீதும் குறிப்பிட்டுக் குற்றம் சாட்டுவதால் நானும் எனது கட்சியினரும் சபையை விட்டு வெளியேறுகிறோம் என்று கடைசி நேரத்தில் தங்களது துப்பாக்கியை கீழே போட்டனர். எதிர்க்கட்சித் தலைவர்களுக்கு இது மாபெரும் இடியாக இருந்தது.

மூலவர் பேச்சில் (30ந் தேதி பேச்சில்) சுமார் 7 இடங்களில் மந்திரிசபை மீது நம்பிக்கை இல்லை என்று பேசினார். அவ்வளவு தீவிரமாகப் பேசியவர் ஏன் அடுத்த நாள் இவ்வளவு பெரிய "பல்டி"க்கு ஆளானதேன்?

நம்பிக்கையில்லாத தீர்மான வாசகமே "திரு. காமராசர் தலைமையில் இயங்கும் இந்த மந்திரிசபை மீது நம்பிக்கை இல்லை" என்றுதானே குறிப்பிடுகிறது! இதை எப்படி ஒரு பொறுப்புள்ள எதிர்க்கட்சியின் தலைவர் மறந்திருக்க முடியும்? எவ்வளவு நொண்டிச்சமாதானமாகும்?

அதிலும்கூட, அதற்காக தம்பிமார்கள் (அப்போதைய 4 M.L.A. களையும்) இவரது பெருமைக்காக பலியாக்கிக் கொள்ளுவதா? "நான் அன்று சட்டசபைக்கு வராததால் விஷயம் தெரியாமல் எழுந்து நின்று விட்டார்கள்" என்று குறிப்பிட்டதன் மூலம் தனது தம்பிமார்கள் எவ்வளவு ஞான சூன்யர்களாக இருக்கிறார்கள் என்று காட்டிக்கொண்டார்? எவ்வளவு சிறிய கட்சியானாலும் கூட இவ்வளவு மோசமான நிலை அதற்கு இதுவரை சட்டசபையில் உண்டானதுண்டா? எதற்கு ஓட்டுப் போடுகிறோம் என்று தெரியாமல் எழுந்து நிற்பவர்கள் பார்லிமெண்டரி முறை பற்றிப் புரிந்தவர்களாக இருக்க முடியுமா?

அவர்கள்தான் தெரியாமல் எழுந்து நின்றார்கள் என்றால் இவர் ஏன் தீர்மானத்தை ஆதரித்து சண்டமாருதப் பிரசங்கம் செய்ய வேண்டும்? இந்த திடீர் மாற்றத்துக்குக் காரணம் உண்மையில் என்ன வென்று அறிய ஆவல் வாசகர்களுக்கு இருக்கும், அது இதுதான்.

அந்த 15 பேர்களில், கண்ணீர்த்துளி கட்சியில் உள்ள பெண் உறுப்பினர் ஒருவர் பேசுகையில், "ஆதி திராவிட மக்களுக்குப் போதுமான பாதுகாப்புத்தர சர்க்கார் தவறிவிட்டது. மேல் ஜாதிக்காரர்களுக்கு ஆதரவளித்து விட்டது" என்ற கருத்தில், நம்பிக்கையில்லாத் தீர்மானத்தின் அடிப்படையாகிய தேவர் ஆதரிப்பு என்ற தத்துவத்திற்கு எதிராகவே பேசினார்.

அதே போல் மற்றொரு உறுப்பினரான திரு. ஆசைத்தம்பி அவர்களும் நம்பிக்கை இல்லாத் தீர்மானத்திற்கு விரோதமாக எண்ணம் கொண்டிருந்ததோடு, தீர்மானத்திற்கு ஆதரவாக கட்சி ஓட்டுப்போட்டால்தான் நேர்மையாகவே எதிர்த்து ஓட்டுப்போடுவேன் என்று மிரட்டினார் போலும், பிளவு வெளியேற்றம்?

எந்தக் கட்சியிலாவது இப்படிப்பட்ட முக்கியமான ஒரு கட்டத்தில் இப்படி ஒரு இக்கட்டான நிலை தோன்றுவதுண்டா? கண்ணியம் காற்றிலே பறந்தது; கட்டுப்பாடு கடைச்சரக்காயிற்று!

இவர்களின் இந்தப் போக்கு குறித்து ஆத்திரமடைந்த கம்யூனிஸ்ட் தலைவர் திரு.எம்.கல்யாணசுந்தரம் அவர்களும் அவரது கட்சி யினரும், சென்னையிலும் மற்ற ஊர்களிலும் பேட்டை தவறாமல் கூட்டம் கூட்டி க.து.க்கள் பல்டியின் ரகசியத்தை வெளிப்படுத்தினார்.

அதை எடுத்து க.து.க்களும் சமாதான விளக்கங்கள் கூறி கம்யூனிஸ்ட்கள் க.து.க்கள் பித்தலாட்டக்காரர்கள் என்று கூறினார்கள். மூலவர் மொழிந்தார். “புதுமைப்பித்தன் படம் காட்டுவதாகச் சொல்லி “மர்ம வீரன்” படம் காட்டப்பட்டது” என்றார்.

அப்படி, “சொன்னது ஒன்று செய்தது ஒன்று” என்று எதைச் சொல்லுகிறீர்கள்? ஆதாரத்துடன் நிரூபிக்க முடியுமா? என்று திருப்பி கம்யூனிஸ்ட்கள் கேட்டனர். வாயடைத்து நின்றார்கள் க.து.க்கள்.

ஒரு நம்பிக்கை இல்லாத் தீர்மானத்திலேயே கடைசிவரை நிற்கிறவகையில் உடன்பாடு காண இயலாத இவ்விருக்கட்சிகளும் தேர்தலில் உடன்பாடு காணுகிறோம் என்றால், யார் யாரை ஏமாற்றுகிறார்கள் என்று பொருள்?

எதைச் செய்தாவது பதவி தேட வேண்டும் என்பதுதான் இவர்கள் குறிக்கோளே தவிர, கொள்கையைப் பற்றியோ, நாணயத்தைப் பற்றியோ கடுகளவும் கவலைப்படுவதில்லை என்பது ஒரு எடுத்துக்காட்டு அல்லவா?

இதை வாக்காளர் பெருமக்களும் நல்ல வண்ணம் சிந்திக்க வேண்டும்.

எவ்வளவு பக்குவப்படாதவர்களாக இருந்தபோதிலும் கூட கண்ணீர்த்துளிகள் போல அறியாமையின் பிரதிநிதிகளாக வேறு எவர்தான் இருப்பர்? ஒரே கட்சியில் இரண்டு மேற்பட்ட கருத்துக்கள் ஒரு மத்திய பிரச்னையிலேயே என்றால் இதுதானா இவர்கள் சாதனை?

– இப்படி *1957* முதல் *1961* வரை வெளியான விடுதலை இதழில் முதுகுளத்தூர் செய்திகளை மட்டும் கொடுத்தால் பல நூறு பக்கங்களைத் தாண்டும். விரிவான தகவலுக்கு குறிப்பிட்ட தேதி ‘விடுதலை’ நாளிதழ்களைப் பார்க்கலாம்.

அதுவும் மத்திய அமைச்சர் தத்தார் கொடுத்த பேட்டியில் இருக்கும் தகவல்கள், சென்னை மாகாண சேம நலக் கமிட்டி உறுப்பினரும், மதுரை ஜில்லா தாழ்த்தப்பட்டோர் லீக் செயலாளருமான பி.மருதையாவின் அறிக்கையில் உள்ள செய்திகள், சென்னை அரசுக்கு முதுகுளத்தூர் தாலுகா சேம நலச் சங்கத்தார் 3.5.57ல் அனுப்பி இருந்த மனுவில் உள்ள தரவுகள் - இதுவரை வெளிச்சத்துக்குக் கொண்டு வரப்படாதவை. இவை முழுமையாக 'விடுதலை' ஏட்டில் இருக்கின்றன. இப்படிப்பட்ட பெரியாரையா குற்றம் சாட்டுகிறீர்கள்? இன்றைக்கு இணையத்தில் ஒரே ஒரு சொல்லைச் சொன்னால்கூட எந்த மனிதனும் தாக்குதலில் இருந்து தப்ப முடியாது. ஆனால், அந்தக் காலத்திலேயே முழுக்க முழுக்க தாழ்த்தப்பட்டோர் பக்கம் நின்று பக்கம் பக்கமாக செய்தி வெளியிட்ட பெரியாரின் அருமை இவர்களுக்குத் தெரியாமல், புரியாமல் போனது ஏன்? அன்றைக்கு இருந்த தலைவர்கள், அன்றைய அரசியல் கட்சிகளில் இருந்து மாறுபட்ட நிலைப்பாட்டை எடுத்தவர் பெரியார் என்பது அனைவருக்கும் தெரியும். அன்றைக்கு இருந்த பட்டியலினத் தலைவர்கள் செய்த காரியங்களையும், பெரியார் செய்து காட்டிய காரியங்களையும் ஒப்பிட்டுப் பார்த்து ஒரு ஆய்வு, ஒரே ஒரு கட்டுரையை எழுதுவதற்கான முயற்சியையாவது தலித் ஆய்வாளர்கள் மேற்கொள்ளட்டும். அதன் பிறகுதான் பெரியார் செய்த செயலின் வலிமை புரியும்.

பொது வாழ்க்கைக்கு வந்ததில் இருந்தே எதிர்ப்பைச் சந்தித்தவர் பெரியார். அவர் பேசும் போது எதிர்ப்புக் காட்டுவது என்பது சர்வ சாதாரணம். கூச்சல் போடுவார்கள். கத்துவார்கள். கல் எறிவார்கள். கூட்டத்துக்குள் மாட்டை விடுவார்கள். பாம்பு வீசுவார்கள். அவரே ஒரு முறை சொன்னார், 'செருப்படி கூட நான் வாங்கியிருக்கிறேன்' என்று.

94வது வயதில் 98 நாட்கள் வாழ்ந்த பெரியார் 24.12.1973 காலை 7.22 மணிக்கு மறைந்தார். அதற்கு ஒரு மாதத்துக்கு முன்பு மதுரையில் ஒரு கூட்டம். அந்தக் கூட்டத்தில் பெரியாரின் பேச்சுக்கு பலத்த எதிர்ப்பு காட்டப்பட்டது. 20.11.1973 தேதியிட்ட 'விடுதலை' நாளிதழ் தலைப்புச் செய்தி இது.

மதுரையில் திட்டமிட்ட சுயநலமிகளின் ஜாதிவெறியர்களின் விபீடணக்கும்பலின் எதிர்ப்பு முயற்சி முறியடிப்பு. தந்தை பெரியாரின் கூட்டத்தில் காலித்தனம் செய்ய முயன்றவர்களை எதிர்த்து தன்மானத் தமிழர்கள் கிளர்ந்தெழுந்தனர். எதிர்ப்பைத் தகர்த்தெறிந்து மேலும் 45 நிமிடம் பேசினார் தந்தை.

இதுதான் 8 வரி தலைப்பு.

19.11.73 அன்று மதுரை கூட்டத்தில் பேசினார் பெரியார்:

ஜாதிகளைக் காப்பாற்றும் இந்த (இந்திய) ஆட்சி மதச்சார்பற்ற ஆட்சி அல்ல. இந்த ஆட்சியின் நிலையையும் இழிவையும் நம்மக்கள் புரிந்து கொள்ளாததற்குக் காரணம், அவரவர் தன் தன் ஜாதியைப் பெருமையாக நினைத்துக் கொண்டு தான் சூத்திரனாக ஆக்கப்பட்டுள்ளதை உணராததே காரணமாகும்.

உதாரணமாக வன்னியர், நாடார் முதலானவர்கள் தங்களைச் சத்திரியர் என்று புராணக் கதைகளின்படி கூறிக்கொள்கிறார்கள். சக்கிலியர், அருந்ததியர் குலமென்றும் பள்ளர்கள் தேவேந்திர குல வேளாளர் என்றும் பட்டு நூல்காரர்கள் சௌராஷ்டிர பிராமணாள் என்றும் தெலுங்கு கன்னடிய நாயுடுகள் தாங்கள் ராஜ வம்ச சத்திரியர்கள் என்றும் பெருமையாகக் கூறிக் கொள்கிறார்கள்.

அதைப் போலவே கள்ளர், மறவர், அகமுடையார் என்று முக்குலத்தோர் என்பவர்களும் தங்களை இந்திர வம்சம் என்றும் பெருமையாகக் கூறிக் கொள்வார்கள். இப்படிப் கூறிக்கொள்ள ஆதாரங்களும் இருக்கின்றன. இப்படி சரித்திர ஆதாரப்படியும் புராணக்கதைகளின் படியும் தேவர்களைக் (பார்ப்பனர்களை) காப்பாற்றவும், அசுரர்களை (திராவிடர்களை) அழிக்கவும் தோன்றியதாக இருக்கிற இழிவை நம் மக்கள் உணருவதில்லை. எடுத்துக்காட்டாக முக்குலத்தோர் பிறப்பைப் பற்றி பார்ப்பனர்கள் எழுதிய இழிவான கதைகளை அப்பார்ப்பனர்களே தொகுத்துக் கொடுத்து அதைப் பார்ப்பன அதிகாரிகளும் வெள்ளைக்கார கலெக்டருமே (தர்ஸ்ட்டன் Thurston) அரசாங்க ஆதாரமாக வெளியிட்டு உள்ளார் என்ற பெரியார், அந்தப் பகுதிகளை, “தோழர் ஆனைமுத்து வாசிப்பார்” என்கிறார். ஆனைமுத்து அந்தப் பகுதியை வாசிக்கிறார்.

அதன்பிறகு பேசிய பெரியார், “இந்த இழிவான ஆதாரங்களை வெறுத்து ஒதுக்குவது மானமுள்ள தமிழரின் கடமை அல்லவா? அதற்காகத்தானே நாங்கள் பாடுபடுகிறோம்?” என்கிறார்.

அப்போது சிலர் மேடையை நோக்கிக் கல் வீசினார்கள். பெரியார் ஒழிக, முக்குலத்தோரை இழிவுபடுத்தாதே என்று முழக்கம் போட்டார்கள். அந்த இடத்தில் கூச்சலும் குழப்பமும் ஏற்பட்டது.

அப்போது பெரியார், “முக்குலத்தோரையும் நாடாரையும் நாயுடுவையும் வன்னியரையும் இழிவாக நானோ, என் தோழர்களோ கூறவில்லை. பார்ப்பான் எழுதிய ஆதாரம்

தான் அப்படிச் சொல்கிறது. தமிழ்ப் பெருமக்கள் இந்த உண்மையைப் புரிந்து கொள்ள வேண்டும்" என்று பேசினார்.

கூச்சல் போட்டவர்கள் வெளியேறிய பிறகு பெரியார் மீண்டும் பேசினார். அதன் பிறகு 45 நிமிடம் பேசியதாகவும் இரவு 10.30 மணிக்கு கூட்டம் முடிந்ததாகவும் 'விடுதலை' கூறுகிறது. இக்கூட்டத்தில் கலவரம் செய்த நான்கு பேர் கைது செய்யப்பட்டதாகவும், அவர்களை பார்வர்டு பிளாக் சட்டமன்ற உறுப்பினர் ஜாமீனில் விட வலியுறுத்தியதாகவும் தெரிகிறது என்றும் 'விடுதலை'யில் செய்தி வெளியாகியுள்ளது. பெரியார், யாருக்கு எதிரி என்பது தெரிய வேண்டியவர்களுக்கு இதன் மூலம் தெரிய வேண்டும்.

சுய சாதிப் பெருமைதான், பிற சாதிகளை இழிவாகப் பார்க்கும் தன்மைக்குக் காரணம் என்று நினைத்த பெரியார், "சாதியைக் கூட ஒழித்து விடலாம். சாதிப் பெருமையை ஒழிக்க முடியாது" என்றார். மனதில், ரத்தத்தில் ஊறிவிட்டது என்று நினைத்தார். அதனால் தான் உயர்சாதி பெருமைகளை, கிண்டல் செய்தார் விமர்சித்தார்.

"சூத்திரர் என்று நாம் இழிவுபடுத்தப்பட என்ன காரணம் என்றால், தங்களுக்கு கீழ் ஒருவர் இருப்பதாக நினைத்துக்கொண்டு அவர்களைத் தாழ்த்திய பாவம்தான்" என்று காரைக்குடி ஜில்லா முதலாவது காங்கிரஸ் அரசியல் மாநாட்டில் 1925ல் பேசும் போதே பெரியார் சொன்னார். (கு.அ.21.6.1925) அதாவது, 1925ல் காரைக்குடியில் பேசியது முதல், 1973ல் மதுரையில் பேசியது வரை பெரியாரின் பிரச்சாரம் என்பது உயர் சாதி எதிர்ப்புப் பிரச்சாரமே!

உயர் சாதி எதிர்ப்புப் பிரச்சாரத்தை உயர்சாதி மக்களிடமே பேசியதில்தான் பெரியாரின் துணிச்சலும் நேர்மையும் அடங்கி இருக்கிறது! அவருக்கு முன்னே பலரும் சாதியை எதிர்த்துப் பேசி இருக்கலாம். எழுதி இருக்கலாம். உயர்சாதியினர் கூட்டத்தில், அவர்களது மாநாட்டில், அவர்களே அதிகமாக இருக்கும் ஊரில், அவர்களை மீறி விமர்சித்திருப்பவர்களா? இதைச் செய்ததாலேயே அவர் பெரியார்!

16. யாருக்கான பெரியார்

நமது குடி அரசு பத்திரிகை பஞ்சமர்களென்று சொல்லப் படுவோருக்கும், பஞ்சமர்களால் நடத்தப்படும் வாசகசாலை முதலிய பொது ஸ்தாபனங்களுக்கும் பாதி சந்தா முன்பணத்திற்கு அனுப்பப்படும்.

(அதாவது, வருடம் ஒன்றுக்கு ரூபாய் ஒன்றரை).

– கு.அ. 9.8.1925

– பெரியார் யாருக்கான பெரியார் என்று தெரிகிறதா?

புலவர் சோ. இமயவரம்பன், 'மாட்டுக் கொட்டிலில் மகத்தான விருந்து' என்ற ஒரு கட்டுரை எழுதினார். ஈ.வெ.ராமசாமியை ஏன் பெரியார் என்று அழைக்கிறோம் என்பதற்கு அந்த ஒரு நிகழ்வு போதும். இதோ இமயவரம்பன் எழுத்தில் முழுமையாக :

தந்தை பெரியார் அவர்களுக்கு ஏர்க்காடு கடை வீதியில் ஓர் சிறிய பங்களா இருப்பது பலருக்கும் தெரியும். நாம் இங்கு கூறப்போகும் சம்பவம் அந்த வீடு வாங்கப்படாத காலத்தில் நடந்தது. அதாவது சற்றேறக்குறைய முப்பத்தைந்து ஆண்டுகளுக்கு முன்பாக நடந்தது.

ஏர்க்காட்டிலே...

தந்தை பெரியார் அவர்கள் வெய்யில் காலங்களில் ஏர்க்காடு வருவதனால் சிறு வாடகை வீடு அமர்த்திக் கொண்டுதான் தங்குவது வழக்கம். ஒரு தடவை மின் வசதி கூட இல்லாத வீட்டைப் பிடித்துத் தங்கினார்கள். தங்கி இருந்த வீட்டைச்சுற்றி, மிக்க ஏழ்மையில் உழலும் தாழ்த்தப்பட்ட மக்களே பெரிதும் சிறு, சிறு குடிசைகளில் வசித்தனர். அனேகமாக ஏர்க்காட்டில் அப்படிப்பட்ட மக்கள்தான் மிகுதியாக அன்று வசித்தார்கள். சிலர் மாடு கன்றுகளை வைத்துப் பால் கறந்து பிழைத்து வந்தனர்.

தந்தை பெரியார் அவர்கள் ஏர்க்காட்டில் வந்து தங்கி இருக்கின்ற

செய்தி நகரில் பரவி விட்டது. தினம் காலை முதல் இரவு வரையில் ஏராளமானோர் தந்தை பெரியார் அவர்களைக் கண்டு வணக்கம் செலுத்தி அளவளாவிச் சென்ற வண்ணம் இருந்தனர்.

இரண்டு, மூன்று தினங்களுக்குப் பிறகு சில இளைஞர்கள் அய்யா அவர்களைச் சந்தித்து "இவ்வூர் மக்கள் தங்கள் அறிவுரையினைக் கேட்க மிக்க ஆவல் உள்ளவர்களாக இருக்கின்றார்கள். நாங்கள் ஓர் கூட்டம் ஏற்பாடு செய்கின்றோம். அய்யா அவர்கள் எங்கள் வேண்டுகோளை ஏற்று வந்து பேச வேண்டும்" என்று வேண்டிக் கொண்டனர்.

"ஆகா! அப்படியா மிக்க மகிழ்ச்சி. போய் ஏற்பாடு பண்ணுங்கள் அவசியம் கலந்து கொள்கின்றேன்" என்று கூறினார்கள்.

வந்த தோழர்களும் அய்யாவிடம் விடை பெற்றுக்கொண்டு சென்று கூட்டத்திற்கு ஏற்பாடு செய்தனர்.

கூட்டம் ஏரிக்கரையருகே இருந்த மைதானத்தில் ஏற்பாடு செய்யப்பட்டு இருந்தது. ஏர்க்காடு நகர மக்களே ஒருசேர ஓர் இடத்தில் திரண்டு விட்டார்கள் என்று சொல்லும் வண்ணம் ஆண்களும், பெண்களும் மிகத் திரளாகக் குழுமி இருந்தனர்.

தந்தை பெரியார் கடவுள், மதம், ஜாதி ஆகியவைகள் ஒழிக்கப்பட வேண்டிய அவசியம் பற்றியும், அவைகளால் விளைந்துள்ள கேடுகள் பற்றியும், மற்றும் சமுதாய ஏற்றத்தாழ்வுகள், மூட நம்பிக்கைகள் ஆகியவைகள் ஒழிக்கப்பட வேண்டிய அவசியம் பற்றியும் விளக்க உரையாற்றிக் கொண்டே வரலானார்.

கூட்டத்தில் திடீர் கேள்வி!

ஏற்கனவே நான்கு, அய்ந்து நாட்களாக மக்கள் ஆண்களும், பெண்களுமாகக் கூட்டம் கூட்டமாக தந்தை பெரியார் அவர்கள் தங்கியிருந்த இடத்திற்குச் சென்று அய்யா அவர்களைக் கண்டு களித்து அளவளாவி வருவது கண்டு பொறாமை அடைந்து இருந்த காங்கிரஸ்காரர்கள், கூட்டத்தில் தங்களின் கைப்பாவையான இரண்டொரு அப்பாவிகளைப் பிடித்து கூட்டத்தின் நடுவே எழுந்து கேள்வி கேட்குமாறு தூண்டி விட்டுவிட்டு தாங்கள் தூரவே இருந்து கொண்டனர்.

கூட்டத்தில் ஒருவர் திடீர் என்று எழுந்து "அய்யா, இப்படி எல்லாம் பேசி மக்களைக் கெடுத்துவிட்டுப் போகவா இங்கு வந்திருக்கின்றீர்கள்? சாதி கூடாது, மதம் கூடாது, உயர்வு தாழ்வு கூடாது என்று கூறுகின்றீர்களே, அது எப்படி முடியும்? கையில் உள்ள அய்ந்து விரல்களுமா ஒரே மாதிரியாகவா உள்ளன? எனவே எல்லாச் சாதி மக்களும் எப்படி ஒன்றாக முடியும்? சமுதாயத்தின் ஏற்றத் தாழ்வைத்தான் எப்படி ஒழிக்க முடியும்? அது நம்ம கையிலா

உள்ளது? ஆண்டவன் கட்டளையினை மாற்ற நீங்கள் யார்? சாதி கூடாது, மதம் கூடாது என்று மேடையிலே பேசுகின்றீர்களே, நாளை உங்கள் வீட்டுப் பெண்ணை ஒரு தாழ்த்தப்பட்ட வாலிபனுக்குத் திருமணம் செய்து கொடுக்க முன் வருவீர்களா?" என்று கேட்டார்.

தந்தை பெரியார் அவர்கள் அந்தத் தோழரைப் பார்த்து "அய்யா, பெண் விரும்பி இப்படி மணம் செய்து கொள்ள முன்வந்தால் கண்டிப்பா நான் தடுக்க மாட்டேன், மனமுவந்து செய்து வைப்பேன். ஆனால், எனக்குப் பெண்ணோ, பையனோ இல்லையே! ஆகவே, நான் அந்தக் கருத்துக்கு உடன்பாடு உடையவனே ஒழிய, நான் என்றுமே எதிர்க்க மாட்டேன்" என்று சொன்னார்.

உடனே கேள்வி கேட்டவர் "உங்களுக்கு பெண் இல்லை என்றால், உங்களுடைய அண்ணனுக்குப் பெண், பிள்ளைகள் இருக்கின்றனவே அவர்களுக்குச் செய்து வைப்பதுதானே?" என்று கேட்டார்.

அய்யா அவர்கள், "முதலிலே என்னுடைய பிள்ளைகளே இருந்தால் என் பேச்சை கேட்குமா என்பதே உறுதி இல்லாதபோது அண்ணன் குடும்பத்தையோ, உறவினர் குடும்பத்தையோ பற்றிச் சொல்ல நான் தயாராக இல்லை. மக்கள் எல்லாம் அறிவுள்ளவர்களாக ஆக்கி இந்தக் கருத்தைப் புகுத்த வேண்டும் என்பதுதான் என்னுடைய பணியே தவிர, கட்டாயப்படுத்தி புகுத்துவதல்ல. யாராக இருந்தாலும் சரி கட்டாயப்படுத்தி இப்படி புகுத்தக்கூடிய காரியம் அல்ல.

எனவே, மக்களுடைய அறிவினைப் பண்படுத்தி அதன் மூலம் மக்கள் உணர்ந்து அந்தக் காரியத்தை மக்களாகச் செய்ய வேண்டுமென்பதுதான் எங்களுடைய வேலை. அதற்காகத்தான் நான் பாடுபடுகின்றேன். அதற்கு வேண்டிய காரண காரியங்களை எல்லாம் தான் நான் எடுத்துச் சொல்லி வருகின்றேன். மக்கள் அவர்கள் புத்தியினை திருத்தி இத்தகைய பணியில் ஈடுபட வேண்டும்.

ஆனால், எனக்கு என்று ஒரு பெண்ணோ, பிள்ளையோ இருக்குமேயானால், கூடுமான வரையில் அவர்கள் அறிவினைப் பயன்படுத்தி என்னுடைய வழியிலேதான் செய்ய பெரிதும் முயற்சிப்பேன்" என்று சொன்னார்.

அதற்கு அவர், "அது போகட்டும், நீங்களே உங்கள் மனசாட்சிப்படி சொந்தமாக முடிவெடுக்கக்கூடிய ஒன்றினைக் கேட்கின்றோம். செய்வீர்களா" என்று கேட்டார். அய்யா அவர்கள் அதற்கு, "நீங்கள் எது கேட்டாலும் நானாகச் சொந்தமாக முடிவெடுத்துச் செய்யக்கூடிய காரியமாக இருந்தால் செய்வதற்குத் தயாராக இருக்கின்றேன்" என்றார்கள்.

அதற்கு கேள்வி கேட்டவருக்குத் துணையாக நின்று கொண்டு இருந்த ஒருவர் "சாதி கூடாது, மதம் கூடாது, எல்லோரும் சமத்துவமாக

பழக வேண்டும் என்று கூறுகின்றீர்களே! தாழ்த்தப்பட்டவர்களாகிய எங்கள் வீட்டில் நாளைக்கு நீங்கள் சாப்பிட வருவீர்களா?" என்று கேட்டார்.

தந்தை பெரியார் அவர்கள் சிரித்துக் கொண்டே பதில் சொன்னார். "அய்யா, மிக்க நன்றி, நான் யார் வீட்டிலே வேண்டுமானாலும் சாப்பிடத் தயாராக இருக்கின்றேன். நாக்குக்கு ருசியாகவும், மூக்குக்கு மணமாகவும் யார் சாப்பாடு போட்டாலும் நான் சாப்பிடுவேன். நீங்கள் சொல்லும் வீட்டில் தாராளமாகச் சாப்பிட வருகின்றேன். எப்போது வரவேண்டும்? என்றைக்கு வரவேண்டும்?" என்று கேட்டார்கள். கேள்வி கேட்டவரோ திகைத்துப் போய் நின்று விட்டார்.

அந்தக் காலத்தில் இப்படி அய்யா அவர்கள் கூறியது அவர்களுக்குப் புதியதாகவும், அதிசயமாகவும் பட்டது. அவர்கள் மிகவும் ஆச்சரியப்பட்டு விட்டார்கள்.

உடனே, ஏராளமான தாழ்த்தப்பட்டத் தோழர்கள் எழுந்து, "அய்யா நீங்கள் எங்கள் வீட்டுக்கு வாருங்கள்! எங்கள் வீட்டுக்கு வாருங்கள்!" என்று உணர்ச்சி மேலிட்டவர்களாக அய்யா அவர்களுக்கு அழைப்பு விடுத்தார்கள்.

அய்யா அவர்கள் வேடிக்கையாகக் கூறினார்கள். "எல்லார் வீட்டுக்கும் வருவதானாலும் தினம் ஒரு வீட்டுக்கு வருகின்றேன். எனக்கு சாப்பாட்டுச் செலவு மிச்சமாயிற்று.

ஆனால், நீங்கள் உங்களுக்குள்ளாகவே முடிவு பண்ணிக்கொண்டு யார் வீட்டுக்கு வர வேண்டும், என்றைக்கு வர வேண்டும் என்பதைக் கூறுங்கள் வருகின்றேன்.

இன்னொன்றும் சொல்கின்றேன். நான் வருவதாக இருந்தால், நான் மட்டும் தனியாக வர முடியாது. மணியம்மையார் மற்றும் நான்கைந்து பேர்களாவது கூட வருவார்கள்.

உங்களுடைய நிலைமைக்கு இத்தனை பேருக்கும் உணவு போட வசதி இருக்காது. இதற்கு நான் ஓர் வழியும் சொல்கின்றேன். தாராளமாக நீங்கள் இன்னும் எத்தனை பேருக்கு வேண்டுமானாலும் ஏற்பாடு செய்யுங்கள். நான் வேண்டுமானால் அரிசி, பருப்பு செலவுக்கு பணம் ஆகியவைகளும் கொடுக்கின்றேன்.

நீங்களே சமைத்து உங்கள் இடத்திலேயே போடுங்கள். உங்கள் கஷ்ட நிலைமையை நன்றாக உணர்ந்து இருக்கின்ற காரணத்தினால் சொல்லுகின்றேன்.

நான் கொடுத்துச் செய்யச் சொல்லுகின்றேன் என்பது தங்களுக்கு இழுக்கு என்று தயவுசெய்து கருத வேண்டாம். மீண்டும்

ப. திருமாவேலன் | 363

சொல்லுகின்றேன். உங்கள் நிலையினை அறிந்து சொல்லுகின்றேன். ஏனென்றால், உற்சாகத்தில் நீங்கள் சாப்பாடு போடுவதாக ஒப்புக் கொண்டு வீட்டுக்குச் சென்று தடுமாற வேண்டாம். ஆகவேதான் சொல்லுகின்றேன்" என்று கூறிவிட்டு மேடைக்கு பின்புறத்தில் அமர்ந்து இருந்த அன்னை மணியம்மையார் அவர்களை அழைத்து "அம்மா, நாளைக்கு இவர்கள் வருவார்கள். எத்தனை பேருக்கு சாப்பாடு செய்கின்றார்களோ அதற்குத் தேவையானவைகளை எல்லாம் கொடுத்து விடு" என்றார்.

பிறகு கூட்டம் தொடர்ந்து நடைபெற்றது. தந்தை பெரியார் அவர் களின் அறிவுரையினைக் கேட்டுவிட்டு அனைவரும் வீடு சென்றனர்.

அடுத்த நாள் இரண்டு மூன்று ஆண்கள், அவர்கள் வீட்டுப் பெண்கள் இரண்டொருவருமாக அய்யாவின் இருப்பிடத்திற்கு வந்து "நாங்கள் சுமார் 20, 25 பேர்களுக்கு சமைக்கலாம் என்று இருக்கின்றோம்.

இந்த ஊரில் உள்ள பெரியவர்களை எல்லாம் கூப்பிட்டுப் பார்க்கின்றோம். யார் யார் வருகின்றார்கள் என்று பார்த்து விடுவதாக உள்ளோம். தங்களைப்பற்றி எங்களிடம் தவறான கருத்துக்களைச் சொல்லி வைத்தவர்களுடைய வண்டவாளமும் இதில் இருந்து விளங்கிவிடும்.

அய்யா, நீங்களும் உங்களைச் சார்ந்தவரும் அவசியம் வரவேண்டும்" என்று அழைத்துவிட்டு அம்மா அவர்கள் தயாராக வாங்கி வைத்து இருந்த அரிசி, பருப்பு, காய்கறிகள் மற்றைய தேவையான பண்டங்களையும் பெற்றுச் சென்றார்கள்.

சாப்பாடு இரவு வேளைக்கு வைத்து இருந்தார்கள். அய்யா அவர்களோடு தந்தை பெரியார் அவர்களிடம் செயலாளராக இருந்த காலஞ்சென்ற அமைச்சர் திரு. என்.வி. நடராஜன், சேலம் பிரபல வியாபாரியும் தந்தை பெரியாரிடம் நெருங்கிய நட்பு பூண்டிருந்தவருமான காலஞ்சென்ற திரு. ரோ.சு. அருணாசலம், அம்மா மற்றும் இரண்டொருவருமாகச் சென்றார்கள். விருந்து நடந்தவிடம் ரோட்டில் இருந்து பள்ளத்தில் இறங்கி சந்து வழியாக உள்ளே போக வேண்டும். கீழே மாட்டுக் கொட்டகைகள் நிறைய மாடுகள் கட்டக்கூடிய இடம் அது. ஏர்க்காடு மலைப் பிரதேசம் ஆனபடியால் குளிர் அதிகம். வெய்யிலும் அதிகம் அடிக்காது. ஆகவே, அங்கு மாட்டுச் சாணங்கள், மூத்திரங்கள் எல்லாம் சீக்கிரத்திலே காயாது. அதனாலே ஈரம் எப்போதும் சொத சொத என்று இருந்து கொண்டே இருக்கும்.

வசதியற்ற சூழ்நிலையில் வசித்த அவர்கள் அன்பின் மிகுதியால் தங்கள் குடிசையிலேயே சாப்பாடு, கோழி எல்லாம் செய்து

வைத்துவிட்டு பரிமாறுவதற்கு வசதி இல்லாததினால் பக்கத்தில் இருந்த மாடுகளை எல்லாம் வேறு இடத்துக்குக் கொண்டுபோய் கட்டிவிட்டு, மாட்டுக் கொட்டிலில் இருந்த மாட்டுச்சாணம் கும்பிகளை எல்லாம் வழித்து எடுத்து சுத்தம் செய்துவிட்டு, அதன் மேலே மணலைத் தூவி அதன் மேல் வைக்கோலைப் போட்டு அதன் மேலே ஏதோ தங்களிடம் இருந்த தடுக்குகளை எல்லாம் பரப்பி அதன் மீது இலைகளைப் போட்டுப் பரிமாறி அவர்களையெல்லாம் உட்கார வைத்தார்கள்.

என்னதான் அவர்கள் இடத்தைச் சுத்தம் செய்து மண்ணைக் கொட்டி வைக்கோல் போட்டு இருந்தாலும் காலை வைத்தால் உள்ளே அமுங்குகின்றது. ஏன் என்றால் நீண்ட நாட்களாகவே அவைகள் ஊறிக்கொண்டு இருந்த இடம் ஆயிற்றே. எவ்வளவுதான் அவர்கள் கும்பிகளை எல்லாம் வழித்துச் சுத்தம் செய்திருந்த போதும் அந்தத் துர்நாற்றத்தில் இருந்து தப்பிக்கவே முடியவில்லை.

விருந்தும் பரிமாறப்பட்டு விட்டது. ஒரு பக்கம் துர்நாற்றம், இன்னொரு பக்கம் உட்கார்ந்த இடத்தில் இருந்து ஜில் என்று ஈரம் ஏறுகின்றது. இரவு நேரமானபடியால் குளிரோ தாங்க முடியவில்லை.

அந்தக் காலகட்டமோ அம்மா அவர்கள் அப்போதுதான் அய்யாவிடம் தொண்டு புரிவதற்காக வந்து சேர்ந்த புதிது. அம்மா அவர்கள் மிகத் துடிப்பாகப் பணியாற்றுபவர் என்ற போதிலும் அம்மா அவர்களுக்கே அது ஒரு புதிய அனுபவமாக அமைந்து விட்டது. “என்னால் அன்று அந்த நாற்றம், ஈரம், குளிர் முதலியவைகளை தாங்கிக்கொள்ள முடியாதவளாகி, குமட்டலும், வாந்தியும் ஏற்படும்படி ஆகிவிட்டது” என்று அம்மா அவர்களே கூறியுள்ளார்கள்.

அம்மா அவர்கள் இலையில் வைக்கப்பட்ட சாப்பாட்டினைச் சாப்பிடுவதுபோல் பாவனை செய்து கொண்டும், யாரும் பார்க்காதபோது கொஞ்சம் கொஞ்சமாக இலைக்கு அடியிலே எடுத்து வைத்துக் கொண்டும் இருந்தார்கள்.

இதனை எப்படியோ பார்த்துவிட்ட தந்தை பெரியார் அவர்கள் “சாப்பிடு அம்மா, சாப்பிடு அம்மா!” என்று சொல்லிக் கொண்டு அம்மா அவர்கள் கீழே வைத்து இருந்த சாப்பாட்டை எல்லாம் அவரது இலையிலேயே அள்ளி அள்ளிப் போட்டார். அம்மா அவர்களோ சாப்பிட்டால் வாந்தி வந்துவிடும் என்ற நிலை ஏற்பட்டதால் சாப்பிடாமல் தயங்கித் தயங்கிக் கொண்டு இருந்தார்கள்.

அய்யா அவர்கள் அந்த வீட்டுக்கார அம்மாவைப் பார்த்து (அந்த அம்மா பெயர் மங்காணி), “மங்காணி கொஞ்சம் குழம்பு கொண்டு வா அம்மா!” என்று கூறினார்கள். அந்த அம்மாவும் வீட்டிற்குள் குழம்பு எடுக்கச் சென்று விட்டார்கள்.

தந்தை பெரியார் அவர்கள் அம்மா பக்கம் திரும்பி கன்னத்தில் ஓங்கி ஓர் அடி கொடுத்தார். அவ்வளவுதான். அந்த அம்மா குழம்பை எடுத்துக் கொண்டு திரும்பி வருவதற்குள்ளாக இலையில் இருந்த சோறு, கறி எல்லாம் உள்ளே போய்விட்டது.

பக்கத்தில் உள்ள இலையில் சாப்பிட்டுக் கொண்டு இருந்த திரு. என்.வி. நடராஜன் அவர்களும், திரு. ரோ.சு. அருணாசலம் மற்றவர்களும் கபக், கபக் என்று அவர்களும் சாப்பிடத் தொடங்கினார்கள்.

அம்மா அவர்கள் அந்த நிகழ்ச்சியினைப் பற்றிக் குறிப்பிடும் போது "பக்குவப்படாத அந்தக் காலத்தில் பட்ட அந்த அடி எனக்கு என்றென்றைக்கும் உதவும்படியான பல படிப்பினைகளை எல்லாம் தந்தது" என்று பல தடவைகள் குறிப்பிட்டு உள்ளார்கள்.

– பெரியார் தான் சொல்லிய சொல்லுக்கும் செய்த செயலுக்கும் எந்த வேறுபாடும் இல்லாமல் வாழ்ந்த தலைவர் என்பதற்கு உதாரணமான நிகழ்வு இது.

பெரியார், 'யாருக்குப் பெரியார்' என்று தெரிகிறதா?

1937ம் ஆண்டு பழைய தஞ்சை மாவட்டத்தில் காங்கிரஸ் சார்பில் 'தென் தஞ்சை ஜில்லா காங்கிரசின் 3வது அரசியல் மாநாடு' நீடாமங்கலத்தில் நடந்தது. மாகாண காங்கிரஸ் அமைச்சர் யாகூப் ஹாசன் திறந்து வைத்த இந்த மாநாட்டின் தலைவர் ஓமந்தூர் ராமசாமி ரெட்டியார். வரவேற்புக் குழுத் தலைவராக இருந்து அதனை முன்னின்று நடத்தியவர் நீடாமங்கலம் பெருநிலக்கிழார் டி.கே.பி. சந்தான ராமசாமி உடையார்.

மாநாட்டில் சமபந்தி விருந்துண்ணல் நடந்தது. இதில் அனைவரும் கலந்து கொள்ளலாம் என அறிவிக்கப்பட்டது. அங்கு வேடிக்கை பார்க்க நின்று கொண்டிருந்த விவசாயக் கூலித் தொழிலாளிகளான தாழ்த்தப்பட்ட சமூகத்து மக்களும் இந்த விருந்தில் உட்கார்ந்தார்கள். இதைப் பார்த்த சிலர், பொறுக்காமல் அவர்களைத் தாக்கினார்கள். இந்த விவசாயக் கூலிகள் எந்தப் பண்ணையில் வேலை பார்க்கிறார்களோ அவர்களுக்கு மறுநாள் தகவல் தரப்பட்டு, அங்கும் தண்டிக்கப்பட்டார்கள். மரத்தில் கட்டி வைத்து உதைத்தும், மொட்டை அடித்தும், சாணிப் பாலை வாயில் புகட்டியும், கரும்புள்ளி செம்புள்ளி குத்தி ஊர்வலம் விட்டும் அவர்கள் இழிவுப்படுத்தப்பட்டனர். சுமார் 20 பேர் இத்தாக்குதலுக்கு உள்ளானார்கள். தேவசகாயம், ரெத்தினம், ஆறுமுகம் ஆகியோர் இவர்களுள் குறிப்பிடத்தக்கவர்கள்.

நீடாமங்கலம் நிகழ்வை வெளிச்சத்துக்கு கொண்டு வந்தது குடி அரசும், விடுதலையுமே. 'ஹரிஜனங்களுக்கு காங்கிரஸ் மரியாதை – பந்தியில் இருந்து சாப்பிட்டவர்களுக்கு அடி, தலைமயிர் மொட்டை, சாணி அபிஷேகம், தென் தஞ்சை அரசியல் மாநாடு அலங்கோலம்' என்று 'விடுதலை' செய்தி வெளியிட்டது. நீடாமங்கலம் சுயமரியாதை இயக்கத் தலைவர் அ. ஆறுமுகம், பெரியாருக்கு இந்தத் தகவலை தந்தி மூலம் தெரிவிக்கிறார். 'விடுதலை' ஆசிரியர் குழுவில் இருந்த அ. பொன்னம்பலனாரை பெரியார் நீடாமங்கலத்துக்கு அனுப்புகிறார். பின்னர் நீடாமங்கலம் சென்ற பெரியாரிடம் அவ்வூரைச் சேர்ந்த தாழ்த்தப்பட்டத் தோழர்கள் கையெழுத்திட்டு ஒரு முறையீடு தருகிறார்கள். அது விடுதலையில் வெளியானது. தனக்கு நடந்த கொடுமைகளை விளக்கி தேவசகாயம் அனுப்பிய கடிதம் 17.1.1938 'விடுதலை'யில் வெளியானது. ஆறுமுகம், ரெத்தினம், தேவசகாயம் ஆகியோர் படத்தை 'குடி அரசு' தனது அட்டையில் வெளியிட்டது.

இவர்களால் அந்த ஊரில் இருக்க முடியவில்லை. எனவே, ஈரோடு வந்து பெரியாரின் பாதுகாப்பில் இருந்தார்கள். தூத்துக்குடிக்கு 13.2.1938 அன்று ஈரோட்டில் இருந்து மோட்டார் காரில் வந்த பெரியாருடன் இவர்களும் வந்துள்ளார்கள். 'எதிரிகள் ஈரோட்டில் இருக்கிறார்கள்' என்று டி.கே.பி.எஸ். உடையார் புகார் தந்துள்ளார்.

நீடாமங்கலத்தில் நடந்ததென்ன? என்ற தலைப்பில் ஈரோட்டில் பொதுக்கூட்டம் நடந்தது. வன்முறையால் பாதிக்கப்பட்ட தேவசகாயமும் இதில் கலந்துகொண்டு பேசினார். தேவசகாயம் பேச்சு விடுதலை, குடி அரசுவில் வெளியானது. சேலம் பொதுக் கூட்டத்திலும் இவர்கள் கலந்து கொண்டார்கள். தஞ்சை மிராசு தார்களின் கொத்தடிமைகளாக ஆதி திராவிடர்கள் எப்படிக் கொடு மைப்படுத்தப்படுகிறார்கள் என்று 'குடி அரசு' எழுதியது. தங்களைப் பற்றித் தொடர்ந்து அவதூறுச் செய்திகளை வெளியிடுவதாக டி.கே.பி.எஸ். உடையார் 'விடுதலை' இதழுக்கு வழக்கறிஞர் நோட்டீஸ் அனுப்பினார். 6.2.1938ல் நடந்த ஓமலூர் தாலுகா முதலாவது சுயமரியாதை மாநாட்டில் நீடாமங்கலம் தேவசகாயமும், ஆறுமுகமும் கலந்துகொண்டு தங்களுக்கு ஏற்பட்ட கொடுமையைச் சொன்னார்கள். தூத்துக்குடி, தஞ்சை, வல்லம், பெரம்பலூர் கூட்டங்களிலும் இவர்கள் கலந்துகொண்டார்கள்.

திருத்துறைப்பூண்டி மாவட்ட ஆட்சியர் முகாமில் விடுதலை வெளியீட்டாளர் ஈ.வெ.கிருஷ்ணசாமி, விடுதலை ஆசிரியர் எஸ். முத்துசாமி பிள்ளை ஆகிய இருவர் மீதும் டி.கே.பி.எஸ். உடையார் மானநஷ்ட வழக்குப் போட்டார். 15.6.1938 அன்று தீர்ப்பு வழங்கப்பட்டது. 200 ரூபாய் அபராதமும், அதைச் செலுத்த தவறினால் 4 மாத தண்டனை என்றும் தீர்ப்பு தரப்பட்டது.

"வழக்கின் நீதி இப்படித்தான் முடியலாம்" என்று ஏற்கனவே பலரால் எதிர்பார்க்கப்பட்டதென்றே சொல்லலாம்" என்று எழுதும் துணிச்சல் 'குடி அரசு'க்கு இருந்தது. செசன்ஸ் நீதிமன்றத்தில் 'விடுதலை' மேல்முறையீடு செய்தது. அபராதத் தொகை ரூ.200ல் இருந்து ரூ.100 ஆக செசன்ஸ் நீதிமன்றம் குறைத்தது. (இந்த நிகழ்வின் அனைத்து நடவடிக்கைகளையும் அறிய, பேராசிரியர் ஆ. திருநீலகண்டன் எழுதிய "நீடாமங்கலம் – சாதியக் கொடுமையும் திராவிட இயக்கமும்" என்ற நூலைப் பார்க்கவும்.)

நீடாமங்கல வன்கொடுமை நடந்தபோது விடுதலை, குடி அரசு வெளியிட்ட 113 செய்திகளை வரிசைப்படுத்துகிறார் திருநீலகண்டன். நிகழ்வு நடந்த 3.1.1938 முதல் இன்று வரை வெளியான செய்திகளின் பட்டியல் இது. அதாவது, ஏதாவது ஒரு அறிக்கை மட்டும் வெளியிட்டு முடங்கிவிடாமல் எந்தப் பிரச்சினையாக இருந்தாலும் அதனை எடுத்துச் சென்று சாதிப்பதுதான் பெரியாரின் செயலாக இருந்தது என்பதற்கு நீடாமங்கலம் ஒரு சாட்சி.

நீடாமங்கலம் காங்கிரஸ் மாநாட்டில் வன்கொடுமைக்கு உள்ளாக்கப்பட்ட தோழர்கள் பி. சாமியப்பன், பி. உத்தராசி, ம. கோவிந்தசாமி, வை. வீரமுத்து, முருகையா, சாமியப்பன், பேச்சிமுத்து ஆகியோர் பெரியாரிடம் கொடுத்த மனுவின் இறுதிப் பகுதி:

"இந்தக் கொடுமையிலிருந்து எங்களை மீட்பதற்கு தங்களைத் தவிர வேறொருவரும் இல்லையென்றே எண்ணும்படியான நிலைமைக்கு வந்துவிட்டோம். ஆகவே, தங்களுடைய வாழ்நாளிலேயே எங்களுடைய விமோசனத்தை அடையும் மார்க்கத்தைக் காண்பிக்கும்படி மன்றாடி வேண்டிக் கொள்கிறோம்",

– பெரியார், யாருக்கான பெரியார் என்று தெரிகிறதா?

சுப்பாபுரம் என்ற கிராமத்தில் திடீரென்று தீ பற்றியது. சாதி இந்துக்கள், அதிகம் வாழும் இடம் அது. அருகில் இருந்த பட்டியல் இனப் பெண்கள் எல்லாம் குடங்கள் கொடுத்து தண்ணீர் கொண்டு வந்து தீயை அணைக்க முயற்சி செய்தனர். ஆதி திராவிட ஆண்கள் எரியும் வீடுகளுக்குள் புகுந்து பொருட்களை வெளியில் கொண்டுவர மும்முரமாக இறங்கினார்கள். நம்மிடம் சாதி வேறுபாடு பார்த்தாலும் அவர்களுக்கு உதவி செய்ய வாய்ப்புக் கிடைத்ததே என்று மகிழ்ச்சி அடைந்தார்கள். சாதிக் கொடுமைக்கு பேர் போன ஊர் இது. உயர் சாதியினர் வாழும் தெருவில் நடக்க முடியாது. தண்ணீர் எடுக்கச் செல்ல முடியாது. இதை மீறி தண்ணீர் எடுத்த மாடத்தி தண்டிக்கப்பட்டாள். இதேபோல் ஏராளமான சம்பவங்கள் அந்த

ஊரில் நடக்கின்றன.... என்று ஒரு நிகழ்வு 'குடி அரசு'வில் 2.10.1948 எழுதப்பட்டுள்ளது. இது கதையா, உண்மை நிகழ்வா எனத் தெரியவில்லை. ஆர்.எஸ்.ஜே. என்பவர் எழுதி உள்ளார், இந்தச் சுப்பாபுரம் எங்கே இருக்கிறது என்ற குறிப்பும் இல்லை.

'தீண்டாமைத் தீ' என்ற இந்தக் கட்டுரையின் இறுதிப் பகுதி.

உயர்சாதி என்று சொல்லிக் கொள்ளும் அவர்களுக்கு ஆபத்து வந்திருக்கும் இன்று மாத்திரம், பள்ளர்கள் தெரு வழியே தீயணைக்கத் தண்ணீர் கொண்டுவரச் சம்மதிக்கிறார்கள். 'முதலாளிமார்' கிணற்றில் தாராளமாகத் தண்ணீர் எடுத்துவரச் சம்மதிக்கிறார்கள். அவர்கள் குடத்தையே தந்து தண்ணீர் எடுத்துவரச் சம்மதிக்கிறார்கள். அவர்கள் வீட்டுச் சாமான்களைத் தொட்டு அப்புறப்படுத்த அனுமதிக்கிறார்கள். அவர்களின் ஆபத்துக் காலத்தில் மாத்திரம் ஆதி திராவிடன் என்ற தீண்டாமை இல்லை, பள்ளன் என்ற பாகுபாடு இல்லை, தாழ்ந்த சாதி என்ற துவேஷம் இல்லை. ஆனால், புஞ்சையில் மாடு மேய்கிறது என்று தாழ்ந்த சாதிக்காரி ஒருத்தி தண்ணீர் குடத்துடன் அவசரமாகத் தெருவழியே சென்றால் அதற்கு மன்னிப்பு இல்லை. அப்போது தீண்டாமை வந்து தடுக்கிறது.

கடைசியில் ஆதி திராவிட சிங்கங்கள் தான் இந்த ஆடிக்காற்றுத் தீயை அணைக்க முடிந்தது. இவர்கள் எழுபது வீட்டுக்காரரும் செய்த தொண்டில்தான் ரெட்டியார் தெருவை தீ தாக்குமுன் அணைத்தார்கள். தீ அணைக்க கூரைமேல் ஏறி விழுந்து உயிர் துறந்ததும் இரு ஆதி திராவிடர்கள்தாம்.

தீ பிடிப்பதால் மாத்திரம் தீண்டாமை இல்லை. மற்றக் காலங்களில் தேகமெல்லாம் தீண்டாமைத் தீ. இது நியாயமா? – கேட்டது 'குடி அரசு'. இதில் கேட்பது ஒடுக்கப்பட்டோர் குரலா? ஆதிக்க சாதியின் குரலா? (கு.அ. 2.10.41)

பெரியார், 'யாருக்கான பெரியார்' என்று தெரிகிறதா?

பட்டுக்கோட்டை தாலுக்கா போர்டு நிர்வாகத்தில் உள்ள ஆதி திராவிடப் பள்ளியில் ஆசிரியராக இருந்தவர் மாரிமுத்து. அப்போது தாலுக்கா போர்டு தலைவராக இருந்தவர் காங்கிரஸ்காரர் நாடிமுத்துப்பிள்ளை. மாரிமுத்துவை ஆசிரியர் பணியில் இருந்து விலக வைத்து தாலுக்கா போர்டு உறுப்பினராக ஆக்கியவர் நீதிக்கட்சித் தலைவரான சர் ஏ.டி. பன்னீர்செல்வம். ஆதி திராவிடரான மாரிமுத்து, தாலுக்கா போர்டுக்குள் வருவதா என்று நினைத்த நாடிமுத்துப்பிள்ளை அவரது பணி விலகல் கடிதத்தை ஏற்காமல் அவரை நடுவாக்கோட்டைக்கு மாற்றினார். ஆனால் நாடிமுத்துப்பிள்ளை வெளியூர் சென்றிருந்தபோது, துணைத்

தலைவரான அப்பாவு முதலியார், மாரிமுத்துவின் பணிவிலகலை ஏற்றுக்கொண்டார். இது நாடிமுத்துப்பிள்ளைக்கு கோபம் கொடுத்தது. தான் தலைவராக இருக்கும் போர்டில் ஆதி திராவிடர் ஒருவரோடு சமமாக உட்கார மனம் இடம் தரவில்லை. மாரிமுத்துவுக்கே தெரியாமல் போர்டு கூட்டத்தை நாடிமுத்துப்பிள்ளை நடத்தினார். மூன்று கூட்டத்துக்கு வரவில்லை என்று சொல்லி மாரிமுத்துவை நீக்கினார். இதை, பட்டுக்கோட்டை சுயமரியாதை இயக்கத்தவர் கடுமையாக எதிர்த்தார்கள். போர்டு கூட்டம் நடக்கும்போதெல்லாம் ஊர்வலம் நடத்தினார்கள். சுயமரியாதை இயக்கத்தவர் மீது தாக்குதல் நடத்தப்பட்டது. இதை மத்திய சட்டசபையில் எம்.சி.ராஜாவும், மாநில சட்டசபையில் நீலகிரி முனிசாமியும், சுவாமி சகஜானந்தமும் பேசினார்கள். (முழு விபரம் *27.12.1936* குடி அரசு)

ஏழரைக் கோடி ஆதி திராவிடர்களுக்கு அநீதி செய்த நாடிமுத்துப் பிள்ளை!

தாலுகா போர்டில் துரத்தப்பட்ட பரிதாபத்துக்குரிய மாரிமுத்து – என்ற தலைப்பில் இச்செய்தியை 'குடி அரசு' வெளியிட்டுள்ளது.

– பெரியார், யாருக்குப் பெரியார் என்று தெரிகிறதா?

இப்படி யாராவது பேசியிருக்கிறார்களா, பேச முடியுமா என்று சொல்லுங்கள்.

> மனிதன் திருடுவான், நம்பிக்கைத் துரோகம் செய்வான், மோசம் செய்வான். ஆனால் ஒரு பறையன் கொண்டுவந்த தண்ணீரைத் தொட்டுக் குடி என்றால் நடுங்குவான்.
>
> பாவம் என்று ஒன்று இருந்தால் மோசம் செய்வதைவிட, நம்பிக்கைத் துரோகம் செய்வதை விட, பதறப் பதறக் கொலை செய்வதை விட வேறு ஒன்றும் அதிக பாவம் இருக்க முடியாது. ஆனால் இவற்றையெல்லாம் பஞ்சாமிருதம் சாப்பிடுவது போல் செய்துவிட்டுப் பறையனைத் திண்ணையில் உட்கார வைப்பது என்றால், நடுங்குகின்றான் என்றால் மனிதச் சமூகத்தை எவ்வளவு சுயநலமாக இருக்கும்படியாகவும், முட்டாள்தனமாக இருக்கும்படியாகவும் வாழ்க்கை முறைகள், மத முறைகள், மோட்ச நரக முறைகள் அமைக்கப்பட்டிருக்கின்றது என்று பாருங்கள்! (கு.அ. *5.7.1931*)

– பெரியார், யாருக்கான பெரியார் என்று தெரிகிறதா?

இன்று என்ன நடக்கிறதோ, என்ன சொல்கிறோமோ அதை *50* ஆண்டுகளுக்கு முன்பே எழுதியவர் பெரியார்.

> சாதி அடிப்படையிலும் பெரும் பண வசதியைக்

கொண்டும்தான் இந்நாட்டுத் தேர்தல்கள் நடக்கின்றன. திராவிடர் கழகத்தார் தேர்தலுக்கு நிற்காததற்கு இதுதான் அடிப்படைக் காரணம். படித்த மக்கள் என்பவர்களும், பட்டதாரிகள் என்பவர்களும்கூட இன்று சாதிப் படுகுழியில் விழுந்து கிடக்கின்றனர். படிப்பினால் சாதி பற்றிய சில பரம்பரைத் தொழில்கள் மறைகின்றன என்பது உண்மை. ஆனால், சாதி உணர்ச்சி – வெறி – என்பது படிப்பினால் மறைவதில்லை....

தேர்தல் சமயத்தில் சாதிக்கு ஒரு புது முறுக்கு, புது உணர்ச்சி, பிறந்து விடுகிறது.

சேலத்தில் கவுண்டர் – செட்டியார் – முதலியார் உணர்ச்சி!

கோவையில் வேளாளக் கவுண்டர் – நாயுடு வெறி!

தென் ஆற்காட்டில் ரெட்டியார் – வன்னியர் வெறி!

வட ஆற்காட்டில் முதலியார் – வன்னியர் வெறி!

தஞ்சையில் முக்குலத்தோர் – ஆதி திராவிடர் உணர்ச்சி!

இராமநாதபுரத்தில் தேவர் – நாடார் – நாயுடு – நாட்டுக் கோட்டையார் உணர்ச்சி!

திருநெல்வேலியில் பிள்ளைமார் – நாடார் சாதிவெறி!

– இதேபோல் ஒவ்வொரு பகுதியிலும் சாதிவெறிதான் 'ஜனநாயகம்' என்ற போர்வைக்குள் ஒளிந்து கொண்டிருக் கின்றது. தேர்தலுக்கு நிற்கின்ற எல்லாக் கட்சிகளுக்கும் இது பொது விதியாகிவிட்டது.

எந்தத் தொகுதியில் எந்த மதக்காரர் – எந்த சாதிக்காரர் – எத்தனை வோட்டர்கள் என்ற கணக்குத்தான் இன்றைய காந்தியம்! இதுதான் இன்றைய முன்னேற்றம்! இன்றைய சுதந்திரம்! இன்றைய பிரஜா சோஷியலிசம்! இன்றைய கம்யூனிசம்! இன்றைய பார்வர்டு பிளாக்!

எல்லாம் ஒரே சாதிமயம்! மயிலாப்பூர் – திருவல்லிக்கேணித் தொகுதியா? ஒரு பார்ப்பானைப் பிடி! பொள்ளாச்சித் தொகுதியா? ஒரு கவுண்டரைப் பிடி! சிவகாசித் தொகுதியா? ஒரு நாடாரைப் பிடி! கள்ளக்குறிச்சித் தொகுதியா? ஒரு வன்னியரைப் பிடி! காஞ்சிபுரம் தொகுதியா? ஒரு முதலி யாரைப் பிடி! ஆயிரம்விளக்குத் தொகுதியா ஒரு ஆதி திராவிடரைப் பிடி! இப்படியாக!

எனவே ஒவ்வொரு ஐந்தாண்டுக்கு ஒரு முறை சாதி உணர்ச்சி நெருப்புக்கும் மதவெறி நெருப்புக்கும் பெட்ரோல் பெருங்குழாய் மூலம் பாய்ச்சப்பட்டு வருகிறது.

வடநாட்டிலோ இந்து – முஸ்லிம் வெறி! அல்லது மராத்தி – குஜராத்தி வெறி! அல்லது பஞ்சாப் – சீக்கிய வெறி! அங்கெல்லாம் மதம் – மொழி அடிப்படையில் மனித சக்தியார் பிளவு! இங்கு சாதி அடிப்படையில் பிளவு!....

சாதியையும் மதத்தையும் ஒழிக்கிற வகையில் 5 அல்லது 10 ஆண்டுகளுக்கு நேருவின் சர்வாதிகார ஆட்சி அல்லது ஜெகஜீவன்ராம் அல்லது காமராசர் போன்றவர்களின் சர்வாதிகார ஆட்சி ஏற்பட்டு சாதியும் மதமும் ஒழிக்கப்பட்ட பிறகு தேர்தல் நடத்தினால், 'ஜனநாயகத் தேர்தல்' என்பதில் சிறிதாவது பொருளிருக்கலாம்.

அதுவரையில் ஜனநாயகம் என்பது சாதி நாயகம்தான்! மதநாயகம்தான்! காலித்தன நாயகம்தான்! இது எல்லா அரசியல் கட்சிகளுக்கும் பொருந்தும். இன்றைய அரசியல் கூட்டத்தை ஒப்புக் கொண்டு தேர்தலுக்கு நிற்கக் கூடிய அத்தனை அரசியல் கட்சிகளும் இந்தப் போலி ஜனநாயகத்தை ஏற்றுக் கொண்டுதான் தீர வேண்டும்!
(வி: 23.11.1961)

ஜெகஜீவன்ராம் இந்தியாவை ஆளவேண்டும் என்கிறார் பெரியார்.
– பெரியார், யாருக்கான பெரியார் எனத் தெரிகிறதா?

திராவிடர் இயக்கம் தனது கடைசி மூச்சிருக்கும் வரையில் இந்த நாட்டில் பள்ளன், பறையன் என்ற இழிசாதிகளை ஒழித்து அவர்களை முன்னேற்றவே உழைக்கும் என்ற உறுதியை வழங்குகிறேன்... (வி. 8.7.1947)
– பெரியார் யாருக்கான பெரியார் என்று தெரிகிறதா?

இராமநாதபுரம் ஆதி திராவிடர் மாநாட்டில் திராவிடன் ஆசிரியர் கனக சங்கர கண்ணப்பர் பேச்சைப் பாருங்கள்:

உங்களைத் தாழ்மைப்படுத்துவது பிராமணர் மட்டுமல்ல; பிராமணர்களைவிட பிராமணரல்லாதாரே, உங்களை மிகக் கடுமையாக நசுக்குகிறார்கள் என நண்பர் இராமச்சந்திரன் கூறினார். இது உண்மைதான்.

பிராமணர்கள் உண்மையான புலிகள். பிராமணரல்லாதார் அல்லாசாமிப் புலி, போலிப் புலி, மனிதப் புலிகள். உண்மைப் புலிக்கு மனிதர் பயமுண்டு. அது குகையிலேயே இருக்கிறது. இப்பொழுது

ஆடி பயமுறுத்துவது அல்லாசாமி புலிதான். உண்மைப் புலிக்கு ஒரு வெள்ளாடு போதும். இதை ஏழெட்டு நாள்களுக்குச் சிறிது சிறிதாகச் சாப்பிட்டுக் கொள்ளும் புலி. ஆனால் அல்லாசாமிப் புலிக்கு, பொய்ப் புலிக்குத் தினந்தோறும் 30/40 ஆட்டுக்குட்டியின் இரத்தம் வேண்டும். நமக்கு எதிரியாய் பிராமணரல்லாதாரே இருக்கும்போது நாம் எப்படி முன்னேற முடியும்? என்று கேட்டார். (கு.அ. 25.8.1929)

இதே மாநாட்டில் இன்னொன்றையும் 'திராவிடன்' ஆசிரியர் கனக சங்கர கண்ணப்பர் சொன்னார்.

ஆதி திராவிடர்களுடைய நன்மைக்காக உழைக்க நான் ஆரம்பித்தது முதல் என்னைப் பலரும் பறையன் என்றே சொல்லி வருகிறார்கள். நானும் இராமசாமிப் பெரியாரும் சீர்காழிக்குச் செல்வதாகக் குறிப்பிடப்பட்டிருந்தது. எங்கள் பிரசங்கத்தைத் தடுக்க வேண்டுமென்றும் கலகத்தை உண்டு பண்ண வேண்டுமென்றும் கருதி, 'கண்ணப்பர் பறையன், இராசாமி சக்கிலியன் இருவரும் கோயிலுக்குள் நுழையப் போகிறார்கள். கோயில் தீட்டாய்விடும்' என்ற சொற்கள் பொறிக்கப்பெற்ற சுவரொட்டித் தாள்களும், விளம்பரங்களும் அங்கு பரப்பப்பட்டிருக்கின்றன.

திருவண்ணாமலை சுயமரியாதைச் சங்கம் ஸ்தாபிக்கச் சென்றோம். அவ்வமயம் பெரும்பொருள் செலவிட்டு அந்தக் கோயில் அமைத்திருக்கிறார்களே அதைப் பார்த்துவிடுவோம் என வேடிக்கையாகக் கோயிலுக்குச் சென்றோம். பறையர்கள் வருகிறார்கள் என குருக்கள் கோயிலை மூடிவிட்டார்கள். (கு.அ. 25.8.1929)

– பெரியார் 'யாருக்குப் பெரியார்' என்று தெரிகிறதா?

பூனாவில் நடக்கும் பார்வதி ஆலய சத்தியாகிரகத்தை ஆதரிப்பதற்காகவும், தமிழ்நாட்டில் ஆலய நுழைவு நடத்துவதற்காகவும் சென்னையில் 22.10.1929 ஒரு கூட்டம் நடத்தப்பட்டது. டபிள்யூ.பி.ஏ. சவுந்தர பாண்டியன் தலைமையில் நடந்த இம்மாநாட்டில் என். சிவராஜ், சாமி சகஜானந்தம் உள்ளிட்டோர் கலந்து கொண்டார்கள். இதில் பேசிய சாமி சகஜானந்தம், "சத்தியாகிரகம் உயர்ந்த சாதி இந்துக்களால் செய்ய வேண்டுமே தவிர நாம் செய்ய வேண்டியதில்லை. முடிவில் இதை பார்ப்பனர்களுக்கும் அல்லாதார்களுக்கும் பிரச்சாரம் செய்யட்டும்" என்று பேசினார். இதற்கு பெரியார் சொன்ன பதில் இது.

உங்கள் சமூகத்திற்கு இழைக்கப்பட்டிருக்கும் இழிவை நீக்க வேறு சமூகத்தார், அதிலும் உங்களைக் கொடுமைப்படுத்தி அதனால் வாழும் சமூகத்தார் பாடுபடவேண்டும் என்று சொல்வது பரிகசிக்கத்தக்கதாகும். அந்தப்படி நீங்கள் எதிர்பார்ப்பதும் மிக்க

அறியாமையேயாகும். மேல்ஜாதிக்காரன் என்பவன் எப்போதும் உங்களுக்கு நன்மை புரிய வரமாட்டார்கள். அன்றியும் உங்கள் முன்னேற்றத்தில் தடை செய்யாமல் இருக்கவும் மாட்டார்கள்....

(கு.அ. 27.10.1929)

– பெரியார் ‘யாருக்குப் பெரியார்’ என்று தெரிகிறதா?

மதுராந்தகத்தில் நடந்த நாடகத்தில் ஒரு துண்டுப் பிரசுரம் தரப்பட்டது 1928ல். பஞ்சமர்களுக்கு டிக்கெட் கொடுக்கப்பட மாட்டாது. பிராமண ஸ்தீரிகளுக்கு தனி இடம் ஒதுக்கி வைக்கப்பட்டிருக்கிறது என்று அந்த துண்டு பிரசுரத்தில் எழுதப்பட்டு இருந்தது. இப்படி நிபந்தனையுடன், தான் நாடகம் நடத்த வேண்டும் என்று மதுராந்தகம் ஊர் சேர்மன் கட்டுப்பாடு விதித்ததாகவும் சொல்லப்பட்டது. இந்த துண்டு பிரசுரம் பெரியாருக்கு அனுப்பி வைக்கப்பட்டது. அப்போது அவர் எழுதியது....

கூத்தாடிப் பெண்களும் கூத்தாடி ஆண்களும் கூடி கூத்தாடுகிற இடத்தில் கூட ஆதி திராவிடர்கள் போகக் கூடாது என்பதும், அங்கு கண்ணே, பெண்ணே என்று பேசிக் கொண்டு மூக்கையும் காதையும் கன்னத்தையும் அடித்துக்கொண்டு விளையாடுவதைப் பார்க்கப் போகும் பார்ப்பனப் பெண்களுக்குக் கூட தனி இடம் ஒதுக்கித் தருவது என்பதும் பார்ப்பன ஆதிக்கத்தை காட்டுகின்றதா இல்லையா.

(கு.அ. 12.2.1928)

– பெரியார் ‘யாருக்குப் பெரியார்’ என்று தெரிகிறதா?

சென்னை இராயபுரத்தில் கண்ணப்பர் வாசக சாலையைத் திறந்து வைத்த பெரியாரின் பேச்சு.

ஆதி திராவிட மக்களாகிய நீங்களும் மனிதர்களேயாயினும் சமூக வாழ்க்கையில் மிருகங்களைவிடக் கேவலமாகத்தான் நடத்தப்படுகின்றீர்கள் என்பதை நீங்களே ஒப்புக் கொள்வீர்களென்று நம்புகிறேன். உங்களுள் சிலர் ராவ் பகதூர்களையும், ராவ்சாகிப்களையும், மோட்டார் வாகனங்களிலும் கோச்சுகளிலும் செல்லத்தக்க பணக்காரர்களாயுமிருக்கலாம். மற்றும் உங்களுள் ஞானமுள்ள அறிவாளிகளும் படிப்பாளிகளுமிருக்கலாம். எவ்வாறிருந்தாலும் அத்தகையவர்களையும் பிறந்த ஜாதியை யொட்டித் தாழ்மையாகத்தான் கருதப்பட்டு வருகின்றதென்பதை நீங்கள் மறுக்கமாட்டீர்கள். அதற்கு ஒரே ஒரு காரணந்தான் இருக்கிறதென்று சொல்ல வேண்டும். அது ஜாதி வித்தியாசக் கொடுமையேயாகும்.

ஆதி திராவிடர்கள் என்றால் கோயிலருகிலும் வரக்கூடா தென்கிறார்கள். அவர்களும் இந்துக்கள் தாமென ஒப்புக்கொள்ளப்பட்ட போதிலும் அவர்களை இழிவுபடுத்திக் கொடுமை செய்வதில் ஒரு

சிறிதும் பின்வாங்குவதில்லை. இந்துவென்று சொல்லப்படும் திரு. முனுசாமி என்னும் ஆதி திராவிடரும் மனிதர்தான். அவர் ஆலயத்தருகில் வந்தால் ஆலயத் தீட்டுப்பட்டு செத்துப்போகுமாம். ஆனால் பிறவியில் மிருகமாய்ப் பிறந்ததும் ஜாதியில் நாய் என்று அழைக்கப்படுபதுமான மலம் உண்ணும் கேவலமான ஐந்துவையும் தாராளமாக விட்டுவிடும்போது சுற்றியுள்ள மனிதனாய்ப் பிறந்து இந்துவென்று சொல்லிக் கொள்ளும் ஆதி திராவிடர் எனப்படும் முனுசாமியை அவர் பிறப்பின் காரணமாக கோவிலிலும் விட மறுக்கப்படுவது என்ன கொடுமை?... உலகத்தில் அவன் உயர்ந்தவன் இவன் தாழ்ந்தவன் என்று பந்தயம் போட்டுக் கொண்டு ஜாதி வித்தியாசக் கொடுமைகளை நிலை நாட்டி சமூக முன்னேற்றத்திற்கும் விடுதலைக்கும் தடையாயிருக்கும் எந்த சாஸ்திர புரணங்களையும் சுட்டெரிக்கச் சுயமரியாதைக்காரர்களாகிய நாங்கள் தயாரா யிருக்கிறோம்..... கடவுள் உன்னை பறையனாய்ப் படைத்தார், சுவாமி என்னைச் சூத்திரனாய் படைத்தார், அவனைப் பார்ப்பனாய் படைத்தார் என்று கடவுள் மேல் பழிபோட்டுக் கொடுமைகள் நிலைக்கச் செய்வதை விட்டுக் கொடுத்துக் கொண்டு அக் கொடுமைகளுக்கு ஆதரவாயும் அக்கிரமங்களுக்கு அனுகூலமாயுமிருக்கும் கடவுளைத் தான் ஒழிக்கவேண்டுமென்கிறோம்....

நந்தனாரை நாங்கள் அறுபத்து மூன்று நாயன்மார்களுள் ஒருவராய் பூசித்து வரவில்லையா என்று வாய் வேதாந்தம் பேசுகிறார்கள். நந்தனுடைய பின் சந்ததியராகிய பேரப் பிள்ளைகளை அந்த திருநாளைப் போவாராகிய நந்தனிருக்கும் மாடத்தைக் கூடப் போய் ஏன் பார்க்க விடுவதில்லை?... உங்கள் முன்னேற்றத்துக்குத் தடைகளாயிருக்கும் எதனையும் தகர்த்தெறியத் தயங்கக்கூடாது. உங்கள் சுதந்திரத்துக்கு எது தடையாயிருந்தாலும் அதனை ஒழிக்க முற்படுவீர்களானால் தீண்டாமை என்பது அதை நிமிஷத்தில் தானாய் பறந்துவிடுமென்பது திண்ணம். (கு.அ. 11.8.1929)

– பெரியார் ‘யாருக்குப் பெரியார்’ என்று தெரிகிறதா?

அருப்புக்கோட்டை நாடார் சமூக மக்களின் நிர்வாகத்தின் கீழ் நடத்தப்பட்ட பள்ளிகளில் ஆதி திராவிடர் வகுப்புப் பிள்ளைகளை சேர்ப்பது இல்லை என்ற முடிவு இருந்தது. இதனை நீதிக்கட்சித் தலைவர்களில் ஒருவரான டபிள்யூ.பி.ஏ. சௌந்தரபாண்டியன் கண்டித்தார். அவர் ஜில்லா போர்டு தலைவரானபோது அருப்புக்கோட்டை மக்கள் ஒரு பாராட்டு விழா நடத்தினார்கள். அப்போது பேசிய சௌந்தரபாண்டியன் தனது வருத்தங்களை பதிவு செய்தார்.

“மனித சமூகத்தில் சில வகுப்பாரைத் தாழ்த்தி கொடுமைப்படுத்தி

வருவதை அடியோடு ஒழிப்பதே மனிதனின் முதல் கடமை, அந்த வேலைக்கே எனது பதவியை ஒப்படைக்கப் போகிறேன். அதில் எனக்கு சில சங்கடங்கள் நாடார் சமூகத்தாலேயே வருகிறது. ஆதி திராவிடர் பிள்ளைகளை உங்களது பள்ளியில் சேர்ப்பது இல்லை. இதனால் வெட்கப்படுகிறேன். இதனை உடனடியாக நீக்க வேண்டும்" என்று பேசினார். அது ஏற்கப்பட்டு ஆதி திராவிடர் பிள்ளைகளும் அருப்புக்கோட்டை நாடார் ஹைஸ்கூலில் சேர்க்கப்பட்டார்கள். "இது நமது நாட்டில் உள்ள தீண்டாமையும் உயர்வு தாழ்வும் ஒழிய பெரிய அறிகுறியாகும் என்றே சொல்ல வேண்டும். இவ்வித அரிய காரியத்தைச் செய்த அருப்புக்கோட்டை நாடார் தலைவர்களை மனமாறப் பாராட்டுகிறோம்" என்று குடி அரசு (29.9.1929) எழுதியது.

— பெரியார் 'யாருக்குப் பெரியார்' என்று தெரிகிறதா?

தாழ்த்தப்பட்ட சமூகத்தினரின் பரம்பரை விரோதிகளாகிய உயர்ந்த சமூகத்தினரால் 'தேசத் துரோகி' என்றும் 'சமூகத் துரோகி' என்றும் 'தேசாபிமானமில்லாதவர்' என்றும் தூற்றப்படுகின்றவர்கள் எவரோ, அவர்களே அச்சமூகத்தின் (தாழ்த்தப்பட்ட சமூகத்தின்) உண்மையான சமத்துவத்திற்கும் சுதந்திரத்திற்கும் பாடுபடுகின்றவர்கள் என்பதை உணரலாம்.

— பெரியார் 'யாருக்குப் பெரியார்' என்று தெரிகிறதா?

அவர் சாதி நாயகத்துக்கு எதிரான பெரியார்! மதநாயகத்துக்கு எதிரான பெரியார்! பணநாயகத்துக்கு எதிரான பெரியார்!

∎

அடிப்படை நூல்கள்

1. பெரியார் களஞ்சியம் – தொகுப்பு : கி.வீரமணி
   1 முதல் 32 வரை,
   பெரியார் சுயமரியாதை பிரச்சார நிறுவனம், சென்னை.

2. பெரியார் களஞ்சியம் குடி அரசு தொகுதிகள் – தொகுப்பு:
   கி.வீரமணி – 1 முதல் 42 வரை,
   பெரியார் சுயமரியாதை பிரச்சார நிறுவனம், சென்னை.

3. பெரியார் சிந்தனைத் திரட்டு தொகுப்பு : து.மா.பெரியசாமி
   1 முதல் 3 வரை,
   பெரியார் சுயமரியாதை பிரச்சார நிறுவனம், சென்னை.

4. பெரியார் ஈ.வெ.ரா சிந்தனைகள்
   பதிப்பாசிரியர் : வே.ஆனைமுத்து
   1 முதல் 3 வரை, சிந்தனையாளர்கள் கழகம்

5. பெரியார் ஈ.வெ.ரா சிந்தனைகள் –
   பதிப்பாசிரியர் : வே. ஆனைமுத்து – 1 முதல்

6. பெரியாரின் எழுத்தும் பேச்சும் – குடி அரசு
   1 முதல் 45 – தந்தை பெரியார் திராவிடர் கழகம்

7. ஈ.வெ.ராமசாமி என்கிற நான் 1, 2 தொகுப்பு :
   பசு.கவுதமன் – பாரதி புத்தகாலயம்

கி. வீரமணி : வகுப்புரிமை வரலாறு
: வைக்கம் போராட்ட வரலாறு
: விடுதலைப் போரும் திராவிட இயக்கமும்
: உலகத் தலைவர் பெரியார்
  வாழ்க்கை வரலாறு
: பெரியாரியல் 1 முதல் 5 பாகங்கள்
: தமிழக வரலாறும் சுயமரியாதை இயக்கமும்
: சமூக நீதி

	: டாக்டர் அம்பேத்கர் புத்த நெறியைத் தழுவியது ஏன்?
	: அம்பேத்கர் பற்றிய அருண்சோரியின் நூலுக்கு மறுப்பு
	: திராவிடர் இயக்க நூற்றாண்டு வரலாற்றுச் சுவடுகள்
	: 95 ஆண்டுகளுக்கு முன்பே துவங்கிய திராவிடர் இயக்க சமூகப் புரட்சி
	: வடநாட்டில் பெரியார் 1, 2
	: பெரியாரியம் – பாகம் 2 ஜாதி தீண்டாமை
	: நூற்றாண்டு காணும் நீதிக்கட்சியும், 90 ஆம் ஆண்டு காணும் சுயமரியாதை இயக்கமும் சாதித்தது என்ன?
	: ஜாதியை ஒழிக்கவே இடஒதுக்கீடு
	: நமது குறிக்கோள்
ஞான அலாய்சியஸ் தொகுப்பு	: அயோத்திதாசர் சிந்தனைகள் : 1. அரசியல் சமூகம்
	: அயோத்திதாசர் சிந்தனைகள் : 2. சமயம், இலக்கியம்
	: அயோத்திதாசர் சிந்தனைகள் : 3
எம்.சி ராஜா	: ஒடுக்கப்பட்ட இந்துக்கள்
வாலாசா வல்லவன்	: எம்.சி.ராஜா வாழ்க்கை வரலாறும் எழுத்தும் பேச்சும்
வே.அலெக்ஸ் (தொகுப்பாசிரியர்)	: பெருந்தலைவர் எம்.சி.ராஜா சிந்தனைகள் முதல் தொகுதி
T. Nalini Anbarasan	: PANDIT C.IYODHI DOSS (1845-1914)
Dr. G. Thangavelu	: Raobahadur Rettamalai Srinivasan
Dr. G. Thangavelu	: M.C. RAJAH (1883-1947)
சாமி சிதம்பரனார்	: தமிழர் தலைவர்
கவிஞர் கருணானந்தம்	: தந்தை பெரியார்
தனஞ்சய்கீர் தமிழில் க.முகிலன்	: டாக்டர் பி.ஆர் அம்பேத்கர் வாழ்க்கை வரலாறு
தி.பெ.கமலநாதன்	: தலித் விடுதலையும் திராவிடர் இயக்கமும் மறைக்கப்படும் உண்மைகளும் கறைபடிந்த அத்தியாயங்களும்

அன்பு பொன்னோவியம் : காந்தி பெரியார் ஆதி திராவிடர்
: பழங்குடி பகுத்தறிவாளர்கள்
: பகுத்தறிவு பேசிய பழங்குடி நங்கை

ஸ்டாலின் ராஜாங்கம் : தீண்டப்படாத நூல்கள்
: அயோத்திதாசரும் சிங்காரவேலரும்
: தீராத தியாகம்

பூவிழியன் : சுவாமி சகஜாநந்தா எழுத்தும் பேச்சும்
: கே.பி.எஸ் மணி ஒரு போராளியின் வரலாறு

ரவிகுமார் : சுவாமி சகஜாநந்தா உரைகள்

நக்கீரன் : எது வரலாறு? கட்டமைப்பைத் தகர்க்கும் சான்றாதாரங்கள்

மா.வேலுசாமி : தலித்துகள் பெரியார் திராவிட அரசியல்

கௌதம சன்னா : க.அயோத்திதாச பண்டிதர்

டாக்டர் வி.கண்ணுப்பிள்ளை : தமிழகத்தில் சாதி அமைப்புகளும் அரசியலும்

ஆ.பெருமாள் பிள்ளை : ஆதி திராவிடர் வரலாறு

நிர்மலா அருள் பிரகாஷ் : திராவிடமணி திவான்பகதூர் இரட்டைமலை சீனிவாசன் சரித்திர சகாப்தம்

எஸ்.வி ராஜதுரை : அம்பேத்கரும் பெரியாரும்

ந.முத்து மோகன் : பௌத்தமும் பெரியாரும்

பழ.அதியமான் : சேரன்மாதேவி குருகுலப் போராட்டமும் திராவிட இயக்கத்தின் எழுச்சியும்

இரா.சக்குபாய், : இந்தியச் சமூகப் புரட்சியில் திராவிட

க.நெடுஞ்செழியன் : இயக்கத்தின் கொடை

கொளத்தூர் மணி : பெரியாருக்கு எதிராக முனை மழுங்கும் வாதங்கள்

மு.நீலகண்டன் : டாக்டர் அம்பேத்கரும் நாசிக் போராட்டமும்

தொகுப்பு நூல் (சி.லெட்சுமணன், ஸ்டாலின், ராஜாங்கம், ஜெ.பாலசுப்பிரமணியன், அ.ஜெகநாதன், அன்புசெல்வம்) : சாதி இன்று

அருணன்	: காந்தி அம்பேத்கர் மோதலும் சமரசமும்
க.திருநாவுக்கரசு	: திராவிட இயக்கம் தலித்துகளுக்கு எதிரானதா களத்தில் நின்ற காவலர்கள்
Dr. T.K. Ravindren	: Eight Furlongs of freedom
கோ.தங்கவேலு	: தமிழ்தேசிய உணர்வின் முன்னோடித் தமிழன் அயோத்திதாசப் பண்டிதர்
கலைஞர் மு. கருணாநிதி	: சட்டமன்ற உரைகள்
தொகுப்பாசிரியர் டி.வரதராஜுலு நாயுடு, பதிப்பாசிரியர் கி.வீரமணி	: நீதிக்கட்சி இயக்கம் 1917
திராவிடர் கழக வெளியீடு	: தந்தை பெரியாரும் டாக்டர் அம்பேத்கரும்
ஜெயமோகன்	: முதற் சிந்தனையாளர் அயோத்திதாச பண்டிதர்
பெரியார் ஆவணக் காப்பகம்	: 1929 செங்கல்பட்டு முதல் சுயமரியாதை மாநாடு
பெரியார் ஆவணக் காப்பகம்	: தந்தை பெரியார் காங்கிரசை விட்டு விலகியது ஏன்?
பெரியார் சுயமரியாதை பிரசார நிறுவனம்	: நமது குறிக்கோள்
புலவர் நன்னன்	: இவர்தாம் பெரியார் (வரலாறு) 5 விதி
ஜெயமோகன்	: வெள்ளையானை
வெ.கண்ணுப்பிள்ளை	: தமிழகத்தில் சாதி வன்முறைகள்
தினகரன் பதிப்பு : கா.இளம்பரிதி	: முதுகுளத்தூர் கலவரம்
டி.எஸ்.சொக்கலிங்கம் பதிப்பு	
அ.ஜெகநாதன்	: முதுகுளத்தூர் பயங்கரம்
சிந்தனை வெளியீடு, திண்டுக்கல்	: முதுகுளத்தூர் கலவரம், முதுகுளத்தூர் பயங்கரம்
டாக்டர் ஐ.வி பீட்டர்	: ஒடுக்கப்பட்ட சமுதாயம் வரலாறு படைத்தது

தா.அமலா	: வைக்கம் சத்தியாக்கிரக நினைவலைகள்
வாலாசா வல்லவன்	: நீதிக்கட்சித் தலைவர்களின் சொற்பொழிவுகள்
இதழ் தொகுப்புகள்	: 1. நீதிக்கட்சியின் திராவிடன் நாளிதழ் ஓர் ஆய்வு – பெ.க.மணி
	2. புதுவை முரசு இதழ் தொகுப்பு 1, 2, 3 தொகுப்பு : வாலாசா வல்லவன்
	3. ஆதி திராவிடன் இதழ் தொகுப்பு தொகுப்பாசிரியர் : இரா.பாவேந்தன்
	4. சூரியோதயம் முதல் உதயசூரியன் வரை தலித் இதழ்கள் 1869-1943 ஜெ.பாலசுப்பிரமணியம்
இராவணன்	: வாழும் வரலாறு இம்மானுவேல் சேகரன்
கலி.பூங்குன்றன்	: ஒற்றைப் பத்தி
	: ஜாதி தீண்டாமை ஒழிப்பு அறப்போர் ஏன்?
	: அனைத்துச் சாதியினரும் அர்ச்சகர் உரிமை ஏன்?
	: தந்தை பெரியாரும் டாக்டர் அம்பேத்கரும்
ந.இராமநாதன்	: பெரியார் ஒரு முழுப்புரட்சியாளர்
மஞ்சை வசந்தன்	: ஆரியத்தால் வீழ்ந்தோம், திராவிடத்தால் எழுந்தோம்
கு.வெ.கி. ஆசான்	: மனித உரிமைப்போரில் பெரியார் பேணிய அடையாளம்
பசு.கவுதமன்	: ஏ.ஜி கஸ்தூரிரெங்கனின் நினைவுகளும் நிகழ்வுகளும்
தமிழவேள்	: சமூக உரிமைப் போராளி இம்மானுவேல் தேவேந்திரர்
தஞ்சை ஆடலரசன்	: தந்தை பெரியாரும் தாழ்த்தப்பட்டோரும்
வாலாசா வல்லவன்	: ஆதி திராவிடர் மாநாடுகள்
செ.பன்னீர்செல்வம், கோவி.பார்த்திபன்	: சமூகத் தலைவர்கள் வீரவரலாறு
தலித்முரசு	: விடுதலையின் சாத்தியங்கள் தலித் முரசு பேட்டிகள் 1

381

	: வரலாற்றை நேர்செய்வோம் தலித் முரசு பேட்டிகள் 2
	: ஓயாத குரல்கள் தலித் முரசு பேட்டிகள் 3
கோ.வீரய்யன்	: தமிழ்நாடு விவசாயிகள் இயக்கத்தின் வீர வரலாறு
கு.வெ.பழனித்துரை	: மணலி கி.கந்தசாமி வாழ்வும் போராட்டமும்
ஜனசக்தி பிரசுராலயம் (1946)	: உழவர் யாதாஸ்து
இந்திய கம்யூனிஸ்ட் கட்சி	: இந்திய கம்யூனிஸ்ட் கட்சி ஐம்பதாண்டு போராட்டமும் முன்னேற்றமும்
செ.தா. சுமதி	: வெண்மணி படுகொலைகள் வரலாறும் கலை இலக்கிய பதிவுகளும்
க.பூபதிராஜா	: 1957 யார் காரணம்? முதுகுளத்தூர் கலவரம்
மயிலை பாலு	: நின்று கெடுத்த நீதி
வெண்மணி வழக்கு	: பதிவுகளும் தீர்ப்புகளும்
கே.பி. கேசவமேனன்	: கடந்த காலம் (தமிழில்: கேசவமேனன்)
கே.பி. கேசவமேனன்	: பந்தனத்தில் நின்னு (மலையாளம்) (மொழிபெயர்ப்பு உதவி: சிவன்)
த.ராம்	: காந்தி ராமன்
இதழ்கள் முழுமையாக	: 1. குடி அரசு 2. பகுத்தறிவு 3. புரட்சி 4. விடுதலை 5. உண்மை
பகுதி அளவில் :	6. தமிழன் 7. தேசபக்தன் 8. புதுவை முரசு 9. தாய்மண் 10. காலச்சுவடு 11. உன்னதம் 12. கோடங்கி 13. விடுதலை நாளிதழ் மலர்கள் 14. விகடன் தடம்